மாநில சுயாட்சி

முரசொலி மாறன்

சூரியன் பதிப்பகம்
229, கச்சேரி ரோடு,
மயிலாப்பூர், சென்னை-600 004.

மாநில சுயாட்சி

முரசொலி மாறன்

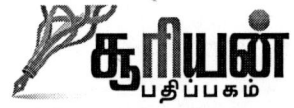

சூரியன் பதிப்பகம்
229, கச்சேரி ரோடு,
மயிலாப்பூர், சென்னை-600 004.

Title :
MAANILA SUYATCHI
(State Autonomy)

© MURASOLI MARAN

சூரியன் பதிப்பகம்
வெளியீடு: **23**

நூல் தலைப்பு:
மாநில சுயாட்சி

நூல் ஆசிரியர்:
© **முரசொலி மாறன்**

முதற்பதிப்பு:
பிப்ரவரி 2, 1974

ஐந்தாம் பதிப்பு:
ஜனவரி 2024

விலை:
ரூ.375/-

229, கச்சேரி ரோடு, மயிலாப்பூர்,
சென்னை–600004.
விற்பனைப் பிரிவு தொலைபேசி :
044–4220 9191 **Extn:** 21125
மொபைல்: 72990 27361
இமெயில் : **kalbooks@dinakaran.com**

இந்தப் புத்தகத்தின் எந்த ஒரு பகுதியையும் பதிப்பாளரிடமிருந்து எழுத்துபூர்வமான முன் அனுமதி பெறாமல் மறுபிரசுரம் செய்வதோ, அச்சு மற்றும் மின்னணு ஊடகங்களில் மறுபதிப்பு செய்வதோ காப்புரிமைச் சட்டப்படி தடை செய்யப்பட்டதாகும். புத்தக விமர்சனத்துக்கு மட்டும் இந்தப் புத்தகத்திலிருந்து மேற்கோள் காட்ட அனுமதிக்கப்படுகிறது.

காணிக்கை

அறியாமை இருளில் மூடிக்கிடந்த
தமிழர்களின் விழிதிறந்த பெரியார்-
அரசியல் எழுச்சி எனும்
விளக்கேற்றி வைத்த அண்ணா-
அன்பின் உருவங்களாம் எங்கள்
குடும்பச் சுடர்கள் முத்துவேலர் - அஞ்சுகத்தாய் -
ஆகியோரின் நீங்காத நினைவிற்கு!

என் உரை

வெகுநாள் வேட்கையின் விளைவு இரண்டாண்டு கால உழைப்பிற்குப் பின்னர் இன்று உங்கள் கரங்களில் இப்படிப் புத்தகமாக மலர்ந்திருக்கிறது.

மாநில சுயாட்சிக் கோரிக்கை மட்டுமல்லாது, இன்றைய மத்திய–மாநில உறவுகளின் பல கூறுகளும் இதில் விவாதிக்கப் பட்டிருக்கின்றன.

அரசியல் அமைப்புச் சட்டம் நாவல் போலப் படிப்பதற்குச் சுவையாக இருக்க முடியாது. அதிலும், உலகத்தில் இதுவரை எழுதப்பட்ட அரசியல் சட்டங்களிலேயே மிகவும் பெரியது, நம்முடையது. எனவே அதைப் பற்றிய அம்சங்களை ஆராய்வதும் ஒரு விறுவிறுப்பான நாவல் போல அமைவது கொஞ்சம் சிரமம்தான். ஆனால், நாம் எடுத்துக் கொண்டிருக்கிற பிரச்சினையோ அரசியல் அமைப்புச் சட்டத்தை மையமாகக் கொண்டது.

எனவே, அதன் சகல அம்சங்களையும் புரிந்துகொண்டால்தான் நமது விவாதத்தை உணர்ச்சிபூர்வமாக மட்டுமல்ல, அறிவார்ந்த

வகையிலும் அணுக முடியும். அந்த நோக்கத்தோடு எழுதப்பட்ட இப்புத்தகத்தைத் தொடர்ந்து ஒரே மூச்சில் படித்து முடிக்கும் அளவிற்கு விறுவிறுப்பாக்கத் தவறியிருந்தால் அதற்கு உங்கள் மன்னிப்பை வேண்டுகிறேன்.

இதில் கூறப்பட்டிருக்கிற அனைத்தும் எனது கண்டுபிடிப்புகள் அல்ல; இதுவரை பல அறிஞர் பெருமக்கள் உதிர்த்திருக்கிற முத்தான கருத்துக்கள் நமது வாதத்திற்கு வலுவேற்றும் வகையில் தொகுத்துக் கொடுக்கப்பட்டிருக்கின்றன. இதுபோன்ற புத்தகத்திற்கு மூலதனமே அத்தகைய ஆதாரங்களைத் தேடித் திரட்டுவதுதான்! அதற்குத்தான் அதிக காலம் ஆயிற்று.

இந்தத் தலைப்பில் கூறப்பட வேண்டியதெல்லாம் இவ்வளவு தானா? என்று கேட்டு விடாதீர்கள். 'யான் பெற்ற இன்பம் பெறுக இவ்வையகம்' – என்னும் தமிழுரைக்கேற்ப, எனக்குத் தெரிந்ததை என் அருமைத் தோழர்களுக்கும் தெரிவிக்க முயன்றிருக்கிறேன்; அவ்வளவுதான்! இதுகுறித்து நாம் மேற்கொள்ள வேண்டிய முயற்சிகள் நிறைய இருக்கின்றன.

சில கருத்துக்களைச் சாமான்யர்களாகிய நாம் சொன்னால், நாம் சொல்வது சாமான்யமாகக் கருதப்படுவது நம் கழகத்திற்கேற் பட்டிருக்கிற துர்ப்பாக்கிய நிலையாகும். 'இப்படி ஒரு பெரியவர் – உங்களால் மதிக்கப்படுகிறவர் – சொல்லியிருக்கிறார்' என்றால் அதை ஊன்றிக் கவனிக்க மாட்டார்களா, என்கிற ஆசை காரணமாக, பலரது மேற்கோள்களை எடுத்துக்காட்ட வேண்டிய நிர்ப்பந்தம் ஏற்பட்டது. இதனால் வாசகர்களின் கவனத்தைக் கீழே இழுக்கும் அடிக் குறிப்புகள் இந்நூலில் பெருகியிருக்கின்றன.

சில கருத்துக்கள் அடிக்கடி திரும்பச் சொல்லப்பட்டிருந்தால் அதற்குக் காரணம் அதை நன்கு வலியுறுத்த வேண்டுமென்கிற நோக்கம்தான்.

குவிந்துகிடக்கிற தமது பணிகளுக்கிடையே அவ்வப்போது கலைஞர் அவர்கள் என் ஐயங்களைத் தீர்த்து, கருத்து விளக்கமளித்து உதவியிருக்கிறார்கள். ஆனால் அதற்குப் பிறகும் இதில் ஏதாவது பொருந்தாதவைகளும், பிழைகளுமிருந்தால் அதற்கு நானே பொறுப்பு.

இராஜமன்னார் குழுவினரின் அறிக்கையைக் கழக லட்சியத்திற்கேற்ப அணுகி, அறிக்கை தரும் குழுவில் தி.மு.கழகம் என்னையும் ஒரு அமைப்பாளராக நியமித்ததன் மூலம் – கழகத் தலைவர் டாக்டர் கலைஞர் அவர்களோடும், பொதுச் செயலாளர்

டாக்டர் நாவலர் அவர்களோடும், பிற அமைச்சர்களோடும் அவ்வப்போது விவாதிக்கும் சந்தர்ப்பம் கிடைத்தது. அந்த மகத்தான பெருமையையும், வாய்ப்பினையும் நல்கிய தி.மு.கழகத் தலைவர் அவர்களுக்கும், பொதுச் செயலாளர் அவர்களுக்கும், பொதுக் குழு உறுப்பினர்களுக்கும் என் நன்றியைத் தெரிவிக்காவிடில் நான் கடமை தவறியவனாவேன்.

இந்நூலில், இனி இணைக்கப்பட வேண்டியவையும், விளக்கப்பட வேண்டியவையும், திருத்தப்பட வேண்டியவையும் இருந்தால் – தயவு செய்து தோழர்கள் அவற்றை எனக்குத் தெரியப்படுத்தினால் அடுத்த பதிப்புகளில் அவற்றை மேற்கொள்ள உதவியாக இருக்கும்.

இந்நூலுக்கு அணிந்துரை வழங்கி என்னைப் பெருமைப்படுத்திய கழகத் தலைவரும், எனக்கு அகரம் கற்றுக்கொடுத்து ஆளாக்கியவரும் என் ஆசானுமாகிய டாக்டர் கலைஞர் அவர்களுக்கும், கழகப் பொதுச் செயலாளர் அண்ணன் டாக்டர் நாவலர் அவர்களுக்கும், மாண்புமிகு பேராசிரியர் அவர்களுக்கும் என் இதயங்கனிந்த நன்றியை உரித்தாக்குகிறேன்.

குறித்த நேரத்தில் இப்புத்தகம் அழகுடன் வெளிவர பகலிரவு பாராது அரும்பாடு பட்டார் 'முரசொலி' நிர்வாகி திரு பெரியண்ணன். மிகவும் பொறுப்புடன் பிழைதிருத்தி உதவினார் திரு. க. பா. முத்தையன். அயராது பணியாற்றி அச்சிட்டு உதவினர் முரசொலி அச்சகத் தொழிலாளத் தோழர்கள். அனைவருக்கும் எனது நன்றி.

சென்னை
28.01.74

அன்பன்,
முரசொலி மாறன்

முதல் பதிப்பிற்கு கழகத் தலைவர் டாக்டர் கலைஞர் அவர்கள் எழுதிய அணிந்துரை

மாநில சுயாட்சி என்பது இந்தியாவைத் துண்டு துண்டாக வெட்டுவதற்குத் தூக்கப்படும் கொடுவாள் என்றும், ஒருமைப்பாட்டு உணர்வுக்கு எதிராக வைக்கப்படும் வேட்டு என்றும், தங்களைத் தாங்களே குழப்பிக்கொள்வோர் அல்லது பிறரைக் குழப்ப முனைவோர் ஆகிய இருசாராருக்கும் அளிக்கப்பட்டுள்ள விரிவான விடைதான் மாறன் எழுதியுள்ள இந்த விளக்க நூல்.

எத்தனையோ அரசியல் மேதைகள் பொழிந்துள்ள கருத்துக்களுக்குச் செயல் வடிவம் கொடுக்க முன்னணியில் நிற்பதுதான் திராவிட முன்னேற்றக் கழகம்.

இந்திய நாட்டின் சுதந்திரக்கொடி பட்டொளி வீசிப் பறந்து கொண்டிருக்கிறது. வான்முகட்டைத் தொடுவதுபோல்

அசைந்தாடும் அந்தக் கொடியின் கம்பீரம் காண, முகில்களைக் கிழித்துக் கொண்டு நமது விழிகள் தாவுகின்றன. வங்கம் தந்த தங்கக்கவி தாகூர் எழுதிய தேசீய கீதம் நமது செவிகளில் குற்றால நீர்வீழ்ச்சியின் சங்கீத ஓசையாக ஒலித்துக் கொண்டிருக்கிறது. ஆமாம், அடிமைப்பட்டுக்கிடந்த நாடு, தளைதனை உடைத்துக்கொண்டு தலைநிமிர்ந்து கிளம்பிய வரலாற்று வரிகள், உலகப் புத்தகத்தில் கோடிட்டு வைக்கப்பட்டுள்ளன.

சிறையிலிருந்த நாடு, விடுதலை பெற்றுவிட்டது. கதவு திறந்தது. பூட்டிய இருப்புக் கூட்டிலேயிருந்து கைதி, புன்னகை மலர வெளியே வருகிறான். தந்தையைக் காணாமல் தவித்துக் கொண்டிருந்த தளிர்நடைச் செல்வம், இளங்கரம் தூக்கி, தாவியோடுகிறது அவனைத் தழுவிக்கொள்ள! அவனும் அடக்க முடியாத மகிழ்ச்சி வெள்ளம் கரைபுரள மகனைத் தூக்கி முத்தமிடக் கரங்களை நீட்டுகிறான். கைகள் இயங்க முடியாமல் தவிக்கின்றன. சிறையிலிருந்துதான் விடுபட்டுவிட்டானே, இன்னும் என்ன தடை? தன்னை யார் தடுப்பது? சுற்றும் முற்றும் பார்க்கிறான். அவன் சிறையில் இல்லை, சுதந்திர பூமியில்தான் இருக்கிறான். பிறகு யார், தன் குழந்தையைக்கூடத் தழுவிட முடியாமல் அவனைக் கட்டுப்படுத்துவது? யாருமல்ல, அவன் சிறையிலிருக்கும்போது அவன் கைகள் இரண்டையும் காலையும் சேர்த்து ஒரு விலங்கு மாட்டியிருந்தார்கள். விடுதலை அடைந்த பூரிப்பில், விலங்குகளைக் கழற்ற வேண்டுமென்ற நினைப்புக்கூட இல்லாமல் அவன் வெளியே வந்துவிட்டான். அவன் சுதந்திர மண்ணில்தான் இருக்கிறான். கை, கால் விலங்கு மட்டும் கழற்றப்படவில்லை. மனிதன் விடுதலையாகிவிட்டான். கை, கால்கள் மட்டும் கட்டுண்டு கிடக்கத் தேவையில்லையே! இந்தியா, விடுதலை பெற்றுவிட்டது. அதன் அவயவங்களைப் போன்ற மாநிலங்கள் மட்டும் மத்திய அரசுக்குத் தேவையில்லாத அதிகாரக் குவியல்கள் என்னும் விலங்குகளால் கட்டுண்டு கிடப்பானேன்?

இந்தக் கேள்வியின் நீண்ட நாளைய தாகத்தைத் தீர்ப்பதுதான் மாநில சுயாட்சி எனும் நெல்லிக்கனி.

கழகம் கண்ட பேரறிஞர் அண்ணா அவர்கள், எதிர்க்கட்சி வரிசையில் ஏறுநடை போட்டபோதும், ஆளுங்கட்சித் தலைவராகப் பொறுப்பேற்றுக்கொண்டபிறகும், எழுத்தில், பேச்சில், சட்டப்பேரவை விவாதத்தில் – மாநில அரசுகளின் உரிமைகள் பறிக்கப்பட்டிருப்பதைக் குன்றின்மேலிட்ட

விளக்குபோல் தெளிவாக்கியிருக்கிறார். மத்திய அரசின் அதிகாரங்கள் பெருமளவுக்குக் குறைக்கப்பட்டு மாநிலங்கள் உரிமை பெற்றுத்திகழ, அரசியல் சட்டம் திருத்தப்பட்டாக வேண்டுமென்று அவர் குரல் கொடுத்தார்.

அந்தக் குரல்தான், இன்றைக்கும் தி.மு. கழகத்தின் குரலாக -- மாநில சுயாட்சிக் குரலாக, இந்திய அரசியல் அரங்கம் மட்டுமன்றி உலகின் பல்வேறு நாட்டு அரசியல்வாதிகள் உற்றுக்கவனிக்கிற குரலாக எதிரொலித்துக் கொண்டிருக்கிறது.

தம்பி மாறன், நெடிய பல இரவுகளையும், நீண்ட பல பகல்களையும் ஓய்வின்றிப் பயன்படுத்திக்கொண்டு, புத்தகத் தோட்டங்களில் புகுந்து -- அறிஞர்கள் தம் இதயமலர்களில் நுழைந்து -- இந்த இனிய நறுமணத்தேனாம், மாநில சுயாட்சி நூலைத் தந்திருப்பது பாராட்டத்தக்கதாகும். இடைவிடாத உழைப்பு, மாறனுக்கு வாடிக்கையானதல்ல! ஆயினும் அந்த உழைப்பு இந்த மாநில சுயாட்சி நூலுக்குக் கிடைத்திருக்கிறது. அண்ணன் இருந்தால் மிகவும் பூரித்துப்போவார்.

இந்த நூல் முழுமையும் படியுங்கள். அதன்பிறகு மீண்டும் ஒருமுறை நான் எழுதியுள்ள இந்த அணிந்துரையைப் படியுங்கள். ஏன் தெரியுமா?

நேற்று (26.01.1974) குடியரசு நாள்! இந்தியா முழுவதும் கொண்டாடப்படுகிற நாள். தலைநகரமான டெல்லியில் ஜனாதிபதி, தேசியக் கொடியை ஏற்றிவைக்கிறார். மாநிலத் தலைநகரங்களில் கவர்னர்கள் தேசியக் கொடியை ஏற்றிவைக்கிறார்கள். 'Head of the State' அதாவது மாநிலத்தின் தலைவர் தேசியக் கொடியை ஏற்றிவைக்கிறார். 'வானொலி' – ஆங்கிலச் செய்தி, தமிழ்ச்செய்தி அனைத்தும் கேட்டேன். கவர்னர் கொடி ஏற்றினார். தமிழ்நாட்டிலே மட்டுமல்ல, எல்லா மாநிலங்களைப் பற்றியும் அதே செய்திதான். குடியரசு தினவிழாவில் கவர்னருடன், முதலமைச்சர், மற்ற அமைச்சர்கள் கலந்துகொண்ட செய்தியே வானொலியில் வரவில்லை. நான் தமிழ்நாட்டைப்பற்றி மட்டும் சொல்லவில்லை. எல்லா மாநிலங்களுக்கும் அதே கதிதான். மக்களால் தேர்ந்தெடுக்கப்பட்ட முதலமைச்சரும், அமைச்சர்களும் இருக்கும்போது கவர்னர்கள் மட்டும் கொடியேற்றும் உரிமை பெறுவானேன்? மாவட்டங்களில் கலெக்டர்கள், குடியரசு நாளில் தேசியக் கொடி ஏற்றுகிறார்கள். நகராட்சித் தலைவர்கள், தேசியக்கொடி ஏற்றுகிறார்கள். மாநிலத் தலைநகரங்களில்

ஜனநாயக முறைப்படி தேர்ந்தெடுக்கப்பட்ட முதலமைச்சருக்கு இல்லாத உரிமை, நியமனம் செய்யப்பட்ட கவர்னர்களுக்கு ஏன் வழங்கப்படுகிறது?

'டெல்லியிலே கூட, பிரதமர், குடியரசு நாளில் தேசியக்கொடி ஏற்றுவதில்லை. ஜனாதிபதிதான் ஏற்றுகிறார்' என்று வாதிக்கலாம். ஆகஸ்ட் 15 விடுதலை நாளன்று டெல்லியில் தேசியக் கொடியைப் பிரதமர் ஏற்றிவைக்கிறார். அந்த நாளில் கூட, மாநில முதல்வர்களுக்குத் தேசியக் கொடியை ஏற்றும் வாய்ப்புக் கிடையாது. ஆகஸ்ட் சுதந்திர நாளிலும், கவர்னர்களே அந்தப் பணியைச் செய்கின்றனர்.

'கொடியேற்றத்தானா மாநில சுயாட்சி?' இப்படிச் சிலர் கேட்கக்கூடும். அதற்கென்றே சிலர் இருக்கிறார்கள். கொடியேற்றுவதில்கூட, மத்திய அரசின் நியமனப் பதவியாளர்களுக்கு வழங்கப்பட்டுள்ள உரிமை, மக்களாட்சியின் தலைவர்களுக்கு வழங்கப்படவில்லை என்பதைச் சுட்டிக் காட்டத்தான் இதனைக் குறிப்பிட்டேன்.

'மிகச் சிறிய விஷயம் இது' என்பார்கள். தேசியக்கொடி, சிறிய விஷயங்களின் பட்டியலில் அடங்காது.

வாதத்திற்காக, இது சிறிய விஷயம் என்று ஏற்றுக்கொண்டால், இப்படிப்பட்ட சிறிய விஷயங்களில்கூட மாநிலங்களின் உரிமைகள் பறிபோகின்றன என்பதை ஒப்புக்கொண்டே தீர வேண்டும்.

'மாநில சுயாட்சி' கோரிக்கை--விவாத மேடைக்கு வந்துள்ள இந்தச் சமயத்தில் இந்நூல் மிகுபயன் விளைவிக்கும் என்பதில் ஐயமில்லை.

'உறவுக்குக் கைகொடுப்போம்

உரிமைக்குக் குரல் கொடுப்போம்'

என்ற கழக முழக்கத்தின் தூய்மையைப் புரிந்துகொள்ள, இந்த முயற்சி வழிவகுக்கும்.

சென்னை
27.01.74.

டாக்டர் கலைஞர்

முதல் பதிப்பிற்கு நாவலர் அவர்கள் வழங்கிய அணிந்துரை

"**மா**நில சுயாட்சிக் கோட்பாடு இன்றைய நிலையில் அனைத்து இந்தியாவிலும், எல்லா அரசியல் கட்சிகளாலும், பல்வேறு அரசியலறிஞர்களாலும், பற்பல அரசியலறிவியல் வல்லுநர்களாலும், பல அரசியல் துறை மாணவர்களாலும் விவாதிக்கப்படும் மிக முக்கியமானதொரு பிரச்சினையாகத் திகழ்ந்து வருகிறது.

இந்தியாவில் மொழிவழி தேசிய இனத்தின் வழிவந்த மாநிலங்கள் உண்மையான முழுப் பொருளும் பொதிந்த மாநில சுயாட்சி கொண்டனவாக இருக்க வேண்டும் என்பதையும், அந்த மாநிலங்களெல்லாம் தாமே விரும்பி ஏற்படுத்தும் முறையில் மத்திய கூட்டாட்சி அமைய வேண்டும் என்பதையும் திராவிட முன்னேற்றக் கழகம் அழுத்தந்திருத்தமாக வலியுறுத்தி வருகிறது.

'மாநிலத்திலே சுயாட்சி, மத்தியிலே கூட்டாட்சி' என்பதுதான் திராவிட முன்னேற்றக் கழகத்தின் முழுமுதல் முழக்கமாக இருந்து வருகிறது.

திராவிட முன்னேற்றக் கழகத்தின் ஒப்பற்ற ஒரு பெருந் தலைவரும், தமிழகத்தில் தி.மு.கழக ஆட்சியை நிறுவி அதன் முதல் முதலமைச்சராய்த் திகழ்ந்தவரும், தமிழகப் பெருங்குடி மக்களின் இதயத்திலே நீங்கா இடம் பெற்று விளங்கியவருமான டாக்டர் பேரறிஞர் அண்ணா அவர்கள் 1969ஆம் ஆண்டுப் பொங்கல் விழாவை ஒட்டிக் 'காஞ்சி' இதழில் தாம் எழுதிய கட்டுரையில்––

"மாநிலங்கள் அதிக அளவில் அதிக அதிகாரம் பெறத்தக்க விதத்தில் இந்திய அரசியல் சட்டம் திருத்தி அமைக்கப்பட வேண்டும் என்பது பற்றி வாய்ப்புக் கிடைக்கும்போதெல்லாம் எடுத்துக்கூறி வருகின்றேன்.

இதற்கான நல்லாதரவு நாளுக்கு நாள் வளர்ந்தபடி இருக்கின்றது என்பதிலே எனக்குத் தனியானதோர் மகிழ்ச்சி.

நமது கழகம் மட்டுமின்றி வேறு பல அரசியல் கட்சிகளும் இப்போது இதனை வலியுறுத்த முன்வந்துள்ளன.

அரசியல் கட்சிகளைச் சாராத அறிவாளர் பலரும் இதற்கு ஆதரவு காட்டுகின்றனர்.

நாம் அரசு நடத்தியதால் கிடைத்திருக்கின்ற நற்பயன்களிலே இதனை ஒன்று என்றே கருதுகிறேன்."

என்று திட்டவட்டமாகவும், தெளிவாகவும் கழகத்தின் குறிக்கோளைச் சுட்டிக் காட்டியுள்ளார்கள்.

மாநில சுயாட்சிக் கோரிக்கையை வலியுறுத்தி, அதற்கேற்ப இந்திய அரசியல் அமைப்புச் சட்டம் திருத்தி அமைக்கப்பட வேண்டும் என்பதைத் தி.மு. கழகம் தன்னுடைய 1967ஆம் ஆண்டுப் பொதுத் தேர்தல் அறிக்கையிலும், 1971ஆம் ஆண்டுப் பொதுத் தேர்தல் அறிக்கையிலும் தெளிவுபடுத்தியிருக்கிறது.

தி.மு.கழகத்தின் பல்வேறு மாநில––மாவட்ட மாநாடுகளில் 'மாநிலத்திலே சுயாட்சி, மத்தியிலே கூட்டாட்சி' என்ற கொள்கை தீர்மான வடிவில் கோரிக்கையாக எடுத்துக் காட்டப்பட்டு வந்துள்ளது.

மாநில அரசுகள் எந்த எந்த அதிகாரங்களைப் பெற்றிருக்க

வேண்டும் என்பதையும், மத்திய அரசிடம் எப்படிப்பட்ட அதிகாரங்களை ஒப்படைக்கலாம் என்பதையும் விவாதத்திற்குப் பயன்படும் வகையில், தமிழக அரசால் நியமிக்கப்பட்ட இராசமன்னார் குழு தெளிவுபடுத்திக் காட்டியிருக்கிறது.

இராசமன்னார் குழு அளித்த அறிக்கையைத் தி.மு. கழகக் கண்ணோட்டத்தோடு ஆராய்வதற்காகத் தி.மு. கழகத்தால் அமைக்கப்பட்ட செழியன் – மாறன் குழு ஆராய்ந்து அளித்த அறிக்கையைத் தி.மு. கழகத்தின் தலைமைச் செயற்குழுவும் ஏற்று நாட்டிற்கு அறிவித்துள்ளது.

மேற்குறிப்பிட்ட அறிக்கைகளையும், கொள்கைகளையும், முழக்கங்களையும், தீர்மானங்களையும் வைத்துக்கொண்டு பலரும் பல்வேறு வினாக்களை இப்பொழுது எழுப்பத் தலைப்பட்டிருக்கின்றனர்.

மாநில சுயாட்சி என்றால் என்ன? மத்தியிலே கூட்டாட்சி என்றால் என்ன? ஒற்றையாட்சி முறைக்கும் கூட்டாட்சி முறைக்கும் வேறுபாடு என்ன? இந்தியா ஒரு கூட்டாட்சி நாடாகத்தானே இருக்கிறது? இப்பொழுது மாநிலங்களுக்குக் கொடுக்கப்பட்டிருக்கிற அதிகாரங்கள் போதாவா? மாநில சுயாட்சி என்பது நாட்டுப் பிரிவினை அல்லவா? மாநில சுயாட்சி கேட்பது இந்தியாவின் வலிவு குன்றச் செய்யாதா? உலக நாடுகளோடு ஈடுகொடுக்க இந்தியா ஒரு வலிவான நாடாகத் திகழ வேண்டாமா? மாநில சுயாட்சி வழங்கினால் பின்தங்கிய மாநிலங்கள் மேலும் பின்தங்கிவிடாவா? என்பன போன்ற வினாக்களை எழுப்புவோர்க்குத் தக்க விடையளிக்கவும், மாநில சுயாட்சி பற்றிப் புரியாதவர்களுக்கெல்லாம் புரிய வைக்கவும், தெளிவு பெறாதவர்களுக்கெல்லாம் தெளிவுபடுத்தவும், அறிந்தும் அறியாதவர்கள் போல் இருப்பவர்களுக்கெல்லாம் அறைகூவல் விடுக்கவும் எழுஞாயிறுபோல் தோன்றியிருப்பதுதான் இந்நூல்.

‘முரசொலி’ நாளிதழின் ஆசிரியரும், இந்தியப் பாராளுமன்ற உறுப்பினரும், சிறந்த சிந்தனையாளரும், எழுத்தாளரும், பேச்சாளருமான நண்பர் மாறன், எம்.ஏ. அவர்கள் பெரு முயற்சியோடும், பேரூக்கத்தோடும் இந்த நூலை எழுதித் தமிழகத்திற்குத் தந்துள்ளார்.

1. கூட்டாட்சிக் கொள்கை, 2. இந்தியாவில் கூட்டாட்சி முறையின் தோற்றமும், வளர்ச்சியும், 3. இன்றைய அரசியல் அமைப்புச் சட்டம், 4. எதற்காக மாநில சுயாட்சி? என்ற

தலைப்புகளின் கீழ் நான்கு பகுதிகளாகப் பிரித்துக் கொண்டு, ஒவ்வொரு பகுதியின் கீழும் பல்வேறு தலைப்புகள் அமைந்த அத்தியாயங்களை வகுத்துக்கொண்டு பிரச்சினைகளையும், பொருள்களையும் துருவித் துருவி ஆராய்ந்து நண்பர் மாறன் அலசிக்காட்டியிருக்கும் பாங்கு மிகவும் வரவேற்கத்தக்கது.

'அரசு', 'அரசியல் அமைப்புச் சட்டம்', 'ஒற்றையாட்சி முறை', 'கூட்டாட்சி முறை', 'மாநில அரசு', 'மத்திய அரசு', 'மாநில சுயாட்சி', 'மத்திய கூட்டாட்சி', 'அதிகாரத்தைக் குவிப்பது', 'அதிகாரத்தைப் பரவலாக்குவது', 'தேசிய இனம்' போன்ற பல்வேறு பொருள்களின் இலக்கணங்களைக் கூறி, அவை பல்வேறு நாடுகளில் கையாளப்பட்டுவரும் பாங்கினையும் சொல்லி, தி.மு. கழகம் கோரும் மாநில சுயாட்சிக் கொள்கைக்கு இயைபுடையனவாகச் செயல்பட்டு வரும் நாடுகள் எவை எவை என்பதையும் சுட்டிக்காட்டி, இந்திய அரசியல் அமைப்புச் சட்டம் கூட்டாட்சிக் கொள்கைகளுக்கு எவ்வாறெல்லாம் வேறுபட்டும், மாறுபட்டும், முரண்பட்டும் விளங்குகின்றது என்பதையும் உணர்த்தி, இந்திய அரசியல் அமைப்புச் சட்டம் தி.மு. கழகம் கோரும் சுயாட்சிக் கொள்கைக்கு ஏற்ப எவ்வாறெல்லாம் திருத்தப்பட வேண்டியிருக்கிறது என்பதையும் வலியுறுத்தி நூலாசிரியர் விளக்கங்கள் பல தந்திருப்பது படித்துப் படித்துப் பயன்பெறுவதற்குரியனவாகும்.

நண்பர் மாறன் அவர்கள் தம்முடைய கருத்து விளக்கங்களுக்கு வலிவூட்ட ஏராளமான மேற்கோள்களையும், எடுத்துக் காட்டுகளையும், நிகழ்ச்சிகளையும் சுட்டிக்காட்டுகிறார். உலகில் தலைசிறந்து விளங்கிய -- விளங்கும் அரசியலறிவியலறிஞர்கள், அரசியல் தத்துவ அறிஞர்கள், அரசியல் கட்சித் தலைவர்கள், அரசியல்வாதிகள், அரசியலமைப்புச் சட்ட அறிஞர்கள், ஆட்சி நடத்தி மாட்சிமைப்பட்ட அறிஞர்கள் ஆகியோர்களின் கருத்துக்களையும், கொள்கைகளையும் அடுக்கடுக்காகக் கொண்டு வந்து நிறுத்தும் காட்சி வியந்து மகிழ்வதற்குரியதாகும்.

இந்தியா ஒரு நாடல்ல, அது பல்வேறு மொழிவழி தேசிய இனங்கள் கொண்ட ஒரு துணைக்கண்டமாகும் என்பதையும், வரலாற்றுச் சூழ்நிலையின் காரணமாக இந்தியா ஒரு நாடாக ஆக்கப்பட்டுள்ளதால், மொழிவழி தேசிய இனம் அமைந்த பகுதிகள் இந்தியாவின் உள்ளடங்கிய தனித்தனி மாநிலங்களாகக் காட்சியளிக்கின்றன என்பதையும், மாநில சுயாட்சி கேட்பது பிரிவினை கேட்பது ஆகாது என்பதையும், இந்தியாவில்

மாநிலங்கள் எவ்வளவுக்கெவ்வளவு சுயாட்சித் தன்மையைப் பெறுகின்றனவோ, அவ்வளவுக்கவ்வளவு இந்தியா வலிவு பெற்ற நாடாகத் திகழும் என்பதையும் நண்பர் மாறன் ஆணித்தரமான காரணகாரிய விளக்கங்களோடு தெளிவுபடுத்திக் காட்டியுள்ளார்.

மாநில சுயாட்சிக் கோரிக்கையைக் காங்கிரசுக்காரர்கள் முதன் முதலில் வலியுறுத்தி வந்தார்கள் என்றும், அவர்களே அதனைத் தொடர்ந்து வலியுறுத்தி வந்தார்கள் என்றும், அவர்களே அதைக் குழிதோண்டிப் புதைக்க முயன்றார்கள் என்றும், அவர்களே இப்போது அந்தக் கோரிக்கையை மிகக் கடுமையாக எதிர்க்கிறார்கள் என்றும் சுட்டிக்காட்டி காங்கிரசுக் கட்சியின் முரண்பட்ட போக்கைத் தெளிவுபடுத்தியுள்ளார்.

தி.மு.கழகத்தின் தலைமைச் செயற்குழுவால் சில திருத்தங்களோடு ஏற்றுக்கொள்ளப்பட்ட செழியன்–மாறன் குழுவினர் மாநில சுயாட்சி பற்றித் தந்த அறிக்கையின் சில முக்கியமான பகுதிகளை நூலாசிரியர் திறம்பட விளக்கிக் காட்டியுள்ளார்.

தி.மு. கழகம் கோருகிற மாநில சுயாட்சியைவிட மிக அதிகமான உரிமைகளையும், அதிகாரங்களையும் கொண்ட மாநில சுயாட்சி முறையை ஏற்றுக்கொண்டுள்ள அமெரிக்காவும், இரஷ்யாவும் எவ்வளவு வளம் உடையனவாக, வளர்ச்சி கொண்டனவாக, வலிவு படைத்தனவாக விளங்குகின்றன என்று இந்நூலில் ஆங்காங்கு சுட்டிக்காட்டப்பட்டிருப்பது பல கருத்துக் குருடர்களுக்குக் கண்ணொளி பயக்கும் என்று உறுதியாகக் கூறலாம்.

தி.மு.கழகத்தின் கருத்தைச் சுருங்கக் கூறவேண்டுமாயின் இந்திய மண்ணைக் காப்பாற்ற – அதாவது இந்தியாவின் எல்லை, சுதந்திரம், உரிமை, வளம், வாழ்வு ஆகியவற்றைக் காப்பாற்ற என்ன என்ன அதிகாரங்கள், உரிமைகள் தேவைப்படுமோ அவை மத்திய கூட்டாட்சி அரசினிடம் ஒப்படைக்கப்பட வேண்டும்; மாநில மக்களைக் காப்பாற்றவும், வாழவைக்கவும், வளர வைக்கவும் என்ன என்ன அதிகாரங்கள், உரிமைகள் தேவைப்படுமோ அவை மாநில சுயாட்சி அரசினிடம் ஒப்படைக்கப்பட வேண்டும். இன்னும் சுருங்கக் கூறினால் ‘இந்தியாவைக் காப்பாற்றுவது மத்திய அரசின் கடன், மக்களை வாழவைப்பது அந்தந்த மாநில அரசுகளின் கடன்.’ இதற்கு ஏற்றபடி அரசியல் அமைப்புச் சட்டத்தை மாற்றி அமைக்க வேண்டியது இன்றியமையாததாகிறது. அதற்கான வழிவகை கூறும் சிறந்த நூல்தான் இந்நூல்.

நண்பர் மாறன் இனிய எளிய தமிழில் ஆற்றொழுக்கு நடையில் இந்நூலை இயற்றி இருக்கிறார் என்பது மட்டுமல்லாமல் உணர்ச்சியை ஆங்காங்கு கொப்பளிக்கவிட்டிருக்கிறார். இந்த நூலைப் படிப்பவர்கள் எல்லாம் தெளிவு பெற்று, உணர்வு பெற்று, எழுச்சி பெற்று, உரிமைப் போருக்குத் தம்மை ஆயத்தப்படுத்திக் கொள்வார்கள் என்பது திண்ணம்.

மாநில சுயாட்சி அறப்போருக்குப் புறப்படும் அறப்போர் வீரர்கள் அனைவரும் சளைக்காத அளவுக்குக் கையில் ஏற்கத் தக்க கருத்துக் கேடயங்களையும், ஆதார ஈட்டிகளையும் மிக வலிவாக வடித்துத்தந்துள்ள நண்பர் முரசொலி மாறன் அவர்களை நான் மனதார -- வாயார வரவேற்றுப் பாராட்டி வாழ்த்துகிறேன்.

மாநில சுயாட்சி அறப்போரில் ஈடுபடுத்திக்கொள்ளும் ஒவ்வொரு வீரனுடைய கையிலும் இந்த நூல் ஏந்தும் கேடயமாகவும், எறியும் ஈட்டியாகவும் திகழ்வதாக.

சென்னை
27.01.1974   **நாவலர் இரா.நெடுஞ்செழியன்**

முதல் பதிப்பிற்கு பேராசிரியர் அவர்கள் வழங்கிய அணிந்துரை

நாடாளுமன்ற உறுப்பினரும், தமிழகத்தின் தலைசிறந்த எழுத்தாளர்களில் ஒருவருமான எனது அருமை நண்பர் முரசொலி மாறன், எம்.ஏ. அவர்கள், நாட்டு மக்களுக்குத் தெளிவும் நல்லறிவாளர்களுக்கு விளக்கமும் வழங்கும் திறனுடைய 'மாநில சுயாட்சி' என்னும் விரிவான, விளக்கமான ஓர் அரசியல் ஆய்வு நூலை இயற்றியுள்ளது கண்டு நான் பெரிதும் மகிழ்கிறேன்.

'மாநில சுயாட்சி' என்னும் குரல் கேட்ட அளவில், அதன் உயர் நோக்கத்தையும், உண்மையான பயனையும் உணராமலும், உணர்ந்தும் உண்மையை ஏற்கும் நியாய உணர்வு இன்றி, அரசியல் கட்சி நோக்கத்திற்காகத் திரித்தும், மாற்றியும், மறைத்தும், மறுத்தும் மக்களைக் குழப்புவார் பலராக உள்ள நிலையில், அரசியல் வரலாற்று அடிப்படையில் உண்மையை

விளங்க வைத்து உய்த்துணரச் செய்வது இன்றியமையாததொரு கடமையாகும்.

'மாநில சுயாட்சி' உலக நாடுகள் சிலவற்றின் அரசியல் அமைப்பில் இடம் பெற்று வெற்றியுடன் செயல்பட்டு வருவதுடன் இந்தியாவின் அரசியல் அமைப்பு உருவான கட்டத்திலும் அதற்கு முன்னரும் பல்வேறு காலகட்டங்களில் – பல்வேறு கொள்கைகள் கொண்ட தகுதி மிக்க தலைவர்கள், அரசியல் சட்ட அறிஞர்கள் முதலான பலராலும் ஏற்றுரைக்கப்பட்ட கொள்கையேயாகும். தமிழகத்தின் தன்னிகரற்ற வழிகாட்டியும், நமது ஒப்பற்ற தலைவருமான பேரறிஞர் அண்ணா அவர்கள், நாட்டுப் பிரிவினைக் கொள்கையை முற்றும் கைவிட்ட பின்னர் கழகத்தின் அரசியல் குறிக்கோளாக நாட்டுக்கு வழங்கியுள்ள கொள்கையே 'மாநில சுயாட்சி'. இது மக்கள் ஆட்சியின் – தேவைகளின் இயல்பான விளைவுதான் என்றாலும், இது கழகத்தின் கண்டுபிடிப்போ, திணிப்போ அல்ல; அரசியல் சந்தர்ப்பவாதமும் ஆகாது.

மக்களுடைய உரிமை அடிப்படையில், விடுதலை பெற்ற ஒரு நாடு, மக்களுடைய உரிமையுள்ள நல்வாழ்வுக்கும் முன்னேற்றத்திற்கும் துணையாக நிறைவேற்ற வேண்டிய மாபெரும் பொறுப்புகளை – மக்களுடைய இசைவோடும் ஒத்துழைப்போடும் அணுக்கத் தொடர்போடும் நிறைவேற்றுவதற்காகவே ஆட்சிமுறை என்னும் ஓர் அமைப்பை, வடிவத்தை அரசியல் சட்டத்தின் மூலம் உருவாக்குகின்றது. ஒரு நாட்டு மக்களுடைய மரபுகள், வரலாற்றுப் பின்னணி, சமுதாய அமைப்புத் தன்மைகள், மொழி, கலை, பண்பாட்டு வழிப்பிரிவுகள், இயற்கையமைப்பு, மக்களின் இசைவான உடன்பாட்டின் அளவு, வளரும் தேவைகளை நிறைவேற்றுவதற்குள்ள வாய்ப்பு இவைகட்கேற்ற வகையில் ஆட்சி அமைப்புகள் என்னும் சக்கரங்கள் இயங்குமாறு அமைய வேண்டும்.

மக்களின் உரிமை வேட்கை நிறைவேறும் வகையில், அவர்களே பங்குகொண்டு, கருத்தறிவித்து, உடன்பாடு கண்டு, ஒத்துழைத்து, உருவான பயன் காணும் வகையிலும் – அதற்கு ஆட்சிமுறை அமைப்பு இடமளிக்கவில்லை என்று குறைகாண இடமில்லாத வகையிலும் நிகழ்வதே சிறந்த மக்களாட்சியாகும். ஆட்சி அமைப்பின் தலையான உரிமைகளைக் கொண்ட மன்றத்தோடும், தலைமை ஆட்சிப் பொறுப்பினரோடும் ஒரு நாட்டு மக்கள் எல்லோரும் நெருக்கம் உடையவர்களாய் அமையும்

வாயில்களைப் பொறுத்தே இணக்கமான மக்களாட்சி தழைக்கும். அவ்வாறு அமையும் வழியற்ற ஒரு பெரிய துணைக்கண்டத்தில், பலகோடி மக்களுடைய வாழ்வுக்கான மக்களாட்சி முறையில், மக்களுடைய பெரும்பான்மையான தேவைகளும், வேட்கைகளும் விருப்பங்களும் எளிதாக நிறைவேறும் வண்ணம், ஆட்சி உரிமை கொண்ட பல அமைப்புகள் மக்களாட்சியின் நிறைவுக்குத் தேவையாகின்றன. அந்த அமைப்புகளே மாநிலங்களும், அவற்றிற்கான சட்டப் பேரவைகளும், அவற்றால் உருவாகும் அமைச்சரவையுமாகும். அவற்றிற்கு உட்பட்டு ஆங்காங்கே தேவைப்படும் வளர்ச்சிப் பணிகளை நிறைவேற்றும் அமைப்பே உள்ளாட்சி மன்றங்களாகும்.

ஒரு கடிகாரத்தின் முட்களில் மணிமுள் முதன்மையுடையது எனினும், நிமிடமுள் பேரளவு இயங்கினால்தான் மணிமுள் சிற்றளவு இயங்குவது முறை. அதனை ஒப்ப – மக்களோடு நெருக்கம் உடையதாக இயங்கும் மாநில அரசு பேரளவு இயங்க இடந்தந்து, மத்திய அரசு அதற்கு இணக்கமாக, அளவுடன் இயங்கும் நிலையே – மக்களாட்சியின் சிறந்த நெறியாகும்.

எவ்வாறோ, கூட்டாட்சி முறையைக் கொள்கையளவில் ஏற்றும், நடைமுறையில் ஒற்றை ஆட்சி முறையுடன் பெரிதும் உவமிக்கப்படும் வண்ணம் – இன்றைய இந்திய அரசின் நடைமுறை உருவாகி வந்துள்ளது கண்கூடு. எனவேதான் – தேய்ந்து வரும் மாநில ஆட்சி உரிமைகளைப் புதுப்பித்து, சுயாட்சியின் இலக்கணம் ஏற்கப்படவும் – நாளும் வளர்க்கப்பட்டு வரும் ஒற்றையாட்சி முறை தடுத்து நிறுத்தப்படவும், 'மாநில சுயாட்சி' ஒரு கோரிக்கையாக, தமிழகத்திலும் – வெவ்வேறு அளவில் வேறு பல மாநிலத்திலும் அவ்வப்போது எழுப்பப்பட்டு வருகிறது.

'மாநில சுயாட்சி' என்பது – தனியாட்சி அல்ல என்பதை உறுதிப்படுத்தவே – 'மாநில சுயாட்சி – மத்தியில் கூட்டாட்சி' என்னும் முழக்கம், தமிழக முதல்வரும் கழகத் தலைவருமான கலைஞர் கருணாநிதி அவர்களால் எழுப்பப்பட்டது. 'மாநிலம்' என்பதால் – மத்தியில் ஓர் அமைப்பு உண்டென்பதும், 'கூட்டாட்சி' என்பதால் 'சுயாட்சி' அதில் இயங்கும் ஓர் பகுதியே என்பதும் எவருக்கும் தெளிவாகும்.

இதனால் 'ஒற்றுமை' கெடும் என்போர் – 'ஒற்றுமை'யின் பெயரால் 'ஒருமைத்தன்மையை'த் திணிப்பதன் கேடுகளை உணர வேண்டும். 'Union'-ஒற்றுமை வேண்டும், அதுவும் மக்கள் ஆர்வத்தோடு வளரவேண்டும் என்பதற்கே 'கூட்டாட்சி'

முறையாகும். 'Uniformity' – ஒருமைத் தன்மையே, ஒற்றுமை என்பது – பல்வேறு பகுதி, மாநில மக்களின் தனிச் சிறப்புகளையும், ஒற்றுமை விழைவையும், பொது நோக்கையும் சிதைக்கவே வழிகோலும் என்பதையும் சிந்திப்போர் உணரலாகும்.

பெற்ற சுதந்திரத்தைப் பேணி வளர்ப்போர் எவராயினும் உரிமையுடைய மக்கள் எல்லோருக்கும், தம்மைத்தாமே ஆண்டு கொள்வதில் உரிய பங்கு கிடைக்கச் செய்ய – 'மாநில ஆட்சி' பிறைமதி நிலையிலிருந்து முழுமதியாக வளர வேண்டும் என்பதை ஏற்றேயாக வேண்டும்.

ஏற்போர், ஏற்காதார், கேட்டார், கேளார், மறுப்போர், மறைப்போர் ஆகிய எத்திறத்தாரும் 'மாநில சுயாட்சி'யின் இயற்கை நியாயத்தைத் தெளிய, மத்திய ஆட்சியின் செயற்கை ஆதிக்கத்தை உணர, நண்பர் மாறன் அவர்கள் தனது நுண்மாண் நுழைபுலத்திறனோடு, வரலாற்று ஏடுகளையும், அரசியல் சட்ட ஆய்வு நூல்களையும், நாடாளுமன்ற நடவடிக்கைகளையும் ஆராய்ந்தும், ஆய்ந்தும், அரிய கருத்து விளக்கக் குறிப்புகளை எல்லாம் தொகுத்து, தொடர்பு காட்டி விளக்கியுரைத்து, ஐயம் நீங்கும் வண்ணம் மாறுபாடுகளை எல்லாம் அலசிக்காட்டி ஒரு தீர்மானமான முடிவினை கற்போர் ஏற்குமாறு – படலம் படலமாக இந்த நூலை இயற்றியுள்ளார்கள்.

ஒவ்வொரு பகுதியும் ஒரு மேற்கோளுடன் தொடங்கி, சான்றுகள் பல தாங்கி, நிகழ்ச்சிகளை உள்ளடக்கி, குறிக்கோளை முடிவாக விளக்கி நிற்கிறது. நல்லறிவாளர், ஆராய்ச்சியாளர், அரசியல் தலைவர்கள், சட்ட நிபுணர்கள், தலைசிறந்த நீதிபதிகள் ஆகியோர் துணையுடன், முரசொலி மாறன் தமது வழக்கினை எடுத்து வைத்திருக்கும் ஆற்றல் – எம்மனோரையும் வியப்பில் ஆழ்த்துவதாகும்.

'மாநில சுயாட்சி' குறித்து தமிழில் வெளிவந்துள்ள இந்த நூல் விரைவில் ஆங்கிலத்திலும் வெளியிடப்பட்டு, அகில இந்தியாவிலும் இதன் 'உண்மை' விளக்கம் பெறவேண்டும் என்பதே என் அவா.

அறிவும் தெளிவும் ஆர்வமும் முயற்சியும் கொள்கை உரனும் வாய்ந்த மாறன் அவர்கட்கு 'வாழ்த்தும்' – அவர் முயற்சிக்கு 'வெற்றியும்' கூறி எனது அணிந்துரையை முடிக்கிறேன்.

சென்னை
29.01.74

பேராசிரியர் க.அன்பழகன்

முன்னுரை

> ''தி.மு.க. அதன் நடவடிக்கைகளைத் தமிழ்நாடு, பாண்டிச்சேரி ஆகிய மாநிலங்களின் எல்லைக்குள்ளாகவே சுருக்கிக் கொள்ள நினைக்கலாம்; ஆனால், தி.மு.க. உணர்வு, இந்திய யூனியனில் உள்ள ஒவ்வொரு மாநிலத்தையும் கட்டாயம் சூழ்ந்து கொள்ளத்தான் போகிறது. மாநில சுயாட்சியும், அதிக அதிகாரம் கேட்கும் கோரிக்கையும் காலப் போக்கில் இளந்தலைமுறையினரிடையே உருவாகும் பயன் நோக்கும் செயல்திறன் கொண்ட அரசியல் தலைவர்களின் சிந்தனையைக் கவரப்போவது நிச்சயம்.''[1]

– இவ்வாறு தி.மு.க. பற்றிய ஆராய்ச்சிக் கட்டுரையில் உ.பி. மாநிலத்தைச் சேர்ந்த ஒரு பேராசிரியை குறிப்பிட்டுள்ளார்.

மாநிலங்களில் முழுமையான சுயாட்சியும், மத்தியில் கூட்டாட்சியும் அமைந்திடக் கோருவது தி.மு.க.வின் நோக்கங்களில் ஒன்றாக, அதன் சட்ட திட்டங்களில் இடம் பெற்றிருக்கிறது.

இந்த நோக்கத்தை அடைய 'அரசியல் சட்டத்தைத் திருத்தி மறுபரிசீலனை செய்ய வேண்டும்' – என்பது, இதுவரை தமிழக சட்டமன்றத்தில் எந்த ஒரு கட்சியும் பெறாத இடங்களைத் தி.மு.க. பெறுவதற்கு முன், தமிழ்நாட்டு மக்கள் முன்னிலையில் பிரகடனம் செய்யப்பட்ட 1971 தேர்தல் அறிக்கையில் குறிப்பிட்டுக் கூறப்பட்டிருக்கிறது.

---

1. "The D.M.K. may choose to confine its activities to the States of Tamilnadu and Pondicherry but D.M.K. spirit is bound to engulf each and every State of the Indian Union. The demand for State autonomy and for more power is sure to catch the imagination of pragmatic political leaders the younger generation throws up in due course of time."

-- SNEH PRABHA RASTOGI, in her essay "EMERGENCE AND RISE OF THE D.M.K.", published in "Indian Political Parties", p.171

இந்தக் கோரிக்கை திடீரென்று சூனியத்திலிருந்து பிறந்ததல்ல; கழகத்தின் மூலவராம் அறிஞர் அண்ணாவால் பேணி வளர்த்துப் பெற்றுக் கொள்ள விட்டுச் செல்லப்பட்ட 'இலட்சியச் சொத்தா'கும்.

1962 இல் சீனப் படையெடுப்பையொட்டி இந்திய ஒற்றுமையின் அவசியத்தை உணர்ந்து, தி.மு. கழகம் பிரிவினைக் கோரிக்கையைக் கைவிட்டபோதே, அறிஞர் அண்ணா அவர்கள் தெளிவாகச் சொல்லியிருக்கிறார்கள்: 'நாங்கள் பிரிவினையைத்தான் கைவிட்டோமேயன்றி, பிரிவினைக்கான காரணங்களைக் கைவிடவில்லை; அவற்றை அடைய நாங்கள் இனி இந்திய ஒற்றுமை என்னும் நான்கு சுவர்களுக்குள்ளாக நின்று போராடுவோம்!' என்று.

அதாவது: பிரிவினையைக் கைவிட்டோம் என்கிற காரணத்தினால் இந்தி ஆதிக்கத்தை ஏற்றுக் கொள்ள முடியாது. தமிழ் மொழியின் ஏற்றத்திற்கும், தமிழின மேம்பாட்டிற்கும், தமிழ் மரபின் பாதுகாப்பிற்கும் பாடுபடுவதிலிருந்து ஓய்வு கொள்ள முடியாது; தமிழ்நாட்டு உரிமைகளுக்காகப் போராடுவதிலிருந்து விலகிக்கொள்ள முடியாது; திட்டத் தொகையிலிருந்தும், பிற துறைகளிலும் தமிழ்நாட்டிற்கு நியாயமான பங்கு கிடைக்காததைக் காதில் போட்டுக் கொள்ளாமல் இருக்க முடியாது; 'ஏகாதிபத்தியச் சுரண்டல் முறை'க்குச் சரணாகதியடைய முடியாது.

இந்தி ஆதிக்க ஒழிப்பு

தமிழ் மொழி – தமிழ் இன – தமிழ் மரபின் மேம்பாடு

தமிழ்நாட்டின் உரிமைகள்; அதன் நியாயமான பங்கு

சுரண்டல் ஒழிப்பு

இதுபோன்ற இலட்சியங்களை அடைவதற்குப் பிரிவினையை ஒரு மார்க்கமாக முன்பு தி.மு.க. கொண்டிருந்தது.

பிரிவினையை முற்றிலும் ஒருமித்த முடிவாகக் கைவிட்ட பிறகு, அந்த இலட்சியங்களை – அரசியல் சட்டத்திற்கு உட்பட்ட முறையில், இந்திய ஒற்றுமைக்கு சிறிதும் குந்தகம் ஏற்படாத வகையில், அரசியல் சட்டத்தைத் திருத்தி, அடைவதற்கு தி.மு.க. பின்னர் ஏற்றுக்கொண்ட மார்க்கம்தான் மாநில சுயாட்சி.

அறிஞர் அண்ணா தலைமையில் 67இல் தி.மு. கழகம் ஆட்சிப் பொறுப்பை ஏற்றபோது இன்றைய அரசியல் அமைப்புச் சட்டத்திலுள்ள கூட்டாட்சிக்கு முரண்பாடாக உள்ள

பிரிவுகளை நேரடியாக அனுபவபூர்வமாக உணரும் வாய்ப்புக் கிடைத்தது.

1967, ஏப்ரல் 8ஆம் நாள் புதுடில்லி செய்தியாளர்கள் கூட்டத்தில், மாநிலங்களுக்குப் போதுமான அதிகாரங்களை வழங்கிவிட்டு, நாட்டின் ஒருமைப்பாட்டையும், ஒற்றுமையையும் பாதுகாப்பதற்கு எவ்வளவு அதிகாரங்கள் தேவையோ அவைகளை மட்டும் மத்திய அரசு வைத்துக் கொண்டால் போதும்; இப்படி அதிகாரங்களைப் பங்கீடு செய்வதற்கும், அரசியல் சட்டம் செயல் படுவதற்கும், ஒரு உயர் அதிகார ஆணைக்குழு ஒன்றினை அமைக்க வேண்டும் – என்று தமிழக முதல்வராக இருந்த அறிஞர் அண்ணா தெரிவித்தார்கள்.

தேர்தல் நேரத்தில் மக்களுக்கு அளித்த வாக்குறுதிகளை நிறைவேற்ற முடியாதபடியும், விலைவாசிகளைக் கட்டுப்படுத்த முடியாதபடியும், இன்றைய அரசியல் அமைப்பில் மாநிலங்கள் இருந்து வருவதைப் பலமுறை சட்டமன்றத்திலே தெரிவித்திருக்கிறார்கள்.

அறிஞர் அண்ணா அவர்கள் உயிர் வாழ்ந்தபோது இறுதியாக 'ஹோம்ரூல்' ஏட்டில் தம்பிக்கு எழுதிய முடங்கலில் தமது உள்ளக் கிடக்கையையும், தி.மு. கழகத் தொண்டர்களின் கடமையையும் ஒரு இலட்சிய விளக்கமாகத் தெரிவித்திருக்கிறார்கள்.

அன்புள்ள தம்பி, நான் பதவியைத் தேடி பைத்தியம் பிடித்து அலைபவனுமல்ல; காகிதத்தில் கூட்டாட்சியாகவும், நடைமுறையில் மத்தியில் அதிகாரக் குவிப்புக் கொண்டதாகவும் இருக்கிற ஒரு அரசியல் சட்டத்தின் கீழ் முதலமைச்சராக இருப்பதற்கு மகிழ்ச்சி கொண்டிருப்பவனுமல்ல. இதற்காக மத்திய அரசிற்கு எரிச்சல் ஏற்படுத்துவதும், டில்லியோடு சண்டை போடுவதும்தான் எனது நோக்கம் என்று – எனது நல்ல நண்பர் ஈ.எம்.எஸ். –ஐப் போல் நான் பிரகடனம் செய்ய விரும்பவில்லை. அதனால் யாருக்கும் நன்மையில்லை. **உண்மைதான்; சரியான பருவத்தில் ஒரு உறுதி ஏற்பட வேண்டுமென்பதுதான் முக்கியம்.** ஆனால், கூட்டாட்சி முறையைப் பற்றி மக்களுக்கு விளக்கம் கொடுப்பதை அதற்கு முன்னால் செய்ய வேண்டும். அந்தப் பணியில், அன்புத் தம்பி, உன்னுடைய உற்சாகமான ஒத்துழைப்பும், மனப்பூர்வமான பங்கேற்பும் எனக்குக் கிடைக்குமென்பதில்

எனக்கு நிச்சயம் நம்பிக்கை உண்டு.[1]

அப்படியானால். கொஞ்சமும் திருப்தியற்ற ஒரு அரசியல் அமைப்பின் கீழ் தி.மு.கழகம் எதற்காகப் பதவியில் ஒட்டிக் கொண்டிருக்க வேண்டும்?

–இதற்கும் அதே முடங்கலில் அறிஞர் அண்ணா அவர்கள் பதில் அளித்திருக்கிறார்கள்.

> "பதவியில் இருப்பதன் மூலம், இன்றைய அரசியல் அமைப்புச் சட்டம் கொல்லைப்புறமாகக் கொண்டுவரப்பட்ட ஒரு இரட்டை ஆட்சிதான் என்பதைச் சிந்திக்கக் கூடிய பொதுமக்களின் கவனத்திற்கு தி.மு.க. கொண்டு வரமுடியுமானால், அது உண்மையிலேயே அரசியல் உலகிற்குச் செய்யப்படும் குறிப்பிடத்தக்க உதவியாகும்".[2]

– அந்தப் பணியைத்தான் தி.மு.கழகம் தொடர்ந்து செய்து வருகிறது. சிந்திக்கக் கூடிய தமிழ்நாட்டு மக்களுடைய கவனத்திற்கு மட்டுமல்ல, இந்திய மக்களின் கவனத்திற்கே தற்போதைய அரசியல் சட்டத்தின் குறைகளை எடுத்துக் காட்டி வருகிறது.

மேலேயிருக்கிற பகுதிகள் கொண்ட அண்ணா எழுதிய முடங்கல்தான் **'அண்ணாவின் உயில்'** என்று – மாநில சுயாட்சிக்

---

1. "Dear brother... Never have I been mad after power. Nor am I happy of being the Chief Minister of our State under a Constitution which on paper is federal but in actual practice tends to get more and more centralised. On that account, I do not, like my good friend E.M.S. declare that it is my intention to irritate the Centre or pick up quarrels with Delhi. True, a sense of determination at the appropriate stage is all important. But this should be preceded by educating the public of federalism itself. In that, dear brother, I am quite confident of your active co-operation and intimate participation".

- Dr. ANNA, in his last essay "HAIL! THE DAWN!!" published in "Home Rule", Pongal Number 1969, pp.10-11

2. "If by being in office, the D.M.K. is able to bring to the notice of the thinking public, that the present Constitution is a sort of dyarchy by the back door that would be a definite contribution indeed to the political world".

- Dr. ANNA, Ibid., p.11.

கொள்கையைத் தொடக்கத்திலிருந்து முழங்கிவரும் தமிழரசுக் கழகத் தலைவர் சிலம்புச் செல்வர் ம.பொ.சி. அவர்களால் சிறப்பித்துக் கூறப்படுவது.

அறிஞர் அண்ணா முதல்வராக இருந்தபோது தற்போதைய அரசியல் சட்டங்களுக்குத் திருத்தம் கோரும் குழுவொன்று அமைக்கப்பட வேண்டுமென்று கேட்டார்.

மத்திய அரசு அவர் காலத்தில் அதைச் செய்யவில்லை.

பிறகு கலைஞர், தி.மு.க.வின் தலைவராகவும், தமிழக அரசின் முதல்வராகவும் ஆனபிறகு முதல்முறையாக டில்லி சென்றிருந்தபோது அத்தகைய குழுவைத் தமிழக அரசே அமைக்குமென்று செய்தியாளர் கூட்டத்தில் கூறினார்.

அவ்வாறே 1969, செப்டம்பர் 22ஆம் நாளன்று சென்னை உயர் நீதிமன்ற முன்னாள் தலைமை நீதிபதியும், நான்காவது நிதிக் குழுத்தலைவருமான டாக்டர் இராஜமன்னார் தலைமையில், சென்னைப் பல்கலைக்கழக முன்னாள் துணைவேந்தர் டாக்டர் ஏ. இலட்சுமணசாமி முதலியார், சென்னை உயர் நீதிமன்ற முன்னாள் தலைமை நீதிபதி திரு பி. சந்திரா ரெட்டி ஆகியோரைக் கொண்ட குழுவொன்றை மத்திய-மாநில உறவுகளை ஆராய்ந்து அறிக்கை தரும்படி தமிழக அரசு கேட்டுக் கொண்டது.

பின்னர் 1970ஆம் ஆண்டு, பிப்ரவரி 21, 22 தேதிகளில் நடைபெற்ற திருச்சி மாவட்ட மாநாட்டில் அறிஞர் அண்ணாவின் உயிலுக்கு உயிர் கொடுக்கும் விதத்தில், தலைமையுரையாற்றிய கழகத் தலைவர் கலைஞர் கருணாநிதி 'மத்தியில் கூட்டாட்சி, மாநில சுயாட்சி' – என்பதைத் தி.மு.கழகத்தின் இலட்சிய முழக்கங்களில் ஒன்றாக ஆக்கினார். அன்று முதல் 'மாநில சுயாட்சிக் கோரிக்கை' திராவிட முன்னேற்றக் கழகத்து வீர மறவர் பாசறையின் சிந்தை அணு ஒவ்வொன்றிலும் குடியிருக்கும் போர் முழக்கமாகிவிட்டது!

1971ஆம் ஆண்டு இராஜமன்னார் குழுவினர் வரலாற்றுச் சிறப்பு மிகுந்த தங்களது அறிக்கையை அளித்தனர். இந்தியாவிலேயே முதன்முதலாக ஒரு மாநில அரசு மத்திய – மாநில உறவுகள் குறித்துப் பெற்ற அறிக்கையாகும் அது! சிலருக்கு அந்த அறிக்கை பிடிக்காமல் போகலாம்; ஆனாலும் அந்த அறிக்கை இந்தியக் கூட்டாட்சி வரலாற்றில் என்றும் நினைவிருக்கும் அடையாளத்தை ஏற்படுத்தியிருக்கிறது என்பதை, அந்த அறிக்கைக்கு மாறுபட்ட

கருத்துக் கொண்டவர்களும் மறுக்க முடியாது.

1971, ஏப்ரல் 24ஆம் நாள் கோவையில் கூடிய தி.மு.க. பொதுக் குழு, இராஜமன்னார் குழு அறிக்கையை ஆராய்ந்து பரிந்துரை கூற, இரா.செழியன், முரசொலி மாறன் – ஆகியோரை அமைப்பாளர்களாகக் கொண்ட குழுவொன்றினை அமைத்தது.

இராஜமன்னார் குழு அறிக்கை மூன்று அறிஞர்கள் – மூன்று நடுவர்கள் தயாரித்தளித்தது. அவற்றில் தி.மு.கழக இலட்சியங்களுக்கேற்ற இணைப்புகளையும், திருத்தங்களையும் செழியன்–மாறன் குழு செய்து, 8.1.1974 அன்று சென்னையில் கூடி தி.மு.கழகச் செயற்குழுவிடம் அளித்தது. அதைச் செயற்குழு சில திருத்தங்களுடன் ஏற்றுக்கொண்டது. அந்த விபரங்கள் இந்நூலின் இறுதிப் பகுதியில் தரப்பட்டிருக்கின்றன.

இப்போது மீண்டும் ஒருமுறை நம் அண்ணனின் உயிலை நினைவுபடுத்திக் கொள்ளுங்கள்.

* தி.மு.கழகம் பதவியிலிருப்பதே இப்போதுள்ள 'இரட்டை ஆட்சி'யின் குறைபாடுகளை சிந்திக்கக் கூடிய பொதுமக்கள் கவனத்திற்குக் கொண்டு வருவதற்குத்தான்.

ஆனால் காலாகாலமும் இதையே செய்து கொண்டிருக்க முடியுமா?

** சரியான பருவத்தில் ஒரு உறுதி ஏற்பட வேண்டும்.

– இந்த வரியின் மூலம் நம் அண்ணன் நமக்கு எவற்றையெல்லாம் உணர்த்துகிறார்? ஜாடை மூலமே அண்ணனின் மனத்தைப் புரிந்து கொள்கிற தம்பிமார்களுக்கு இதுகுறித்து விளக்கம் தேவையிருக்காது.

– ஆனால், இது இரண்டாவது கட்டம்தான். முதல் கட்டம் என்ன?

*** கூட்டாட்சி முறைபற்றிப் பொதுமக்களுக்கு விளக்கம் கொடுத்து, அவர்கள் மனத்தைப் பக்குவப்படுத்த வேண்டும்.

– இந்த முதல் கட்டப் பணியினை கழக வீரர்கள் ஆற்றுவதற்கு அணுவளவாவது துணைபுரியுமே – என்பதுதான் இந்நூலை நான் எழுதியதின் நோக்கம்.

இந்நூலின் கருப்பொருள் கொஞ்சம் 'நெருடு' தட்டுவது. முதல் பகுதி கூட்டாட்சி முறைக் கொள்கையை விளக்குகிறது.

ஐவர் ஜென்னிங்ஸ் கூறியிருப்பதுபோல – தவிர்க்க முடியுமென்றால் யாரும் கூட்டாட்சியை ஒதுக்கிவிடுவார்கள்.[1] செலவும், சிக்கலும் நிறைந்த முறை இது.

கூட்டாட்சி முறை இந்தியாவில் தவிர்க்க முடியாமல் போனது ஏன்? என்கிற வரலாற்றுப் பின்னணியை விளக்குவது இரண்டாவது பகுதி.

இன்றைய அரசியல் சட்டத்தின் மீது நமக்குப் பகை ஏன்? – என்பதை மூன்றாவது பகுதி சித்திரிக்கிறது.

நான்காவது பகுதி மாநில சுயாட்சிக் கோரிக்கைக்கான நமது அடிப்படைகளை விளக்குகிறது.

இவற்றுள் எந்தத் தலைப்பில் அதிக ஆர்வமோ அதை முதலில் படிக்கலாம்.

இனியும் தடையாக இருக்காது – நல்வரவு கூறி, புத்தகத்திற்குள்ளே நுழைய உங்களை வேண்டுகிறேன்.

---

[1]. "... nobody would have a federal Constitution if he could possibly avoid it".
- IVOR JENNINGS, " Some Characteristics of the Indian Constitution", p.55.

பொருளடக்கம்

பக்கம்

I. பகுதி: கூட்டாட்சிக் கொள்கை

1. அரசியல் அமைப்புச் சட்டம் (Constitution) என்றால் என்ன? — 34
2. 'கூட்டாட்சி அரசு' (Federal Government) என்றால் என்ன? — 42
3. கூட்டாட்சியும், மாநில சுயாட்சியும் — 56
4. அதிகாரத்தைப் பரவலாக்குவதும், கூட்டாட்சி முறையும் (Decentralization and Federalism) — 62
5. 'கூட்டாட்சி முறை' எதற்காக? — 72

II. பகுதி: இந்தியாவில் கூட்டாட்சி முறையின் தோற்றமும் வளர்ச்சியும்

1. இந்தியாவில் முதன்முதலாக 'மத்திய அரசு' உருவாகிறது! — 86
2. அதிகாரக் குவிப்பின் ஆரம்பமும், உச்சகட்டமும்! — 93
3. அதிகாரத்தைப் பரவலாக்க 'கமிஷன்' உருவாகிறது (Decentralization) — 111
4. அதிகாரங்கள் பிரித்துக் கொடுக்கப்படுகின்றன! (Devolution) — 118
5. மாகாண சுயாட்சி (Provincial Autonomy) — 131
6. குறைகள் மலிந்த 'மாகாண சுயாட்சி'; அதுவும் மறைந்தது! — 143
7. கூட்டாட்சி உருவாக்க அரசியல் நிர்ணய சபை கூடுகிறது! — 154
8. 'புதுவிதமான' கூட்டாட்சி பிறந்தது! — 167

III. பகுதி: இன்றைய அரசியல் அமைப்புச் சட்டம்

1. முன்னுரை 184
2. 'காப்பியடிக்கப்பட்ட' அரசியல் சட்டம் 186
3. இது ஒரு 'கூட்டாட்சி'யா? 195
4. மாநிலத்திற்கு அந்த மாநிலம் கூடச் சொந்தமில்லை! 201
5. பொதுப் பட்டியல் மறைமுக மத்திய அரசுப் பட்டியலே! 208
மாநிலப் பட்டியலிலும் மத்திய அரசின் ஊடுருவல்! 220
7. மாநிலப் பட்டியல் - ஒரு அத்திப்பழம்! 231
8. கட்டளையிடுகிற எஜமானன்தான் மத்திய அரசு! 240
9. நெருக்கடி நேர அதிகாரங்கள் 250
10. கவர்னர் 281
11. கவர்னர் பதவி தேவைதானா? 315
12. மத்திய, மாநில அரசுகளின் வரிவிதிப்பு அதிகாரங்கள்! 328
13. நிதிக் குழு 344
14. திட்டக் குழு 364
15. திட்டம் எப்படித் தீட்டப்படுகிறது? 381
16. திட்டக் குழு நியாயம் வழங்குகிறதா? 403
17. திட்டத்தின் மூலம் மீண்டும் 'இரட்டை ஆட்சி' 410
18. திட்டக் குழுவும், நிதிக் குழுவும் 418
19. மத்திய அரசின் பணம் யார் வீட்டுப் பணம்? 427
20. மாநிலங்களின் கடன் சுமை! 437
21. மத்திய அரசு தடுத்து வைத்திருக்கும் மாநிலங்களின் வருவாய் 452
22. சுப்ரீம் கோர்ட் தீர்ப்பினால் அதிகமாகியிருக்கும் மத்திய அரசின் அதிகாரங்கள்! 461
23. நிர்வாகச் சீர்திருத்தக் குழு சகல ரோக சஞ்சீவியா? 468

IV. பகுதி: எதற்காக மாநில சுயாட்சி?

1.	இன அடிப்படை	477
2.	வரலாற்றுக் கட்டாயம்; ஜனநாயக வளர்ச்சியின் விளைவு!	499
3.	பலவீனப்படுத்த அல்ல; பலப்படுத்தவே மாநில சுயாட்சி!	513
4.	சுயமரியாதை அடிப்படை	526
5.	பொருளாதாரக் காரணம்	536
6.	மாநில சுயாட்சி நமது பிறப்புரிமை!	549
7.	மத்திய அரசு தமிழ்நாட்டைச் சுரண்டுகிறது!	565
8.	தி.மு. கழகத்தின் கோரிக்கை	576

இணைப்பு - 1	589
இணைப்பு - 2	591
இணைப்பு - 3	600
மேற்கோள் நூல்கள்	603

பகுதி - 1
கூட்டாட்சிக் கொள்கை

1. அரசியல் அமைப்புச் சட்டம் (CONSTITUTION) என்றால் என்ன?

> "இந்தியாவில் 'மக்கள்' நமது அரசியல் நிர்ணய சபையில் அரசியல் அமைப்புச் சட்டத்தை உருவாக்குகிறார்கள். ஆனால் அந்தச் சபையில் இந்திய மக்களில் ஒரு சிறுபான்மைப் பகுதியினரின் பிரதிநிதிகள்தான் அங்கம் வகித்தனர். அரசியல் அமைப்புச் சட்டம் நேரடியாக மக்கள் சம்மதத்திற்கு வைக்கப்படவும் இல்லை."
>
> – கே.சி. வியர்
>
> "In India 'the people' enact the Constitution 'in our Constituent Assembly, but that Assembly was composed of representatives elected by a minority of the people of India and the Constitution itself was never submitted to the people directly."
>
> - K.C. WHEARE, 'Modern Constitutions', p.89.

மாநில சுயாட்சி வேண்டும் என்று பேசுகிறவர்கள் இன்னின்ன காரணங்களுக்காக இப்போதிருக்கிற அரசியல் சட்டம் திருத்தப்பட வேண்டும் என்கிறார்கள்.

அதற்கு எதிர்வாதம் புரிவோர் "அது தேவையில்லை; இப்போதிருக்கிற அரசியல் சட்டமே போதுமானது; அதுவே சர்வரோக சஞ்சீவி!" என்று பதில் கூறுகின்றனர்.

ஆகவே, முதலில் நாம் தெளிவாகத் தெரிந்துகொள்ள வேண்டியது 'அரசியல் சட்டம்' (Constitution) என்றால் என்ன? – என்பதைப் பற்றித்தான்!

ஜேம்ஸ் பிரைஸ் (James Bryce) என்னும் அறிஞர் சுட்டிக் காட்டியிருக்கிற உதாரணம் நிலைமையைத் தெளிவுபடுத்தும்.[1]

அந்த மேற்கோளை நமது நிலைமைக்கேற்ப இப்படி அமைக்கலாம். ஏதோ ஒரு பட்டிக்காட்டிலிருந்து படிப்பறிவு எதுவுமில்லாத ஒரு கிழவி காய்கறி விற்பதற்காகப் பக்கத்தில் உள்ள நகரத்தில் உள்ள சந்தைக்கு வருகிறாள்.

சந்தைக்குள்ளே நுழைந்து கடை அமைக்கும்போது சந்தையை ஏலம் எடுத்திருப்பவன் ரசீதுப் புத்தகத்தோடு வந்து நின்று, நகராட்சிக்குச் சேர வேண்டிய வரியைக் கொடுத்தால்தான் கடைபோட முடியும் என்கிறான். கிழவி "எதற்காக?" என்கிறாள்.

"நகராட்சி இப்படி ஒரு வரி வசூலிக்க வேண்டும் என்று தீர்மானம் போட்டு, அதை வசூலிக்கும் அதிகாரத்தை எனக்கு வழங்கியிருக்கிறது."

"அந்த அதிகாரத்தை நகராட்சிக்கு வழங்கியது யார்?"

"மாநில அரசு நகராட்சிக்கு அத்தகைய அதிகாரத்தை அளித்திருக்கிறது!"

"சரி, மாநில அரசுக்கு அத்தகைய அதிகாரத்தை அளித்தது யார்?"

– இப்படித் தொடர்ந்து அடுக்கடுக்காகக் கேள்விகளைக் கேட்டுக்கொண்டே போனால் சந்தைக்காரன் சொல்வான்:

---

1. "A householder in a municipality is asked to pay a paving rate. He inquires why he should pay it, and is referred to the resolution of the Town Council imposing it. He then asks what authority the Council has to levy the rate, and is referred to a section of the Act of Parliament whence the Council derives its powers. If he pushes curiosity further, and inquires what right Parliament has to confer these powers, the rate collector can only answer that everybody knows that in England, Parliament makes the law, and that by the law no other authority can override or in any wise interfere with any expression of the will of Parliament. Parliament is supreme above all other authorities, or, in other words, Parliament is Sovereign."

- Quoted in C.F. STRONG, 'Modern Political Constitutions', p.7.

"உனக்குத் தெரியாதா பாட்டி? ஐந்தாறு ஆண்டுகளுக்கு ஒரு முறை நாம் சட்டமன்ற உறுப்பினர்களைத் தேர்ந்தெடுத்து அனுப்புகிறோம்; அவர்களெல்லாம் கூடி அப்படி ஒரு சட்டம் போட்டு வைத்திருக்கிறார்கள்! நான் என்ன செய்ய முடியும்? அரசாங்கச் சட்டம் அப்படி!"

'அரசாங்கம்', 'சட்டம்' – என்றதும் அந்தக் கிழவி தொடர்ந்து கேள்வி கேட்பதை நிறுத்திவிட்டுச் சப்தம் போடாமல் அந்த வரியைக் கொடுத்திருக்கக் கூடும்.

காரணம்: சட்டத்திற்குக் கீழ்ப்படிய வேண்டும் என்பதும், அதை இயற்றுகிற உரிமை அரசாங்கத்திற்கு உண்டு என்பதும் சாதாரணமாக அனைவரும் புரிந்து கொண்டிருப்பவை.

தொடர்ந்து அந்தக் கிழவி கேள்விக்கணை தொடுத்தால் என்ன பதில் கிடைக்கும் என்பதைப் பார்ப்போம்:

"சரியப்பா, அரசாங்கம் ஏதோ அப்படி ஒரு சட்டம் போட்டிருக்கிறது என்கிறாயே; அரசாங்கத்திற்கு அப்படி ஒரு சட்டம் போட அதிகாரத்தைக் கொடுத்தது யார்?"

"அரசியல் சட்டத்தில் அப்படி அதிகாரங்கள் இருப்பதாக வரையறுக்கப்பட்டிருக்கிறது."

இதிலிருந்து –

அரசியல் சட்டம் என்பது ஒரு நாட்டின் அரசாங்கத்தினுடைய அதிகாரங்கள் என்னென்ன, மக்களுடைய உரிமைகள் என்னென்ன என்பதைத் தெளிவாக விளக்கும் **மூலப்பத்திரம்** ஆகும் என்பது தெளிவாகிறது.

இப்போது அந்தக் கற்பனை உரையாடலை நீட்டிப் பார்ப்போம்:

கிழவி தொடர்கிறாள்: "சரியப்பா; அரசியல் சட்டம் அரசாங்கத்துக்கு அப்படியெல்லாம் அதிகாரம் கொடுத்திருப்பதாகச் சொல்கிறாயே; அந்த அரசியல் சட்டத்திற்கு அப்படியெல்லாம் விருப்பம்போல வழங்குகிற பெரிய அதிகாரத்தை வழங்கியது யார்?"

"உனக்கு நினைவில்லையா, பாட்டி? வெள்ளைக்காரனை இந்த நாட்டை விட்டு விரட்டுவதற்கு முன்பு அப்போது இருந்த 'தேர்தல் முறை'ப்படி ஓட்டுப்போட்டு அனுப்பியவர்கள் அந்த அரசியல் சட்டத்தை எழுதினார்கள். எனவே, அது மக்கள் தங்களுக்குத் தாங்களே அளித்துக் கொண்டதாகத்தான் அர்த்தம்."
– இது ஒரு பதில்.

ஆம்! மக்கள் தங்களுக்குத் தாங்களே தயாரித்து அளித்துக் கொண்ட சாசனமாகத்தான் அரசியல் சட்டம் கருதப்படுகிறது.

"இந்திய மக்களாகிய நாங்கள் 1949, நவம்பர் 26ஆம் நாள் எங்களுடைய அரசியல் நிர்ணய சபையில் உருவாக்கி, இதனால் இந்த அரசியல் சட்டத்தை எங்களுக்கு நாங்களே ஏற்றுக் கொள்கிறோம்."[1]

– என்கிற முன்னுரையோடுதான் இந்திய அரசியல் சட்டம் துவங்குகிறது.

"மக்களாகிய நாங்கள்" உருவாக்கிக் கொண்டதாக உலகத்தின் எல்லா அரசியல் சட்டங்களும் கூறுகின்றன.

ஆனால் இந்தியாவைப் பொறுத்தவரையில் அரசியல் சட்டத்தை உருவாக்கிய அரசியல் நிர்ணய சபை (Constituent Assembly) வயது வந்தோருக்கு வாக்குரிமை என்கிற அடிப்படையில் தேர்தல் நடத்தித் தேர்ந்தெடுக்கப்பட்டதன்று.

இப்போதைய 'மாநிலங்கள் அவை'த் தேர்தல் போல, அப்போதைய 'சட்டசபை' உறுப்பினர்கள் (அவர்களும் வயதுவந்தோரால் தேர்ந்தெடுக்கப்பட்டவர்கள் அல்ல.) அரசியல் சட்டத்தை உருவாக்கிய அரசியல் நிர்ணய சபைக்கு உறுப்பினர்களைத் தேர்ந்தெடுத்தனர். சபையில் மூன்றில் ஒரு பங்கினர் சுதேச சமஸ்தானங்களால் நியமனம் செய்யப்பட்டவர்கள்.

அந்தச் சபை அரசியல் சட்டத்தை உருவாக்கிய பிறகு அப்படி உருவாக்கப்பட்ட அரசியல் சட்டத்தை மக்கள் ஒப்புக்கொள்கிறார்களா – என்பதற்காக எந்தவித வாக்கெடுப்பும் (Referendum) இந்த நாட்டு மக்களிடையே நடத்தப்படவில்லை.[2]

ஆனாலும் அரசியல் நிர்ணய சபையில் 'மக்கள் அரசியல் சட்டத்தை உருவாக்கியதாக' முன்னுரையில் கூறப்பட்டிருக்கிறது.

---

1. "We, the people of India,..... in our Constituent Assembly this twenty-sixth day of November, 1949, do hereby adopt, enact and give to ourselves this Constitution."

2. "In India 'the people' enact the Constitution 'in our Constituent Assembly', but that Assembly was composed of representatives elected by a minority of the people of India and the Constitution itself was never submitted to the people directly."

- **K.C. WHEARE,** 'Modern Constitutions', p.89.

ஆனால் அயர்லாந்து நாட்டில், அரசியல் சட்டம் உருவாக்கப்பட்ட பிறகு மக்கள் அதை ஒப்புக்கொள்கிறார்களா? இல்லையா? என்பதைக் கண்டறிய வாக்கெடுப்பு (Referendum) நடத்தப்பட்டது.

அந்த வாக்கெடுப்பிற்குப் பிறகுதான் அந்த அரசியல் சட்டம் அமுலுக்கு வந்தது.

பொதுவாக, மக்கள் தங்களுக்குத் தாங்களே அரசியல் சட்டத்தைத் தயாரித்து அளித்துக் கொள்வதாகக் கூறுவது ஒரு சட்ட சம்பிரதாயமாக – சட்டத்தின் கற்பனையாக (legal fiction) – இருக்கிறது.

அரசியல் சட்டத்தின் தன்மையை மேலும் புரிந்துகொள்ள மறுபடியும் அந்தக் கற்பனை உரையாடலைச் சிறிது நீட்டிப் பார்ப்போம்.

“வெள்ளைக்காரன் போனபோது அப்போது இருந்தவர்கள் நமக்காக அரசியல் சட்டத்தை உருவாக்கியதாகச் சொன்னாய்; சரி, ஆனால் எப்போதோ உருவாக்கப்பட்டது காலா காலத்துக்கும் இருக்க வேண்டுமா? என்றைக்கோ ஆக்கப்பட்டது கார் உள்ள அளவும், கடல் நீர் உள்ளளவும் இருக்கும் என்பது நியாயமா?”

– இது கிழவியின் கேள்வி.

“நீ சொல்வது சரிதான் பாட்டி! ஐந்து ஆண்டுகளுக்கு ஒருமுறை நீ தேர்ந்தெடுத்து நாடாளுமன்றத்துக்கு அனுப்புகிறாயே அவர்களில் ஒரு குறிப்பிட்ட பெரும்பான்மையினர் நினைத்தால் அரசியல் சட்டத்தை எப்படி வேண்டுமானாலும் மாற்றி அமைக்கலாம்.”

– இது பதில்!

அரசியல் சட்டம் என்பது திருத்தப்படக் கூடாத புனித வேதமல்ல!

அப்படி இருந்தால் அது காலத்திற்கு ஒத்துவராத ஒரு பத்தாம் பசலி தஸ்தாவேஜாக ஆகிவிடும்.

சாதாரணச் சட்டத்தை ஒரு ஓட்டு அதிகம் பெற்றுத் திருத்திவிட முடியும்; ஆனால் ஒரு நாட்டின் மூலப்பத்திரமான அரசியல் சட்டத்திற்கு உயர்ந்த மதிப்புத் தரப்படுகிறது.

பொதுவாக அரசியல் சட்டத்தில் திருத்தம் கொண்டுவர வேண்டுமேயானால் அதற்கென்று தனி முறைகள் கடைப் பிடிக்கப்படுகின்றன.

இந்தியாவில் அரசியல் சட்டத்தின் சில பிரிவுகளைத் திருத்த வேண்டுமானால் அதற்கு நாடாளுமன்றத்தில் மூன்றில் இரண்டு பங்கினர் வந்திருந்து, அப்படி வந்திருப்பவர்களில் மூன்றில் இரண்டு பகுதியினர் அதற்கு ஆதரவாக வாக்களிக்க வேண்டும்.

பின்னர் இந்தியாவில் உள்ள மாநிலங்களின் சட்டசபைகளில் அவை நிறைவேற்றப்பட வேண்டும்.

அதற்குப் பிறகுதான் அவை அங்கீகரிக்கப்பட்டவையாகக் கொள்ளப்படும்.

சில நாடுகளில் பொதுமக்களிடையே வாக்கெடுப்பு (Referendum) நடத்தித்தான் அரசியல் சட்டத்தைத் திருத்த முடியும்.

சுவிட்சர்லாந்து நாட்டில் 50,000 மக்கள் சேர்ந்து ஒரு அரசியல் சட்டத் திருத்தத்தை முன்மொழிய முடியும்.

நாடாளுமன்றம் அந்தத் திருத்தத்தின் மீது வாக்கெடுப்பு நடத்தி முடிவு செய்கிறது.

பெல்ஜியம் நாட்டில் இன்னும் கடினமான முறை அரசியல் சட்டத்தைத் திருத்துவதற்குக் கடைப்பிடிக்கப்படுகிறது.

நாடாளுமன்றம் அரசியல் சட்டத்தில் ஒரு திருத்தத்தை முன்மொழிந்தால் உடனே அந்த நாட்டின் இரு சபைகளும் கலைக்கப்பட்டுப் பொதுத் தேர்தல் நடைபெறும்.

பின்னர் தேர்ந்தெடுக்கப்படுகிற புதுச் சபை ஒவ்வொன்றிலும் மொத்த உறுப்பினர்களில் மூன்றில் இரண்டு பங்கு பேர் வந்திருந்து, அவர்களுள் மூன்றில் இரண்டு பங்கு பெரும்பான்மையினர் ஆதரித்தால்தான் அரசியல் சட்டம் திருத்தப்படும்.

அரசியல் சட்டத்திற்கு சாதாரண சட்டத்தைவிட உயர்ந்த அந்தஸ்து கொடுக்க வேண்டும் என்பதற்காகவும், மனம்போனபடி நினைத்தபோதெல்லாம் திருத்துகிற ஒன்றாக அரசியல் சட்டம் இருக்கக் கூடாது என்பதற்காகவும் இத்தகைய முறைகளைக் கையாளுகின்றனர்.

அரசியல் சட்டம் எதற்காக?

1789இல் பிரான்ஸ் நாட்டில் மன்னர்களின் கொடுங்கோல் ஆட்சியை எதிர்த்து மக்கள் செய்த புரட்சி வென்றது.

*1917*இல் இரஷ்ய நாட்டில் ஜார் பரம்பரை ஒழிக்கப்பட்டு மக்கள் செய்த புரட்சி வென்றது.

*1947*இல் இந்திய விடுதலைப் போரின் இறுதிக் கட்டமாக அன்னிய ஏகாதிபத்தியம் வெளியேற்றப்பட்டது.

*1946*இல் ஜெர்மனி போரில் முறியடிக்கப்பட்டு, அதன் எல்லைகள் சிதைக்கப்பட்டு ஒரு புதிய வருங்காலத்தை உருவாக்கும் நிலைக்கு அந்த நாடு ஆளாக்கப்பட்டது.

*1971*இல் பாகிஸ்தானின் ஓர் அங்கமாக இருந்த பங்களாதேஷ் விடுதலை பெற்றது.

– இப்படி ஒரு குறிப்பிட்ட மக்கள் சமுதாயம் திடீரென்று, ஆண்டாண்டு காலமாக இருந்து வந்த பழைய தொடர்பை அறுத்துக் கொண்டு 'கடந்த காலத்தைக் கல்லறைக்கு அனுப்பி விட்டு' ஒரு புதிய வருங்காலத்தைத் துவக்குகிறபோது, தங்களுக்கென்று எத்தகைய அரசாங்கத்தை அமைத்துக் கொள்வது? முடியாட்சியா? குடியாட்சியா? வயது வந்தோருக்கு வாக்குரிமையா? அல்லது சொத்து உள்ளவர்களுக்கு மட்டும் வாக்குரிமையா? நாடாளுமன்றம் இரு மன்றங்கள் கொண்டதா? அல்லது ஒரே மன்றம் கொண்டதா? அந்த மன்றம் அல்லது மன்றங்களின் அதிகாரம் என்ன? பிரதமர் அல்லது குடியரசுத் தலைவரின் பொறுப்புகள் யாவை? மக்களுடைய பிறப்புரிமைகளான பேச்சுரிமை, எழுத்துரிமை, கருத்து வெளியிடும் உரிமை போன்ற அடிப்படை உரிமைகளின் நிலை என்ன? – என்பன போன்ற மிக முக்கியமான – எல்லாக் காலத்திற்கும் நிலைத்து நிற்கக் கூடிய – விவரங்களை நிரந்தரமாக எழுதி வைத்துக் கொள்கிறார்கள்; அதுவே அரசியல் அமைப்புச் சட்டம் என்று அழைக்கப்படுகிறது.

*1787*இல் முதன்முதலாக இப்படி முழுதும் எழுதி வைத்துக் கொள்ளும் முறையைச் சுதந்திரமடைந்த அமெரிக்கர்கள் உருவாக்கினார்கள். அதற்குப் பிறகு இந்த முறைதான் உலகமெங்கும் பின்பற்றப்படுகிறது.

பல பேர் கூட்டுச் சேர்ந்து புதிதாக ஒரு வியாபாரத்தைத் துவங்கும்போது அவர்கள் செய்கின்ற முதல் வேலை என்ன? ஒவ்வொருவரின் பங்கு என்ன? லாப நட்டத்தை எப்படிப் பங்கிட்டுக் கொள்வது? – முதலான விவரங்களைத் தெளிவாகச் சந்தேகத்திற்கிடமின்றி எழுதி ஒப்பந்தம் செய்து கொள்கின்றனர்.

எழுதி வைத்துக் கொள்வது எதற்காக?

சிறிதும் சந்தேகத்திற்கு இடமின்றி நிலைமையைத் தெளிவுபடுத்திக் கொள்ளவும், பின்னால் 'நான் அப்படில்லவா நினைத்தேன், இப்படி நினைக்கவில்லையே' என்று கூறும் நிலை ஏற்படாமல் இருக்கவும்தான்.

இப்படி மக்கள் கூடி உருவாக்கிக் கொள்கிற ஒப்பந்தம்தான் அரசியல் அமைப்புச் சட்டம்!

ஒப்பந்தப் பத்திரம் எழுதி, 'ரிஜிஸ்தர்' செய்துகொண்ட பிறகும் பங்காளிகளிடையே ஷரத்துகளைப் பற்றிக் கருத்து வேற்றுமை எழுவதைப் பார்த்திருக்கிறோம். அப்போது அவர்கள் நீதிமன்றத்திற்குப் போவதில்லையா?

அதைப் போலத்தான் அரசியல் அமைப்புச் சட்டத்தைப் பயன்படுத்தி அரசாங்கம் உருவாக்குகிற சட்டம் அந்த அரசியல் சட்டத்தையே மீறுவதாகத் தோன்றினால் உயர் நீதிமன்றங்களின் துணை அவ்வப்போது நாடப்படுகிறது.

1970இல் மன்னர் மானியம் பற்றி மத்திய அரசு எடுத்த முடிவு அரசியல் சட்டத்திற்கு உகந்ததன்று; எனவே அது செல்லுபடியாகாது – என்று சுப்ரீம் கோர்ட் தீர்ப்பளித்தது.

அதன் பிறகுதான் அரசியல் அமைப்புச் சட்டம் அதற்கேற்ப திருத்தப்பட்டது.

எனவே அரசியல் அமைப்புச் சட்டம் என்பது இதர சாதாரண சட்டங்களின் தாய்!

அரசியல் அமைப்புச் சட்டத்தில் மக்களுக்குக் கொடுக்கப்பட்டிருக்கிற உரிமைகளைச் சாதாரண சட்டங்கள் பறிக்கக் கூடாது. எனவே அரசியல் சட்டம் என்பது சாதாரண சட்டங்களை உரைத்துப் பார்க்கும் உரைகல்! அந்த வேலையைத் தான் உயர்நீதிமன்றங்கள் செய்து கொண்டிருக்கின்றன.

2. 'கூட்டாட்சி அரசு' (FEDERAL GOVERNMENT) என்றால் என்ன?

"மக்கள் ஒற்றுமையை (Union) விரும்ப வேண்டும்; ஆனால் (தங்கள் தனித்தன்மையை விட்டுவிட்டு) ஒன்றிப் போவதை (Unity) விரும்பக்கூடாது. ஒற்றுமையை அவர்கள் விரும்பாவிட்டால் கூட்டாட்சி முறைக்கு நிச்சயமாக அங்கு அடிப்படையில்லை... மாறாக அவர்கள் ஒன்றிப்போக விரும்பினால் அந்த ஆசையைக் கூட்டாட்சி முறையில் அல்ல; ஓர் உறுப்பு அரசு அரசியல் அமைப்புச் சட்டத்திலே இயற்கையாக நிறைவேற்றிக் கொள்ள முடியும்.

- ஏ.வி. டைசி

"They must desire *union* and must not desire *unity*. If there be no desire to unite, there is clearly no basis for federalism. If on the other hand, there be a desire for unity, the wish will naturally find its satisfaction, not under a federal, but under a unitarian constitution."

- **A.V. DICEY**, 'Law of the Constitution', p.143

"ஒரு கூட்டாட்சி அரசினை உருவாக்குவதற்கு இரண்டு தேவைகள் அவசியமாகின்றன. முதலாவதாக ஒன்றிய (மத்திய) அரசினை உருவாக்குகிற உறுப்பு (மாநில) அரசுகள் தங்களைப் பொறுத்த விஷயங்களில் முழுச் சுதந்தரம் பெற்றவையாக இருக்க வேண்டும். எல்லா உறுப்புகளையும் பாதிக்கக்கூடிய பொது விஷயங்களில் அவை ஒரு பொதுவான அதிகாரத்திற்குக் (மத்திய அரசிற்கு) கட்டுப்பட்டவையாக இருக்க வேண்டும்."

- ஃபிரிமேன்

"Two requisites seem necessary to constitute a Federal Government. On the one hand, each of the 'members' of the Union must be wholly independent in those matters which concern each member only. On the other hand, all must be subject to a common power in those matters which concern the whole body of members collectively."

-**FREEMAN**, 'History of Federal Government', Vol.1, pp.2-3.

அரசியல் வித்தகர்கள் அரசியல் அமைப்புச் சட்டங்களைப் பல வகைகளாகப் பிரிக்கின்றனர்.

இப்போது இந்த விவாதத்திற்குத் தேவையான பிரிவுகளை மட்டும் பார்ப்போம்.

ஒரு அரசின் அதிகாரங்கள் எத்தனை உறுப்புகள் மூலமாகச் செயல்படுகின்றன என்பதைக் கவனிப்போம்.

நமக்கு அண்மையில் இருக்கிற இலங்கை, பர்மா ஆகிய நாடுகளில் ஒரே ஓர் உறுப்பு அரசு – அதுவும் மத்திய அரசு – அதுதான் இருக்கிறது. அதிகாரங்கள் அனைத்தும் அந்த ஒரே அரசின் வசம் இருக்கின்றன.

இதற்கு அடுத்து இருப்பவை நகராட்சிகளும், ஊராட்சிகளும்தான்.

இத்தகைய அமைப்புகளை உருவாக்கியதே மத்திய அரசுதான். எனவே அவையனைத்தும் மத்திய அரசுக்குக் கீழ்ப்பட்டவை; கட்டுப்பட்டவை.

அங்கெல்லாம் ஒரே ஒரு சட்டசபைதான் இருக்கும்!

அங்கே அதிகாரங்கள் அனைத்தும் மத்திய அரசு என்கிற ஒரே உறுப்பின் மூலம் செயல்படுகின்றன.

நாடு பெரிதாக இருந்தால் அங்கு மாநிலங்கள் நிர்வாக வசதிக்காக உருவாக்கப்பட்டிருக்கலாம். ஆனால் அந்த மாநிலங்களில் கலெக்டர்கள் போன்ற நிர்வாக அதிகாரிகள்தாம் இருப்பார்களே தவிர, தனி மாநில அரசுகளோ, மாநிலச் சட்ட சபைகளோ இருக்க மாட்டா.

இத்தகைய அரசியல் அமைப்புக் கொண்ட அரசுகள் ஓர் உறுப்பு (UNITARY) அரசு அல்லது ஒற்றையாட்சி என்று அழைக்கப்படுகின்றன.

இதற்கு மாறுபட்டு, பல உறுப்புகளின் மூலம் செயல்படுகிற அரசுகள் கூட்டாட்சி அரசு (FEDERAL) என்று அழைக்கப் படுகின்றன.

எடுத்துக்காட்டாக–

இந்தியாவை எடுத்துக் கொள்வோம். இங்கு டில்லியிலே ஒரு அரசு– மத்திய அரசு (Union Government) அதிகாரம் செலுத்துகிறது. அங்கு சட்டங்கள் இயற்றுகிற சட்டசபை நாடாளுமன்றம் என்கிற பெயரில் இயங்குகிறது.

இருபத்தொரு மாநிலங்களிலும் இருபத்தொரு மாநில

அரசுகள் (State Governments) அதிகாரம் செலுத்துகின்றன. அவை ஒவ்வொன்றிலும் அவற்றிற்குரிய சட்டங்கள் இயற்றிக் கொள்வதற்காக இருபத்தொரு சட்டசபைகள் இயங்குகின்றன.

மத்திய அரசுக்கு எத்தகைய அதிகாரங்கள் என்றும், இருபத்தொரு மாநிலங்களுக்கும் எத்தகைய அதிகாரங்கள் என்றும், அந்த மாநிலச் சட்டசபைகளுக்கு எத்தகைய அதிகாரங்கள் என்றும் அரசியல் அமைப்புச் சட்டத்திலேயே வகைப்படுத்தப்பட்டிருக்கின்றன.

நவீன காலத்தில் முதன் முறையாக உருவாக்கப்பட்ட கூட்டாட்சி (Federal Government) அமெரிக்காதான்!

அங்கே அந்த ஆட்சி முறை எப்படி உருவாகி இறுதி வடிவம் பெற்றது என்பது நிலைமையைத் தெளிவாக்கும்.

பிரிட்டிஷார் இந்தியாவில் ஆதிக்கம் செலுத்தத் தொடங்கியபோது அவர்கள் கைக்கு முதலில் வந்த இடங்கள் கல்கத்தா, சென்னை, பம்பாய் என்று இருந்தபோதிலும் அவர்கள் காலப்போக்கில் தங்களுக்கு உட்பட்ட பகுதிகளை நிர்வாக ரீதியாக ஒன்றாக்கி ஒரு தலைப்பில் வைத்திருந்தனர்.

ஆனால் அமெரிக்காவில் அப்படி அன்று!

அங்கே அவர்கள் பதின்மூன்று 'குடியேற்ற நாடு'களை (Colonies) உருவாக்கினர்; அந்தப் பதின்மூன்றும் தங்களுக்கிடையே நிர்வாகத் தொடர்பு எதுவும் இன்றித் தனித்தனி அரசுகளாக இயங்கின.

இதில் வேடிக்கை என்னவென்றால் அந்தப் பதின்மூன்று காலனிகளில் வாழ்ந்தவர்கள் அனைவரும் ஆங்கில மொழி பேசியோர்; அவர்களில் பெரும்பாலோர் பிரிட்டனிலிருந்து வந்து குடியேறியோர்.

இலண்டனில் இயங்கி வந்த பிரிட்டிஷ் அரசு அதிகமாக வரிகளை விதித்தபோது, அந்தப் பதின்மூன்று காலனிகளும் தாங்கள் சந்திக்க வேண்டிய பொதுப் பிரச்சினை ஒன்று இருப்பதாக உணர்ந்து அவற்றின் பிரதிநிதிகள் மேற்கொண்டு விவாதித்துப் பரிகாரம் காண ஓர் இடத்தில் கூடினர்

அத்தகைய அமைப்புதான் பின்னர் Continental Congress என்ற பெயரைப் பெற்றது. 'துணைக் கண்டத்துப் பிரதிநிதித்துவ சபை' என்று வேண்டுமானால் தமிழில் அழைக்கலாம்.

இந்தக் குழுவில்தான் பிரிட்டனை எதிர்த்துப் போர் தொடுக்கத் தீர்மானிக்கப்பட்டது.

இந்தக் குழுவின் பெயரால்தான் சுதந்தரப் போர் பிரகடனப்படுத்தப்பட்டது.

"அமெரிக்க ஐக்கிய நாடுகளின் பிரதிநிதிகளான நாங்கள் இந்தக் காலனிகள் விடுதலை பெற்ற சுதந்தர அரசுகள் என்றும், அவற்றிற்கு அந்த உரிமை இருப்பதால் அப்படி ஆக வேண்டும் என்றும் பிரகடனப்படுத்துகிறோம்."[1]

– இப்படி அவர்கள் 1776ஆம் ஆண்டு ஜூலை மாதம் 4ஆம் நாள் சுதந்தரப் பிரகடனம் செய்தபிறகு பதின்மூன்று காலனிகளும் பதின்மூன்று சுதந்தர நாடுகளின் தன்மையைப் பெற்றுவிட்டன.

சுதந்தரப் போரில் பிரிட்டன் தோற்றபிறகு அந்தப் பதின்மூன்று அரசுகளின் சுதந்தரம் உறுதிப்படுத்தப்பட்டது.

ஆனால் அவர்களது பிரதிநிதிகள் ஒன்றுகூடிப் பொதுவான முடிவுகளை மேற்கொண்டு, பொது எதிரியை வெல்வதற்குத் துணைபுரிந்த 'துணைக் கண்டத்துப் பிரதிநித்துவ சபை' (Continental Congress) அப்படியே இருந்தது.

பொதுப் பிரச்சினைகளைக் கூடி விவாதிப்பதற்கு அந்தச் சபை பதின்மூன்று சுதந்தர அரசுகளுக்கும் உதவியாக இருந்தது.

ஆனால், அதே நேரம் அந்தப் பதின்மூன்று அரசுகளும் தங்கள் சுதந்தரத்தைக் கொஞ்சமும் விட்டுக் கொடுக்கத் தயாராக இல்லை.

எனவே அந்தப் பதின்மூன்று அரசுகளின் ஒட்டுமொத்தப் பாதுகாப்பிற்காகவும், அரசுக்கு அரசு பரஸ்பரம் உதவிகளைப் பரிமாறிக்கொள்ளும் பொது நன்மைக்காகவும் அந்தப் பிரதிநிதித்துவ சபையை (Congress) மையமாக வைத்து ஒரு பொது அமைப்பினை உருவாக்கினர்.

அத்தகைய அரசுகளின் பொது அமைப்புதான் கான்ஃபெடரேஷன் (CONFEDERATION) என்று அழைக்கப்படுவது.

---

1. "We therefore, the representatives of the United States of America, in general Congress assembled,.... solemnly publish and declare, that these United Colonies are, and of right ought to be, free and independent states."

அந்த காங்கிரசிற்கு ஒவ்வொரு அரசும் பிரதிநிதிகளை அனுப்பும்.

இரண்டு அல்லது அதற்கு மேற்பட்ட அரசுகளுக்குள் எல்லைத் தகராறுகள் போன்ற பிரச்சினைகள் வந்தால் அவற்றை காங்கிரஸ் தீர்த்து வைக்கும்.

ஒன்பதுக்கு மேற்பட்ட அரசுகள் ஒப்புக்கொண்டால், அந்த முடிவுகளை இந்த அரசுகள் ஒப்புக் கொள்ள வேண்டும்.

ஆனால் இந்த முறை வெற்றிகரமாக நீடிக்கவில்லை.

காரணம் என்ன?

பதின்மூன்று அரசுகளும் கூடி ஒரு மத்திய கூட்டு அரசினை உருவாக்கவில்லை.

அவற்றின் பிரதிநிதிகள் மட்டுமே கூடிப் பொதுவான பிரச்சினைகளை விவாதித்து முடிவுகள் எடுத்தனர்.

சட்டங்கள் இயற்றுவது, வரிகள் விதிப்பது – ஆகியவை மூலம்தான் ஒரு அரசு தனது குடிமக்களோடு நேரடித் தொடர்பு கொண்டிருக்க முடியும்.

ஆனால், அந்த 'கான்ஃபெடரேஷ'னுக்கு அத்தகைய அதிகாரங்கள் கிடையா. எனவே பொதுமக்களோடு அந்த அமைப்பிற்கு எந்தவிதத் தொடர்பும் கிடையாது. பதின்மூன்று அரசுகளோடு மட்டும்தான் அது தொடர்பு கொண்டிருந்தது! காங்கிரஸ் என்கிற பொது அமைப்பு எடுக்கிற முடிவுகளுக்கு அந்த அரசுகள் தாங்களாகவே கட்டுப்பட்டால்தான் உண்டு; இல்லாவிட்டால் அவற்றைக் கீழ்ப்படிய வைக்க மைய அமைப்பினால் முடியாது.

அதாவது இப்போது எப்படி ஐ.நா. சபை பல நாடுகள் கூடி விவாதிக்கிற இடமாக – ஆனால் செயலற்ற சபையாக இருக்கிறதோ, அத்தகைய அமைப்பாக – பதின்மூன்று அரசுகளின் 'ஐ.நா. சபையாக' (Confederation) இருந்தது.

எனவே இத்தகைய வலுவும் செல்வாக்கும் அற்ற அமைப்பில் பதின்மூன்று அரசுகளின் பிரதிநிதிகளாக அங்கம் வகிக்கவே பலர் முன்வர மறுத்தனர்; புகழ்பெற்றவர்கள் அதில் அங்கம் வகிக்க மறுத்துவிட்டனர். பல நேரங்களில் 'கோரம்' கூட இல்லாமற் போய்விட்டது.[1]

---

1. செய்தித் தொடர்பு சங்கடங்கள் இருந்த அந்த நேரம்

காங்கிரஸ் என்கிற அந்த அமைப்பு பதின்மூன்று அரசுகளின் தூதுவர்கள் (Ambassadors) சந்திக்கிற இடமாகவே இருந்தது.

இராணுவத்தை உருவாக்குவதற்குக் கூட அவர்கள் தங்கள் தங்கள் அரசுகளின் அனுமதியையும், ஒப்புதலையும் பெற வேண்டியிருந்தது. அப்படி ஒப்புதல் பெற நேர்ந்தபோது அந்த அரசுகள் பல நிபந்தனைகளை விதித்தன. நாங்கள் அனுப்புகிற இராணுவத்திற்கு நாங்களேதான் தளபதியையும் நியமிப்போம் – என்று சில அரசுகள் நிபந்தனை விதித்தன.

இத்தகைய சூழ்நிலையில் கட்டுக்கோப்பான இராணுவ அமைப்பு உருவாகாத நிலை எழுந்தது.

ஜெனரல் வாஷிங்டனுடைய சீரிய தலைமை மட்டும் இல்லாமல் இருந்திருக்குமேயானால் அரைகுறை உணவுடனும், உடையுடனும் அமெரிக்கச் சிப்பாய்கள், சுதந்தரப் போரில் பிரிட்டனை எதிர்த்துத் தீரமிக்க போரினை நடத்தியிருக்க முடியாது.

பதின்மூன்று அரசுகளும் தங்கள் 'கோட்டா'ப்படி உரிய இராணுவ வீரர்களையும், பணத்தையும் அனுப்பத் தவறி விட்டன.

இத்தகைய இடுக்கண் காரணமாக மனம் வெதும்பி ஒரு கட்டத்தில், வாஷிங்டன் தமது போர்த் தளபதிப் பதவியை ராஜிநாமா செய்துவிடக் கூட துணிந்தார்.

ஆனால் இறுதி வெற்றி அமெரிக்கர்களுக்குக் கிடைத்தது.

அதே நேரத்தில் அந்தப் பொது அமைப்பின் பலவீனங்களும் புலப்பட்டன.

"மாநில அரசுகளில் அந்தந்த அரசாங்கத்தின் அதிகாரம் எப்படிப் பயனுள்ள வகையில் பிரயோகிக்கப்படுகிறதோ அதைப் போல நாடு முழுவதும் (பதின்மூன்று அரசுகளிலும்) ஊடுருவிச் செல்லக் கூடிய வகையில் அதிகாரம் எங்காவது ஒரு இடத்தில் வைக்கப்படாவிட்டால் நாம் ஒரு நாடாக

ஃபிலடெல்ஃபியா என்னுமிடத்தில் சுதந்தரப் பிரகடனம் செய்யப்பட்டதை சார்ல்ஸ்டன் (Charleston) என்கிற பகுதி மக்கள் இருபத்தொன்பது நாட்கள் கழித்துத்தான் தெரிந்துகொண்டனர் – என்பதிலிருந்து அந்தக் காலத்துச் சூழ்நிலையை உணரலாம்.

வாழ முடியும் என்று நான் நினைக்கவில்லை."¹

– என்று குடியரசுத் தலைவர் வாஷிங்டன் 1786இல் குறிப்பிட்டார்.

இதுதவிர, மறுபடியும் பிரிட்டனோடு போர் தொடுக்க வேண்டிய சூழ்நிலை உருவாகும்போல் இருந்தது. நாணய மதிப்புக் குறைவினால் பொருளாதாரச் சீர்குலைவு பயங்கரமாக உருவெடுத்தது. பிரிட்டிஷ் அரசின் கீழ் வாழ ஆசைப்பட்ட பலர் பக்கத்திலிருக்கிற கனடா நாட்டிற்குச் சென்று குடியேறத் தொடங்கினர்.

எனவேதான்,

பொதுவான மைய அமைப்பு கூடிக் கலையும் ஆலோசனை சபையாக இல்லாமல், அதற்கென்று வாஷிங்டன் சொன்னதுபோல, சில அதிகாரங்களைக் கொடுக்க– மறுபடியும் அந்தப் பதின்மூன்று அரசுகளின் பிரதிநிதிகள் 1787இல் அன்னாபொலிஸ் (Annapolis) நகரில் மாநாடு கூட்டினர். பதின்மூன்று அரசுகளின் பொது அமைப்பினை (Confederation) மறு ஆய்வு செய்ய முடிவு செய்தனர்.

அந்த மாநாட்டில்தான் முதன்முதலாகக் கூட்டாட்சி (Federal) என்ற சொல் பயன்படுத்தப்பட்டது.

பின்னர், ஃபிலடெல்ஃபியா (Philadelphia)வில் கூடி இப்போதிருக்கிற அரசியல் அமைப்புச் சட்டத்தை உருவாக்கினர். 1789ஆம் ஆண்டு இந்தச் சட்டம் அமுலுக்கு வந்தது.

இந்த அரசியல் அமைப்புச் சட்டத்தில் கூட்டாட்சி (Federal) என்கிற சொல் பயன்படுத்தப்படவில்லை.²

ஆனால் அப்போது அவர்கள் உருவாக்கியதுதான் முதல் கூட்டாட்சி அரசியல் அமைப்புச் சட்டம் (Federal Constitution).

---

1. I do not conceive we can exist as a nation without having lodged somewhere a power, which will pervade the whole Union in as energetic a manner as the authority of the State Governments extends over the several States.

- Quoted by **H.U. FAULKNER**, "A Short History of the American People", pp.118-119.

2 அதைப் போலவே இந்திய அரசியல் அமைப்புச் சட்டத்திலும் கூட்டாட்சி (Federal) என்கிற சொல் பயன்படுத்தப்படவில்லை.

முதலில் உருவாக்கியது பதின்மூன்று அரசுகளின் பொது அமைப்பு (Confederation).

ஆறு ஆண்டுகளுக்குப் பிறகு அவர்கள் உருவாக்கியது பதின்மூன்று அரசுகளின் கூட்டாட்சி (Federation).

இரண்டிற்கும் உள்ள வேறுபாடுகளைப் பார்ப்போம்.

முதலில் உருவாக்கிய அமைப்பின்போது (1776, ஜூலை 4ஆம் நாள்) அவர்கள் செய்த பிரகடனம் எப்படித் துவங்கியது?

'அமெரிக்க ஐக்கிய நாடுகளின் **பிரதிநிதிகளாகிய** நாங்கள்' ("We, the representatives of the United States of America") என்றுதான் பிரகடனம் துவங்கியது.

பின்னர் 1787இல் அவர்கள் செய்த பிரகடனம் –

'ஐக்கிய நாடுகளின் **மக்களாகிய** நாங்கள்' ("We, the people of the United States") – என்று துவங்கியது.

முதலில் உருவானது கான்ஃபெடரேஷன்; பல சுதந்தர அரசுகளின் பிரதிநிதிகள் (Representatives) கூடி உருவாக்கினார்கள். அந்த அரசுகளின் பொது நன்மைக்கான கொள்கைகளையும், முடிவுகளையும் உருவாக்குவதற்கு! அந்த அமைப்பு, உறுப்பினர்களாக உள்ள பிற அரசுகள் மூலம்தான் அந்தக் கொள்கைகளையும், முடிவுகளையும் செயல்படுத்த முடியும். மக்களோடு அந்த அமைப்பிற்கு நேரடித் தொடர்பு கிடையாது.

பின்னர் உருவான அமைப்பு ஃபெடரேஷன் என்கிற கூட்டாட்சி. பல அரசுகளின் பிரதிநிதிகள் அல்ல; மக்கள் (People) சேர்ந்து உருவாக்குகிறார்கள். பதின்மூன்று சுதந்தர அரசுகளும் தங்கள் தங்கள் அதிகாரங்களில் கொஞ்சத்தை விட்டுக் கொடுத்து, அப்படி விட்டுக் கொடுத்த அதிகாரங்களை மத்திய அரசு என்கிற புதிய அமைப்பிடம் கொண்டு சேர்க்கிறார்கள். இதனால் ஒவ்வொரு குடிமகனும் மாநில அரசு– மத்திய அரசு – ஆகிய இரு அரசுகளுக்குக் கட்டுப்பட்டவனாகிறான்.[1]

---

1. "… the whole basis of the union was radically changed; as according to the preamble the resulting polity derived its authority from "we, the people of the United States" and not from the states

முதல் அமைப்பிற்கும், இரண்டாவது அமைப்பிற்கும் உள்ள வேறுபாட்டை இன்னும் தெளிவாகச் சொல்ல வேண்டுமானால் இப்படி ஒரு எடுத்துக்காட்டைக் கையாளலாம்.

பதின்மூன்று இடங்களில் வாணிபம் செய்யும் பதின்மூன்று சுதந்தரமான கம்பெனிகள் சேர்ந்து ஒரு வர்த்தக சபை (Chamber of Commerce) அமைத்துக் கொள்வது போன்றதுதான் முதல் அமைப்பு.

பதின்மூன்று சுதந்தரமான வாணிப நிறுவனங்களும் ஒன்றிணைந்து, ஒரு கம்பெனியை உருவாக்கி, அதன் சார்பாகப் பதின்மூன்று இடங்களிலும் வாணிபம் செய்வது போன்றதுதான் இரண்டாவது அமைப்பு.

பதின்மூன்று பேரும் தனி முதலாளிகளாக இருந்த நிலை மாறி, பதின்மூன்று பேரும் கூட்டாளிகளாக – பங்குதாரர்களாக – மாறிய நிலைதான் புதிய நிலை.

'கான்ஃபெடரேஷன்' என்று சொல்லப்படுகிற பொது அமைப்பில் முடிவுகளை எடுப்பார்கள்; கொள்கைகளை வகுப்பார்கள்; ஆனால் அந்த முடிவுகளையும், கொள்கைகளையும் செயல்படுத்துவதற்கு 'மத்திய அரசு' இருக்காது, மாநில அரசுகளைத்தான் நம்பியிருக்க வேண்டும்.[1]

ஆனால் 'ஃபெடரேஷனி'ல் இரண்டுவித அரசுகள் இருக்கும்; ஒன்று மத்திய அரசு, இன்னொன்று மாநில அரசுகள். இதன்படி ஒவ்வொரு குடிமகனும் இரண்டு அரசுகளையும் உணரும் தன்மையில் இருப்பான்.

---

severally as "corporate bodies." It was a government of the people exercising direct authority over them and not a government over the states as the Confederation was."
   - **B.M. SHARMA, L.P. CHOUDRY,** "Federal Polity", p.10

1 "The essential difference between a Federation and a Confederation is that a Confederation is a sort of a State which usually has no central agency or Government to implement its policies. It has to depend upon its units for the implementation of policies. In the case of a Federation, the Central Government will have its own agencies for its functions. The units will have their own agencies for their own functions."
   - **K. SANTHANAM,** "Union - State Relations in India", p.8

'கான்ஃபெடரேஷனில்' பொது அமைப்பு (மத்திய அரசு) பிராந்திய (மாநில) அரசுகளை நம்பி, அவற்றிற்குக் கட்டுப்பட்டு இருக்கும். ஆனால், 'ஃபெடரேஷன்' என்கிற கூட்டாட்சியில் பொது (மத்திய) அரசும் பிராந்திய (மாநில) அரசுகளும் ஒன்றுக்கொன்று கட்டுப்படாமல் சுதந்தரமாக இயங்குபவை.¹

ஒரு அரசு பலமாக இருக்க வேண்டுமானால் அதற்குக் கீழ்க்கண்ட நான்கு அதிகாரங்கள் மிகவும் தேவையாகும்:

1. வரி விதிக்கிற – வருவாய் பெறுகிற அதிகாரம், 2. கடன் வாங்குகிற அதிகாரம், 3. வாணிகத்தை ஒழுங்குபடுத்துகிற அதிகாரம், 4. நாட்டுப் பாதுகாப்பிற்காக இராணுவத்தை அமைத்து அதை இயக்குகிற அதிகாரம்.

அதிகாரமே இல்லாமல் செயலற்றுக் கிடந்த பதின்மூன்று அரசுகளின் பொது அமைப்பிற்கு இப்போது நான்கு அதிகாரங்களும் தரப்பட்டன.²

இத்தகைய அதிகாரங்கள் பதின்மூன்று அரசுகளின் பொது அமைப்பாக இருந்த ஆலோசனை சபைக்குக் கிடைத்ததால் அரசுகளோடு மட்டும் இருந்த தொடர்பு மாறி மக்களோடும் தொடர்பு ஏற்பட்டது. அத்தகைய 'பொது அமைப்பு' சில அதிகாரங்கள் கொண்ட மத்திய அரசாக (Central or Federal or General Government) மாறியது.

– இதுதான் உலகத்தில் முதன்முதலாகத் தோன்றிய கூட்டாட்சி

---

1. "…. In a confederation, the general Government is dependent on the regional Governments. In a federation both the Governments are independent of each other."

 - **R. COONDOO**, "The Division of Powers in the Indian Constitution", p.11

2. "Especially it (the Confederation) was weak because it lacked four things which every strong National Government must possess: ability to raise revenues, taxation, to borrow money, to regulate commerce and to provide adequately for the common defence by raising and supporting armies. And these rather, significantly, were the greatest powers given to the Congress of the United States by the new Constitution which in 1787 replaced the old American Confederation."

- **Prof. MUNRO**

முறை அரசியல் அமைப்புச் சடடத்தின் (Federal constitution) வரலாறு.

ஓர் உறுப்பு அரசு என்கிற ஒற்றையாட்சியில் (Unitary Government) அதிகாரங்கள் அனைத்தும் ஒரே ஓர் உறுப்பின் வசம் – ஒரே ஓர் அரசின் வசம் – இருக்கின்றன.

கூட்டாட்சி அமைப்பில் (Federal Government) அதிகாரங்கள் மத்திய அரசு என்கிற உறுப்பின் வசமும், மாநில அரசுகள் என்கிற உறுப்புகள் வசமும் பகிர்ந்தளிக்கப்படுகின்றன.

மத்திய அரசும், மாநில அரசுகளும் தங்கள் ஆதிக்கத்திற்கு உட்பட்டவைகளில் கூட்டாகவும், ஆனால் சுதந்தரமாகவும் இயங்கும் வகையில் அதிகாரங்களைப் பிரித்துக் கொள்ளும் முறைதான் கூட்டாட்சி முறைத் தத்துவமாகும்.[1]

– இதுதான் கூட்டாட்சி முறை அரசு (Federal Government) பற்றி இந்த நூற்றாண்டில் எழுதப்பட்ட நூல்களில் சிறந்தது என்று கருதப்படும் **வியர்** (Wheare) எழுதிய நூலில் தரப்பட்டிருக்கும் விளக்கமாகும்.

பல மலர்களின் தொகுப்பு **மாலை.**

பல அதிகாரங்களின் தொகுப்பு **அரசு.**

அந்த அதிகார மலர்கள் ஒரே சரத்தில் தொகுக்கப்பட்டிருந்தால் அது ஓர் உறுப்பு அரசு என்கிற ஒற்றையாட்சி (Unitary Government).

அது மத்திய அரசு, மாநில அரசுகள் என்று பல சரங்களாகத் தொகுக்கப்பட்டிருந்தால் அதற்குப் பெயர் கூட்டாட்சி முறை (Federalism)

ஓர் உறுப்பு (Unitary) அரசு என்கிற ஒற்றையாட்சியில் ஒரே ஓர் அரசாங்கம் அனைத்து அதிகாரங்களையும் செலுத்துகிறது.

அதற்கு அடுத்த அமைப்புகள் நகராட்சிகளும், ஊராட்சிகளும்தான்.

ஆனால் அவையனைத்தும் அதிகாரம் செலுத்துவதில் அரசாங்கத்திற்குச் சமமானவை அல்ல; இரண்டாவது தட்டாக

---

1. “By the federal principle I mean the method of dividing powers so that the general and regional Governments are each, within a sphere, co-ordinate and independent.”

- K.C. WHEARE, “Federal Government”, p.10

இருப்பவை. அதாவது அரசாங்கத்திற்குக் கீழ்ப்பட்டவை-கட்டுப்பட்டவை. அரசு நினைத்தால் ஒரு உத்தரவின் மூலம் அந்த நகராட்சிகளையும், ஊராட்சிகளையும் இல்லாமல் செய்துவிட முடியும்.

ஆனால் கூட்டாட்சி (Federal) அரசில் தனக்கெனச் சில தனியான அதிகாரங்களைக் கொண்ட மாநில அரசுகளும் இருக்கின்றன.

ஆனால் அவற்றின் நிலை என்ன?

ஒற்றையாட்சியில் இருக்கும் நகராட்சிகளைப் போலக் கூட்டாட்சியில் இருக்கும் மாநில அரசுகள் மத்திய அரசாங்கத்துக்குக் கீழே இரண்டாவது தட்டாக இருந்து அதிகாரத்தைப் பிரயோகிப்பவையா? மத்திய அரசாங்கத்திற்குக் கீழ்ப்பட்டவையா? அதற்குக் கட்டுப்பட்டவையா?

அல்லவே அல்ல.

மத்திய அரசும் மாநில அரசுகளும் தங்கள் தங்கள் அதிகாரங்களைப் பொறுத்தவரை சுதந்தரமானவை. அந்த அதிகாரங்களைப் பொறுத்தவரை ஒன்றிற்கு ஒன்று தாழ்ந்தவையும் அல்ல; கட்டுப்பட்டுக் கீழ்ப்படிந்து நடக்க வேண்டியவையுமல்ல.[1]

இதுதான் கூட்டாட்சித் தத்துவத்தின் இன்றியமையாத அம்சம்.

கூட்டாட்சி முறை பற்றி இந்திய வல்லுனராகிய திரு எம். வெங்கடரங்கையா கீழ்க்கண்டவாறு கூறுகிறார்:

மத்திய அரசும், மாநில அரசுகளும் – தங்கள் கொள்கைகளை வகுப்பதிலும், அவற்றை அமுலுக்குக் கொண்டு வருவதிலும் பரஸ்பரக் கட்டுப்பாட்டிலிருந்தும், தலையீட்டிலிருந்தும் முழுச் சுதந்தரம் பெற்று இருக்க வேண்டும். இந்தச் சுதந்தரம்தான் கூட்டாட்சித் தத்துவத்தின் ஆன்மாவாகும்.[2]

---

1. ".... neither general nor regional Government is subordinate to the other."
 - K.C. WHEARE, "Federal Government", p.12.

"...each Government should be limited to its own sphere and within that sphere, should be independent of the other.

Ibid p.14

2. "....Governments - Central and Local - must have complete freedom from mutual control and encroachment in the determination

ஆனால் பெயரளவில் கூட்டாட்சி (Federal) போலத் தோற்றமளித்து மாறுபட்ட அம்சங்கள் மலிந்து கிடக்கிற அரசியல் அமைப்புகளை 'குவாசி ஃபெடரல்' (Quasi Federal) என்று வியர் வருணிக்கிறார்.

'குவாசி ஃபெடரேஷன்' (Quasi Federation) என்னும் ஆங்கிலப் பதத்தின் பொருள் என்ன?[1]

தோற்றத்தில் ஒன்றைப்போலக் காட்சி அளித்து, ஆனால் உண்மையில் அப்படி இருக்காத ஒன்றைத்தான் அந்த ஆங்கிலப் பதம் குறிக்கிறது.

இந்த அளவுகோலை வைத்துப் பார்க்கும்போது வியர் 'இந்தியக் கூட்டாட்சி அரசியல் அமைப்பு' என்று அழைக்கப்படுவதைப் 'போலிக் கூட்டாட்சி' (Quasi Federal) என்று அழைக்கிறார்.

இதற்குக் காரணம் என்ன?

ஓர் உறுப்பு அரசு என்கிற ஒற்றையாட்சியில் காணப்படும் கூறுகள் நமது அரசியல் அமைப்புச் சட்டத்தில் மிகுந்து காணப்படுகின்றன.

எனவேதான் சில அரசியல் வித்தகர்கள் நமது அரசியல் அமைப்புச் சட்டத்தை ஓர் உண்மையான கூட்டாட்சி அரசாக மதிக்க மறுக்கின்றனர். 'ஓர் உறுப்பு அம்சங்கள் மிகுந்து காணப்படும் கூட்டாட்சி அரசியல் அமைப்புச் சட்டம்' என்றும், 'மத்திய அரசில் அதிகாரக் குவிப்பைக் கொண்டிருக்கும் கூட்டாட்சி முறை அரசியல் அமைப்புச் சட்டம்' என்றும் சிலர் வருணிக்கின்றனர்.

இத்தகைய பின்னணியில் நமது கோரிக்கை இதுதான்:

---

of their policies and the way in which they are exercised. It is this freedom that is the soul of federalism.

- **M. VENKATARANGAIYA,** "Federalism in Government", p.17.

1. ".... in the expression 'Quasi-Federation' the word `quasi` hints at a deviation from the federal principle without indicating what kind of special position a particular quasi-federation occupies between a unitary State and a federation proper."

- **C.H. ALEXANDROWICZ.**

"Constitutional Developments in India", p.159

இந்திய அரசியல் அமைப்புச் சட்டத்தில் அதிகாரக் குவியல் மத்திய அரசில் மிகுந்து கிடக்கிறது.

பல நேரங்களில் இந்தியக் கூட்டாட்சி ஓர் உறுப்பு அரசுபோல் நடந்து கொள்ளும் நிலைமை இருக்கிறது.

எனவே அதிகாரப் பங்கீடு மறுபரிசீலனை செய்யப்பட வேண்டும்.

மத்திய அரசு மாநில அரசுகளுக்கு எஜமானர் அன்று, ஒவ்வொன்றின் அதிகார எல்லைக்கும், வரம்பிற்கும் உட்பட்டு மத்திய அரசும் மாநில அரசுகளும் செயல்படும் சுதந்தரம் பெற்றவையாக இருக்க வேண்டும்.

மொத்தத்தில் – உண்மையான கூட்டாட்சி முறைத் தத்துவம் நமது நாட்டில் மலர வேண்டும். ●

3. கூட்டாட்சியும், மாநில சுயாட்சியும்

> "நாட்டு மக்களுடைய விசுவாசத்தை யார் பெறுவது என்பதற்காக நாட்டு ஒற்றுமையும், மாநில சுயாட்சியும் போட்டி போடுவதாகக் கருதப்படவே கூடாது. ஏனெனில், கனடாவில் அவை கூட்டாட்சி முறை என்பதன் இரண்டு முகங்களே ஆகும். நாட்டு ஒற்றுமை மாநில சுயாட்சியின் அடிப்படையில் நிறுவப்பட வேண்டும்."
>
> – *மத்திய - மாகாண உறவு பற்றிய ராயல் கமிஷன் அறிக்கை, கனடா.*
>
> "National Unity and Provincial Autonomy must not be thought of as competitors for the citizens allegiance, for in Canada at least, they are but two facets of the same thing - the same federal system. National Unity must be based on Provincial Autonomy."
>
> - Report of the Royal Commission on Dominion-Provinces in Canada.

கூட்டாட்சி முறைத் தத்துவத்தோடு பிரிக்க முடியாமல் பின்னிப் பிணைந்து கிடப்பதுதான் சுயாட்சித் தத்துவமாகும்.

கூட்டாட்சி முறைத் தத்துவம் (Federal Principle) ஒரு நாணயத்தின் ஒரு பக்கம் என்றால், இன்னொரு பக்கம்தான் சுயாட்சித் தத்துவம் (Autonomy Principle) ஆகும்.

கூட்டாட்சி என்றால் ஒரே ஒரு மத்திய அரசு இருக்கும். பல மாநில அரசுகள் இருக்கும். அந்த மத்திய அரசும் மாநில அரசுகளும் சுயேச்சையாக இயங்குபவை.

அதாவது மத்திய அரசுக்கு உட்பட்ட அதிகாரங்களில் மாநில அரசு தலையிட உரிமையில்லை. மாநில அரசுகளுக்குட்பட்ட

அதிகாரங்களில் மத்திய அரசு தலையிடக் கூடாது.

– இப்படித் தலையீடு இல்லாமல் சுயமாக ஆட்சி செய்வதற்குப் பெயர்தான் சுயாட்சி (Autonomy).

– இதுதான் கூட்டாட்சித் தத்துவத்தின் இரண்டாவது முக்கிய குணாதிசயம்.

ஒரு இயந்திரம் தானாக இயங்கினால் அதை 'ஆட்டோமாட்டிக்' (Automatic) என்கிறோம்.

கார் தானாக – மாடோ குதிரையோ இழுக்காமல் இயங்குகிறது. அதனால்தான் அதை 'ஆட்டோமொபைல்' (Automobile) என்று அழைக்கிறோம்.

Auto என்றால் தானாகச் செயல்படுவது என்பது பொருள். Mobile என்றால் நகர்வதற்குப் பொருள். கார் தானாக நகரும் சக்தி பெற்றிருப்பதால் அதற்கு 'ஆட்டோமொபைல்' என்ற பெயர் வந்தது.

தலையீடு அல்லது குறுக்கீடு இல்லாமல் தானாக – சுயமாக நடைபெறும் ஆட்சியைத்தான் தன்னாட்சி அல்லது சுயாட்சி (Autonomy) என்கிற பதத்தால் குறிக்கிறோம்.

தன்னாட்சி என்பதால் அது தனி ஆட்சி (Independence) ஆகிவிடாது.

சுயாட்சி என்பதால் அது சுதந்தர ஆட்சி (Independence) ஆகிவிடாது.

சுய(ம்) என்பது வடமொழியாதலால் பலர் சுயாட்சியைத் தன்னாட்சி என்று தமிழில் குறிக்கின்றனர்.

– மாநில அரசுக்கு எத்தகைய சுயாட்சி அல்லது சுதந்தரம் இருக்க வேண்டும்?

தங்களுக்குட்பட்ட அதிகாரங்களில் கொள்கைகளை வகுப்பதிலும், அவற்றைச் செயல்படுத்துவதிலும் கட்டுப்பாடும் (Control) குறுக்கீடும் (Encroachment) இல்லாத சுதந்தரம் (Freedom) இருக்க வேண்டும்.

– இதுதான் திரு.வெங்கட்ரங்கையா கருத்து. (இதை முன் அத்தியாயத்திலேயே குறிப்பிட்டிருக்கிறோம்.)

இதையே ஃபிரிமேன் (Freeman) என்கிற பேராசிரியர் வேறு விதமாகக் குறிப்பிடுகிறார்.

மாநிலங்களுக்கு இருக்கிற சுதந்தரத்தின் அளவு நகராட்சிகளுக்கு

இருக்கிற சுதந்தரத்தைவிட அதிகம் என்று நியாயமாகச் சொல்லக்கூடிய நிலையில் இருக்க வேண்டும் என்று குறிப்பிடுகிறார்.[1]

இதையே அவர் மேலும் விளக்குகிறார்:

"கூட்டாட்சி அமைப்பதற்கு இரண்டு தேவைகள் அவசியமாகின்றன, முதலாவதாகத் தங்கள் சம்பந்தப்பட்ட விவகாரங்கள் என்று இருப்பவைகளைக் கவனிப்பதற்கு மாநில அரசுகள் சுதந்தரம் பெற்றவைகளாக இருக்க வேண்டும். இரண்டாவதாக எல்லா மாநிலங்களுக்கும் சம்பந்தப்பட்ட பொதுவான விவகாரங்கள் என்று இருப்பவைகளில் அவை மத்திய அரசுக்குக் கட்டுப்பட்டு இருக்க வேண்டும்."[2]

'சுயாட்சி' என்கிற சுலோகத்தை வழக்கத்திற்குக் கொண்டு வந்தது காங்கிரஸ் கட்சிதான்.

சுதந்தரத்திற்கு முன்பு நாடு மாகாணங்களாக (Province) பிரிக்கப்பட்டிருந்தது. அதனால் அப்போது அவர்கள் 'மாகாண சுயாட்சி' (Provincial Autonomy) கேட்டார்கள். சுதந்தரத்திற்குப் பிறகு மாகாணங்களுக்கு மாநிலங்கள் (States) என்று பெயர் தரப்பட்டிருக்கிறது.

அப்போது 'மாகாண சுயாட்சி' என்பதன் மூலம் காங்கிரஸ் கட்சி என்னென்ன கோரிக்கைகளை எழுப்பியதோ அவற்றையேதான் இப்போது 'மாநில சுயாட்சி (State Autonomy) என்னும் பெயரால் குறிக்கிறோம்.

எனவே அந்தக் காலத்தில் 'மாகாண சுயாட்சி' என்று எதை அழைத்தார்கள் என்று பார்ப்போம்.

---

1. "... where the degree of independence possessed by each member surpasses anything which can fairly come under the head of merely municipal freedom."
   - FREEMAN, "History of Federal Government", Vol.1, p.3

2. "Two requisites seem necessary to constitute a Federal Government. On the one hand, each of the members of the Union must be wholly independent in those matters which concern each member only. On the other hand, all must be subject to a common power in those matters which concern the whole body of members collectively."
   - FREEMAN, Ibid, pp.2-3

திருவாளர்கள் சி.ஒய்.சிந்தாமணியும், எம்.ஆர்.மசானியும் 1940ஆம் ஆண்டு வெளியிட்ட தமது நூலில் இப்படிக் குறிப்பிடுகிறார்கள்:

"மக்களிடையே செல்வாக்குப் பெற்றிருந்த கருத்தின்படி மாகாண சுயாட்சி இரண்டு அம்சங்களைக் கொண்டிருந்தது: (அ) வெளியார் கட்டுப்பாடும், குறுக்கீடும் இல்லாத சுதந்தரம், (ஆ) மக்களால் தேர்ந்தெடுக்கப்பட்ட சட்ட சபைக்குப் பொறுப்பான ஒரு அரசு."[1]

(அ) வில் உள்ள வெளியார் என்பது அப்போதைய கவர்னரையும், மத்திய அரசையும், டில்லியில் சர்வ வல்லமையுடன் அதிகாரங்களைக் குவித்து வைத்துக்கொண்டு கொலுவீற்றிருந்த வைசிராயையும் குறிக்கும்.

மாகாண விவகாரங்களில் மத்திய அரசோ, வைசிராயோ அல்லது அவர்களது பிரதிநிதியாக இருந்த கவர்னரோ தலையிடக்கூடாது.

அப்படியானால் மாகாண அரசு யாருக்கும் கட்டுப்படாததாக இருக்க வேண்டுமா? அங்கே காட்டுராஜா தர்பார் நடக்க அனுமதித்து விடுவதா?

அல்ல, அல்ல.

மாகாண அரசு அந்த மாகாண மக்களுக்கு முற்றிலும் கட்டுப்பட்டதாக இருக்க வேண்டும்.[2]

---

1. "In the popular mind, Provincial Autonomy has two ingredients: (a) freedom from outside control or interference: (b) a government responsible to a popularly elected legislature."
   - **C.Y. CHINTAMANI** and **M.R. MASANI**, "India's Constitution at Work", p.15.

2. "If, on the one side, the governmental machinery of a Province must be independent of any extra-Provincial control, it must, on the other hand, be controlled by the people of the Province. Otherwise, the Province would face either an individual's absolutism or a bureaucratic despotism as was the case in India during the downfall of the Mughals or in the pre-1833 British India."
   - **P.N. MASALDAN,** "Evolution of Provincial Autonomy in India, 1858 to 1950", p.53

– இதுதான் 'மாகாண சுயாட்சி' என்பதன் மூலம் அப்போது நிலவி வந்த காங்கிரஸ் கட்சியால் ஒப்புக்கொள்ளப்பட்ட கொள்கையாகும்.

இதில் இரண்டு கொள்கைகள் அடங்கியிருக்கின்றன.

1. மத்திய அரசின் தலையீடு மாகாண விவகாரங்களில் இருக்கக் கூடாது என்பது கூட்டாட்சிக் கொள்கை.

2. அந்த மாகாண அரசு மாகாண மக்களுக்குக் கட்டுப்பட்டதாக இருக்க வேண்டும் என்பது – வயது வந்தோருக்கு வாக்குரிமை என்கிற முறையில் தேர்தல் நடத்தி அதன் மூலம் மக்களது பிரதிநிதிகள் அடங்கிய சட்டசபைக்கு அந்த மாகாண அரசு முற்றிலும் கட்டுப்பட்டதாக இருக்க வேண்டும் – என்பதைக் குறிக்கும். இது பாராளுமன்ற ஜனநாயகக் கொள்கை (Parliamentary Democracy) யாகும்.

– இதுதான் அப்போது காங்கிரஸ் ஒப்புக்கொண்ட மாகாண 'சுயாட்சி'.

இப்போது மாகாணங்கள் கிடையாது; மாநிலங்கள்தான் இருக்கின்றன.

இப்போது இரண்டாவதாகக் குறிப்பிடப்பட்ட பாராளுமன்ற ஜனநாயக முறை அமுலில் இருக்கிறது. ஆனால், முதலாவதாகச் சொன்ன மத்திய அரசின் தலையீடு கூடாது என்ற கூட்டாட்சிக் கொள்கை திருப்தியளிக்கும் வகையில் செவ்வனே அமுல்படுத்தப்படவில்லை.

இதுதான் அப்போதைய மாகாண சுயாட்சிக்கும், நாம் கேட்கும் மாநில சுயாட்சிக்கும் உள்ள வித்தியாசமாகும்.

மாநில சுயாட்சியும் நாட்டு ஒற்றுமையும்

எப்படி கூட்டாட்சிக் கொள்கையும், மாநில சுயாட்சிக் கொள்கையும் ஒரு நாணயத்தின் இரு பக்கங்களோ, அதைப்போலவே, மாநில சுயாட்சிக் கொள்கையும், நாட்டு ஒற்றுமையும் ஒன்றுக்கொன்று இணைந்து நிற்பவையே தவிர முரண்பாடு கொண்டவையல்ல என்பதையும் நாம் தெளிவுபடுத்த வேண்டியவர்களாக இருக்கிறோம்.

இதையேதான் கனடா நாட்டு மத்திய – மாநில உறவுகள் பற்றி அமைக்கப்பட்ட 'ராயல் கமிஷன் அறிக்கை' அழுத்தம் திருத்தமாகக் கூறுகிறது:

"நாட்டு மக்களுடைய விசுவாசத்தை யார் பெறுவது என்பதற்காக நாட்டு ஒற்றுமையும், மாநில சுயாட்சியும் போட்டி போடுவதாகக் கருதப்படவே கூடாது. ஏனெனில், கனடாவில் அவை (நாட்டு ஒற்றுமையும், மாநில சுயாட்சியும்) கூட்டாட்சி முறை என்பதன் இரண்டு முகங்களே ஆகும். நாட்டு ஒற்றுமை மாநில சுயாட்சியின் அடிப்படையில் நிறுவப்பட வேண்டும்."[1]

– இதிலே வரும் கனடா என்கிற சொற்களை நீக்கிவிட்டு மீதியுள்ள வாக்கியங்களை அப்படியே இந்தியாவிற்கும் பொருந்தும் விதத்தில் 1947ஆம் ஆண்டு இந்திய அரசியல் நிர்ணய சபையில் திரு. ஜி.எல்.மேத்தா (G.L. Metha) மேற்கோள் காட்டியிருக்கிறார்.[2]

---

1. "National Unity and Provincial Autonomy must not be thought of as competitors for the citizens allegiance, for in Canada atleast they are but two facets of the same thing - the same federal system. National Unity must be based on Provincial Autonomy."
 - Report of the Royal Commission on Dominion - Provinces in Canada.
2. Constituent Assembly Debates (Hereafter referred to as C.A.D) Vol. V, p. 84.

4. அதிகாரத்தைப் பரவலாக்குவதும், கூட்டாட்சி முறையும்
(DECENTRALIZATION AND FEDERALISM)

> "பொதுவாகக் கூறப் போனால் நிர்வாகக் காரணங்கள் முக்கியமானவையாகத் தலைதூக்கி நிற்கும்போது அதிகாரத்தைப் பரவலாக்குவது தேவைப்படுகிறது என்றும், சமுதாயக் காரணங்கள் கூட்டாட்சி முறையை நிர்ப்பந்தப்படுத்துகின்றன என்றும் சொல்லலாம்."
>
> – கார்ல் ஃபிரீட்ரிச்
>
> "Generally speaking, it can be said that decentralization is indicated where functional considerations are of primary importance whereas communal preoccupation demands a federal system."
>
> - CARL J. FRIEDRICH, "Trends of Federalism in Theory and Practice", pp.6-7

அதிகாரத்தை ஏன் பரவலாக்க வேண்டும்?

அந்த அதிகாரம் ஒரு இடத்தில் குவித்து வைக்கப்பட்டிருப்பதால்!

அதிகாரத்தைப் பரவலாக்க வேண்டும் என்று சொல்கிறபோது அதிகாரம் ஒரு இடத்தில் குவிந்து கிடக்கிறது என்பதை ஒப்புக் கொண்டவர்களாக ஆகிறோம்.

அதிகாரத்தைப் பல முறைகளில் பரவலாக்கலாம்.

மத்திய அரசு

மாநில அரசுகள்

– என்று பிராந்திய அடிப்படையில் அதிகாரங்களைப் பங்கீடு செய்வதுதான் கூட்டாட்சி முறை.

– இது அதிகாரங்களைப் பரவலாக்கும் பல விதங்களில் ஒரு விதம்தான்; ஆனால் இது சாதாரண அதிகாரப் பரவலைவிட அதிகமான தனித்தன்மை பெற்றதாகும்.[1]

உதாரணமாக, ஓர் உறுப்பு அரசு என்கிற ஒற்றையாட்சியில் அரசாங்கப் பொறுப்புகளின் சுமை தாங்க முடியாமல் **நிர்வாக வசதி** காரணமாக அந்தப் பளுவைக் கீழ்மட்டத்திற்குப் பிரித்துக் கொடுப்பதற்குப் பெயரும் 'அதிகாரத்தைப் பரவலாக்குதல்' (Decentralization) என்பதுதான்.

ஓர் உறுப்பு (Unitary) அரசு தனது மாவட்ட ஆட்சியாளர்களுக்கு அதிக அதிகாரங்களைக் கொடுத்து, அதிகாரத்தைப் பரவலாக்கி வைத்திருக்க முடியும். அப்படி மாவட்ட ஆட்சித்தலைவருக்குத் தரப்பட்டிருக்கிற அதிகாரங்கள் சில கூட்டாட்சியில் ஒரு மாநில முதலமைச்சருக்குள்ள அதிகாரங்களைவிட அதிகமாகக் கூட இருக்க முடியும். அப்படி அதிகாரங்களைப் பரவலாக்கி வைத்திருக்கிற ஒற்றையாட்சிதான் இங்கிலாந்து என்று ஃபிரீட்ரிச் உதாரணம் காட்டுகிறார்.[2]

– இப்படி அதிகாரங்கள் அதிகமாக இருக்கிற காரணத்தால் அந்த ஆட்சிமுறை கூட்டாட்சி முறையாகிவிடாது.

பொதுவாக, நிர்வாக வசதி காரணமாக அதிகாரங்களைக் கீழ்மட்டத்தில் பகிர்ந்து கொள்வதைத்தான் 'அதிகாரத்தைப் பரவலாக்குதல்' (Decentralization) என்று குறிப்பிடுகிறார்கள். பின்னர் வேறு ஒரு சந்தர்ப்பத்தில் அதே நிர்வாக வசதி காரணமாகக் கீழ்மட்டத்திற்குத் தரப்பட்டிருக்கிற அதிகாரங்களை மேல் மட்டம் பறித்துக் கொள்ளவும் கூடும். அதை ஒரு சாதாரண உத்தரவின் மூலம் (Administrative Order) நிறைவேற்றிவிட முடியும்.

ஆனால், இனம்-மொழி-கலாச்சாரம்-பொருளாதாரம்-வாழ்க்கைத் துறை ஆகியவை காரணமாகத் தனித்தன்மை பெற்றிருக்கிற மாநிலங்கள் மத்திய அரசு என்கிற ஒரே இடத்தில் குவிந்து கிடக்கிற அதிகாரங்களைப் பங்கிட்டுக் கொள்வதுதான்

---

1. "Federalism can be viewed as little more than a particular form of decentralization."
   - CARL J. FRIEDRICH, "Trends of Federalism in Theory and Practice", p.4.
2. "..... a unitary Government may be decentralized, as it is in England and was in Prussia."
   - CARL J. FRIEDRICH, Ibid, p.5.

கூட்டாட்சி முறை (Federalism).

எனவே கூட்டாட்சி முறை என்பது அதிகாரத்தைப் பரவலாக்குவதைவிடத் தனித்தன்மை பெற்றதாகும். வெறும் அதிகாரப் பரவல் மட்டும் கூட்டாட்சி ஆகிவிடாது.

நாடு பல பிராந்தியங்களாக – மாநிலங்களாகப் பிரிக்கப்பட்டிருக்க வேண்டும். அப்படிப்பட்ட அரசுகள்தான் கூட்டாட்சி அரசு என்று அழைக்கப்படுகின்றன. பிராந்திய அடிப்படையில் உருவாக்கப்படாத அரசுகள் கூட்டாட்சி என்கிற பெயரைப் பெற முடியாது.[1]

அதிகாரத்தைப் பரவலாக்கி வைத்திருக்கும் ஓர் உறுப்பு அரசு என்கிற ஒற்றையாட்சிக்கு ஃபிரீட்ரிச் இங்கிலாந்தை உதாரணமாகக் காட்டுகிறார்.

இப்போது விளக்கத்திற்காக ஸ்காட்லண்ட் எப்படி இங்கிலாந்தோடு இணைந்தது என்று பார்ப்போம்.

இணைப்பிற்கு முன்பு ஸ்காட்லண்டில் தனி அரசு இருந்தது; தனி நாடாளுமன்றம் இருந்தது.

இரு பகுதி மக்களும் மதத்தால் வேறுபட்டவர்கள்; சட்டமுறைகள் (Civil Law)கூட மாறுபட்டுத்தான் இருந்தன.

இருந்தாலும் அந்த இரு பகுதிகளும் இணைந்தபோது ஸ்காட்லண்ட் தனது நாடாளுமன்றம் நீடிக்க வேண்டும் என்று கோரவில்லை.

அதற்குக் காரணம் என்ன தெரியுமா?

அந்த நேரம் அமெரிக்கா போன்ற வெற்றிகரமான கூட்டாட்சி முறை அமுலில் இல்லாததால், இலண்டனில் ஒரு மத்திய அரசு – ஸ்காட்லண்டிற்கென்று ஒரு மாநில அரசு – என்று ஒரு கூட்டாட்சியாகச் செயல்பட முடியும் என்பது அவர்களுக்குத் தெரியவில்லை.[2] எனவே அவர்கள் பின்பற்றுவதற்கு ஒரு முன்

---

1. "No government has ever been called federal that has been organised on any but the territorial basis; when organized on any other it has gone by another name."
- **WILLIAM S. LIVINGSTON**, "Federalism and Constitutional change", pp.2-3

2. "No example of federal government, as we understand it, was in existence when the plan for the Union of England and Scotland was being discussed."
"England and Scotland had no model of federal government

மாதிரி இல்லாமல் போய்விட்டது.

அதனால்தான் தங்களது உயிரனைய தேவைகளான மாதாகோவில் (Church) நிர்வாகம், தனி நபர் சட்டம் (Private Law), காலாகாலமாக இருந்து வரும் நீதிமன்ற அமைப்பு (Judicial System) – ஆகியவற்றில் மட்டும் இங்கிலாந்து தலையிடாது என்கிற குறைந்த சுயாட்சி உத்தரவாதத்தைப் பெற்றுக்கொண்டு அவர்கள் இங்கிலாந்தோடு ஒற்றையாட்சியில் இரண்டறக் கலந்து இணைந்தனர்.

ஆனால் ஸ்காட்லண்ட் மக்களுக்குக் காலப்போக்கில் சுயாட்சித் தேவை அதிகமாகிவிட்டது. இப்போது அவர்கள் அதிக உரிமைகளுக்காகப் போராடிக் கொண்டிருக்கிறார்கள். பிரிவினை கோருவோரும் அங்கு உண்டு.

இப்போது ஸ்காட்லண்டிற்கும் சேர்த்து பிரிட்டிஷ் நாடாளுமன்றம்தான் சட்டம் இயற்றுகிறது. ஆனால், ஸ்காட்லண்ட் சம்பந்தப்பட்ட சட்டங்களைப் பொறுத்தவரை அப்பகுதியிலிருந்து தேர்ந்தெடுக்கப்பட்ட எல்லா நாடாளுமன்ற உறுப்பினர்களும் ஒரு 'நிலைக்குழுவாக' (Standing Committee) இருந்து அந்தச் சட்டங்களைப் பரிசீலனை செய்கிறார்கள்.

1939இல் ஸ்காட்லண்டின் தலைமைச் செயலகம் இலண்டனிலிருந்து ஸ்காட்லண்டிற்கே மாற்றப்பட்டிருக்கிறது.

– இது அதிகாரங்கள் பரவலாக்கப்பட்ட ஒற்றையாட்சிக்கு உதாரணம்.

1928ஆம் ஆண்டிலேயே சர்.பி.எஸ்.சிவசாமி அய்யர் இந்தியாவிற்குக் கூட்டாட்சி அரசு (Federal Government) வேண்டாம்; அதிகாரத்தைப் பரவலாக்கி ஓர் உறுப்பு அரசு அமைக்கலாம் (Extensive measure of decentralization within a Unitary Government) என்று கேட்டார்.

– சர் சிவசாமி அய்யர் கூற்றிலிருந்து கூட்டாட்சித் தத்துவம் வேறு, அதிகாரங்களைப் பரவலாக்குவது வேறு – என்பதைப் புரிந்து கொள்ளலாம்.

ஆனால், ஸ்காட்லண்ட் தனி மாநிலமாக்கப்பட்டு, அதற்கு தனிச் சட்டசபை அமைக்கப்பட்டு, அதற்குத் தனி அதிகாரங்கள்

---

before them; they had nothing to imitate."

- K.C. WHEARE, "Federal Government", p.43.

கொடுக்கப்பட்டுவிட்டால் பிரிட்டன், அமெரிக்கா போல ஒரு கூட்டாட்சியாகிவிடும்.

ஒரு தலைப்பில் இருக்கிற அதிகாரங்களைக் கீழ்மட்டங்களுக்கும் பரப்பி வைப்பதற்குப் பெயர் 'அதிகாரத்தைப் பரவலாக்குதல்'.

அதிகாரங்களை இரண்டு தலைப்புகளில் பிரித்து, அப்படிப் பிரித்துக் கொடுக்கப்பட்ட அதிகாரங்களில் குறுக்கீடும் தலையீடும் இல்லாத சுதந்தரம் கொடுப்பதற்குப் பெயர்தான் சுயாட்சி.

கூட்டாட்சி முறையின் கீழ் மாநிலங்களுக்குத் தரப்பட்ட அதிகாரங்களை மத்திய அரசு சுலபத்தில் பறித்துக் கொள்ளமுடியாது.

கூட்டாட்சியில் இன்னின்ன அதிகாரங்கள் மாநிலங்களுக்கு – என்று அரசியல் சட்டத்திலேயே எழுதி வைக்கப்பட்டிருக்கும்.

ஒரு சாதாரண நிர்வாக உத்தரவின் மூலம் (Administrative Order) அந்த அதிகாரப் பங்கீட்டை மாற்ற முடியாது. அதற்கு அரசியல் சட்டத்தையே திருத்த வேண்டும்.

அதுபோல, தங்களுக்குள்ள அதிகாரங்களைப் பயன்படுத்தவும், பொதுவான கொள்கைகளை வகுக்கவும் மாநிலங்களுக்கு ஒரு சட்டசபை இருக்கும். அதிலே மாநில மக்களுக்குப் பிரதிநிதித்துவம் இருக்கும். அரசியல் அமைப்புச் சட்டத்தை அந்த மாநிலச் சட்டமன்றங்களின் சம்மதத்தைக் கேட்காமல் திருத்தவும் முடியாது.

ஒரு அரசு கூட்டாட்சி அரசா அல்லது அதிகாரங்கள் பரவலாக்கப்பட்ட ஒற்றையாட்சியா என்று அளந்து பார்க்க இவையே அளவுகோல் என்று பேராசிரியர் ஃபிரீட்ரிச் குறிப்பிடுகிறார்.[1]

அத்தகைய மாநில சுயாட்சிதான் கூட்டாட்சி முறையின் ஜீவநாடி என்றும், அதிகாரத்தைப் பரவலாக்குவது மட்டும் கூட்டாட்சி முறையின் ஜீவநாடியாகிவிடாது என்றும் திரு. எஸ்.பி.அய்யர் குறிப்பிடுகிறார்.[2]

---

1. "Effective separate representation of the component units for the purpose of participating in legislation and the shaping of public policy, and, more especially, effective separate representation in the amending of the Constitutional charter itself may be said to provide reasonably precise criteria for a federal as contrasted with a merely decentralized order of Government."
- **CARL J. FRIEDRICH**, "Trends of Federalism in Theory and Practice", p.6

2. "Decentralization is not the essence of federalism. It can also be had in a Unitary State. In fact, in a Unitary State, it is even possible

ஆனால் இப்போது இந்தியாவில் 'அதிகாரத்தைப் பரவலாக்குவது' என்கிற பதத்தைப் பொதுப்படையாகப் பயன்படுத்துகிறார்கள்.

கிராமப் பஞ்சாயத்து, பஞ்சாயத்து ஒன்றியம் அல்லது ஜில்லா போர்டு.

அது போல –

நகராட்சி அல்லது மாநகராட்சி

மாநில அரசு

மத்திய அரசு

– இப்படிப் பல தலைப்புகளில் ஒரு நாட்டின் அதிகாரங்கள் பிரயோகிக்கப்படுகின்றன.

கூட்டாட்சி முறை மத்திய அரசு, மாநில அரசுகள் என்ற இரு தலைப்புகளில் அதிகாரங்களைப் பரவலாக்குகிறது.[1]

மத்திய அரசில் குவிந்து கிடக்கும் அதிகாரங்கள் மாநிலங்களோடு நின்றுவிடாமல் கீழே இருக்கும் கிராமப் பஞ்சாயத்துகள் வரை பரவலாக்கப்பட வேண்டும் என்பதுதான் காந்தியார் கொள்கை.

"அதிகாரத்தின் மையம் இப்போது புதுடில்லி அல்லது கல்கத்தா, பம்பாய் போன்ற பெருநகரங்களில் இருக்கிறது. அது (அந்த அதிகாரம்) இந்தியாவில் உள்ள எழுநூறாயிரம் கிராமங்களுக்கும் விநியோகிக்கப்பட வேண்டும்.[2]

– என்று காந்தியார் கூறினார்.

---

to give greater powers to the local units than to the States in a federation. What makes a Government federal is the autonomy of States."
  - **S.P. AIYAR,** "Federalism and Social Change", p.101

1. மேற்கு ஜெர்மனி, இத்தாலி போன்ற நாடுகளின் அரசியல் சட்டங்களில் நகராட்சியின் அதிகாரங்கள்கூட வரையறுக்கப் பட்டிருக்கின்றன.

2. "The Centre of power is in New Delhi or in Calcutta and Bombay, in the big cities. I would have it distributed among the seven hundred thousand villages in India."
  - **M.K.GANDHI,** Quoted in "Panchayat Raj as the Basis of Indian Polity."

இந்தக் கருத்தின் அடிப்படையில்தான் நமது கோரிக்கை பிறந்திருக்கிறது.

'அப்படியானால் ஏன் இப்போதே நகராட்சிகளுக்கும், பஞ் சாயத்துகளுக்கும் அதிக அதிகாரங்களைத் தரக்கூடாது?' – என்று கேட்கலாம்.

இது ஒன்றும் கடினமான காரியமன்று.

சட்டமன்றத்தில் ஒரு தீர்மானம் நிறைவேற்றினால் போதும்; தமிழக அரசின் பல அதிகாரங்களைப் பஞ்சாயத்துகளுக்கும் நகராட்சிகளுக்கும் தந்துவிட முடியும்.

ஆனால், பிறகு மாநில அரசுக்கென்று எந்தவித அதிகாரங்களும் இராமல் போகும்.

அதனால்தான் சட்டமன்றத்தில் இப்படியொரு கேள்விக்குப் பதில் அளிக்கும்போது, "சட்டியில் இருந்தால்தானே அகப்பையில் வரும்? சட்டி நிரம்பும்போது அந்தப் பிரச்சினை கவனிக்கப்படும்" என்று தமிழக முதல்வர் கலைஞர் பதில் கூறினார்.

அதிகாரங்களைப் பரவலாக்குகிற தருணம் வரும்போது அதைக் கிராமப் பஞ்சாயத்துகள் வரை பகிர்ந்தளிக்க நாம் தயார்தான்!

அதிகாரத்தைப் பரவலாக்குவதற்கு – காந்தியார் கூறிய இவ்வளவு விரிந்த பொருளும் உண்டு.

அதிகாரத்தைப் பரவலாக்குவதற்கும் கூட்டாட்சி முறைக்கும் உள்ள வித்தியாசத்தை ஓர் உதாரணத்தின் மூலம் ஆராய்வோம்:

மத்திய அரசிடம் வருமான வரி விதிக்கவும், வசூலிக்கவுமான அதிகாரம் இருக்கிறது.

இந்த அதிகாரத்தை டில்லியில் இருந்தபடியே பிரயோகிக்க முடியுமா?

சிறிய நிலப்பரப்பாக இருந்தால் முடியும். இந்தியா போன்ற ஒரு துணைக்கண்டத்தில் டில்லியில் இருந்துகொண்டு இந்த அதிகாரத்தைப் பிரயோகிக்க முடியாது.

டில்லியில் இருக்கிற மத்திய நிதி அமைச்சர் இவ்வளவு வருமானத்திற்கு இவ்வளவு வரி என்று விதிக்கிறார்.

சென்னையிலே ஒரு வருமான வரி அதிகாரி இருக்கிறார். ஒரு குறிப்பிட்ட வரம்பிற்குட்பட்டு வரி விவகாரங்களைப் பைசல் செய்யும் அதிகாரம் அவருக்கு வழங்கப்பட்டிருக்கிறது.

–இது அதிகாரத்தைப் பரவலாக்கி வைத்திருப்பதற்கு உதாரணம்.

முற்றிலும் நிர்வாக வசதிக்காக இது செய்யப்பட்டிருக்கிறது.

ஆனால் அதே நேரம் டில்லியில் இருப்பவர்கள் சென்னையில் இருப்பவர்களை மேற்பார்வை செய்யும் அதிகாரத்தைப் பெற்றிருக்கிறார்கள். இந்த மேற்பார்வை செய்யும் அதிகாரம் இங்கே தொக்கி நிற்கிறது.

நாளை விஞ்ஞான வசதிகள் முன்னேறி 'கம்ப்யூட்டர்' (Computer) மூலம் ஓர் இடத்தில் வருமானவரிக் கணக்குப் பார்ப்பது சுலபம் என்று ஆகிவிட்டால் சென்னை அதிகாரியின் வரம்பைக் கூட நிர்வாக வசதிக்காக டில்லி மாற்றியமைத்து, வருமான வரிக் கணக்குகளை வாங்கி டில்லிக்கு அனுப்பும் தபால்காரர் உத்தியோகத்தை இங்குள்ள வருமான வரி அதிகாரிகளுக்குத் தந்துவிட முடியும். இதற்கு அரசியல் சட்டத்தைத் திருத்தவேண்டியதில்லை. ஒரு நிர்வாக உத்தரவின் மூலம் (Administrative Order) இந்த வேலையைச் செய்துவிட முடியும்.

– இவையனைத்தும் அடங்கியதுதான் 'அதிகாரத்தைப் பரவலாக்குதல்!'

– "வருமான வரி நாடெங்கிலும் உள்ளவர்களைப் பற்றியது; ஆகையால் மத்திய அரசு இவ்வளவு வருமானத்திற்கு இவ்வளவு வரி என்று நிர்ணயம் செய்கிற அதிகாரத்தை மட்டும் பெற்றிருக்கடடும்.

"அந்த வருமானத்தைக் கணக்கிட்டு வரியை விதித்து, அதை வசூலிக்கிற அதிகாரத்தை மாநிலங்களுக்குக் கொடுத்துவிடட்டும்."

– இப்படிக் கேட்பதும், அதன்படி அரசியல் சட்டத்தில் வகை செய்வதும் கூட்டாட்சி முறையின்பாற்பட்டதாகும்!

அரசியல் சட்டத்தில் இந்த அதிகாரப் பங்கீடு எழுத்துபூர்வமாக அமைந்தால் அது ஒரு குறிப்பிட்ட நிரந்தரத் தன்மையைப் பெற்றுவிட முடியும்.

ஆம்; இதுவும் பரவலாக்குதல் (Decentralization)தான்! ஆனால், இந்தக் கோரிக்கை நிறைவேற்றப்பட்டால் இதை கூட்டாட்சி முறைப்படி அதிகாரம் பரவலாக்கப்பட்டிருக்கிறது என்று சொல்லலாம்!

இன்னொரு உதாரணத்தை எடுத்துக் கொள்ளுவோம்.

கல்வி ஒரு வரம்பிற்கு உட்பட்டு மாநிலங்களின் அதிகாரத்தில் இருக்கிறது.

மத்திய அரசு இதை ஏன் வைத்துக் கொள்ளவில்லை?

நிர்வாகக் கஷ்டம் மட்டும் இதற்குக் காரணம் அன்று.

ஒவ்வொரு மாநிலத்திலும் ஒரு குறிப்பிட்ட இனம், மொழி, கலாச்சாரம், வரலாறு கொண்ட மக்கள் வாழ்கிறார்கள்.

இவர்கள் அத்தனை பேருக்குமாகச் சேர்ந்து மத்திய அரசு கல்வியைப் பரிபாலிகக முடியாது.

மாநிலத்து அரசுதான் தனது கலாச்சார – சமுதாயச் சூழ்நிலைக்கு ஏற்ப கல்வியை நிர்வகிக்க முடியும்.

எனவே, கல்வியைப் பரிபாலிக்கும் அதிகாரம் மாநிலங்களுக்குத் தரப்பட்டிருப்பதற்குக் காரணம் நிர்வாக வசதி அன்று!

அதனால்தான் **கார்ல் ஃபிரீட்ரிச்** *நிர்வாகக் காரணங்களால் அதிகாரம் பரவலாக்கப்படுகிறது என்றும், சமுதாயக் காரணங்களால் கூட்டாட்சி முறை உருவாகிறது என்றும் பொருத்தமாகக் குறிப்பிட்டிருக்கிறார்.*[1]

மொத்தத்தில்

அதிகாரத்தைப் பரவலாக்குவது என்பது இந்தியாவில் இப்போது விரிந்த பொருளில் பயன்படுத்தப்படுகிறது.

கூட்டாட்சி முறையும், அதனோடு ஒட்டிக்கொண்டிருக்கும் மாநில சுயாட்சியும் அதிகாரத்தைப் பரவலாக்குகிற பல விதங்களில் ஒரு விதமாகும்.

நிர்வாக வசதிக்காக மட்டும் அன்று; உரிமைக்காக எழுப்பப்படும் குரல்தான் முழுமையான கூட்டாட்சி முறை வேண்டும்; மாநில சுயாட்சி வேண்டும் என்கிற குரல்!

முழுமையான கூட்டாட்சி முறை வேண்டும் என்பது நிர்வாக வசதி, சிக்கனம் ஆகியவற்றைச் சிறிதும் பொருட்படுத்தாத தத்துவம்!

இந்தியாவை இருபத்தொரு மாநிலங்களாகப் பிரித்து, இருபத்தொரு சட்டசபைகளையும், மேல் சபைகளையும் வைத்துக்

---

1. "Generally speaking, it can be said that decentralization is indicated where functional considerations are of primary importance whereas communal preoccupation demands a federal system."
- **CARL J. FRIEDRICH**, "Trends in Federalism in Theory and Practice", pp. 6-7

கொண்டிருப்பதால் எத்தனை நிர்வாகக் கஷ்டங்கள்? எத்தனை பணச் செலவு? இவற்றிற்குப் பதில் இந்தியா முழுவதற்கும் ஒரே ஒரு அரசு; ஒரே ஒரு நாடாளுமன்றம் இருந்தால் நிர்வாக வசதியும், சிக்கனமும் ஈடேறுமல்லவா?

– உண்மைதான்! ஆனாலும், இது ஈடேற முடியாத காரியம்.

குப்தர்களும், மௌரியர்களும், மொகலாயர்களும் செய்து தோற்றுப் போன காரியம்; வெள்ளையர்கள் துப்பாக்கி முனையில் கூட இதை ஈடேற்ற முடியவில்லை.

ஏன்?

புத்தகத்தைக் கொஞ்சம் மூடி வைத்துவிட்டு 'இது ஏன்?' என்கிற கேள்வியைக் கேட்டு மனத்திற்குள்ளாக பதில் தேடிப் பாருங்கள்!

துணைக் கண்டம் போன்ற நிலப்பரப்பு; பல்வேறு இனம், மொழி, வரலாறு, கலாச்சாரம் கொண்ட மக்கள்!

இந்தப் பிரச்சினைகளைச் சமாளிப்பதற்கு உருவானதுதான் இப்போது இந்தியா பல மாநிலங்களாகப் பிரிக்கப்பட்டிருப்பதும், ஓரளவு கூட்டாட்சி முறை ஏற்பட்டிருப்பதும்!

இந்தக் கூட்டாட்சி முறை முழுமையானதாக இருக்க வேண்டும் என்பதுதான் நமது வாதம். ●

5. 'கூட்டாட்சி முறை' எதற்காக?

"சமுதாய அமைப்புகளுக்கு பூகோள உண்மைகள்தான் காரணமாக இருக்கின்றன – என்று சில சிந்தனையாளர்கள் கருதி வந்திருக்கின்றனர். பருவ நிலை எப்படி அரசியல் அமைப்புகளைப் பாதிக்கிறது என்பதை ஜீன் போடின் ஆராய முயன்றிருக்கிறார்... அரசாங்க அமைப்பையும் சட்டத்தையும் தீர்மானிக்கும் விஷயங்களில் பருவ நிலையும், மண்வளமும் சேரும் – என மாண்டெஸ்க்யூ நிலைநாட்ட முயன்றார். டெய்னியும் இதேபோல் கருதினார்.

– எஸ். பி. அய்யர்

"It is held by several thinkers that social institutions can be explained by the facts of geography. Thus, Jean Bodin tried to analyse the influence of climate on political institutions. Montesquieu tried to show that Government and law are determined among other things, by climate and soil. Taine thought in similar terms."

- **S.P. AIYAR,** "Federalism and Social Change", p.12.

"கூட்டாட்சி முறையின் வடிவம் இடத்திற்கு இடம் மட்டுமல்லாது காலத்திற்குக் காலமும் மாறுபடுகிறது".

– சி. எஃப். ஸ்ட்ராங்

"Federalism varies in form from place to place, and from time to time".

- **C.F. STRONG,** "Modern Political Constitutions", p.103.

கூட்டாட்சி முறை என்பது ஒரே மாதிரி தைத்து விற்கப்படும் 'ரெடிமேட்' சட்டை அன்று, விரும்புகிற நாடுகள் வாங்கி அணிந்து கொள்வதற்கு.

எப்படி ஒரு நாடு இன்னொரு நாட்டின் வரலாற்றின் ஒரு பக்கத்தை இரவல் வாங்கி தனது நாட்டு வரலாற்றில் ஒட்டிக்கொள்ள முடியாதோ, அதைப்போலவே எந்த நாடும் இன்னொரு நாட்டு அரசியல் இயந்திரங்களை அப்படியே 'காப்பி' அடித்துப் பயன்படுத்த முடியாது.

அரசியல் சட்டங்கள் ஒரு குறிப்பிட்ட காலகட்டத்தில் ஒரு நாட்டின் வரலாற்றுச் சூழ்நிலையில் உதிப்பவை.

வெறும் சூனியத்திலிருந்து அரசியல் சட்டம் பிறந்து விடாது.

ஒரு நாட்டின் வரலாறு, பூகோளம், பொருளாதாரம், கலாச்சாரம், மக்கள் மனப்போக்கு ஆகியவைதான் -- அந்த நாட்டின் அரசியல் அமைப்புச் சட்டம் ஓர் உறுப்பாக இருக்க வேண்டுமா? அல்லது கூட்டாட்சி முறையாக இருக்க வேண்டுமா என்பதைத் தீர்மானிக்கின்றன.

கூட்டாட்சி முறை முதன் முதலில் அமெரிக்காவில் சூழ்நிலைகளுக்கேற்ப உதயமாகிறது.

பிறகு கனடாவிலும்,, ஆஸ்திரேலியாவிலும் அந்நாட்டு மக்கள் கூட்டாட்சி முறை அரசியல் அமைப்புச் சட்டத்தை உருவாக்கிக் கொண்டனர்.

ஆனால் இவையனைத்தும் ஒரே மாதிரியானவை அல்ல; தங்கள் சூழ்நிலைகளுக்கேற்ப அவற்றை மாற்றி அமைத்துக் கொண்டார்கள்.[1]

அமெரிக்கா, ஆஸ்திரேலியா – ஆகிய பூபாகங்களில் பிரிட்டிஷ் சாம்ராஜ்யத்தின் காலனிகள் தனித்தனி அரசுகளாக இருந்தன.

அவை ஒரு குறிப்பிட்ட காலகட்டத்தில் அன்னிய ஆட்சி தேவையில்லை என்கிற நிலை ஏற்பட்ட பிறகு தங்களது தனித்தன்மையை இழந்து ஒரே ஒரு மத்திய அரசை மட்டும் நிர்மாணித்து வாழ விரும்பவில்லை.

எனவே கூட்டாட்சி அரசு என்கிற தலைப்பில் ஒன்று கூடின,

ஆனால் இந்தியாவில் அப்படி அன்று.

அமெரிக்காவிலும், ஆஸ்திரேலியாவிலும் தனித்தனி காலனி

---

1. "Federal Government is an answer to an immediate problem, and it takes on local colouring in different countries."
- S.P. AIYAR, "Federalism and Social Change."

அரசுகளை அமைத்த பிரிட்டிஷார் இந்தியாவில் ஒரே ஓர் உறுப்பு அரசை உருவாக்கி அதை இலண்டனிலிருந்து ஆண்டனர்.

பிரிட்டிஷார் நிர்வாக வசதிக்காக உருவாக்கிய மாகாணங்கள்தான் பின்னர் கூட்டாட்சி அரசியல் சட்டப்படி மாநிலங்களாக உருவெடுத்தன.

இப்போது எந்தச் சூழ்நிலையில் கூட்டாட்சி முறை தேவை என்று மக்கள் தேர்ந்தெடுக்கிறார்கள் என்பதைக் கவனிப்போம்.

"அகலாது அணுகாது தீக்காய்வார் போல்க
இகல்வேந்தர்ச் சேர்ந்தொழுகு வார்"

– என்று வள்ளுவர் ஒரு அழகான உவமையைக் கையாள்கிறார்.

அரசரைச் சார்ந்து வாழ்கின்றனர், அவரை மிக நீங்காமலும், அதே நேரம் மிக அணுகாமலும் நெருப்பில் குளிர்காய்கின்றவர்போல் இருக்க வேண்டும் என்பது இதன் பொருள்.

இதைப்போன்ற ஒரு உவமையை ஒரு பேராசிரியர் கூட்டாட்சி முறைக்கு ஒப்பிடுகிறார்.

மத்திய அரசு என்கிற சூரியனை மாநிலங்கள் என்கிற கிரகங்கள் நெருங்கியிருந்தால் – அதாவது மத்திய அரசையே நம்பி வாழ்கின்ற ஒரு அதிகாரக் குவிப்புமுறை இருந்தால் – மாநிலங்கள் தங்கள் உரிமையை – தனித்தன்மையை இழந்து அந்தச் சூரியனின் அதிகார வெப்பத்தில் கருகி இருக்குமிடம் தெரியாமல் அழிந்துவிடும்.

அதேநேரம் மாநிலங்கள் என்கிற கிரகங்கள் மத்திய அரசை விட்டு அப்பால் இருந்தால், மிக விரைவில் அந்தக் கிரகங்கள் பாதை மாறி, சுதந்தரக் கோள்களாக மாறிவிடும் – அதாவது மாநிலங்கள் சுதந்தர நாடுகளாக மாறிவிடும்.

எனவே, நெருப்பில் குளிர்காய்தல்போல இரண்டிற்கும் இடைப்பட்ட நிலைதான் கூட்டாட்சிமுறை. அகலாது, அதே நேரம் அணுகாது இருக்க வேண்டும்.[1]

உலகில் பல நாடுகள் கூட்டாட்சிமுறையை மேற்கொண்டபோது

---

1. "..... to keep the Centrifugal and Centripetal forces in equilibrium, so that neither the planet states shall fly off into space nor the sun of the Central Government draw them into their consuming fires."

- **JAMES BRYCE,** "American Commonwealth."

'அகலாது' கூட்டாக இருக்க வேண்டும் என்கிற எண்ணம் கொண்டோருக்கும், 'அணுகாது' தனித் தன்மையைக் காப்பாற்றிக் கொண்டு இருக்க வேண்டும் என்கிற எண்ணம் கொண்டோருக்கும் ஏற்பட்ட ஒப்பந்தமாகவே அது இருந்திருக்கிறது.

எனவே, கூட்டாக இருக்க வேண்டும் என்போருக்கும், அந்தக் கூட்டிலும் தனித்தன்மையைக் காப்பாற்றிக்கொள்ளச் சில பாதுகாப்புகளைத் தேடிக் கொள்ள வேண்டும் என்போருக்கும் ஏற்பட்ட சமரச ஏற்பாடாகத்தான் பல சமுதாயங்களில் கூட்டாட்சிமுறை தோன்றியிருக்கிறது.

முதலில் கூட்டாக இருக்க வேண்டும் என்கிற உணர்ச்சி எத்தகைய சூழ்நிலையில் உருவாகிறது என்பதைப் பார்ப்போம்.

1. பாதுகாப்பு

பொது எதிரிகளிடமிருந்து தங்களைப் பாதுகாத்துக் கொள்ளப் பல சிறு அமைப்புகளால் முடியாது, அவை கூட்டாக இருந்தால்தான் முடியும் என்கிற எண்ணம் பல சந்தர்ப்பங்களில் கூட்டாட்சி முறைக்கு அடிப்படையாக இருந்திருக்கிறது. அமெரிக்கா, கனடா, ஆஸ்திரேலியா ஆகிய மூன்று கூட்டாட்சிகளும் உருவானதற்கு அன்னியப் படையெடுப்பிலிருந்து தங்களைப் பாதுகாத்துக் கொள்ள வேண்டும் என்கிற உணர்வே மூலகாரணமாகும்.

பொது எதிரியான இங்கிலாந்திடமிருந்து தங்களைப் பாதுகாத்துக் கொள்வதற்குத்தான் பதின்மூன்று அமெரிக்கக் காலனி அரசுகளும் கூட்டாட்சி முறையை மேற்கொண்டன.

அத்தகைய அமெரிக்காவைத் தொட்டுக் கொண்டு இருப்பது கனடா.

பூதம்போல் இருக்கிற அமெரிக்கா எந்த நேரம் தங்களை விழுங்கி ஏப்பமிட்டுவிடுமோ என்கிற அச்சத்தால்தான் பல காலனி அரசுகளாக இருந்தவை தற்காப்பிற்காக, கனடா நாட்டில் ஒரு கூட்டாட்சியை அமைத்துக் கொண்டன.

ஜப்பான் ஒரு பெரிய வல்லரசாக உருவாகியிருந்தது. ஆஸ்திரேலியாவிலிருந்த பல காலனிகள் ஒரு கூட்டாட்சியாக உருவாவதற்குத் துணை நின்றது.

ஆனால் போர் அபாயம் மட்டும் கூட்டாட்சி அமைவதற்குப்

போதுமான காரணமாக ஆகிவிட முடியாது. ஏனெனில் அந்த அபாயம் நீங்கியபிறகு அந்தக் கூட்டு சிதைந்துவிடக் கூடும்.

2. விடுதலை உணர்ச்சி

அன்னிய ஆதிக்கத்திலிருந்து விடுபடுவதற்குப் பேதங்கள் அனைத்தையும் மறந்து, கூட்டாக இருக்க வேண்டும் என்கிற விடுதலை உணர்ச்சியும், அப்படி விடுதலை கிடைத்தபிறகு பெற்ற சுதந்தரத்தைக் காப்பாற்றிக் கொள்வதற்கு அந்தக் கூட்டை நீடிக்க வேண்டும் என்கிற உணர்ச்சியும் பல சந்தர்ப்பங்களில் கூட்டாட்சி முறைக்கு வழிகோலியிருக்கிறது.

'பொது எதிரி'யை ஒழிக்க வேண்டும் என்கிற உணர்ச்சி மேலிடுகிற நேரம் மற்ற வேறுபாடுகள் கண்ணுக்குத் தெரியாது.

பிரிட்டிஷ் ஆதிக்கத்திலிருந்து விடுபட்டுக் கூட்டாட்சி முறையை மேற்கொண்டிருக்கிற ஆறு காமன்வெல்த் நாடுகளுக்கும் இந்தக் காரணம் பொருந்தும்.[1]

3. பொருளாதார ஆதாயம்

கூடியிருந்தால் அதிகப் பொருளாதார ஆதாயம் கிடைக்கும் என்கிற எண்ணம் பல கூட்டாட்சிகளுக்குக் காரணமாக இருந்திருக்கிறது.

அமெரிக்காவைப் பொறுத்தவரை இப்போதைய மாநிலங்கள் தனிக் காலனி அரசுகளாக இருந்தால் அது ஒரு வியாபாரிக்கு ஒரு சின்ன மார்க்கெட்டாகத்தான் இருக்கும். அடுத்த அரசுக்குச் சரக்கு அனுப்பினால் அங்கே சுங்கவரி தர வேண்டும். இணைந்திருந்தால் இதனால் பொருளாதார ஆதாயம் கிடைக்கும் என்கிற நிலை அமெரிக்கா, கனடா, ஆஸ்திரேலியா ஆகிய நாடுகளில் கூட்டாட்சி அமைவதற்கான உத்வேகத்தைக் கொடுத்தது.

அமெரிக்க அரசியல் அமைப்புச் சட்டத்தை உருவாக்கியவர்கள் இத்தகைய ஏற்பாட்டினால் இலாபம் பெறக்கூடிய சொத்து வைத்திருந்தோர் என்று ஒரு ஆசிரியர் கூறியிருக்கிறார்.[2]

---

1. **R.L. WATTS,** "New Federations - Experiments in the Commonwealth." p.51
2. **C.A. BEARD,** "An Economic Interpretation of the Constitution of the United States."

கனடாவிலும் ஆஸ்திரேலியாவிலும் இதே நிலைதான்.

ஆஸ்திரேலியாவில் சொத்து வைத்திருந்தோர் இத்தகைய கூட்டாட்சியால் தங்களுக்குப் பெரிய 'மார்க்கெட்டு' கிடைப்பதை உணர்ந்தனர்.

இந்தியாவிலும் அப்படித்தான்.

நவீன தொழில்களையும், பத்திரிகைகளையும் கட்டுப்படுத்தி வந்த சில செல்வாக்கு மிகுந்த இந்திய வியாபாரக் குடும்பங்கள் பொருளாதார ரீதியில் காங்கிரஸ் கட்சிக்குப் பெரும் பக்கபலமாக இருந்தன. காங்கிரஸ் கட்சியின் பெரும்பங்கு நிதித் தேவைகளை அவர்கள் பூர்த்தி செய்தனர். இந்திய வணிகச் சங்கங்களும், தொழிலதிபர் அமைப்புகளும் நாட்டில் பிரிவினை கீதம் முழங்கிய நேரத்தில் இந்திய ஒற்றுமைக்கு ஆதரவாக இருந்தனர்.

- இவ்வாறு கனடா நாட்டுப் பேராசிரியர் ஆர்.எஸ்.வாட்ஸ் காமன்வெல்த் நாடுகளின் கூட்டாட்சி அமைப்புகளை ஆராய்ந்து வெளியிட்ட புத்தகத்தில் கூறியிருக்கிறார்.[1]

மலேயாவில் உள்ள சின்னஞ்சிறு 'சமஸ்தானங்கள்' பொருளாதாரத் துறையில் தனித்து வாழ முடியாது என்கிற காரணத்தால்தான் கூட்டாட்சியாக இணைந்தன.[2]

ஆனால் மாநிலங்களின் பொருளாதார ஆதாயத்திற்குத் தீங்கு ஏற்பட்டால் அதுவே கூட்டாட்சி உடைபடுவதற்கு முழுமுதற் காரணமாகி விடும். உதாரணம் பங்களாதேஷ்.

"கிழக்கு அன்னியச் செலாவணி ஈட்டிக்கொடுக்கிறது. மேற்கு அதைத் தனது முன்னேற்றத்திற்குச் செலவிடுகிறது. நாங்கள் என்ன மேற்கு பாகிஸ்தானின் காலனியா?"

---

1. "The few influential Indian business families who controlled much of modern Indian industry and most of the press, provided the bulk of the Congress Party's financial support, and such all-India organisations as the Federation of Indian Chambers of Commerce and Industry were strong advocates of Unity."
- R.L. WATTS, cit, op. p.51

2. ஆனால் அளவில் ஒரு நாடு பெரிதாக இருந்தால் அதுமட்டும் பொருளாதார ஆதாயத்திற்கு உத்தரவாதமாகி விடாது. உதாரணமாக சின்னஞ்சிறு நாடுகளான ஸ்வீடன், பெல்ஜியம் போன்றவை அளவில் சிறிதாக இருந்தாலும் செல்வச் சீமைகளாக விளங்குகின்றன.

– என்கிற உணர்ச்சிதான் கிழக்கு–மேற்கு பாகிஸ்தான் பிளவைப் பெரிதாக்கி, பங்களாதேஷ் சுதந்திரமடைவதற்கு அடிப்படைக் காரணங்களில் ஒன்றாக இருந்தது.

4. பொதுவான இன, மத ஒற்றுமை

பொதுவான இன–மத–கலாச்சார ஒற்றுமை கூட்டாட்சியின் மூலம் பல சமுதாயங்கள் கூடி நிற்பதற்கு வழிகோலியிருக்கிறது. உதாரணம், அமெரிக்கா, ஆஸ்திரேலியா, ஜெர்மனி, மலேசியா.

5. ‘ஆண்டவன்’ பரிபாலனம்

கண்ணுக்குத் தெரியாத ஆண்டவனையன்று இங்கே குறிப்பிடுவது. இதற்கு முன்பு நாட்டை ஆண்டவர்கள் தங்கள் நிர்வாக வசதிக்காகப் பல சமுதாயங்களிடையே ஒரு கூட்டினை ஏற்படுத்திவிட்டுச் சென்ற காரணத்தால், அதைத் தொடர்வது சுலபமாக இருந்திருக்கிறது.

பிரிட்டிஷ் ஆட்சி பல நாடுகளில் கூட்டிற்கு வழிகோலியிருக்கிறது. தங்களது நிர்வாக வசதிக்காக அவர்கள் பழக்கப்படுத்திய ஆங்கில மொழி, பிரிட்டிஷ் பாராளுமன்ற முறை, அனைவருக்கும் பொதுவான சட்டங்கள், செய்தித் தொடர்புகள் பல சின்னஞ்சிறு அரசுகளை கூட்டாக இணைத்து வைத்திருக்கிறது. உதாரணமாக பல சின்னஞ்சிறு அரசுகளை ஒன்று கூட்டி நைஜீரியா, மலாயா – என்கிற பெயர்களை உருவாக்கியவர்களே பிரிட்டிஷார்தான். பல காமன்வெல்த் நாடுகளில் அவர்கள் வரைந்து சென்றதுதான் எல்லைக்கோடாக இருக்கிறது.

பண்டித நேருவே இந்தியாவிற்கு அரசியல் ஒற்றுமை (Political Unity) யைக் கொடுத்தது பிரிட்டிஷார்தான் – என்று கூறியிருக்கிறார்.[1]

6. சீரிய தலைமை

சுதந்தரமாகவும், பல நாடுகளாகவும் இருக்க வேண்டிய சமுதாயங்கள் இன்று கூட்டாட்சி முறைப்படி ஒன்றிணைந்து ஒரு நாடாக இருக்கிறதென்றால் அதற்கு அந்தக் காலகட்டத்தில் இருந்த சீரிய தலைவர்கள்தாம் காரணம்.

1. **NEHRU,** “The Unity of India”, p.19.

அமெரிக்காவில் வாஷிங்டன், ஹேமில்டன், மேடிசன், கனடாவில் மாக்டொனால்ட், ஜெர்மனியில் பிஸ்மார்க், ஆஸ்திரேலியாவில் பார்க்ஸ், பார்ட்டன் – ஆகியோரை உதாரணமாகக் கூறலாம்.

கூடி இருக்க வேண்டும் – என்கிற ஆசையால் மட்டும் கூட்டாட்சி தானாக உதயமாகிவிடாது. அந்த ஆசையை ஊக்கு வித்து, உருக்கொடுக்கச் சரியான நேரத்தில், சரியான தலைமை வேண்டும்.

– இவையனைத்தும் கூடியிருப்பதற்கான சில காரணங்கள்.

சரி, கூடியிருக்க வேண்டும் என்று நினைத்தவர்கள் ஏன் ஓர் உறுப்பு அரசு என்கிற ஒற்றையாட்சியில் இரண்டறக் கலந்திருக்கக் கூடாது? 'மாநிலங்கள்' என்கிற பூகோள வரம்பு கட்டிக் கொண்டு, தங்களுக்கென்று சில அதிகாரங்களை வரையறுத்துக் கொண்டு மத்திய அரசின் தலையீடு இல்லாத, சுயாட்சியுடன் கூடிய கூட்டாட்சி முறையை ஏன் அமைத்துக் கொண்டார்கள்?

இப்போது அதற்கான காரணங்களைப் பார்ப்போம்.

1. பூகோளம்

'சமுதாய அமைப்புகள் பூகோள உண்மையின் நேர் விளைவுகள்' என்று பல அரசியல் அறிஞர்கள் கூறுகின்றனர்.[1]

கடல் குறுக்கே இருப்பதால் ஒரே மொழி பேசும் தமிழர் வாழும் பகுதி இன்னொரு நாட்டின் பகுதியாக – இலங்கையாக இருக்கிறது. 'தூரம்' (distance) சமுதாயங்களைப் பிரித்து வைத்து, ஒருவித பிராந்திய உணர்வை ஏற்படுத்துகிறது. அமெரிக்கா, கனடா, ஆஸ்திரேலியா – ஆகிய நாடுகளில் கூட்டாட்சி அமைவதற்கு இதுவும் ஒரு முக்கிய காரணமாகும். சுவிட்சர்லாந்து நாட்டில் மாபெரும் மலைகள் தடுப்பாக இருந்து

---

1. "It is held by several thinkers that social Institutions can be explained by the facts of geography. Thus, Jean Bodin tried to analyse the influence of climate on political Institutions.... Montesquieu tried to show that Government and law are determined, among other things, by climate and soil. Taine thought in similar terms."

   - S.P. AIYAR, "Federalism and Social Change", p.12.

பல சமுதாயங்களின் தனித்தன்மை தோன்றுவதற்குக் காரணமாக இருந்தது. இடையிலே இரண்டாயிரம் மைல்கள் குறுக்கிட்டதால் கிழக்குவங்கம் பாகிஸ்தானின் மாநிலமாக நீடிக்க முடியாமல் இன்று பங்களாதேஷ் என்கிற நாடாகத் திகழ்கிறது.

எந்தெந்த நாடுகளில் பூகோள காரணங்களால், மொழி, கலாச்சாரம் ஆகியன வாயிலாக மக்கள் தனித்தன்மை பெற்று வாழ்கிறார்களோ – அவர்களையெல்லாம் ஒன்றிணைப்பதற்குக் கூட்டாட்சி முறை பயன்பட்டிருக்கிறது.

அதைப்போலவே அளவில் பெரியதாக இருக்கிற நாடுகள் கூடக் கூட்டாட்சி முறையைத் தேர்ந்தெடுக்கின்றன.

துவக்கத்தில் பங்களாதேஷ் மக்கள் கூடக் கூட்டாட்சி முறை வேண்டும் என்றுதான் கேட்டனர்.

பூகோள நிலைமையையொட்டி முஜிபூர் ரகுமான் முதலில் கேட்ட சுயாட்சி கொண்ட 'கூட்டாட்சி முறை' வழங்கப்பட்டிருந்தால் ஒருவேளை இன்று 'பங்களாதேஷ்' தோன்றாமல் இருந்திருக்கலாம்.

இந்தியாவில் ஓர் உறுப்பு அரசு என்கிற ஒற்றையாட்சி தோன்ற முடியாமல் போனதற்கு பூகோளக் கட்டாயம் ஒரு முக்கியமான காரணமாகும்.

2. பொருளாதார பேதம்

எப்படிப் பொருளாதார ஆதாயம் இணைந்திருப்பதற்குத் துணை புரியுமோ, அதுபோலவே பொருளாதார பேதங்கள் சுயாட்சி கோரிக்கைக்கும் காரணமாக இருக்க முடியும். ஏனெனில் எல்லாப் பிராந்தியங்களும் பொருளாதார வளர்ச்சியைப் பொறுத்தவரையில் ஒரே கட்டத்தில் இருப்பதில்லை. வளமான பகுதிகள் – வறுமையான பகுதிகள் இருப்பதைத் தவிர்க்க முடியாது.

வறுமையான பகுதிகள் தாங்கள் வளமான பகுதிகளின் காலனியாக இருக்கக்கூடாது என்று விரும்பும். வளமான பகுதிகள் தங்களது சீரான பொருளாதார வளர்ச்சி தடைப்படக் கூடாது என்று நினைக்கும்.

உதாரணமாக, துவக்கக் காலத்தில் கிழக்கு வங்கம் மேற்கு பாகிஸ் தானின் காலனியாக நடத்தப்படுவதாகக் குற்றம் சாட்டி; அதைத் தடுக்கவும், வங்கத்தின் பொருளாதார வளர்ச்சிக்காகவும்தான் முஜிபூர் ரகுமான் மாநில சுயாட்சி கோரிக்கையை எழுப்பினார்.

இந்தியாவில் சுதந்தரத்திற்குப் பிறகு தென்னகத்தில் 'திராவிடத் தனித்தன்மை' வெடித்துக் கிளம்பியதற்குக் காரணம் பல்வேறு மொழியும், சாதியும் கொண்ட பிரிவுகளிடையே தங்களது வேலை வாய்ப்பு பாதிக்கப்படும் என்கிற கவலையும் ஒன்று என ஆர்.எல். வாட்ஸ் குறிப்பிடுகிறார்.[1]

3. இன - கலாச்சார வேறுபாடுகள்

ஜெர்மனி-பிரெஞ்சு-இத்தாலி ஆகிய மூன்று மொழிகளைப் பேசுகிற மூன்று வெவ்வேறு வித கலாச்சாரப் பாகுபாடுகளைக் கொண்டவர்கள் ஸ்விட்சர்லாந்து மக்கள். வேறு மொழியும், கலாச்சாரமும் கொண்டவர்கள் தங்களை ஆள்வதை அந்த மூன்று சாராரும் விரும்பவில்லை.

எனவேதான், 'எங்களைப் பொறுத்த விவகாரங்களை நாங்களே கவனித்துக் கொள்கிறோம், பொதுவான விவகாரங்களில் வேண்டுமானால் ஒன்றாக இணைந்து பணியாற்றுவோம்' என்கிற அடிப்படையில் அவர்கள் கூட்டாட்சி முறையைத் தேர்ந்தெடுத்தனர்.

இந்தியாவில் வடக்கே வாழ்வோருக்கும், தெற்கே வாழ்வோருக்கும் இடையே வெளித்தோற்றத்தில் (physical features) உள்ள வேறுபாட்டை ஆர்.எல்.வாட்ஸ் சுட்டிக்காட்டியிருக்கிறார்.

அதைப் போலவே பாகிஸ்தான் ஒன்றாக இருந்தபோது (இப்போது பங்களாதேஷாக இருக்கும்) வங்கத்தில் வாழ்ந்த வங்காளிகளுக்கும், மேற்குப் பகுதியில் வாழ்ந்த பஞ்சாபியர்களுக்கும், வடமேற்குப் பகுதியில் வாழ்ந்த பட்டாணியர்களுக்கும் வெளித் தோற்றத்தில் வேறுபாடு இருந்தது.

நீக்ரோக்கள் என்றால் அத்தனைபேரும் கறுப்பு, எல்லோரும் ஒரே மாதிரியாக இருப்பார்கள் என்றுதான் நாம் நினைப்போம்.

ஆனால் நைஜீரியாவில் தெற்குப் பகுதியில் காடுகளில் வாழும் நீக்ரோக்களுக்கும் வடக்குப் பகுதியில் வாழும் 'சாவன்னா

---

1. "The linguistic regionalism and Dravidian separatism, which burst to the fore in India once independence was achieved, stemmed in some measure from the intensity of the struggle for jobs between different linguistic and caste groups."
    -R.L. WATTS, "New Federations - Experiments in the Commonwealth". p.75.

நீக்ரோ'க்களுக்கும் (Savanna negroes) வெளித்தோற்றத்தில் வித்தியாசம் உண்டாம்.

- இன அடிப்படையில் அமைந்த இந்த வெளித்தோற்ற வேறுபாடுகள்கூட பிராந்திய உணர்ச்சி தோன்றுவதற்குக் காரணம் என்று ஆர்.எல்.வாட்ஸ் கூறுகிறார்.

நிலைமையை கனடா இன்னும் தெளிவாக்கும்:

பிரெஞ்சுக்காரர்கள் வாழ்ந்த பகுதியை பிரிட்டிஷார் கைப்பற்றி அங்கே குடியேறினார்கள். இதன் விளைவாக அங்கே இரு இனங்கள் தோன்றின.

அதனால்தான் கனடாவின் நிலைமைகளை ஆராய வந்த லார்டு டர்ஹாம் (Lord Durham) "நான் இங்கே அரசாங்கத்திற்கும் மக்களுக்குமிடையே மோதல் இருக்கும் என்று எதிர்பார்த்தேன். ஆனால் ஒரு நாட்டின் இதயம் போன்ற பகுதியில் இரண்டு இனங்கள் போரில் ஈடுபட்டிருப்பதைத்தான் நான் காண்கின்றேன். நான் ஒரு போராட்டத்தைப் பார்த்தேன், அது இரண்டு கொள்கைகளுக்கிடையே நடைபெறும் போராட்டமன்று, இரண்டு இனங்களுக்கிடையே நடைபெறும் போராட்டம்" என்று குறிப்பிட்டார்.[1]

இங்கிலீஷ்காரர்களும், பிரெஞ்சுக்காரர்களும் ஒரே சாப்பாட்டு மேசையில் அமர்ந்து சாப்பிடும் 'பாவத்தை' செய்வதே கிடையாது. அவர்கள் தங்கள் குழந்தைகளைத் தனித்தனிப் பள்ளிகளுக்கு அனுப்பி வைத்தனர். வீதிகளிலே விளையாடும் பிள்ளைகள்கூட மொழியடிப்படையில் பிரிந்தே விளையாடினர்.

நீதிமன்றத்தில் ஆங்கிலேய ஜூரிகளும், பிரெஞ்சுக்கார ஜூரிகளும் ஒத்துப்போவதே கிடையாது. குற்றத்தை விட்டு, குற்றவாளி ஆங்கிலேயனா, பிரெஞ்சுக்காரனா என்பதைப் பொறுத்தே தீர்ப்பு அமைவதாக இருக்கும்.

இப்படி மொழி-இன-கலாச்சார அடிப்படையில் பிளவுப்பட்டுக் கிடந்த பல இனங்களை ஒரு நாட்டில் பிணைத்து வைப்பதற்குக்

---

1. "I expected to find a conflict between a Government and people. I found two nations warring in the bosom of a single state. I found a struggle, not of principles, but of races."

- The report of the **Earl of DURHAM**, Quoted in **NARESH CHANDRA ROY,** "Federalism and Linguistic States", p.39.

கூட்டாட்சி முறைதான் பயன்பட்டது.[1]

இந்தியா கூட்டாட்சி முறையைத் தேர்ந்தெடுத்தமைக்கு இத்தகைய கலாச்சாரக் காரணங்களும், அதன் பூகோள அமைப்பும்தான் முக்கிய காரணங்கள் என்பது கவனிக்கத்தக்கது.

4. 'முன்மாதிரி'

இன–மத–கலாச்சார வேறுபாடு கொண்ட சமுதாயங்கள் வெற்றிகரமாக ஒரு கூட்டாட்சியில் இணைந்திருக்க முடியும் என்பதை அமெரிக்கா, சுவிட்சர்லாந்து போன்ற நாடுகள் நிரூபித்துவிட்டதால் புதிய நாடுகள் பின்பற்றுவதற்கு அது ஒரு 'முன்மாதிரி' ஆகிவிட்டது.

5. சீரிய தலைமை

வலுவான பிராந்தியத் தலைவர்களால்தான் பல நாடுகளில் கூட்டாட்சியும், மாநில சுயாட்சியும் கிடைத்திருக்கின்றன. கிழக்கு பாகிஸ்தானில் முதலில் ஓரளவு மாநில சுயாட்சி கிடைத்தது என்றால் அதற்கு பஸ்லுல்ஹக், சுரவர்த்தி (இவர்கள் முஜிபூர் ரகுமானுக்கு 'குரு' போன்றவர்கள்) போன்ற தலைவர்கள்தாம் காரணம். நைஜீரியாவில் கூட்டாட்சி ஏற்பட அதன் முக்கிய மூன்று பிராந்தியங்களின் தலைவர்கள்தாம் காரணம்.

– இவைதான் ஒரு நாட்டிற்குக் கூட்டாட்சி முறை ஏற்படுவதற்கான காரணங்கள்.

---

1. இன்னமும் கனடாவில் பிரெஞ்சு மொழி பேசுவோர் முழு மன நிறைவு பெற்றிருப்பதாகத் தெரியவில்லை. அவ்வப்போது மொழிப் போராட்டம் தலைதூக்கி வருகிறது. சில தீவிரவாதிகள் பிரெஞ்சு மொழி பேசும் மாநிலம் தனி நாடாக வேண்டும் என்று கேட்டு வருகின்றனர். பிரெஞ்சு நாட்டு அதிபதி டீ கால் கனடா சென்றிருந்தபோது பிரிவினை முழக்கங்கள் எழுப்பப்பட்டன. ஆனால் டீ கால் அதைப் பகிரங்கமாகக் கண்டிக்கவில்லை.

பிரெஞ்சு மொழி பேசப்படும் கியூபெக் (Quebec) மாநிலத்தில் அம்மாநிலம் தனி நாடாக வேண்டும் – என்பதை இலட்சியமாகக் கொண்ட கட்சி ஒன்று இருக்கிறது. கனடா என்கிற ஒரு நாட்டில் இணைந்திருக்க விரும்பாத காரணத்தால் அவர்கள் அந்த நாட்டு நாடாளுமன்றத் தேர்தலில் போட்டியிடுவதில்லை. ஆனால் மாநில சட்டசபைத் தேர்தலில் மட்டும் போட்டியிடுகின்றனர்.

இத்தனை காரணங்களும் இருந்தால்தான் கூட்டாட்சி ஏற்பட முடியும் என்பதில்லை. காரணங்கள் ஒன்றிரண்டாக இருந்தபோதிலும் அவை வலுவாக இருந்தாலே போதும்.

இனி அடுத்து இந்தியாவில் எப்படிக் கூட்டாட்சி முறை தலையெடுத்து வளர்ந்தது என்பதை ஆராய்வோம்.

பகுதி - 2
இந்தியாவில் கூட்டாட்சி முறையின் தோற்றமும் வளர்ச்சியும்

1. இந்தியாவில் முதன்முதலாக 'மத்திய அரசு' உருவாகிறது!

> "1773 வரை பிரிட்டிஷ் சாம்ராஜ்யத்தைப் பொறுத்தவரை மத்திய அரசு என ஒன்றே (இந்தியாவில்) கிடையாது.
> – கே.ஆர். பாம்வால்
>
> "Until 1773... there was no such thing as a Central Government so far as the British empire was concerned."
>
> - **K.R. BOMBWALL**, "The Foundations of Indian Federalism", p.58.

பிரிட்டிஷ் ஆட்சி ஏற்படுவதற்குமுன் வடக்கே பெரும் நிலப்பரப்பை ஆண்டவர்கள் மௌரியர்களும், குப்தர்களும், பின்னர் 17ஆம் நூற்றாண்டில் மொகலாயர்களும்தான்.

இந்து சக்கரவர்த்திகள் அத்தனைபேரும் தங்களுக்கு அடங்கிய பகுதிகளுக்கு ஓரளவு சுயாட்சி வழங்கி வந்திருக்கின்றனர். அதாவது சக்கரவர்த்திக்கு அடங்கிய குறுநில மன்னர்கள் ஓரளவு சுயேச்சையாகத் தங்கள் ஆதிக்கத்தின் கீழிருந்த பகுதிகளில் இயங்கி வந்திருக்கின்றனர்.

பேரரசின் மேலாண்மையுரிமையை ஒப்புக்கொண்டு சிற்றரசுகள் கப்பம்கட்டி வந்தால் போதும், அந்தச் சிற்றரசுகளின் உள் விவகாரங்களில் – அன்றாட நடவடிக்கைகளில் – பேரரசு குறுக்கிடுவதில்லை.

அந்தச் சிற்றரசுகளில் உள்நாட்டுக் கலவரம் ஏற்பட்டாலும் வெளியார் படையெடுப்பு நடந்தாலும் பேரரசுகள் குறுக்கிட்டிருக்கின்றன.

வரி வசூல், நீர்ப்பாசன வசதி அமைத்தல், சாலை உருவாக்குதல், மரம் நடுதல் – போன்ற காரியங்களைத்தான் மேற்சொன்ன பேரரசும், சிற்றரசும் மேற்கொண்டிருந்திருக்கின்றனவே தவிர இதர விவகாரங்கள் அனைத்தும் அந்தப் பிராந்திய மக்கள் வசமே விடப்பட்டன.

தற்காலத்தில் 'கூட்டாட்சி' என்று நாம் அழைக்கும் ஆட்சி முறையின் அனுகூலங்கள் அப்போது இந்தியாவில் நிலவி வந்ததைப் பார்க்கிறோம்.

மௌரிய சாம்ராஜ்யத்தில் அதன் மாகாண கவர்னர்களுக்கு (ராஜப்பிரதிநிதிகளுக்கு) பேரரசைக் கலக்காமல் போர் தொடுக்கவும், பிறகு சமாதானம் செய்து கொள்ளவும் உரிமை இருந்திருக்கிறது.

பூகோள அமைப்பும், விரைவான போக்குவரத்துத் தொடர்பு இல்லாமையும் இத்தகைய தன்மைகளுக்கு முக்கிய காரணங்களாகும்.

ஆக, அவசியத்தின்பாற்பட்டு – வேறு வழியில்லாமல் – பேரரசு தனக்கு அடங்கிய பகுதிகளுக்கும், தனது பிரதிநிதிகளுக்கும் ஓரளவு சுயாட்சி (Autonomy) வழங்க வேண்டிய நிலையில் இருந்திருக்கிறது.[1]

பேரரசைக் கேட்டுத்தான் போரும், சமாதானமும் செய்து கொள்ள வேண்டுமென்றால், அதுவரை எதிரி சும்மாயிருப்பானா என்ன?

மேலும், இந்து சமுதாயமே சுயாட்சி பெற்ற பல சாதி சமுதாயங்களின் கூட்டமைப்பாக இருந்திருக்கிறது.[1]

உதாரணமாக, சாம்ராஜ்யம் பெரிய அமைப்பு என்றால் கிராமம்தான் மிகச் சிறிய அமைப்பு.

ஒவ்வொரு கிராமமும், பல்வேறு சாதி – சமயத்தைச் சேர்ந்த வர்களின் தன்னுரிமையை ஒப்புக் கொண்ட கூட்டமைப்பாகவே இருந்திருக்கிறது.

மக்கள் கிராமப் பொதுக் காரியங்களில் இணைந்தும், தங்களது

---

1. "Hindu society has been for countless centuries past a federation of many practically autonomous communities and castes."
- **BEPIN CHANDRA PAL**, Quoted in **K.R. BOMBWALL**, "The Foundations of Indian Federalism", p.34.

சாதி–சமயக் காரியங்களில் தனித்தும் இயங்கி வந்திருக்கின்றனர்.

இன்னும் சொல்லப்போனால் இந்து சமுதாய அமைப்பில் ஒவ்வொரு குடும்பமும் கூட்டுக் குடும்பம்தான்.

"சாம்ராஜ்யப் பேரரசு தனது பிராந்திய அமைப்புகளைப் பொறுத்த மட்டும் கூட்டாட்சியாக (Federal) இராமல், சமுதாய அமைப்பு முறையிலும் அவ்வாறு இருந்திருக்கிறது. காலாகாலமாகத் தொடர்ந்து அன்னிய ஆதிக்கம் இருந்தபோதிலும் அதைச் சமாளித்து இந்து சமுதாயம் தனது தனித்தன்மையைப் பாதுகாத்துக் கொண்டிருக்கிறதென்றால், அதற்குக் காரணம் பிராந்திய அமைப்பிலும், சமுதாய அமைப்பிலும் கடைப்பிடிக்கப்பட்ட கூட்டாட்சி முறைதான்."[1]

– இவ்வாறு பேராசிரியர் பாம்வால் குறிப்பிடுகிறார்.

அவர் புராதன இந்து சமுதாயத்தில் இரண்டு விதமான கூட்டாட்சி முறைகள் இருந்திருக்கின்றன என்கிறார். முதலாவது 'பிராந்தியக் கூட்டாட்சி முறை' (Territorial Federlism), இரண்டாவது 'சமுதாய அமைப்பில் கூட்டாட்சி முறை' (Social Federalism)

பழங்கால இந்தியாவில் ஒவ்வொரு கிராமம்–வட்டம்–அல்லது மாவட்டமும் தங்கள் பகுதிக்குரிய பிரத்தியேகப் பிரச்சினைகள், பழக்க வழக்கங்கள், கலாச்சாரங்கள் ஆகியவற்றில் பேரரசின் தலையீடு எதுவும் இல்லாமல் தாங்களாகவே தீர்த்துக் கொள்ளும் சுயாட்சியைப் (Autonomy) பெற்றிருந்திருருக்கின்றன. இதைத்தான் 'பிராந்திய அமைப்பில் உள்ள கூட்டாட்சி முறை' (Territorial Federalism) என்கிறார்.

அதுபோலவே ஒவ்வொரு சாதி–சமயத்தைச் சேர்ந்தவர்களும் தங்கள் தங்கள் விவகாரங்களில் வெளியார் அல்லது மேலேயிருக்கிற பேரரசு ஆகியோர் தலையீடு இல்லாமல் தாங்களே கவனித்துக் கொள்ளும் சுயாட்சியைப் (Autonomy) பெற்றிருந்திருக்கின்றனர் இதைத்தான் 'சமுதாய அமைப்பில் உள்ள கூட்டாட்சி முறை'

---

1. "The imperial state was... federal not only in relation to its territorial units, it was federal also in its relationship of co-partnership with its constituent social groupings. It was this dual territorial and social federalism which enabled the Hindu society to preserve its identity despite long periods of foreign domination in subsequent ages".

- K.R. BOMBWALL, "The Foundations of Indian Federalism", pp. 34-35

(Social Federalism) என்று அந்தப் பேராசிரியர் குறிப்பிடுகிறார்.

– இத்தகைய இரண்டு தன்மைகளும்தான் அன்னியர் ஆட்சிக் காலத்திலும் இந்து சமுதாயம் நிலைகுலையாமல் இருந்தமைக்குக் காரணமாகும்.

அதனால்தான் கே.பி.ஜெய்ஸ்வால் என்னும் பேராசிரியர் "அதிகாரத்தை ஒரு இடத்தில் குவித்து வைத்து அதற்குக் கட்டுப்படும் தன்மை (Centralization) (இந்து) இனத்தின் பிறவித் தன்மைக்கே முரணானது" என்று கூறுகிறார்.[1]

ஆனால் இந்திய வரலாற்றில் மொகலாயர் காலம்தான் அதிகாரத்தை ஒரு இடத்தில் குவித்து வைத்து அனைத்தையும் ஒரு இடத்திலிருந்து கட்டுப்படுத்தி வைக்கும் காலத்தின் துவக்கமாகும்.

முஸ்லிம் ஆட்சியின் துவக்கக் காலத்தில் இருந்த நிலை வேறு. குறுநில மன்னர்கள் அல்லது பேரரசின் கவர்னர்கள் துவக்கக் காலத்தில் பேரரசிடம் சம்பளம் வாங்கிக்கொண்டிருந்த பெரிய அதிகாரிகளாக மட்டும் இல்லாமல் தங்கள் பிராந்திய விவகாரங்களில் தாங்களே எஜமானர்களாகவும் இருந்தார்கள்.

சாம்ராஜ்யம் முழு வடிவை எய்திய பிறகு கவர்னர் நிலையில் இருந்த மாகாண அதிகாரிகள் மத்திய அரசின் விருப்பப்படி வேறு மாநிலங்களுக்கு மாற்றப்பட்டார்கள்.

"இந்து சாம்ராஜ்யங்கள் பல சுயேச்சையான மாநிலங்கள்– இறுக்கமாக இல்லாமல் தொய்வாகத் தொகுக்கப்பட்ட அமைப்பாக அமைந்திருந்தன. ஒவ்வொரு மாகாணத்திலும் மத்திய பேரரசின் ஏஜெண்டுகள் இருந்தபோதிலும், அம் மாகாணங்கள் தங்களுடைய வட்டார மொழியைப் பயன்படுத்தி, தங்களுக்குப் பழக்கமான அரசு முறைகளைக் கடைப்பிடித்து, சகஜ வாழ்க்கையை மேற்கொண்டிருந்தன. ஆனால் 200 ஆண்டுக்கால மொகலாய ஆட்சி வட இந்தியா முழுவதிலும், தக்கணத்தின் பெரும் பகுதியிலும் ஒரே ஆட்சி மொழி – ஒரே நிர்வாக அமைப்பு – ஒரே மாதிரியான நாணயச் செலாவணி – இந்துப் புரோகிதர்கள், கிராமத்திலேயே தங்கியிருக்கும் மக்கள் தவிர மற்றவர்கள் பேசும் புதிய ஆட்சி மொழி – ஆகியவற்றை ஏற்படுத்தியது."[2]

---

1. "Centralization was against the genius of the race"
 - **K.P. JAISWAL** , "Hindu Polity", p.349
2. "The Hindu empires… consisted of loosely united collections of independent provinces… Each province led its own life, continued

அத்தகைய ஆட்சிமொழிதான் உருதுமொழியாகும்.

அதிகாரங்களை ஒரு இடத்தில் குவிப்பதும், அந்த மேலிடத்திலிருந்து ஆணைகள் பெற்றுக் கட்டுப்படுத்துவதுமான நிர்வாக முறை 'நமது இனத்தின் பிறவிக் குணத்திற்கே விரோதமான போக்காக' இருக்கலாம்.

மொகலாயர்கள் சிறுபான்மையினராக இருந்தமையால் அவர்கள் பெரும்பான்மையினரின் விசுவாசத்தில் வாழவேண்டியிருந்தது; ஓர் உறுப்பு மயமான நேரடி மேற்பார்வையில் அவர்கள் தங்களது சாம்ராஜ்யத்திற்கு ஒருவிதப் பாதுகாப்பு இருப்பதாக உணர்ந்து செயல்பட்டனர்.

இப்படி, சாம்ராஜ்யத்தை ஓர் உறுப்புமயமாக்குவது பாதி வெற்றியைத்தான் கொடுத்தபோதிலும், இந்தப் பாதி வெற்றிக்குக் கூடக் காரணம் 'அடி உதவுவது போல் அண்ணன் தம்பி உதவமாட்டான்' என்கிற அடிப்படையில் அவர்கள் ஒரு போலீஸ் ராஜ்யத்தை உருவாக்கியிருந்ததுதான். மக்களின் அன்றாட வாழ்க்கையில் அரசாங்கத்தின் தலையீடு அவ்வளவாகக் கிடையாது.

சாம்ராஜ்ய விவகாரங்களுக்கு அப்பாற்பட்ட விஷயங்களில் மொகலாயச் சக்கரவர்த்திகள் தலையிடாமல் மாகாண அதிகாரிகளுக்குத் தன்னுரிமை வழங்கியிருந்திருக்கின்றனர்.

மொகலாயருக்குப் பிறகு இந்தியாவிற்கு வந்த பிரிட்டிஷார் நிர்வாக விஷயத்தில் மொகலாயரைப் பின்பற்றி அதிகாரக் குவிப்பில் ஈடுபட்டனர். இந்த விஷயத்தில் அவர்கள் மொகலாயரின் சிஷ்யர்களாகவே இருந்திருக்கின்றனர்.

1600ஆம் ஆண்டு பிரிட்டிஷ் கிழக்கிந்தியக் கம்பெனி துவங்கப்பட்டது.

அவுரங்கசீப் 1707இல் இறந்ததும் மொகலாய சாம்ராஜ்யத்தின் ஜீவநாடி ஒடுங்கியது.

---

its old familiar system of Government (though under the agents of Central Power) and used its local language. On the other hand, the two hundred years of Mughal rule… gave the whole Northern India, and much of Deccan also, oneness of official language, administrative system, coinage and also a popular **lingua franca** for all classes except the Hindu priests and the stationary village folk."

- Sir JADUNATH SARKAR, "Mughal Administration," p.238.

கம்பெனியார் வியாபார உரிமைகளைப் பெற்று, **சென்னை, பம்பாய், கல்கத்தா** ஆகிய இடங்களில் வியாபார நிறுவனங்களைத் துவக்கினர். கடற்கொள்ளைக்காரர்களிடமிருந்து பாதுகாத்துக் கொள்ளவும், இதர ஐரோப்பிய வியாபாரக் கம்பெனிகளோடு போட்டியிடுவது போன்ற தேவைகள் மூலமாகவும் அவர்கள் காலப்போக்கில் ஒரு இராணுவ சக்தியாக உருவெடுத்தார்கள்.

துவக்கக் காலத்தில் அந்த மூன்று கிளைகளும் தனித்தனியாக இயங்கின. லண்டனிலே இருந்த தலைமைக் கம்பெனியோடு மூன்றும் நேரடியாகத் தொடர்பு கொண்டு செயல்பட்டன.

பலவீனமான மன்னர்களிடம் அந்த மூன்று இடங்களைச் சுற்றியிருக்கும் பகுதிகளில் ஆதிக்கம் செலுத்தும் உரிமைகளையும், பம்பாயில் நாணயம் அச்சடிக்கும் உரிமையையும், அதை இந்தியா முழுவதும் செலாவணி செய்யும் உரிமையையும் காலப்போக்கில் அவர்கள் பெற்றனர். பின்னர் அந்த மூன்று கிளைகளும் மூன்று மாகாணங்களாக உருவெடுத்தன.

அந்த மூன்று மாகாணங்களுக்கும் தனித்தனி இராணுவமும், அரசும் இருந்தன. ஒவ்வொரு மாகாணத்திற்கும் ஒரு தனி கவர்னரும், நிர்வாக சபை (Council)யும் உண்டு. லண்டனில் உள்ள கம்பெனியின் டைரக்டர்கள் கவர்னரையும், நிர்வாக சபை உறுப்பினர்களையும் நியமிப்பார்கள். **இந்த மூன்று மாகாணங்களும் தங்களுக்கான சட்டம் இயற்றும் உரிமையைப் பெற்று, லண்டனில் உள்ள கம்பெனியின் தலைமை நிலையத்திற்கு மட்டும் கட்டுப்பட்டு எல்லா விவகாரங்களிலும் சுதந்தரம் பெற்று விளங்கின.**

வியாபார நிறுவனமாக இருந்த இவை நிலப்பரப்பையும், அதில் வாழும் மக்களை ஆளும் பொறுப்பையும் ஏற்கத் துவங்கியதால் நிலைமை மாறியது. பிரிட்டிஷ் பாராளுமன்றம் இதில் குறுக்கிட்டது.

அதனால் *1773இல் ஒரு 'ஒழுங்குமுறைச் சட்டம்'* (Regulating Act) இயற்றி வங்காள மாகாணத்திற்கு இதர மாகாணங்களை மேற்பார்வையிடும் அதிகாரத்தைக் கொடுத்தனர். கல்கத்தாவில் இருந்த வங்காளத்து கவர்னர், கவர்னர் ஜெனரல் என்கிற தலைமைப் பெயரால் அழைக்கப்பட்டார். அவருக்கு ஒரு நிர்வாக சபை (Council) உருவாக்கப்பட்டது. பம்பாய் – சென்னை கவர்னர்கள், கவர்னர் ஜெனரலுடைய உத்தரவிற்குக் கீழ்ப்படிந்து நடக்க வேண்டும். அது மட்டுமன்றி, கல்கத்தாவில் சுப்ரீம் கோர்ட்டும் அமைக்கப்பட்டது. இப்படி, கல்கத்தா

'பிரிட்டிஷ் இந்தியா'வின் தலைநகரமாக ஆயிற்று.[1]

போர் தொடுப்பது, சமாதானம் செய்து கொள்வது ஆகிய விவகாரங்களில் கவர்னர் ஜெனரல்தான் முடிவெடுப்பார்.

இந்தக் காலகட்டத்தில்தான் சென்னை, பம்பாய், கல்கத்தா ஆகிய மாகாணங்கள் தங்கள் சுதந்தரத் தன்மையை இழந்தன.

எனவே பிரிட்டிஷாரின் வருகைக்குப் பிறகு இந்தியாவில் முதன் முதலாக மத்திய அரசு என்கிற அமைப்பு உருவானது 1773ஆம் ஆண்டில்தான்.[2] ●

---

1. பின்னர் 1911இல்தான் தலைநகரம் கல்கத்தாவிலிருந்து புது டில்லிக்கு மாற்றப்பட்டது.

2. "Until 1773, therefore, there was no such thing as a Central Government so far as the British empire was concerned."
- **K.R. BOMBWALL,** "The Foundations of Indian Federalism", p.58

2. அதிகாரக் குவிப்பின் ஆரம்பமும், உச்சகட்டமும்

> "மாகாண அரசுகள் மத்திய அரசு தரும் பிச்சையைப் பெற்று அவமானகரமான வாழ்வை நடத்தி வந்தன."
> - ஷாஃபாத் ஏ. கான்.
>
> (The Provincial Governments) "eked out an inglorious existence by being the recipients of doles from the Central Government."
> - **SHAFAAT A. KHAN,** "Federal Finance." p6.

என்றைக்குச் சகல அதிகாரங்களையும் குவித்து வைத்துக் கொண்டு மத்திய அரசு உருவானதோ அன்றைக்கே மாகாணங்களோடு தகராறும் உருவானது.

கல்கத்தாவில் இருந்த கவர்னர் ஜெனரலுக்கும், பம்பாய், சென்னையிலிருந்த கவர்னர்களுக்கும் மோதலும், கருத்து வேறுபாடுகளும் முளைத்தன.

முதலில் மாகாணங்களை மேற்பார்வையிடும் அதிகாரத்தை மட்டுமே பெற்றிருந்த அந்த அமைப்பிற்குப் பிறகு படிப்படியாக மாகாணங்களிலிருந்து எல்லா அதிகாரங்களையும் பிடுங்கிக் கொடுத்தனர்.

1833ஆம் ஆண்டுச் சட்டப்படி சென்னைக்கும், பம்பாய்க்கும் இருந்த சட்டமியற்றும் அதிகாரங்கள் பறிக்கப்பட்டு, கல்கத்தாவிலிருந்த மத்திய அரசிற்கு – அதாவது கவர்னர் ஜெனரலுக்கு மாற்றப்பட்டன.

மாகாணங்கள் ஏதாவது புதிதாகச் சட்டம் கொண்டுவர விரும்பினால் அதன் முன்வரைவினை கவர்னர் ஜெனரலுக்கு அனுப்பி வைக்க வேண்டும். அதற்குப் பிறகு எல்லாம் கவர்னர் ஜெனரலுடைய இஷ்டத்தைப் பொறுத்தது.

பம்பாய், சென்னை மாகாணங்கள் மத்திய அரசின் முன் அனுமதி இல்லாமல் புதிதாக எந்த ஒரு பதவியையும் உருவாக்க முடியாது, சம்பள உயர்வு, படி முதலியவற்றையும் மத்திய அரசின் சம்மதம் பெறாமல் யாருக்கும் தர முடியாது.

இந்தியாவில் உள்ள அனைத்து சிவில், இராணுவ அரசினை மேற்பார்வையிடுவது, ஒழுங்குபடுத்துவது, கட்டுப்பாடு செய்வது ஆகிய பொறுப்புகள் அனைத்தும் – மத்திய அரசின் பொறுப்பை ஏற்றுக்கொண்டுள்ள கவர்னர் ஜெனரலுக்குத் தரப்பட்டன.[1]

பிரிட்டிஷார் ஆட்சியில் முதன்முறையாக இப்படித்தான் இந்தியாவில் அதிகாரங்கள் அனைத்தும் முழுமையாக ஒரு இடத்தில் குவித்து வைக்கப்பட்டன.[2]

இருந்தபோதிலும் சென்னையும், பம்பாயும் மட்டும் மிகப் பழைய மாகாணங்கள் என்கிற முறையிலும், ஒரு காலத்தில் சுதந்தரமாக இயங்கியவை என்கிற முறையிலும் சில பிரத்தியேக உரிமைகளைப் பெற்றிருந்தன. உதாரணமாக, அவை மத்திய அரசின் உத்தரவை எதிர்த்தும் இதர விவகாரங்களிலும் நேரடியாக பிரிட்டிஷ் அரசிற்கு 'அப்பீல்' செய்து கொள்ளலாம்.

வரி விதிப்பிலும், வரிப்பணத்தைச் செலவு செய்வதிலும் மத்திய அரசு பலமான கட்டுப்பாடு வைத்திருந்த காரணத்தால் அவ்வப்போது மத்திய அரசிற்கும் மாகாண அரசுகளுக்கும் பிணக்குகளும், மோதல்களும் ஏற்படுவது தவிர்க்க முடியாததாக இருந்தது.[3]

---

1. "The Superintendence, Direction and Control of the whole Civil and Military Government of all said Territories and Revenues in India... (was) vested in a Governor-General and Councillors."
- Section 39 of the Act.

2. "Thus, authority was completely centralized in India for the first time under the British rule."
   - **KUMUD DIVATIA,** "The Nature of Inter-Relations of Governments in India in the Twentieth Century", p.39.

3. "Tight Central control was maintained over provincial expenditure but, inevitably, it gave rise to frequent clashes and bickering between the Centre and the Provinces."
   - **K.R. BOMBWALL,** "The Foundations of Indian Federalism," p.64

அப்போது மத்திய அரசில் இருந்தவர்களும், மாகாண அரசை நிர்வகித்தவர்களும் ஒரே பிரிட்டிஷ் அதிகாரவர்க்கத்தைச் சேர்ந்தவர்கள் என்பது கவனிக்கத்தக்கது

மத்திய அரசு கல்கத்தாவில் இருந்ததாலும், அந்த கவர்னர் ஜெனரலே கல்கத்தாவின் நிர்வாகத் தலைவராகவும் இருந்ததாலும், அந்த மத்திய அரசு கல்கத்தாவைப் பொறுத்தவரை அதிக ஆதரவு தந்து ஒருதலைப்பட்சமாக நடந்து கொள்கிறது என்று தென்னிந்திய மாகாணங்கள் கடுமையான புகார் எழுப்பியதால் 1854ஆம் ஆண்டு, கல்கத்தா நிர்வாகத்தை கவர்னர் ஜெனரல் கையிலிருந்து எடுத்துவிட்டு, கல்கத்தா மாகாணத்திற்குத் தனி லெப்டினென்ட் கவர்னர் நியமிக்கப்பட்டார்.

தங்களது சட்டமியற்றும் உரிமை பறிக்கப்பட்டதால், சென்னை மாகாணமும், பம்பாய் மாகாணமும் அவ்வப்போது எதிர்ப்புகளைத் தொடுத்தவண்ணம் இருந்தன. தாங்கள் அனுப்பி வைக்கிற சட்டங்களை மத்திய அரசு சரியாகக் கவனிப்பதில்லை என்று குறைப்பட்டுக் கொண்டன.

"மிகப்பெரும் அளவில் அதிகாரங்கள் மத்தியிலே குவித்து வைக்கப்பட்டிருந்ததானது மாகாண அரசுகளை ஊக்கமிழக்கவும், உற்சாகமிழக்கவும் செய்தது. திறமை மிகுந்த மாகாணத்து நிர்வாக அதிகாரிகள் இந்திய (மத்திய) அரசின் கடுமையான கட்டுப்பாடு காரணமாகத் தொடர்ந்து வேதனைக்காளாக்கப்பட்டார்கள். அவர்கள் செயலிழந்தவர்களாக ஆக்கப்பட்டிருந்தது அவர்களுடைய கசப்புணர்ச்சியை அதிகப்படுத்தியது."[1]

இந்திய பூகோள அமைப்பிலே கூட்டாட்சித் தத்துவ முறை தடுத்து நிறுத்த முடியாத ஜீவசக்தியாக ஓடிக் கொண்டிருந்தது என்று குறிப்பிட்டிருந்தோம் அல்லவா? அதன் தவிர்க்க முடியாத தன்மையை பிரிட்டிஷ் அரசு உணரத் தொடங்கியது.

கல்கத்தாவில் இருக்கிற மத்திய அரசில் அதிகாரம் குவிந்து கிடக்கிறது என்கிற குரல் பிரிட்டிஷ் பாராளுமன்றத்திலும் ஒலிக்கத் தொடங்கியது.

---

1. "The Policy of extreme centralization depressed and discouraged the Provincial Governments. The ablest provincial administrators continually smarted under the excessive control of the Government of India and their very helplessness intensified their sense of bitterness."
   - P. BANERJI, "Provincial Finance in India", Calcutta, 1929, p.14

இதன் விளைவாக 1852-53இல் மத்திய மாகாண நிர்வாக உறவுகளை ஆராயப் பாராளுமன்ற விசாரணைக் குழு அமைக்கப்பட்டது.

அந்தக் குழுவின் முன்னிலையில் சாட்சியம் அளித்தவர்கள் அதிகாரக் குவிப்புப் பற்றி அதிருப்தி தெரிவித்து, மாகாண ஆட்சிகளின்மீது மத்திய கட்டுப்பாடுகள் குறைக்கப்பட வேண்டும் என்று வற்புறுத்தினார்கள்.

ஜான் பிரைட் (John Bright) என்பார் மாகாணங்களுக்குச் சம அந்தஸ்து (perfectly equal in rank) தரப்பட வேண்டும் என்றார்.

"ஃபிஜித் தீவுகளின் மொழி மட்டுமே தெரிந்த ஒரு கவர்னர் கையிலும், அவரது சிப்பந்திகளின் கையிலும் ஐரோப்பா முழுவதையும் கொடுத்தால் எப்படி இருக்கும்?" – என்று அவர் கேட்டார்.[1]

இந்திய மொழி எதையும் அறியாத ஆங்கிலேயர், ஐரோப்பா கண்டத்தைப்போலப் பரந்து கிடக்கும் ஒரு பிராந்தியத்தை, அதிகாரங்கள் குவிந்து கிடக்கும் ஒரு மத்திய அரசு மூலம் ஆள்வதைத்தான் அவர் அப்படிக் குறிப்பிட்டார்.

அதிகாரங்கள் பகிர்ந்தளிக்கப்பட வேண்டும் என்பது ஏதோ திடீரென்று இன்றைக்குத் தோன்றிய பிரச்சினை அல்ல.

1852-53இல் பிரிட்டிஷ் பாராளுமன்ற விசாரணைக் குழு துவங்கி, இப்போதைய இராஜமன்னார் குழு வரை சுமார் 120 ஆண்டுகளாக, என்றைக்கு அதிகாரங்கள் ஒரு இடத்தில் குவிக்கப்பட்டதோ அன்று முதலே அது பரவலாக்கப்பட வேண்டும் என்கிற பிரச்சினையும் இந்திய அரசியலில் உருவாகியிருக்கிறது என்பதைக் கவனிக்க வேண்டும்.

1853ஆம் ஆண்டு கவர்னர் ஜெனரலுடைய நிர்வாக சபையில் சட்டங்கள் இயற்றுவதற்காக ஒவ்வொரு மாகாணத்திலிருந்தும் ஒரு அதிகாரி கவர்னர் ஜெனரலுடைய பிரதிநிதியாகச் சேர்த்துக் கொள்ளப்பட்டார்.

---

[1] "What would be thought if the whole of Europe was under one Governor who knew only the language of the Fiji Islands, and that his subordinates, were like himself only more intelligent than inhabitants of the Fiji Islands are supposed to be."

- Speeches, 1858, Quoted in **K.R. BOMBWALL**, "The Foundations of Indian Federalism", p.67

மத்திய சட்ட சபையில் பிராந்தியங்களுக்குப் பிரதிநிதித்துவம் கொடுக்கப்பட்டது இதுதான் முதல் தடவை.[1]

- எப்படி கொஞ்சம் கொஞ்சமாகக் கூட்டாட்சி முறை இந்தியாவில் அரும்பு கட்டியது என்பதற்காக இதைக் கூற வேண்டியிருக்கிறது.

'இந்தியாவின் முதல் சுதந்தரப் போர்' என்று பண்டித நேரு வர்ணித்த சிப்பாய்க் கலகம் (1857) ஏற்பட்ட மறு ஆண்டு, கிழக்கிந்தியக் கம்பெனியிடமிருந்து பிரிட்டிஷ் இந்தியாவை நேரடியாக பிரிட்டிஷ் அரசே மேற்கொண்டது. இங்கிலாந்தில் இந்திய விவகார அமைச்சர் (Secretary of State for India) நியமிக்கப்பட்டார். இந்தியாவின் கவர்னர்-ஜெனரல், வைசிராயும் கவர்னர்-ஜெனரலும் ஆனார்.

அரசாங்க விவகாரங்களில் 'சுதேசி'களை விலக்கி வைக்கக் கூடாது' என்ற எண்ணம் எழுந்தது.

சென்னை, பம்பாய் மாகாணங்கள் மத்திய அரசின் தலையீட்டைக் கண்டித்து வந்தன. இதன் விளைவாக 1861ஆம் ஆண்டு ஒரு சட்டம் (The Indian Councils Act) இயற்றப்பட்டது.

அதன்படி, சென்னை-பம்பாய் மாகாணங்களும், இதர மாகாணங்களும் சட்டம் இயற்றும் அதிகாரங்களைத் திரும்பப் பெற்றன. இப்படிச் சட்டம் இயற்றுவதற்கு மாகாணச் சட்ட சபைகள் (Provincial Legislative Councils) உருவாக்கப்பட்டன. இந்த மாகாண 'சட்டசபை'களில் கவர்னரின் நிர்வாக சபை உறுப்பினர்களோடு மற்றும் நான்கு முதல் எட்டுப் பேர் இருப்பார்கள். இதில் பாதிப்பேர் அதிகாரிகள் அல்லாதவர்கள். அவர்கள் கவர்னரால் நியமனம் செய்யப்படுகிறவர்கள். இவர்கள் தவிர அட்வகேட் ஜெனரலும் இதில் உறுப்பினர்.

பிராந்தியங்களின் தேவையை உணர்ந்து இந்தியா முழுவதற்கும் மத்திய அரசு ஒன்றினால் திருப்திகரமாகச் சட்டம் இயற்ற முடியாது என்பதை பிரிட்டிஷ் அரசு உணர்ந்தமைக்கு இந்த சம்பவம் ஒரு எடுத்துக்காட்டாகும்.

மாகாணம் சம்பந்தப்பட்ட விவகாரங்களுக்கு அந்தந்த மாகாண சட்டசபைகளே சட்டம் இயற்றிக் கொள்ளலாம்.

---

1. "...This was the first recognition of the principle of local representation in the Indian legislature."
   - Report on Indian Constitutional Reforms, 1918, para 58.

அகில இந்திய அடிப்படை கொண்ட பொது விவகாரங்களுக்கு கவர்னர்–ஜெனரலுடைய சபை (Imperial Legislative Council) சட்டம் செய்யும். ஆனால் மாகாணங்களும், மத்திய அரசும் இன்னின்ன விஷயங்களுக்குத்தான் சட்டம் செய்யலாம் என்று பாகுபாடு செய்யப்படவில்லை.

அது அப்போது தேவைப்படவும் இல்லை. ஏனென்றால் ஒரே விஷயத்தைப் பற்றி மத்திய அரசும் மாகாணங்களும் சட்டம் செய்தால் மத்திய அரசு செய்த சட்டம்தான் நிற்கும். மாகாண அரசு செய்த சட்டம் அடிபட்டுப் போகும்.

மாகாண சட்டசபை நிறைவேற்றுகிற ஒவ்வொரு சட்டமும் கவர்னரால் அங்கீகரிக்கப்பட்டு வைசிராய்க்கு அனுப்பி வைக்கப்படும். வைசிராய் அந்தச் சட்டத்தை அனுமதித்துக் கையெழுத்துப் போடாவிட்டால் அந்தச் சட்டம் செல்லுபடியாகாது. அதற்குப் பிறகு பிரிட்டிஷ் அரசின் கையெழுத்தைப் பெற்ற பிறகுதான் அது சட்டமாக முடியும்.

> ஒரு அன்னிய அதிகாரவர்க்கம் தனது வர்க்கத்தைச் சேர்ந்த மாகாண சகாக்களை நம்பாமல் 1861ஆம் ஆண்டு வழக்கத்திற்குக் கொண்டு வந்த இந்த முறை சுதந்தர இந்தியாவின் தற்போதைய அரசியல் அமைப்புச் சட்டத்திலும் இருப்பது நன்கு கவனிக்கத் தக்கது.

இன்றைய அரசியல் அமைப்புச் சட்டத்தில் மத்திய அரசும், மாநில அரசுகளும் சேர்ந்து பயன்படுத்தக்கூடிய அதிகாரங்கள் 'பொதுப் பட்டியல்' என்கிற தலைப்பில் தொகுக்கப்பட்டிருக்கின்றன. இவற்றைப் பொறுத்தவரையில் இரு அரசுகளும் சட்டம் இயற்றலாம் என்றாலும், அந்த விஷயங்களைக் குறித்து மத்திய அரசும் மாநில அரசுகளும் சட்டம் இயற்றினால் மத்திய அரசு செய்த சட்டம்தான் நிற்கும்.

சுதந்திர இந்தியாவின் மாநிலச் சட்டசபை நிறைவேற்றுகிற சட்டங்களில் கவர்னர் கையெழுத்திட்டு அங்கீகாரம் அளித்த பிறகுதான் அந்தச் சட்டம் செல்லுபடியாகும்.

> ஆம், 1950ஆம் ஆண்டு சுதந்தர இந்தியா உருவாக்கியிருக்கிற இந்திய அரசியல் அமைப்புச் சட்டத்தில் 1861ஆம் ஆண்டு வெள்ளை ஏகாதிபத்தியம் தனது சுரண்டல் இயந்திரம் செவ்வனே இயங்குவதற்காக உருவாக்கி வைத்திருந்த அம்சங்களைக் காண்கின்றோம்.

அதனால்தான் அந்தச் சட்டம் இந்தியாவில் ஒரு கூட்டாட்சி

முறை அரசை உருவாக்குவதற்கு அடிக்கல் நாட்டியதாகக் கருதப்படுகிறது. அந்தச் சட்டத்தை உருவாக்கியபோது அதை உருவாக்கியவர்களுக்கு அந்த நோக்கம் இல்லாமல் இருந்திருக்கலாம். ஆனால் இன்றைய அனுபவத்தோடு அந்தச் சட்டத்தை மதிப்பிடுகிறபோது அத்தகைய முக்கியத்துவம் வாய்ந்ததாகக் கருதப்படுகிறது.¹

நிதித் துறை

மத்திய அரசே மாகாண அரசுகளின் பணப் பெட்டித் திறவு கோலை வைத்துக் கொண்டிருந்தது. ஒரு பைசா செலவுக்குக் கூட மாகாண அரசுகள் மத்திய அரசின் அனுமதி பெற வேண்டும். மத்திய அரசின் சம்மதம் பெறாமல் ஒரு சாதாரணச் சம்பளக்காரனைக் கூட மாகாண அரசு வேலைக்கு வைத்துக் கொள்ளக் கூடாது. அவர்கள் அனுமதி இல்லாமல் ஒரு சாலை அமைப்பதோ, கட்டடம் கட்டுவதோ இயலாது.

1897-98 இல் அப்போது மத்திய அரசின் நிதி மந்திரியாக இருந்த சர் ஜேம்ஸ் வெஸ்ட்லண்டு (Sir James Westland) கூறியிருப்பது நிலைமையைத் தெளிவாக்கும்.

"இந்தியாவினுடைய வருவாய் அனைத்தும் மத்திய அரசின் வருவாய். அவை மத்திய அரசு ஒன்றுக்குத்தான் சொந்தம். அவை சட்டப்படிக்கான மத்திய அரசின் உடைமைகள். மாகாண அரசுகள் மத்திய அரசின் உத்தரவின்பேரில்தான் நிதியைப் பொறுத்தவரை நடவடிக்கை மேற்கொள்ள முடியும். மாகாண அரசுகள் பிரயோகிக்கக்கூடிய அதிகாரங்கள் அனைத்தும் மத்திய அரசு அவற்றிற்கு வழங்கியவையே. அது தவிர மாகாண அரசுகளுக்கு எந்தவித நிதி அதிகாரங்களும் கிடையா."²

---

1. "... in so far as the Act was the first important step towards the development of the powers of Provincial Government in India, the measures may, with the advantage of hindsight we possess today, be viewed as a small though vital contribution towards laying the foundation of a federal polity in India.
   - K.R.BOMBWALL, "The Foundations of Indian Federalism", p.68

2. "The revenues of India are the revenues of the Government of India and of that Government alone, its constitutional possession. Every action that the Local Government takes in respect of them

யார் மத்திய அரசிடம் அதிகச் செல்வாக்கை உபயோகிக்க முடிந்ததோ அந்த மாகாணங்கள் அதிக நிதியைத் தட்டிக் கொண்டு போயின.

ஏதாவது சிக்கனம் செய்து ஒரு துறையில் இந்த ஆண்டு செலவைக் குறைக்கலாம் என்று தோன்றினாலும் மாகாண அரசுகள் அப்படிச் செய்யத் தவறின. காரணம், அடுத்த ஆண்டு மொத்தம் மத்திய அரசிலிருந்து பெறும் தொகை இந்தக் காரணத்தை வைத்துக் குறைக்கப்பட்டுவிடக் கூடும் என்று அவை பயந்தன.

மாகாண அரசுகளின் பட்ஜெட்டுகளை மத்திய அரசே தயாரித்து வந்ததால் அப்படித் தயாரித்தவர்களுக்கு அந்தந்த மாநிலங்களின் சூழ்நிலைகளோ, தேவைகளோ கொஞ்சம்கூடத் தெரியாமலிருந்தன.

ஓங்கிக் கேட்டவர்களுக்கு அதிகத் தொகை கிடைத்தது. எனவே மாகாணங்கள் தங்கள் தேவைகளை மிகைப்படுத்திக் கேட்டன. அப்படி மிகைப்படுத்திக் கேட்டுவிட்ட காரணத்தால் வருடம் முடிவதற்குள், தேவையிருந்தாலும் இல்லாவிட்டாலும் அந்தத் தொகை முழுவதையும் செலவிட்டுத் தீர வேண்டிய அவசியத்தில் இருந்தன.[1]

– இதுதான் 1870ஆம் ஆண்டிற்கு முன் வரை இருந்த நிலை.

1871ஆம் ஆண்டுதான் வைசிராயும் கவர்னர் ஜெனரலுமான மேயோ பிரபு நிதி விவகாரத்தில் மத்திய அரசின் பிடியைக் கொஞ்சம் தளர்த்தினார்.

முதல் தடவையாக போலீஸ், ஜெயில், கல்வி, ரிஜிஸ்ட்ரேஷன், சுகாதாரத் துறை, சாலைகள், சிவில் கட்டடங்கள் ஆகியவற்றின் நிர்வாகம் சில நிபந்தனைகளுக்கு உட்பட்டு, மாகாணங்களுக்கு மாற்றப்பட்டன. மத்திய அரசு இவற்றை நிர்வகிப்பதற்கு இந்தத்

must be justified by a specific order of the Government of India; the Local Governments derive their powers entirely from the Government of India and apart from that Government they exercise no financial powers whatsoever."

- Quoted in **KUMUD DIVATIA**, "The Nature of Inter-Relations in Governments in India", p.46.

1. - **P.N. MASALDAN**, "Evolution of Provincial Autonomy in India: 1858 to 1950", p.5

துறைகளில் மொத்தமாக ஒரு தொகையை மான்யமாகக் கொடுத்தது.

இந்தத் துறைகளின் செலவு 'அண்மைக் காலமாக உயர்ந்து கொண்டே போவதாலும், உள்ளூர்த் தேவைகளைப் புரிந்து கொள்ளும் நிலையில் மத்திய அரசு இல்லாமையாலும்' இந்தத் துறைகளின் நிர்வாகம் மாகாணங்கள் கையில் ஒப்படைக்கப்பட்டதாகக் காரணம் கூறப்பட்டது.

மத்திய அரசின் செலவைக் குறைப்பதுதான் இதன் நோக்கமாதலால் இத்துறைகளை நிர்வகிப்பதற்கு மத்திய அரசு மாகாண அரசுகளுக்கு ஒரு குறிப்பிட்ட தொகையை மான்யமாகக் கொடுத்துவிடும்; மீதிக்கு மாகாணங்கள் என்ன செய்யும்? சிக்கனத்தைக் கடைப்பிடிக்க வேண்டும்; அல்லது மத்திய அரசின் அனுமதி பெறாமல் ஏதாவது ஒரு துறையில் குறைவாகச் செலவிட்டுக்கொண்டு, அதை இன்னொரு துறையில் செலவிட்டுக் கொள்ளலாம்.

இதனால் ஆண்டுதோறும் மத்திய அரசிற்கு ரூ.50 இலட்சம் செலவு குறைந்தது.

இப்படி மாற்றப்பட்டவை செலவினங்களே தவிர, வரவினங்கள் அல்ல.

1870ஆம் ஆண்டு மாகாண அரசின் நிர்வாகத்தின் கீழிருக்கும் எல்லா இலாகாக்களையும் தனது பொறுப்பின் கீழ் மாற்றிவிடுமாறு சென்னை அரசு மத்திய அரசைக் கேட்டுக் கொண்டது.

வங்க அரசு மத்திய அரசு மான்யம் வழங்குவதற்குப் பதில் வருமான வரி போன்ற வரிகளில் ஒரு பங்குத் தொகை கேட்டது.

பஞ்சாப் அரசும் 'எங்களுக்கு மான்யத் தொகை வேண்டாம், மத்திய அரசின் வருவாயில் ஆறில் ஒரு பங்கைத் தாருங்கள்' – என்று கேட்டது.

1877இல் வைசிராய் லிட்டன் பிரபு காலத்தில்தான் நிலவரி, எக்சைஸ், ஸ்டாம்புகள், பொது நிர்வாகம், சட்ட–நீதித்துறை போன்ற துறைகளின் பொறுப்புகள் மாகாணங்களுக்கு மாற்றப்பட்டன.

இத்தகைய பொறுப்புகளை மேற்கொள்வதற்கு மத்திய அரசு மான்யம் தருவதற்குப் பதில், சட்ட–நீதித்துறையில் கிடைக்கும் வருமானம், எக்சைஸ், லைசென்சுகள் ஆகிய துறைகளில் வரும் வருமானத்தைக் கொண்டே அவற்றை மாகாணங்கள் நிர்வகிக்க

வேண்டும் என்றும் முடிவு செய்யப்பட்டது.

இப்போதுதான் முதன்முதலாக மாகாணங்களுக்கென்று சில வருவாய் இனங்கள் தரப்பட்டன.

செலவு போக அதிகப்படியோ அல்லது பற்றாக்குறையோ ஏற்பட்டால் அதை மத்திய அரசும் மாகாண அரசுகளும் பங்கிட்டுக் கொள்ளும்.

– இந்த மாற்றங்களின் காரணமாக பிரிட்டிஷ் இந்தியாவின் இருபது சதவிகித வருவாய் மாகாணங்களுக்கு மாற்றப்பட்டது.[1]

மாகாணங்களின் கோரிக்கைகள் காரணமாக வைசிராய் ரிப்பன் பிரபு காலத்தில் (1882) ஒரு புதிய ஏற்பாடு செய்யப்பட்டது.

இந்திய அரசின் வருவாய் இனங்கள் மூன்று தலைப்பில் பிரிக்கப்பட்டன.

ரயில்வே, தபால், தந்தி, நிலவரி, உப்புவரி, நாணயம் அச்சிடுவது, சமஸ்தானங்களிலிருந்து வருகிற கப்பத்தொகை, அபின் விற்பனை ஆகியவை மூலம் வருகிற வருமானத்தை மத்திய அரசே வைத்துக் கொள்ளும்.

பொதுப்பணித்துறை மற்றும் சிவில் இலாகாக்களின் வருவாய் மாகாண வருமானங்களாயின.

மீதியிருந்த வருமானவரி, சுங்கவரி, காடுகள், நீர்ப்பாசனம், ரிஜிஸ்ட்ரேஷன், முத்திரைத்தாள் விற்பனை போன்ற துறைகளின் வருமானம் ஒரு குறிப்பிட்ட விகிதப்படி ஐந்தாண்டுகளுக்கு ஒரு முறை மத்திய அரசாலும், மாகாண அரசுகளாலும் பங்கிட்டுக் கொள்ளப்பட்டன.

இப்படி முதன்முறையாக வருவாய் இனங்கள்: 1. மத்திய அரசு (Imperial), 2. மாகாண அரசு (Provincial), 3. இரண்டும் பங்கிட்டுக் கொள்பவை (Divided) – என மூன்று தலைப்புகளில் பிரிக்கப்பட்டன.

ஆனால் மாகாண அரசுகள் மத்திய அரசின் நிர்வாக ஏஜெண்டுகளாகத்தான் இருந்தன என்பதை மறந்துவிடக் கூடாது. ஆண்டுதோறும் மாகாணங்கள் மான்யம் பெறுவதற்குப் பதில் ஐந்தாண்டுகளுக்கு ஒருமுறை வருவாயைப் பங்கிட்டுக் கொள்ளும் முறை அமுலுக்கு வந்தது.

---

1. இந்த ஏற்பாட்டை சென்னை மாகாண அரசு ஏற்றுக் கொள்ள மறுத்து, 1871ஆம் ஆண்டு ஏற்பாட்டிற்கே தொடர்ந்து உடன்பட்டது.

அதாவது ஒவ்வொரு ஐந்தாவது ஆண்டும் மாகாண அரசுகளிடம் இந்தத் துறைகளில் மீதமிருந்த பணத்தை மத்திய அரசு பறித்துக் கொண்டது.

இதன் விளைவு என்ன தெரியுமா?

சிக்கனத்தைக் கடைப்பிடித்து இந்தத் துறைகளில் பணத்தைச் சேர்த்து வைத்தால் ஐந்தாவது ஆண்டு அந்தத் தொகையை மத்திய அரசு தட்டிக்கொண்டு போவது மட்டுமல்லாமல், அப்படிச் சிக்கனம் செய்கிற மாகாணத்திற்குப் போதிய நிதி வசதி இருக்கிறது என்று முடிவு செய்து மத்திய அரசு அடுத்த தடவை மானியத் தொகையைக் குறைத்து விடக்கூடும்.

எனவே, மத்திய அரசுக்கு அந்தச் சேமிப்பு கிடைக்காமலிருக்க ஒவ்வொரு மாகாண அரசும் விரைவாக அந்தத் துறைகளில் கிடைக்கும் வருவாயைச் செலவிட்டுத் தீர்த்தது.

அப்போது வங்காளத்து லெப்டினென்ட் கவர்னராக இருந்தவர் நிலைமையைக் கீழ்க்கண்டவாறு வர்ணிக்கிறார்:

"ஐந்தாண்டுகளுக்கு ஒரு முறை வருவாயைப் பங்கிட்டுக் கொள்ளும் முறையை நான் கண்டிக்கிறேன். ஒவ்வொரு ஐந்தாவது ஆண்டும் மாகாண அரசு என்னும் செம்மறி ஆடு புரட்டிப் படுக்கப்போடப்பட்டு, அதன் ரோமங்கள் அனைத்தும் மொட்டை அடிக்கப்பட்டு – ரோமங்கள் மீண்டும் வளரும் வரை நடுங்கிக் கொண்டிருக்குமாறு செய்யப்படுகின்றது.. இதனால் பொதுவாகக் கடைப்பிடிக்கப்படுகிற பழக்கம் இதுதான். முதல் இரண்டு ஆண்டுகள் சிக்கனமும் சேமிப்பும் கடைப்பிடிக்கப்படும் அல்லது செய்ய வேண்டிய செலவினங்கள் செய்யாமல் விடப்படும். பிறகு அடுத்த இரண்டு ஆண்டுகள் புதிய உற்சாகத்துடன் சகஜமான பணிகள் மேற்கொள்ளப்படும். கடைசி ஆண்டு எங்கே பணம் மீதமிருந்தால் மத்திய அரசு எடுத்துக் கொண்டுவிடுமோ என்கிற பயம் காரணமாக எல்லாத் தொகையும் வேகமாகச் செலவிடப்படும்." [1]

---

1. "I deprecate the way in which the quinquennial revisions have so frequently been carried out. The provincial sheep is summarily thrown on its back, close-clipped and shorn of its wool and turned out to shiver till the fleece grows again. The normal history is this: two years of screwing and saving and postponement of work; two years renewed energy on the normal scale, and one year of dissipation of balances in the fear that, if not spent, they will be

– இப்படி அதிகாரம் மத்தியில் குவிக்கப்பட்டிருந்ததால் வீண் பண விரயமும், நிர்வாக ஒழுங்கீனங்களும், பொறுப்பின்மையும் ஏற்பட்டன.

மாகாண 'பட்ஜெட்டுகள்' மத்திய அரசின் பரிசீலனைக்கு அனுப்பி வைக்கப்படும். காரணம், மாகாண அரசுகளின் பட்ஜெட்டுகள் மத்திய அரசு பட்ஜெட்டின் ஒரு பகுதியாகக் கருதப்பட்டன.

மத்திய அரசு அதில் உள்ள சிறு விவரங்களைக் கூடத் துருவித் துருவி ஆராய்ந்து மாற்றங்களைத் தெரிவித்துத் தொந்தரவு கொடுத்து வந்தது.

எடுத்துக்காட்டாக, பலுசிஸ்தான் அரசு ரூ.29,390க்கு ஒரு திட்டம் தீட்டி மத்திய அரசுக்கு அனுப்பி வைத்தது. அதிலே மத்திய அரசு மாற்றம் ஏதாவது செய்ய வேண்டும் என்பதற்காக வெறும் 20 ரூபாயைக் குறைத்தது.[1]

இருபது ரூபாய் பெரிய தொகை அன்று; ஆனால் மத்திய அரசு தனது அதிகாரத்தைக் காட்டிக் கொள்வதற்காக அப்படிச் செய்தது.

ஒவ்வொரு காரியத்திற்கும் மாகாண அரசுகள் மத்திய அரசுக்கு எழுதிக் கேட்டு, அனுமதி பெற்றுச் செய்ய வேண்டியிருந்தது. வீண் காலதாமதத்தை இதற்கு விலையாகக் கொடுக்க வேண்டியிருந்தது.

எடுத்துக்காட்டாக, சுங்கவரித் (Customs) துறையில் பணியாற்றும் துணை கஸ்டம்ஸ் கலெக்டர்களுக்கு மாதம் 50 ரூபாய் வீட்டு வசதிப்படி தருவதற்கு பம்பாய் மாகாண அரசு மத்திய அரசின் அனுமதி கோரியிருந்தது. இதற்குப் பதில் வருவதற்கு ஒரு ஆண்டிற்குமேல் ஆகியது.[2]

அற்ப விஷயங்களில் கூட மத்திய அரசு தலையிட்டு, தனது கருத்தினை வலியுறுத்தி வந்தது.

ஒரு சமயம் வங்காள மாகாணம் ராஞ்சி (Ranchi)யில் ஒரு பெரிய கலைக் கல்லூரியைத் துவக்கவும், அதே நேரம் சிப்பூர்

---

annexed by the Supreme Government at the time of revision."
- **Sir A. MACKENZIE,** Lt. Governor of Bengal, Quoted in **K.R.Bombwall,** "The Foundations of Indian Federalism," p.77.

1. Royal Commission on Decentralization, Vol. X. p. 138
2. Ibid p.152

(Sibpur) என்னும் ஊரில் உள்ள கல்லூரியை ராஞ்சிக்கு மாற்றவும் மத்திய அரசிற்கு ஒரு திட்டத்தை அனுப்பி வைத்தது. இதை ஏற்றுக்கொண்ட மத்திய அரசு, இரண்டு கல்லூரிகளுக்கும் ஒரே ஒரு விளையாட்டுத் திடல் போதும் என்ற கருத்தினைத் தெரிவித்து, அதை வற்புறுத்தியது.¹

அற்ப விஷயங்களுக்கெல்லாம் மத்திய அரசின் அனுமதியையும் ஆலோசனையையும் பெற வேண்டியிருந்ததால் மாகாண அரசுகளும், மத்திய அரசும் பரிமாறிக்கொண்ட கடிதங்களின் எண்ணிக்கை உயர்ந்துகொண்டே இருந்தது. எடுத்துக்காட்டாக, குறிப்பிட்ட ஆண்டுகளில் மத்திய அரசின் உள்துறை இலாகா (Home Department) மாகாண அரசுகளுடன் பரிமாறிக் கொண்ட கடிதங்களின் எண்ணிக்கை கீழே தரப்பட்டிருக்கிறது.²

பிரிவு	1898ஆம் ஆண்டில்	1906ஆம் ஆண்டில்	அதிகம் (+) அல்லது குறைவு(-) என்கிற சதவிகித அளவு
பொது (Public)	பெற்ற கடிதங்கள் 2948 அனுப்பிய கடிதங்கள் 3978 மொத்தம் 6926	3818 4392 8210	+ 18.54
மருத்துவம் Medical	பெற்றது 1550 அனுப்பியது 2432 மொத்தம் 3982	1196 1824 3020	24.16
பிளேக் (Sanitary Plague)	பெற்றது 4247 அனுப்பியது 5797 மொத்தம் 10044	3989 2699 6688	33.41

---

1. Ibid p.54
1. Quoted in **KUMUD DIVATIA**, "The Nature of Inter-Relations in Governments in India," p.50.

கல்வி (Education)	பெற்றது 581 அனுப்பியது 683 மொத்தம் 1264	1150 1413 2563	+102.77
போலீஸ் (Police)	பெற்றது 605 அனுப்பியது 577 மொத்தம் 1182	1627 2157 3784	+220.14
நிர்வாகம் (Establishment)	பெற்றது 1177 அனுப்பியது 1350 மொத்தம் 2527	1691 2270 3961	+56.75

இப்போதும் கூட ஒவ்வொரு துறையிலிருந்தும் மாநில அரசுகளும், மத்திய அரசும் பரிமாறிக்கொள்ளும் கடிதங்களின் எண்ணிக்கை இவ்வளவாக இல்லாவிட்டாலும் அவை குறிப்பிடத்தக்க அளவில் இருக்கலாம்.

டில்லியில்தான் வெளிநாடுகள் தங்களது தூதரகங்களை வைத்திருக்கின்றன.

அதே டில்லியில்தான் இந்தியாவில் உள்ள ஒவ்வொரு மாநிலமும் – கூப்பிடு தொலைவில் இருக்கிற அரியானாவிலிருந்து, தொலை தூரத்திலே இருக்கிற தமிழ்நாடு, கேரளம், காஷ்மீர் முதற்கொண்டு தங்களுக்கென்று ஒரு அலுவலகத்தையும், மத்திய அரசோடு தொடர்பு கொள்ளுவதற்கு ஒரு பெரிய அதிகாரியையும் (Liaison Officer) வைத்திருக்கின்றன.

மாநிலத் தலைநகரங்களிலிருந்து டில்லிக்குச் செல்லும் ஆகாய விமானங்கள் மத்திய அரசுக்கு விளக்கம் தரவும், வேண்டியதைப் பெறவும், விரைவில் காரியத்தை முடிக்கவும் கட்டும் (பைலும்) கையுமாகப் போகிற மாநில அதிகாரிகளைச் சுமந்து கொண்டுதான் போகின்றன.

இன்றும் நிலைமை அடியோடு மாறிவிடவில்லை என்பதற்காக இதைக் கூற வேண்டியிருக்கிறது.

சட்டம் இயற்றுவதிலும் அப்போது மாகாணங்களுக்குப் பூரண உரிமை கிடையாது.

மாகாண சட்டசபைகளில் ஒரு மசோதாவை அறிமுகப்படுத்து வதற்கு முன்பு அதற்கு மத்திய அரசின் அனுமதியைப் பெற

வேண்டும், அப்படி அனுமதி பெற மசோதா தலைநகரத்திற்கு அனுப்பி வைக்கப்படுகிறபோது, மத்திய அரசு அதில் பல மாற்றங்களைச் செய்து அதன் சுயரூபத்தையே பல சந்தர்ப் பங்களில் மாற்றிவிடுவதும் உண்டு.

எடுத்துக்காட்டாக, கல்கத்தா மாநகராட்சியின் அமைப்பைத் திருத்தி உருவாக்கும் மசோதா வைசிராயும் கவர்னர்-ஜெனரலுமான கர்சான் பிரபுவால் (Lord Curzon) ஏற்றுக்கொள்ளப்படவில்லை. அவருடைய விருப்பப்படி மசோதா அடையாளம் தெரியாமல் மாற்றப்பட்ட பிறகுதான் அவர் அதற்கு அனுமதி அளித்தார்.[1]

இப்படிக் கஷ்டப்பட்டு கவர்னர்-ஜெனரலின் சம்மதத்தைப் பெற்ற பிறகும் அந்த மசோதா மாகாண சட்டசபையில் நிறைவேற்றப்படுமானால் திரும்பவும் அம்மசோதா கவர்னர் அல்லது கவர்னர் ஜெனரலின் கையெழுத்தைப் பெற்ற பிறகுதான் சட்டமாகும்.[2]

இவ்வளவு அதிகாரங்கள் மத்திய அரசில் குவிக்கப்பட்டிருந்த போதிலும் அதிகார மோகம் கொண்டவர்கள் அவ்வப்போது மாகாணங்கள் மீது தங்கள் ஆத்திரத்தைக் கொட்டியிருக்கின்றனர்.

அந்தக் காலத்திலும் மத்திய அரசைக் கோபப்படுத்தியது சென்னை மாகாணம்தான்.

---

1. Quoted in **KUMUD DIVATIA**, "The Nature of Inter-Relations of Governments in India," p.58

2. இப்போதும் நிலைமை மாறிவிடவில்லை. தமிழக சட்டமன்றம் சுயமரியாதைத் திருமண மசோதாவை நிறைவேற்றுவதற்கு முன்பு அனுமதிக்காக டில்லி அனுப்பியது. திருமண முறையில் அகில இந்தியாவிலும் இல்லாத ஒரு புரட்சியை அந்த மசோதா ஏற்படுத்தியதால் டில்லி சட்ட அமைச்சகத்தில் அதுபற்றி சர்ச்சையும், அதன் விளைவாகக் காலதாமதமும் ஏற்பட்டன.

அப்போது (1967-68) முதல்வராக இருந்த அறிஞர் அண்ணா சட்ட அமைச்சர் திரு. மாதவனை டில்லிக்கு அனுப்பி வைத்தார். திரு. மாதவன் மத்திய அரசின் அப்போதைய சட்ட அமைச்சராக இருந்த திரு கோவிந்தமேனனையும், அப்போதைய சட்டச் செயலாளராக இருந்த திரு சென் வர்மாவையும் (பின்னால் தேர்தல் கமிஷனராக இருந்து ஓய்வு பெற்றவர்) சந்தித்து விளக்கம் தந்துவிட்டு வந்தார். அதற்குப் பிறகுதான் அந்த மசோதா குடியரசுத் தலைவரின் அனுமதியைப் பெற்றது.

"அதிகாரத்தைப் பரவலாக்க வேண்டியது நல்லதுதான். ஆனால், பம்பாய், சென்னை ஆகியவற்றைப் பொறுத்தவரையில் மத்திய அரசே கிடையாதோ என்கிற அளவிற்கு நிலைமை மோசமாகப் போய்விட்டது. தங்களைத் தவிர வேறு யாருக்கும் பொறுப்புக் கிடையாது என்பதை அந்தக் குட்டி ராஜாக்கள் (கவர்னர்கள்) மறந்துவிட்டதுபோலவும் தோன்றுகிறது."[1]

இப்படிக் குறைப்பட்டுக் கொண்டது யார்?[1]

வைசிராய் கர்சான் பிரபுதான். இங்கிலாந்தில் உள்ள இந்தியா மந்திரிக்கு இவ்வாறு புகார்க் கடிதம் எழுதினார் அவர்.

"நான் சுமார் ஐந்து மாதங்களுக்கு மேலாக இந்தியாவில் இருந்தும், அவ்வப்போது அங்கு என்ன நடக்கிறது என்பதைப் பற்றி எனக்குத் தெரிவித்து என்னோடு தொடர்பு கொள்ளுமாறு குறிப்பிட்டுக் கூறியிருந்தும் (சென்னை) கவர்னரிடமிருந்து ஒரு வார்த்தை கூட எனக்கு வந்து கிட்டவில்லை."[2]

– பிறிதொரு முறையும் கர்சான் இப்படி லண்டனுக்குப் புகார் எழுதினார்.

1899ஆம் ஆண்டு ஜூன் மாதம் பிரிட்டிஷ் மகாராணியின் சிலை ஒன்றின் மீது தார் கொட்டப்பட்டதைத்தான் சென்னை கவர்னர் தெரியப்படுத்தினாராம். ஆனால் அதே நேரம் திருநெல்வேலி மாவட்டத்தில் தொடர்ந்து நடைபெற்ற கலவரங்கள் குறித்து அவர் கர்சானுக்குத் தெரியப்படுத்தவில்லையாம்.

"எகிப்திலும், பிரான்சிலும் நடப்பதைத் தெரிந்து கொள்கிற

---

1. "Decentralization is all very well, but it appears to me in the case of Bombay and Madras to have been carried to a point in which the Supreme Government is nowhere, and in which the petty Kings of those dominions are even unconscious that responsibility attaches to any one but themselves."
Quoted in **KUMUD DIVATIA**, "The Nature of Inter-Relations of Governments in India", p.58.

2. "Since I have been in India, now over five months, I have not had a word from the Governor (of Madras) though I particularly requested him to communicate with me from time to time and let me know what was going on."
- Lord Curzon, Quoted in **KUMUD DIVATIA**, "The Nature of Inter Relations of Governments in India", p.58.

அளவுக்குக்கூட என்னால் சென்னையில் நடப்பதைத் தெரிந்து கொள்ள முடியவில்லை. வைசிராயின் பொறுப்பு என்று சொல்லப்படுவது காற்றில் எப்போதோ மறைந்துவிட்டது"[1]

– என்றும் வைசிராய் கர்சான் குறைப்பட்டுக் கொண்டிருக்கிறார்.

பிரிட்டிஷாரின் இந்திய சாம்ராஜ்யத்தில் அனைத்து அதிகாரங்களையும் ஒரு இடத்தில் குவித்து வைத்து, அதை விழிப்புடன் கட்டிக்காத்து வந்த கர்சான் பிரபு 1905ஆம் ஆண்டு வைசிராய் பதவியை ராஜிநாமா செய்துவிட்டு, இங்கிலாந்து திரும்பினார்.

இப்படிக் கர்சான் தாயகம் திரும்பிய நேரம் இந்தியாவின் நிர்வாகம் முற்றிலும் ஓர் உறுப்பு அரசாக (Unitary both in form and fact) இருந்தது.

நிர்வாக வசதிக்காகச் சில துறைகளும், வருவாய் இனங்களும் மாகாண அரசுகளிடம் ஒப்புவிக்கப்பட்டிருந்தன.

மத்திய அரசைப் போலவே மாகாண அரசுகளும் வசூலிக்கிற வருவாய் முழுவதையும் 'இம்பீரியல் டிரஷரி (Imperial Treasury) யில் கட்ட வேண்டும். வேறு எங்கும் பணத்தை முதலீடு செய்ய முடியாது. மத்திய அரசின் அனுமதி பெற்றுத்தான் ஒரு பைசாவானாலும் எடுக்க முடியும். மத்திய அரசின் அனுமதி இல்லாமல் இருக்கிற வரியையும் உயர்த்த முடியாது, புதிய வரிகளையும் விதிக்க முடியாது.

மாகாண அரசுகள் என்பவை மத்திய அரசின் ஏஜெண்டுகளாகவும், மத்திய அரசு என்னும் சுற்றிச் சுழல்கின்ற பிரமாண்டமான சக்கரத்தின் பற்களாகவுமே விளங்கின.[2]

நிதித்துறையில் உள்ள கட்டுப்பாட்டின் காரணமாக மத்திய அரசிடமிருந்து பிச்சைப் பணத்தைப் பெற்று மாகாண அரசுகள்

---

1. "I know far less of what is going on in Madras than I do of what is passing in Egypt or France , and as for the supposed responsibility of the Viceroy, it has long ago vanished in the air."
 - Quoted in **BISHESHWAR PRASAD,** "The Origins of Provincial Autonomy."

2. "The Provincial Governments were only the agents of the Government of India, mere cogs in the Wheel."
 - **KUMUD DIVATIA,** "The Nature of Inter Relations in Governments in India", p.44

அவமானகரமான வாழ்வை நடத்தி வந்தன.[1]

– இந்த விமர்சனம் இன்றும் பொருத்தமாக இருப்பதைக் காணலாம்.

அப்போதைய அடிமைத்தனத்திற்கு மேலும் ஒரு எடுத்துக்காட்டு:

பம்பாயில் தற்காலிகமாக வேலைக்கு அமர்த்தப்பட்ட ஒரு பெண் டாக்டர் பிள்ளைப்பேறு காரணமாக ஒரு மாத காலம் விடுமுறைக்கு விண்ணப்பம் செய்திருந்தார். ஆனால், பம்பாய் மாகாண அரசுக்கு அப்படி விடுமுறை தரும் அதிகாரம் கிடையாது என்று அந்தக் கோரிக்கை மத்திய அரசினால் மறுக்கப்பட்டது.

---

1. "(the Provincial Governments) eked out an inglorious existence by being the recipients of doles from the Central Government."
   - **SHAFAAT A. KHAN,** "Federal Finance", p.6

3. அதிகாரத்தைப் பரவலாக்க 'கமிஷன்' உருவாகிறது
(Decentralization)

> "மத்தியில் அதிகாரக் குவிப்பு எனும் பெரிய விஷமத்தைப் பரிசீலனை செய்வதற்காக" மார்லி பிரபு ஒரு ராயல் கமிஷனை நியமித்தார்.
>
> Lord Morley appointed a Royal Commission "to examine into this great mischief... this over centralization.
>
> **- Speeches of John Morley, p.68**
>
> "அதிகாரத்தைப் பரவலாக்குவதைப் பொறுத்தவரை மிகச் சிறிய முன்னேற்றம்தான் ஏற்பட்டது."
>
> – குமுத் டிவாதியா.
>
> "..very little advance was made as far as the decentralization of authority was concerned."
>
> **- KUMUD DIVATIA,** "The Nature of Inter relations of Governments in India," p.64

கர்சான் காலம்தான் மத்தியில் அதிகாரங்களைக் குவித்து வைத்திருந்ததில் தன்னிகரற்று விளங்கிய காலமாகும்.

மாகாண அரசு பெண் டாக்டருக்கு விடுமுறை அளிக்கின்ற அதிகாரம் கூட இல்லாத அரசாக இருந்துவந்ததைச் சென்ற அத்தியாயத்தில் குறிப்பிட்டிருந்தோம்.

இதுவும் போதாதென்று 'டைரக்டர் ஜெனரல்' என்கிற பெயரில் மத்திய அரசின் சார்பாகப் பத்து பெரிய அதிகாரிகளை நியமித்து மாகாண அரசுகளை கர்சான் மேற்பார்வையிட வைத்தார்.

இந்திய மருத்துவத் துறைக்கு ஒரு டைரக்டர் ஜெனரல் (Director General, Indian Medical Service), கல்விக்கு ஒரு டைரக்டர் ஜெனரல், காடுகளைக் கண்காணிப்பதற்கு ஒரு இன்ஸ்பெக்டர் ஜெனரல், விவசாயத் துறைக்கு ஒரு இன்ஸ்பெக்டர் ஜெனரல் – இப்படி பத்து பெரிய அதிகாரிகளை மத்திய அரசின் சார்பாக நியமித்தார்.[1]

இவர்கள் நாடு முழுவதும் சுற்றி மாகாணங்களில் என்ன நடக்கிறது என்பதை மத்திய அரசிற்கு அறிவிப்பார்கள்.

இந்த மத்திய அதிகாரிகள் அநாவசியமாக மாகாண அரசுகளுக்குத் தொல்லை கொடுப்பதாகப் புகார்கள் எழுந்தன.

மத்திய அரசின் சார்பாக அதிகாரிகளை நியமிக்கும் வேட்கை கர்சான் காலத்தில் மட்டுமன்று, திருமதி இந்திரா காந்தி காலத்திலும் இருந்து வருவதை நாம் அறிவோம்.

இந்த நேரம் மாகாண அரசுகள், மத்தியில் அதிகாரம் குவிந்து கிடக்கிறது; அதிகாரத்தைப் பரவலாக்க வேண்டும் என்கிற குரலை எழுப்பி வந்தார்கள். 1907 ஆம் ஆண்டு பட்ஜெட் விவாதத்தின்போது பம்பாய் அரசின் சார்பாகப் பேசிய சர் ஸ்டேமிங் வில்லியம் எட்கர்லி "(மத்திய அரசு) நிதித் துறையிலும், மற்ற துறைகளிலும் விதித்திருக்கிற கட்டுப்பாடுகளில் புதிய பங்கீடு செய்ய, ஒரு வலுவான கமிட்டி அமைக்கப்பட வேண்டும்" என்று கேட்டார்.[2]

---

1. 1. Director General, Indian Medical Service
   2.   "   of Education
   3.   "   of Criminal Intelligence
   4. Sanitary Commissioner, Government of India
   5. Inspector General of Forests
   6.   "   of Civil Veterinary Department
   7.   "   of Agriculture
   8.   "   of Irrigation
   9.   "   of Excise and Salt
   10. Director, Geological Survey in respect of Mining matters.

2. "Speaking on behalf of the Government of Bombay during the budget debate in 1907 Sir Steyming William Edgerly demanded a strong committee to be appointed to work out a scheme of devolution of financial and other departmental control."

- **K.R. BOMBWALL,** "The Foundations of Indian Federalism", p.82.

கர்சானுக்குப் பிறகு **மிண்டோ பிரபு** வைசிராயாக நியமிக்கப்
பட்டார். அதே நேரம் **மார்லி பிரபு** இங்கிலாந்தில் இந்தியா மந்திரி
(Secretary of State for India) ஆனார். இவர் அதிகாரக் குவிப்புக்
காரணமாக இந்தியாவில் நிர்வாகம் செவ்வனே இயங்க முடியாத
நிலையை உணர்ந்தார்.

"இந்தப் பெரிய விஷமத்தை... இப்படி மத்தியில் அதிகாரங்கள்
குவிக்கப்பட்டிருப்பதைப் பரிசீலனை செய்வதற்காக,"¹ ஒரு
கமிஷனை நியமித்தார். 1907 ஆம் ஆண்டு நியமிக்கப்பட்ட அந்த
கமிஷன் (Royal Commission on Decentralization) இந்தியாவில்
அதிகாரங்களைப் பரவலாக்குவதுபற்றி ஆராய்ந்தது.

அதிகாரத்தைப் பரவலாக்குவதன் மூலம் மத்திய – மாகாண
அரசுகளின் நிர்வாக உறவுகளை ஒருமைப்படுத்திச் சிக்கல்களைத்
தீர்த்து வைத்து நிர்வாக வசதி ஏற்படுத்துவதுதான் அந்தக்
கமிஷன் அமைக்கப்பட்டதின் நோக்கம்.

இந்தியாவில் பிரிட்டிஷார் நடத்திய ஆட்சி – அதிகாரங்கள்
அனைத்தையும் மத்தியில் குவித்து வைத்துக்கொண்டு ஒரு அதிகார
வர்க்கம் (Centralized Bureaucracy) நடத்திய ஆட்சியாகும்.

**அத்தகைய ஆட்சியிலேயே அதிகாரத்தைப் பரவலாக்க முடியும்
என்றால், அப்படி அதிகாரத்தைப் பரவலாக்க வேண்டும் என்று
சொல்லுகிற கோரிக்கையும், மாநில சுயாட்சியை உள்ளடக்கிய
கூட்டாட்சிக் கொள்கையும் ஒன்று அல்ல என்று நாம் முன்பு
கூறியிருப்பதை இங்கு நினைவுபடுத்த விரும்புகிறோம்.**

அந்தக் கமிஷன் உருப்படியான கருத்துகளை வெளியிடவில்லை
என்பது குறிப்பிடத்தக்கது.

ஆனால் கீழ்க்கண்ட காரணங்களால் அதிகாரங்கள்
பரவலாக்கப்பட வேண்டும் என்று அந்தக் கமிஷன் வற்புறுத்தியது:

1) ஒரு பெரிய துணைக் கண்டத்தை ஒரு தலைநகரத்திலே
இருந்துகொண்டு நிர்வகிப்பது கஷ்டமான காரியம். இத்தகைய
காரியத்தில் மத்திய அரசு ஈடுபட்டால் ராஜதந்திரத் தோல்வியும்,
திறமைக் குறைவும் ஏற்படும். 2) வெவ்வேறு மாகாணங்களும்,
வெவ்வேறு மொழிகள், வெவ்வேறு பழக்கவழக்கங்கள், அக்கறை

---

1. "to examine into this great mischief... this over "centralization"
- "Speeches of **JOHN MORLEY**", p.68

– கொண்டவையாக இருக்கின்றன. மேலும், அபிவிருத்தியைப் பொறுத்தவரை எல்லா மாகாணங்களும் ஒரே மாதிரியாக இராமல் பல்வேறு கட்டங்களில் இருக்கின்றன. 3) மாகாணங்களிலும், உள்ளாட்சிகளிலும் அதிகப் பொறுப்பு உணர்ச்சியை உருவாக்குவது விரும்பத்தக்கது. 4) பொது விவகாரங்களில் மக்களை ஈடுபடுத்தி நிர்வாகத்தைப் பலப்படுத்துவது முக்கியம்.

– இந்தக் கமிஷனின் அடிப்படையில் செய்யப்பட்ட சீர்திருத்தங்களும், 1909இல் உருவாக்கப்பட்ட சட்டங்களும்தான் மிண்டோ – மார்லி சீர்திருத்தங்கள் என்று அழைக்கப்படுகின்றன.

முதன்முறையாக இந்தச் சட்டத்தின் மூலம் முஸ்லீம்களுக்குத் தனித் தொகுதி முறை ஏற்பட்டது. இந்தியாவில் பிரித்தாளும் கொள்கை முதன்முறையாகச் செயல் வடிவம் கொண்டது.

மிண்டோ – மார்லி சீர்திருத்தம் மத்திய சட்டசபையிலும், மாகாண சட்ட சபைகளிலும் பிரதிநிதிகளை – குறிப்பாகத் தேர்ந்தெடுக்கப்பட்ட பிரதிநிதிகளை – அதிகமாக்கியது. (இப்போது உள்ளதுபோல் வயது வந்தோருக்கு வாக்குரிமை என்கிற அடிப்படையில் அவர்கள் தேர்ந்தெடுக்கப்படவில்லை. நகராட்சிகள், ஜில்லா போர்டுகள் சார்பாகச் சிலர், நில உரிமை கொண்டவர்கள், பல்கலைக்கழகத்தின் பிரதிநிதிகள் போன்ற சிலர்தாம் அப்போது வாக்களிக்கும் உரிமை பெற்றவர்கள். இதுதவிர சில அதிகாரிகளும் மாகாண சட்டசபைகளில் நியமன உறுப்பினர்களாக இருந்தார்கள்.) இந்த நேரத்தில்தான் மாகாண சட்டசபைகளில் உறுப்பினர்கள் கேள்விக்குத் துணைக் கேள்வியும் கேட்டுப் பதில்பெறும் உரிமை வழங்கப்பட்டது. முதன்முறையாக ஒரு தீர்மானத்தை முன்மொழிந்து விவாதிக்கும் உரிமையும் அளிக்கப்பட்டது. ஆனால் 'பொது நன்மை'யைக் கருதி அதை கவர்னர் நிராகரிக்க முடியும். மற்றும் முதன் முறையாக பட்ஜெட் மீது வாக்கெடுக்கும் உரிமையும் சட்ட சபைக்கு வழங்கப்பட்டது.

மாகாண சட்டசபைகளில் தேர்ந்தெடுக்கப்பட்ட பிரதிநிதிகள் கூடியதால் மாகாண சட்டசபைகளுக்கு மத்திய அரசைத் தட்டிக் கேட்கும் தைரியம் பிறந்தது குறிப்பிடத்தக்க அம்சமாகும்.

புதிதாகச் சில 'தேர்ந்தெடுக்கப்பட்ட உறுப்பினர்கள்' மாகாண சட்டசபைகளில் இருந்ததால் சட்டசபைகளுக்கு ஒரு புதிய தெம்பும், தனித்தன்மையும் பிறந்தன.

மாகாண அதிகாரவர்க்கம் இப்போது மத்திய அரசோடு பலமாக வாதாடும் பலத்தைப் பெற்றிருந்ததாக உணர்ந்தது.

பம்பாய் மாகாண அரசு ஒரு கோரிக்கைக்குச் சம்மதம் கேட்டு மத்திய அரசை அணுகியது. மத்திய அரசு அந்தக் கோரிக்கையை நிராகரித்துவிட்டது. உடன் பம்பாய் மாகாண அரசு சோர்ந்து விடாமல், அந்தக் கோரிக்கையை ஒரு தீர்மான வடிவில் சட்டசபை முன் வைத்தது. சட்டசபையும் அந்தத் தீர்மானத்தை ஆதரித்தது. பிறகு அந்தத் தீர்மானம் மத்திய அரசிற்கு அனுப்பி வைக்கப்பட்டது.

– இதன் விளைவாக மத்திய அரசு கடுங்கோபம் கொண்டது.

"மாகாண சட்டசபைகளில் மத்திய அரசின் பிரதிநிதிகள் கிடையாது. எனவே, மாகாண அரசுகள்தான் மத்திய அரசின் கொள்கைக்குப் பாதுகாப்புத் தர வேண்டும். எனவே, மாகாண அரசுகள் எப்போதும் மத்திய அரசைத்தான் ஆதரிக்க வேண்டுமே தவிர, இப்படி மத்திய அரசு நிராகரித்த கோரிக்கைக்குத் தீர்மானம் போட்டு அனுப்பக் கூடாது" என்கிற கண்டிப்பான கடிதம் மத்திய அரசிடமிருந்து பம்பாய் மாகாண அரசுக்கு வந்தது.

வெள்ளை அதிகாரவர்க்கமும், அதை ஆதரித்த நியமன உறுப்பினர்களும் கொண்ட ஒரு மாகாண சட்டசபை, அதே வெள்ளை அதிகார வர்க்கம் ஆண்ட மத்திய அரசைத் தட்டிக் கேட்க முன்வந்தது என்றால் அதற்கு அப்போது இருந்த மத்திய-மாகாண உறவுமுறைகளில் பரவியிருந்த அநியாயம் கொதி நிலையை அடைந்து விட்டதாகத்தான் பொருள் கொள்ள வேண்டும்.

அதனால்தான் இந்தச் சம்பவம் மாகாணங்களுக்கிடையே புதிதாக எழுந்த தன்னுணர்வு உணர்ச்சியின் அடையாளமாகக் கருதப்படுகிறது. இத்தகைய உணர்ச்சிதான் பின்னால் அமைய இருந்த கூட்டாட்சி முறைக்கு அடிப்படையாக இருந்த முக்கியமான அம்சமாகும்.[1]

இன்னொரு முறை பம்பாய் மாகாண அரசு மத்திய அரசின் அனுமதியில்லாமல் ஒரு செலவினத்திற்கு ஒப்புதல் தந்து பகிரங்கமாக மத்திய அரசிற்குச் சவால் விட்டது.

---

1. "The incident was... symptomatic of a new spirit of self assertion on the part of the provinces vis-à-vis the Centre, a spirit which acted as an important factor in creating the basis for a federal relationship between the Centre and the provinces in the not too distant future."

- K.R. BOMBWALL "The Foundations of Indian Federalism", p.87

கண்டிப்பிற்குப் பெயர் பெற்ற வைசிராய்களான மேயோ பிரபுவும், லிட்டன் பிரபுவும் மாகாண கவர்னர்களிடமிருந்து தங்கள் குறைகள் கவனிக்கப்படுவதேயில்லை என்று காரமும் கோபமும் நிறைந்த கடிதங்கள் தங்களுக்கு வருவதாகக் குறைப்பட்டுக் கொண்டார்கள்.

அந்தக் காலத்திலும் சென்னை மாகாணம் மத்திய அரசை நிம்மதியாக வைத்திருக்கவில்லை.

சென்னை கவர்னராக இருந்த பக்கிங்காம் கோமகன் (Duke of Buckingham) (இவருடைய பெயரால்தான் சென்னை நகரில் கால்வாயும் ஆலையும் இருக்கின்றன) அப்போது வைசிராயாக இருந்த லிட்டன் பிரபுவிற்குத் தொந்தரவு கொடுத்து வந்திருக்கிறார்.

"சென்னை அரசாங்கம் என்னுடைய ஆலோசனையைக் கேட்பதுமில்லை, கொடுத்த ஆலோசனைப்படி நடப்பதுமில்லை என்றும், தாம் பலவந்தப்படுத்தும் நிலையில் சென்னை அரசாங்கம் இல்லாமல் இருந்தமைக்காக லிட்டன் பிரபு வருத்தப்பட்டுக் கொண்டிருக்கிறார்."[1]

– இது மத்திய அரசிற்கு இன்னும் அதிகாரம் வேண்டும் என்பவர்களின் குரல்.

மிண்டோ – மார்லி சீர்திருத்தங்களால் மத்திய – மாகாண உறவுகளில் புதிய திருப்பங்கள் ஏற்பட்டுவிடவில்லை.

மாகாண சட்டசபைகளில் உருவாகும் எல்லாச் சட்டங்களுக்கும் வைசிராயின் அங்கீகாரம் தேவைப்பட்டதால் சட்டம் இயற்றும் துறையை மத்திய அரசு தன் கைக்குள் வைத்துக் கொண்டிருந்தது.

மாகாண அரசின் கீழ் வேலைபார்த் அத்தனை ஊழியர்களும் மத்திய அரசின் கட்டுப்பாட்டின் கீழ் இருந்தார்கள்.

அதிகாரத்தைப் பரவலாக்க வேண்டும் என்கிற நினைப்பு இருந்ததே தவிர, அது செயல்படவில்லை. அதிகாரத்தைப் பரவலாக்குவதைப் பொறுத்தவரை மிகச் சிறிய முன்னேற்றம்தான் ஏற்பட்டது.[2]

---

1. Lord LYttton.. wailed about his inability "to force upon the Madras Government advice which it will neither invite nor accept."
 - **K.R. BOMBWALL,** "The Foundations of Indian Federalism", p.88.

2. "…. Very little advance was made as far as the decentralization of authority was concerned."

மத்திய அரசுக்கென்று சில அதிகாரங்கள், மாகாண அரசுகளுக்கென்று சில அதிகாரங்கள் – என பிரிக்கப்பட வேண்டிய அவசியம் உணரப்படவில்லை.

மாகாண சட்டசபைகளில் அதிகாரிகளும், நியமனம் செய்யப்பட்டவர்களும் உறுப்பினர்களாக இருந்தது மக்களது ஜனநாயக உணர்வினைத் திருப்தி செய்யவில்லை.

பிரிட்டிஷார் எந்தவிதத்திலும் தங்கள் இரும்புப்பிடி தளர்ந்துவிடக் கூடாது என்பதிலே கண்ணும் கருத்துமாய் இருந்தனர். அவர்களது இலட்சியத்திற்கு ஒரு இடத்திலே அதிகாரம் குவிந்து கிடப்பது மிகவும் முக்கியமானதாக இருந்தது.

எனவே, நிர்வாக – பூகோளக் கட்டாயங்கள் காரணமாக அவர்கள் கொஞ்சம் கொஞ்சம் அதிகாரங்களைப் பரவலாக்கினார்களே தவிர, மாகாணங்களின் குடுமி மத்திய அரசின் கையில்தான் இருந்தது.

- KUMUD DIVATIA, "The Nature of Inter Relations of Governments in India", p.64.

4. அதிகாரங்கள் பிரித்துக் கொடுக்கப்படுகின்றன (DEVOLUTION)

> "1919 ஆம் ஆண்டு சீர்திருத்தங்கள் கூட்டாட்சி முறையின் கருவினை ஏற்படுத்தின."
>
> – சர் ஃபெரடெரிக் ஒயிட்
>
> "The reform of 1919 introduced federalism in embryo."
>
> -Sir FREDERICK WHYTE, "India - A Federation?", p.297
>
> "இந்திய அரசியல் அமைப்பில் மாண்டேகு – செம்ஸ் போர்டு சீர்திருத்தங்கள் உட்செலுத்திய ஒரு சின்ன 'டோஸ்' மாகாண சுயாட்சி இன்னும் அதிகப்படியான சுயாட்சியை விநியோகிக்க வேண்டும் என்கிற பலமான பசியை நாடெங்கும் ஏற்படுத்தின."
>
> – கே.ஆர். பாம்வால்
>
> "The small dose of provincial autonomy injected into the Indian political system by the Montford Reforms created a strong appetite in the country for a substantial expansion of the area of provincial self Government."
>
> - K.R. BOMBWALL, "The Foundations of Indian Federalism", p.122

அந்தக் காலத்தில் காங்கிரஸ் வட்டாரத்தில் இலட்சிய கீதமாக ஒலித்த வார்த்தை 'மாகாண சுயாட்சி' (Provincial Autonomy) என்பதாகும். கோகலேயின் பேச்சுக்களும், எழுத்துக்களும் மாகாண சுயாட்சி பற்றிய விபரங்களைத் தருவதாக இருந்தன. இந்திய தேசியவாதிகள் மாகாண சுயாட்சியைத் தாரக மந்திரமாகக் கருதினார்கள். ஆனால் மாகாண சுயாட்சி என்கிற வார்த்தையால் அவர்கள் பின்வரும் விஷயங்களைக் குறிப்பிட்டனர்:

முதலாவதாக, தேர்தல் நடத்தி ஜனநாயக ரீதியில் மாகாணங்களில் சட்டசபையையும், மெஜாரிட்டியினர் ஆட்சியையும் உருவாக்க வேண்டுமென்று கருதினர். இரண்டாவதாக, வெள்ளைக்காரன் கையிலிருந்த இந்தியப் (மத்திய) பேரரசின் ஆதிக்கத்திலிருந்து விடுபட்ட ஆட்சி மாகாணங்களில் இருக்க வேண்டுமென்றும் கருதினர். இந்த இரண்டையும்தான் அப்போதைய தேசியவாதிகளும், காங்கிரஸ் கட்சியைச் சேர்ந்தவர்களும் மாகாண சுயாட்சி என்கிற பதத்தால் குறிப்பிட்டு வந்தனர்.

கோபாலகிருஷ்ண கோகலே 1915ஆம் ஆண்டு வைத்து விட்டுப்போன 'அரசியல் சாசனம்' (Political Testament) என்னும் புத்தகத்தில் மாகாண சுயாட்சி பற்றிக் கீழ்க்கண்டவாறு கூறியிருக்கிறார்:

"மாகாண சுயாட்சி அளிப்பது போருக்குப் பிறகு மக்கள் பெறக்கூடிய, தகுதியான சலுகையாகும். இதில் இருவிதமான நடவடிக்கைகள் அடங்கியிருக்கின்றன. முதலாவதாக, இந்தியப் பேரரசும் (இங்கிலாந்திலுள்ள) இந்திய ராஜாங்க மந்திரியும், மாகாண அரசுகள் மீது நிர்வாகம் சம்பந்தப்பட்ட துறைகளில் செலுத்துகிற எல்லாக் கட்டுப்பாடுகளையும் நீக்கிக்கொள்ள வேண்டும். அப்படி நீக்கப்பட்ட கட்டுப்பாடுகளுக்குப் பதிலாக மாகாண சட்டசபைகளில் வரி கொடுக்கும் மக்களுடைய பிரதிநிதிகளுடைய கட்டுப்பாடு ஏற்பட வேண்டும்."[1]

இதுவரை அதிகாரத்தைப் பரவலாக்க வேண்டும் என்கிற குரலை மாகாணங்களிலிருந்த பிரிட்டிஷ் அதிகாரவர்க்கமே எழுப்பி வந்தது, வெறும் நிர்வாக வசதிக்காக.

---

1. "The grant of Provincial Autonomy, fore-shadowed in the Delhi Despatch would be a fitting concession to make to the people of India at the close of the war. This will involve the two - fold operation of freeing the Provincial Government, on the one side of the greater part of the control which is at present exercised over them by the Government of India and theSecretary of State in connection with the internal administration of the country and substituting on the other, in place of the control so removed, the control of the representatives of the taxpayers through the Provincial Legislative Councils."

- A.B. KEITH, "Speeches and Documents", Vol.II p.III.

இப்போது தேசபக்தர்கள் அதை உரிமைக்குரலாக எழுப்பினார்கள்.¹

1914இல் முதல் உலகப் போர் துவங்கியது, இந்தியர்கள் நேசநாடுகளுக்கு எந்தவித பிரதிபலனும் இன்றி உதவுவதற்குத் தயாராக இல்லை. இந்தியாவைப் பற்றிய பிரிட்டிஷ் கொள்கை என்ன என்பதைக் குறித்துத் திட்டவட்டமான அறிவிப்பு வேண்டுமென்ற கோரிக்கை எழுந்தது.

அப்போது பிரிட்டனில் இந்தியா மந்திரியாக இருந்த மாண்டேகு 1917ஆம் ஆண்டு ஆகஸ்ட் மாதம் 20ஆம் தேதி இந்தியாவைப் பற்றிய பிரிட்டிஷாரின் கொள்கையை முதன்முதலாக பிரிட்டிஷ் பாராளுமன்றத்தில் அறிவித்தார்:

1) நிர்வாகத்தின் ஒவ்வொரு பிரிவிலும் இந்தியர்கள் பங்கு பெறுவது அதிகரிக்கப்படும்.

2) பிரிட்டிஷ் சாம்ராஜ்யத்தின் ஒரு பகுதியாக இந்தியா இருக்கும் வகையில், மக்களுக்குப் பொறுப்பாக இருக்கக்கூடிய ஆட்சி படிப்படியாக நிறைவேறும் நோக்கத்துடன் சுயாட்சி அமைப்புகள் கொஞ்சம் கொஞ்சமாக வளர்க்கப்படும்.²

–இவை இரண்டும் அந்த அறிவிப்பின் முக்கிய மையக் கருத்துக்களாகும்.

(அப்போதெல்லாம் பிரிட்டிஷ் சாம்ராஜ்யத்தின் தொடர்பை

---

1. "Whereas in earlier stages, decentralization was desired by the official Provincial Governments for administrative convenience, it was now required for the purpose of constitutional development. With the coming of the popular element to the front, the problem was no longer one for administrative arrangement but required a fundamental change in the character of Governments."
- **BISHESHWAR PRASAD,** "The Origin of Provincial Autonomy", p.38.

2. "The Policy of His Majesty's Government, with which the Government of India are in complete accord, is that of the increasing association of Indians in every branch of administration and the gradual development of self-governing institutions with a view to the progressive realization of responsible government in India as an integral part of the British Empire."
- **A.B. KEITH,** "Speeches and Documents", Vol. II. p.133.

முற்றிலும் கத்தரித்துக் கொண்ட விடுதலையை யாரும் கோர வில்லை

1906ஆம் ஆண்டு காங்கிரஸ் கட்சி 'சுயராஜ்யம்' தான் தனது குறிக்கோள் என்று அறிவித்தது. ஆனால், சுயராஜ்யம் என்றால் பிரிட்டிஷ் சாம்ராஜ்யத்திற்கு உட்பட்ட டொமினியன் அந்தஸ்து (dominion status) என்றுதான் பொதுவாகப் பொருள் கொள்ளப்பட்டது. பின்னர், லாகூர் மாநாட்டில்தான் (1929) காங்கிரஸ் கட்சி தனது நோக்கம் 'பூரண சுயராஜ்யம்' அதாவது 'முழு விடுதலை' என்று கூறித் தனது கோரிக்கையை மாற்றிக் கொண்டது. ஆனால் 1947இல் டொமினியன் அந்தஸ்தை ஏற்றுக்கொண்டது.)

மேற்சொன்ன அறிவிப்புதான் இந்திய வரலாற்றில் மிகவும் முக்கியத்துவம் வாய்ந்த நிகழ்ச்சியாகும். ஏனெனில் இப்போதுதான் முதன்முறையாக இந்தியாவைப் பற்றிய வருங்காலக் கொள்கை என்ன என்பதை பிரிட்டிஷ் அரசு அதிகாரபூர்வமாக அறிவித்தது.

இந்த அறிவிப்பில் குறிப்பிட்டிருந்த நோக்கங்களை நிறைவேற்றுவதற்காக மாண்டேகுவும், இந்தியாவில் வைசிராயாக இருந்த செம்ஸ்ஃபோர்டும் இந்திய அரசில் செய்யப்படவிருந்த சீர்திருத்தங்கள் குறித்து ஓர் அறிக்கை தயாரித்தார்கள். அதுதான் பிரபலமான மாண்டேகு–செம்ஸ்ஃபோர்டு அறிக்கை என்பதாகும்.

மேற்குறிப்பிட்ட இரண்டாவது நோக்கத்தை கொஞ்சம் ஆராய்ந்தால் அதில் பல பகுதிகள் இருப்பதைக் காணலாம்.

இந்தியா பிரிட்டிஷ் சாம்ராஜ்யத்தின் ஒரு பகுதியாக இருக்கும்.

இந்தியாவில், மக்களுக்குப் பொறுப்பாக இருக்கக்கூடிய, அதாவது தேர்தல் நடத்தி, மக்கள் தேர்ந்தெடுக்கிற பிரதிநிதிகள் நடத்துகின்ற – ஜனநாயக ஆட்சி படிப்படியாக உருவாக்கப்படும். இதுதான் இறுதி நோக்கம்.

இந்த இறுதி நோக்கத்தை அடைவது எப்படி?

அதற்காகத்தான் முதலில் சுயாட்சி அமைப்புகள் கொஞ்சம் கொஞ்சமாக வளர்க்கப்படும்.

சுயாட்சி அமைப்புகள் என்றால் என்ன?

மாண்டேகு–செம்ஸ்ஃபோர்டு அறிக்கை அதற்குத் தெளிவாக விளக்கமளிக்கிறது.

உள்ளாட்சித் துறைகள், அரசுகள் அதாவது மாகாண அரசு,

மத்திய அரசு என மூன்று மட்டங்களில் இந்தியாவில் அரசாங்கப் பணிகள் நடைபெறுவதாக இந்த அறிக்கை விளக்கமளித்து தனது வாதத்தைத் துவங்குகிறது.

"தனி மனிதன் தன் வசதிக்காகவும், நல்வாழ்விற்காகவும் தினசரி கவலைப்படும் காரியங்களிலிருந்து துவங்கி, நாட்டுப் பாதுகாப்பு வரை தொகுத்து, ஒரு அரசாங்கத்தின் பணிகளைக் கீழிருந்து மேலே அடுக்கி வைக்கலாம். எது தன்னைப் பற்றியதோ, எதில் தனக்கு அனுபவம் இருக்கிறதோ அதைத்தான் தனி மனிதன் புரிந்துகொண்டவனாக இருக்கிறான். எதை அவன் நன்றாகப் புரிந்து கொள்கிறானோ அதை அவன் நன்கு நிர்வகிக்கவும் முடியும்."

எனவே அத்தகைய பணிகளை முதலில் மக்களுடைய முழுக் கட்டுப்பாட்டின் கீழ், சுயாட்சியின் கீழ்க் கொண்டுவர வேண்டும், அந்த அடிப்படையில் உள்ளாட்சித் துறையை வெளியார் தலையீடு இன்றி முழுக்க முழுக்க மக்களின் கட்டுப்பாட்டின் கீழ்க் கொண்டுவர வேண்டும் என்பது இந்த அறிக்கையின் முதல் கருத்து.

எனவே இந்த அறிக்கை உள்ளாட்சித் துறைக்கு முழுச் சுயாட்சி தருகிறது.

உள்ளாட்சிகளுக்கு அடுத்து இருப்பவை மாகாணங்கள்.

ஆனால், உள்ளாட்சிகளுக்கு முழுச் சுயாட்சி வழங்கிய இந்த அறிக்கை மாகாணங்களுக்கு அதை வழங்குவதற்குத் தயாராக இல்லை.

மக்களால் தேர்ந்தெடுக்கப்படுகிறவர்களது ஆட்சி மாகாணத்தில் ஏற்படுகிற அளவுக்கு மக்கள் பக்குவமும், அனுபவமும் பெறவில்லை என்று இந்த அறிக்கை கருத்துரைத்தது.

ஆனால் மாகாணங்களில்தான் இந்த ஜனநாயகச் சோதனையைப் படிப்படியாகத் துவங்க வேண்டும் என்றும் அறிக்கை கூறியது.[1]

நிலைமைக்கேற்ப மாகாண அரசின் முழுப் பொறுப்பையும் மக்கள் பிரதிநிதிகள் கையில் ஒப்படைப்பதுதான் இறுதி நோக்கம் என்றாலும், 'இப்போதுள்ள சூழ்நிலையில்' முதலில்

---

1. "The provinces are the domain in which the earlier steps towards the progressive realization of responsible Government should be taken."

   - "Report on Indian Constitutional Reforms", 1918, para 189

சில பொறுப்புகளை மட்டும் கொடுத்து இந்தச் சோதனையைத் துவங்கலாம் என்றும் இந்த அறிக்கை அறிவித்தது.

இப்போழுது முழுக்க முழுக்க அதிகாரங்கள் அனைத்தும் கவர்னர் கையிலும், மத்திய அரசை நடத்துகிற வைசிராய் கையிலும், லண்டனில் உள்ள இந்தியா மந்திரி கையிலும் இருக்கின்றன.

மேற்குறிப்பிட்ட நோக்கத்தை நிறைவேற்றுவதற்கு – அதாவது தேர்ந்தெடுக்கப்பட்ட பிரதிநிதிகள் கையில் மாகாண ஆட்சியின் ஒரு பகுதியைக் கொடுப்பதற்கு – என்ன செய்ய வேண்டும்?

மத்திய அரசிடம் இருக்கிற சில அதிகாரங்களை மாகாண அரசுகளுக்கு மாற்ற வேண்டும்.

ஆனால் இப்படி அதிகாரங்களை மத்திய அரசிடமும் மாகாண அரசுகளிடமும் பிரித்துக் கொடுப்பதற்கு கூட்டாட்சி முறை 'Federal' (கூட்டாட்சி முறை) என்பதைத் தவிர ஆங்கிலத்தில் வேறு வார்த்தை கிடையாது என்பதை இந்த அறிக்கை வற்புறுத்தியது குறிப்பிடத்தக்கது.[1]

ஆனாலும் தாங்கள் செய்யப்போகிற பணி இந்தியாவில் கூட்டாட்சி முறையைப் புகுத்துவது அன்று – என்று இந்த அறிக்கை கூறியது.

தாங்கள் செய்யப் போகிற பணி மத்திய அரசிடமிருந்து அதிகாரத்தைப் பிரித்துக் கொடுப்பதும், எது மத்திய அரசின் அதிகாரங்கள், எது மாகாண அரசின் அதிகாரங்கள், என்று கோடு கிழிப்பதும்தான் என்று அந்த அறிக்கை கூறியது.[2]

---

1. "Granted the announcement of August 20, we cannot at the present time envisage its complete fulfilment in any form other than that of a congeries of self-governing Indian provinces associated for certain purposes under a responsible government of India; with possibly what are now the Native States of India finally embodied in the same whole, in some relation which we will not now attempt to define. For such an organization the English language has no word but 'FEDERAL.' "

- "Report on Indian Constitutional Reforms," 1918, para 120.

2. "But the process before us now is not one of federalizing… our business is one of devolution, of drawing lines of demarcation, of cutting long-standing ties."

- Ibid, para 120

மோரிஸ் ஜோன்ஸ் தமது புத்தகத்தில் இந்தியாவில் கூட்டாட்சி முறை பல கட்டங்களைத் தாண்டிவந்ததாகக் குறிப்பிடுகிறார்.[1]

முதல் கட்டம் 'Decentralization' அதாவது அதிகாரத்தைப் பரவலாக்குதல். மத்தியில் குவித்து வைத்திருந்த அதிகாரங்களை நிர்வாக வசதிக்காகக் கொஞ்சம் கொஞ்சமாக மாகாணங்களில் பரவலாக்கினார்கள். அதாவது, எடுத்ததற்கெல்லாம் டில்லிக்கு எழுதிக் கேட்டு அனுமதி வாங்க வேண்டும் என்கிற நிலைமையை மாற்றி, கீழ்மட்டத்தில் சில விவகாரங்களுக்கு அங்கேயே முடிவெடுக்கக் கொஞ்சம் 'சுதந்தரம்' வழங்கினார்கள்.

அடுத்த கட்டம் 'Devolution' – அதாவது அதிகாரங்களைப் பிரித்துக்கொடுத்தல், குறிப்பிட்ட சில அதிகாரங்களைக் கீழ்மட்டத்திற்குக் கொடுத்து, மத்திய அரசின் பிரதிநிதியாக அந்த அதிகாரங்களை மாகாணங்களே பிரயோகிக்கலாம் – என்று விதிமுறை செய்தார்கள்.

மூன்றாவது கட்டம்தான் மாகாண சுயாட்சி. அதைப் பற்றிப் பின்னர் கவனிப்போம்.

1910 இல் இயற்றப்பட்ட மாண்டேகு–செம்ஸ்ஃபோர்டு சட்டம் மேற்சொன்ன இரண்டாவது கட்டமாகும்.

முதன் முறையாக மத்திய அரசுக்கென்று சில அதிகாரங்களும், மாகாண அரசுகளுக்கென்று சில அதிகாரங்களும் பிரித்தளிக்கப் பட்டன.

ஆனால் மத்திய அரசுக்கும், மாகாண அரசுகளுக்கும் இன்னின்ன அதிகாரங்கள் என்று **சட்டத்தில் எழுதி வைக்கப்படவில்லை.**

வைசிராய் லண்டனில் உள்ள இந்தியா மந்திரியின் அனுமதி பெற்று இந்த அதிகாரங்களைப் பிரிப்பது பற்றிய விதிகளை (Rules) ஏற்படுத்துவார் – என்று மட்டும்தான் சட்டம் கூறுகிறது.

இதன் அடிப்படையில் வைசிராய் உருவாக்கிய 'பிரித்தளிக்கும் விதிகள்' (Devolution Rules) தான் மத்திய – மாகாண அரசுகளுக்கான அதிகாரப் பங்கீட்டைச் செய்தன என்பதும், இத்தகைய அதிமுக்கிய அதிகாரம் சட்டத்தில் எழுதி வைக்கப்படாமல்

---

1. "…. in the sphere of government, concessions had to be made to decentralization, devolution and eventually provincial autonomy."

- W.H. MORRIS JONES, "The Government and Politics of India," 1964, p.26

வைசிராயின் கையில் ஒப்படைக்கப்பட்டது – என்பதும் குறிப்பிடத்தக்கன. சட்டத்தில் இவை குறிக்கப்பட்டிருந்தால் அதைப் பிறகு மாற்றுவது கடினமாக இருக்கும். சாதாரண விதிகளை வைசிராய், லண்டனில் உள்ள இந்தியா மந்திரியைக் கலந்துகொண்டு எளிதாக உசிதம்போல் மாற்றலாம். இது கூட்டாட்சி இலக்கணத்திற்கு முரணான குணாதிசயமாகும்.

மேலும், இந்த அதிகாரப் பங்கீடு தெளிவாக இல்லை. இதில் கூட்டாட்சி இலக்கணத்திற்கு முரணான இன்னொரு குணமும் இருந்தது. எது தங்கள் வரம்பிற்குட்பட்ட அதிகாரம் என்பதில் மத்திய அரசிற்கும் மாநிலங்களுக்கும் தகராறு ஏற்பட்டால் கூட்டாட்சி முறையில் அதைத் தீர்த்து வைப்பதற்கு சுப்ரீம் கோர்ட் – என்கிற ஒரு அமைப்புத் தேவை. ஆனால் இந்தச் சட்டப்படி அத்தகைய ஏற்பாடு எதுவுமில்லை. **அத்தகைய தகராறைத் தீர்த்து வைக்கிறவர் இந்த அதிகாரங்களைப் பங்கீடு செய்த அதே வைசிராய்தான்.**

எடுத்துக்காட்டாக, தேசப் பாதுகாப்பு (Defence), *செய்தித் தொடர்பு* (Communications), *வெளிநாட்டு விவகாரங்கள்* (Foreign Affairs), *வருமான வரி* (Income Tax), *கிரிமினல் சட்டம்* (Criminal Law), *சுங்கவரி* (Excise) ஆகியவை மத்திய அரசின் அதிகாரத்தின்கீழ் வந்தன.

அதைப்போலவே மாகாண அரசுக்கென்று சில அதிகாரங்கள் ஒப்படைக்கப்பட்டன.

தேர்ந்தெடுக்கப்பட்ட பிரதிநிதிகள் வசம் மாகாண அரசின் பொறுப்புகளின் **ஒரு பகுதியை மட்டும்** முதலில் ஒப்படைத்துச் 'சோதனை'யைத் துவங்கலாம் – என்று 'அறிக்கை' அறிவித்திருந்தது அல்லவா? அந்த அடிப்படையில் மாகாண சட்டசபைக்குத் தேர்ந் தெடுக்கப்பட்ட அமைச்சர்களின் கையில் எல்லா அதிகாரங்களும் ஒப்படைக்கப்படவில்லை. உள்ளாட்சித்துறை, சுகாதாரம், கல்வி, பொதுப்பணித்துறை, வேளாண்மை, கூட்டுறவுத்துறை, காடுகள், அறநிலையப் பாதுகாப்புத்துறை, தொழில் வளர்ச்சித்துறை ஆகியவை தேர்ந்தெடுக்கப்பட்ட அமைச்சர்களின் வசம் இருந்தன. இவை 'மாற்றப்பட்ட இலாகா'க்கள் (Transferred Subjects) என்று அழைக்கப்பட்டன. ஆனால் மிக முக்கிய துறைகளான சட்டம்-ஒழுங்கு (போலீஸ்), நிலவருவாய்த் துறை, நிதித் துறை போன்றவை கவர்னரால் நியமனம் செய்யப்பட்ட அமைச்சர்களின் கையில் இருந்தன. (அவர்கள் வெள்ளைக்கார அதிகாரிகளாகவே இருந்தனர்.) இவற்றிற்கு 'ஒதுக்கப்பட்ட

இலாகாக்கள்'(Reserved Subjects) என்று பெயர். இப்படி கவர்னரால் நியமனம் செய்யப்பட்டவர்கள் கையில் சில அதிகாரங்களும், தேர்ந்தெடுக்கப்பட்ட அமைச்சர்கள் கையில் சில அதிகாரங்களும் கொடுக்கப்பட்டமையால் இந்த ஆட்சி முறைக்கு **'இரட்டையாட்சி'** (Dyarchy) என்று பெயர் வந்தது.[1]

அதற்கு முன்பெல்லாம் மாகாணங்களின் பட்ஜெட்டைக் கூட மத்திய அரசுதான் தயாரித்து வந்தது. இப்போதுதான் மாகாணங்களே தங்களது பட்ஜெட்டைத் தயார் செய்து கொள்ளலாம் என்கிற முறை வகுப்பப்பட்டது.

அதுமட்டுமல்லாமல், மாகாணங்கள் கடன் எழுப்புவதற்கும் முதல்முறையாக அதிகாரம் வழங்கப்பட்டது.

முக்கியமான இலாகாக்கள் தேர்ந்தெடுக்கப்பட்ட அமைச்சர்களின் கையில் இல்லை என்பது குறிப்பிடத்தக்கது.

அப்போதைய சென்னை மாகாணத்தில் ஜஸ்டிஸ் கட்சி அமைச்சராக இருந்த (சர்) கே.வி. ரெட்டி கீழ்க்கண்டவாறு தமது அனுபவங்களைக் கூறுகிறார்:

"நான் வளர்ச்சிப் பணிகளுக்கான அமைச்சர். ஆனால் காடுகள் என்வசம் கிடையா. நான்தான் விவசாயத்துறை அமைச்சர், என்றாலும் **சென்னை விவசாயிகள் கடன் சட்டம், சென்னை நில அபிவிருத்திக் கடன் சட்டம்** ஆகியவற்றிற்கும் எனக்கும் சம்பந்தமில்லை. நீர்ப்பாசனம், விவசாயக் கடன்கள், நில அபிவிருத்திக் கடன்கள், பஞ்ச நிவாரணம் – ஆகியவற்றிற்குச் சிறிதும் சம்பந்தமில்லாமல் ஒரு விவசாய அமைச்சர் எப்படித் திறமையுடன் பணியாற்ற முடியும் என்பதை விவரிப்பதைவிடக் கற்பனை செய்து கொள்வதே எளிது. மேலும், நான்தான் தொழில் துறை அமைச்சர். ஆனால் எனது இலாகாவில் தொழிற்சாலைகள், கொதிகலன்கள், மின்சாரம், நீர்விசை, சுரங்கம், தொழிலாளிகள் ஆகியவை சேரா. அவையெல்லாம் கவர்னரால் நியமனம்

---

1. Dyarchy என்பது கிரேக்க மொழிச் சொல் 'Di' என்றால் இரட்டை என்று பொருள். 'Archia' என்றால் ஆட்சி என்று பொருள். எனவே Dyarchy என்றால் இரண்டு விதமான ஆள்வோரைக் கொண்ட அரசு என்று பொருள். "So Dyarchy meant government by two rulers" - R. COONDOO, "The Division of Powers in the Indian Constitution", p.61.

செய்யப்பட்ட அமைச்சர்கள் கையில் இருந்தன."¹

மேலும் நிதி இலாகா நியமனம் செய்யப்பட்ட அமைச்சர் (ஐ.சி.எஸ். அதிகாரி) கையில் இருந்தது. எனவே, மக்களால் தேர்ந்தெடுக்கப்பட்ட அமைச்சர்கள் நிதி விஷயத்தில் தாங்கள் மாற்றாந்தாய் மனப்பான்மையோடு நடத்தப்படுவதாகக் குறைப்பட்டுக் கொண்டார்கள். அவர்கள் எந்தக் காரியத்தையும் சுதந்தரமாகச் செய்ய முடியவில்லை. (குறிப்பிட்டுச் சொல்லவேண்டுமானால் நிதி இலாகாவையும், போலீஸ் இலாகாவையும் வெள்ளையர்கள் 'சுதேசி'களை நம்பி ஒப்படைக்க விரும்பவில்லை!).

தவிரவும் முதலமைச்சர் என்கிற பதவியே கிடையாது. எனவே அமைச்சரவைக்குக் கூட்டுப் பொறுப்பும் கிடையாது. கவர்னர்கள் தமது உசிதம்போல் தனித்தனியாக அமைச்சர்களோடு நேரடியாகத் தொடர்பு வைத்துக் கொண்டு நிர்வாகப் பணிகளை நடத்தி வந்தார்கள்.

சட்டசபையில் நிறைவேற்றப்படுகிற எந்த மசோதாவும், மத்திய அரசின் கையெழுத்துப் பெற்ற பின்புதான் சட்டமாக முடியும். எந்த மசோதாவையும் கவர்னர் நிராகரித்துவிட முடியும். அதாவது மசோதா கொண்டு வரப்பட்டால் – கவர்னர் விருப்பத்திற்கு அது தேவை இல்லை என்று தெரிந்தால் – கவர்னரே 'அது தேவையில்லை' என்று சட்டம் கொண்டு வரப்படுவதைத் தடுக்க முடியும். இந்தக் காரணங்களால் இரட்டை ஆட்சி வழங்கிய அரைகுறை மாகாண சுயாட்சி யாரையும் திருப்தி செய்யவில்லை.

---

1. "I was a Minister for development without forests. I was a Minister of Agriculture minus irrigation. As Minister of Agriculture, I had nothing to do with the administration of the Madras Agriculturist Loans Act or the Madras Land Improvement Loans Act. The efficacy and efficiency of a Minister of Agriculture without having anything to do with irrigation, agricultural loans, land improvement loans and famine relief, may better be imagined than described. Then again, I was Minister for industries without factories, boilers, electricity and water power, mines or labour, all of which are reserved subjects."

- Quoted in **KERALA PUTRA**, "The working of Dyarchy in India", p.43.

மாகாண சட்டசபைகளில் சுமார் 70% 'தேர்ந்தெடுக்கப் பட்டவர்கள்', 20% அதிகாரிகள், 10% நியமனம் செய்யப்பட்டவர்கள். ஆனால், 'தேர்ந்தெடுக்கப்பட்டவர்கள்' யாரால் தேர்ந்தெடுக்கப்பட்டவர்கள் தெரியுமா? சொத்து உள்ளவர்களுக்குத்தான் வாக்குரிமை! அதாவது, ஒரு குறிப்பிட்ட அளவிற்குமேல் வருமான வரி அல்லது நகராட்சி வரி கட்டுகிறவர்கள், சொந்தத்தில் வீடு வைத்திருக்கிறவர்கள் அல்லது வீட்டை வாடகைக்கு விட்டுக் குறிப்பிட்ட தொகைக்குமேல் வருமானம் பெறுகிறவர்கள் – ஆகியோர்தான் வாக்காளர்கள். இந்தியா முழுவதிலும் வயது வந்தோரில் 8.8 சதவிகிதம்தான் அப்போது மாகாண சட்டசபைகளின் வாக்காளர்களாக இருந்தனர்.

– எனவே இந்தச் சட்டம் மாகாண சுயாட்சியை மட்டுமல்லாது ஜனநாயகத் தத்துவத்தையும் கேலி செய்வதாக இருந்தது.

என்னதான் மாண்டேகு–செம்ஸ்ஃபோர்டு அறிக்கை தங்கள் நோக்கம் இந்தியாவில் கூட்டாட்சி முறையை உருவாக்குவது அன்று – என்று தெரிவித்தாலும் அவர்கள் இந்தியாவில் தங்களையறி யாமலேயே கூட்டாட்சி முறைக்கு வித்திட்டனர். முதன்முறையாக அதிகாரங்கள் மத்திய அரசுக்கும், மாகாண அரசுகளுக்குமாகப் பிரித்துக் கொடுக்கப்பட்டதால் அந்த விதை கூட்டாட்சி முறை இலக்கணத்திற்கேற்ப இருவிதப் பாத்திகளில் தூவப்பட்டது.

வி.எஸ். சீனிவாச சாஸ்திரியார் குறிப்பிட்டதுபோல அவர்கள் தங்களை அறியாமலேயே நல்ல கட்டடத்தை உருவாக்கினார்கள்.[1]

ஆம், இந்தியாவில் கூட்டாட்சி முறை கருக்கொண்டது.[2]

சர் அலெக்சாண்டர் முடிமன் (Sir Alexander Muddiman) *தலைமையில் 'இரட்டை ஆட்சி' எப்படிச் செயல்படுகிறது என்பதை அறிய ஒரு கமிட்டி நியமிக்கப்பட்டது. சர் தேஜ்பகதூர் சாப்ரூ, சர் சிவசாமி ஐயர், டாக்டர் ஆர். பராஞ்சிபே, ஜின்னா போன்றவர்கள் அந்தக் கமிட்டியில் அங்கம் வகித்த இந்திய*

---

1. The authors of the Joint Report were "building better than they knew."

- Rt. Hon'ble V.S. SRINIVASA SASTRI.

2. The reforms of 1919 introduced "federalism in embroyo."

- Sir FREDERICK WHYTE, "India, A Federation?" p.297

உறுப்பினர்கள். அந்தக் கமிட்டி இரட்டை ஆட்சி ஒரு தோல்வி என்கிற முடிவை எடுத்துக்காட்டியது.

அந்தக் கமிட்டிக்கு 1924, ஆகஸ்ட் 6ஆம் தேதி அப்போது சென்னை மாகாண ஜஸ்டிஸ் கட்சியின் சார்பில் அமைச்சராக இருந்த **(சர்) கே.வி.ரெட்டி** *கீழ்க்கண்டவாறு கடிதம் எழுதினார்:*

"எல்லாத் தரப்பாரும் இரட்டை ஆட்சி தோற்றுவிட்டது என்பதை ஒப்புக் கொள்கின்றனர். எந்த உணர்வுகளோடு (மாண்டேகு–செம்ஸ்ஃபோர்டு) சீர்திருத்தங்கள் உருவாக்கப்பட்டனவோ அந்த உணர்வுகளோடு அவற்றைச் செயல்படுத்துவதற்கு யோக்கியமான முயற்சி மேற்கொள்ளப்பட்ட சென்னை மாகாணத்திலும் இரட்டை ஆட்சி முற்றிலும் தோற்றுவிட்டது... **இந்தக் குறைகளையெல்லாம் போக்குவதற்கு நான் தெரிவிக்கக்கூடிய பரிகாரம் பூரண மாகாண சுயாட்சிதான்.**"[1]

(1927இல் கோவையில் நடைபெற்ற ஜஸ்டிஸ் கட்சி மாநாடு இரட்டை ஆட்சியைக் கண்டித்து, முழுமையான மாகாண சுயாட்சி வேண்டுமென்று தீர்மானம் நிறைவேற்றியது.)

இப்படி பலர் கூறிய சாட்சியங்களையெல்லாம் தொகுத்து அந்தக் கமிட்டி கீழ்க்கண்டவாறு கூறியது:

"பொதுவாகச் சொல்லப்போனால், சாட்சியம் கூறிய இந்தியர்கள் தற்போதைய அரசியல் சட்டம் சரியாக இயங்க முடியாதது என்பதைச் செயல்முறையில் கண்டறிந்ததாகத் தெரிவித்தார்கள். மாகாணங்களுக்கு உடனடியாக மாகாண சுயாட்சி வழங்கிவிட வேண்டுமென்றும், மத்திய சட்டசபையிலும் தேர்ந்தெடுக்கப்பட்ட பிரதிநிதிகள் கையில் அதிகாரத்தை ஒப்புவிக்க வேண்டும் என்றும் வற்புறுத்தினார்கள்."[2]

---

1. "It is admitted on all hands that Dyarchy has failed. Even in the province of Madras where an honest attempt has been made to work the Reforms in the spirit in which they were conceived. Dyarchy has absolutely failed.. The only remedy I can think of for the above defects is complete Provincial Autonomy."

-Report of the Reforms Enquiry (Muddiman) Committee, 1924, p.194

2."Generally speaking most of the Indian witnesses before us have attacked the present constitution as having been found after trial to be unworkable and have advocated the immediate grant of provincial autonomy to the provinces, and introduction of a measure of responsibility to the legislature in the Central Government."

- Report of the Reform Enquiry (Muddiman) Committee, 1924, p.24.

சுருங்கச் சொல்ல வேண்டுமானால் மாண்டேகு-செம்ஸ்ஃபோர்டு சீர்திருத்தங்கள் 1917, ஆகஸ்ட் 20இல் பிரிட்டிஷ் அரசு அறிவித்த இந்தியாவைப் பற்றிய வருங்காலக் கொள்கை அறிவிப்பை நிறைவேற்றச் செய்யப்பட்ட முதல் 'டோஸ்' ஆகும்.

அது முழு 'டோஸ்' அன்று, பாதி 'டோஸ்'! அதனால்தான் அது அரைகுறை மாகாண சுயாட்சியை ஏற்படுத்தியது.

இதன் விளைவு என்ன?

பாம்வால் குறிப்பிடுவதாவது: ''ஒன்று மட்டும் தெளிவாகத் தெரிகிறது. இந்திய அரசியல் அமைப்பில் மாண்டேகு-செம்ஸ்ஃபோர்டு சீர்திருத்தம் உட்செலுத்திய ஒரு சின்ன 'டோஸ்' மாகாண சுயாட்சி இன்னும் அதிகப்படியான சுயாட்சியை விநியோகிக்க வேண்டும் என்கிற பலமான பசியை நாடெங்கிலும் ஏற்படுத்தியது.''[1] ●

1."One thing is clear: the small dose of provincial autonomy injected into the Indian political system by the Montford Reforms created a strong appetite in the country for a substantial expansion of the area of provincial self - Government."

- **K.R. BOMBWALL**, "The Foundations of Indian Federalism", p.122

5.மாகாண சுயாட்சி
(**Provincial Autonomy**)

''1919 கூட்டுப் பொறுக்குக் குழுவிலிருந்து சைமன் கமிஷன் வரையிலும், அதற்குப் பின்னரும், இந்தியப் பிரச்சினைகளை ஆராய்கிற ஒவ்வொருவரும், அவர்கள் தங்கள் மனத்தில் பதித்துக் கொண்ட அபிப்பிராயங்கள் எப்படியிருந்த போதிலும்கூட, மாகாண சுயாட்சி இருக்கின்ற திசை நோக்கியே துரத்தப்பட்டனர் - அதிகாரத்தைப் பரவலாக்க வேண்டும் என்கிற தத்துவ ரீதியான காதல் காரணமாக அன்று; உண்மைகளின் தவிர்க்க முடியாத வலிமை காரணமாக!''

- பிரிட்டிஷ் பாராளுமன்றக் கூட்டுக் குழு அறிக்கை.

"Every student of Indian problems, whatever his prepossessions, from the Joint Committee of 1919 to the Statutory Commission, and from the Statutory Commission onwards, has been driven in the direction of Provincial Autonomy, not by any abstract love of decentralization, but by the inexorable force of facts."

- Report of the Joint Committee on Indian Constitutional Reform, 1933-34 Vol.1(Part I) pp.8-9.

1917 *ஆகஸ்ட் 20இல் பிரிட்டிஷ் அரசு அறிவித்த இந்தியாவைப் பற்றிய வருங்காலக் கொள்கை அறிவிப்பை நிறைவேற்ற இந்திய அரசியல் அமைப்பில் செலுத்தப்பட்ட முதல் 'டோஸ்' மாண்டேகு–செம்ஸ்ஃபோர்டு சீர்திருத்தம் (1919) என்றால், இரண்டாவது 'டோஸ்'தான் 1935ஆம் ஆண்டு*

இயற்றப்பட்ட அரசியல் சட்டமாகும். அதில் இறுதியானதுதான் 1950இல் உருவாக்கப்பட்ட இப்போதுள்ள 'அரசியல் சட்டம்'.[1]

முதல் 'டோசி'ற்கும், இரண்டாவது 'டோசி'ற்கும் இடையே உள்ள காலக்கட்டத்தில் நாட்டு நிலைமையைப் பார்ப்போம்.

மிண்டோ-மார்லி சட்டமும், மாண்டேகு-செம்ஸ்ஃபோர்டு சட்டமும் தோல்வியில் முடிந்தாலும், அவை இந்திய மக்களிடையே மாகாண சுயாட்சியின்பாலும், ஜனநாயகத்தின்பாலும் உள்ள தாகத்தைத் தூண்டிவிட்டன.

அந்தச் சட்டங்களாலும், அவற்றால் அமுலுக்கு வந்த அரைகுறை மாகாண சுயாட்சியாலும், ஜனநாயக உணர்வுகளாலும் இந்தியா முழுவதும் புதிய உணர்ச்சிகள் பீறிட்டுக்கொண்டு கிளம்பின.

அன்னிய ஆதிக்கத்திற்குக் கீழ் அடிமைப்பட்டுக் கிடந்தபோது இமயம் முதல் குமரி வரை வாழ்ந்த மக்கள் அனைவரும் சாதி சமய வேறுபாடின்றி ஒரே மாதிரியான தொல்லைகளுக்கு ஆளானார்கள்.

ஆனால் திடீரென்று தேர்தலும், அதன் மூலம் சட்டசபை நுழைவும், அதனால் சிலருக்கு அதிகாரம் கிடைக்கும் என்கிற சூழ்நிலையும் மக்களிடத்தே புதிய எழுச்சியைத் தோற்றுவித்தன. இதுவரை சமுதாயத்தின் அடித்தளத்திலே ஒதுக்கப்பட்டுக் கிடந்தவர்களும், சிறுபான்மையினரும் தாங்கள் விழித்து எழுந்தால்தான் தங்களுக்கு எதிர்காலம் உண்டு என்று எண்ணினர். அந்தக் காலகட்டத்திலேதான் தமிழ்நாட்டில் ஜஸ்டிஸ் கட்சியும், வடக்கே முஸ்லிம் லீக்கும் வன்மை பெற்ற அமைப்புகளாயின.

இந்தியாவின் வருங்காலம் நிச்சயமாக 'ஓர் உறுப்பு' அரசாக இருக்காது, கூட்டாட்சி முறையை நோக்கித்தான் அது சென்று கொண்டிருக்கிறது – என்பது தெளிவாகத் தெரிந்ததும், அந்தக் கூட்டாட்சி அரசியலுக்கு அடிப்படையான மாகாணங்கள் எப்படி அமைய வேண்டுமென்பதிலே சிந்தனை ஓடலாயிற்று. அப்போது மாகாணங்கள் பிரிட்டிஷாரின் நிர்வாக வசதிக்கேற்ப அமைந்திருந்தன.

1."The Act of 1935 was an attempt towards the fulfilment of this purpose and was a mere second instalment in the development of this process, the first being that of 1919 and perhaps the last that of 1950, the Constitution of India."

- **BISHESHWAR PRASAD**, "The Origins of Provincial Autonomy", p.8.

எடுத்துக்காட்டாக, அப்போதைய சென்னை மாகாணத்தில் தமிழ், தெலுங்கு, மலையாளம், கன்னடம் ஆகிய மொழிகள் பேசுவோர் அடங்கியிருந்தனர். எனவே, ஒரு குறிப்பிட்ட மொழி பேசுவோரின் ஆதிக்கத்திற்குப் பிறமொழிக்காரர்கள் தங்களை ஆட்படுத்திக் கொள்ளத் தயாராக இல்லை.

இந்தக் காலத்திலேதான் மொழிவழியில் மாகாணங்கள் அமைய வேண்டுமென்ற கோரிக்கை எழுந்தது. மாகாண சுயாட்சியை இலட்சியமாகக் கொண்ட காங்கிரஸ், மொழிவழி மாகாணப் பிரிவினையையும் ஏற்றுக்கொண்டது. 1921இல் மொழி அடிப்படையில் காங்கிரஸ் அமைப்புகள் அனைத்தும் மாற்றியமைக்கப்பட்டன. **அந்த நேரம் மொழிவழி மாகாணங்களைப் பிரிப்பது சுதந்தரப் போராட்டத்தைத் திசை திருப்பி விடுமென்று கருதி, இந்திய தேசிய பக்தர்கள் கொள்கையளவில் அதனை ஒப்புக்கொண்டு மொழிவழி மாகாணப் பிரிவினையைத் தள்ளிப் போட்டனர்.**

சுதேச சமஸ்தானங்கள், பீறிட்டுக் கிளம்பும் ஜனநாயக உணர்ச்சிகளைத் தடுக்க முடியாது என்பதை ஓரளவு புரிந்து கொண்டு, வருங்காலத்தில் உருவாக இருக்கும் இந்தியக் கூட்டாட்சியில் தங்களுக்கு ஒரு பாதுகாப்பான இடத்தைத் தேடிக் கொள்வதற்குத் தயாராகிக் கொண்டிருந்தன.

இந்து–முஸ்லிம் பிரச்சினையும் இந்தக் காலகட்டத்தில்தான் உச்சநிலை அடைந்தது.

முஸ்லிம்கள் எல்லா மாகாணங்களிலும் ஓரே அளவில் இல்லை. சில மாகாணங்களில் அவர்கள் பெரும்பான்மையினராக இருந்தனர். அந்த மாகாணங்களில் ஜனநாயகம் பின்பற்றப்பட்டால் அவர்கள் ஆட்சிப் பொறுப்பிற்கு வந்துவிடமுடியும்; மாகாண சுயாட்சி அவர்கள் உரிமைகளுக்கு அரணாக இருக்கும்.

ஆனால், மத்திய அரசில் அவர்கள் சிறுபான்மையினராக இருப்பார்கள். எனவே, உருவாகப் போகும் கூட்டாட்சியில் அவர்கள் 'மத்திய அரசிற்குக் குறைந்த அதிகாரங்களே இருக்க வேண்டும்' என்று விரும்பினர்.

இதன் விளைவாகப் பலமான மத்திய அரசு வேண்டும் என்போருக்கும், அது கூடாது என்போருக்குமிடையே கடுமையான விவாதம் தோன்றியது.

சர் **ஷாபாத் அகமது கான்** தமது புத்தகத்தில் அந்தக் கருத்துக்களையெல்லாம் தொகுத்துக் கொடுத்திருக்கிறார்.

முஸ்லிம்கள் மட்டுமே பலமான மத்திய அரசு உருவாவதை எதிர்க்கவில்லை என்றும், பூகோள அமைப்பில் பரந்து கிடக்கும் இந்த நாட்டையும், இதில் வாழும் பல்வேறு மொழிகள் பேசுகிற இனத்தாரையும், மதத்தாரையும் மனத்தில் வைத்து முஸ்லிம்கள் அல்லாதவர்களும் அந்தக் கோரிக்கையை எதிர்த்தார்கள் என்றும் அவர் குறிப்பிடுகிறார்.

> அவர்கள், "மத்தியில் அதிகாரம் குவிக்கப்பட்டு நடத்தப்பட்டு வந்த நிர்வாகம், மாகாணங்களின் தனித் தேவைகளைத் தொடர்ந்து உதாசீனப்படுத்தி, எப்படி இந்தியாவில் உண்மையான தேசியம் வளர்வதற்கு இடையூறாக இருந்தது என்பதைச் சுட்டிக் காட்டினார்கள். (அதிகாரக் குவிப்பு என்னும்) அந்த நசுக்கும் இயந்திரம் கடந்த ஒன்றரை நூற்றாண்டு காலமாக உருண்டோடி, (மாகாணங்களின்) தனித்தன்மையையும், தானே முயற்சி மேற்கொள்ளும் மனப்பான்மையையும் அடியோடு கொன்றுவிட்டது. தனது பகுதிகளுக்கு (மாகாணங்களுக்கு) ஊட்டத்தையும், சக்தியையும் கொடுப்பதற்குப் பதிலாக மத்திய அரசு ஒரு இராட்சசக் கடற்பஞ்சு மாதிரி செயல்பட்டு, கடந்த காலத்தில் (மாகாணங்களிடத்தில்) இருந்த எல்லாச் சுதந்தரத்தையும், தானே முயற்சி மேற்கொள்ளும் மனப்பான்மையையும் உறிஞ்சி விட்டது."[1]

மாண்டேகு–செம்ஸ்ஃபோர்டு அறிக்கை தன்னையறியாமலேயே கூட்டாட்சி விதைகளைத் தூவியபோதும் கூடத் தனது நோக்கம் இந்தியாவில் ஒரு கூட்டாட்சியை உருவாக்குவதன்று என்று கூறியதல்லவா? அது எதற்காக?

எடுத்துக்காட்டாக, மீண்டும் அமெரிக்காவையே எடுத்துக் கொள்வோம். அங்கே துவக்கக் காலத்தில் 13 காலனிகளும் தனி அரசுகளாக இருந்தன.

பின்னர், தங்களுக்குப் பொதுவான ஒரு கூட்டாட்சி வேண்டும், அதற்கு ஒரு மத்திய அரசு வேண்டும் என்கிற தேவையை உணர்ந்து ஒன்றிணைந்து ஐக்கியப்பட்டபோது சுதந்தரமாக இருந்த அந்தப் பதின்மூன்று காலனிகளும் தங்கள் அதிகாரங்களின்

---

1. They pointed out "the great harm done to the growth of genuine nationalism in India by a highly centralised administration which had consistently ignored the special needs of the provinces. The steam-roller had been at work for over a century and a half and had completely killed both individuality and initiative. Instead of giving vitality and energy to the parts, the Central Government had acted like a gigantic sponge and had sucked what freedom and initiative they had possessed in the past."

- SHAFAAT AHMAD KHAN, "The Indian Federalism," p.86

ஒரு பகுதியை விட்டுக் கொடுத்து, அப்படி விட்டுக் கொடுத்த அந்த அதிகாரங்களையெல்லாம் தொகுத்து ஒரு மத்திய அரசை – கூட்டாட்சியை உருவாக்கின. சுதந்தர அரசுகள் அப்படி இணைந்து ஐக்கியப்பட்டதால்தான் அது 'அமெரிக்க ஐக்கிய நாடுகள்' (United States of America) என்னும் பெயரைப் பெற்றது.

– இதுதான் கூட்டாட்சிக்கான இலக்கணம்.

"இந்த நாட்டில் நடப்பது ஒரே ஒரு அரசுதான். மாகாணங்கள் இருக்கின்றனவென்றால் அவை தனி அதிகாரங்கள் படைத்த சுயேச்சை அரசுகளாக இல்லை. அவை மத்திய அரசின் ஏஜெண்டுகளாக இருக்கின்றன. அப்படி ஒரே அரசு, மாகாணங்கள் என்கிற வடிவில் ஏன் ஏஜெண்டுகளை நியமித்துக் கொண்டது என்றால், அதற்குக் காரணம் நிர்வாகச் சுமையை ஒரு மையத்திலிருந்து எந்த அரசாலும் எளிதில் சுமக்க முடியாததுதான்... எனவே, இங்கே மாகாணங்கள் மத்திய அரசிடம் கொடுத்துவிட்டுக் கூட்டாட்சியாக இணைவதற்கு அந்த மாகாணங்களிடத்திலே அதிகாரங்களே கிடையா. எனவே, நாங்கள் மேற்கொண்டிருக்கிற பணி அமெரிக்காவிலும், கனடாவிலும் அரசியல் சட்டத்தை உருவாக்க முயன்றவர்கள் மேற்கொண்ட பணியாக இல்லை."[1]

– கூட்டாட்சி இலக்கணத்தை வைத்து இந்திய நிலைமைகளை அளந்து பார்த்து 'மாண்டேகு–செம்ஸ்ஃபோர்டு' அறிக்கை இவ்வாறு கூறியது.

ஆனால், இந்தியாவில் வெள்ளையர்கள் காலூன்றிய தொடக்கக் காலத்தில் சென்னை மாகாணமும், பம்பாய் மாகாணமும் சுதந்தர அரசுகளாக இருந்தன. அதன்பிறகு வங்காள கவர்னர், கவர்னர்–ஜெனரலாக்கப்பட்டு, கல்கத்தா தலைநகராக்கப்பட்டு, அங்கே முதன்முறையாக இந்தியாவின் மத்திய அரசு உருவாக்கப்பட்டது என்று முன் அத்தியாயத்தில் குறிப்பிட்டிருந்தோமல்லவா?

---

1. "The Government of the country is at present one, and from this point of view the local Governments are literally the 'agents' of the Government of India. Great powers have been delegated to them because no single administration could support the Atlantean load... The provinces have now no innate powers of their own, and therefore have nothing to surrender in a **foedus**. Our task is not like that of the Fathers of the Union in the United States and Canada."

- Report on Indian Constitutional Reforms, 1929, para.120.

அந்த ''1774இல்தான் பிரிட்டிஷ் இந்தியாவை ஒரு கூட்டாட்சியாக அமைப்பதற்கான கடைசிச் சந்தர்ப்பமிருந்தது; அப்போதுதான் சென்னையிடமும், பம்பாயிடமும் விட்டுக் கொடுப்பதற்குச் சில அதிகாரங்கள் இருந்தன."[1]

– என்று அந்த அறிக்கை குறிப்பிடுகிறது.

அமெரிக்காவிலும், கனடாவிலும் சுதந்தர அரசுகளின் அதிகாரங்களை எடுத்து அதைக் கொண்டு அங்கு 'கூட்டாட்சி' உருவாக்கப்பட்டது.

ஆனால் இந்தியாவில் 'கூட்டாட்சி'யை உருவாக்க வேண்டுமானால் சர்வ வல்லமை பொருந்திய மத்திய அரசிடமிருந்து அதிகாரங்களைப் பறித்து மாகாணங்களுக்குத் தர வேண்டும்.

ஆம், இந்தியாவில் கூட்டாட்சி முறை உருவாக அமெரிக்காவிலும் கனடாவிலும் நடந்ததற்கு நேர்மாறான, 'தலைகீழான முறை' கடைப்பிடிக்கப்பட வேண்டும்.[2]

கூட்டாட்சி முறை என்கிற இலக்கணத்தை அவர்கள் கடும் புலவர்கள் போலக் கடைப்பிடித்து அப்போதிருந்த இந்திய நிலைமைகளை எடைபோட்ட காரணத்தால் தாங்கள் அதைத் துவக்கி வைத்ததாகச் சொல்லிக் கொள்ளவில்லை.

ஆனால், அவர்களுக்குப்பின் இரண்டாவது 'டோஸ்' சீர்திருத்தங்களைச் செய்ய முன்வந்த சைமன் கமிஷன் மேற்குறிப்பிட்ட தலைகீழான முறையை நேரடியாகக் கையாள வேண்டிய கட்டாயத்திற்கு ஆளானது.

அதனால்தான் சைமன் கமிஷன் இந்தியாவின் அரசியல் அமைப்புச் சட்டம் கூட்டாட்சி அரசியல் சட்டமாகத்தான் இருக்க வேண்டும் என்று அழுத்தந்திருத்தமாகக் கூறியது.[3]

---

1. "...the last chance of making of federation of British India was in 1774, when Bombay and Madras had rights to surrender."
- Report on Indian Constitutional Reforms, 1918, para 120.

2. "(the task) is the very reverse of that which confronted Alexander Hamilton and Sir John Macdonald."
- Ibid, para 120.

3. "...the ultimate Constitution of India must be federal.."
- Report of the Indian Statutory (Simon) Commission, Vol. II.1930, para 21.

"ஓர் உறுப்பு அரசைக் கூட்டாட்சி அரசாக மாற்றுவது அபூர்வம் என்பதை நாங்கள் உணர்கிறோம். ...இன்று அந்தத் 'தலைகீழான முறை' ஏன் சிபாரிசு செய்யப்படுகிறது என்று கேட்கலாம்" – என்று துவங்கி, சைமன் கமிஷன் இந்தியாவின் பரந்த பூகோளப் பரப்பளவையும், நிறைந்த மக்கள் தொகையையும் முக்கியக் காரணங்களாகக் காட்டுகிறது.

"ஒரு நாட்டின் பூகோளப் பரப்பளவு, மக்கள் தொகை ஆகியவற் றிற்கும் அந்நாட்டில் வெற்றிகரமாகச் செயல்படக்கூடிய அரசியல் அமைப்புச் சட்டத்திற்கும் நிச்சயம் தொடர்பு இருக்கிறது. மக்க ளால் தேர்ந்தெடுக்கப்படுகிற பிரதிநிதிகள் ஆட்சிப் பொறுப்பை மேற்கொள்கிற முறை செயல்வடிவு பெறவேண்டுமானால் போதுமான அளவுள்ள அரசியல் பரப்பளவில்தான் அதைப் பிரயோகித்துத் தீர வேண்டும். பாராளுமன்ற ஜனநாயகம் தேர்ந்தெடுக்கிறவருக்கும், தேர்ந்தெடுக்கப்படுகிறவருக்கும் இடையே நெருங்கிய உறவு அவசியமானது என்கிற அடிப்படையில்தான் வெற்றியடைந்திருக்கிறது. அதை அடைய முடியாவிட்டால் அது உண்மையான பிரதிநிதித்துவ முறையாகாது."[1]

அடுத்து, பல்வேறு கலாச்சாரங்களையும், அபிவிருத்தியையும் பொறுத்தவரை வெவ்வேறு கட்டங்களில் இருக்கிற பகுதிகளையும் இணைத்து வைப்பதற்குக் கூட்டாட்சி முறைதான் ஏற்ற முறை என்று சைமன் கமிஷன் கூறுகிறது.

ஆனால், உண்மையில் மாண்டேகு–செம்ஸ்ஃபோர்டு சீர்திருத்தங்கள் இந்தியாவில் செய்தது என்ன?

'தலைகீழ் முறையில்' கூட்டாட்சி அமைவதற்கு அவர்கள் துவக்க விழா நடத்தினார்கள்.

புதிய கூட்டாட்சி முறையை உண்டுபண்ணுவதற்கு முதற்கட்டமாக அதற்கு முன்பு இருந்த ஓர் உறுப்பு அரசை உடைத்து, கொஞ்சம் அதிகாரங்களை மாகாணங்களுக்குக்

---

1. "There is a very definite correspondence between dimensions of area and population and the kind of constitution that can be operated successfully.... If self - government is to be a reality, it must be applied to political units of a suitable size, after taking into account all reasonable considerations. Representative democracy as it is understood in Britain depends for its success on the possibility of a close contact between elector and elected person. Unless this is secured, it is not real representation at all."

- Report of the Indian Statutory (Simon) commission, Vol. II, para 23.

கொடுத்தார்கள். கூட்டாட்சி என்னும் புதிய அமைப்பில் உறுப்புகளாக அமையும் விதத்தில் அவர்கள் உயிரற்றுக் கிடந்த மாகாணங்களுக்கு உயிர் கொடுத்தார்கள்.[1]

ஆனால், 'இரட்டை ஆட்சி' மூலம் அதிகாரங்களைப் பங்கீடு செய்த முறை யாருக்கும் திருப்தியளிக்கவில்லை.

எனவேதான், "அதிகாரத்தைப் பிரித்து வழங்கிய முறை (Devolution) முழுமையடையவில்லை. வருங்காலத்தில் ஒவ்வொரு மாகாணமும் இயன்றவரை தனது வீட்டின் எஜமானியாக இருக்க வேண்டும் என்பதுதான் எங்கள் நோக்கம். புதிய கூட்டாட்சி அமைப்பில் உறுப்புகளாக இருக்கும் மாகாணங்களுக்குச் சுதந்தர வாழ்க்கை அளிக்கப்பட வேண்டும்."[2]

- என்று சைமன் கமிஷன் தனது நோக்கத்தைத் தெளிவுபடுத்துகிறது.

'தலைகீழ் முறை'யில் கூட்டாட்சியை உருவாக்குவது கூட்டாட்சி இலக்கணத்திற்கு உகந்ததா?

இல்லை. ஆனால் வரலாற்று நிகழ்ச்சிகள் காரணமாக இதைத் தவிர வேறு வழியில்லை.

இப்படி ஒரு கூட்டாட்சி அமைந்ததாக இதற்குமுன்பு ஏதாவது வரலாறு உண்டா?

இல்லை.

"ஓர் உறுப்பு அரசைக் கூட்டாட்சியாக மாற்றுவதன் மூலம் நாங்கள் இதுவரை வரலாற்றில் எந்தவித சரியான முன்னுதாரணமும் இல்லாத ஒன்றைச் செய்ய அடியெடுத்து வைக்கிறோம்."[3]

---

1. "The authors of the Montague-Chelmsford Report stated that the process on which they were engaged was not that of federalising India, but the antecedent one of breaking up the old structure before building the new. They were giving independent life to the organisms which would in future form the members of the new body."

- Report of the Indian Statutory (Simon) Commission, Vol.II, 1930, para, 27

2. "Devolution... was incomplete. It is our intention that in future each province should be as far as possible mistress in her own house. Thus independent life will be given to the provinces which will form the nucleus of the new federal structure."

-Ibid, para 27.

3. "... in thus converting a unitary State into a Federation, we should be taking a step for which there is no exact historical precedent."

- Report of the Joint Committee on Indian Constitutional Reform (Session 1933-34), Vol.I, Part.1, para 27.

– இவ்வாறு சைமன் கமிஷன் அறிக்கைக்குப் பிறகு வந்த பிரிட்டிஷ் பாராளுமன்றக் கூட்டுக் குழு கூறுகிறது.

கூட்டாட்சிக்குத் தேவைப்படுகிற உறுப்புகள் என்னென்ன?

ஒரு மத்திய அரசு, பல மாநில அரசுகள்!

அந்த மாநிலங்கள் எப்படி இருக்க வேண்டும்?

''தனித்தன்மையும், தன்னுணர்வு என்கிற பிரக்ஞையும் கொண்டவையாக இருக்க வேண்டும்.''[1]

கூட்டாட்சி உருவாவதற்கு முன்பாகவே இந்தத் தன்மைகளை அந்தப் பகுதிகள் பெற்றிருக்க வேண்டும். இல்லாவிட்டால் அவை ஓர் உறுப்பு அரசின் மாவட்டங்களாக இருந்துவிட்டுப் போயிருக்க முடியும்.

ஆனால் இந்தியாவில் நிலை என்ன?

வரலாற்று நிகழ்ச்சிகள் காரணமாக ஒரு மாகாணத்தில் பல்வேறு மொழி, கலாச்சாரம் கொண்டவர்கள் வாழ்கின்ற நிலை. பிரதிநிதித்துவ ஜனநாயகம் செயல்பட முடியாத அளவிற்குச் சில மாகாணங்கள் பெரியவையாகவும், அதிக மக்கள் தொகை கொண்டவையாகவும் இருந்தன.

எனவேதான், சைமன் கமிஷன் மாகாணங்களைத் திருத்தி அமைக்க வேண்டும் என்று கூறியது.[2]

இருந்தாலும் மாகாணங்கள் என்கிற பெயரில் முன்பே சில அமைப்புகள் இருப்பதால், பின்னால் திருத்தி அமைக்கப் படுகிறவரை காத்திருக்காமல் கூட்டாட்சி முறையை இருக்கிற பூகோளப் பரப்பில் தொடங்கலாம் என்றும் சைமன் கமிஷன் கூறியது.

அரைகுறை மாகாண சுயாட்சி மூலம் மாண்டேகு– செம்ஸ்ஃபோர்டு சீர்திருத்தங்கள் இந்தியாவில் அப்போது ஓரளவு மாநில உணர்வுகளுக்கு உயிர் கொடுத்திருந்தன.

---

1. "Federation schemes usually start with a number of clearly defined State each already possessed of individuality and consciousness."

- Report of the Indian Statutory (Simon) Commission, Vol. II, 1930, para 25.

2. மாநிலத் தனித்தன்மையும் (Individuality), மாநிலப் பிரக்ஞை (Consciousness)யும் கூட்டாட்சிக்கும், அதனோடு ஒட்டிக் கொண்டிருக் கும் மாநில சுயாட்சிக்கும் ஆணிவேர். ஆனால் இந்தியாவில் இன்னும் இயற்கையாக மாநிலங்கள் அமைவது முழுமையடையவில்லை என்பது கவனிக்கத்தக்கது. இதைப் பற்றிப் பிறிதொரு அத்தியாயத்தில் ஆராய்வோம்.

அந்த மாநிலப் பிரக்ஞை இன்னும் அதிக மாகாண சுயாட்சி வேண்டும் என்கிற உரிமைக் கோரிக்கையாக உருவாகியிருந்தது.[1]

இதற்குக் காரணம் என்ன?

மத்திய அரசு தொலைவில் இருந்தது. ஆம்; "செய்தித் தொடர்புகளில் நவீன வளர்ச்சி ஏற்பட்டுவிட்டபோதிலும் டில்லி தொலைவில் இருக்கிறது."[2]

– இது தி.மு.க. வினர் பயன்படுத்தும் வார்த்தைகள் அல்ல, சைமன் கமிஷனுடைய வார்த்தைகள். (இன்று மட்டும் டில்லி அருகிலேயா வந்துவிட்டது?)

சரி, இப்போது பெயரளவில் மாகாணங்கள் இருக்கின்றன.

'தலைகீழ் முறை'யில் கூட்டாட்சி வழங்க அடுத்து என்ன செய்ய வேண்டும்?

மத்திய அரசிடம் இருக்கிற அதிகாரங்களை எடுத்து மாகாணங்களுக்கு வழங்க வேண்டும். அப்படி வழங்கப்பட்ட அதிகாரங்களில் மத்திய அரசு தலையிடாத நிலையையும் உருவாக்க வேண்டும்.

ஆம்; மாகாண சுயாட்சி வழங்க வேண்டும்!

(அதனால்தான் கூட்டாட்சிக் கொள்கையும், சுயாட்சிக் கொள்கையும் ஒன்றிலிருந்து இன்னொன்றைப் பிரிக்க முடியாத அளவிற்குப் பின்னிப் பிணைந்து கிடக்கின்றன என்றும், அவையிரண்டும் ஒரே நாணயத்தின் இரு பக்கங்கள் என்றும் முன்பே குறிப்பிட்டிருந்தோம்.)

தாகத்தால் தவிக்கிறவனுக்கு ஒரு சொட்டுத் தண்ணீர் கொடுத்தால் அது எப்படி தாகத்தை மேலும் அதிகப்படுத்துமோ, அதுபோல முன்குறிப்பிட்ட சீர்திருத்தங்கள் வழங்கிய ஒரு சொட்டு மாகாண சுயாட்சி அந்தத் தாகத்தை மேலும் இந்திய மக்களிடத்திலே அதிகமாக்கியது.

---

1. "It is true that during the last few years there has been a distinct growth of provincial consciousness which finds vent in a demand for provincial autonomy."
- Ibid, para 25.

2. "...Central Government is distant; despite all modern developments of inter-communication 'Delhi is far off'."
- Ibid, para 25.

அதனால்தான் 1919லிருந்து பிரிட்டிஷ் அரசு அமைத்த ஒவ்வொரு கமிட்டியாலும், கமிஷனாலும் இந்தத் தாகத்தைப் புறக்கணிக்க முடியவில்லை.

ஏன்?

1933-34இல் சைமன் கமிஷனுக்குப் பிறகு வந்த பிரிட்டிஷ் பாராளுமன்றக் கூட்டுக் குழு கீழ்க்கண்டவாறு கூறுகிறது:

> "1919 கூட்டுப் பொறுக்குக் குழுவிலிருந்து சைமன் கமிஷன் வரையிலும், அதற்குப் பின்னரும், இந்தியப் பிரச்சினை களை ஆராய்கிற ஒவ்வொருவரும், அவர்கள் தங்கள் மனத்தில் ஏற்கனவே பதித்துக் கொண்ட அபிப்பிராயங்கள் எப்படியிருந்தபோதிலும்கூட, மாகாண சுயாட்சி இருக்கின்ற திசை நோக்கியே துரத்தப்பட்டனர் – **அதிகாரத்தைப் பரவ லாக்க வேண்டும் என்கிற தத்துவ ரீதியான காதல் காரணமாக அன்று; உண்மைகளின் தவிர்க்க முடியாத வலிமை காரணமாக!"**[1]

அந்த உண்மைகள்தாம் பூகோள – இன – கலாச்சாரக் காரணங்கள் என்பதை முன்பே விளக்கியிருக்கிறோம்.

இப்படி மாகாண சுயாட்சி அடிப்படையில் 'தலைகீழ் முறை' யில் இந்தியாவில் கூட்டாட்சி முறையைப் புகுத்த பிரிட்டிஷ் அரசு இயற்றிய சட்டம்தான் 1935ஆம் ஆண்டு அரசியல் சட்ட மாகும். (அது சைமன் கமிஷன் தந்த சிபாரிசுகளைத் தொடர்ந்து உருவாக்கப்பட்டது என்பதும் கவனத்தில் கொள்ளத் தக்கது).

1935ஆம் ஆண்டு சட்டத்தில் இரண்டு பகுதிகள் அடங்கி யிருந்தன. ஒன்று மத்திய அரசைப் பற்றியது: மிக முக்கிய அதிகாரங்களான தேசப் பாதுகாப்பு, வெளிநாட்டு விவகாரம் போன்றவை வைசிராயின் கையில் இருக்கும். மத்திய அரசைப் பொறுத்தவரையில் மற்ற அதிகாரங்கள் மட்டுமே தேர்ந்தெடுக்கப் பட்ட அமைச்சர்கள் கையில் இருக்கும்.

– இப்படி 1935ஆம் ஆண்டு அரசியல் சட்டம் ஒரு இரட்டை ஆட்சியை மத்திய அரசில் ஏற்படுத்தியது. இதற்கு எந்தக் கட்சியும் ஒப்புக் கொள்ளவில்லை.

---

1. "Every student of Indian problems, whatever his prepossessions, from the Joint Select Committee of 1919 to the Statutory commission, and from the Statutory Commission onwards, has been driven in the direction of Provincial Autonomy, not by any abstract love of decentralization, but by the inexorable force of facts."

- Report of the Joint Committee on Indian Constitutional Reform, Vol.I, (Part-I), pp.8-9

மேலும், மத்திய கூட்டாட்சியில் இந்திய சமஸ்தானங்கள் **விரும்பினால்** சேரலாம் என்று விதியிருந்தது. இதற்கு சுதேச மன்னர்கள் யாரும் சம்மதம் தெரிவிக்கவில்லை. மேலும் சமஸ்தானங்களைப் பொறுத்தவரையில் அங்கு ஜனநாயக ஆட்சி நிலவத் தேவையில்லை என்றும் சொல்லப்பட்டது.

எனவே மத்தியில் கூட்டாட்சி உருவாகவே இல்லை.

இப்படி 'தலைகீழ் முறை'யில் கூட்டாட்சியைக் கொண்டு வருவதாகச் சொல்லி, இப்படி ஒரு 'இரண்டுங்கெட்டான்' முறையைக் கொண்டு வந்தனர்.

ஆம்; பிள்ளையார் பிடிப்பதாகச் சொல்லிக் கொண்டு அவர்கள் பிடித்தது குரங்காக இருந்தது.

அந்தச் சட்டத்தின் இன்னொரு பகுதி 'மாகாண சுயாட்சி' பற்றியது. அது மட்டும் 1937ஆம் ஆண்டு ஏப்ரல் மாதம் அமுலுக்கு வந்தது.

இந்த 'மாகாண சுயாட்சி' யாவது பிள்ளையாராக இருந்ததா, குரங்காக இருந்ததா என்பதை அடுத்த அத்தியாயத்தில் காண்போம். ●

6. குறைகள் மலிந்த 'மாகாண சுயாட்சி'; அதுவும் மறைந்தது!

> "மாகாண சுயாட்சி என்றால் (பிரிட்டிஷ்) இந்தியாவைப் புதிய முறையில் துண்டுகளாகக் கூறு போடுவது என்று அர்த்தமன்று; மத்திய அரசிற்கும், மாகாண அரசுகளுக்கும் உள்ள தொடர்புகளை மாற்றி அமைப்பது என்பதுதான் அதற்குப் பொருள்."
>
> – பி.ஆர். லீலி
>
> "Provincial Auotonomy does not mean the splitting up of British India into so many units, but only a readjustment of relations between the Government of India and provincial Governments."
>
> - P.R. LELE, "The Federation of India", p.8.

மேலே குறிப்பிடப்பட்டிருக்கிற விளக்கம் இன்றைக்கும் பொருத்தமாக இருப்பதைப் பார்க்கிறோம்.

மத்திய அரசிற்கும், மாகாண அரசிற்கும் உள்ள தொடர்புகள் 1935 ஆம் ஆண்டுச் சட்டத்தின்படி எப்படி மாற்றி அமைக்கப்பட்டன?

1919ஆம் ஆண்டு மாண்டேகு - செம்ஸ்ஃபோர்டு சீர்திருத்தங்களின் படி மொத்த அதிகாரங்கள் மத்திய அரசுக்கென்றும், மாகாணங்களுக்கென்றும் பிரிக்கப்பட்டனவென்று குறிப்பிட்டிருந்தோம்.

அதிலிருந்த குறைகள் இவை:

1. முதலாவதாக அந்த அதிகாரப்பங்கீடு சட்டத்திலே எழுதி வைக்கப்படவில்லை. வைசிராய் சில விதிகளின்படி (Devolution Rules) சில அதிகாரங்களை மாகாணங்களுக்குக் கொடுத்திருந்தார்.

2. மாகாணங்களுக்கு என்று வழங்கப்பட்ட அதிகாரங்கள் மீதும் மத்திய அரசு ஆதிக்கம் செலுத்தலாம். மத்திய அரசே தேவைப்பட்டால் மாகாணங்களுக்கும் சேர்த்துச் சட்டம் இயற்றலாம். எனவே அப்போது மாகாணங்கள் பெற்றிருந்த அதிகாரங்கள் மத்திய அரசின் தயவைப் பொறுத்து இருந்தன. "எங்களுக்கென்று சில அதிகாரங்களைக் கொடு, பிறகு அதில் தலையிடாதே!" என்கிற கூட்டாட்சி முறையும், சுயாட்சி முறையும் அந்த அதிகாரப் பங்கீட்டில் இல்லை.

3. ஒரு குறிப்பிட்ட அதிகாரம் மத்திய அரசிற்கு உரியதா? அல்லது மாகாண அரசுகளுக்கு உரியதா? – என்கிற சந்தேகம் ஏற்பட்டால் அதைத் தீர்த்து வைப்பது ஒரு மூன்றாவது மனிதரான நீதிமன்றம் அன்று. எந்த வைசிராய் இப்படி அதிகாரப் பங்கீடு செய்தாரோ அந்த வைசிராயே இந்த விஷயத்தில் தீர்ப்பையும் வழங்குவார். – இதுவும் கூட்டாட்சி முறைக்கு விரோதமானது என்பதை முன்பே குறிப்பிட்டிருக்கிறோம்.

– இந்த மூன்று துறைகளிலும் 'தலைகீழ் முறையில்' கூட்டாட்சியைக் கொண்டு வர முயன்ற 1935ஆம் ஆண்டு சட்டம் ஓரளவு சீர்திருத்தங்கள் செய்தது.

முதலாவதாக, மத்திய அரசுக்கென்று சில அதிகாரங்களும், மாகாணங்களுக்கென்று சில அதிகாரங்களும் பிரிக்கப்பட்டு அவை அரசியல் சட்டத்தில் எழுதி வைக்கப்பட்டன.

எது யாருக்கான அதிகாரம் என்பதில் சர்ச்சை ஏற்பட்டால் அதைத் தீர்த்து வைக்கும் அதிகாரம் 'ஃபெடரல் கோர்ட்' என்று அழைக்கப்பட்ட உச்ச நீதிமன்றத்திற்கு (Federal Court) வழங்கப்பட்டது.

இதன் விளைவாக, மாகாணங்கள் மத்திய அரசின் வெறும் நிர்வாக ஏஜெண்டுகள் என்கிற நிலை மாறி, மத்திய அரசைப் போலவே மாகாண அரசுகளும் அரசியல் சட்டத்திலிருந்தே அதிகாரங்களைப் பெற்று, '**இந்திய வரலாற்றில் முதல் தடவையாகத் தனித்தன்மையையும், சட்டபூர்வமாகத் தனி வடிவத்தையும் பெற்றன.**'[1]

மாகாணங்களில் தேர்ந்தெடுக்கப்பட்ட அமைச்சர்களிடம் சில இலாகாக்கள், வெள்ளைக்கார அதிகாரிகளிடம் சில இலாகாக்கள்

---

1. "For the first time in the history of British India, each province acquired an independent position and was invested with a distinct legal personality of its own."

- **K.R. BOMBWALL**, "The Foundation of Indian Federalism", p. 209.

என்கிற 'இரட்டை ஆட்சி' முறை ஒழிக்கப்பட்டு, தேர்ந்தெடுக்கப்பட்ட அமைச்சர்களிடம் மாகாண ஆட்சிப் பொறுப்பு முழுவதும் ஒப்படைக்கப்பட்டது.

இப்போது அதிகாரப் பங்கீட்டை ஆராய்வோம்.

மத்திய அரசிற்கு என்று உள்ள அதிகாரங்கள் ஒரு பட்டியலில் தொகுக்கப்பட்டன. வெளிநாட்டு விவகாரம், இராணுவம், நாணயச் செலாவணி போன்ற 59 இனங்கள் அதில் அடங்கும்.

இவை குறித்து மத்திய சட்டசபைதான் சட்டம் இயற்ற முடியும்.

மாகாணங்களுக்கென்று இன்னொரு பட்டியல் போடப்பட்டது. சட்டம் – ஒழுங்கு, கல்வி போன்ற 54 இனங்கள் இதில் அடங்கும். இவை குறித்து மாகாண சட்டசபைதான் சட்டம் இயற்ற முடியும்.

இவை தவிர பிரிட்டிஷ் பாராளுமன்றக் கூட்டுக்குழு (Joint Parliamentary Committee) கூறியபடி வரலாற்றில் **வேறு முன் உதாரணம் காட்ட முடியாத** ("Without precedent") இன்னொரு காரியமும் செய்யப்பட்டது.

அதுதான் மேற்குறிப்பிட்ட அதிகாரங்களைத் தவிர மீதமுள்ளவற்றைத் தொகுத்து மூன்றாவது பட்டியல் ஒன்றை உருவாக்கியதாகும். அதற்குப் பெயர் 'பொதுப் பட்டியல்' (Concurrent List) என்பதாகும். கிரிமினல் சட்டங்கள், சிவில் சட்டங்கள் போன்ற 36 இனங்கள் இதில் அடங்கும். இதுகுறித்து மத்திய சட்டசபையும், மாகாண சட்டசபைகளும் சட்டம் இயற்றலாம். இதுகுறித்து மத்திய அரசும், மாகாண அரசுகளும் சட்டம் இயற்றினால், அதனால் ஏதாவது முரண்பாடுகள் ஏற்பட்டால், மாகாண அரசுகள் இயற்றிய சட்டம் அடிபட்டுப் போகும், மத்திய அரசு இயற்றிய சட்டம்தான் நிற்கும்.

இந்த மூன்று பட்டியலிலும் அடங்காத புதிய அதிகாரங்கள் ஏதாவது இருக்கலாம் அல்லவா? அதற்குத்தான் 'எஞ்சிய அதிகாரங்கள்' (Residuary Powers) என்று பெயர். அதைப் பற்றித் தீர்மானிக்கிற பொறுப்பு வைசிராய்க்கு அளிக்கப்பட்டது.

'பொதுப் பட்டியல்' என்கிற பெயரில் மத்திய அரசிற்கும், மாகாண அரசுகளுக்கும் பொதுவாகச் சட்டமியற்றும் அதிகாரங்கள் நீண்ட பட்டியலாகக் கொடுக்கப்பட்டிருப்பது உலகில் வேறு எந்தக் கூட்டாட்சி அரசிலும் இல்லாத ஒன்றாகும்.

மாகாணங்கள் அதிக அதிகாரங்கள் படைத்தவையாக இருக்க வேண்டும் என்று ஒரு பக்கம் முஸ்லிம்களும், மத்திய அரசு அதிக அதிகாரங்கள் படைத்ததாக இருக்க வேண்டும் என்று இன்னொரு பக்கம் இந்து தேசியவாதிகளும் பிடிவாதமாக இருந்த காரணத்தால் பிரிட்டிஷார் இப்படி ஒரு சமரச ஏற்பாட்டைச் செய்திருந்தனர். (இத்தகைய அதிகாரப் பங்கீட்டு முறை இப்போதைய அரசியல் அமைப்புச் சட்டத்திலும் 'காப்பி அடிக்கப்பட்டிருக்கிறது. அதைப் பற்றிப் பின்னர் கவனிப்போம்.)

மத்திய அரசு அதிக அதிகாரங்கள் படைத்ததாக இருக்க வேண்டும் என்பதில் பிரிட்டிஷாருக்கு அதிக அக்கறை இருந்தது. அப்போதுதான் பிரிட்டிஷாரின் கட்டுப்பாடு இருக்கும். அதனால்தான் கொள்கையளவில் ஒப்புக்கொள்ளப்பட்ட மாகாண சுயாட்சிப் பிள்ளையாரும் குரங்காகவே முடிந்து விட்டது.

இந்த சட்டத்தின் கீழ் மாகாண சுயாட்சிக் கொள்கைக்கு விதிக்கப்பட்டிருந்த கட்டுப்பாடுகள் யாவை?

– இவை மிகவும் முக்கியமானவை. எந்தெந்தக் கட்டுப்பாடுகள் காரணமாக இந்தச் சட்டத்தின் மூலம் மாகாண சுயாட்சி மறுக்கப்படுகிறது என்று அப்போது தேசியவாதிகள் கூறினார்களோ அவற்றில் பெரும்பாலானவை அப்படியே இப்போதுள்ள அரசியல் சட்டத்தில் புகுத்தப்பட்டிருக்கின்றன.

மத்திய அரசின் ஏஜெண்டாக மாகாணங்களில் வீற்றிருந்த கவர்னருக்குச் சில சிறப்பு அதிகாரங்களும் (Special powers), தமது உசிதம்போலச் செயலாற்றும் அதிகாரங்களும் (Discretionary powers) தரப்பட்டிருந்தன.

1. முதலாவதாக, சில விவகாரங்களில் கவர்னர் அமைச்சரவையின் ஆலோசனையைக் கேட்காமலேயே தமது உசிதப்படி காரியமாற்றலாம்.

2. சில விவகாரங்களில் அவர் தமது சொந்த முடிவுப்படி (In his individual judgement) காரியமாற்றுவார். அதாவது, தேவைப்பட்டால் அவர் அமைச்சரவையைக் கலந்து ஆலோசிப்பார். ஆனால் அந்த ஆலோசனைப்படிதான் கவர்னர் நடக்க வேண்டும் என்கிற அவசியம் கிடையாது.

3. சட்டமன்றம் பெரும்பான்மை வாக்குகளால் நிறைவேற்றி அனுப்புகிற மசோதா அவர் கையெழுத்திட்டால்தான்

சட்டமாகும். கவர்னர் விரும்பினால் அத்தகைய மசோதாவில் கையெழுத்துப் போட மறுக்கலாம், அல்லது அந்த மசோதாவை வைசிராய்க்கோ, பிரிட்டனில் உள்ள மன்னருக்கோ அவர்கள் ஆலோசனையைப் பெறுவதற்காக அனுப்பி வைக்கலாம்.

4. அரசியல் சட்டப்படி மாகாணத்தின் ஆட்சி நடைபெற முடியாது என்று கவர்னர் திருப்தியடைவாரேயானால் கவர்னரே மாகாண ஆட்சிப் பொறுப்பை மேற்கொண்டு விடுவார். (அதாவது அமைச்சரவை 'டிஸ்மிஸ்' செய்யப்பட்டுத் தற்போது குடியரசுத் தலைவர் ஆட்சி ஏற்படுவதுபோல் அப்போது கவர்னர் ஆட்சி ஏற்பட்டு விடும்.)

கவர்னர் தமது உசிதப்படி செயலாற்றுகிற அதிகாரங்களைப் பயன்படுத்தினாலும், சிறப்பு அதிகாரங்களைப் பயன்படுத்தினாலும் மத்திய அரசின், அதாவது கவர்னரின் ஆட்சி அம்மாகாணத்தில் ஏற்படக் கதவு திறந்து விட்டதாக ஆகிவிடும்.

– இவை தவிர மத்திய அரசிற்கு மாகாண அரசுகளுக்குக் கட்டளை (Direction) பிறப்பிக்கும் அதிகாரமும் இருந்தது. (இந்த அதிகாரங்கள் இப்போதும் இருக்கின்றன!)

அந்தக் கட்டளைகளை மக்களால் தேர்ந்தெடுக்கப்பட்ட மாகாண அமைச்சரவை நிறைவேற்றத் தவறினால் வைசிராய் நேரடியாக கவர்னருக்கு ஆணை (Order) பிறப்பித்து அவற்றை நிறைவேற்றச் சொல்வார்.

– இத்தகைய காரணங்களால்தான் அப்போது பலர், இது மாகாண சுயாட்சியன்று, கவர்னர் சுயாட்சி என்று வர்ணித்தனர்.

இத்தகைய நிர்வாக உறவுகள் அனைத்தும் அப்படியே கொஞ்சமும் மாற்றமில்லாமல் வேரோடும், வேரடி மண்ணோடும் சுதந்தர இந்தியாவின் அரசியல் சட்டத்தில் பதியம் போடப்பட்டிருப்பது கவனிக்கத்தக்கது.[1]

இந்த ஒட்டு வேலையை நாட்டு விடுதலைக்குப் பிறகு செய்த காங்கிரஸ் கட்சி அப்போது 1935ஆம் ஆண்டுச் சட்டத்தைக் கடுமையாக எதிர்த்தது.

---

1. "…the pattern of administrative relations between the Centre and the Provinces as laid down in the 1935 Act has been transplanted, virtually unaltered, to the Constitution of independent India."

- K.R. BOMBWALL, "The Foundations of Indian Federalism." p.214

காங்கிரஸ் தீவிரவாதிகள் இந்தச் சட்டத்தின் கீழ் அமையும் அரசில் பதவி ஏற்கக் கூடாது என்று வாதிட்டார்கள். மிதவாதிகள் பதவி ஏற்க வேண்டுமென்று சொன்னார்கள். இவர்கள் இருவருக்கும் நடைபெற்ற கொள்கைப் போராட்டத்தின் முடிவில் மிதவாதிகளே வெற்றி பெற்றார்கள்.

இது ஒரு 'வரலாற்று முக்கியத்துவம்' வாய்ந்த முடிவென்று மௌலானா அபுல்கலாம் ஆசாத் வர்ணித்தார். "இதுவரை காங்கிரஸ் எதிர்மறைக் கொள்கைகளையே கடைப்பிடித்து, பதவியேற்கும் பொறுப்பை ஏற்றுக்கொள்ள மறுத்தது. இப்போதுதான் முதல் தடவையாக, நிர்வாகத்தைப் பொறுத்த வரையிலும் முடிவெடுத்து அரசாங்கம் என்கிற பாரத்தை ஏற்க ஒப்புக் கொண்டிருக்கிறது" என்று குறிப்பிட்டார்.[1]

நாடெங்கும் நடைபெற்ற தேர்தலில் மொத்தமிருந்த 11 மாகாணங்களில் ஆறில் காங்கிரஸ் பெரும்பான்மை பெற்றது. வேறு இரண்டில் சட்டசபைக் கட்சிகளில் பெரிய கட்சியாக விளங்கிற்று.

காங்கிரஸ் கட்சி இரு நிபந்தனைகளுடன் பதவியேற்க முன் வந்தது. முதலாவதாக, காங்கிரஸ் பதவியேற்க முன்வருவதால் இந்த அரசியல் சட்டத்தை ஒப்புக் கொண்டதாகக் கருதக் கூடாது. இரண்டாவது நிபந்தனை கவர்னரைப் பற்றியது. தேர்ந்தெடுக்கப்பட்டு உருவாக்கப்படுகிற அமைச்சரவையின் நடவடிக்கைகளில் கவர்னர் தமது 'சிறப்பு அதிகாரங்களை'ப் பயன்படுத்திக் குறுக்கிடக் கூடாது. தங்களுடைய அரசியல் சட்டக் கடமைகளை நிறைவேற்றுவதற்காக அமைச்சர்கள் கூறுகின்ற ஆலோசனைகளை கவர்னர் புறக்கணிக்கக் கூடாது.

– இப்படி ஒரு நிலை நிச்சயம் இருக்கும் என்று சட்டசபை காங்கிரஸ் கட்சி தேர்ந்தெடுக்கிற தலைவர் திருப்தியடைந்தால், அதை அறிக்கை மூலம் பொது மக்களுக்குத் தெரிவித்துவிட்டுப் பதவி ஏற்கலாம் – என்று 1937ஆம் ஆண்டு மார்ச் மாதம் டில்லியில் நடைபெற்ற காங்கிரஸ் காரியக் கமிட்டி தீர்மானம் நிறைவேற்றியது.

சிறப்பு அதிகாரங்களையும், உசிதம்போல் பணியாற்றும் அதிகாரங்களையும் உபயோகித்து மக்களால் தேர்ந்தெடுக்கப்பட்ட சட்டசபையின் உரிமைகளைப் பறிக்கும் காரியத்தை நியமனம் செய்யப்பட்ட ஒரு கவர்னர் செய்யக் கூடாது என்று காங்கிரஸ் கட்சி விரும்பியது.

---

1. "Till now, Congress had followed a negative policy and refused to undertake the responsibilities of office. Now, for the first time, Congress adopted a positive attitude towards administration and agreed to undertake the burden of Government."
- **MAULANA ABUL KALAM AZAD,** "India Wins Freedom," p.15

1937ஆவது ஆண்டு மார்ச் 25ஆம் தேதி அப்போதைய சென்னை மாகாணத்தின் சட்டசபைக் காங்கிரஸ் கட்சித் தலைவராகத் தேர்ந்தெடுக்கப்பட்ட **இராஜாஜி** கவர்னரைச் சந்தித்தார். அப்போது இராஜாஜி, பத்திரிகைகளுக்குக் கொடுத்த அறிக்கை விபரமாவது:[1]

"இந்தச் சட்டத்தின் கீழ் தரப்பட்டு இருப்பதாகச் சொல்லப் படுகிற மாகாண சுயாட்சிக்கு உட்பட்டு நானும் என்னுடைய மந்திரி சபையும் பணியாற்றுகின்ற முழுச் சுதந்தரமும் தரப்பட வேண்டுமென்று நான் கவர்னரிடம் சொன்னேன். நாங்கள் பதவியில் இருக்கிற நேரம் குறுக்கிடுகின்ற சிறப்பு அதிகாரங்களைப் பயன்படுத்துவதில்லை என்றோ அல்லது மந்திரிகளுடைய ஆலோசனைகளைப் புறக்கணிப்பதில்லை என்றோ 'ஹிஸ் எக்ஸலன்ஸி' வாக்குறுதி தர வேண்டுமென்று கேட்டேன். ...வாக்காளர்கள் தந்த தீர்ப்பின் அடிப்படையில் அரசாங்கம் அமைப்பதற்கும், பொறுப்பேற்றுக் கொள்வதற்கும் ஒரு மாகாண கவர்னர் என்னை அழைக்கும்போது, தான் 'குறுக்கிடாமல் இருப்பேன்' என்று உறுதிமொழி கூறும் உரிமை அந்தச் சட்டப்படி கவர்னருக்கு இருக்கிறது என்றே நான் விளக்கினேன். எங்களுக்கு மக்களால் வழங்கப்பட்டிருக்கும் பொறுப்பினைத் திறமையாகச் செயல்படுத்துவதற்கு அந்த உறுதிமொழி தேவையென்று நாங்கள் கருதுகிறோம். கவர்னருக்குத் தமது 'உசிதப்படி செயலாற்றுகிற அதிகாரம்' இருப்பது உண்மையானால், அதைப் பயன்படுத்துவதும், பயன்படுத்தாததும் கவர்னருடைய அதிகார வரம்புக்கு உட்பட்டதுதான். 'குறுக்கீடு செய்ய மாட்டேன்' என்று உறுதி கூறுவதன் மூலம் மந்திரிசபைப் பொறுப்புகளை நாங்கள்

---

1. "I explained to him that I and my Cabinet should be given the fullest freedom of action inside the scope of Provincial Autonomy said to be given under the Government of India Act and that while we remained in office and undertake responsibility of Government of the Province His Excellency should assure us that he would not use his special powers of interference or set aside the advice of his Ministers... I explained that when a Provincial Governor invites me on the basis of the verdict of the electorate to form the Government and undertake responsibility, he has the right under the Act to give me an assurance of non-interference. That we felt as necessary for the efficient discharge of that responsibility. If it be true that real discretion is given to the Governor of Province, it must be within his power to use it or not to use it and if he is convinced that we can get an atmosphere and the psychology necessary for the efficient discharge of Cabinet responsibility only by assuring non-interference he would use his discretion best only by non-use. To deny that right to the Governor of a Province is denial of Provincial Autonomy..."

- Quoted in **C.Y. CHINTAMANI** and **M.R. MASANI**, "India's Constitution at Work." pp.100-101.

திறமையாகச் செலுத்தும் சூழ்நிலையும், மனோநிலையும் எங்களுக்குக் கிடைக்கும் என்று அவர் திருப்தி அடைந்தால் 'உசிதப்படி செயலாற்றும் அதிகாரத்தைப்' பயன்படுத்தாமல் இருக்கலாம். அதைப் பயன்படுத்தாமல் இருக்கிற உரிமை கவர்னருக்கு இல்லை என்று மறுப்பது மாகாண சுயாட்சியையே மறுப்பதாகும்."

- இராஜாஜியின் இந்த அறிவிப்பு கவர்னரைப் பற்றி அப்போதைய காங்கிரசாரின் மனோநிலையைத் தெளிவாக விளக்குகிறது.

மகாத்மா காந்தி 1937ஆம் ஆண்டு மார்ச் 30ஆம் தேதி செய்தியாளர்களுக்குத் தந்த அறிக்கையில் கீழ்க்கண்டவாறு குறிப்பிடுகிறார்:

"பிரிட்டிஷ் அரசினர் சார்பில் இந்தச் சட்டம் சுயாட்சியை வழங்குவதாகச் சொல்கிறார்கள். அது உண்மையானால் மாகாணங்களின் தேர்ந்த நிர்வாகத்திற்குத் தங்கள் பதவிக் காலத்தில் பொறுப்பேற்க வேண்டியவர்கள் அமைச்சர்களே தவிர, கவர்னர்கள் அல்லர். தங்கள் கடமையை உணர்ந்து பொறுப்புள்ள அமைச்சர்கள் தங்களது அன்றாடக் கடமைகளை ஆற்றும்போது குறுக்கீடுகளுக்குத் தங்களை ஆட்படுத்திக் கொள்ள முடியாது. எனக்குத் தோன்றுவது என்னவென்றால், பிரிட்டிஷ் அரசாங்கம் காது இனிக்கச் சொன்னதை இதயம் இனிக்க நிறைவேற்றவில்லை. தெளிவான மொழியில் சொல்ல வேண்டுமானால் அவர்களால் உருவாக்கப்பட்ட இயந்திரத்தால் (சட்டசபையால்) உருவான மெஜாரிட்டியை உதாசீனம் செய்வது காரணமாக அரசியல் சட்டம் மாகாணங்களுக்குத் தந்திருப்பதாகச் சொல்கிற சுயாட்சியை ஒரு முடிவுக்குக் கொண்டு வருகிறார்கள்."[1]

---

1. "It has been claimed on behalf of the British Government that the Act gives Autonomy to the Provinces. If that is so, it is not Governors, but Ministers who are during their period of office responsible for the wise administration of their Provinces. Responsible Ministers sensible of their duty could not submit to interference in pursuance of their daily duty.

"It does, therefore, appear to me that once more the British Government has broken to the heart what it has promised to the ear. I doubt not that they can and will impose their will on the people till the latter develop enough strength from within to resist it, but that cannot be called working Provincial Autonomy. By flouting the majority obtained through the machinery of their creation, they have in plain language ended autonomy which they claim the Constitution has given to the Provinces.

"The rule, therefore, will now be rule of the sword, not of the pen nor of the indisputable majority."

- Subjects and Documents of the Indian Constituion, 1921-47, Vol.I., Selected by **MOREYS GWYER** and **APPADURAI,** p.394.

இதிலிருந்து மாகாண சுயாட்சியைப் பற்றி இராஜாஜியின் கருத்தும், காந்தியாரின் கருத்தும் இப்போதைய நமது கருத்துக்கு ஒத்தவையாக இருப்பதைக் காணலாம்.

அன்றைக்கு வைசிராய் விடுத்த ஓர் அறிக்கையின் பேரில் சமரச உடன்பாடு ஏற்பட்டு, காங்கிரஸ் எட்டு மாகாணங்களில் பதவியேற்று மாகாண சுயாட்சியை அமுல்படுத்தத் தொடங்கிற்று.

அப்போது காங்கிரஸ் கட்சி சந்தித்த தொல்லைகளும் சங்கடங்களும் இப்போதும் தொடர்ந்திருப்பதைக் காணலாம். சில சுவையான நிகழ்ச்சிகளை மட்டும் இப்போது காண்போம்:

புதிய அரசியல் சட்டப்படி, சட்டமும் ஒழுங்கும் (Law and Order) மாகாண அரசுகளின் கைக்குப் போய்விட்டன. எனவே மத்திய அரசு, மத்திய புலனாய்வுத் துறையை (Central Intelligence Bureau) தன் கையில் வைத்திருந்தது. இந்தத் துறையினர் மாகாண அரசுகளுக்குத் தெரியாமலேயே மத்திய நிர்வாகத்திற்குத் தகவல்களைத் தந்து கொண்டிருந்தனர்.

ஆனால் சில நேரங்களில் மாகாண அரசுகளுக்கு எதிராக மத்திய போலீஸ் உளவு பார்க்கவில்லை என்பதைக் காட்டிக் கொள்வதற்காகத் தொழிலாளர் இயக்கம் குறித்தும், கம்யூனிஸ்டு இயக்கம் குறித்தும் அவ்வப்போது சில தகவல்களை மாகாண அரசுகளுக்குக் கொடுத்து வந்தனர்.

மக்களால் தேர்ந்தெடுக்கப்பட்ட ஒரு மாகாண அரசை நம்பாமல் மத்திய போலீஸ் துறை மாகாண அரசுகளையே வேவு பார்ப்பதாகக் காங்கிரஸ் மந்திரிசபைகள் புகார் கூறின.

1939ஆம் ஆண்டு ஆகஸ்ட் மாதம் 5ஆம் தேதி, சென்னை சட்டசபையில் ஒரு கேள்விக்கு இராஜாஜி பதில் அளிக்கையில் முதன்முறையாக இந்த உண்மைகள் வெளிவந்தன. மத்திய போலீஸ் புலனாய்வுத் துறையை அறவே ஒழிக்க வேண்டுமென்று சென்னை மாகாணம் கேட்டுக் கொண்டதாகவும், அதை மத்திய அரசு புறக்கணித்து விட்டதாகவும், இராஜாஜி ஒரு கேள்விக்குப் பதில் சொன்னார். மாகாண அரசுகளுக்கும் மத்திய அரசுக்கு மிடையே எரிச்சலூட்டிய நிகழ்ச்சிகளில் இதுவும் ஒன்று.

ஆனால் அதே நிலைமை இப்போதும் நீடிக்கிறது என்பது குறிப்பிடத்தக்கது. 1935ஆம் ஆண்டு அரசியல் சட்டப்படி மத்திய போலீஸ் புலனாய்வுத் துறை மத்திய அரசாங்கத்தின் பட்டியலில் முதலாவதாக இடம் பெற்றிருந்தது. அது இப்போதைய அரசியல்

சட்டத்தில் எட்டாவதாக இடம் பெற்றிருக்கிறது. அப்போது அது 'Central Intelligence Bureau' என்று அழைக்கப்பட்டது, இப்போது 'Central Bureau of Intelligence' என்று அழைக்கப்படுகிறது.

(எந்த மத்திய போலீஸ் புலனாய்வுத்துறை ஒழிக்கப்பட வேண்டுமென்று 1939ஆம் ஆண்டு இராஜாஜி கேட்டுக் கொண்டாரோ, அதே மத்திய போலீஸ் புலனாய்வுத் துறை தமிழக முதல்வர் கலைஞரைப் பற்றித் தயாரித்து இருப்பதாகக் கூறப்படுகிற கற்பனை அறிக்கையை வெளியிட வேண்டுமென்று 1972இல் அதே இராஜாஜி கேட்டது நினைவிருக்கலாம்).

அப்போது பீகார் மாகாண அரசு இராணுவப் பயிற்சிக்காக ஒரு திட்டத்தைத் தயாரித்தது. அதன்படி பீகாரில் ஒரு இராணுவப் பள்ளி திறப்பதற்கான திட்டம் தீட்டப்பட்டது. தேசப் பாதுகாப்பு மத்திய அரசுக்குச் சொந்தம் என்றும், எனவே, அப்படி ஒரு பள்ளி திறக்கக் கூடாது என்றும் மத்திய அரசு எதிர்ப்புத் தெரிவித்தது. ஆனால் இந்தத் தகராறு முற்றுவதற்குள், காங்கிரஸ் மந்திரிகள் ராஜினாமா செய்து விட்டார்கள்.

(அதைப்போலவே என்.சி.சி.யில் இந்தி வார்த்தைகள் பயன்படுத்துவதைத் தமிழ்நாடு அரசு எதிர்த்து இதன் காரணமாக மத்திய அரசுக்கும் தமிழக அரசுக்கும் ஒரு குமுறல் உருவானதும் நினைவிருக்கலாம்).

1939ஆம் ஆண்டில் ஐக்கிய மாகாண அரசும், பீகார் அரசும், காங்கிரஸ் போராட்டங்களில் ஈடுபட்டுச் சிறைச் சாலைகளில் கைதாகியிருக்கிறவர்களையெல்லாம் விடுதலை செய்ய கவர்னருடைய அனுமதி கேட்டது. இதை மத்திய அரசு ஒப்புக் கொள்ளாத காரணத்தால் அந்த இரண்டு மாகாண முதலமைச்சர்களும் ராஜினாமா செய்தார்கள். பிறகு சீக்கிரமாக எல்லோரையும் விடுதலை செய்ய மத்திய அரசே ஒரு திட்டம் போட்டிருப்பதாகச் சொல்லப்பட்டதால் அவர்கள் தங்கள் ராஜினாமாக் கடிதங்களைத் திரும்பப் பெற்றுக் கொண்டனர்.

1939ஆம் ஆண்டு செப்டம்பர் மாதம் இந்தியத் தலைவர்கள் யாரையும் கேட்காமல் அப்போது நடைபெற்ற உலகப் போரில் ஜெர்மனிக்கெதிராக இந்தியா பிரிட்டனோடு சேர்ந்து போர் தொடுக்கும் என்று வைசிராயால் அறிவிக்கப்பட்டது.

மக்கள் தேர்ந்தெடுத்த மன்றங்களைக் கலக்காமல் பிரிட்டன் இப்படிச் செய்ததைக் காங்கிரஸ் கடுமையாக எதிர்த்தது. 1939ஆம் ஆண்டு அக்டோபர் 22ஆம் தேதி எல்லாக் காங்கிரஸ்

அமைச்சரவையும் பதவி விலக வேண்டும் என்று கேட்டுத் தீர்மானம் நிறைவேற்றியது.

ஆம்; 1940இல் மாகாண சுயாட்சி மூட்டை கட்டி வைக்கப்பட்டு, கவர்னர் ஆட்சி பிரகடனப்படுத்தப்பட்டது. மீண்டும் இந்தியா ஓர் உறுப்பு அரசாக வைசிராயால் ஆளப்பட்டது.

இதற்குப் பிறகு தற்போதைய அரசியல் சட்டம் உருவானது வரை நடைபெற்ற முக்கிய நிகழ்ச்சிகளை அடுத்த அத்தியாயத்தில் காண்போம். ●

7. கூட்டாட்சி உருவாக்க அரசியல் நிர்ணய சபை கூடுகிறது!

> "துக்கம் மலிந்து கிடக்கும் இந்தப் பூமியைத் துக்கமும் கஷ்டமும் இன்றி மாற்றுவதற்கான விதை இந்தத் திட்டத்தில் இருப்பதாகக் காந்தியார் கண்டார்."
>
> - கே.எம். முன்ஷி.
>
> "Gandhiji saw in the Plan the seed to 'convert this land of sorrow into one without sorrow and suffering."
>
> - **K.M. MUNSHI**, "Indian Constitutional Documents", Vol.1, p.103

"பாகிஸ்தானா? அது ஏதோ மாணவர்கள் உருவாக்கிய திட்டம்... வெறும் கற்பனை... நடைமுறைக்கு ஒத்துவராதது."[1]

- என்று பிரிட்டிஷ் நாடாளுமன்றக் கூட்டுக் குழுவிடம் கூறியவர் யார்?

பின்னால் பாகிஸ்தானின் வெளிநாட்டு அமைச்சராக இருந்த ஜாபருல்லாகான்.

"பாகிஸ்தான் எங்கள் பிறப்புரிமை" என்று பிறகு போரிட்டுப் பெற்றார் முகமதலி ஜின்னா.

ஜின்னாவினுடைய மனமாற்றத்தினால் இந்தியத் துணைக் கண்டத்தின் வரலாறே மாறியது.

ரிச்சர்ட் சேமான்ஸ் கூறியது போல, "1937ஆம் ஆண்டு ஜின்னா இறந்திருந்தால், ஒரு இந்திய தேசியவாதி என்பதற்காகவும்,

---

1."Only a students' scheme ... chimerical and impracticable,"

- Report of the Joint Select Committee on Indian Constitutional Reforms, Session 1932-33, Vol. IIc, Q. 9598-9600.

நௌரோஜி, கோகலே போன்றவர்கள் வழியில் தோன்றிய பாராளுமன்ற ஜனநாயகவாதி என்பதற்காகவும் அவர் முக்கிய மாக நினைவுகூரப்பட்டிருப்பார்."[1]

ஒரு காலத்தில் 'இந்து – முஸ்லிம் ஒற்றுமையின் தூதுவர்' (an ambassador of Hindu - Muslim unity) *என்று அழைக்கப்பட்ட ஜின்னா பின்னர் பாகிஸ்தானின் நிறுவனராக மாறியது 'இந்திய ராஜதந்திரத்தின் மகத்தான தோல்வியாகும்.'*[2]

1937வரை முஸ்லிம்களின் கோரிக்கைகள் தங்களுக்கெனத் தனித் தொகுதி, அரசாங்க உத்தியோகங்களில் தனி ஒதுக்கீடு, முஸ்லிம்கள் பெரும்பான்மை கொண்ட மாகாணங்கள் – என்று இப்படித்தான் இருந்தன. 1937இல் அந்தக் கோரிக்கைகளில் பல நிறைவேறிவிட்டன.

நாடு தழுவிய அரசியல் சட்டப் பிரச்சினைகளைப் பொறுத்த வரை அவர்கள் மாகாணங்களுக்கு நிறைந்த சுயாட்சியும், சிறுபான்மையினர் நசுக்கப்படாத அளவிற்கு மத்திய அரசுக்குக் குறைந்த அதிகாரங்களும் கொண்ட கூட்டாட்சி முறையும் வேண்டும் என்றுதான் கேட்டு வந்தனர். 'எஞ்சிய அதிகாரங்கள்' மாகாணங்களிடம் இருக்க வேண்டும் என்பதும், தங்களுக்குச் சில பாதுகாப்புகள் வேண்டும் என்பதும்தான் அவர்கள் கோரிக்கைகள்.

1937, அக்டோபரில் அகில இந்திய முஸ்லிம் லீக் மாநாடு லக்னோவில் நடைபெற்றது. அரசியல் சட்டத்தின் மூலம் முஸ்லிம் களுக்கும் மற்ற சிறுபான்மையினருக்கும் தக்க பாதுகாப்புகள் கொண்ட சுதந்தர இந்தியாவில், 'சுதந்தர ஜனநாயக மாநிலங்களின் கூட்டாட்சி' வேண்டும் என்று தீர்மானம் போட்டனர்.[3]

1938, அக்டோபரில் கராச்சியில் நடைபெற்ற சிந்து மாகாண முஸ்லிம் லீக் மாநாட்டில்தான் முதன்முதலாக இந்துக்கள் தனி இனம்–முஸ்லிம்கள் தனி இனம் என்கிற அடிப்படையில் இரு இனத்தாருக்கும் இரண்டு கூட்டாட்சிகள் ஏற்படுத்த வேண்டும் என்று தீர்மானம் போடப்பட்டது. பின்னர் 1940, மார்ச் மாதம்

---

1. "Had he (Jinnah) died in 1937 he would be mainly remembered as an Indian Nationalist and parliamentarian in the tradition of Naoroji and Gokhale."

- RICHARD SEYMONDS, "The making of Pakistan", p. 58.

2. "the greatest failue of modern Indian statesmanship."

3. "Full Independence in the form of a Federation of Free and Democratic States in which the rights and interests of the Mussalmans and other important minorities are adequately and effectively safeguarded in the constitution."

நடைபெற்ற லாகூர் மாநாட்டில்தான் பாகிஸ்தான் கோரிக்கை திட்டவட்டமாக எடுத்துக் கூறப்பட்டு அது லீகின் இதயகீதமாகியது.[1]

இதுவரை ஒன்றுபட்ட இந்தியக் கூட்டாட்சிக்குள் தங்களுடைய தனித்தன்மையை (Separatism) வலியுறுத்தி, அதற்காகப் பாதுகாப்புகள் கேட்டு வந்த முஸ்லிம் லீக் தனி நாடு (Separation) கேட்டதற்குக் காரணங்கள் என்ன?

– அந்தக் காரணங்களை ஆராயப் போனால் அதுவே ஒரு தனிப் புத்தகமாகிவிடும்.

தனிநாடு கோரிக்கை ஜின்னா மனத்திலே வெடித்துக் கிளம்புவதற்கான ஒரு சந்தர்ப்பத்தை மட்டும் இங்கே குறிப்பிடாமலிருக்க முடியாது.

1937ஆம் ஆண்டுத் தேர்தல் முடிவை வைத்துப் பார்த்தால் முஸ்லிம்கள் பெரும்பான்மையாக வாழ்ந்த மாகாணங்களில் முஸ்லிம் லீகிற்குப் போதிய ஆதரவு இல்லை என்பது புலப்பட்டது. இதில் நூதனமான அம்சம் என்னவென்றால் முஸ்லிம்கள் சிறுபான்மையினராக வாழ்ந்த மாகாணங்களில் லீகிற்கு அதிக ஆதரவு இருந்தது. இந்த மாகாணங்களில் கூட 'சுயேச்சை முஸ்லிம்கள்' லீகர்களைவிட அதிக இடங்களில் வெற்றி பெற்றிருந்தார்கள்.

ஐக்கிய மாகாணத்தில் (U.P.) காங்கிரஸ் பெரும்பான்மை பெற்று ஆறு அமைச்சர்கள் கொண்ட அமைச்சரவையை அமைத்தது. 1935ஆவது ஆண்டு சட்டப்படி மக்கள் தொகையில் முஸ்லிம்களின் எண்ணிக்கைக்கேற்ப குறிப்பிட்ட அளவு முஸ்லிம்கள் அமைச்சரவையில் இடம் பெற வேண்டும். அத்தகைய அமைச்சர்கள் லீகர்களாகத்தான் இருக்க வேண்டும் என்று லீக் வாதிட்டது. கூட்டுப் பொறுப்பு வகிக்கும் அமைச்சரவையில் வேறு ஒரு கட்சி உறுப்பினரைச் சேர்த்துக் கொள்வது ஜனநாயக விரோதம் என்று சொல்லி நாடெங்கும் காங்கிரஸ் அந்தக் கோரிக்கையை மறுத்து விட்டது.

அதன்படி யு.பி. காங்கிரஸ் அமைச்சரவையில் இரண்டு முஸ்லிம்கள் இடம் பெற்றனர். அவர்களில் ஒருவர் ரபி அகமத் கிட்வாய்; அவர் தேர்தலில் தோற்றுப் போனவர். ஆனால் காங்கிரஸ், முஸ்லிம் லீகோடு ஒரு உடன்பாடு செய்து கொண்ட காரணத்தால் லீக் ஆதரவோடு அவர் இடைத் தேர்தலில் வெற்றி பெற்றார்.

---

1. லீக் பாகிஸ்தான் கேட்பதற்கு முன்பே 'திராவிட நாடு' கேட்கப்பட்டது. இந்தியத் துணைக் கண்டத்தில் முதன்முதலில் எழுப்பப்பட்ட தனிநாடு கோரிக்கை திராவிட நாடு கோரிக்கைதான்!

பிறகு இரண்டாவது முஸ்லிம் அமைச்சராக யாரைப் போடுவது என்கிற பிரச்சினை யு.பி.யில் எழுந்தது. ஆனால் இன்னொரு முஸ்லிமோ லீகைச் சேர்ந்தவர். அவர் லீக் 'டிக்கெட்டில்' வெற்றி பெற்றவராகையால், அவர் அதை ராஜினாமா செய்துவிட்டு காங்கிரஸ் 'டிக்கெட்டில்' திரும்பவும் வெற்றி பெற்ற பிறகு அமைச்சரானார்.

யு.பி.யைப் பொறுத்தவரை 'காங்கிரஸ்-முஸ்லிம் லீக் கூட்டணி' அமைய எல்லா முஸ்லிம் லீகர்களும் காங்கிரசில் சேர்ந்துவிட வேண்டும் என்றும், யு.பி.யில் உள்ள 'முஸ்லிம் லீக் பார்லிமெண்டரி போர்டு' கலைக்கப்பட வேண்டும் என்றும், இனி எந்த இடைத் தேர்தலிலும் முஸ்லிம் லீக் போட்டியிடக் கூடாது என்றும் காங்கிரஸ் கட்சி நிபந்தனை விதித்தது.

தனிப்பட்ட முஸ்லிம் லீக் உறுப்பினர்களைக் காங்கிரசிற்கு இழுப்பதை லீக் வன்மையாகக் கண்டித்தது. ஆனால் காங்கிரசோடு இணைந்து பணியாற்றி ஒத்துழைக்கத் தயார் – என்று ஜின்னா அறிவித்திருந்த அந்த நேரம் இந்த மாதிரி நிபந்தனைகள் விதிக்கப்பட்டன.

கூட்டணி சேர காங்கிரஸ் எங்களை அழைக்கவில்லை; தற்கொலை செய்து கொள்ள அழைக்கிறது – என்று மிகவும் பொருத்தமாக முஸ்லிம் லீக் இந்த நிபந்தனைகள் பற்றிக் குறிப்பிட்டது.

காங்கிரஸ் ஒரு மதச் சார்பற்ற கட்சி என்பது உண்மையானால் லீகோடு பேரம் பேசுவதற்கு உடன்பட்டிருக்கக்கூடாது. பேச்சு வார்த்தைகளைத் துவக்கியபிறகு இப்படி நடைமுறைக்கு ஒத்துவராத நிபந்தனைகளைப் போட்டது புத்திசாலித்தனமற்ற முடிவு – என்று பலரால் கருதப்படலாயிற்று.

ஆனால் காங்கிரஸ் அப்போது வெற்றி மமதையில் இருந்ததால் பெருந்தன்மையோடு நடப்பதற்கும், விளைவுகளைச் சிந்திப்பதற்கும் அதனால் முடியாமல் போய்விட்டது என்று சிலர் கருத்துத் தெரிவித்தனர்.

இப்போது கிடைக்கிற வரலாற்று நிகழ்ச்சிகளை வைத்துப் பார்த்தால் காங்கிரஸ் எடுத்த அந்த முடிவு, ஒரு பயங்கரமான தப்புக் கணிப்பாகும் (grave miscalculation).

காங்கிரசின் இந்த முடிவினை ஆராய்ந்த **டாக்டர் அம்பேத்கார் "காங்கிரஸ் பஸ்ஸை மட்டும் தவறவிடவில்லை, வழியையும் தவற விட்டுவிட்டது"** என்று கூறினார்.[1]

---

1. "The Congress had not only missed the bus, but had also lost the way."

பதவி நுகர்வதிலிருந்து லீக் தடுக்கப்பட்டமை 'அக்கட்சியைத் தேள் மாதிரிக் கொட்டியது'.

'தனிப்பட்ட முறையில் சிறுமைப்படுத்தப்பட்டதாகவும், பகிரங்கமாக அவமானப்படுத்தப்பட்டதாகவும் உணர்ந்த' ஜின்னா,[1] தமது கட்சியைத் தற்கொலை செய்து கொள்வதற்கு அனுமதிக்காமல், "காங்கிரஸ் அரசில் முஸ்லிம்கள் நீதியையும், நேர்மையையும் எதிர்பார்க்க முடியாது" என்று அறிவித்து, தனிநாடு கோரிக்கை மூலம் இந்திய அரசியலில் ஒரு எரிமலைக் குமுறலை ஏற்படுத்தினார்.

ஜின்னாவால் முஸ்லிம் மக்களை எப்படித் தட்டி எழுப்ப முடியும் என்பதைப் பற்றி காங்கிரஸ் இலேசாகக் கணக்கிட்டுவிட்டது.

1940ஆம் ஆண்டு முஸ்லிம்களின் பிரதிநிதித்துவ சபை லீக் அன்று – என்று காங்கிரஸ் கேலி பேசியது, அது அப்போது ஓரளவு உண்மையும்கூட!

ஆனால், 1946க்குள் நிலைமை வேகமாக மாறியது. வங்காளம், பஞ்சாப் ஆகிய மாகாணங்களின் முதலமைச்சர்கள் லீகில் சேர்ந்தார்கள். சிந்து மாகாணத்திலும், வடமேற்கு எல்லைப்புற மாகாணத்திலும் லீக் அமைச்சரவைகள் உருவாயின.

1940ஆம் ஆண்டு "இந்தப் பூமியில் எந்தச் சக்தியும் பாகிஸ்தான் உருவாவதைத் தடுக்க முடியாது"[2] என்று ஜின்னா கர்ஜனை செய்தபோது பலர் அவரைக் கேலி செய்தார்கள்.

ஆனால், 1946இல் அவருக்குப் பின்னால் முஸ்லிம் சமுதாயமே ஒன்று திரண்டது.

ஜின்னாவே 'பாகிஸ்தான் வேண்டாம்' என்று கூறினாலும் அந்தக் காட்டாற்று வெள்ளத்தைத் தடுத்து நிறுத்த முடியாத நிலை உருவாகியது!

காங்கிரஸ் இழைத்த இராஜதந்திரத் தவறுகள், இந்துமதவாதிகளின் தீவிரப் போக்கு, முஸ்லிம் லீகின் பிடிவாதம், இதற்குப் பின்பலமாக இருந்து இதைத்

---

1. "Mortified by a personal sense of slight and humiliated by this public rebuff."

- **R. COUPLAND,** "Indian Politics 1936 - 1942", p.183

2. "No power on earth can prevent Pakistan."

தூண்டிவிட்ட பிரிட்டிஷ் அதிகாரவர்க்கம் – ஆகியவை காரணமாக இந்திய அரசியலில் புதிய மாற்றங்கள் உருவாயின.[1]

போருக்கு இந்தியர்களின் முழு ஆதரவைத் திரட்ட ஏதாவது அடையாளம் காட்ட வேண்டும் என்று அப்போதைய அமெரிக்கக் குடியரசுத் தலைவர் ரூஸ்வெல்ட் பிரிட்டிஷ் அரசைக் கடுமையாகத் தூண்டி வந்தார்.

இதுவரை பலமான மத்திய அரசு வேண்டுமென்று கோரி வந்த காங்கிரஸ், முஸ்லிம்களின் அச்சத்தைப் போக்கவும், நாட்டுப்பிரிவினையைத் தடுக்கவும் தனது கோரிக்கையை மாற்றிக் கொள்ளத் தயாராக இருந்தது.

ஆனால் ஜின்னா கொஞ்சம் கூட விட்டுக் கொடுக்கத் தயாராக இல்லை. 1941இல் ரஷ்யா போரில் ஈடுபட்ட பிறகு கம்யூனிஸ்டுகள் தங்கள் போக்கை மாற்றிக் கொண்டு, வெள்ளை அதிகார வர்க்கத்தின் ஆதரவோடு முஸ்லிம் லீக் இந்தியாவின் இரண்டாவது பெரிய வகுப்பைப் பிரதிபலிக்கும் மகத்தான அரசியல் கட்சி என்று பிரகடனப்படுத்தி பாகிஸ்தான் பிரிவினைக்கு ஆதரவு தந்தனர். கம்யூனிஸ்டுகளின் இந்தப் போக்கும் ஜின்னாவின் கரத்தைப் பலப்படுத்தியது.

அந்த நேரம் 'ஒன்றுபட்ட இந்தியா' என்கிற வரம்பிற்குள் இந்து–முஸ்லிம் பிரச்சினைக்குத் தீர்வுகாண விரும்பியவர்கள் முஸ்லிம்களின் உண்மையான அச்சத்தைப் போக்கும் வகையில் ஒரு 'நெகிழ்ச்சியான கூட்டாட்சி'க்கு (Loose Federation) பல திட்டங்களை முன்வைத்தனர்.

அவற்றுள் 1943இல் பேராசிரியர் **கூப்லண்ட்** (Coupland) கொடுத்த திட்டம் முக்கியமானது.

அவர் ஆக்ஸ்ஃபோர்டு பல்கலைக்கழகத்தாரால் இந்தியப் பிரச்சினையை ஆராய்வதற்கு அனுப்பப்பட்டார். அவரது ஆலோசனைகள் பிரிட்டிஷ் அரசியல்வாதிகளிடையே அனுதாபத்தோடு கவனிக்கப்பட்டன என்பது குறிப்பிடத்தக்கது.

---

1. உண்மையில் இரு இனக் கொள்கையை (Two Nation Theory) முதன்முதலில் பகிரங்கமாக அறிவித்தவர் ஜின்னா அல்லர்; இந்து மகா சபைத் தலைவர் சவர்க்கார்தான். 1937 ஆமதாபாத் மாநாட்டில் அவர் 'இந்துக்கள் ஒரு இனம் என்றும், முஸ்லிம்கள் தனி இனம்' என்றும், அவர்களுக்கு இந்தியா தாய் நாடு அன்று என்றும் அறிவித்தார். இந்த இரு இனக் கொள்கை அடிப்படையில்தான் ஜின்னா முஸ்லிம்களுக்குத் தனிநாடு கேட்டார். ஆனால் சவர்க்காரோ ஒரே நாட்டில் முஸ்லிம்கள் பெரும்பான்மை இனத்திற்குக் 'கீழ்ப்படிந்த கூட்டுறவுடன்' (Subordinate Co-operation) வாழலாம் என்றார்.

கூப்லண்ட் நினைத்த இந்தியக் கூட்டாட்சியில் மூன்று அடுக்குகள் இருக்கும்.

முதலாவதாக மாகாணங்கள்; அவற்றிற்கு சுயாட்சி இருக்கும் – முஸ்லிம்களுக்குப் போதிய பாதுகாப்புகள் இருக்கும்.

இரண்டாவதாக இந்த மாகாணங்கள் பல பகுதிகளாகத் தொகுக்கப்பட்டு, அவற்றிற்கு தனி அரசுகள் இருக்கும். அவை இந்தியாவில் ஓடும் பெரிய ஆறுகளின் அடிப்படையில் அமைந்தவை. 1. **இண்டஸ் நதிப் பகுதி** (Indus Region): இதில் முஸ்லிம்கள் பெரும்பான்மையினராக வாழும் வடமேற்கு இந்தியா அடங்கும். 2. **கங்கைப் பகுதி** (Ganges Region): இந்துப் பெரும்பான்மையினர் வாழும் வட இந்தியா இதில் அடங்கும். 3. **'டெல்டா' பகுதி** (Delta Region): இதில் முஸ்லிம்கள் பெரும்பான்மையினராக வாழும் வங்காளமும், அசாமும் அடங்கும் 4. **தக்கணப் பகுதி** (Deccan Region): இதில் தென்னக மாகாணங்கள் அடங்கும்.

– இப்படிப் பிராந்தியங்களைப் பிரிக்கும் திட்டத்திற்கு அப்போது 'சென்சஸ் கமிஷன'ராக இருந்த **ஈட்ஸ்** (Yeats) என்பார் பொறுப்பாக இருந்தார். இந்தத் திட்டம் முஸ்லிம்களைத் திருப்தி செய்யும் என்றும், பொருளாதார வளர்ச்சியைப் பொறுத்தவரை இவை உகந்த பூகோளப் பிரிவுகளாக இருக்கும் என்றும் கருதப்பட்டது.

மூன்றாவதாக, இந்த நான்கு பிராந்தியங்களும் ஒரு மத்திய அரசில் தொகுக்கப்படும். அப்படி உருவாகிற மத்திய அரசை **கூப்லண்ட்** 'ஏஜென்சி செண்டர்' (Agency Centre) என்று அழைத்தார்.

பிரிட்டிஷ் ஆட்சியில் மாகாணங்கள் மத்திய அரசின் ஏஜெண்டுகளாக இருந்தன அல்லவா! இந்தப் புதிய திட்டத்தின் கீழ் மத்திய அரசு மாகாண – பிராந்திய அரசுகளின் ஏஜெண்டாக இருக்கும். அத்தகைய மத்திய அரசிற்கு மிகக் குறைந்த அதிகாரங்களே இருக்கும். உதாரணமாக வெளிநாட்டு விவகாரம், நாட்டுப் பாதுகாப்பு, வெளிநாட்டு வாணிபம், கரன்சி – ஆகியவைதான் மத்திய அரசின் பொறுப்புகளாக இருக்கும். இந்நூலின் முதல் பகுதியில் 'ஃபெடரேஷன்' (Federation) என்கிற கூட்டாட்சி பற்றியும், 'கான்ஃபெடரேஷன்' (Confederation) என்கிற அமைப்புப் பற்றியும் ஆராய்ந்தோம் அல்லவா! **கூப்லண்ட்** சிபாரிசு செய்த இத்தகைய 'ஏஜென்சி செண்டர்', இரண்டிற்கும் இடைப்பட்டதாக இருக்கும்.

இதுதவிர, கட்சி சார்பற்ற அரசியல் சட்ட நிபுணர்கள் 1945 இல்

ஒரு திட்டத்தைத் தயாரித்தனர். இதற்கு 'சாப்ரு கமிட்டி' (Sapru Committee) என்று பெயர். இந்தியப் பிரச்சினைக்குத் தீர்வுகாண அமைக்கப்பட்ட இந்தக் கமிட்டியில் (சர்) **தேஜ் பகதூர் சாப்ரூ, எம்.ஆர். ஜெயாகர்,** (சர்) **என். கோபாலசாமி அய்யங்கார்,** (சர்) **ஜகதீஷ் பிரசாத்** ஆகியோர் இடம் பெற்றிருந்தனர்.

'சாப்ரு கமிட்டி' குறைந்தபட்ச–அத்தியாவசிமான அதிகாரங்களை மட்டும் மத்திய அரசிடம் ஒப்புவிக்கலாம் என்று சிபாரிசு செய்தது. அதாவது வெளிநாட்டு விவகாரம், தேசப் பாதுகாப்பு, வாணிபம், சுங்கம், தபால்–தந்தி, கரன்சி, மற்றும் இந்தியாவின் அமைதி, பாதுகாப்பு, ஒற்றுமை, பொருளாதார ஒருமைப்பாடு ஆகியவற்றை நிலைநாட்டத் தேவையான சட்டங்களை இயற்றவும், நடவடிக்கைகளை மேற்கொள்ளவுமான அதிகாரங்களும், நெருக்கடியான நேரத்தைச் சமாளிக்கும் அதிகாரங்களும் மத்திய அரசிடம் இருக்கும். 'எஞ்சிய அதிகாரங்கள்' (Residuary Powers) மாகாணங்களிடம் இருக்கும்.

1945இல் உலகப் போர் முடிந்து, இந்தியா மீது அனுதாபமுடைய தொழிற் கட்சி பிரிட்டனில் அதிகாரத்திற்கு வந்தது.

இந்தியப் பிரச்சினைக்குத் தீர்வு காண பிரிட்டிஷ் அரசு பெதிக் லாரன்ஸ், ஸ்டாஃபோர்டு கிரிப்ஸ், அலெக்சாண்டர் ஆகிய மூன்று அமைச்சர்கள் கொண்ட குழுவினை இந்தியாவிற்கு அனுப்பியது. அதற்குத்தான் '**மந்திரிசபை தூதுக்குழு**' (Cabinet Mission) என்று பெயர்.

அக்குழு இந்தியத் தலைவர்கள் அனைவரோடும் பேச்சுவார்த்தைகள் நடத்தியது.

நிர்வாக, பொருளாதார, பாதுகாப்புக் காரணங்களால், நாட்டுப் பிரிவினையை இக்குழு நிராகரித்தது.

எனவே, நாட்டுப் பிரிவினைக்கு அடுத்து, காங்கிரஸ், முஸ்லிம் லீகும் ஒப்புக் கொள்ளக்கூடிய ஒரு திட்டத்தினை 1946ஆம் ஆண்டு மே 16ஆம் நாள் அந்தத் தூதுக்குழுவினர் அளித்தனர்.

அந்த மந்திரிசபை தூதுக்குழுவினர் அளித்த திட்டத்தின் முக்கிய அம்சங்களாவன:

மத்திய அரசிடம் வெளிநாட்டு விவகாரம் (Foreign Affairs), தேசப் பாதுகாப்பு (Defence), செய்தித் தொடர்பு (Communications) ஆகிய மூன்று இலாகாக்களும், அவற்றை நிர்வகிப்பதற்குப் போதுமான நிதிவருவாய் அதிகாரங்களும் மட்டுமே இருக்கும். **கூப்லண்ட்** திட்டம் போலத் தூதுக்குழுவினர்

ஒரு மூன்று அடுக்குத் திட்டத்தைத்தான் அளித்திருந்தனர்.

மாகாணங்கள் ஏ, பி, சி – என்று மூன்று தொகுப்புகளாகப் (Grouping) பிரிக்கப்பட்டன. 'ஏ' மாகாணத் தொகுப்பில் பெரும்பான்மை இந்துக்கள் அடங்கிய சென்னை, பம்பாய், யு.பி., மத்திய மாகாணம், பீகார், ஒரிசா ஆகியவை சேர்க்கப்பட்டன.

'பி' மாகாணத் தொகுப்பில் முஸ்லிம்கள் அதிகப் பெரும் பான்மையினராக இருக்கும் பஞ்சாப், வடமேற்கு எல்லைப்புற மாகாணம், சிந்து ஆகியவை சேர்க்கப்பட்டன.

'சி' மாகாணத் தொகுப்பில் முஸ்லிம்கள் கொஞ்சம் பெரும்பான்மையாக இருக்கும் வங்கமும், அசாமும் சேர்க்கப்பட்டன.

ஒவ்வொரு மாகாணத்திற்கும் தனித்தனி அரசும், சட்டமன்றமும் இருக்கும். அதைப் போல மூன்று மாகாணத் தொகுப்பு களுக்கும் இருக்கும்.

இந்தத் திட்டத்தின்படி மாகாண அரசுகள், மத்திய அரசு, இவற்றிற்கிடையே மாகாணத் தொகுப்புகளுக்கான அரசுகள் (Group Governments) – என மூன்று அரசுகள் இருக்கும்.

மாகாண சட்டசபைகள் அரசியல் நிர்ணய சபைக்கு (Constituent Assembly) உறுப்பினர்களைத் தேர்ந்தெடுத்து அனுப்பும். அவர்கள் அனைவரும் ஒன்றுசேர்ந்து மத்திய அரசிற்கான அரசியல் அமைப்புச் சட்டத்தினை முதலில் உருவாக்குவார்கள்.

அந்தப் பணியை முடித்த பிறகு மூன்று மாகாணத் தொகுப்புகளைச் சேர்ந்த உறுப்பினர்கள் தனித்தனியாகக் கூடி, தங்களுடைய மாகாணத் தொகுப்புகளுக்கு என்னென்ன அதிகாரங்கள், மாகாணங்களுக்கு என்னென்ன அதிகாரங்கள் என்பதை முடிவு செய்வார்கள்.

'எஞ்சிய அதிகாரங்கள்' அனைத்தும் மாகாணங்கள் வசம் இருக்கும்.

பத்தாண்டுகளுக்குப் பிறகும், பின்னர் ஒவ்வொரு பத்தாண்டும் மாகாணங்கள் தங்களது சட்டசபையில் பெரும்பான்மை மூலம் தீர்மானம் நிறைவேற்றி அரசியல் அமைப்புச் சட்ட விதிகளில் தேவையான அதிகார மாற்றங்களைக் கோரலாம்.

இந்த இடைக் காலத்தில் மத்திய அரசில் காங்கிரசும், முஸ்லிம் லீகும் சேர்ந்து ஒரு இடைக்கால அரசினை (Interim Government) அமைக்கவும் இக்குழு சிபாரிசு செய்தது.

இதன் மூலம் காங்கிரஸ், ஒரு பலமான மத்திய அரசு என்கிற கோரிக்கையையும், முஸ்லிம் லீக், பாகிஸ்தான் என்கிற கோரிக்கையையும் தியாகம் செய்ய வேண்டியிருந்தது.

தனிநாடு கேட்டுவந்த ஜின்னாவிற்கு முதலில் இத் திட்டத்தை ஒப்புக் கொள்வது கடினமாக இருந்தது. ஆனால் மூன்று நாட்கள் முஸ்லிம் லீகின் செயற்குழு கூடி இதைப் பற்றி விவாதித்தது. கடைசி நாளான 1946ஆம் ஆண்டு ஜூன் மாதம் 6ஆம் நாள், 'மந்திரிசபைத் தூதுக்குழுவினர் அளித்திருக்கிற திட்டத்தினைப் போல் மைனாரிட்டியினர் பிரச்சினைக்குத் தீர்வுகாண வேறு வழியில்லை'யென்று கூறி, ஜின்னா இந்தத் திட்டத்திற்குத் தம்முடைய ஒப்புதலைக் கொடுத்தார். தம்மால் முஸ்லிம் சமுதாயத்திற்காக அதிகபட்சம் இவ்வளவுதான் பேரம் செய்ய முடியுமென்றும், எனவே முஸ்லிம் லீக் இதனை ஒப்புக்கொள்ள வேண்டும் என்றும் ஜின்னா கூறினார். இறுதியாக, 6-6-46இல் முஸ்லிம் லீகின் செயற்குழு, இதை ஒரு மனதாக ஒப்புக்கொண்டது.

அதுபோலவே, காங்கிரஸ் காரியக் கமிட்டி 25-6-1946இல் இந்தத் திட்டத்தை ஒப்புக்கொண்டது குறிப்பிடத்தக்கது. இதன்படி மாகாணங்களுக்கும், மாகாணத் தொகுப்புகளுக்கும், மத்திய அரசிற்கும் அரசியல் அமைப்புச் சட்டத்தை உருவாக்குவதற்காக அரசியல் நிர்ணய சபையை அமைக்க 1946ஆம் ஆண்டு ஜூலையில் தேர்தல் நடத்தப்பட்டது. காங்கிரஸ் கட்சி ஒன்பது இடங்களைத் தவிர மற்ற எல்லாத் தொகுதிகளிலும் வெற்றி பெற்றது. முஸ்லிம் லீக், முஸ்லிம்களுக்காக ஒதுக்கப்பட்டுள்ள 78 தொகுதிகளில் 73 இடங்களில் வெற்றி பெற்றது.

1946ஆம் ஆண்டு டிசம்பர் மாதம் 9ஆம் நாள் அரசியல் நிர்ணய சபை முதன்முறையாகக் கூடியதே, இந்த மந்திரிசபைத் தூதுக்குழுவினரின் திட்டத்தின் அடிப்படையில் அரசியல் அமைப்புச் சட்டத்தை உருவாக்குவதற்குத்தான்.

காங்கிரஸ் வட்டாரம் மந்திரிசபைத் தூதுக்குழுத் திட்டத்தை உற்சாகமாக வரவேற்றது.

'துக்கம் மலிந்து கிடக்கும் இந்த பூமியைத் துக்கமும் கஷ்டமும் இன்றி மாற்றுவதற்கான விதை இந்தத் திட்டத்தில் இருப்பதாக' காந்தியார் கருதியதாக[1] கே.எம்.முன்ஷி தமது புத்தகத்தில் கூறுகிறார்.

1." Gandhiji saw in the Plan the seed to 'convert this land of sorrow into one without sorrow and suffering'."

- **K.M. MUNSHI**, "Indian Constitutional Documents", Vol.1. p.103

1946, மே மாதம் 17ஆம் நாள் முன்ஷிக்கு எழுதிய கடிதத்தில் சர்தார் வல்லபாய் பட்டேல் பின்வருமாறு கூறினார்:

"ஆண்டவனுக்கு நன்றி; நமது நாட்டை அச்சுறுத்தி வந்த ஒரு பேராபத்தை வெற்றிகரமாக நாம் தவிர்த்து விட்டோம்."[1]

மந்திரிசபைத் தூதுக்குழுவினர் திட்டம் பற்றி அபுல்கலாம் ஆசாத் 'இந்தியா சுதந்தரம் பெற்றது' (India Wins Freedom) என்ற நூலில் கீழ்க்கண்டவாறு குறிப்பிடுகிறார்:

"மந்திரிசபைத் தூதுக்குழுவின் திட்டத்தினைக் காங்கிரசும் முஸ்லிம் லீகும் ஒப்புக் கொண்டது இந்திய விடுதலை இயக்க வரலாற்றில் ஒரு மகத்தான நிகழ்ச்சியாகும். மிகக் கடினமான பிரச்சினையான இந்திய சுதந்தரம் வன்முறையாலும், குழப்பத்தாலும் அல்லாமல், பேச்சு வார்த்தையாலும், ஒப்பந்தத்தாலும் தீர்க்கப்பட்டது என்பதுதான் இதற்குப் பொருள். வகுப்புவாதக் கஷ்டங்கள் அனைத்தும் பின்னுக்குத் தள்ளப்பட்டதாகத் தோன்றியது. நாடு முழுவதும் ஒரு கொண்டாட்ட உணர்ச்சி நிலவியது. எல்லா மக்களும் விடுதலைக் கோரிக்கையிலே ஒன்றிணைந்து நின்றனர். நாங்கள் மகிழ்ச்சியோடு இருந்தோம்; ஆனால் எங்கள் மகிழ்ச்சி நீடித்து இருக்கப் போவதில்லை என்பதும், கசப்பான ஏமாற்றங்கள் எங்களுக்காகக் காத்திருக்கின்றன என்பதும் அப்போது எங்களுக்குத் தெரியாது."

– அபுல்கலாம் ஆசாத் இப்படி வருத்தத்தோடு கூறுவதற்குக் காரணம் என்ன?

ஜூலை மாதம் 10ஆம் நாள் பம்பாயில் நடைபெற்ற செய்தியாளர் மாநாட்டில் அப்போது காங்கிரஸ் தலைவராகத் தேர்ந்தெடுக்கப்பட்ட பண்டித நேரு அறிந்தோ, அறியாமலோ வெளியிட்ட கருத்துக்கள் இந்திய வரலாற்றை மாற்றிவிட்டன.

மந்திரி சபைத் தூதுக்குழுவினுடைய முக்கிய அடிப்படையே, இந்துப் பெரும்பான்மையான மாகாணங்களும், முஸ்லிம் பெரும்பான்மையான மாகாணங்களும் தங்களுடைய மாகாணத்து அரசியல் அமைப்புச் சட்டங்களை உருவாக்குவதற்காக ஏ, பி, சி என்ற மாகாணத் தொகுப்புகளாகப் (Grouping) பிரிக்கப்பட்டிருப்பது

1." Thank God, we have successfully avoided a catastrophe which threatened our country."

- Ibid, p.103.

தான். அந்தச் செய்தியாளர்கள் மாநாட்டில் அத்தகைய பிராந்தியத் தொகுப்பு முறை (Grouping) ஒத்து வராது என்கிற கருத்தினை நேரு தெரிவித்தார். எந்தவிதத் தளைகளுக்கும் கட்டுப்படாமல், உருவாகிற எந்தச் சூழ்நிலையையும் சந்திக்கத்தக்க விதத்திலேதான் காங்கிரஸ் அரசியல் நிர்ணய சபைக்குள்ளே நுழைகிறது என்று நேரு குறிப்பிட்டார்.¹

அப்படியானால் மந்திரிசபைத் தூதுக் குழுவினர் அளித்த திட்டம் மாறுதல் செய்யப்படுமோ என்று செய்தியாளர்கள் கேட்டனர். 'அரசியல் நிர்ணய சபையிலே பங்கெடுத்துக் கொள்வதற்குத்தான் காங்கிரஸ் ஒப்புக் கொண்டிருக்கிறது. தான் சிறந்தது என்று கருதினால் மந்திரிசபைத் தூதுக் குழுவினர் திட்டத்தை மாற்றியும், திருத்தியும் அமைக்கக் கூடிய சுதந்தரத்தைக் காங்கிரஸ் பெற்றிருக்கிறது' – என்று பதில் கூறினார். அது மட்டுமல்லாது, மாநிலங்கள் ஏ, பி, சி என்று தொகுக்கப்பட்டிருப்பதை மாற்றுவதற்கும் அரசியல் நிர்ணய சபைக்கு உரிமை இருக்கிறது என்றும் குறிப்பிட்டார். நேருவினுடைய இந்த அறிக்கை ஜின்னாவைப் பொறுத்தவரையில் 'ஒரு வெடிகுண்டு வீச்சைப் போல்' இருந்ததாக, ஆசாத் தமது நூலில் குறிப்பிடுகிறார்.

"வரலாற்றின் போக்கினை மாற்றிய துரதிருஷ்டவசமான நிகழ்ச்சிகளில் இதுவும் ஒன்று"² என்றும் ஆசாத் தமது நூலில் குறிப்பிடுகிறார்.

நேருவின் வரலாற்றினை எழுதிய **பிரெச்சர்** (Brecher) அந்தச் செய்தியாளர்கள் கூட்டத்தில் நேரு நடந்துகொண்டது 'மிகப் பெரிய திறமைக் குறைவு' (serious tactical error) என்று குறிப்பிடுகிறார். **லியோனார்டு மாஸ்லி** (Leonard Mosley), நேருவின் குறிப்புகள் 'ஒரு நேரடி நாசவேலை' என்று வர்ணிக்கிறார்.

"எங்கள் மனத்தில் இருந்ததைத்தான் அவர் (நேரு) பேசினார்; ஆனால், ஜின்னாவிற்குப் பிடி கொடுத்துவிட்டார்" என்று இந்த நிகழ்ச்சி குறித்து, கே.எம்.முன்ஷி கருத்துத் தெரிவித்தார்.⁴

---

1. Jawaharlal Nehru stated, that Congress would enter the Constituent Assembly "completely unfettered by agreements and free to meet all situations as they arise."
2. "One of the unfortunate events which changed the course of the history."
- **ABUL KALAM AZAD,** op. cit, p.154.
3. "Nehru's remarks were a direct act of sabotage."
4. "He spoke what was in our hearts, but gave a handle to Jinnah."
- **K.M. MUNSHI,** op. cit., p.104

உடனடியாக ஜின்னா ஓர் அறிக்கை வெளியிட்டார். மந்திரிசபைத் தூதுக் குழுவின் திட்டத்தைக் காங்கிரஸ் ஒப்புக் கொண்டிருப்பதாக உறுதியளித்த காரணத்தால்தான் முஸ்லிம் லீக் அதற்கு ஒப்புதல் அளித்ததாகவும், இப்போது காங்கிரஸ் தலைவர் அரசியல் நிர்ணய சபையில் உள்ள தம்முடைய பெரும்பான்மை மூலம் சிறுபான்மையினருக்கு அளிக்கப்பட்ட உரிமைகளை நசுக்குவதற்கு முன்வந்திருப்பதால் இனிமேல், தாம் அந்தத் திட்டத்திற்கு ஒப்புக் கொள்ள முடியாது என்கிற கருத்தினை வன்மையாகத் தெரிவித்தார்.

உடனடியாகக் காங்கிரஸ் கமிட்டி நிலைமையைச் சரி செய்வதற்காகக் கூடியது. காங்கிரஸ் தலைவரான நேரு சொன்னது தவறு என்று கூறினால் காங்கிரஸ் கட்சி தனது தலைவரைக் கைவிட்டதாக ஆகிவிடும். ஆனால் அதே நேரத்தில் மந்திரிசபைத் தூதுக்குழுவின் திட்டத்திலே மாற்றம் தெரிவித்தால் அது பிரிவினையில்தான் வந்துமுடியும். எனவே, நேருவின் செய்தியாளர்கள் மாநாட்டுக் கருத்துக்களைப் பற்றி எதுவுமே குறிப்பிடாமல், மந்திரிசபைத் தூதுக்குழுவின் திட்டத்தைக் காங்கிரஸ் காரியக் கமிட்டி அப்படியே ஒப்புக் கொள்வதாக மறுபடியும் ஒரு தீர்மானத்தை நிறைவேற்றியது. இந்தத் தீர்மானம் நிலைமையைச் சரிசெய்து ஜின்னாவைத் திருப்திப்படுத்தும் என்று கருதப்பட்டது.

ஆனால் ஜின்னாவோ, இந்தத் தீர்மானத்தை ஏற்றுக் கொள்வதாக இல்லை. நேருவின் அறிவிப்புகள் காங்கிரசின் அந்தரங்க உள்ளத்தைப் பிரதிபலிப்பதாக அவர் குற்றம் சாட்டினார். பிரிட்டிஷார் இந்தியாவில் இருக்கும்போதே காங்கிரஸ் சந்தர்ப்பத்திற்குத் தக்கவாறு நிலைமையையும், வாக்குறுதிகளையும் மாற்றிக்கொண்டால், அவர்கள் போன பிறகு சிறுபான்மையினரின் நிலைமை என்ன ஆகும் – என்ற கேள்வியை எழுப்பினார்.

எனவே, ''பாகிஸ்தானைத் தவிர முஸ்லிம்களுக்கு வேறு விமோசனமே இல்லை'' என்று கூறி ஆகஸ்டு 16ஆம் நாள் 'நேரடி நடவடிக்கை நாள்' என்று குறிப்பிட்டுச் செயலில் இறங்கினார்.

அதன் பிறகு ஜின்னா தனிநாடு கோரிக்கை நிலையிலிருந்து திரும்பவே இல்லை. •

8. புதுவிதமான கூட்டாட்சி பிறந்தது!

''இந்தியப் பிரிவினையின் விளைவு என்னவென்றால் ஒரு கடைசியிலிருந்து பெண்டுலம் இன்னொரு கடைசிக்குச் சென்றது. குறைந்தபட்ச அதிகாரம் உடைய கூட்டாட்சியை உருவாக்குவதிலிருந்து எல்லாத் தலைவர்களும், அவர்களைவிடத் தீவிரமாக அவர்களைப் பின்பற்றியோரும், சகல அதிகாரங்களும் நிறைந்த ஒரு கூட்டாட்சி முறையை விரும்பினார்கள்.''

- **கே. சந்தானம்**

"...the main constitutional results of the partition of India was that the pendulum swung from one extreme to another extreme. From the idea of minimal federation, almost all leaders and, much more than leaders, the followers wanted a maximal federation."

- **K. SANTHANAM,** "Union-State Relations in India", p.4.

1946, டிசம்பர் மாதம் 9ஆம் நாள் மூன்று வாரக் கூட்டத் தொடரை அரசியல் நிர்ணயசபை துவங்கிய நேரம் 10 கோடி முஸ்லிம்களின் பிரதிநிதிகள் அதில் கலந்து கொள்ளவில்லை. காரணம், முஸ்லிம் லீக் உறுப்பினர்கள் அரசியல் நிர்ணய சபைக் கூட்டத்தைப் பகிஷ்காரம் செய்தார்கள்.

இருந்தாலும் எந்த நேரமும் முஸ்லிம் லீக் உறுப்பினர்கள் கலந்து கொள்வார்கள்; நாட்டுப் பிரிவினை தவிர்க்கப்படக் கூடும் – என்ற நம்பிக்கையிலேயே துவக்கக் காலத்தில் அரசியல் நிர்ணய சபையில் ஈடுபட்டவர்கள் மந்திரிசபைத் தூதுக்குழுவினர் தந்திருந்த திட்டத்திற்கேற்ப அரசியல் சட்டத்தை உருவாக்கும் பணியில் ஈடுபட்டார்கள்.

1946 ஆம் ஆண்டு டிசம்பர் மாதம் *13*ஆம் நாள் பண்டித நேரு அரசியல் நிர்ணய சபையின் நோக்கத்தினை ஒரு தீர்மானமாக (The Objectives Resolution) முன்மொழிந்தார்.

முஸ்லிம் லீகின் ஒத்துழைப்பைத் தேடிப்பெறும் வண்ணம், நேருவின் தீர்மானத்தைப் பற்றி முடிவெடுப்பதை ஒத்தி வைக்க வேண்டும் என்று ஒரு திருத்தத்தை எம்.ஆர்.ஜெயாகர் முன்மொழிந்தார். ஆனால், கடுங்கோபத்தோடு சபை அதை நிராகரித்தது.

இந்த நிராகரிப்பு முஸ்லிம் லீகிற்கு ஒரு பிரச்சார ஆயுதமாக மாறியது. 'எங்கள் ஒத்துழைப்புத் தேவையில்லை என்பதைத்தான் அவர்கள் நிரூபித்திருக்கிறார்கள்' என்று லீக் கருதியது.

நேருவின் தீர்மானத்தின் மீது ஆறு நாட்கள் தொடர்ந்து விவாதம் நடைபெற்றது. ஆனால், அந்தத் தீர்மானம் வாக்கெடுப்புக்கு விடப் படாமல் அடுத்த கூட்டத் தொடருக்குத் தள்ளிப் போடப்பட்டது.

அரசியல் நிர்ணய சபையின் தலைவரான இராஜேந்திர பிரசாத் 'இன்று சபைக்கு வராதவர்கள் வந்திருந்து இந்தத் தீர்மானத்தின் மீது அவர்கள் சொல்கிற கருத்துக்களையும் கேட்கும் அனுகூலம் கிடைக்குமென்று' அதற்குக் காரணம் கூறினார். (அதாவது முஸ்லிம் லீகினர் வந்து பங்கு பெறுவார்கள் என்ற நம்பிக்கை அப்போதும் தெரிவிக்கப்பட்டது).

1947, ஜனவரியில் அரசியல் நிர்ணய சபையின் இரண்டாவது தொடர் கூட்டம் நடைபெற்ற நேரத்தில் 'லீக் இனி கலந்து கொள்ளாது' என்ற சூழ்நிலை நீடித்தது. அப்போதும் நேருவின் தீர்மானத்தை நிறைவேற்றாது கமிட்டிகளை அமைப்பதுபோன்ற அடிப்படை வேலைகளைத்தான் அரசியல் நிர்ணய சபை மேற்கொண்டு காலம் கடத்தி வந்தது. ஏப்ரல் இறுதியில் மூன்றாவது முறையாக அரசியல் நிர்ணய சபை கூடிய நேரத்தில் பிரிவினை உறுதி என்கிற சூழ்நிலை அரும்பி விட்டது. அப்போதும் கூட்டாட்சி விதிகளைப் பற்றிய விவாதத்தைச் சபை தள்ளி வைத்தது.

*1947*ஆம் ஆண்டு ஏப்ரல் *21*ஆம் நாள் ஆலோசனைக்குழு (Advisory Committee) கூட்டத்தில் பேசும்போது சர்தார் வல்லபாய் பட்டேல் 'இந்த அரசியல் நிர்ணய சபை, மந்திரி சபைத் தூதுக்குழுவினர் தந்துள்ள திட்டத்தின் அடிப்படையிலேயே செயற்பட வேண்டுமென்றும், முஸ்லிம் லீகினர் இதிலே கலந்து கொள்வதைத் தடுக்கின்ற எந்த முடிவையும் நாம் எடுக்கக் கூடாதென்றும்' குறிப்பிட்டார்.

மே மாதம் முழுவதும் சபை நடைபெற்றது. அதுவரையிலும் அவர்கள் மந்திரிசபைத் தூதுக்குழுவினர் அளித்த திட்டத்தின் அடிப்படையிலே அரசியல் சட்டத்தினை உருவாக்கும் முயற்சியில்

ஈடுபட்டு வந்தனர் என்பது குறிப்பிடத்தக்கது.

மத்திய அரசின் அதிகாரங்களை ஆராய்ந்து முடிவு செய்வதற்கு *1947*, ஜனவரி மாதம் பண்டித நேரு தலைமையில் ஒரு 'கமிட்டி' (Union Powers Committee) அமைக்கப்பட்டிருந்தது. மந்திரிசபைத் தூதுக்குழுவினர் தந்த திட்டப்படி மத்திய அரசின் அதிகாரங்களை வகைப்படுத்துவதுதான் அந்தக் கமிட்டியின் பணி. அந்த அடிப்படையிலே அதன் முதல் அறிக்கையும் அமைந்திருந்தது.

1947, ஏப்ரல் மாதம் அக்கமிட்டியின் அறிக்கையை என். கோபாலசாமி அய்யங்கார் அரசியல் நிர்ணய சபையில் முன்மொழிந்தார். ஆனால் அப்போது பாகிஸ்தான் பிரிவினை பற்றிப் பேச்சுவார்த்தைகள் நடந்து கொண்டிருந்ததால் சபை அந்த அறிக்கையை விவாதிக்கவில்லை.

பிறகு, பிரிவினை உறுதியானதும் மத்திய அரசிற்குக் குறைந்த அதிகாரங்களை மட்டுமே வழங்கும் வண்ணம் தீட்டப்பட்ட அந்த அறிக்கை **'நூல் நிலையத்துத் தட்டுகளில் புழுதியைச் சுமந்துகொண்டிருக்கப் போட்டு வைக்கப்பட்டது'.**[1]

1947 ஜூன் மாதம் *3*ஆம் நாள்தான் மவுண்ட்பேட்டன் இந்தத் துணைக் கண்டத்தில் இரண்டு சுதந்தர நாடுகளை இங்கிலாந்து அங்கீகரிக்கும் என்றும், இரண்டு தனி அரசியல் நிர்ணய சபைகள் இந்தியாவுக்கும், பாகிஸ்தானுக்குமாக இரண்டு அரசியல் அமைப்புச் சட்டங்களை உருவாக்குமென்றும் அறிவித்தார்.

நெகிழ்ச்சியான கூட்டாட்சி (Loose Federation) அரசியல் அமைப்பு சட்டத்தை உருவாக்குகின்ற பணியை அரசியல் நிர்ணய சபை மூட்டை கட்டி வைத்துவிட்டு, ஒரு புதிய அரசியல் சட்டத்தை உருவாக்குகின்ற முயற்சியில் ஈடுபட்டது.

"ஆம்; பாகிஸ்தானுடைய பிறப்பு ஐக்கிய இந்தியா என்ற தத்துவத்தை மட்டுமே அழித்துவிடவில்லை. பிரிவினையைத் தடுப்பதற்கு விலையாகத் தரப்பட்ட நெகிழ்ச்சியான கூட்டாட்சி முறை என்கிற தத்துவத்தையும் அது அழித்து ஒழித்தது." [2]

---

1. "...the Union Powers Committee report became outdated and consigned to the dust of library shelves."

- **GRANVILLE AUSTIN,** "The Indian Constitution: Cornerstone Of A Nation", p.193.

2. "The birth of a Pakistan ...did not destroy merely the concept of a United India; it also destroyed the concept of a loose federation which had , for years , been offered as a price to avert partition."

- **K.R.BOMBWALL,** op.cit, p.247.

"இந்தியப் பிரிவினையின் விளைவு என்னவென்றால் ஒருபுறத்திலிருந்து பெண்டுலம் இன்னொரு புறத்திற்குச் சென்றது. குறைந்தபட்ச அதிகாரம் உடைய கூட்டாட்சியை உருவாக்குவதிலிருந்து எல்லாத் தலைவர்களும், அவர்களைவிடத் தீவிரமாக அவர்களைப் பின்பற்றியோரும், சகல அதிகாரங்களும் நிறைந்த ஒரு கூட்டாட்சி முறையை விரும்பினார்கள்" [1] என்று கே. சந்தானம் குறிப்பிடுகிறார்.

பிரிவினையால் எழுந்த இரத்த ஆறு அரசியல் நிர்ணய சபை உறுப்பினர்களைக் கூட்டாட்சி முறை பற்றிச் சிந்திக்க வைக்கவில்லை.

அ.நி. சபை எப்படி அமைந்திருந்தது? அதில் எந்தெந்தக் கட்சியினர் இடம் பெற்றிருந்தனர் என்பதைப் பார்ப்போம்.

சோஷலிஸ்ட் கட்சியும், கம்யூனிஸ்ட் கட்சியும் அரசியல் நிர்ணய சபையில் இடம் பெறவில்லை. 1948, மே மாதம் சோஷலிஸ்ட் கட்சியின் செயற்குழு ஒரு தீர்மானம் நிறைவேற்றியது. 1935 ஆம் ஆண்டு சட்ட அடிப்படையில் சட்டமன்ற உறுப்பினர்களால் தேர்ந்தெடுக்கப்பட்ட இந்த அரசியல் நிர்ணய சபையைக் கலைத்துவிட்டு, வயது வந்தோருக்கு வாக்குரிமை என்கிற அடிப்படையில் பொதுத் தேர்தல் நடத்தி அரசியல் நிர்ணய சபையை மாற்றியமைக்க வேண்டும் என்றும், அது செய்யப்படாதவரை தனது கட்சிப் பிரதிநிதிகளை அ.நி. சபைக்கு அனுப்ப இயலாது என்றும் அத்தீர்மானம் கூறியது.

"ஒரே கட்சி உள்ள நாட்டில், ஒரே கட்சியினர் நிறைந்த சபை யாக அரசியல் நிர்ணய சபை இருந்தது. 'அரசியல் நிர்ணய சபை தான் காங்கிரஸ், காங்கிரஸ்தான் இந்தியா' என்கிற நிலையும் இருந் தது. காங்கிரஸ்தான் அரசாங்கத்தை இயக்கும் கட்சியும் கூட." [2]

கட்சியின் அடித்தளத்திலே இருந்த தொண்டர்கள் நாட்டின் அரசியல் சட்டம் எப்படி இருக்க வேண்டுமென்கிற விவாதத்தில் கொஞ்சம் கூடப் பங்கெடுத்துக் கொள்ளவில்லை.

---

1. "...the main Constitutional results of the partition of India was that the pendulum swung from one extreme to another extreme. From the idea of minimal federation, almost all leaders and much more than leaders, the followers, wanted a maximal federation.

   - SANTHANAM, "Union -States Relations In India", p.4.

2. "The Constituent Assembly was a one -Party body in an essentially one -Party country. The Assembly was the Congress: the Congress was India... the Congress was the government too."

   - GRANVILLE AUSTIN, op.cit., pp, 8-9.

அதே நேரம் பேராசிரியர் **கிரான்வில் ஆஸ்டின்**, காங்கிரஸ் தலைமைக்கும், மாகாண – மாவட்டக் காங்கிரஸ் கட்சிகளுக்கும் இடையே நடைபெற்ற கடிதக் குவியல்களையெல்லாம் ஆராய்ந்து பார்த்தார். அரசியல் நிர்ணய சபையின் பணிகளைப் பற்றி எந்தவொரு கடிதத்திலும் குறிப்பிடப்படவில்லை.

அந்த நேரம் மாகாண காங்கிரஸ் கமிட்டிகள் வரவிருந்த தேர்தலைப் பற்றித்தான் கவலைப்பட்டுக் கொண்டிருந்ததாக, கிரான்வில் ஆஸ்டின் தமது புத்தகத்தில் குறிப்பிடுகிறார்.

அதுமட்டுமன்று; 1948, டிசம்பரில் ஜெய்ப்பூரில் காங்கிரஸ் மாநாடு நடைபெற்றது. அந்த நேரம் அரசியல் நிர்ணய சபையின் முன்னால் சுமார் ஓராண்டுக் காலமாக அரசியல் சட்ட நகல் (Draft) வைக்கப்பட்டு, விவாதம் நடைபெற்று வந்தது. ஆனால் ஜெய்ப்பூர் மாநாட்டில் ஏதோ மொழிவழி மாநிலங்கள் பற்றித் தான் குறிப்பிட்டார்களே தவிர, அந்த மாநாட்டில் கூட நாட்டின் அரசியல் அமைப்புச் சட்டம் பற்றிய விவாதம் நடைபெறவில்லை.[1]

அதனால்தான் அந்தப் பேராசிரியர், "காங்கிரஸ் கட்சியின் அரசாங்கத்தை இயக்கும் பிரிவுதான் அரசியல் அமைப்புச் சட்டத்தை எழுதிற்றே தவிர, காங்கிரஸ் கட்சியின் மக்கள் பகுதி அன்று" எனக் குறிப்பிடுகிறார்.[2]

அ.நி. சபை உறுப்பினர்களை ஆராய்ந்தால் அவர்களில் கீழ்க்கண்ட பிரிவினர்கள் அதிகமாக இருந்தது விளங்கும்:

1) நிலப் பிரபுக்களும், சுதேச சமஸ்தானத்துப் பிரதிநிதிகளும் (Landlords and representatives from princely states) (2) உயர் வகுப்பைச் சேர்ந்தவர்கள் (upper - class professionals) (3) பெரும் 'பூர்ஷுவாக்கள் (big bourgeoisie) (4) இந்தி மொழி மறுமலர்ச்சியில் வெறி கொண்ட, இந்தி பேசும் பகுதியிலிருந்து வந்த காங்கிரசார் (Congressmen from the Hindi belt steeped in revivalism)

---

1. GRANVILLE AUSTIN, op.cit., p.16.

2. "It was essentially the government wing of the Congress, not the mass party, that wrote the Constitution."

- **GRANVILLE AUSTIN,** op.cit., p.17.

அதனால்தான் **''தொழிலாளிகள் – விவசாயிகள் குரல் மட்டுமன்று; பிராந்தியங்களில் உள்ள பெரும் பூர்ஷுவாக்கள் அல்லாதவர்களின் குரல் கூட அரசியல் நிர்ணய சபை விவாதங்களில் இலேசாகத்தான் கேட்டது.''** [1]

அ.நி. சபை உறுப்பினர்களில் 292 பேர் 'தேர்ந்தெடுக்கப் பட்டவர்கள்.'

அதாவது 1935ஆம் ஆண்டுச் சட்டப்படி மாகாண சட்ட சபைகளுக்குத் தேர்ந்தெடுக்கப்பட்ட எம்.எல்.ஏ.க்கள் இப்போது மாநிலங்கள் அவை உறுப்பினர்களைத் தேர்ந்தெடுப்பதுபோல, அப்போது அ.நி.சபை உறுப்பினர்களைத் தேர்ந்தெடுத்தனர்.

அப்போது 1935ஆம் ஆண்டுச் சட்டப்படி அந்த எம்.எல்.ஏ.க் களைத் தேர்ந்தெடுத்தவர்கள் யார்?

சொத்துரிமை படைத்தவர்கள் மட்டுமே.

– அதாவது நாட்டிலுள்ள மொத்த வயதுவந்தோர் தொகையில் 20% முதல் 24% பேர்தான் அந்த எம்.எல்.ஏ.க்களைத் தேர்ந்தெடுத்த வாக்காளர்களாக இருந்தனர்.

– இப்படித் 'தேர்ந்தெடுக்கப்பட்டவர்கள்' தவிர மீதமிருந்த 93 பேர் சுதேச சமஸ்தானங்களால் நியமனம் செய்யப்பட்டவர்கள்.

அதனால்தான் ஒரு ஆசிரியர், ''இந்திய அரசியல் அமைப்புச் சட்டத்திற்கு அங்கீகாரம் அளித்த (அரசியல் நிர்ணய) சபை மக்கள் தொகையில் ஒரு சிறுபான்மையினரைத்தான் பிரதிபலித்தது. அச் சபையின் கால்பகுதி உறுப்பினர்கள் அப்படிக்கூடத் தேர்ந்தெடுக்கப்படவில்லை; நிலப்பிரபுத்துவ முறை காரணமாக அந்த இடத்திற்கு உரிமையாளர்களாக ஆனார்கள்.'' [2]

நாட்டின் அரசியல் அமைப்புச் சட்டம் எப்படி இருக்க வேண்டும்? கூட்டாட்சி முறையா? ஓர் உறுப்பு முறையா? பாகிஸ்தான் பிரிந்து சென்ற புதிய சூழ்நிலையில், மத்திய அரசிலும் எல்லா மாநிலங்களிலும் இந்துக்களே பெரும்பான்மையாக

1."The voice of the regional non-big bourgeoisie, leave alone the workers and peasants, was only faintly heard in the Assembly debates."

- **KARAT PRAKASH,** "Language And Nationality Politics in India", p.35.

2."The Indian Constitution was ratified by an Assembly representing a minority of the population, a quarter of whose members were not even elected but claimed their seats by feudal right."

- **CHARLES BETTELHEIM,** "India Independent", p.106.

இருக்கக் கூடிய நிலையில் – எத்தகைய கூட்டாட்சிமுறை நமது வரலாற்றிற்கும், கலாச்சாரப் பன்மைக்கும் உகந்ததாக இருக்கும்? – இது பற்றிய தத்துவ ரீதியான விவாதம் அரசியல் நிர்ணய சபையிலும் நாட்டு மக்களிடையேயும் நடைபெற்றதா?

கே.வி. ராவ் *கீழ்க்கண்டவாறு கூறுகிறார்:*

"காங்கிரஸ் ஒன்றிற்குத்தான் இந்தியா முழுவதற்குமாகப் பேசும் உரிமை உண்டு, மற்றவர்களுக்கு இல்லை – என்கிற சூழ்நிலை பரவியிருந்தது. அரசியல் சட்டத்தின் சில விதிகளை எதிர்த்த முஸ்லிம் லீகர்கள் 'ஐந்தாம் படையினர் என்றும் துரோகிகள் என்றும்' கருதப்பட்டார்கள். சோஷலிஸ்டுகள் 'மாஸ்கோவிலிருந்து உத்வேகம் பெற்றவர்களாகக்' கருதப் பட்டார்கள், மாநில சுயாட்சியை ஆதரித்தவர்கள் 'குறுகிய நோக்குக் கொண்டவர்களாகக்' கருதப்பட்டார்கள், அல்லாடி, குன்ஸ்ரு, ஜெயாகர் போன்ற சுயேச்சையாளர்கள் ஆதியிலிருந்து எந்தத் தொகுதியையும் பிரதிபலிக்காதவர்கள் என்று வாய்மூடப்பட்டார்கள்; டாக்டர் சியாம பிரசாத் முகர்ஜி, டாக்டர் அம்பேத்கார், கோபாலசாமி (அய்யங்கார்) போன்றவர்கள் பொறுப்புகளை ஏற்றுக் கொண்டிருந்தனர். எனவே, (அரசியல் நிர்ணய சபையின்) எல்லா விவகாரங்களும் காங்கிரஸ் கட்சியின் சொந்த வீட்டு விவகாரமாகக் கருதப்பட்டது. 'மற்றவர்கள்' வழங்கியதாக அரசியல் சட்டத்தில் எதுவுமில்லை... துவக்கத்திலிருந்தே அரசியல் அமைப்புச் சட்டம் காங்கிரஸ் கட்சியினால் தயாரிக்கப்பட்டதாகவே பலராலும் கருதப்பட்டது. மகாவீர் தியாகி மனம் விட்டுக் குறிப்பிட்டதுபோல 'இந்த அரசியல் அமைப்புச் சட்டம் இந்த நாட்டின் பெரும்பான்மைக் கட்சியால் அளிக்கப்பட்டதாகும்'." [1]

---

1. "...the whole atmosphere was filled with the Congress claim to represent the whole of India so that none else could claim any representative capacity. The Muslim Leaguers who opposed some provisions were 'fifth columnists and saboteurs,' the Socialists were 'inspired from Moscow,' the protagonists of provincial autonomy were 'parochial'; and the independents like Alladi,Kunzru and Jayakar were either silenced from the beginning as having no representative capacity or burdened with office as in the case of Dr.Shyama Prasad Mukherjee, Dr.Ambedkar, and Gopalaswami, so that the whole thing was treated as the family affair of the Indian National Congress to which few people were invited, to agree. The Constitution contains no trace of any contribution by 'others'... many people felt the Constitution was from the very beginning a Constitution made by the Congress Party; as the outspoken Tyagi put it, 'it is a Constitution given by the majority party in the country'."

- **K.V.RAO**, "Parliamentary Democracy in India." pp.20-21.

1948இல் பேராசிரியர் **டி.ஆர்.காட்கில்** கீழ்க்கண்டவாறு கூறுகிறார்:

"நாட்டின் வருங்கால அரசியல் அமைப்பு எப்படியிருக்கப் போகிறது என்பது பற்றிய தத்துவரீதியான விவாதமே அரசியல் நிர்ணய சபையில் விவாதிக்கப்படவில்லை. அரசியல் நிர்ணய சபையில் மட்டுமல்லாமல் பத்திரிகைகளோ பொதுமக்களோ கூட, அரசியல் நிர்ணய சபை கூடும்போதோ அதற்குப் பிறகோ அப்படியொரு விவாதத்தில் ஈடுபடவில்லை." [1]

அதனால்தான் **அரசியல் அமைப்புச் சட்டம் காங்கிரஸ் கட்சியால் இந்தியா மீது திணிக்கப்பட்டதாக** ('imposed on India') கே.வி.ராவ் கூறுகிறார்.

"அரசியல் நிர்ணய சபை விவாதங்களைக் கவனிக்கும் போது எந்த ஒரு உறுப்பினரும் தங்களுக்குப் பின்னால் மக்கள் இருக்கிறார்கள் என்பதையோ, அவர்கள் தாங்கள் இயற்றுவதைப் பாராட்டி அங்கீகரிக்க வேண்டும் என்பதன் அவசியத்தையோ உணர்ந்ததாகத் தெரியவில்லை. பொது மக்கள் விவாதிப்பதற்குப் போதிய சந்தர்ப்பம் தரப்படவில்லை. மக்கள் எதைத் தேர்ந்தெடுக்க விரும்புகிறார்கள் என்பது கணிக்கப்படவுமில்லை.. அ.நி. சபை அரசியல் அமைப்புச் சட்டத்தின் முக்கியக் கொள்கைகளை மட்டும் அறிவித்து, தனிப்பட்டவர்களிடமிருந்தும், கற்றவர் அமைப்புகளிட மிருந்தும் கருத்துக்களைக் கோரியிருந்தால் நாடெங்கிலும் அதுபற்றிய ஒரு பெரிய விவாதமே ஏற்பட்டிருக்கும்... மக்களை இணைத்துக் கொள்ளும் இன்னொரு சந்தர்ப்பமும் கை தவற விடப்பட்டது. அரசியல் அமைப்புச் சட்டத்தை ஏற்றுக் கொள்வதற்கு முன்பு அதைப் பற்றிய ஒரு வாக்கெடுப்பாவது நடத்தியிருக்கலாம். உறுதியாக அது மிகப் பெரும்பான்மையோரால் ஏற்றுக் கொள்ளப்பட்டிருக்கும் என்பதில் சிறிதும் சந்தேகமில்லை. அமெரிக்காவில் நடந்ததுபோல் பல கட்சியினர் அதற்கு ஆதரவாகவும், எதிர்ப்பாகவும் பிரச்சாரம் நடத்தியிருப்பார்கள். குறைந்த பட்சம் மக்களாவது அதுபற்றிச் **சிந்தித்திருப்பார்கள்;** அப்படி நினைப்பது கூட ஒருவேளை வீண் நம்பிக்கையாக

1."There has not been a sufficient discussion of first principles or any attempt to lay down a theoretic foundations of a Constitutional structure either in the proceedings of the Constituent Assembly of India, or in the Press or Public during or after the work of the Assembly."

- **D.R.GADGILL,** "Some Observations on the Draft Constitution", Preface.

இருக்கலாம் – ஆனால் **அந்தச் சந்தர்ப்பத்தில் தலைவர்களாவது அரசியல் அமைப்புச் சட்டத்தைப் படித்திருப்பார்கள்.''** [1]

- என்று கே.வி. ராவ் கூறியிருப்பது எவ்வளவு பொருத்தமானது.

- இந்தியாவின் அரசியல் அமைப்பு, கூட்டாட்சியாகத்தான் இருக்க வேண்டும் என்பதை விவாதமில்லாமலே ஏற்றுக் கொண்டார்கள்.

ஏன் அப்படி?

- அந்த அடிப்படையை ஆராய்ந்திருந்தால் கூட அதை ஒட்டிய பல பிரச்சினைகள் அரசியல் நிர்ணய சபையின் கவனத்திற்கு வந்திருக்கும்.

காந்தியார் பல ஆண்டுகளுக்கு முன்பே இந்தியாவில் கூட்டாட்சி முறை இருக்க வேண்டும் என்று கூறிவிட்டார். எனவே அந்த வழியில் செல்வோம் – என்பதுதான் அப்போது நிலவிய கருத்தாக இருந்தது.

"இந்திய அரசியல் சட்டம் கூட்டாட்சியாகத்தான் இருக்க வேண்டும் என்று நம்மை விட்டுப் பிரிந்துபோன தலைவர் (காந்தியார்) பதினெட்டு ஆண்டுகளுக்கு முன்பே லண்டனில் நடைபெற்ற வட்ட மேசை மாநாட்டிலேயே கூறி இந்தப் பிரச்சினைக்கு முற்றுப்புள்ளி வைத்து விட்டார் என்பதை நாம் மறந்துவிடக் கூடாது."

---

1. "Nowhere in the 'Debates' is there any evidence that the members felt that there were people behind who would have to appreciate it and give their final approval. So sufficient scope was not given for public discussion, and no attempt was made to ascertain and assess public preferences... If... the Assembly had announced the salient principles of the Constitution and invited opinion from individuals and learned bodies, there would have been a greater discussion in the country... yet another opportunity was lost for associating the people with it. While finally adopting it, the Constitution could have been submitted to a sort of referendum, at least to the voters then on the lists according to the 1935 Act. Here again, there was no doubt about the ultimate result - the Constitution would have been undoubtedly approved by an overwhelming majority. With various parties campaigning for and against the Constitution, as in the U.S.A., probably people would have **thought about** it, or more probably it was a vain hope; or atleast the leaders would have studied it."

- **K.V.RAO,** "Parliamentary Democracy in India", pp. 23-24.

- என்று டி.டி. கிருஷ்ணமாச்சாரி குறிப்பிட்டார்.[1]

ஆம்; நல்லவேளை காந்தியார் கூறியமைக்காகக் கூட்டாட்சி முறையை ஒப்புக் கொண்டார்கள். ஆனால் பாகிஸ்தான் பிரிந்த பிறகு அந்தப் புதிய சூழ்நிலையில் அந்தக் கூட்டாட்சி எப்படி இருக்க வேண்டும் என்பதைப் புதிதாகப் பரிசீலனை செய்யத் தவறிவிட்டார்கள்.

இதுதான் அரசியல் நிர்ணய சபை நடவடிக்கைகளைக் காணும்போது நமக்குத் தென்படும் மிகவும் ஆச்சரியப்படத் தக்க உண்மை என்று எஸ்.பி. அய்யர் கூறுகிறார்.[2]

பாகிஸ்தான் பிரிவினையால் இந்து-முஸ்லிம் பிரச்சினை ஒழிந்து போயிருக்கலாம். ஆனால் எஞ்சிய இந்தியாவின் துணைக் கண்டம்போல் பரந்து கிடக்கும் பூகோள அமைப்பு மாறிவிடவில்லை. இந்திய மக்கள் பல்வேறு வரலாறு-கலை-கலாச்சாரம் -மொழி கொண்டவர்கள் என்கிற தன்மை மாறிவிடவில்லை. ஆனால் அரசியல் அமைப்புச் சட்டத்தை இயற்றியவர்களோ இந்தப் புதிய கோணத்தில் இந்தியாவிற்குத் தேவையான கூட்டாட்சி முறை பற்றி அணுகவில்லை. எஸ்.பி. அய்யர் கூறுவது போல, இன்று அரசியல் நிர்ணய சபை விவாதங்களைப் படிக்கிறவர்கள் அந்தப் புனிதமான சபையின் கவனத்தைக் கவர்ந்த பிரச்சினை அன்று அதுவாக இருக்கவில்லை என்பதை அறியலாம்.[3]

அமெரிக்காவிலும், ஆஸ்திரேலியாவிலும், கனடாவிலும் அரசியல் அமைப்புச் சட்டம் உருவாக்கப்பட்ட நேரத்திலே மாநி லங்களுக்கு அதிக அதிகாரம் வேண்டும் என்று ஒரு சாராரும்,

---

1. "We should not forget that this question that the Indian Constitution should be a federal one has been settled by our Leader who is no more with us, in the Round Table Conference in London, eighteen years ago."
   - **T.T. KRISHNAMACHARI,** C.A.D., Ibid., p.950.

2. "The most astonishing fact of the proceedings of the Constituent Assembly...is the acceptance of the federal idea and a general unawareness of the need to examine it afresh in the circumstances of Indian Independence."
   - **S.P. AIYAR,** "The Federal Idea In India"; S.P. AIYAR and USHA MEHTA (Ed.) - "Essays on Indian Federalism", pp.20-21.

3. "The circumstances which gave rise to the federal idea in the 1930s-the communal problem and the Indian States -has disappeared. The situation required a fresh look at the problem of federalism. The reader of the debates of the Constituent Assembly of India today, finds that this was not a problem which engaged the attention of that august body."
   - **S.P.AIYAR** op.cit., p.17.

மத்திய அரசுக்கு அதிக அதிகாரம் தேவை என்று ஒரு சாராரும் கடுமையாக விவாதித்து, அதன் விளைவாக உருவான சமரச ஏற்பாடுகள் அந்த நாடுகளின் அரசியல் சட்டமாக அமைந்தன. ஆனால், ஒரு கட்டம் வரையிலே இந்தியாவிலும் மாநிலங்களுக்கு அதிக உரிமைகளும் சுயாட்சியும் வேண்டும் என்றும், மத்திய அரசிற்குக் குறைந்தபட்ச அதிகாரங்களே இருக்க வேண்டும் என்றும் கேட்க ஒரு சாரார் இருந்தனர்.

அவர்கள்தான் முஸ்லிம்கள்!

பாகிஸ்தான் பிரிவினையால் மாநில அதிகாரங்களுக்குப் போராடியவர்கள் போய்விட்டார்கள்.

எனவேதான் அமெரிக்கா, கனடா, ஆஸ்திரேலியா போல இங்கே அரசியல் நிர்ணய சபையில் மத்திய – மாநில அரசுகளின் அதிகாரப் பங்கீட்டிற்காகக் கடுமையான போராட்டம் நடைபெறவில்லை. அதனால்தான் 'அதிகாரத்தை ஒரு இடத்தில் குவிக்க வேண்டும்' என்கிற 'மத்திய அரசுவாதி'களுக்கும், அதற்கு மாறுபட்ட 'மாநில அரசு உரிமை கோருவோரு'க்கும் எந்தவிதக் கடும் போராட்டமும் இல்லாமலிருந்தது அரசியல் சட்டம் உருவாக்கியபோது காணப்பட்ட தனியொரு தன்மை என்று கிரான்வில் ஆஸ்டின் குறிப்பிடுகிறார்.[1]

பலமான மாநிலக் கட்சிகள் அந்த நேரம் அரசியல் நிர்ணய சபையில் இல்லாததையும் அந்த ஆசிரியர் தமது நூலில் குறிப்பிட்டிருக்கிறார்.

காயிதே மில்லத் முகமது இஸ்மாயில் போன்ற முஸ்லிம் லீக் உறுப்பினர்கள் உண்மையான கூட்டாட்சி முறைக்காகவும், மாநிலங்களுடைய உரிமைகளுக்காகவும் வாதாடினார்கள்.

ஆனால், அவர்கள் முஸ்லிம் லீகைச் சேர்ந்தவர்களாதலால் அவர்களுடைய பேச்சுக்கு உள்நோக்கம் கற்பிக்கப்பட்டது. கே. சந்தானம், பேராசிரியர் ரங்கா போன்றவர்கள், மத்தியில் அதிகாரக் குவிப்புக் கூடாது என்று கூறினார்கள். (அந்த விபரங்களுக்குப் பின்னால் வருவோம்.)

எஸ்.பி. அய்யர் நிலைமையை மேலும் தெளிவுபடுத்துகிறார்:

---

1. "The most singular aspect of the drafting of the federal provisions was the relative absence of conflict between 'centralizers' and the 'provincialists'. The proceedings of the Assembly revealed none of the deep-seated conflicts of interest evident in Philadelphia in 1787 or like that between Ontario and Quebec."

- **GRANVILLE AUSTIN**, op.cit., p. 186

"சுதந்தரத்திற்கு முன்பு முஸ்லிம்களும் அவர்களுடைய அனுதாபிகளும்தான் மத்திய அரசுக்கு அதிக அதிகாரங்கள் இருக்கக் கூடாது என்று வாதிட்டும் போரிட்டும் வந்தார்கள். ஆனால் அரசியல் நிர்ணய சபையில் அத்தகைய கருத்துக்களைக் கொண்டவர்களின் தேச பக்தியே சந்தேகிக்கப்பட்டது. மீறிப் பேசியவர்கள் மிகுந்த அடக்கத்தோடுதான் பேச வேண்டியிருந்தது." [1]

மேலும் அரசியல் நிர்ணய சபை உறுப்பினர்களில் பெரும்பாலோருக்குக் கூட்டாட்சி முறையைப் பற்றி அறிமுகம் தேவைப்பட்டது என்று எஸ்.பி. ஐயர் குறிப்பிடுகிறார். [2]

லண்டனில் கூடிய முதல் வட்ட மேசை மாநாட்டில் (1930ஆம் ஆண்டு) கூட்டாட்சி முறை இந்தியாவுக்கு ஏற்ற அரசியல் அமைப்புதானா–என்பது பற்றிய விவாதம் நடைபெற்றது. சான்கே பிரபு தலைமையில் ஒரு துணைக் குழு கூட்டாட்சி முறைகளைப் பரிசீலனை செய்தது. அப்போது அவர், இந்தியாவிலிருந்து வந்த பிரதிநிதிகளுக்கு 'என்சைக்ளோபீடியா பிரிட்டானிகா'வின் 11வது பதிப்பை எடுத்துக் காட்டி, கூட்டாட்சி முறை என்றால் என்ன என்பது பற்றிய அர்த்தத்தைத் தெளிவுபடுத்தினார்.

அதைப் போலவே, டாக்டர் அம்பேத்கார் அரசியல் நிர்ணய சபையைக் கூட்டாட்சி முறை பற்றிய வகுப்பறையாக மாற்றி விளக்கம் தர வேண்டியிருந்தது என்று எஸ்.பி. ஐயர் குறிப்பிட்டிருக்கிறார். [3]

1."Before Independence, only Muslims and their sympathisers had argued for a weak centre. And one who spoke from the point of view of the States was therefore suspected of lack of loyalty to the country. Those who did try to put across the States' point of view, did so apologetically."
- **S.P. AIYAR**, op. cit. p. 26.
2. "...the members of the Constituent Assembly for the most part needed some introduction to the problem of federalism."
- **S.P. AIYAR**, op. cit., p. 19.
3. "Even as Lord Sanke found it necessary to explain to the delegates of the Round Table Conference, the meaning of federal government quoting from the eleventh edition of **Encyclopaedia Britannica**, Dr. B.R. Ambedkar took upon himself the responsibility of enlightening the Constituent Assembly members and in doing this almost converted the Assembly into a class-room for the study of comparative federalism."
- **S.P. AIYAR**, op, cit., pp. 19-20.

இதற்கு முன்பு பிரிட்டனிலிருந்து இந்தியா வந்த குழுக்களும், கூட்டுக் குழுக்களும் கூட்டாட்சி முறை என்கிற பிள்ளையார் பிடிக்க முயன்று, இறுதியில் குரங்கைப் பிடித்து வைத்தார்கள் என்று முன் அத்தியாயங்களில் குறிப்பிட்டிருக்கிறோம்.

அதுபோலவே மந்திரிசபைத் தூதுக்குழுவினர் தந்த திட்டப்படி பிள்ளையார் பிடிப்பதற்காகக் கூடிய அரசியல் நிர்ணய சபையும் குரங்கைப் பிடிக்கும் வேலையை மேற்கொண்டது.

அப்போதைய பம்பாய் மாகாணத்தைச் சேர்ந்த **எச்.வி. படாஸ்கர்** (H.V. Pataskar) அரசியல் நிர்ணய சபையில் பேசியபோது நிலைமையைத் தெளிவுபடுத்தியிருக்கிறார்:

"மத்திய அரசின் அதிகாரங்களை வரையறுக்கும் கமிட்டி 1947 ஜூலை 4ஆம் நாள் தனது அறிக்கையை வெளியிட்டது. 1947 மே மாதமே அந்த அறிக்கை தயாராக இருந்தது. அந்த அறிக்கையில் முதல் பிரிவே இந்தக் **கூட்டாட்சி** இந்தியா என்கிற பெயருடன் சுதந்தரக் குடியரசாக இருக்கும் என்று கூறுகிறது. அப்போதும் இந்தியா பல பகுதிகளைக் கொண்ட **கூட்டாட்சியாக** இருக்க வேண்டும் என்கிற எண்ணம்தான் நீடித்திருந்தது. இதற்கு அர்த்தம் என்னவென்றால் அந்த நேரம் நாமெல்லோரும் ஒருமித்து, **கலப்படமற்ற, முழுமையான, பல மாநிலங்கள் கொண்ட ஒரு கூட்டாட்சியை உருவாக்க எண்ணியிருந்தோம்.** ஆனால் இடையிலே பல நிகழ்ச்சிகள் நடைபெற்றுவிட்டன. 1947 ஆகஸ்ட் 15 அன்று அதிகாரம் இந்திய மக்களுக்கு மாற்றப்பட்டது. அதே நேரம் இந்தியாவும் பிரிக்கப்பட்டது... இந்த நிகழ்ச்சிகள் நடைபெற்றிருக்காவிட்டால் ஒருவேளை நாம் பழைய திட்டப்படியே விஞ்ஞான முறைப்படி, முறையான, முழுமையான **கூட்டாட்சியை** உருவாக்கியிருப்போம்... இடையிலே குறுக்கிட்ட நிகழ்ச்சிகளின் வேகம் காரணமாக நமது பார்வை ஓரளவு மங்கி விட்டது. திடீரென்று ஒரு பலமான மத்திய அரசு ஒரு உடனடித் தேவையாகிவிட்டது. தங்களிடையே பல்வேறு வித்தியாசங்கள் கொண்ட மக்களுக்கு 1947 ஆகஸ்ட் 15 அன்று அதிகாரம் மாற்றப்பட்டது. **அத்தகைய மக்களை பொருத்தமான பகுதிகளாக (மாநிலங்களாக) வகைப்படுத்தி, ஒரு கூட்டாட்சியை உருவாக்குவதுதான் அந்த அதிகாரத்தைச் செலுத்துவதற்கு உகந்த வழி** – என்று குறைந்தபட்சம் ஆகஸ்ட் 15ஆம் நாள் வரை நாம் நினைத்தோம்.

"ஆனால், முதல் வாசிப்பின் (First Reading) போது –அல்லது அந்தக் கட்டத்தில் – பல்வேறு கமிட்டிகளின் அறிக்கைகளை நாம் பரிசீலித்தபோது கூட்டாட்சி

என்கிற கருப்பொருள் இருந்தது. ஆனால் இரண்டாவது வாசிப்பின்போது நாம் ஒரு பய உணர்ச்சியை ஏற்படுத்திக் கொண்டோம்... முடிவு என்னவென்றால் **மாநிலங்களுக்கான சுயாட்சி அல்லது பாதி சுயாட்சி தேசத்திற்கே ஒரு பயங்கரமான ஆபத்து என்று கருதும் நிலை ஏற்பட்டது. கூட்டாட்சி என்கிற தோற்றத்தை மட்டும் வைத்துக்கொண்டு அதற்கு உள்ளே இருக்கிற கருப்பொருளையெல்லாம் மாற்றி விட்டோம்.**

"கூட்டாட்சி வேண்டும் என்கிற நோக்கத்தால்தான் மாகாணங்கள் என்கிற பெயரை **மாநிலங்கள்** *என்று மாற்றியமைத்தோம். தற்போதைய எண்ணம் நமக்கு முன்பே ஏற்பட்டிருக்குமேயானால இந்தப் பெயர் மாற்றத்தைக்கூட நாம் செய்திருக்க வேண்டியதில்லை.* **'மாநிலம்' என்கிற பெயர் இருக்கிறது. ஆனால் மாநிலத்திற்கான அதிகாரங்கள் அனைத்தும் வெட்டப்பட்டுவிட்ட காரணத்தால் அவற்றை மாநிலங்கள் என்று அழைப்பதே பொருந்தாத பெயராகி விட்டது."** [1]

---

1. "..the Union Powers Committee...published its report on the 4th July 1947. That report was ready in May 1947. In that report, Sir, you will find that the very first clause of it says that the federation shall be one independent republic known as India. That means that the idea still was the same that India shall be a federation of these units... at that time the unanimous opinion was that what we wanted to frame was a complete, unadulterated federation of several States. But several events happened in the meantime. Power came to be transferred to the people of India on the 15th August 1947. And at the same time India also came to be divided... If these events had not happened, probably we would have stuck to our original plan of having a scientific, systematic, complete federation of units...The suddenness of the intervening events blurred, to some extent, our vision. A strong Central government suddenly became a matter of urgent necessity... Power was transferred on the 15th August 1947 to the people who differed among themselves in many respects. At least till the 15th August we thought that the suitable form of administration could only be federal one, consisting of suitable units formed and carved out of these vast masses of people. But as I said, the events that had happened had brought about a change in our outlook... I find at the time of the first reading, or rather at the stage when the reports of the various Committees were considered, the substance of federation was still there. But at the time of the second reading, we developed a fear complex, if I may say so...The result was that the autonomy of the States, or their semi-autonomy came to be looked upon as a matter of national danger. We kept the form of the federation, but changed the substance or contents of that federation. It was with the idea of having a federation that we began changing the names of the provinces into States. If the present idea had existed throughout, we never would have made that change. But while the name of 'State' is there, the power of the State is so curtailed that it is a misnomer to call it a 'State' any longer."

- **H.V. PATASKAR,** C.A.D., Vol. XI, pp. 670-673.

ஆம், படாஸ்கர் கூறுவதுபோல் 'கலப்படமற்ற' கூட்டாட்சி முறையை உருவாக்குவதற்குத்தான் அரசியல் நிர்ணய சபை அமைக்கப்பட்டது. முதல் வாசிப்பின்போதும் அதன் நோக்கம் அப்படித்தான் இருந்தது. ஆனால் 1947 ஆகஸ்ட் 15க்குப் பிறகு 'பெண்டுலம்' திடீரென்று மறுகோடிக்குச் சாய்ந்து விட்டது.

இதற்கு முன்பு இந்திய அரசியலில் செய்யப்பட்ட சீர்திருத்தங்கள் 'தலைகீழ் முறையில்' ஒரு கூட்டாட்சியை இந்தியாவில் உருவாக்க முயன்றதைப் பார்த்தோம்.

ஆனால் அரசியல் நிர்ணய சபை, படாஸ்கர் குறிப்பிட்ட போக்குகள் காரணமாக, ஒரு விசித்திரக் கூட்டாட்சி முறையை இந்தியாவில் உருவாக்கியது. அதனால்தான் கிரான்வில் ஆஸ்டின் அரசியல் நிர்ணய சபை உற்பத்தி செய்தது ஒரு '**புது விதமான கூட்டாட்சி முறை**' (a new kind of federalism) [1] *என்று வர்ணிக்கிறார்.*

சுயாட்சி நிறைந்த மாநிலங்கள் – என்கிற நிலையிலிருந்து சகல அதிகாரங்களும் பொருந்திய மத்திய அரசு என்கிற மறுகோடிக்குப் 'பெண்டுலம்' நகர்ந்தமைக்குக் காரணம் நாட்டுப் பிரிவினையும், அதைத் தொடர்ந்து இந்தத் துணைக் கண்டத்தில் பெருக்கெடுத்தோடிய இரத்த ஆறும் மட்டுமல்ல, அப்போது அரசியல் நிர்ணய சபையைக் கட்டி ஆண்டவர்கள் நேரு, பட்டேல், பிரசாத், ஆசாத் போன்ற நான்கு தலைவர்தாம். அவர்களேதாம் அ.நி.சபைக்குள்ளே ஒரு குழுவாக ஆட்சி செலுத்தியவர்கள் ('constituted an oligarchy within the Assembly'). [2] *அவர்கள் 'கடவுளுக்கு நிகரான அந்தஸ்தை'* ('god-like status')[3] *பெற்றிருந்த தேசத் தலைவர்கள்.*

1935ஆம் ஆண்டு சட்டப்படி இராஜாஜி சென்னை மாகாண முதல்வராகவும், மற்ற காங்கிரஸ் தலைவர்கள் மற்ற மாகாண முதல்வர்களாகவும் ஆன நேரம், அந்த நான்கு பெருந்தலைவர்கள் அந்தச் 'சின்னப் பொறுப்பை' ஏற்றுக் கொள்ளாமல் ஒதுங்கியிருந்து, மேற்பார்வை செய்தவர்கள். எனவே, அத்தகைய பெரும் தேசத் தலைவர்கள் பொறுப்பேற்ற மத்திய அரசு எப்படிப் பலம் குறைந்ததாக இருக்க முடியும்?

---

1. **GRANVILLE AUSTIN,** op. cit., p. 186.
2. Ibid, p. 21.
3. Ibid, p. 21.

- அதனால்தான் 'பெண்டுலம்' மறுகோடிக்கு நகர்ந்தபோது யாரும் அவ்வளவாகப் பொருட்படுத்தவில்லை. காங்கிரசைத் தவிர வேறு கட்சிகள் மாநிலங்களிலோ, மத்திய அரசிலோ பொறுப்புக்கு வர முடியுமென்று நினைத்து யாரும் கிஞ்சிற்றும் கவலைப்படவில்லை.

விளைவு: உலகத்தில் வேறு எந்தக் கூட்டாட்சியிலும் இல்லாத அளவு மத்திய அரசிடம் அதிகாரங்கள் குவிக்கப்பட்டன.

அதனால்தான் இது 'புது விதமான கூட்டாட்சி முறை' என்கிற பெயர் பெற்றது.

இந்திய அரசியல் அமைப்புச் சட்டத்தை எந்த வகையான கூட்டாட்சியில் சேர்ப்பது என்கிற விவாதம் அரசியல் வித்தகர்களிடையே ஏற்பட்டது.

பாட்ரிக் கார்டன் வாக்கர் என்பார் இந்திய அரசியல் அமைப்புச் சட்டத்தை *ஓர் உறுப்பு அரசு என்கிற இனத்திற்கும் உண்மையான கூட்டாட்சி என்கிற இனத்திற்கும் பிறந்த ஈரினக் கலப்பு அரசியல் அமைப்புச் சட்டங்கள் என்கிற பிரிவில்* ('Hybrid constitutions, partly unitary, partly federal') சேர்த்தார்.[1]

---

1. Rt. Hon'ble **PATRIK GORDON WALKAR:** "Federalism in the Commonwealth", published in the Journal of the Parliaments of the Commonwealth, Vol. XLII, No. 4 Oct. 1961, p. 358.

பகுதி - 3

இன்றைய அரசியல் அமைப்புச் சட்டம்

1. முன்னுரை

ஃபெடரல் (Federal) என்னும் ஆங்கிலச் சொல் 'Foedus'– என்கிற இலத்தீன் சொல்லிலிருந்து பிறந்ததாகும். 'Foedus'– என்றால் 'ஒப்பந்தம்' என்று பொருள்.

எனவே, பழங்காலத்தில் பல சுதந்தர அரசுகள் ஒரு ஒப்பந்தத்தின் மூலம் கூட்டாட்சியாக உருவாகியிருக்கின்றன – என்பது தெளிவாகிறது. [1]

கூட்டாட்சிக்கு அடிப்படை அரசியல் அமைப்புச் சட்டம் தான்.

> "எப்படி (அரசு தரும்) மான்யத் தொகையிலிருந்து ஒரு வாரியம் பிறக்கிறதோ, அதைப் போல அரசியல் அமைப்புச் சட்டத்திலிருந்துதான் ஒரு கூட்டாட்சி அரசு பிறக்கிறது. எனவே நிர்வாகத் துறை, சட்டம் இயற்றும் துறை, நீதித் துறை போன்ற ஒவ்வொரு அதிகாரமும், – அது நாடு முழுமைக்குமானாலும் சரி, அல்லது தனிப்பட்ட மாநிலத்திற்கானாலும் சரி – அரசியல் அமைப்புச் சட்டத்திற்குக் கீழ்ப்படிந்ததும், கட்டுப்பட்டதும் ஆகும்." [2]

-இவ்வாறு **டைசி** கூறியிருப்பதைப் போல அரசியல் அமைப்புச் சட்டம்தான் கூட்டாட்சியில் தலையாயது; சர்வ வல்லமை பெற்றது. கூட்டாட்சியின் கர்த்தாவே அதுதான்!

---

1. கி.மு. நான்காம் நூற்றாண்டின் லைசியா (Lycia)வைச் சேர்ந்த நகர அரசுகள் செய்துகொண்ட ஒப்பந்தம்தான் மிகவும் பழமையானது என்று சொல்லப்படுகிறது. ஆனால் இது இராணுவ வெற்றிக்காகச் செய்துகொள்ளப்பட்ட ஏற்பாடாகும். இது உண்மையான கூட்டாட்சியாகாது. நவீன கூட்டாட்சி முறை அமெரிக்காவில்தான் உதயமாயிற்று.

2. "A federal state derives its existence from the constitution, just as a corporation derives its existence from the grant by which it is created. Hence every power, executive, legislative or judicial, whether it belongs to the nation or to the individual state, is subordinate to and controlled by the constitution."

- **A.V. DICEY,** "Law Of The Constitution", p.144.

கூட்டாட்சியின் தலையாய அம்சம் மத்திய அரசுக்கும் மாநில அரசுகளுக்குமான அதிகாரப் பங்கீடுதான்.

அந்த அதிகாரப் பங்கீட்டு முறை அரசியல் அமைப்புச் சட்டத்தில் சாசுவதமாக எழுதி வைக்கப்படுகிறது.[1]

எனவே, அரசியல் அமைப்புச் சட்டத்தைப் பரிசீலனை செய்தால்தான் கூட்டாட்சி முறையின் கூறுகள் தெளிவாகப் புலப்படும்.

முதலில் நாம் இப்போதைய அரசியல் அமைப்புச் சட்டத்தில் உள்ள குறைபாடுகள் என்னென்ன என்பதைத் தெரிந்து கொள்ள வேண்டும்.

எப்படி கூட்டாட்சிக் கொள்கைக்கு முற்றிலும் மாறான அம்சங்கள் நமது அரசியல் அமைப்புச் சட்டத்தில் திணிக்கப்பட்டிருக்கின்றன என்பதை இனிவரும் அத்தியாயங்களில் ஆராய்வோம். ●

---

1. அதை மாற்றுவதற்கு 'ஸ்பெஷல் மெஜாரிட்டி' வேண்டும். சட்ட விளக்கம் பற்றிக் கருத்து வேற்றுமை ஏற்பட்டால் சுப்ரீம் கோர்ட் தீர்த்து வைக்கும்.

2.'காப்பியடிக்கப்பட்ட' அரசியல் சட்டம்!

> "பிரிட்டிஷ் அரசை வன்மையாக எதிர்த்து வந்த இந்தியத் தலைவர்கள், இந்தியாவில் பிரிட்டிஷ் ஆட்சியை நிலைநாட்டும் நோக்கத்துடன் உருவாக்கிய ஒரு அரசியல் சட்டத்தை அப்படியே அடிமைத்தனத்துடன் ஏற்றுக் கொண்ட அசாதாரணமான உண்மையை விளக்குவது சுலபமானது அன்று."
>
> கே. சந்தானம்
>
> "This extraordinary fact of Indian leaders, who had fought strenuously against the British Government adopting almost slavishly the Constitution which was intended to perpetuate the British rule in India is not easy to explain."
>
> - K. SANTHANAM, "Federal Financial Relations and Other Essays", p.5.

அரசியல் நிர்ணய சபைக்கு ஆலோசகராக நியமிக்கப்பட்ட சட்ட வல்லுநர் பி.என்.ராவ் நமது அரசியல் அமைப்புச் சட்டத்தைப் பற்றி விவாதிக்க அமெரிக்கா, கனடா, அயர்லாந்து, பிரிட்டன் ஆகிய நாடுகளுக்கு அனுப்பி வைக்கப்பட்டார்.

நமது அரசியல் அமைப்புச் சட்டத்தின் 'ஜீவாதார உரிமைகள்' அமெரிக்க – அயர்லாந்து அரசியல் சட்டங்களைப் பின்பற்றியவை.

'அரசாங்கக் கொள்கை நோக்கங்கள்' (Directive Principles of State Policy) அயர்லாந்து நாட்டு அரசியல் அமைப்புச் சட்டத்தில் இருப்பதை முன்மாதிரியாகக் கொண்டவை.

இப்படி உலகத்தின் புகழ்மிக்க அரசியல் அமைப்புச் சட்ட விதிகளை நமது சட்டத்திலே பொருத்தியவர்கள் கூட்டாட்சி முறை பற்றி, மத்திய – மாநில உறவுகள் பற்றி – என்ன செய்தார்கள் தெரியுமா?

எந்த 1935ஆம் ஆண்டு சட்டத்தை 'பிரிட்டிஷார் உருவாக்கியது என்றும், இந்திய நிலைமைகளுக்கு ஒத்து வராதது என்றும், ஜனநாயகக் கொள்கைகளுக்கே முரணானது' என்றும் கடுமையாகக் குற்றம் சாட்டினார்களோ, அதே சட்டத்தை அப்படியே பின்பற்றினார்கள்; பல சந்தர்ப்பங்களில் அப்படியே வரிக்கு வரி இடம் பெயர்த்து வைத்துக் கொண்டார்கள்.

புகழ்பெற்ற அரசியல் அமைப்புச் சட்ட விமர்சகராகிய **துர்கா தாஸ் பாசு** *தற்போதைய அரசியல் அமைப்புச் சட்டத்தில் 75 சதவிகிதம் 1935ஆம் ஆண்டு சட்டத்தை மூலமாகக் கொண்டது – அனுபவத்தால் உண்டான சில மாற்றங்கள் தவிர – என்று குறிப்பிடுகிறார்.*[1]

புகழ்பெற்ற அரசியல் சட்டநிபுணர் **சர் ஐவர் ஜென்னிங்ஸ்,** *இந்திய "அரசியல் அமைப்புச் சட்டம் நேரடியாக 1935ஆம் ஆண்டு சட்டத்திலிருந்து உருவானது. உண்மையில் பல விதிகளின் வாசகங்கள் அப்படியே காப்பியடிக்கப்பட்டிருக்கின்றன"* [2] *என்று கூறுகிறார்.*

> *"1950ஆம் ஆண்டு இயற்றப்பட்ட இந்திய அரசியல் அமைப்புச் சட்டத்தில் உள்ள மிகவும் விந்தையான அம்சங்களில் ஒன்று என்னவென்றால் 1935ஆம் ஆண்டு சட்டத்திலிருந்து பரவலாகக கடன் வாங்கியிருப்பதுதான்... பிரிட்டிஷ் காமன்வெல்த்தில் கட்டுப்படுத்தப்பட்ட ஒரு டோமினியனாக இருந்து சுதந்தரக் குடியரசாக மாறியதால்– அதன் விளைவாகச் செய்யப்பட்ட குடியரசுத் தலைவர் தேர்தல், ஜீவாதார உரிமைகளைப் பற்றிய பகுதிகள், அரசாங்கக் கொள்கை நோக்கங்கள், தேர்தல், அரசியல் அமைப்புச் சட்டத் திருத்தம் – போன்றவைதான் (அரசியல் அமைப்புச் சட்டத்தில்) புதிதாகச் சேர்க்கப்பட்டவை.* **பிரிட்டிஷ் அரசை வன்மையாக எதிர்த்து வந்த இந்தியத் தலைவர்கள், இந்தியாவில் பிரிட்டிஷ் ஆட்சியை நிலைநாட்டும் நோக்கத்துடன் உருவாக்கிய ஒரு அரசியல் சட்டத்தை அப்படியே அடிமைத்தனத்துடன் ஏற்றுக்கொண்ட அசாதாரணமான**

---

1. **DURGA DAS BASU**, "Commentary On the Constitution Of India", Vol. I, p. 5.

2. "The Constitution derives directly from the Government of India Act, 1935, from which in fact many of its provisions were copied almost textually."

- **SIR IVOR JENNINGS,** "Some Characteristics Of The Indian Constitution", p.17.

உண்மையை விளக்குவது சுலபமானது அன்று'' [1]

- என்று கே. சந்தானம் கூறியிருப்பது எவ்வளவு பொருத்தமானது.

எந்த 1935ஆம் ஆண்டுச் சட்டத்தைக் காங்கிரஸ்காரர்கள் முழுமூச்சோடு எதிர்த்தார்களோ அதன் பெரும் பகுதியை அப்படியே வைத்துக் கொண்டிருக்க வேண்டிய தேவை என்ன?

வேறொரு சந்தர்ப்பத்தில் எச்.வி. காமத் சொன்ன காரணம் இதற்கும் பொருத்தமாக இருக்கிறது.

அரசியல் அமைப்புச் சட்டத்தின் நகலை உருவாக்குவதற்காக அமைக்கப்பட்ட கமிட்டியில் (Drafting Committee) அல்லாடி கிருஷ்ணசாமி அய்யர், கே.எம்.முன்ஷி, சாதுல்லா, டி.டி. கிருஷ்ணமாச்சாரி, என். கோபாலசாமி அய்யங்கார் – ஆகியோர் உறுப்பினர்கள். டாக்டர் அம்பேத்கார் அதன் தலைவர்.[2]

---

1. "One of the most curious features of the Indian Constitution of 1950 is the extent of its borrowing from the Government of India Act of 1935... The new provisions were those which were consequential to the change of status of India from that of a controlled Dominion of the British Commonwealth to an independent Republic, like the election of the President and the parts relating to Fundamental Rights, Directive Principles of State Policy, Elections and Amendment of the Constitution. This extraordinary fact of Indian leaders, who had fought strenuously against the British Government adopting almost slavishly the Constitution which was intended to perpetuate the British rule in India is not easy to explain."

- K. SANTHANAM, 'Federal Financial Relations And Other Essays', p.5.

2. அதில் ஒருவர் அ.நி. சபையிலிருந்து ராஜிநாமா செய்து கொண்டார். அவருக்குப் பதிலாக வேறொருவர் நியமிக்கப்பட்டார். பிறகு இன்னொருவர் இறந்தார். ஆனால் அவருக்குப் பதிலாகப் பிறகு யாருமே நியமிக்கப்படவில்லை. ஒருவர் அமெரிக்காவிற்குப் போய்விட்டார். அவருடைய இடமும் பிறகு நிரப்பப்படவில்லை. இன்னொருவர் அரசு விவகாரங்களில் ஈடுபட்டிருந்தமையால் கமிட்டியில் உரிய பணியினை ஆற்றவில்லை. ஒருவர் அல்லது இருவர் உடல் நலக்குறைவு காரணமாக டில்லிக்கு வராமலேயே இருந்தனர். எனவே, அரசியல் அமைப்புச் சட்டத்தைத் தயாரிக்க வேண்டிய வேலை அம்பேத்கார் தலைமீதே விழுந்ததாக அ.நி. சபையில் ஒரு சமயம் டி.டி.கிருஷ்ணமாச்சாரி விளக்கம் தந்தார். (C.A.D. Ibid p. 231) அல்லாடி கிருஷ்ணசாமி அய்யர் பின்னால் விளக்கம் தரும்போது, தாம் உடல் நலக்குறைவு காரணமாக டில்லிக்கு அப்பால் இருந்தாலும், கமிட்டித் தலைவருக்கு அவ்வப்போது குறிப்புகள் அனுப்பிக் கொண்டிருந்ததாகக் குறிப்பிட்டிருக்கிறார்.

இந்தக் கமிட்டி பற்றித்தான் எச்.வி. காமத் மிகவும் உருக்கமாகக் கூறினார்:

"அந்தக் கமிட்டியை உருவாக்கியதில்தான் தவறு இருக்கிறது. திரு. முன்ஷியைத் தவிர அதில் வேறு யாருமே இந்த நாட்டின் விடுதலைப் போராட்டத்தில் தீவிரப் பங்கு கொண்டவர்கள் அல்லர். நம்மையெல்லாம் ஊக்கிவிட்ட அந்தப் போராட்ட உணர்ச்சியில் பங்குகொள்வது என்பது அவர்களால் முடியாத காரியம்." [1]

அவர்கள் தலைசிறந்த சட்ட நிபுணர்கள் என்பதில் யாருக்கும் சந்தேகமில்லை. ஆனால் மேலே குறிப்பிட்டதுபோல முன்ஷி யைத் தவிர மற்றவர்களுக்கும், காங்கிரசுக்கும் என்ன சம்பந்தம்?

சுப்ரீம் கோர்ட் தனது தீர்ப்பு ஒன்றில், "இந்திய அரசியல் அமைப்புச் சட்டம் 1935ஆம் ஆண்டுச் சட்டத்தை அஸ்திவாரமாகக் கொண்டு எழுதப்பட்டது. பல முக்கிய விஷயங்களில் அடிப்படை மாற்றப்படவேயில்லை. ஏராளமான விதிகள் இதற்குமுன் உள்ள சட்டத்திலிருந்து வார்த்தைக்கு வார்த்தை இடம் மாற்றி வைக்கப்பட்டிருக்கின்றன" என்று குறிப்பிடுகிறது.[2]

அதனால்தான் ஒரு ஆசிரியர் தற்போதைய அரசியல் அமைப்புச் சட்டத்தை 1935ஆம் ஆண்டுச் சட்டத்தின் சில பகுதிகளை மட்டும் அழித்துவிட்டு எழுதப்பட்ட **மறுபதிப்பு** ('Palimpsest of the Act') என்று வர்ணிக்கிறார்.[3]

---

1. "Perhaps the fault lies with the composition of the Drafting Committee, among the members of which no one, with the sole exception of Sriyut Munshi, has taken any active part in the struggle for our country's freedom. None of them is therefore capable of entering into the spirit of our struggle, the spirit that animated us."

- **H.V.KAMATH,** Ibid, p. 219.

2. "The Constitution of India was erected on the foundations of the Government of India Act, 1935. The basic structure was not altered in many important matters, and a large number of provisions were incorporated verbatim from the earlier Constitution."

- State of West Bengal vs Union of India (1964), 1. S.C.R. pp. 371, 395.

3. **N.SRINIVASAN,** "Democratic Government in India", p. 143.

இப்படி ஒரு விமர்சனம் அ.நி.சபையில் எழுந்தபோது அதை டாக்டர் அம்பேத்கார் மறுக்கவில்லை. "இதற்கு நான் மன்னிப்புக் கேட்கவில்லை. அப்படிக் கடன் வாங்குவதில் அவமானப்படுவதற்கு ஒன்றுமில்லை" என்று கூறினார்.[1]

"டாக்டர் அம்பேத்கார் நமது அரசியல் அமைப்புச் சட்டம் 1935ஆம் ஆண்டுச் சட்டத்திலிருந்தும், இங்கிலாந்து, அமெரிக்கா, ஆஸ்திரேலியா, கனடா ஆகிய நாடுகளின் சட்டத்திலிருந்தும் கடன் வாங்கியிருப்பது பற்றிப் பெருமை யோடு குறிப்பிட்டார். ஆனால் நம்முடைய கடந்த காலத்தி லிருந்து, இந்திய மக்களின் தனிப் பண்புகளிலிருந்து எதைக் கடன் வாங்கி இருக்கிறார் என்றும் அவர் சொல்வார் என்று எதிர்பார்த்தேன். அதைப் பற்றி ஒரு வார்த்தைகூட அவர் சொல்லவில்லை."[2]

– என்று எச்.வி. காமத் அம்பேத்கார் பேச்சைப் பற்றி அ.நி. சபையில் விமர்சித்தார். நமது அரசியல் அமைப்புச் சட்டத்தில் 'சுதேசித் தன்மை'கள் இல்லாததையே அவர் அவ்வாறு சுட்டிக்காட்டினார்.

1935ஆம் ஆண்டுச் சட்டம் எதற்காக – எந்தச் சூழ்நிலையில் பிரிட்டனில் தயாரிக்கப்பட்டது என்பதை முன்பே ஆராய்ந் திருக்கிறோம்.

முதலாவதாக– அது ஒரு சுதந்தர நாட்டிற்காகத் தயாரிக்கப்பட்ட அரசியல் அமைப்புச் சட்டமன்று.

இரண்டாவதாக– அந்தச் சட்டம் ஒரு கூட்டாட்சி முறையை ஏற்படுத்தவில்லை. அந்த நேரம் அதை உருவாக்கியவர்கள் சொன்னதெல்லாம் 'தலைகீழ் முறை' யில் ஒரு கூட்டாட்சியை இந்தியாவில் உருவாக்க **முயற்சி செய்கிறோம்** – என்றுதான் குறிப்பிட்டார்கள். எனவே, பிரிட்டிஷ் ஏகாதிபத்தியத்திற்கு வசதியாக ஒரு இடத்தில் – மத்திய அரசில் – டில்லியில் – அதிகாரங்களையெல்லாம் குவித்து வைத்திருந்தார்கள்.

மூன்றாவதாக–அந்தச் சட்டம் 'சுதேசிகளை' நம்பாமல் உருவாக்கப்பட்ட சட்டமாகும். அதனால்தான் அவர்கள் முழுமையான சுயாட்சியை மாகாணங்களுக்கு வழங்கவில்லை. மாகாணங்களில் சுதேசிகளை மேற்பார்வை செய்ய, எஜமானர்கள் போலப் பரிபாலிக்க, தங்களது ஏஜெண்டுகளாகக் கவர்னரை நியமித்து, அந்தப் பதவிக்கு விசேஷ அதிகாரங்களைக் கொடுத்துத்

---

1. "I make no apologies. There is nothing to be ashamed of in borrowing."
- **Dr. Ambedkar, C.A.D.,** Vol. VII, part 1, p. 38.

2. **C.A.D.,** Ibid., p. 218.

தங்கள் நோக்கத்தை நிறைவேற்றிக் கொண்டிருந்தார்கள்.

- இதுதான் வெள்ளைத் துரைமார்கள் 1935ஆம் ஆண்டுச் சட்டத்தினை ஏற்படுத்தியதன் நோக்கம்.

மத்திய-மாநில உறவுகளைப் பொறுத்தவரையில் அது அப்படியே சுதந்தர இந்தியாவின் சட்டத்தில் சில மாற்றங்களோடு 'காப்பியடிக்கப்பட்டது என்றால் அதற்குக் காரணம் வெள்ளைத் துரைமார்களுக்குப் பொருத்தமாக இருந்தவையெல்லாம் டில்லித் துரைமார்களுக்கும் பொருந்தி வந்ததுதான்!

அதிகாரப் பிரியர்களுக்கெல்லாம் ஒரு இடத்தில் அதிகாரங்கள் குவிந்திருப்பதுதான் வசதியானது.

இட்லர், முசோலினி - அண்மையில் மாசேதுங் போன்ற சர்வாதிகாரிகள் தாங்கள் சர்வாதிகாரியாக ஆவதற்காக ஒரு இடத்தில் அதிகாரங்களைக் குவித்தார்கள். பின்னர் சர்வாதிகாரியாக நீடிப்பதற்காக அதை நிரந்தரமாக்கினார்கள்.

அரசியல் நிர்ணய சபையில் இத்தகைய ஆபத்தைப் பற்றிப் பலர் எச்சரித்திருக்கிறார்கள்.

உ.பி.யைச் சேர்ந்த **தாமோதர் சொரூப் சேட்** என்பவர் கீழ்க்கண்டவாறு கூறினார்:

"மகாத்மா காந்தி தமது வாழ்நாள் முழுவதும் அதிக பட்ச அதிகாரக் குவிப்பு சர்வாதிகாரத்திலும், பாசிசக் கொள்கைகளை நோக்கியும் கொண்டு போய்விடும் என்று வலியுறுத்தியதை நாம் மறந்துவிட்டோம். சர்வாதிகாரத்திற்கும் பாசிசத்திற்கும் எதிராகப் பாதுகாத்துக் கொள்ள ஒரே வழி அதிகாரத்தைப் பரவலாக்குவதுதான். ஆனால், சட்டத்தின் வாயிலாக அதிகாரத்தைக் குவித்து வைத்திருப்பதன் இயற்கையான விளைவாக நம் நாடு படிப்படியாகப் பாசிசத்தை நோக்கிச் சென்றுவிடும்." [1]

1."...we forget that all through his life Mahatma Gandhi emphasised the fact that too much centralization of power makes that power totalitarian and takes it towards fascist ideals. The only method of safeguarding against totalitarian and fascism is that power should be decentralized to the greatest extent... But the natural consequences of centralising power by law will be that our country... will gradually move towards Fascism."

- **DAMODAR SWARUP SETH, C.A.D.,** Vol. VII, Part 1, pp. 212-213.

காங்கிரஸ் எப்போதுமே ஒத்த கருத்துடையோரின் கூடாரமாக இருந்ததில்லை. மிதவாதிகள்–தீவிரவாதிகள் என்றும், இடதுசாரிகள் – வலது சாரிகள் என்றும், பழைமைவாதிகள் – சோஷலிஸ்ட்டுகள் என்றும், இவையெல்லாவற்றிற்கும் இடைப்பட்டவர்கள் என்றும் துவக்கக் காலத்திலிருந்தே அதில் இருந்திருக்கிறார்கள். கொள்கை அடிப்படையில் பார்த்தால் அவர்கள் அனைவரும் தனித்தனிக் கட்சிகளில் இருந்திருக்க வேண்டியவர்கள். ஆனால், அத்தனை பேரும் காங்கிரஸ் என்கிற 'லேபிளை'க் குத்திக்கொண்டு ஒரு கூடாரத்தில் ஒதுங்கியிருந்தது ஏன்?

ஒரு காலக்கட்டம் வரை சுதந்தரம் பெற வேண்டும் என்பது குறியாக இருந்தது!

சுதந்தரம் பெற்ற பிறகு அவர்களுக்கு இருக்கிற ஒரே குறி எப்படியாவது பதவியைப் பிடிக்க வேண்டும்; பிடித்த பிறகு அதிலேயே நீடிக்க வேண்டும் என்பதுதான்.

இல்லாவிட்டால், இன்னமும் தினசரி இராட்டையில் நூல் நூற்று, காந்திக் குல்லாய் அணிந்து கொள்ளும் காந்திய வாதிகளும், ஒரு காலத்தில் கம்யூனிஸ்ட் கட்சியில் இருந்த 'மாஜி கம்யூனிஸ்ட்டு'களும் ஒரு கூடாரத்தில் கூடி இருக்கும் அவசியம் என்ன?

கூட்டாகப் பதவி நுகர வேண்டும் என்கிற ஆசைதானே காரணம்.

அதன் காரணமாகத்தான் இந்தியாவில் மொகலாயர்கள் ஒரு இடத்தில் அதிகாரங்களைக் குவித்துக் கொள்வதில் ஈடுபட்டார்கள்.

அவர்களுக்குப் பின் வந்த வெள்ளையர்கள் இந்த விஷயத்தில் எப்படி மொகலாயர்களின் சிஷ்யர்களாக இருந்தார்கள் என்பதை முன் அத்தியாயங்களில் பார்த்தோம்.

அவர்களுக்குப் பின் வந்த காங்கிரஸ் துரைமார்கள் 1935ஆம் ஆண்டுச் சட்டத்தின் பெரும் பகுதியை அப்படியே வைத்துக் கொண்டார்கள் என்றால் அதற்குக் காரணம் இரண்டு துரைமார்களின் நோக்கமும் ஒன்றாக இருந்ததுதான்.

அண்மையில் நாடாளுமன்றத்தில் பழைய காங்கிரஸ் தலைவர் எஸ்.என். மிஸ்ரா, 'இந்தியாவில் மாநிலங்கள் (States) என்பவை கிடையா, அவை எல்லாம் மத்திய அரசின் 'எஸ்டேட்டுகள்தான்' " (Estates) என்று குறிப்பிட்டார்.

கயாவில் நடைபெற்ற பழைய காங்கிரஸ் மாநாட்டில் முன்னாள் மத்திய அமைச்சர் எம்.எஸ். குருபாதசாமி, "திருமதி இந்திராகாந்தி மாநிலங்களின் முதலமைச்சர்களையெல்லாம் மொகலாயர் காலத்துச் சுபேதார்கள் நிலைக்குக் குறைத்துவிட்டார்" என்று குற்றம் சாட்டினார்.[1]

ஒன்றாக இருந்து பதவி நுகர்ந்தபோது மாநிலங்களின் நிலையும், மாநில முதலமைச்சர்களின் நிலையும் அவர்களுக்குத் தெரியாமலா இருந்தது?

அவர்களுக்குத் தெரியும். அது அப்போது வசதியாக இருந்தது. இப்போது வெளியே இருக்கிறார்கள்; பகிரங்கமாகச் சொல்லுகிறார்கள்.

டில்லிக்காரர்கள் மொகலாயச் சக்கரவர்த்திகளாகவும், மாநிலத்திலே பொறுப்பு வகிப்போர் சுபேதார்களாகவும் இருப்பதற்கு அடிப்படைக் காரணம் என்ன?

பிரிட்டிஷ் ஏகாதிபத்தியத்திற்குத் துணை நிற்கும் வகையில் இயற்றப்பட்ட 1935ஆம் ஆண்டுச் சட்டத்தையொட்டிச் சுதந்தர இந்தியாவின் அரசியல் சட்டம் அதிகாரத்தை மத்திய அரசின்பால் குவித்து வைத்திருப்பதுதான் இதற்கு முழுமுதற் காரணம்.

எனவேதான், பரிபூரணக் கூட்டாட்சி இந்தியாவில் மலர வேண்டும் என்கிறோம்.

அத்தகைய கூட்டாட்சி முறை மாநில சுயாட்சி என்கிற அடிப்படையில் எழுப்பப்பட வேண்டும் என்கிறோம்!

1967 தேர்தலில் தி.மு.கழகம் பெரு வெற்றி பெற்ற நேரத்தில் அப்போது தி.மு.க. வின் வக்கீலாக இருந்து வாதாடிய **இராஜாஜி** *இதே கருத்தைத்தான்* ''**வெளியேறுக: மிகுதியான அதிகாரக் குவிப்பு; வருக: உண்மையான கூட்டாட்சி** (Exit : Over-Centralization - Enter : True Federation)'' *என்னும் கட்டுரையில் தெளிவாக விளக்கியிருக்கிறார்.*

> *"தி.மு.க ஒரு பிராந்தியக் கட்சி என்று மேலோட்டமாக சிலர் கருதலாம். ஆனால்,* **எல்லா மாநில அரசுகளுக்கும் நியாயமான சுயாட்சி என்கிற அடிப்படையில் ஒரு உண்மையான கூட்டாட்சி உருவாவதற்குத்தான் தி.மு.க. பிரதிநிதியாக இருக்கிறது. செயல்பட முடியாத, திறமையற்ற, கொடுமையான மத்திய அரசிற்கான தேசிய எதிர்ப்பைத்தான் தி.மு.க. பிரதிபலிக்கிறது.** *'பிரிவினைவாதிகள்' என்று அவர்களைக்*

1. Indian Express, Madras, April 9, 1973.

கூறுவது ஒரு கட்சிக் கொடுங்கோன்மையை நாட்டில் நீடிக்கச் செய்வதற்காகக் காங்கிரஸ் கண்டுபிடித்த பூச்சாண்டியாகும். இந்தியாவின் அளவிற்கும், இயல்பிற்கும் ஏற்ற திறமையான அமைப்பு உண்மையான கூட்டாட்சி அரசுதான். தி.மு.க.வின் வெற்றிகரமான மறுப்பியக்கம் இந்த அரசியல் உண்மையின் அடையாளமாகும்." [1]

இப்போதிருக்கிற அரசியல் சட்டத்தின் மீது நமக்கு ஏன் பகை?

அது உண்மையான கூட்டாட்சி முறைக்கும், மாநில சுயாட்சிக் கொள்கைக்கும் முரணாக இருக்கிறது. மத்தியிலே அதிகாரக் குவிப்புக் கொண்ட ஒரு சாம்ராஜ்யத்தை உருவாக்கியிருக்கிறது.

எந்தெந்த விதத்தில் அது கூட்டாட்சிக் கொள்கைக்கும், மாநில சுயாட்சிக் கொள்கைக்கும் முரணாக இருக்கிறது என்பதை அடுத்து வரும் அத்தியாயங்களில் ஆராய்வோம். ●

---

1. "The D.M.K. may be superficially deemed to be only a regional group. But it represents in effect the call for a true federation based on reasonable autonomy for all State governments. It represents the national opposition to an unworkable, inefficient and oppressive Centre… the separatist bogey was an invention of the Congress party to perpetuate its one-party tyranny. A truly Federal Government is the only efficient system for a country of India's size and nature. The D.M.K.'s triumphant protest is a symbol of that political truth."

- **C.RAJAGOPALACHARI,** "Aspects Of Democratic Government And Politics In India" -Edited by K.R.Bombwall and L.P.Choudhry, pp. 232-233.

3. இது ஒரு 'கூட்டாட்சி'யா?

> "நமது அரசு ஒரு கூட்டாட்சி அரசாகத்தான் இருக்க வேண்டும் என்றும், ஓர் உறுப்பு அரசு அன்று என்றும் நீங்கள் கருதினால், வருங்காலத்தில் எந்தவொரு பதவி மோகக் கட்சியும் இதை ஓர் உறுப்பு அரசாகவும், பாசிச – சர்வாதிகார அரசாகவும் மாற்றுவதை நீங்கள் தடுக்க விரும்பினால், அந்தச் சொல்லை மாற்றிக் கூட்டாட்சி என்கிற சரியான சொல்லைப் பயன்படுத்துவது இப்போது நம் கையிலே இருக்கிறது. அதனால் 'யூனியன்' என்கிற வார்த்தைக்குப் பதில் 'கூட்டாட்சி' என்கிற வார்த்தையைச் சேர்க்குமாறு நான் முன்மொழிகிறேன்."
>
> – மெஹபூப் அலி பெய்க் சாகிப் பகதூர்
> (15-11-1948இல் அ.நி. சபையில்)

> "If you mean that the government must be a federal government and not a unitary government and if you want to prevent in future any power-seeking party to convert it into a unitary form of government and become Fascist and totalitarian, then it is up to us now to use the correct word, which is 'Federation'. Therefore, Sir, I move that the word 'Federation' may be substituted for the word 'Union'."
>
> - **MAHABOOB ALI BAIG SAHIB BAHADUR,**
> **C.A.D.,** Ibid., p. 404

இந்தியாவில் ஒரு கூட்டாட்சி முறையை இயற்றுவதற்குத்தான் அரசியல் நிர்ணய சபை முனைந்திருந்தது என்றாலும் நமது அரசியல் சட்டத்தில் 'கூட்டாட்சி' என்கிற வார்த்தையே எந்த ஒரு இடத்திலும் பயன்படுத்தப்படவில்லை.

1935ஆம் ஆண்டுச் சட்டம் மத்திய அரசைக் 'கூட்டாட்சி அரசு' (Federal Government) என்று அழைத்தது. நாடாளுமன்றத்தின் மக்கள் சபைக்குக் 'கூட்டாட்சி மன்றம்' (Federal Legislature) என்று பெயர் கொடுத்தது. உச்ச நீதிமன்றம் என்ற சுப்ரீம் கோர்ட் 'கூட்டாட்சி நீதிமன்றம்' (Federal Court) என்று அழைக்கப்பட்டது. ரயில்வேக்கள் 'கூட்டாட்சி ரயில்வேஸ்' (Federal Railways) என்று கூறப்பட்டன.

ஆனால் சுதந்தர இந்தியாவின் அரசியல் சட்டம் 'கூட்டாட்சி' என்கிற வார்த்தையை வேண்டுமென்றே பயன்படுத்தாமல் நீக்கிவிட்டது.

அதனால்தான் நமது அரசியல் அமைப்புச் சட்டத்தின் முதல் பிரிவு "இந்தியா என்கிற பாரத் – மாநிலங்களின் ஒன்றியமாக (Union of States) இருக்கும்" என்று கூறுகிறது.

அமெரிக்காவின் அரசியல் அமைப்புச் சட்டத்திலும் 'கூட்டாட்சி' என்கிற வார்த்தை பயன்படுத்தப்படவில்லை. ஆனால், அதை யாரும் கூட்டாட்சி அரசு அன்று என்று கூறுவது கிடையாது; அதுவே கூட்டாட்சி அரசுகளுக்கு எடுத்துக்காட்டாகத் திகழ்கிறது.

ஆனால், இந்திய அரசியல் அமைப்புச் சட்டத்தில் அந்த வார்த்தையைப் பயன்படுத்தாததும், 'யூனியன்' என்கிற வார்த்தையைப் பயன்படுத்தியதும் பல குழப்பங்களை உண்டாக்கியிருக்கிறது.

'யூனியன்' என்கிற பதத்தை இந்தியா பயன்படுத்தியிருப்பதன் நோக்கம் என்ன?

> "கூட்டாட்சி முறையின் தன்மையைப் பற்றித் தவறாகப் புரிந்து கொண்டிருந்ததுதான் 'யூனியன்' என்கிற வார்த்தை பயன்படுத்தப்பட்டதற்குக் காரணமாகத் தெரிய வருகிறது. கூட்டாட்சி முறை என்றாலே ஏதோ ஒரு பலமற்ற அரசை உருவாக்குவது போலவும், மாநிலங்களுக்குப் பிரிந்து போகும் உரிமையை அது தடுக்காதது போலவும் ஒரு (தவறான) நம்பிக்கை நிலவியதாகத் தெரிகிறது."

– என்று எஸ்.பி. அய்யர் நிலைமையைத் தெளிவாக்குகிறார்.[1]

டாக்டர் அம்பேத்கார் அரசியல் நிர்ணய சபையில் பிரச்சினையை விளக்கும்போது இந்தக் 'குழப்பம்' நன்கு புலப்பட்டது.

1."The use of the term Union seems to have arisen out of a misunderstanding of the nature of federalism. There seems to have been a belief that federalism is a weak form of government ...and it did not rule out the right to secede from the federation."

- **S.P. AIYAR,** op. cit., p. 21.

"வேண்டுமென்றேதான் 'யூனியன்' என்கிற வார்த்தையைச் சேர்த்திருக்கிறோம். கனடாவின் அரசியல் அமைப்புச் சட்டத்தில் 'யூனியன்' என்கிற வார்த்தை சேர்க்கப்பட்டது ஏன் என்பது எனக்குத் தெரியாது. ஆனால் 'நகல் வரைவுக் கமிட்டி' ஏன் அதைச் சேர்த்தது என்பதை என்னால் சொல்ல முடியும். இந்தியா ஒரு கூட்டாட்சியாக இருந்தபோதிலும் அது மாநிலங்கள் செய்து கொண்ட ஒப்பந்தத்தின் விளைவு அன்று. அதனால் எந்த மாநிலத்திற்கும் பிரிந்துபோகும் உரிமை கிடையாது என்பதை நாங்கள் தெளிவுபடுத்த விரும்புகிறோம். இந்தக் கூட்டாட்சி ஒரு யூனியன். ஏனென்றால் இது அழிக்க முடியாதது... அமெரிக்கர்கள் ஒரு உள்நாட்டுப் போர் நடத்தி மாநிலங்களுக்குப் பிரிந்து போகும் உரிமை இல்லை என்பதையும், கூட்டாட்சி அழிக்க முடியாதது என்பதையும் நிலைநாட்ட வேண்டியிருந்தது. இதை யூகத்திற்கும் தர்க்கத்திற்கும் விடாமல் எடுத்த எடுப்பிலேயே 'நகல் வரைவுக் கமிட்டி' தெளிவுபடுத்தி விடுவது நல்லது என்று நினைத்தது." [1]

– இதுதான் அம்பேத்கார் அளித்த விளக்கம்.

ஏதோ கூட்டாட்சி என்றால் மாநிலங்களுக்குப் பிரிந்து செல்லும் உரிமை தானாகவே வந்துவிடுகிறது என்றும், யூனியன் என்கிற வார்த்தையைப் போட்டுவிட்டால் அந்த உரிமை தடுக்கப்பட்டுவிடும் என்றும் அம்பேத்கார் ஒரு கருத்தினை நிலவவிட்டிருக்கிறார்.

அது தவறான கருத்து என்பதையும், பிரச்சினை குழப்பப்பட்டது என்பதையும் பின்னால் பல பேராசிரியர்கள் விளக்கியிருக்கிறார்கள்.

எடுத்துக்காட்டாக, ரஷ்யாவிற்கு அதன் அரசியல் சட்டத்தில் உள்ள பெயரே (Union of Soviet Socialist Republics - U.S.S.R.) என்பதுதான்.

---

1. "...the use of the word Union is deliberate. I do not know why the word 'Union' was used in the Canadian Constitution. But I can tell you why the Drafting Committee has used it. The Drafting Committee wanted to make it clear that though India was to be a federation, the federation was not the result of an agreement by the States to join a Federation and that the Federation not being the result of an agreement no State has the right to secede from it. The Federation is a Union because it is indestructible... The Americans had to wage a civil war to establish that the states have no right of secession and that their Federation was indestructible. The Drafting Committee thought that it was better to make it clear at the outset rather than to leave it to speculation or to dispute."

- **C.A.D.**, Ibid., p. 43.

அதில் 'யூனியன்' என்கிற வார்த்தை பயன்படுத்தப்பட்டிருக்கிறது. ஆனால் அங்கே (மாநிலக்) குடியரசுகளுக்குப் பிரிந்து போகும் உரிமை கொடுக்கப்பட்டிருக்கிறது.

மேலும் கூட்டாட்சி அரசிற்குத்தான் 'யூனியன்' என்று பெயர் கொடுக்க வேண்டும் என்கிற அவசியம் இல்லை. ஏனெனில் தென் ஆப்பிரிக்கா 'யூனியன்' என்று அழைக்கப்படுகிறது. ஆனால் அது 'ஓர் உறுப்பு அரசு'.

மேலும், பிரிந்து போகும் உரிமை கிடையவே கிடையாது என்று ஒரு நாட்டின் அரசியல் அமைப்புச் சட்டத்தில் எழுதிவைக்கப்பட்டுவிட்டால் மட்டும் பிரிவினை தடுக்கப்பட்டு விடுமா, என்ன? [1]

புரட்சிகள் அய்யருக்காகவும், அமாவாசைக்காகவும் – ஏன் – அரசியல் சட்டத்தின் அனுமதிக்காகவும் கூடக் காத்திருப்பதில்லையே!

ஆனால், பாகிஸ்தான் பிரிவினை என்கிற நிழல் அப்போதைய அரசியல் நிர்ணய சபையில் விழுந்து கொண்டிருந்ததால் அதைப் பூதமாக நினைத்து, அந்த மனோநிலையில் மாநிலங்களை இறுக்கமாகக் கட்டிப்போட்டு, மத்திய அரசை மேலோங்கச் செய்யவே 'கூட்டாட்சி' என்கிற வார்த்தையையே நீக்கினார்கள் என்பது மட்டும் உறுதி.

அதன் காரணமாகத்தான் 'கூட்டாட்சி' என்கிற வார்த்தையைச் சேர்க்கச் சொல்லிக் கொண்டுவரப்பட்ட இரண்டு திருத்தங்களும் அரசியல் நிர்ணய சபையில் நிராகரிக்கப்பட்டன.

முதல் திருத்தத்தைக் கொண்டு வந்தவர் பேராசிரியர் **கே.டி. ஷா.** அவர் இந்தியாவை 'ஃபெடரல் யூனியன்' (Federal Union) என்று அழைக்க வேண்டும் என்றார். யூனியன் என்பதால் யாரும் நமது அரசை ஓர் உறுப்பு அரசு (Unitary Government) என்று நினைத்துவிடக் கூடாது என்பதற்காக இந்தத் திருத்தத்தைக் கொண்டு வருவதாகக் கூறினார்.

---

1. பிரிந்து போகும் உரிமை கொடுக்கப்பட்டிருக்கிறது என்றால் என்ன பொருள்? அப்படிப் பிரிந்துபோகும் உரிமையை அரசியல் சட்ட உரிமைப்படி பெற்ற மாநிலம் தனது சட்டமன்றத்தில் தீர்மானம் நிறைவேற்றிப் பிரிந்து போகும் விருப்பத்தைத் தெரிவிக்கலாம். பின்னர் நாடாளுமன்றம் ஒரு தீர்மானம் நிறைவேற்றி அந்தப் பிரிவினையை அங்கீகரிக்கலாம். இப்படியாகக் கத்தியின்றி, இரத்தமின்றிப் பிரிவினை நிகழ்ந்துவிடும். இதுதான் பிரிந்துபோகும் உரிமைக் (the right to secede) கான பொருள்.

பிரிந்து போகும் உரிமை அரசியல் அமைப்புச் சட்டத்தில் கொடுக்கப்படவில்லை என்றால் இரத்தப் புரட்சியின் மூலம்தான் அதை எய்த முடியும். எடுத்துக்காட்டாக, பங்களாதேஷ். இந்த 'உரிமை' பற்றிப் பின்னால் விளக்கப்பட்டிருக்கிறது.

அந்தஸ்து, அதிகாரம், பணிகள் ஆகியவற்றில் எல்லா மாநிலங்களும் சமமானவை என்பதைக் கோடிட்டுக் காட்டுவதற் காகத்தான் கூட்டாட்சி (Federal) என்கிற வார்த்தையைச் சேர்ப்பதாகவும் அவர் குறிப்பிட்டார்.[1]

- அந்தத் திருத்தம் நிராகரிக்கப்பட்டது.

அடுத்து, அப்போதைய சென்னை மாகாணத்தைச் சேர்ந்த முஸ்லிம் லீக் உறுப்பினரான **மெஹபூப் அலி பெய்க் சாகிப் பகதூர்** யூனியன் என்கிற வார்த்தையை நீக்கிவிட்டு, 'கூட்டாட்சி' (Federation) என்பதைச் சேர்க்க வேண்டும் என்று ஒரு திருத்தம் கொண்டு வந்தார்.

அதற்காக அவர் குறிப்பிட்ட காரணம் மிகவும் பொருத்தமானது.

நமது அரசியல் அமைப்புச் சட்டம் கூட்டாட்சி முறை என்றால் ஏன் அந்த வார்த்தையை உபயோகிக்கக்கூடாது என்று அவர் கேட்டார். அப்படிக் கூட்டாட்சி என்று வர்ணிப்பதில் ஒரு அனுகூலமும் இருப்பதை அவர் சுட்டிக்காட்டினார். அதிகாரத்தைக் கைப்பற்றுவதையே நோக்கமாகக் கொண்ட ஒரு பதவி மோகக் கட்சி சுலபத்தில் நமது அரசு ஓர் 'ஓர் உறுப்பு அரசு' என்று சொல்லி, அப்படி அதைச் சுலபமாக மாற்றி அமைத்துவிடக் கூடிய ஆபத்து இருக்கிறது. அதை இப்போதே தவிர்ப்பது நல்லது என்று காரணம் காட்டினார்.

"நமது அரசு ஒரு கூட்டாட்சி அரசாகத்தான் இருக்க வேண்டும் என்றும், ஓர் உறுப்பு அரசு அன்று என்றும் நீங்கள் கருதினால், வருங்காலத்தில் எந்தவொரு பதவிமோகக் கட்சியும் இதை ஓர் உறுப்பு அரசாகவும், பாசிச-சர்வாதிகார அரசாகவும் மாற்றுவதை நீங்கள் தடுக்க விரும்பினால், அந்தச் சொல்லை மாற்றிக் கூட்டாட்சி என்கிற சரியான சொல்லைப் பயன்படுத்துவது இப்போது நம் கையிலே இருக்கிறது. அதனால் 'யூனியன்' என்கிற வார்த்தைக்குப்

---

1. "By its very nature the term 'federal' implies an agreed association on equal terms of the states forming parts of a Federation...There will have to be equality of status, powers and functions as between the several members, which I wish to ensure by this amendment by adding the word 'Federal'."

- Prof. **K.T.SHAH, C.A.D.,** Ibid., p.400.

பதில் 'கூட்டாட்சி' என்கிற வார்த்தையைச் சேர்க்குமாறு நான் முன்மொழிகிறேன்." ¹

– என்று 1948ஆம் ஆண்டு நவம்பர் 15ஆம் நாளிலேயே அவர் பேசியிருந்தாலும் இன்றைய சூழ்நிலையை முன்கூட்டிக் கணித்தது போல் இருக்கிறதன்றோ?

முதல் கோணல் முற்றிலும் கோணல் என்பதுபோல முதல் பிரிவிலேயே இத்தனை கோளாறுகள்! அதாவது பிள்ளையார் சுழி போட்டு, பெயர் சூட்டும்போதே அதன் மூலமாக மாநிலங்களுக்குத் தனித் தன்னுணர்வு வந்துவிடக் கூடாது என்பதிலும், மத்திய அரசின் மேலோங்கிய கை குறைந்துவிடக் கூடாது என்பதிலும் எப்படிக் கண்ணும் கருத்துமாய் இருந்திருக்கிறார்கள் என்பது தெரிய வருகிறது.

கே.வி. ராவ் நமது அரசியல் சட்டத்தில் உள்ள ஓர் உறுப்பு அம்சங்களைக் கோடிட்டுக் காட்டுவதற்குத்தான் 'யூனியன்' என்கிற சொல் பயன்படுத்தப்பட்டதென்றும், 'கூட்டாட்சி' என்கிற சொல் அரசியல் நிர்ணய சபையில் வன்மையாகவும், வெற்றிகரமாகவும் எதிர்க்கப்பட்டது என்றும் கூறுகிறார்.²

---

1. "If you mean that the government must be a federal government and not a unitary government and if you want to prevent in future any power-seeking party to convert it into a unitary form of government and become Fascist and totalitarian, then it is up to us now to use the correct word, which is 'Federation'. Therfore, Sir, I move that the word 'Federation' may be substituted for the word 'Union'."

- **MAHABOOB ALI BAIG SAHIB BAHADUR, C.A.D.,** Ibid., p.404.

2. **K.V.RAO,** op. cit., p.270.

4. மாநிலத்திற்கு அந்த மாநிலம் கூடச் சொந்தமில்லை!

> "மத்திய அரசிற்கு மாநில அரசுகள் கீழ்ப்பட்டவை என்கிற தத்துவம் இந்திய அரசியல் அமைப்புச் சட்டம் முழுவதிலும் இழையோடிக் கொண்டிருக்கிறது."
> – அசோக் சந்தா
>
> "...a theme of subordination of the states to the national government runs right through the fabric of the Indian constitution."
> - ASOK CHANDA, op.cit., p.41.

அமெரிக்காவில் ஒவ்வொரு மாநிலமும் தங்களுக்கென்று தனி அரசியல் அமைப்புச் சட்டத்தை இயற்றிக் கொண்டிருக்கின்றன. ஆஸ்திரேலியாவிலும் அப்படித்தான்! (மந்திரிசபைத் தூதுக் குழுவின் திட்டமும் இப்படி ஒரு முறையைத்தான் சிபாரிசு செய்தது என்பது நினைவிருக்கலாம்!)

ஆனால், இந்தியாவில் எல்லா மாநிலங்களுக்கும் ஒரே மாதிரியான அரசியல் அமைப்புச் சட்டங்களை அரசியல் நிர்ணய சபையே இயற்றி அவற்றையெல்லாம் மத்திய அரசின் அரசியல் சட்டத்தோடு ஒரே அரசியல் அமைப்புச் சட்டமாக இணைத்திருக்கிறது.

இந்த விஷயத்தில் நாம் கனடாவைப் பின்பற்றியிருக்கிறோம் என்று அப்போது கூறப்பட்டது.

ஆம்; உண்மைதான்! கனடாவும் இந்தியாவைப் போலத்தான். இல்லை, இல்லை. இந்தியா இந்த விஷயத்தில் கனடாவைப் போலத்தான். எல்லா மாநிலங்களுக்கும் சேர்த்து அரசியல் சட்டத்தை இயற்றியிருக்கிறது.

ஆனால் குறிப்பிடத்தக்க அம்சம் என்னவென்றால் கனடாவில் மாநிலங்களே தங்களது அரசியல் அமைப்புச் சட்டங்களுக்குத் திருத்தம் கொண்டு வரலாம். ஆனால் இந்தியாவில் அத்தகைய திருத்தத்தை முன்மொழியும் அதிகாரமும், திருத்தும் அதிகாரமும் மாநிலங்களுக்குக் கிடையா.

எடுத்துக்காட்டாக, மாநில மேல்சபையைக் கலைத்து விடலாம் என்று ஒரு மாநிலம் முடிவு செய்கிறது என்று வைத்துக் கொள்வோம். இது ஒரு மாநிலத்து அரசியல் அமைப்பைப் பற்றியது.

கனடாவாக இருந்தால், மாநிலங்களே அரசியல் அமைப்புச் சட்டத்திற்குத் திருத்தம் கொண்டு வரலாம்.

ஆனால் இந்தியாவில் நிலைமை என்ன?

அப்படி மேலவையைக் கலைக்கும்படி அரசியல் அமைப்புச் சட்டத்தைத் திருத்தும் அதிகாரம் நாடாளுமன்றத்திற்குத்தான் உண்டு.

அதிகபட்சம் சட்டசபையில் ஒரு தீர்மானத்தை நிறைவேற்றிவிட்டு, மத்திய அரசைத்தான் மாநில அரசுகள் தொங்கிக் கொண்டிருக்க வேண்டுமே தவிர, மாநிலங்களுக்கு அந்த அதிகாரம் கூடக் கிடையாது.[1]

இதைத்தான் சர் ஐவர் ஜென்னிங்ஸ் கோடிட்டுக் காட்டியிருக் கிறார். அடுத்து, மற்ற திருத்தும் முறைகளைக் கவனிப்போம்.

நம்முடைய அரசியல் அமைப்புச் சட்டத்தை மூன்று முறைகளில் திருத்தலாம்.

முதலாவதாக: நமது அரசியல் அமைப்புச் சட்டத்தின் சில விதிகளை ஒரு சாதாரணச் சட்டம் போல நாடாளுமன்றத்தில் ஒரு ஓட்டு 'மெஜாரிட்டி'யில் கூட நிறைவேற்றித் திருத்திவிட முடியும்.

இரண்டாவதாக: சில விதிகளை 'ஸ்பெஷல் மெஜாரிட்டி'யால் தான் திருத்த முடியும். எடுத்துக்காட்டாக, நாடாளுமன்றத்தின்

---

1. "...India like Canada enacted the State Constitutions in the Federal Constitution. Unlike the Provinces of Canada, however, the States have no independent powers of Constitutional amendments. Even a decision to abolish the Legislative Council requires an Act of the Union Parliament (Article 169)."

- **Sir IVOR JENNINGS,** op. cit., p.56-57.

இரு அவைகளிலும் அதன் மொத்த உறுப்பினர்களின் பெரும்பான்மையினராலும், வந்திருந்து வாக்களிக்கும் உறுப்பினர்களில் மூன்றில் இரண்டு பங்கிற்குக் குறையாத பெரும்பான்மையினராலும் தான் சில திருத்தங்களை நிறைவேற்ற முடியும்.

மூன்றாதாக: சில விதிகளை மாற்றுவதற்கு மேற்சொன்ன 'ஸ்பெஷல் மெஜாரிட்டி'யோடு, மொத்த மாநிலச் சட்டமன்றங்களில் பாதி மன்றங்களின் ஆதரவையும் பெறவேண்டும். இவை குடியரசுத் தலைவரின் தேர்தல், உயர் நீதிமன்றம், மத்திய-மாநில நிர்வாக உறவுகள், மத்திய அரசுப் பட்டியல்,. பொதுப் பட்டியல் ஆகியன பற்றியவை.

கூட்டாட்சி முறைக்கு உயிரே மத்திய அரசிற்கும், மாநில அரசுகளுக்கும் அதிகாரங்களைப் பங்கீடு செய்து தருகிற அரசியல் அமைப்புச் சட்டம்தான்!

ஆனால், அத்தகைய அரசியல் அமைப்புச் சட்டத்தின் **சில பகுதிகளைத் திருத்துவதற்குத்தான்** மாநிலங்களின் சம்மதம் வேண்டும்; பல பகுதிகளைத் திருத்துவதற்கு அது தேவையில்லை என்பது கூட்டாட்சி முறைக்கே மாறானது ஆகும்.

ஏதோ நல்லவேளையாகச் சில பகுதிகளைத் திருத்துவதற்குப் பாதி மாநிலங்களின் சம்மதம் தேவை என்று விதி செய்திருக்கிறார்கள்.

இப்படிச் செய்ததன் காரணம் மாநிலங்கள் மீதுள்ள பற்றா, பரிதாபமா?

இரண்டுமில்லை; இப்படிச் செய்வதன் மூலம் **கூட்டாட்சி என்கிற சாயலை நமது அரசியல் அமைப்புச் சட்டத்திற்குக் கொடுப்பதற்கு முயன்றிருக்கிறார்கள்.**[1]

ஆம்; 'சாயல்' (semblance) என்கிற வார்த்தையை அளந்து பயன்படுத்தியிருக்கிறார் அசோக் சந்தா! அசோக் சந்தா இந்தியாவின் முன்னாள் 'ஆடிட்டர் ஜெனரல்' ஆகவும், மூன்றாவது நிதிக் குழுவிற்குத் தலைவராகவும் இருந்தவர்.

ஆனால், இதன் மூலமாகவெல்லாம் கூட்டாட்சி முறையின் உயிர்ச்சத்து புதுப்பிக்கப்பட்டுவிடவில்லை என்றும் அசோக் சந்தா குறிப்பிடுகிறார்.

---

1. "An attempt is made to give it (the Union) the semblance of a federation by providing for the concurrence of a minimum of half the number of states in the matter of amendments to what may be described as federal clauses of the Constitution. But this does not restore the Constitution the essence of federalism."

- **ASOK CHANDA.** Ibid., p.41.

இப்படி மாநில அரசுகள் மத்திய அரசுடன் சமத்துவம் இழந்து, அதற்குக் கீழ்ப்படிந்தவையாகப் படைக்கப்பட்டிருக்கின்றன.

அது மட்டுமன்று, மாநிலங்களின் உயிர்நாடியே மத்திய அரசின் கையில்தான் இருக்கிறது.

'இந்தியக் கூட்டாட்சி அழிக்க முடியாதது' என்றார் அம்பேத்கார்.

ஆனால் மாநிலங்களின் நிலைமை என்ன?

அரசியல் அமைப்புச் சட்டத்தின் 3வது பிரிவை எடுத்துக் கொள்வோம்.

அதன்படி நாடாளுமன்றம் ஒரு சட்டம் இயற்றி, (அ) ஒரு மாநிலத்திலிருந்து கொஞ்சம் பிராந்தியத்தை எடுத்தோ, இரண்டு அல்லது அதற்கு மேற்பட்ட மாநிலங்களின் பகுதிகளை இணைத்தோ **ஒரு புதிய மாநிலத்தை உருவாக்கலாம்.** (ஆ) ஒரு மாநிலத்தின் பரப்பளவை விரிவாக்கலாம், அல்லது (இ) குறைக்கலாம், (ஈ) எந்த மாநிலத்தின் எல்லையையும் மாற்றி அமைக்கலாம், (உ) எந்த மாநிலத்தின் பெயரையும் மாற்றலாம்.

ஒரு மாநிலத்தின் வாழ்வு – சாவுப் பிரச்சினையான இந்தத் திருத்தம் செய்வதற்கு 'ஸ்பெஷல் மெஜாரிட்டி' தேவையில்லை; ஒரு ஓட்டு அதிகம் பெற்று ஒரு மசோதா நாடாளுமன்றத்தில் நிறைவேற்றப்பட்டால் போதும்.

அதற்கு முன்பு, பாதிக்கப்படுகிற மாநிலச் சட்டமன்றங்களுக்கு அந்த மசோதாவைக் குடியரசுத் தலைவர் அனுப்பி வைத்து ஒரு குறிப்பிட்ட காலத்திற்குள் அதன் கருத்தைக் கூறும்படி கேட்பார்.

அப்படிச் சம்பந்தப்பட்ட மாநிலச் சட்டமன்றங்கள் அந்த மசோதாவை நிராகரிக்கின்றன என்று வைத்துக் கொள்ளுங்கள். குடியரசுத் தலைவர் மன்றத்தின் கருத்திற்குத் தலைவணங்கி மசோதாவைத் திரும்பப் பெற வேண்டும் – என்கிற கட்டாயம் கிடையாது.

அதைமீறியும் நாடாளுமன்றத்தில் மசோதா கொண்டு வரப்படலாம்.

எடுத்துக்காட்டாக, நாளை தமிழ்நாடு முழுவதும் துண்டு துண்டாகப் போடப்பட்டுப் பக்கத்து மாநிலங்களுடன் இணைக்கப்படலாம். அல்லது தமிழ்நாடு இனி ஒரு மாநிலமே அன்று, பாண்டிச்சேரி போல மத்திய அரசிற்குட்பட்ட பிராந்தியம் என்றும் ஆக்கப்படலாம்.

அரசியல் பகைமை காரணமாக இப்படியெல்லாம் நடக்காது என்பது என்ன உறுதி?

எனவேதான் பல அறிஞர்கள் இந்த விதியை உடனடியாகத் திருத்த வேண்டும் என்று கருத்துத் தெரிவித்திருக்கிறார்கள்.

அரசியல் அமைப்புச் சட்டம் உருவான நேரம் மொழியடிப் படையில் மாநிலங்கள் பிரிக்கப்படாமல் இருந்தமையாலும், இந்திய சமஸ்தானங்கள் முழுவதும் சேராமல் இருந்தமையாலும், புதுப்பது மாநிலங்கள் உருவாகும்போது ஒவ்வொரு முறையும் அரசியல் சட்டத்தைத் திருத்துவது கடினமாக இருக்குமே – என்பதற்காகவும் இந்தச் சுலபமான வழியை மேற்கொண்டனர் என்பது என்னவோ உண்மைதான்!

ஆனால், கே. சந்தானம்[1] போன்றவர்கள் இந்தப் பிரிவு கூட்டாட்சி முறைக்கு முரணானது என்று கூறி, மாநிலச் சீரமைப்புகள் முடிந்துவிட்ட காரணத்தால் இதை மாற்றக் கோரியிருக்கின்றனர்.

இதனால் இரு அம்சங்கள் புலனாகின்றன. முதலாவதாக, இந்தியாவில் 'யூனியன்' என்கிற மத்திய அரசுதான் அழிக்க முடியாதது. ஆனால் அந்த மத்திய அரசோ மாநிலங்களைப் படைக்கின்ற பிரம்மாவாகவும், காக்கின்ற திருமாலாகவும், அழிக்கின்ற சிவனாகவும் இருக்கிறது. இரண்டாவதாக, இத்தகைய அதிகாரங்கள் மத்திய அரசுக்கு இருப்பதால் மாநிலங்கள் அதோடு சம அந்தஸ்து கொண்டவையாக உருவாக்கப்படவில்லை.[2]

இது வேறு எந்தக் கூட்டாட்சியிலும் காணப்படாத ஒன்று!

இப்படி மாநிலங்களின் அதிகாரங்களைப் பொறுத்தவரையிலும், மட்டும் அல்லாமல் பிராந்தியங்களையே அழித்தொழிக்கும் அதிகாரமும் மத்திய அரசிடம் இருப்பதால் 'மத்திய அரசிற்கு ஓர் உறுப்பு அரசுக்குக் கூறப்படுகிற முக்கிய குணாதிசயங்கள் இருப்பதாகவும், அது மாநில அரசைவிட, மேம்பட்ட அரசாகத்

---

1. **K.SANTHANAM,** "Union - State Relations In India", p.7.

2. "In India, only the Union is indestructible; but the states are not. Secondly, the states were not made, as elsewhere, co-equals in the original Constitution."

- **ASOK CHANDA,** op. cit., p.40.

தோற்றமளிப்பதாகவும் அசோக் சந்தா கூறியிருக்கிறார்.[1]

அதனால்தான் அவர், "நாடாளுமன்றத்தில் ஒரு சாதாரண மெஜாரிட்டியால் ஒரு மாநிலத்தின் பிராந்தியம் ஒழிக்கப்பட்டுவிடக் கூடிய நிலை இருக்கும்போது, மத்திய அரசிற்கு மாநில அரசுகள் கீழ்ப்பட்டவை என்கிற தத்துவம் இந்திய அரசியல் அமைப்புச் சட்டம் முழுவதிலும் இழையோடிக் கொண்டிருப்பதில் வியப்படைவதற்கு ஒன்றுமில்லை" என்று கூறியிருக்கிறார்.

"இது ஓர் உறுப்பு அரசுக்கான இலக்கணம் அன்று என்றால் வேறு எதுவாகத்தான் இருக்குமென்று எனக்குத் தெரியவில்லை" என்று இன்னொரு ஆசிரியர் கூறுகிறார்.[2]

உலகத்தில் வேறு எந்தக் கூட்டாட்சியிலும் இத்தகைய விதி கிடையாது.

அமெரிக்காவில், ஒன்றுக்கு மேற்பட்ட மாநிலங்களின் எல்லையைத் திருத்தி ஒரு புது மாநிலம் உருவாக்க வேண்டும் என்றால் அதைச் சம்பந்தப்பட்ட மாநிலங்களின் சட்டமன்றங்களுடைய சம்மதத்தைப் பெற்ற பிறகுதான் செய்ய முடியும்.

ஆஸ்திரேலியாவில் மேற்குறிப்பிட்டதுபோல மாநிலச் சட்ட மன்றங்களின் சம்மதம் மட்டும் போதாது; அந்த மாநிலங்களின் பெரும்பான்மை வாக்காளர்களின் சம்மதத்தையும் ஒரு வாக்கெடுப்பின் மூலம் பெற்றாக வேண்டும்.

- ஒரு கூட்டாட்சியில் மாநிலங்கள் அழிக்க முடியாதவை (the concept of the indestructibility of state in a federation) என்று சொன்னால் அந்தத் தத்துவத்தின் பொருள் இதுதான்!

---

1. "Though a union of states, autonomous in theory, the union has the essential attributes of a unitary government and is manifestly the superior government."

- **ASOK CHANDA,** op. cit., p. 40.

2. "If this is not the very definition of unitary government, I do not know what else is."

- **KRISHNA MUKERJI,** "Is India A Federation?"; Indian Journal of Political Science, Vol. XV., No.3, July-September, 1954, p.177.

இதுபோன்ற காரணங்களால்தான் இந்தியா ஒரு 'யூனியன்' என்று பிரகடனப்படுத்தி, 'கூட்டாட்சி' என்கிற சொல்லே அரசியல் அமைப்புச் சட்டத்தில் தலைகாட்டாமல் செய்துவிட்டார்கள் போலிருக்கிறது.

இந்தக் கருத்திற்கேற்பவே எப்படி அதிகாரங்களை மத்திய அரசிற்கும், மாநில அரசுகளுக்கும் இடையே பங்கீடு செய்திருக் கிறார்கள் என்பதை அடுத்துக் கவனிப்போம். ●

5. பொதுப் பட்டியல் மறைமுக மத்திய அரசுப் பட்டியலே!

> ''இன்னும் பத்து அல்லது பதினைந்து ஆண்டுக் காலத்தில் பொதுப் பட்டியல் என்பது மத்திய அரசுப் பட்டியலாக மாறிவிடும்.''
>
> – கே.சந்தானம்
> (6-11-1948இல் அ.நி. சபையில்)
>
> "...We may take it that in ten years or fifteen years' time the entire concurrent list would automatically Change to the federal list."
>
> - K.SANTHANAM, C.A.D., Vol. II. Pt. 1, p.203

அரசு என்பது அதிகாரங்கள் சுரக்கின்ற சுனை ஆகும்.

அந்த அதிகாரங்கள் மத்திய அரசு என்கிற ஒரே ஒரு உறுப்பின் மூலம் செயல்பட்டால் அது ஓர் உறுப்பு அரசு அல்லது ஒற்றை ஆட்சி (Unitary State) என்கிறோம்.

அந்த அதிகாரங்கள் மத்திய அரசு – மாநில அரசுகள் என்கிற இரண்டு உறுப்புகள் மூலமாகச் செயல்பட்டால் அதைக் கூட்டாட்சி அரசு (Federal State) என்கிறோம். இதை 'இரட்டை அரசாங்க அமைப்பு' (Dual Polity) என்றும் சொல்வதுண்டு. அதைப் பற்றியெல்லாம் முன்பே விளக்கமாகக் குறிப்பிட்டிருக்கிறோம்.

அதிகாரங்கள் அனைத்தும் இரண்டுவித உறுப்புகள் மூலம் செயல்படும் என்கிற நிலை ஏற்படுகிறபோது எந்தெந்த அதிகாரங்களை மத்திய அரசு வைத்துக் கொள்வது, எந்தெந்த அதிகாரங்களை மாநில அரசுகளுக்குக் கொடுப்பது என்று பங்கீடு செய்து கொள்ள வேண்டியிருக்கிறது.

நிரந்தரமாக அப்படி அதிகாரங்களைப் பங்கீடு செய்ய வேண்டியிருப்பதால் அவற்றை எழுத்துபூர்வமாக – நாளை யாருக்கும் சந்தேகம் ஏற்படாத வகையில் – எழுதி வைக்க வேண்டிய இன்றியமையாமை ஏற்படுகிறது.

அப்படி எழுதி வைத்துக் கொள்ளப்பட்ட பத்திரம்தான் அரசியல் அமைப்புச் சட்டமாகும்.

அப்படி எழுதி வைக்கப்பட்ட பிறகும், சந்தேகமும் சர்ச்சையும் ஏற்படுகிறபோது அதைத் தீர்த்து வைக்க ஒரு நடுவர் வேண்டுமன்றோ? கூட்டாட்சி அரசியல் அமைப்பில் அப்படிச் சர்ச்சைகளைத் தீர்த்து வைக்கிற இடம்தான் உச்ச நீதிமன்றமாகும்.

அப்படியானால், இந்தியாவில் இருப்பது கூட்டாட்சி அரசுதானா?

ஆம் – என்று திட்டவட்டமாகப் பதில் சொன்னார் டாக்டர் அம்பேத்கார், மேற்சொன்ன அம்சங்கள் அனைத்தும் நிறைவு செய்யப்பட்டிருப்பதைச் சுட்டிக்காட்டி!

"கூட்டாட்சி என்றால் இரட்டை அரசாங்க அமைப்பு என்று அர்த்தம். நகல் அரசியல் அமைப்புச் சட்டம் ஒரு கூட்டாட்சி அரசியல் அமைப்புச் சட்டம்; அது இரட்டை அரசாங்க அமைப்பு முறையை ஏற்படுத்துகிறது. இந்த இரட்டை அரசாங்க அமைப்பு முறைப்படி மத்தியிலே யூனியன் இருக்கும்; அதைச் சுற்றி மாநிலங்கள் இருக்கும். அரசியல் அமைப்புச் சட்டப்படி தமக்கு ஒதுக்கப்பட்ட துறைகளில் அவை ஒவ்வொன்றிற்கும் ஆதிபத்திய உரிமை உண்டு. இந்த இரட்டை ஆட்சிமுறை அமெரிக்க அரசியல் அமைப்புச் சட்டத்தைப் போன்றது." [1]

– இவ்வாறு அரசியல் நிர்ணய சபையில் டாக்டர் அம்பேத்கார் சுவைபட விளக்கம் தந்தார்.

---

1. "Federation means the establishment of Dual Polity. The Draft Constitution is Federal Constitution in as much as it establishes what may be called a Dual Polity. This Dual Polity under the proposed Constitution will consist of the Union at the Centre and the States at the periphery each endowed with sovereign powers to be exercised in the field assigned to them respectively by the Constitution ... This dual polity resembles the American Constitution."

- Dr. B.R. AMBEDKAR, C.A.D., p.33.

அவர் தலைசிறந்த வழக்கறிஞர் அல்லவா; அதனால் டாக்டர் பி.எஸ். தேஷ்முக் கூறியபடி எந்த ஒரு பிரிவிலும் குற்றமில்லை என்பதை நிலைநாட்டிவிட்டார்.[1]

இந்த அத்திப் பழத்தைப் பிட்டுப் பார்த்தால் உள்ளே எத்தகைய சரக்கு இருக்கிறது என்பது தெரியும்.

உலகத்தில் முதன்முறையாக எழுத்து பூர்வமாக உருவாக்கப் பட்ட அமெரிக்கக் கூட்டாட்சி அமைப்பில் எப்படி மத்திய அரசும் மாநில அரசுகளும் அதிகாரங்களைப் பங்கீடு செய்து கொண்டன என்று பார்ப்போம்.

நாட்டுப் பாதுகாப்பு, தபாலாபீஸ், நாணயச் செலாவணி போன்ற நாடு தழுவிய அதிகாரங்கள் மத்திய அரசின் வசம் வழங்கப்பட்டன.

அடுத்து மாநில அரசுகளுக்கு என்னென்ன அதிகாரங்கள் கிடையா என்று வரையறுத்து அரசியல் சட்டத்தில் கூறப்பட்டு இருக்கிறது.

எடுத்துக்காட்டாக, இராணுவத்தை வைத்திருப்பது, நாணயம் வெளியிடுவது, பிற நாடுகளுடன் ஒப்பந்தம் செய்து கொள்வது போன்ற அதிகாரங்களை மாநில அரசு எந்தக் காரணத்தைக் கொண்டும் பிரயோகிக்க முடியாது என்று அரசியல் சட்டத்தில் திட்டவட்டமாக வரையறுத்துக் கூறப்பட்டிருக்கிறது.

மத்திய அரசு செய்யலாம் என்று கூறப்பட்டிருப்பதும், மாநில அரசுகள் செய்யக் கூடாது என்று தடுக்கப்பட்டிருப்பதும் போக, மீதமுள்ள அதிகாரங்கள் இருக்கின்றன அல்லவா? இவற்றைத்தான் எஞ்சிய அதிகாரம் (Residuary Powers) என்று அழைக்கின்றோம்.[2]

- இந்த எஞ்சிய அதிகாரங்கள் அனைத்தும் மாநிலங்களுக்கு அங்கே வழங்கப்பட்டிருக்கின்றன.

ஆஸ்திரேலியாவைப் பொறுத்தவரையில் மத்திய அரசுக்கு இன்னின்ன அதிகாரங்கள் இருக்கின்றனவென்று பட்டியல் போட்டுக் கூறிவிட்டு அவை போக மீதமுள்ள 'எஞ்சிய அதி காரங்களை' மாநிலங்களுக்கென்று கொடுத்திருக்கிறார்கள்.

---

1. "Of course, as an advocate he has justified every provision of it."
- **Dr. P.S. DESHMUKH, C.A.D.**, p.251.

2. இப்படி அதிகாரங்களைப் பிரிக்கும் முறைக்குத்தான் 'enumeration and residium' என்று பெயர்.

இப்படி அமெரிக்காவிலும், ஆஸ்திரேலியாவிலும் எஞ்சிய அதிகாரங்கள் மாநிலங்களுக்குத் தரப்பட்டிருப்பதால், அங்கே மாநிலங்கள் பக்கம் அதிகாரத் தராசு சாய்ந்து இருப்பதாகவும், அவை 'more federal' என்றும் அழைக்கப்படுகின்றன.

ஆனால் கனடாவில் அப்படியன்று. மத்திய அரசுக்கும், மாநிலங்களுக்கும் இன்னின்ன அதிகாரங்கள்தான் என்று பட்டியல் போட்டுவிட்டு, அவை போக எஞ்சிய அதிகாரங்கள் அனைத்தும் மத்திய அரசின்பால் ஒப்புவிக்கப்பட்டிருக்கின்றன.¹

மத்திய அரசு, மாநில அரசு ஆகிய இரண்டுமே பயன்படுத்துவதற்கு உரிமை பெற்ற பொதுவான அதிகாரங்களைத்தான் பொது அதிகாரம் (concurrent power) என்கிறோம். அப்படி அந்த அதிகாரங்கள் ஒரு பட்டியலாகத் தொகுக்கப்பட்டிருந்தால் அந்தப் பட்டியலுக்குப் பொதுப் பட்டியல் (concurrent list) என்று பெயர்.

அமெரிக்காவில் பொதுப் பட்டியல் என்பதே கிடையாது. 'பொது' (concurrent) என்னும் சொல் 18ஆவது திருத்தத்தில்தான் முதல் தடவையாகக் காணப்படுகிறது.

ஆஸ்திரேலியாவில் பொதுப் பட்டியல் என்று தனிப் பட்டியல் இல்லாவிட்டாலும், அங்கே பொது அதிகாரங்கள் இருக்கின்றன. 39 தலைப்புகளில் பொது அதிகாரங்கள் இருப்பதாக அம்பேத்கார் கூறினார். ஆனால் அங்கே மத்திய அரசிற்குப் பிரத்தியேக அதிகாரங்கள் மூன்றே மூன்றுதான்.

கனடாவில் முதியோர் ஓய்வூதியம், விவசாயம், குடியேற்றம் ஆகிய பொருள்கள் மட்டுமே கூட்டு அதிகாரங்களாக இருக்கின்றன.

எஞ்சிய அதிகாரங்களுக்கு இன்னொரு முக்கியத்துவம் உண்டு. அரசியல் சட்டம் எழுதப்படும் நேரத்தில் தோன்றாத புது விஷயங்கள், இனி வருங்காலத்தில் தோன்றக்கூடும். எனவே, எஞ்சிய அதிகாரங்கள் என்பதை அரசியல் சட்டம் எழுதப்படுகிற குறிப்பிட்ட காலக் கட்டத்தில் இல்லாத அதிகாரங்கள் என்றும் கொள்ளலாம்.

சான்றாக, விமானப் போக்குவரத்தைக் கூறலாம். சுவிட்சர்லாண்ட் நாட்டு அரசியல் சட்டம் எழுதப்படும்போது ஒரு காலத்தில் விமானப் போக்குவரத்து ஏற்படும் என்று யாரும்

---

1. "மத்திய அரசிற்கும், மாநில அரசுகளுக்கும் உள்ள அதிகாரங்கள் மிகவும் விரிவாக இருப்பதால், அங்கே எஞ்சிய அதிகாரத்திற்கு அவ்வளவு முக்கியத்துவம் இல்லை" என்று ஐவர் ஜென்னிங்ஸ் கூறியுள்ளார்.

நினைத்துக்கூடப் பார்க்கவில்லை. விமானப் போக்குவரத்து நாடு தழுவியதாகையால் 1921ஆம் ஆண்டு சுவிட்சர்லாண்ட் நாட்டு அரசியல் சட்டத்தைத் திருத்தி, அந்த அதிகாரத்தை மத்திய அரசிடம் ஒப்படைத்தார்கள். எனவே, எஞ்சிய அதிகாரம் என்பதை ஒரு காலக்கட்டத்தில் கண்ணுக்குத் தெரியாத, ஆனால் வருங்காலத்தில் உருவாகப் போகிற அதிகாரங்கள் என்றும் கொள்ளலாம்.

எஞ்சிய அதிகாரங்கள் ஒரு காலத்தில் பலமான அரசின் சின்னமாகக் கருதப்பட்டன. எஞ்சிய அதிகாரங்கள் எந்த அரசின் வசம் இருக்கின்றனவோ அந்த அரசுதான் பலம் வாய்ந்தது – என்று நம்பப்பட்டது.

அதனால்தான் எஞ்சிய அதிகாரங்கள் மத்திய அரசிடம் இருக்க வேண்டும் என்று இந்துக்களும், மாநில அரசுகளிடம் இருக்க வேண்டும் என்று முஸ்லிம்களும் ஒரு ஜீவமரண சர்ச்சையிலே ஈடுபட்டிருந்தார்கள்.

இதற்கு ஒரு முடிவுகட்ட பிரிட்டிஷார் கையாண்ட ஏற்பாடுதான் 1935ஆம் ஆண்டுச் சட்டத்தில் மூன்று பட்டியலை ஏற்படுத்தியதாகும். மத்திய அரசாங்கத்திற்குள்ள அதிகாரங்களை எல்லாம் மத்திய அரசுப் பட்டியல் என்றும், மாநில அரசுக்குள்ள அதிகாரங்களையெல்லாம் மாநில அரசுப் பட்டியல் என்றும், இரண்டு அரசுகளுக்குமுள்ள பொதுவான பட்டியலைப் பொதுப் பட்டியல் (concurrent list) என்றும் தொகுத்தார்கள்.

ஒரு அரசுக்கு என்னென்ன அதிகாரங்கள் இருக்க முடியுமோ அவற்றையெல்லாம் ஒன்றுகூட விடாமல் மூன்று பட்டியலுக்குள் அடங்கும்படி தொகுத்துவிட்டதால் ‘எஞ்சிய அதிகாரம்’ என்பதில் உள்ள கவர்ச்சி இரு சாரருக்கும் போய்விட்டது.

வெள்ளையன் 1935ஆம் ஆண்டுச் சட்டத்தில் கையாண்ட முறை அப்படியே இப்போதும் பின்பற்றப்பட்டிருக்கிறது.

உலகத்தின் எந்தக் கூட்டாட்சி அரசியல் சட்டத்திலும் இப்படி அதிகாரங்கள் விரிவானதாகவும், விளக்கமானதாகவும் தொகுக்கப்படவில்லை. இந்தத் தொகுப்பு, அரசியல் சட்டத்தின் 7வது அட்டவணையில் தரப்பட்டிருக்கிறது.

மத்திய அரசுப் பட்டியலிலே 97 அதிகாரங்களும், மாநில அரசுப் பட்டியலிலே 66 அதிகாரங்களும், பொதுப் பட்டியலிலே 47 அதிகாரங்களும் இருக்கின்றன. இதன்படி மத்திய அரசு தனது பட்டியலில் உள்ள அதிகாரங்களுக்கும், பொதுப் பட்டியலில் உள்ள அதிகாரங்களுக்கும் சட்டம் செய்யலாம். இவை தவிர

எஞ்சிய அதிகாரங்களும் மத்திய அரசுக்கே போய்ச் சேர்கின்றன.

பொதுப் பட்டியலில் தரப்பட்டிருந்த அதிகாரங்களின் குணாதிசயத்தைப் பார்ப்போம்.

அதிகாரங்களை மூன்று பட்டியல்களாகத் தொகுத்துவிட்ட போதிலும், இந்த மூன்றிலும் பிடிபடாமல், ஆனால் மூன்றையும் தொட்டுக் கொண்டு (overlapping) ஒரு விஷயம் இருக்கலாம் அன்றோ?

அத்தகைய விஷயங்களில் சட்டமியற்றும் அதிகாரம் நாடாளு மன்றத்திற்குத்தான் உண்டு. அதாவது மாநில அரசுப் பட்டியல் கூட இந்த வரம்பிற்குட்பட்டதுதான். **இப்படி மாநிலங்களுக்கென்று பிரத்தியேகமாக ஒதுக்கப்பட்டிருக்கும் அதிகாரங்கள்கூட மத்திய அரசுக்கு உட்பட்டவையாக இருக்கின்றன.**

பொதுப் பட்டியலில் (Concurrent list) குறிப்பிடப்பட்டிருக்கிற விவகாரங்களில் மத்திய அரசும் மாநில அரசும் சட்டம் இயற்றலாம். பொதுப் பட்டியலில் உள்ள ஒரே விவகாரத்தைப் பற்றி மத்திய அரசு ஒரு சட்டத்தையும், மாநில அரசு ஒரு சட்டத்தையும் நிறைவேற்றி அவை ஒன்றுக்கொன்று முரண்பாடு கொண்டிருந்தால் என்ன செய்வது? அந்த மாதிரியான நேரங்களில் நாடாளுமன்றம் நிறைவேற்றுகிற சட்டம்தான் செல்லும், மாநில அரசு நிறைவேற்றிய சட்டத்திலே மத்திய அரசுச் சட்டத்திற்கு முரணாக உள்ள பகுதி அடிபட்டுப்போகும்.

இப்படி மத்திய அரசின் சட்டமியற்றும் அதிகாரங்கள் முதன்மை பெற்று விளங்குகின்றன.

ஆனால், அப்படி நிறைவேற்றப்படுகிற மாநில அரசுகளின் சட்டங்கள் குடியரசுத் தலைவரின் கையெழுத்தை முன்பே பெற்றிருந்தால், அவை பின்னால் மத்திய அரசு இயற்றுகிற சட்டத்திற்கு முரணாக இருந்தாலும் அவை அடிபட்டுப்போகா.

அதனால்தான் பொதுப் பட்டியலின் கீழ்ச் சட்டம் இயற்றிவிட்டு, பின்னால் அது அடிபட்டுப் போகாமல் இருக்க எல்லா மாநிலங்களும், அதில் குடியரசுத் தலைவரிடம் கையெழுத்து வாங்க டில்லிக்கு எடுத்துக் கொண்டு ஓடுகின்றன.

- அப்படிக் குடியரசுத் தலைவரின் கையெழுத்தைப் பெற்றுவிட்டால் மட்டும் பொதுப் பட்டியலின் கீழ் மாநிலங்கள் இயற்றும் சட்டம் மார்க்கண்டேயன் போலச் சாகாவரம் பெற்று விளங்குமா?

அது மத்திய அரசின் தயவைப் பொறுத்த விஷயம்.

இதற்குப் பிறகும் மத்திய அரசு விரும்பினால் நாடாளுமன்றத்தில் வேறொரு சட்டத்தைக் கொண்டு வந்து, முன்பு நிறைவேற்றப்பட்ட மாநிலச் சட்டத்தைத் திருத்தவோ, செல்லுபடியாகாமல் செய்யவோ முடியும்.

– இப்படிப் 'பொதுப் பட்டியல்' என்பது மறைமுகமான 'மத்திய அரசுப் பட்டியலாக' இருப்பதைப் பார்க்கிறோம்.

அந்தப் பட்டியலின் கீழ் மாநிலங்கள் சட்டம் இயற்றும்போது குடியரசுத் தலைவரின் கையெழுத்தைப் பெற்றுவிட்டால் அந்தச் சட்டத்திற்குக் கொஞ்சம் ஆயுசு கெட்டி.

– ஆனால் குடியரசுத் தலைவர் என்பவர் யார்? மத்திய அரசின் பிரதிநிதிதானே! மத்திய அரசு கையெழுத்துப் போடச் சொன்னால்தானே அவர் கையெழுத்துப் போடுவார்!

இப்படிப் 'பொதுப் பட்டியல்' என்பது முழுக்க முழுக்க மத்திய அரசின் – அதாவது மத்திய அரசை ஆளுகிற கட்சியின் – கட்டுப்பாட்டில் இருக்கிற பட்டியலாகும்!

அதனால்தான், அரசியல் நிர்ணய சபையில் பேசிய கே. சந்தானம் 'இன்னும் பத்து அல்லது பதினைந்து ஆண்டுக் காலத்தில் பொதுப் பட்டியல் என்பது மத்திய அரசுப் பட்டியலாக மாறிவிடும்' என்று எச்சரித்தார். 'பொதுப் பட்டியல் பற்றி நமக்கு அனுபவம் இருக்கிறது. அது மத்திய அரசிற்கும், மாநில அரசுகளுக்கும் உள்ள வித்தியாசத்தை அழித்துவிடுகிறது' – என்று கூறினார். எனவே, 'பொதுப் பட்டியல்' மிகக் குறைந்த அளவு இருக்க வேண்டும். அல்லது அந்தப் பட்டியலில் கூறப்பட்டிருக்கிற அதிகாரங்களைப் பொறுத்தவரையில் மத்திய அரசின் வரம்பு என்ன, மாநில அரசுகளின் வரம்பு என்ன என்பதைத் தெளிவாகக் கூறிவிடுங்கள்' என்றும் அவர் கேட்டுக் கொண்டார்.[1]

அவரைப் பின்பற்றி, பேராசிரியர் என்.ஜி. ரெங்காவும் வாதாடினார். "இப்படி மாநிலங்கள் பலவீனமாக்கப்படுவதை நான் நிச்சயம் விரும்பவில்லை" என்று கூறினார்.[2]

- இவ்வாறாக, மத்திய அரசுப் பட்டியலிலும், மாநில அரசுப் பட்டியலிலும் உள்ள சகல சட்டமியற்றும் அதிகாரங்களையும் உறிஞ்சிக் கொண்டு ஒரு மாமலையாக மத்திய அரசு இருப்பதைக் காண்கிறோம்.

---

1. C.A.D. p. 263.
2. Ibid, p. 330.

பொதுப் பட்டியலில் கூறப்பட்டிருக்கும் ஒரு தலைப்பு எப்படித் தெளிவில்லாமல், சகல அதிகாரங்களையும் தன்னகப்படுத்தும் வகையில் அமைந்திருக்கிறது என்பதை **ஐவர் ஜென்னிங்ஸ்** எடுத்துக் காட்டியிருக்கிறார்.

'சமுதாய, பொருளாதாரத் திட்டம்' (Economic and Social Planning) என்கிற தலைப்பு பொதுப் பட்டியலில் இடம் பெற்றிருக்கிறது.

'சமுதாயப் பொருளாதாரத் திட்டம்' என்பது என்ன?

இதற்கு விளக்கம் தருவது மிகவும் கடினம். ஏனெனில் அரசு செய்கிற ஒவ்வொரு காரியமும் திட்டத்தின் ஒரு அம்சம்தான்!

> "திட்டம் என்பது தற்போதைய அரசியல்வாதிகள் ஜெபிக்கும் மந்திரத்தில் ஒரு பகுதியாகும். ஆகவே, எந்த ஒரு நாட்டிலும், எந்த ஒரு அரசியல்வாதியாவது ஒரு யோசனையை வெளியிட்டால் அதை அவர் 'திட்டம்' என்று வர்ணிக்கிறார். அமைச்சர்கள் தனிப்பட்ட முறையில் வெளியிடும் யோசனைகள், மொத்தமாக மந்திரிசபையில் ஒப்புதலளிக்கப்பட்டால் அது 'தேசியத் திட்டம்' ஆகிறது. ஆகவே, மிகச் சிறுபான்மையினராக இருக்கிற கம்யூனிஸ்ட்கள் தாங்கள் எதைச் செய்தாலும் அதை மக்கள் நடவடிக்கை என்று வர்ணிப்பதுபோல ஜனநாயக அரசு செய்கிற எந்தக் காரியமும் 'பொருளாதார–சமுதாயத் திட்டம்' என்றுதான் அழைக்கப்படுகிறது." [1]

– என்று ஐவர் ஜென்னிங்ஸ் கூறுகிறார்.

அதாவது 'சமுதாய – பொருளாதாரத் திட்டம்' என்கிற தலைப்பில் தரப்பட்டிருக்கிற அதிகாரங்களைச் சாக்குக்காட்டி மத்திய அரசு அனைத்து அதிகாரங்களையும் மாநிலங்களிடமிருந்து தட்டிக்கொண்டு போகிற ஆபத்து இருக்கிறது.

---

1. "Planning is part of the current political chant, and so whenever a politician, in any country puts up a proposal he calls it a 'Plan' and the proposals put up individually by Ministers and approved collectively by the Cabinet are called a 'National Plan'. Anything done by a democratic Government is therefore 'economic and social planning', just as any action taken by a small communist minority is regarded by Communists as 'mass action'."

- **Sir IVOR JENNINGS,** op. cit., p.62.

எனவே, வருங்காலத்தில் உச்ச நீதிமன்றம் தலையிட்டு இதைத் தீர்த்து வைக்க வேண்டியிருக்கும் என்று ஐவர் ஜென்னிங்ஸ் கூறுகிறார்.

மேலும், மாநிலப் பட்டியலாவது மாநிலச் சட்டசபைகளின் முழு ஆதிக்கத்திற்குட்பட்டதாக இருக்கிறதா?

இல்லை.

முற்றிலும் மாநிலப் பட்டியலுக்கு உட்பட்ட விஷயங்களுக்குச் சட்டம் இயற்றும்போதுகூட, பல சந்தர்ப்பங்களில் மாநில அரசுகள் குடியரசுத் தலைவரின் கையெழுத்துப் பெற வேண்டியிருக்கிறது.

இது ஒரு விசித்திரமான சூழ்நிலை!

எடுத்துக்காட்டாக, 'சிவில் சட்டங்கள்' பொதுப் பட்டியலில் இருக்கின்றன.

மாநில அரசு இயற்றுகின்ற சட்டங்கள் – அவை மாநிலப் பட்டியலைச் சார்ந்திருந்தாலும் – அவற்றின் சில விதிகள் சிவில் நடவடிக்கைகளைப் பற்றியதாக இருப்பதைத் தவிர்க்க முடியாது.

எனவே நாடாளுமன்றச் சிவில் நடவடிக்கைகளில் செய்யக் கூடிய மாறுதல்கள் அந்த மாநிலச் சட்டங்களுக்கு முரணாக இருந்து, அவை அடிபட்டுப் போக வாய்ப்பு உண்டு.

எனவே, முன்னெச்சரிக்கையாக மாநிலங்கள் தங்கள் சட்டங்களின் ஆயுளைக் கெட்டிப்படுத்தக் குடியரசுத் தலைவரின் கையெழுத்தைப் பெற வேண்டியிருக்கிறது.

இப்படிக் குடியரசுத் தலைவரின் கையெழுத்தைப் பெறாவிட்டால், நாடாளுமன்றம் செய்திருக்கிற சட்டத்திற்கு முரணாக மாநில அரசின் சட்டம் அமைந்திருக்கிறது. எனவே, இது செல்லுபடியாகாது – என்று சிலர் நீதிமன்றத்திற்குச் சென்று வழக்காடலாம்.

ஆனால், மத்திய அரசின் சட்ட அமைச்சகம் அதை ஆராய்ந்து, அதற்குப் பிறகு குடியரசுத் தலைவர் அதில் கையெழுத்திட்டால் அதில் அதிகப் பாதுகாப்பு இருக்கிறது என்கிறார் கே. சந்தானம்.[1]

---

1. "...it is difficult to have any State legislation which does not include some provisions - civil procedure or some other matter - which relate to a subject included in the Concurrent List on which Parliament has power to make law. Therefore, if the State does not get the Presidential assent and then if somebody takes it to court saying that it is **ultra vires,** as it conflicts with Parliamentary legislation, the State will be in difficulties. Even if the Presidential assent is there, a citizen can

– இவ்வாறு மாநிலப் பட்டியலும், மாநில அரசுகளின் கையில் இல்லை. அதுவும் மத்திய அரசின் தயவைப் பொறுத்துத்தான் இருக்கிறது என்பது நமது அரசியல் அமைப்புச் சட்டம் ஏற்படுத்தியிருக்கிற அவல நிலைமைகளில் ஒன்றாகும்.

அந்த நேரம் மாநிலத்தை ஆண்ட முதல்வர்களது மனப்போக்கை அறிந்து கொள்ள ஒரு நிகழ்ச்சி உதவும்.

இந்த விதிகளையெல்லாம் விவாதிப்பதற்கு 'நகல் வரைவுக் குழுவினர்' மாநில அமைச்சர்களையும், மத்திய அமைச்சர்களையும் அழைந்திருந்தனர்.

மத்திய சுகாதார அமைச்சரான ராஜ்குமாரி அம்ரிட் கவுர் சுகாதாரத் துறையைப் பொதுப் பட்டியலில் சேர்க்க வேண்டுமென்கிற தமது நீண்ட நாள் கருத்தை வெளியிட்டார். பண்டித நேருவும், முன்ஷியும் அதை ஆதரித்தனர். யு.பி.யின் முதலமைச்சராக இருந்த **பண்டித பந்த்** இதை எதிர்த்தார். மத்திய அரசில் நீங்கள் அதிகமான அதிகாரங்களைக் குவித்தால் அது மாநில அரசுகளின் பொறுப்புணர்ச்சிக்குப் பாதகம் விளைவிக்கும் என்று கூறினார். "பண்டித பந்த் அவர்கள் கருத்தின்படி விட்டால் பொதுப் பட்டியல் என்று ஒரு பட்டியலே அவசியமில்லை" – என்று அதற்குப் பண்டித நேரு பதில் கூறினார். 'காடுகள்' – எந்தப் பட்டியலில் இருப்பது என்பது பற்றி இன்னொரு விவாதம் எழுந்தது. அது 'பொதுப் பட்டியலுக்கு'க் கொண்டு போகப்படுவதை பண்டித பந்த் எதிர்த்தார். "அதிகாரத்தைப் பரவலாக்க வேண்டும் என்பதை ஏதோ ஒரு கொள்கையளவில் மட்டும் இந்தியா கடைப்பிடிக்கவில்லை. நடைமுறையிலும் நாம் அனுஷ்டிக்கிறோம். அதிகாரத்தை இப்படி ஓர் இடத்தில் குவித்து வைப்பதற்கு இந்தியா சின்ன நாடு அன்று, பெரிய நாடு'' – என்று பண்டித பந்த் குறிப்பிட்டாராம்! அந்த நேரம் பம்பாய் மாநில முதலமைச்சராக இருந்த **பி.ஜி. கெர்** குறுக்கிட்டு அதிகாரத்தை ஒரு இடத்தில் குவித்துவைக்க வேண்டுமென்கிற 'மத்திய அரசுவாதி'களின் கருத்து நிலைத்தால் இந்தியாவில் 'மத்திய அரசுப் பட்டியல்', 'பொதுப் பட்டியல்'

---

contend that the law is beyond the jurisdiction of the State legislature. But there is greater safety after it has been examined in the Law Ministry at the Centre and the President has given assent. The State will have a greater reason for confidence that their law is not open to dispute."

- **K.SANTHANAM,** op. cit., p.23.

என்கிற இரண்டு பட்டியல்தான் இருக்கும் – என்று கூறியிருக்கிறார்.[1]

பண்டித நேரு, "நாடு முழுவதும் செம்மையாகத் திட்டம் போடுவதற்காக மத்திய அரசு காடுகளையும் சேர்த்து எடுத்துக் கொண்டால் என்ன?" – என்று கேட்டார். "மத்திய அரசு உருவாக்குகிற ஒரு சட்டத்தின் மூலம், மாநிலங்களின் ஒத்துழைப்பை அவற்றின் விருப்பத்திற்கு மாறாகப் பெற்றுவிட முடியும் என்று நம்பினால், அந்த நம்பிக்கை ஈடேற முடியாது" என்று பண்டித பந்த் கூறினார்.

"மாநிலங்களும், மத்திய அரசும் பரஸ்பர ஒத்துழைப்பைப் பரிமாறிக் கொண்டால்தான் இந்தியக் கூட்டாட்சியே நிலைத்து நிற்க முடியும் – என்கிற கொள்கையையே பண்டித பந்த்தின் பதில் கோடிட்டுக் காட்டியதாக" **கிரான்வில் ஆஸ்டின்** குறிப்பிடுகிறார்.

- இப்படி மாநிலங்களின் நிலை உணர்ந்து மிகவும் துணிச்சலோடு வாதாடியவர்கள் அப்போது இருந்த காரணத்தால் தான் 'சுகாதாரம்', 'காடுகள்' – போன்றவை இப்போது மாநிலப் பட்டியலில் தங்கியிருக்கின்றன.

1935ஆம் ஆண்டுச் சட்டத்தில் **'கல்வி'** முழுவதும் 'மாகாணப்' பட்டியலில் இருந்தது. ஆனால், மேற்குறிப்பிட்ட கூட்டத்தில் **மௌலானா அபுல்கலாம் ஆசாத்** இதைக் கடுமையாக எதிர்த்தார்; 'கல்வித்துறை மத்திய அரசின் கட்டுப்பாட்டில் இல்லாவிட்டாலும், கண்காணிப்பில் இருக்க வேண்டும்' என்று வாதாடினார். அப்போது அவர் நாட்டின் கல்வி அமைச்சராக இருந்தவர். அதன் விளைவாகத்தான் நாட்டு முக்கியத்துவம் வாய்ந்தவை என்று நாடாளுமன்றத்தில் பிரகடனப்படுத்துகிற பல்கலைக் கழகங்கள், மத்திய அரசே தனது செலவில் சிறப்புக் கல்விக்காகத் துவங்குகிற நிறுவனங்கள், உயர் கல்வி அல்லது ஆராய்ச்சியில் ஒருமைப்பாட்டையும் தரத்தையும் உருவாக்குதல் – போன்ற கல்வித் துறையின் சில அம்சங்கள் மத்திய அரசின் பட்டியலுக்கு மாற்றப்பட்டன. **இல்லாவிட்டால் மத்திய அரசில் கல்வி அமைச்சர் என்கிற ஒரு பதவியே தேவையில்லாமல் போயிருக்கும்.** 1935ஆம் ஆண்டுச் சட்டத்தைப் பின்பற்றி, முழுக்க முழுக்கக் கல்வியை மாநிலங்களுக்கு வழங்கியிருந்தால் ஆசாத்திற்கு வேறு இலாகாவைத்தான் கொடுத்திருக்க வேண்டும்.

---

1. All these references are quoted in **GRANVILLE AUSTIN**, Ibid., p. 200.

-இப்படிக் ‘கடவுளுக்கு நிகரான தலைவர்கள்’ மத்திய அரசின் பக்கம் வெகுவாகத் தராசு முனையைச் சாய்த்திருக்கிறார்கள். நாட்டு நலனைக் கருதி அதிகாரங்கள் பிரிக்கப்படவில்லை. அப்போது அதிகாரத்தில் இருந்த தனி நபர்களைக் கருதியே பிரிக்கப்பட்டிருக்கின்றன என்பது இதனால் தெளிவாகிறது.

இப்படிப் பெரும் தலைவர்கள், கூடி அறையில் பேசி முடித்து விட்டதால், அரசியல் நிர்ணய சபையில் இதைப் பற்றியெல்லாம் குறிப்பிடத்தக்க அளவு விவாதமே நடைபெறவில்லை! ●

6. மாநிலப் பட்டியலிலும் மத்திய அரசின் ஊடுருவல்!

> "மாநில அதிகாரத்துக்கு இத்தகைய அவமதிப்பு வேறு எந்தக் கூட்டாட்சியிலும் கிடையாது. 1935ஆம் ஆண்டுச் சட்டத்தில் கூட இல்லை."
>
> – அசோக் சந்தா
>
> "There is no derogation of the state authority in any other federal constitution. Not even in 1935 Act."
>
> - ASOK CHANDA, "Federalism in India," p.90.

மாநிலப் பட்டியலில் கூறப்படுகிற விஷயங்களின் இதர அம்சங்களிலாவது மாநிலச் சட்டசபைகளுடைய சட்டமியற்றும் அதிகாரம் முழுமையாக இருக்கிறதா என்றால், அதுவும் இல்லையென்றுதான் கூற வேண்டும்.

கவர்னர் மூலம் மத்திய அரசு மாநிலச் சட்டமன்றங்களில் சட்டம் இயற்றும் அதிகாரங்களைக் கண்காணித்து வருவது குறிப்பிடத்தக்கது.

ஒரு மசோதாவைச் சட்டமன்றம் நிறைவேற்றினால் மட்டும் அது தானாகச் சட்டமாக ஆகிவிடுவது இல்லை. கவர்னரின் கையெழுத்து அதில் இடம் பெற்றால்தான் அது சட்டமாக ஆகும். இதுகுறித்து கவர்னருக்குக் கீழ்க்கண்ட அதிகாரங்கள் இருக்கின்றன.

1. அந்த மசோதாவில் தம்முடைய சம்மதத்தைத் தெரிவித்து கவர்னர் கையெழுத்துப் போடலாம். அப்படிப் போட்டால் அந்த மசோதா சட்டமாக ஆகிவிடுகிறது.

2. கையெழுத்திடாமல், 'போட முடியாது' என்று கவர்னர் அறிவித்து விடலாம். அப்படியானால் அந்த மசோதா சட்டமாகாமல் போய்விடும்.

3. அது நிதி பற்றிய மசோதாவாக இல்லாமல் வேறு மசோதாவாக இருந்தால், கவர்னர் கையெழுத்துப் போட மறுத்ததும் அந்த மசோதா திரும்பவும் சட்டமன்றத்திற்குப் போகும். அங்கே திருத்தத்துடனோ, திருத்தம் இல்லாமலோ மறுபடியும் நிறைவேற்றப்பட்டால், கவர்னர் அதில் கையெழுத்துப் போட மறுக்க முடியாது. எனவே கட்டாயமாகக் கவர்னருடைய கையெழுத்தைப் பெற்று அந்த மசோதா சட்டமாக ஆகிவிடுகிறது. **இந்த அதிகாரங்கள் காரணமாக மாநிலத்துச் சட்டமன்றம் நிறைவேற்றுகிற ஒரு மசோதாவை கவர்னர் கொஞ்ச நாட்களுக்குத் தடுத்து நிறுத்தி வைக்க முடியும்.**

4. மேற்கண்ட முறைகளைக் கையாளாமல் கவர்னர் "நான் குடியரசுத் தலைவரின் கையெழுத்திற்காக இந்த மசோதாவை அனுப்பியிருக்கிறேன்" என்று கூறிவிடலாம். அதன்பிறகு அந்த மசோதா டில்லிக்குப் போகிறது. குடியரசுத் தலைவர் கையெழுத்துப் போட்ட பிறகுதான் அந்த மசோதா சட்டமாக முடியும். குடியரசுத் தலைவரும் அதில் கட்டாயமாகக் கையெழுத்துப் போட வேண்டும் என்கிற அவசியம் கிடையாது. அதாவது அவர் கையெழுத்தும் போடலாம்; போடாமல் கவர்னருக்கே அதை அனுப்பி அதைச் சட்டசபைக்கே மறுபடியும் அனுப்பிப் பரிசீலனை செய்யச் சொல்லியும் உத்தரவிடலாம். அப்படிச் செய்தால் ஆறு மாதத்திற்குள் சட்டமன்றம் அதை மறுபடியும் திருத்தத்தோடோ அல்லது திருத்தம் இல்லாமலோ நிறைவேற்றிக் குடியரசுத் தலைவருக்குத் திரும்பவும் அனுப்ப வேண்டும்.

இதன் பிறகாவது குடியரசுத் தலைவர் சட்டமன்றத்தை மதித்து, அதில் கையெழுத்துப் போட்டு அதைச் சட்டமாக்க வேண்டும் என்று ஏதாவது விதி இருக்கிறதா?

கிடையாது.[1]

கடைசி மூன்று காரியங்களையும் செய்யாமல், சட்டமன்றம் நிறைவேற்றி அனுப்பி வைத்த மசோதாவை கவர்னர்

1. பிரிவு 201ஐக் காண்க.

இராஜ்பவனத்திலேயே வைத்துக் கொள்ள முடியும். கையெழுத்துப் போடுதல், கையெழுத்துப் போட மறுத்தல், குடியரசுத் தலைவரின் பார்வைக்கு அனுப்பி வைத்தல் – **இந்த மூன்றில் எதைச் செய்கிறேன் என்று சொல்லாமலேயே கவர்னர் அந்த மசோதாவைக் காலவரம்பின்றிக் கிடப்பிலே போட்டு வைத்திருக்கலாம்.**

அப்படி அவர் இராஜ்பவனத்திலே அந்த மசோதாவை வைத்திருந்தால், அவரை மக்களால் தேர்ந்தெடுக்கப்பட்ட சட்டமன்றம், இந்த மூன்றில் ஏதாவதொன்றைச் செய்ய வேண்டுமென்று கட்டாயப்படுத்த முடியாது.

சட்டமன்றத்தின் வாழ்வு ஐந்தாண்டுகள்தான். அந்த ஐந்தாண்டுகளுக்குள் கவர்னரோ, குடியரசுத்தலைவரோ நினைத்தால் அந்த மசோதாவைச் சட்டமாக்காமலேயே வைத்திருக்க முடியும்.

இப்படி கவர்னரும், குடியரசுத் தலைவரும் ஒரு மாநிலச் சட்டசபை நிறைவேற்றுகிற மசோதாவை 'வீட்டோ' (Veto) செய்கிற அதிகாரம் இருக்கிறது.

– கூட்டாட்சித் தத்துவத்தை முதுகில் குத்திச் சாய்க்கும் நடவடிக்கை இதைவிட வேறு என்ன இருக்க முடியும்?

சட்டமியற்றும் அதிகாரம் என்பது என்ன?

ஒரு கொள்கை அல்லது இலட்சியத்தை அமுலுக்குக் கொண்டு வரும் அதிகாரம்தான் சட்டம் இயற்றும் அதிகாரம்.

இதனால் விளையும் விபரீதங்களை **அசோக் சந்தா** தெளிவாக விளக்கியிருக்கிறார்.

> *"ஒரு மாநில அரசை ஆளும் பொறுப்பேற்றிருக்கிற எதிர்க்கட்சி தனது அரசியல் – பொருளாதார இலட்சியங்களுக்கு உருவம் கொடுக்க, தனது அதிகார வரம்பிற்கு உட்பட்டு ஒரு மசோதாவை இயற்றலாம். அந்தச் சட்டத்தின் விதிகள் மத்திய அரசை ஆளுகின்ற கட்சியின் இலட்சியங்களுக்கு மாறுபட்டதாக இருக்கலாம். அந்த மாதிரிச் சூழ்நிலையில் அந்த மசோதாவை கவர்னர் குடியரசுத் தலைவரின் ஆலோசனைக்கு அனுப்பி வைத்தால் (கவர்னர் மந்திரி சபையின் ஆலோசனையைக் கேட்காமல் தன்னிச்சையாக அப்படிச் செய்யலாமா என்கிற கேள்வியும் எழுப்பப்பட்டிருக்கிறது), அதற்குக் குடியரசுத் தலைவரும் அனுமதி வழங்காமல் இருந்தால், நிச்சயமாக ஒரு அரசியல் சட்ட நெருக்கடி ஏற்படும்; அதன் விளைவாகக் கடைசியில் அந்த மாநிலத்தில் குடியரசுத்*

தலைவர் ஆட்சி ஏற்படும் நிலைதான் உருவாகும்." ¹

"மத்திய அரசுக்கும் மாநில அரசுகளுக்கும் இடையே சட்டம் இயற்றும் அதிகாரங்களும் நிர்வாக அதிகாரங்களும் மத்திய அரசு இயற்றும் சாதாரணச் சட்டத்தால் அல்லாமல், அரசியல் அமைப்புச் சட்டத்திலேயே பங்கீடு செய்யப்பட்டிருக்க வேண்டும் என்பதுதான் கூட்டாட்சி முறையின் அடிப்படைத் தத்துவம். இதைத்தான் நமது அரசியல் சட்டம் செய்திருக்கிறது. சட்டம் இயற்றும் அதிகாரத்தைப் பொறுத்தவரை நமது அரசியல் அமைப்புச் சட்டப்படி மாநிலங்கள் மத்திய அரசை நம்பி இருக்கவில்லை. இந்த விஷயத்தில் மத்திய அரசும் மாநிலங்களும் சம அந்தஸ்து கொண்டவையாக இருக்கின்றன." ²

– என்று டாக்டர் அம்பேத்கார் குறிப்பிட்டார்.

அவர் எந்த அளவிற்கு இல்லாததை மிகைப்படுத்திக் கூறியிருக்கிறார் என்பதை மேலே பார்த்தோம்.

உலகத்தின் பிற கூட்டாட்சி அரசுகளில் மாநில அரசுகளின் சட்டமியற்றும் அதிகாரத்தைச் சுலபத்தில் மத்திய அரசு தொட முடியாது.

---

1. "An opposition party controlling a state may pass a bill within its legal competence to give shape to its political and economic ideologies and its provisions may conceivably conflict with those of the Union. If the Governor were to reserve such a bill for the consideration of the President (the question has been raised whether the Governor can do so on his own volition, without ministerial advice) and the President were to withhold his assent, a Constitutional deadlock would ensue which might not be resolved by fresh elections; it might lead ultimately to the imposition of the President's rule in that State."

- **ASOK CHANDA,** "Under The Indian Sky", pp. 36-37.

2. "The basic principle of federalism is that the legislative and executive authority is partitioned between the Centre and the States not by any law to be made by the Centre but by the Constitution itself. This is what the Constitution does. The States in our Constitution are in no way dependent upon the Centre for their legislative authority. The Centre and the States are co-equal in this matter."

- **Dr. AMBEDKAR,** Ibid., XI, II, p. 976.

ஆனால், இந்தியாவில் அப்படியன்று!

1. நாட்டில் நெருக்கடி நிலவுவதாகக் குடியரசுத் தலைவர் பிரகடனம் வெளியிட்டுவிட்டால் மாநிலப் பட்டியலில் உள்ள எந்த விஷயம் குறித்தும் நாடாளுமன்றம் சட்டம் இயற்றலாம்.

(பிரிவு: 250 – 1)

(நெருக்கடி நேரங்களில் எப்படி நமது அரசு ஓர் உறுப்பு மயமாக மாறிவிடுகிறது என்பதைப் பின்னர் ஆராய்வோம்)

2. மாநிலங்களில் குடியரசுத் தலைவர் ஆட்சி ஏற்படுகிறபோதும் மாநிலப் பட்டியல் நாடாளுமன்றத்தின் கைக்குப் போய்விடுகிறது.

(பிரிவு : 356 – b)

3. மாநிலச் சட்டமன்றங்களின் அழைப்பின் பெயரில் நாடாளுமன்றம் மாநிலப் பட்டியலில் உள்ள விஷயத்திற்காகச் சட்டமியற்றலாம்.

(பிரிவு : 252)

இதைக் கொஞ்சம் விபரமாக ஆராய்வோம்.

மாநிலங்களைக் கொஞ்சமும் நம்பாமல், அவற்றின் குடுமியை மத்திய அரசு கையிலே வைத்துக் கொண்டிருக்கிறது.

மாநிலப் பட்டியலிலே உள்ள அதிகாரங்களில் கூட மாநில அரசுகளுக்கு முழு அதிகாரம் கிடையாது.

இரண்டு அல்லது அதற்கு மேற்பட்ட மாநிலச் சட்டசபைகள் மாநிலப் பட்டியலில் உள்ள ஒரு குறிப்பிட்ட அதிகாரம் பற்றி நாடாளுமன்றம் சட்டம் இயற்றலாம் என்று தீர்மானம் நிறைவேற்றினால் அந்தக் குறிப்பிட்ட மாநிலப் பட்டியலில் உள்ள அதிகாரம் பற்றி நாடாளுமன்றம் சட்டம் இயற்றக்கூடும். அப்படி நிறைவேற்றப்படுகிற சட்டம், தீர்மானம் நிறைவேற்றிய மாநிலங்களில் மட்டும் அமுலுக்கு வரும்.

தீர்மானம் நிறைவேற்றாத மற்ற மாநிலங்கள் எப்போது வேண்டுமானாலும் தங்கள் சட்டமன்றங்களில் தீர்மானம் நிறைவேற்றி அந்தச் சட்டத்திற்குத் தங்கள் மாநிலங்களை ஆட்படுத்திக் கொள்ளலாம்.

இப்படித் தீர்மானம் நிறைவேற்றி நாடாளுமன்றம் நிறைவேற்றிய சட்டத்திற்குத் தங்களை ஆட்படுத்திக் கொண்ட மாநிலங்கள் பிறகு தாங்களாகவே அதில் ஏதாவது திருத்தம் கொண்டு வர முடியமா? அல்லது மனம் மாறி இன்னொரு தீர்மானம் நிறைவேற்றித் தங்கள் நிலையிலிருந்து பின்வாங்கிக் கொள்ள முடியுமா?

முடியாது; அது யானை வாயில் சென்ற கரும்பு மாதிரிதான்! அந்தச் சட்டத்தைத் திருத்தவோ நீக்கவோ நாடாளுமன்றம் ஒன்றினால்தான் முடியும்.

4. வெளிநாடுகளுடன் மத்திய அரசு செய்து கொள்கிற ஒப்பந்தத்தை நிறைவேற்றவும் நாடாளுமன்றம் மாநிலப் பட்டியலில் கைவைக்கலாம்.

(பிரிவு : 253)

வெளிநாடுகளுடன் செய்து கொள்கிற ஒப்பந்தங்களையோ, அல்லது சர்வதேச மாநாடுகளில் எடுக்கப்பட்ட முடிவுகளையோ நிறைவேற்றுவதற்காக நாடாளுமன்றம் மூன்று பட்டியல்களில் குறிப்பிட்டிருக்கிற எந்த விஷயத்தைப் பற்றியும் சட்டம் செய்யலாம் என்று அந்தப் பிரிவு கூறுகிறது.

அதாவது, வெளிநாட்டோடு செய்து கொள்கிற ஒப்பந்தத்தை அல்லது சர்வதேச மாநாடுகளில் எடுக்கப்பட்ட முடிவை நிறைவேற்ற மத்திய அரசு மாநில அரசுப் பட்டியலில் உள்ள எந்த அதிகாரத்தையும் அபகரித்துக் கொள்ள முடியும். இதுவும் வேறு கூட்டாட்சி அரசியல் அமைப்புச் சட்டங்களிலே இல்லாத புதுமையிலே ஒன்றாகும்.

இந்த விதி வருங்காலத்தில் பெருத்த அபாயத்தில் கொண்டு போய்விடக்கூடும் என்பதை **எஸ்.ஏ.எச். ஹக்கி** விளக்கிக் கூறுகிறார்.

யுனெஸ்கோ நிறுவனம் கல்விப் பணியிலே கவனம் செலுத்தி வருகிறது. ஐ.எல்.ஓ. (I.L.O.) விவசாயத்துறையிலும், தொழிலாளர் துறையிலும், வேலை நேரத்தைப் பற்றியும் கவலை கொண்டு இருக்கிறது. 'W.H.O.' என்கிற உலக சுகாதார நிறுவனம் உலக மக்களின் சுகாதாரத்திலே அக்கறை காட்டி வருகிறது. 'F.A.O.' உணவுத்துறை முன்னேற்றத்திற்காகப் பணியாற்றி வருகிறது. இந்தக் காரணத்தால் அப்படிச் செய்கிற ஒப்பந்தங்களின் விளைவாக மாநிலப் பட்டியலில் மத்திய அரசு ஆக்கிரமிப்பது அதிகமாகக் கூடும் என்று அந்த ஆசிரியர் கருத்துத் தெரிவித்திருக்கிறார். மாநிலப் பட்டியலில் குறிப்பிட்டிருக்கிற சிறைச்சாலை, பாஸ்டல் பள்ளி, கல்வி – நூல் நிலையங்கள், விவசாயம், வனவிலங்கு, பறவையினப் பாதுகாப்பு, மீன் வளர்ப்பு, பொருள்களின் உற்பத்தியும் விநியோகமும், சினிமா, எடைகளும் அளவுகளும் – ஆகியவை போன்ற துறைகள் சர்வதேச ஒப்பந்தங்கள் காரணமாக இனி வருங்காலத்தில் மத்திய அரசால்

ஆக்கிரமிப்புச் செய்யப்படலாம் என்கிற கருத்தை அந்த ஆசிரியர் வெளியிட்டிருக்கிறார்.¹

5. 'நாட்டு நலன் கருதி' மாநிலப் பட்டியலை மத்திய அரசு ஆக்கிரமித்துக் கொள்ள முடியும்.

(பிரிவு : 249)

மாநிலங்கள் அவையில், மொத்த உறுப்பினர்களில் மூன்றில் இரண்டு பங்கு பேர் வந்திருந்து வாக்களித்து ஒரு தீர்மானத்தை நிறைவேற்றி 'நாட்டு நலன் கருதி' மாநிலப் பட்டியலில் உள்ள எந்த விஷயத்தைப் பற்றியும் நாடு முழுமைக்குமாகவோ, அல்லது ஒரு பகுதிக்காகவோ சட்டம் செய்யும் உரிமையைப் பெறலாம்.

அது ஓராண்டிற்குத்தான் அமுலில் இருக்கும்; பிறகு மீண்டும் வருடா வருடம் தீர்மானம் நிறைவேற்றிக் காலவரம்பின்றி அதைப் புதுப்பித்துக் கொள்ளலாம்.

அரசியல் அமைப்புச் சட்டத்தில் உள்ள இந்தப் பிரிவினால் கூட்டாட்சி முறைத் தத்துவமே ஆட்டம் கொடுக்கிறது – என்று அசோக் சந்தா கூறுகிறார்.²

இரண்டு காரணங்களுக்காக அசோக் சந்தா இதை வன்மையாகக் கண்டிக்கிறார்.

முதலாவதாக: ஒரு கூட்டாட்சி அரசியல் அமைப்புச் சட்டத்தில் அதிகாரப் பங்கீட்டு முறையை – அதாவது மாநிலங்களுக்கென்று கொடுக்கப்பட்டிருக்கிற அதிகாரங்களையும், மத்திய அரசுக்கு என்று கொடுக்கப்பட்டிருக்கிற அதிகாரங்களையும் பரஸ்பர சம்மதம் காரணமாக மாற்றிக் கொள்வதற்கு வழியே கிடையாது.

---

1. "...it is certain, rather inevitable that there would be an ever-increasing invasion on the State List by the Parliament for the purpose of implementing our international agreements, and the entries in the State List most likely to be so affected are those relating to prisons and borstal institutions, libraries, communications, agriculture, protection of wild animals and birds, fisheries, industries, production, supply and distribution of goods, weights and measures, universities and cinemas."

- **S.A.H. HAQQI**, "Union-State Relations In India", p.57.

2. "The federal principle however receives a jolt by the provision made in Article 249 of the Constitution."

- **ASOK CHANDA**, "Federalism in India", p.89.

அரசியல் அமைப்புச் சட்டத்திலே திருத்தம் கொண்டு வருவதன் மூலமாகத்தான் அந்த மாற்றங்களைச் செய்ய முடியும்.

இரண்டாவதாக: அமெரிக்கா போன்ற கூட்டாட்சி நாடுகளில் இருப்பதைப் போல் நமது மாநிலங்களவையில் எல்லா மாநிலங்களுக்கும் சம பிரதிநிதித்துவம் கிடையாது. மாநிலங்களவைக்கு உத்தரப் பிரதேசம் 34 உறுப்பினர்களை அனுப்பி வைக்கிறது; ஆனால் அஸ்ஸாம் மாநிலம் 7 உறுப்பினர்களைத்தான் அனுப்பி வைக்கிறது. "உலகத்திலே இருக்கிற இரண்டாவது அவைகளிலேயே மிகவும் பலவீனமானது நம்முடைய மாநிலங்கள் அவைதான். அது பிரிட்டனில் இருக்கிற பிரபுக்கள் சபையைவிடப் பலவீனமானது." ¹

அதனால்தான் "நமது அரசியல் அமைப்புச் சட்டப்படி மாநிலங்களே பூஜ்யமாக இருக்கும்போது மாநிலங்களின் அவை மட்டும் எப்படிப் பலம் வாய்ந்ததாக இருக்க முடியும்" என்று ஒரு பேராசிரியர் கேட்டார்! ²

அரசியல் பகைமை காரணமாக மத்திய அரசிலே பதவியில் அமர்ந்திருக்கக் கூடிய ஒரு பெரிய கட்சி, தனக்குப் பிடிக்காத ஒரு எதிர்க்கட்சி சில மாநிலங்களில் தனது இலட்சியத்திற்கேற்பக் கொண்டு வரக் கூடிய சட்டங்களைத் தடுப்பதற்கு மாநிலங்கள் அவையில் தனக்குள்ள பெரும்பான்மையைப் பயன்படுத்திக் குறிப்பிடத்தக்க மாநில அதிகாரங்களையே அபகரித்துவிடக் கூடும் என்று அசோக் சந்தா அச்சம் தெரிவிக்கிறார்.

"மாநில அதிகாரத்துக்கு இத்தகைய அவமதிப்பு வேறு எந்த கூட்டாட்சியிலும் கிடையாது. 1935ஆம் ஆண்டுச் சட்டத்தில் கூட இல்லை." ³

– என்றும் அவர் கூறுகிறார்.

---

1. "the weakest among the upper houses, weaker than even the House of Lords."

- **MORRIS JONES** and **NORMAN PALMER.**

2. "The States being non-entities the Rajya Sabha could not have been powerful."

- **M.M.SANKHDHER,** Journal Of Constitution And Parliamentary Studies, Vol. III, No. 4, 1969, p. 208.

3. "There is no such derogation of the state's authority in any other federal Constitution. Not even in 1935 Act…"

- **ASOK CHANDA,** Ibid., p. 90.

அரசியல் நிர்ணய சபையில் இதுபற்றிய விவாதம் எழுந்தபோது இதைச் சிலர் கடுமையாக எதிர்த்தனர்.

எச்.வி. படாஸ்கர், "இது நாட்டு நலனையொட்டிய ஒரு விஷயம் என்றால் அப்படி ஒரு சட்டத்தை ஏன் சம்பந்தப்பட்ட மாநிலமே இயற்றிக் கொள்ளாமல் அந்த அதிகாரத்தை நாடாளுமன்றத்திற்குக் கொடுக்க வேண்டும் என்பது எனக்குத் தெரியவில்லை" – என்று கூறினார்.[1]

அவருக்கு அடுத்துப் பேசிய ஓ.வி. அளகேசன் அப்போதைய சென்னை மாநிலத்திலும், ஐதராபாத்திலும் பொது அமைதி கெட்டிருந்த சூழ்நிலையைக் கூறிவிட்டு, "இதைப் போன்ற சூழ்நிலையில் மத்திய அரசு தலையிட்டு அந்த இரண்டு மாநிலங்களின் கையிலிருந்து 'சட்டம் – ஒழுங்கு' பற்றிய இலாகாவை எடுத்துக் கொண்டு உள்ளே நுழைவது முறைதானா என்று கேட்க விரும்புகிறேன். அப்படியொரு நிகழ்ச்சி ஏற்பட்டால் அது மாகாண சுயாட்சியையே கேலி செய்வதாக இருக்கும் என்று நான் நிச்சயம் நம்புகிறேன்" என்று சொல்லி, மாகாண சுயாட்சியில் குறுக்கிடாமல் இருக்கின்ற உறுதியை வழங்கும் வகையில் இந்தப் பிரிவையே நீக்கிவிடுமாறு கேட்டுக் கொண்டார்.[2]

இந்தப் பிரிவில் 'பெரிய விஷமம்' இருப்பதாகவும் அவர் குறிப்பிட்டார்.[3]

இதற்குப் பதில் கூறிய டி.டி. கிருஷ்ணமாச்சாரி ஒரு வினோத விளக்கத்தைக் கூறினார்:

உலகெங்கிலுமுள்ள கூட்டாட்சிகளில் நாளுக்கு நாள் மத்திய அரசுதான் பலம்பெற்று வருகிறது. ஆனால் இந்தப் போக்கிலே ஒரு திருப்பம் ஏற்பட்டிருப்பதைப் பார்க்கிறோம். அண்மையில் ஆஸ்திரேலியாவில் போருக்குப் பிறகு, திட்டங்களை

---

1. "If it is really a matter of national interest I do not understand why the State itself will not either pass the legislation itself or be willing to consent to legislation by Parliament?"
  - **H.V. PATASKAR, C.A.D.**, Vol. VIII, p.801.

2. "Now I would like to ask whether it will be proper, under similar circumstances, for the Centre to intervene and take over the entire portfolio of law and order from the two States concerned and step in... I am sure that it will be a mockery of provincial autonomy if such a thing happens."
  - **O.V. ALAGESAN**, Ibid., p.802.

3. "I see great mischief in this article."

நிறைவேற்றுவதற்காக மத்திய அரசிற்கு மேலும் அதிகாரங்கள் வேண்டும் என்று அங்குள்ள ஆளும் கட்சி விரும்பியது. இதற்காக அரசியல் சட்டத்தைத் திருத்துவதற்கு 'வாக்கெடுப்பு' (Referendum) நடத்தப்பட்டது. இந்தக் கோரிக்கைக்கு எதிர்க்கட்சியும் ஆதரவு தந்தது. இப்படி இரண்டு பெரிய கட்சிகளும் ஆதரித்தும் கூட மத்திய அரசின் அதிகாரங்களை அதிகமாக்க வேண்டும் என்கிற முயற்சி தோற்றுவிட்டது. மக்கள் ஆதரிக்கவில்லை – என்கிற ஆஸ்திரேலியா நிகழ்ச்சியை எடுத்துக் காட்டி அதிலிருந்து நாம் பாடம் பெற வேண்டும் – என்று இந்தப் பிரிவை ஆதரித்து டி.டி.கே. வாதிட்டார்.[1]

உலகெங்கிலும் மத்திய, மாநிலப் போக்கிலே திருப்பம் ஏற்பட்டிருந்தால் இந்தியா அதையன்றோ பின்பற்ற வேண்டும்? – டி.டி.கே. அந்தப் பக்கமே போகவில்லை.

- இவ்வாறு மாநிலங்கள் மீது அவநம்பிக்கை கொண்டுதான் கூட்டாட்சி முறைக்குக் குழி பறிக்கும் இந்தப் பிரிவு நமது அரசியல் சட்டத்திலே இடம் பெற்றது.

அரசியல் அமைப்புச் சட்டத்தின் இந்தப் பிரிவைப் பயன்படுத்தி மாநிலங்கள் அவையில் மூன்றில் இரண்டு பங்கு பெரும்பான்மையைப் பெற்றிருக்கக் கூடிய மத்திய அரசை ஆளுகின்ற கட்சி இந்தியாவில் கூட்டாட்சி முறையை ஒழித்துவிட்டு, ஒற்றை ஆட்சி முறையைக் கொண்டு வந்து, அதை ஒவ்வொரு ஆண்டாக நீடித்துக் கொண்டே இருக்கக் கூடிய ஆபத்து இருக்கிறது.[2]

அப்போது டில்லி 'இந்துஸ்தான் டைம்ஸ்' ஏடு இந்தப் பிரிவு மாநில சுயாட்சிக்கு மரண அடி கொடுத்துவிடும் – என்று தலையங்கம் தீட்டியிருந்தது.[3]

ஜெயப்பிரகாஷ் நாராயண் மற்றும் பல சட்டப் பேராசிரியர்கள், அரசியல் சட்டத்தைத் திருத்தும் முறையிலிருந்து இது நெறி தவறிச் செல்வதாகக் (perverted the amending process) கருத்துத் தெரிவித்து இந்தப் பிரிவை நீக்கிவிடுமாறு கடிதம் எழுதியிருந்தார்கள்.

---

1. **C.A.D.**, Ibid., pp.803-804.

2. **DURGA DAS BASU**, "Commentary On The Constitution Of India", Vol. 4, p. 186.

3. Quoted in **GRANVILLE AUSTIN**, op. cit., p.203.

அரசியல் சட்டத்தின் நகலை விவாதித்த பம்பாய், கிழக்கு பஞ்சாப் ஆகிய மாநிலங்களின் சட்டமன்றங்கள் இந்தப் பிரிவை நீக்கிவிடுமாறு பரிந்துரை செய்தன.

அதற்குப்பிறகு 'மாநிலங்களவை மறு தீர்மானம் போட்டு முன்போட்ட தீர்மானத்தை ரத்து செய்யும்வரை' என்று இருந்ததைத் திருத்தி, 'ஒரு ஆண்டுக் காலக்கெடு' என்றும் – 'தேவைப்பட்டால் ஒவ்வொரு ஆண்டாகக் கால வரம்பின்றி நீட்டிக் கொள்ளலாம்' என்றும் இப்போதுள்ளதைப் போல முடிவு செய்தார்கள்.

7. மாநிலப் பட்டியல் - ஒரு அத்திப் பழம்!

> "என்னுடைய கருத்து என்னவென்றால் மாநிலங்கள் புகழ் வாய்ந்த வெறும் ஜில்லா போர்டுகளாகத்தான் இருக்கும்."
>
> – மெஹபூப் அலி பெயிக் சாகிப்
>
> (8-11-1948 அன்று அ.நி. சபையில்)
>
> "My view is that the provinces will be nothing but glorified District Boards."
>
> - MAHBOOB ALI BAIG SAHIB BAHADUR, C.A.D., p. 296
>
> ....
>
> "(டில்லியின்) பேரரசுத் தலைமைச் செயலகத்தில் 'பைல்'கள் குவிவதால் மட்டும் மத்திய அரசு பலம் பொருந்தியதாக ஆகிவிடாது."
>
> – அனுமந்தையா
>
> (8-11-1948 அன்று அ.நி. சபையில்)
>
> "...More accumulation of files in the Imperial Secretariat does not make for the strength of the Centre."
>
> - K. HANUMANTHAIYA, C.A.D. Vol.VII, p. 339

சென்ற அத்தியாயத்தில் சட்டமியற்றும் அதிகாரங்கள் பங்கீடு செய்யப்பட்டிருக்கிற முறை பற்றியும், மத்திய அரசுப் பட்டியலில் உள்ள 97 தலைப்புகளில் மட்டுமல்லாது பொதுப் பட்டியலில் உள்ள 47 தலைப்புகளிலும் எப்படி மத்திய அரசு ஆதிக்கம் செலுத்த முடியும் என்பதைப் பற்றியும், மாநிலப் பட்டியலில் உள்ள 66 தலைப்புகளையும் மத்திய அரசு நினைத்தால் எப்படிக் கவர்ந்துகொள்ள முடியும் என்பதைப் பற்றியும் ஆராய்ந்தோம்.

மாநிலப் பட்டியலில் உள்ள 66 தலைப்புகளையும் மத்திய அரசு நினைத்தால் பறித்துக் கொண்டு போகமுடியும் – என்பது ஒருபுறம் இருக்கட்டும்; அத்தகைய ஆபத்து இல்லாத நிலையில் அந்த 66 தலைப்புகளில் எவையெவை உருப்படியான அதிகாரங்கள் என்பதை இப்போது கவனிப்போம்.

மாநிலப் பட்டியலை நன்கு ஆராய்ந்த கே.வி. ராவ், ''இந்த 66 அதிகாரங்களில் சுமார் 30 முக்கியத்துவம் அல்லாத வெறும் 'போலீஸ் கடமை'களைப் பற்றியவை – என்றும், சுமார் 22 வரி விதிப்புப் பற்றியவை என்றும், மாநிலச் சட்டமன்றம் கொஞ்சமாவது உற்சாகம் காட்டக் கூடிய 'வளர்ச்சிப் பணிகள்' பற்றியவை மீதமுள்ள 14 தலைப்புகள்தான்'' என்றும் கூறியுள்ளார்.[1]

இப்படி மாநிலப் பட்டியல் – பிட்டுப் பார்த்தால் முழுதும் சொத்தையாக இருக்கும் அத்திப் பழமாக இருக்கிறது.

மாநிலப் பட்டியலில் உள்ள 'முக்கியத்துவம் அல்லாத வெறும் போலீஸ் கடமை'களில் சிலவற்றைப் பாருங்கள்:

கால்நடைகளை அடைத்து வைக்கும் பட்டிகளும், கால்நடைகள் அத்துமீறி நுழைவதைத் தடுப்பதும் (Pounds and the prevention of cattle tresspass.)

வன விலங்குகளையும், பறவைகளையும் பாதுகாத்தல் (Protection of wild animals and birds)

மார்க்கெட்டுகளும், சந்தைகளும் (Markets and fairs)

புதையல் (Treasure trove)

எடைகளும், அளவுகளும் (Weights and measures except establishment of standards)

அரங்குகள், நாடகம், சினிமா (சில விதிவிலக்குகளோடு), விளையாட்டுகள், பொழுதுபோக்குகள், கேளிக்கைகள் (Theatres and dramatic performances; Cinemas subject to the provision of entry 60 of List I; Sports, Entertainments and amusements).

பந்தய ஆட்டம், சூதாட்டம் (Betting and gambling)

- இவையெல்லாம் மாநிலப் பட்டியலில் உள்ள 'அதிகாரங்கள்!'

---

1. "A very rough analysis shows that about 30 of the 66 items deal with ordinary police functions of no special significance and about 22 deal with measures of taxation, thus leaving only 14 items of 'development' in which the State Legislature could take some interest."

- **K.V. RAO,** op. cit., p.278.

இன்னும் சில விசித்திர அதிகாரங்களைக் கூட மாநிலங்களுக்குப் 'பெரிய மனது' வைத்துக் கொடுத்திருக்கிறார்கள்.

உள்நாட்டில் நடைபெறும் யாத்திரைகள் (Pilgrimages)

பிணத்தைப் புதைத்தலும், இடுகாடுகளும்; சுட்டெரித்தலும் சுடுகாடுகளும் (Burials and burial grounds)

பட்டியலில் உள்ள எண்ணிக்கையைக் கூட்டிக்காட்ட வேண்டும் என்பதற்காகவோ என்னவோ – 'அதிகாரங்கள்' என்கிற பெயரில் கீழ்க்கண்டவற்றையும் சேர்த்திருக்கிறார்கள்.

(சத்திரம்) சாவடிகள், அவற்றை நடத்துவோர் (Inns and innkeepers), கால்நடைகளைப் பராமரித்தல், பாதுகாத்தல், அபிவிருத்தி செய்தல், அவற்றின் நோய்களைத் தடுத்தல் (Preservation, protection and improvement of stock and prevention of animal diseases.)

உடல் ஊனமுற்றவர்களுக்கும், வேலையே செய்ய முடியாதவர்களுக்கும் நிவாரணம் அளித்தல் (Relief of disabled and unemployable).

– இவையெல்லாம் அதிகாரங்களா? பொறுப்புகளா?

இதில் கடைசியாகக் குறிப்பிட்டதுகூடப் பொதுப் பட்டியலில் கூறியுள்ள 'சமுதாயப் பாதுகாப்பும், சமுதாய இன்சூரன்சும், வேலைவாய்ப்பும், வேலையில்லாத் திண்டாட்டமும்' (Social security and social insurance; employment and unemployment) என்கிற தலைப்பிற்கு உட்பட்டதுதான் – கேவலம் இதைக் கூட முழுவதும் மாநிலங்களிடம் விட்டு வைக்க மனமில்லை!

நல்ல வேளை, இந்த அளவிற்காவது மாநிலத்திற்கு 'அதிகாரம்' என்கிற பெயரில் ஒன்று இருக்கிற காரணத்தால்தான் தமிழக அரசு பிச்சைக்காரர் மறுவாழ்விற்கான திட்டங்களை மேற்கொள்ள முடிந்தது.

அடுத்து உள்ளவை வரிவிதிப்புப் பற்றிய அதிகாரங்கள். அவை எப்படிப் போலியானவை, மாநிலங்களின் தேவையை நிறைவு செய்ய முடியாதவை – என்பதைத் தனியாக ஆராய்வோம்.

மீதியிருப்பவை 'வளர்ச்சிப் பணிகள்' பற்றியவை.

அதிலே மிகவும் முக்கியமானது தொழில் துறை (Industries).

அந்தத் தொழில் துறையாவது மாநிலங்கள் வசம் விடப்பட்டிருக்கிறதா?

இல்லை!

நாட்டுப் பாதுகாப்பிற்கும், போர் நடத்திச் செல்வதற்கும் இன்றியமையாதவை என்று பிரகடனப்படுத்தப்படுகிற தொழில்கள் அனைத்தும் மத்திய அரசுப் பட்டியலுக்குப் போய்விடும்.[1]

இன்னின்ன தொழில்கள் அப்படி இன்றியமையாதவை – என்று பூதக் கண்ணாடி வைத்துச் சகல அதிகாரங்களையும் மூன்று பட்டியலுக்குள் முடக்கியவர்கள் – முன்பே எவையெவை நாட்டுப் பாதுகாப்பிற்கும், போர் நடத்துவதற்கும் இன்றியமையாதவை என்று பிரகடனப்படுத்தி அரசியல் சட்டத்தில் எழுதி வைத்திருக்கிறார்களா?

இல்லை!

அந்த அதிகாரத்தை நாடாளுமன்றத்திடம் – அதாவது மத்திய அரசை ஆளுகின்ற கட்சியிடம் – ஒப்படைத்திருக்கிறார்கள்.

நாட்டுப் பாதுகாப்பிற்குத் தேவையான தொழில்கள்;

போர் நடத்திச் செல்வதற்குத் தேவையான தொழில்கள்;

- என்று நாட்டில் எந்தத் தொழிலையும் குறிப்பிடலாம்! அப்படிப் பரந்திருப்பவை அந்த இரு தலைப்புகளும்.

- இப்படி, மாநிலங்கள் வசம் இருக்கிற தொழில் துறை மத்திய அரசை – அதை ஆளுகின்ற கட்சியை நம்பி இருக்கிறது.

சரி, நாட்டுப் பாதுகாப்பின் பெயராலும், போரின் பெயராலும் மத்திய அரசு வேண்டிய தொழில்களை எடுத்துக் கொள்ளட்டும். **(ஏன், அந்தக் காரியத்தை மாநில அரசுகள் செய்யாவோ?)**

மீதமுள்ள தொழில் துறையாவது மாநிலங்கள் வசம் இருக்கிறதா?

அதுவும் இல்லை!

அரசியல் சட்டம் அமுலுக்கு வந்த நேரத்தில் 1950ஆம் ஆண்டு சனவரித் திங்கள் 26ஆம் நாள் அனைத்துத் தொழில் துறையும் மாநிலங்கள் வசம்தான் இருந்தன.

---

1. Entry 7, List I.

ஆனால், பொது நன்மையைக் (Public interest) கருதி எந்தெந்தத் தொழில்கள் மீது கட்டுப்பாடு மத்திய அரசின் வசம் இருக்க வேண்டும் என்று நாடாளுமன்றம் சட்டம் செய்கிறதோ அந்தத் தொழில்கள் அனைத்தும் மத்திய அரசின் வசம் இருக்கும் – என்று மத்திய அரசுப் பட்டியலில் இன்னொரு தலைப்பு இருக்கிறது.[1]

1951ஆம் ஆண்டு அக்டோபர் 31ஆம் நாள் நாடாளுமன்றத்தில் சட்டம் நிறைவேற்றிப் 'பொது நன்மை' என்பதைக் காரணமாகக் காட்டி 38 விதமான 65 தொழில்களை மத்திய அரசு அபகரித்துக் கொண்டது. பிளேடு, சோப்பு, காலணி, பிளாஸ்டிக்ஸ் தொழில்கள் கூட இதில் அடங்கும். இவையனைத்தும் எந்தப் பொது நன்மையைக் கருதி மத்திய அரசிடம் இருக்க வேண்டுமோ தெரியவில்லை!

வேலையில்லாத் திண்டாட்டம், அதனால் ஏற்படுகிற சமுதாய – சட்டம் – ஒழுங்குப் பிரச்சினை ஆகியவற்றைத் தீர்க்க வேண்டிய பொறுப்பு மாநில அரசுக்கு. ஆனால், தொழில் அமைக்கும் பெரும்பாலான அதிகாரங்களை மத்திய அரசிடம் கொடுத்துவிட்டு மாநிலங்கள் இந்தத் துறையில் என்ன செய்ய முடியும் – ஒரு வரம்பிற்குட்பட்டுப் பணியாற்றுவதைத் தவிர?

இதைப் போலவேதான் வரலாற்றுச் சிறப்புக் கொண்ட நினைவுச் சின்னங்கள், அரசியல் அமைப்புச் சட்டம் அமுலுக்கு வந்த நாளன்று மாநிலங்கள் வசம் இருந்தன.

தொழில் துறையைப் போலவே 'நாட்டு முக்கியத்துவம்' (National importance) வாய்ந்தவை என்று நாடாளுமன்றம் கருதிச் சட்டம் செய்பவை மத்திய அரசுக்குச் சொந்தம் – என்கிற மத்திய அரசுப் பட்டியலில் தரப்பட்ட இன்னொரு அதிகாரத்தைப்[2] பயன்படுத்தி, அவற்றை மத்திய அரசு அபகரித்துக் கொண்டது.

மாமல்லபுரத்துச் சிற்பங்கள், தஞ்சைப் பெரிய கோவில், கங்கைகொண்ட சோழபுரத்துக் கோவில் – போன்றவற்றை இப்படித்தான் மாநிலங்களிடமிருந்து மத்திய அரசு அபகரித்துக் கொண்டது!

'தேச முக்கியத்துவம்' என்ன மாநிலங்களின் கண்ணுக்குத் தென்படாத அரிச்சந்திரன் கட்டிய தாலியா?

---

1. Entry 52, List I
2. Entry 67. List I

'தேச முக்கியத்துவம்' என்று மத்திய அரசு அவற்றை மேற்கொண்டதன் காரணம், அனைத்தையும் உரிமை கொள்ள வேண்டும் என்ற அதிகார மோகம்தான்.

'தேச முக்கியத்துவம்தான்' காரணம் என்றால், அவை சரியாகப் பராமரிக்கப்படவில்லை என்று தமிழக முதல்வர் கலைஞர் கருணாநிதி குற்றம் சாட்டும் அளவிற்கு நிலைமை இருப்பானேன்?

தமிழக அரசின் தலைமைச் செயலகம், சென்னை 'செயின்ட் ஜார்ஜ் கோட்டை'யில் இருக்கிறது. அந்தக் கோட்டை மத்திய அரசுக்குச் சொந்தம். அதில் உள்ள புல் பூண்டுகளைச் செதுக்குவதற்குக் கூடத் தமிழக அரசிற்கு உரிமை கிடையாது, மத்திய அரசின் அனுமதி பெற்றுத்தான் செய்ய வேண்டும். அதன் முகப்பில் நிற்கும் கொடிக் கம்பம் மத்திய அரசிற்குச் சொந்தம். அண்மையில் பெருங்காற்றில் அக்கம்பம் சாய்ந்துவிட்டது, மத்திய அரசு அதிகாரிகள்தான் அதைச் செப்பனிட வேண்டியிருந்தது.

அரசியல் நிர்ணய சபையிலே அரசியல் அமைப்புச் சட்டம் உருவாக்கப்படும் நேரம் இதை உணர்ந்தவர்கள் அங்கு இல்லாமலில்லை. 'கடவுளுக்கு நிகரான' பெருந்தலைவர்கள் தாங்கள் கொலுவிருக்கப் போகும் மத்திய அரசின்பால் அதிகாரங்களைக் குவித்துக் கொண்டிருந்த நேரம் சிலர் தைரியத்தோடு அதை எதிர்த்துக் குரல் கொடுத்திருக்கின்றனர். அவர்களில் ஒருவர்தாம் சில காலம் மைசூர் மாநிலத்தின் முதல்வராக இருந்த கே. அனுமந்தையா.

"நமது அரசியல் அமைப்புச் சட்டம் இந்திய யூனியனை ஒற்றையாட்சியாக ஆக்கியிருக்கிறது; கூட்டாட்சியை ஏற்படுத்தவில்லை. மத்திய அரசைப் பலமாக ஆக்க வேண்டும் என்கிற கவலையில் அவர்கள் மத்திய அரசிற்கு அதிகமான சட்டம் இயற்றும் அதிகாரங்களையும், நிதி அதிகாரங்களையும் கொடுத்து **மாநிலங்களை ஏதோ மாவட்டங்கள்போல ஆக்கிவிட்டனர்.** இந்தப் போக்கு மத்திய அரசைப் பலப்படுத்தாது என்று நான் அஞ்சுகிறேன். இந்த அரசியல் சட்டத்தின் நகலைத் தயாரித்தவர்களுக்கு நான் சொல்லிக் கொள்ள ஆசைப்படுகிறேன்; (டில்லியின்) **பேரரசுத் தலைமைச் செயலகத்தில் 'பைல்'கள் குவிவதால் மட்டும் மத்திய அரசு பலம் பொருந்தியதாக ஆகிவிடாது.** நான் புரிந்து கொண்டது சரியென்றால் **மத்திய அரசின் பலம் பலமான இராணுவத்தில் இருக்கிறது; பலமான கப்பற்படையில் இருக்கிறது; பலமான விமானப் படையில் இருக்கிறது;** இவற்றிற்குத் தேவையான பணம் வைத்திருப்பதில் இருக்கிறது... அதற்கு அப்பால் சென்று, அவர்கள் ஏகப்பட்ட அதிகாரங்களை எடுத்துக் கொண்டு, சட்டமியற்றும் அதிகாரப் பட்டியலை நீட்டிக்கொண்டே போனால் மாநிலங்களிலிருந்து

வரவேண்டிய முயற்சி மேற்கொள்ளும் போக்கு இல்லாமல் போய்விடும், மாநிலங்கள் இயக்கி வைத்தால் இயங்குகிற வெறும் இயந்திரங்களாகிவிடும். அரசியல் சட்டம் பற்றிப் பல நிபுணர்கள் எழுதியதையெல்லாம் நான் படித்திருக்கிறேன். ஒரு நாட்டில் சுதந்தரம் இருக்கிறதா, இல்லையா என்பதைக் கண்டுபிடிக்கும் சோதனை எந்த அளவு அதன் பகுதிகளிடமும், உள்ளாட்சி மன்றங்களிடமும் சுதந்தரமும் சுயாட்சியும் இருக்கின்றன என்பதைப் பார்ப்பதுதான். பலர் பல மாதிரியாக மத்திய அரசின் பலம் என்பது என்ன என்பதைப் பற்றிப் புரிந்து கொண்டிருக்கிறார்கள். ஆனால், அரசியல் சட்டத்தின் நகலை உருவாக்கிய கமிட்டியோ (மத்திய அரசின்) பேரரசுச் செயலகத்தில் எவ்வளவு பைல்கள் குவியும் என்பதை வைத்து மத்திய அரசின் பலத்தைக் கணக்கிட்டிருக்கிறது.'' [1]

- என்று அப்போதே அனுமந்தையா அ.நி. சபையில் சுட்டிக் காட்டினார்.

மிண்டோ-மார்லி சீர்திருத்தங்களுக்கு முன்னால் மத்தியப் பேரரசிற்கும், அதன் நிர்வாக ஏஜெண்டுகளுக்கும் நடைபெற்ற கடிதத் தொடர்புகளை முன் ஒரு அத்தியாயத்திலே குறிப்பிட்டிருக்கிறோம்.

---

1. "It practically makes the Indian Union a Unitary State and not a Federal State. In their anxiety to make the Centre strong, they have given too much legislative and financial powers to the Centre, and have treated the Provinces and States as though they were mere districts of a province. This tendency, I am afraid, will not make for what is called the strength of the Centre. Let me tell all those who are concerned in drafting this Constitution that mere accumulation of files in the Imperial Secretariat does not make for the strength of the Centre. The strength of the Centre, if I understand correctly, consists in having a strong Army, a strong Navy and a strong Air Force and in possession of sufficient money for these purposes… Beyond that, if they take too much power and accumulate their legislative lists, what happens is that the initiative that should come from the provinces will not be there and the provinces will be reduced to mere automations. I have read experts on Constitutions and one of the accepted tests whether a country enjoys freedom is to see how far the units and local bodies enjoy freedom and autonomy. Different people understand the strength of the Centre in different ways and the Drafting Committee have merely understood that the mere accumulation of files in the Imperial Secretariat makes the strength of the Centre."

- **K. HANUMANTHAIYA, C.A.D.** Vol. VII, Part I, p. 339.

1950ஆம் ஆண்டிற்கு முன்னும், இப்போதும் டில்லியும் மாநிலங்களும் பரிமாறிக் கொள்ளும் கடிதங்களின் எண்ணிக்கை நிச்சயம் கணிசமான அளவு குறைந்திருக்காது என்றே கூறத் தோன்றுகிறது.

– இப்படி அதிகாரங்களைக் குவித்துக் கொண்ட போதிலும், **அரசியல் சட்டத்தில் இல்லாத சில புதிய அதிகாரங்களையும் மத்திய அரசே உருவாக்கிக் கொண்டிருக்கிறது.**

சான்றாக, கிராமப் போலீஸ், இரயில்வே போலீஸ் உட்பட அனைத்துப் போலீஸ் துறையும் மாநிலங்களைச் சேர்ந்தது என்று அரசியல் சட்டத்தில் மாநிலப் பட்டியலில் இரண்டாவதாகக் கூறப்பட்டிருக்கிறது.[1]

முதலாவதாகக் கூறப்பட்டிருப்பது என்ன தெரியுமா? பொது ஒழுங்கு (Public Order)! [2]

அதாவது, பொது ஒழுங்கைக் காப்பது மாநில அரசின் பொறுப்பு! அதற்குக் கருவியாகத்தான் போலீஸ் துறை மாநில அரசிடம் ஒப்படைக்கப்பட்டிருக்கிறது.

– இந்த இரண்டுமாவது மாநிலங்களின் முழுப் பொறுப்பில் விடப்பட்டிருக்கின்றனவா என்றால் இல்லை.

சட்டம்-ஒழுங்கு குலைந்திருப்பதாகக் காரணம் காட்டி மத்திய அரசை ஆளுகின்ற கட்சி, மாநில அரசைச் சாய்த்துக் 'குடியரசுத் தலைவர் ஆட்சி' என்கிற பெயரில் தனது ஆட்சியை மேற்கொள்ள முடியும்.

போலீஸ் துறை முழுக்க முழுக்க மாநில அரசின் பொறுப்பு என்று அரசியல் சட்டம் கூறுவதை மீறி மத்திய அரசு 'மத்திய ரிசர்வ் போலீஸ்' (Central Reserve Police) என்று ஒரு அமைப்பினை நடத்தி வருகிறது.

1967-68இல் குறிப்பாக, காங்கிரஸ் அல்லாத அரசுகள் நடைபெற்ற மேற்கு வங்கம், கேரளம், பஞ்சாப் ஆகிய மாநிலங்களில் அந்த அரசுகளுக்குத் தெரியாமலேயே மத்திய ரிசர்வ் போலீஸ் படையை அனுப்பி, பெரும் மோதல் ஏற்பட்டதும், அரசியல் சட்டத்தில் மாநிலங்களுக்கென்று தரப்பட்டிருக்கிற அடிப்படை அதிகாரத்தை மத்திய அரசு தகர்த்தெறிகிறது – என்று அப்போது நாடெங்கும் எதிர்ப்புக் குரல் கிளம்பியதும் நினைவிருக்கலாம்.

---

1. Entry 2, List II.
2. Entry 1, List II.

மாநிலங்களுக்கு அதிக அதிகாரங்கள் இல்லை என்கிற குற்றச்சாட்டு ஒருபுறமிருக்க, இப்படிக் கொடுக்கப்பட்டிருக்கிற கொஞ்சநஞ்ச அதிகாரங்களையும் கூடக் குறுக்குவழியில் மத்திய அரசு பறித்துக் கொண்டு வருகிறது.

அதனால்தான் அரசியல் நிர்ணய சபையில் அப்போதைய சென்னை மாகாணத்தைச் சேர்ந்த மெஹ்பூப் அலி பெய்க் சாகிப் பகதூர் என்கிற முஸ்லீம் லீக் உறுப்பினர், "என்னுடைய கருத்து என்னவென்றால் மாநிலங்கள் புகழ் வாய்ந்த வெறும் ஜில்லா போர்டுகளாகத்தான் இருக்கும்" என்று குறிப்பிட்டார்.[1]

நமது கோரிக்கையெல்லாம் இதுதான்:

மாநிலங்களை ஜில்லா போர்டு நிலையிலிருந்து மாற்றி, ஒரு கூட்டாட்சியின் சமபங்குதாரர் நிலைக்குக் கொண்டுவர வேண்டும்.

அதற்கு, அதிகாரங்களைக் குவித்து வைத்துக் கொண்டு மேடிட்டுப் போயிருக்கும் மத்திய அரசிலிருந்து அதிகாரங்களை எடுத்து, மாநிலப் பள்ளங்களை நிரப்ப வேண்டும்.

அதனால்தான் இப்போதுள்ள அதிகாரப் பங்கீட்டு முறையை மறுபரிசீலனை செய்ய வேண்டும் என்கிறோம்.

---

1. "My view is that the provinces will be nothing but glorified District Boards."

- **MAHBOOB ALI BAIG SAHIB BAHADUR, C.A.D.** Ibid., p.296.

8. கட்டளையிடுகிற எஜமானன்தான் மத்திய அரசு!

> "கூட்டாட்சி முறை இருக்க வேண்டுமானால், ஒரு கண்டிஷன் (நிபந்தனை) நிறைவேற்றப்பட்டே தீர வேண்டும். மத்திய அரசின் பிரத்தியேகக் கட்டுப்பாட்டின் கீழ், ஏதாவது சில விஷயங்கள் - அது ஒரே ஒரு விஷயமாக இருந்தாலும் பரவாயில்லை - இருக்க வேண்டும்.
>
> இதைப் போலவே, மாகாண அரசுகளின் பிரத்தியேகக் கட்டுப்பாட்டின் கீழும் அது ஒரு விஷயமாக இருந்தாலும் பரவாயில்லை - இருக்க வேண்டும். அப்படி இல்லாவிட்டால் கூட்டாட்சி முறை முடிவுக்கு வந்ததாக ஆகிவிடும்."
>
> – வியர்
>
> "There must be some matter, even if only one matter, which comes under the exclusive control, actual or potential, of the General Government and something likewise under the regional Governments. If there were not, that would be an end of federalism."
>
> - K.R. WHEARE, "Federal Government", P. 75.

மேலே குறிப்பிடப்பட்டிருப்பதுதான் கூட்டாட்சி முறைத் தத்துவத்திற்கும், மாகாண சுயாட்சிக்கும் உயிர் போன்றதாகும்.

ஆனால், இந்திய அரசியல் அமைப்புச் சட்டத்தில் இந்த உயிர் பறிக்கப்பட்டு வெறும் உடல்தான் இருப்பதைப் பார்க்கிறோம்.

கட்டளை பிறப்பிப்பவர்கள் எஜமானர்களாகவும், அந்தக் கட்டளைக்குக் கீழ்ப்படிய வேண்டிய நிலைமையில் இருப்பவர்கள் ஊழியர்களாகவும் இருப்பது உலக இயற்கை.

அப்படிக் கட்டளையிடுகிற எஜமானராகத் தான் மத்திய அரசு இருக்கிறது. கீழ்ப்பட்டே நடக்கவேண்டிய ஊழியராகத்தான் இந்திய அரசியல் அமைப்புச் சட்டத்தில் மாநிலங்கள் இருக்கின்றன.

நெருக்கடி நிலை அல்லாத சாதாரண காலங்களில் மத்திய அரசு கீழ்க்கண்ட விதங்களில் மாநிலங்களுக்குக் கட்டளைகள் பிறப்பிக்க முடியும்.

1. நாடாளுமன்றம் இயற்றுகின்ற சட்டங்களுக்கு, மாநிலங்கள் இணங்கிப் போக வேண்டும். அதற்கான கட்டளைகளை மத்திய அரசு அவ்வப்போது பிறப்பிக்கும். (பிரிவு. 256)

2. மத்திய அரசின் நிர்வாகத்திற்குத் தடங்கல் அல்லது ஊறு செய்யாமல் மாநிலங்கள் தங்கள் நிர்வாகத்தைச் செலுத்த வேண்டும். அதற்கான கட்டளைகளை மத்திய அரசு பிறப்பிக்கும். (பிரிவு. 257: 1)

இவையிரண்டையும் பார்க்கும்போது, உயர்வகுப்பைச் சேர்ந்த 'மத்திய அரசு' இருக்கின்ற ராஜபாட்டையில் 'நாலாம் ஜாதியை'ச் சேர்ந்த மாநில அரசுகள் நுழையவே கூடாது என்கிற வர்ணாசிரமத்தைப் போலத் தோற்றமளிக்கிறதன்றோ?

மாநிலங்களின் பிரத்தியேகக் கட்டுப்பாட்டின் கீழ் ஏதாவது ஒரு விஷயமாவது இருக்க வேண்டும்; அப்படி இருந்தால்தான் அது கூட்டாட்சி முறையாக முடியும் – என்று இப்போதுதான் வியர் சொன்ன விளக்கத்தைப் பார்த்தோம்.

ஆனால், கட்டளையிடும் இந்த அதிகாரமோ இந்தியாவில் அனைத்துமே மத்திய அரசிடம் அடக்கம் என்று அறிவிக்கிறது.

இதைப் பார்க்கும்போது, 'மத்திய அரசுப் பட்டியல்', 'மாநில அரசுப் பட்டியல்' என்று அதிகாரங்கள் தனித்தனி அறைகளாகத் தடுக்கப்பட்டிருக்கின்றனவே, அவையெல்லாம் வெறும் மாயத் தோற்றமாகவே காட்சியளிக்கிறது. [1]

மத்திய அரசு மாநிலங்களுக்காகக் கட்டளை பிறப்பிக்கும் இந்த இரண்டு பிரிவுகளும் என்று அற்று விழுமோ என்கிற நிலையில்

---

1. "It implies that the executive power of a state, in regard to the administration of even a subject in the State List must be subordinated to the executive power of the Union in regard to a federal subject."
- **ASOK CHANDA,** op. cit., p.107.

மாகாண அரசுகளின் தலைக்குமேல் தொங்கிக் கொண்டிருக்கும் கூர்வாள்களாக இருக்கின்றன. மாநிலப் பட்டியலில் உள்ள விஷயங்களுக்குக் கூடச் சுதந்தரமாகச் சட்டமியற்றிச் செயல்படும் அதிகாரம் மாநிலங்களுக்குக் கிடையாது. [1]

3. தேச முக்கியத்துவம் வாய்ந்தது அல்லது இராணுவ முக்கியத்துவம் வாய்ந்தது என்று பிரகடனப்படுத்தி, அத்தகைய போக்குவரத்து அமைப்புகளை (means of communication) உருவாக்குமாறும், பேணிப் பாதுகாக்குமாறும் மத்திய அரசு மாநில அரசுகளுக்குக் கட்டளை பிறப்பிக்கலாம். (பிரிவு. 257 (2)

போக்குவரத்து அமைப்புகள் என்பவை நெடுஞ்சாலைகள், நீர்வழிப் போக்குவரத்துகள், பாலங்கள், கயிற்றுவழிப் பாதைகள் போன்றவற்றைக் குறிக்கும். அவற்றில் சில மாநிலங்கள் கையிலும், சில மத்திய அரசின் கையிலும் இருக்கின்றன.

எடுத்துக்காட்டாக, எந்த நெடுஞ்சாலையையாவது தேசிய நெடுஞ்சாலை (National Highway) என்று அறிவித்து நாடாளுமன்றம் சட்டம் இயற்றிவிட்டால் அது மத்திய அரசுக்கு சொந்தமாகிவிடும்.

அதைப் போலவே எந்த நீர்வழிப் பாதையையாவது தேசிய நீர்வழிப் பாதை (National Waterway) என்று அறிவித்து நாடாளுமன்றம் சட்டம் இயற்றிவிட்டால் அதுவும் மத்திய அரசுக்குச் சொந்தமாகிவிடும்.

- இப்படி நாடாளுமன்றத்தில் ஒரு சட்டம் இயற்றி எந்தப் போக்குவரத்து அமைப்பையும் மத்திய அரசு மேற்கொள்ளும் நிலையிருந்தும், அதிலும் திருப்தியடையாது, ஒரு சாதாரண நிர்வாக உத்தரவின் மூலம் "இந்த இடத்தில் ஒரு பாதையை உருவாக்கு! அல்லது இருக்கின்ற அந்தப் பாதையை எங்களுக்குத் திருப்தி ஏற்படும் வகையில் பாதுகாத்துவா!" – என்று கட்டளையிடும் அதிகாரம் மத்திய அரசுக்குத் தேவைதானா?

---

1. "In a sense it breaks down the entire provision of division of powers between the Centre and the States because even within the sphere of List II of the Seventh Schedule, the states have to move cautiously so as not to impede with the exercise of the executive authority of the Union under List I or List III of the Seventh schedule to the Constitution."

- **R. COONDOO,** The Division Of Powers In The Indian Constitution, p.223.

அதனால்தான் அசோக் சந்தா இதை ஒரு வரம்பு மீறிய ஆக்கிரமிப்பு (Encroachment) என்று வர்ணிக்கிறார்.

இந்தப் பிரிவு போக்குவரத்து அமைப்புகள் மீது மாநிலங்களுக்கு இருக்கிற அதிகாரங்கள் அனைத்தையும் அப்புறப்படுத்தி விடுகிறது.[1]

4. மாநிலங்களுக்குள்ளே இருக்கும் இரயில்வேயைப் பாதுகாக்க, என்னென்ன நடவடிக்கைகள் மேற்கொள்ள வேண்டும் என்று மத்திய அரசு மாநிலங்களுக்குக் கட்டளை பிறப்பிக்கலாம்.

(பிரிவு. 257(3)

ஆந்திரத்தில் அண்மையில் காங்கிரஸ் ஆட்சி நடைபெற்ற காலத்தில் இரயில்வே சொத்துக்கள் அழிக்கப்பட்டனவே! மத்திய அரசு 'கட்டளை' பிறப்பித்ததா? நரசிம்மராவ் அமைச்சரவை நீக்கப்பட்டு, குடியரசுத் தலைவர் ஆட்சி வந்தபிறகும் அந்த நாசவேலை நீடித்ததே! அப்போது 'கட்டளை'யிடுகிற மத்திய அரசு என்ன செய்தது?

இது ஒரு அபத்தமான – எதிர்க்கட்சியினர் மாநிலங்களில் ஆட்சிக்கு வந்தால் அவர்களுக்குச் சங்கடம் கொடுப்பதற்காகவே இருக்கிற பிரிவு ஆகும்.

5. சில மாநிலங்களில் உள்ள ஆதிவாசிகளின் (Scheduled tribes) நல்வாழ்விற்காகத் திட்டங்கள் தீட்டுவது பற்றியும், அவற்றை அமுல்படுத்துவது பற்றியும் மத்திய அரசு கட்டளைகள் பிறப்பிக்கலாம். (பிரிவு. 339 (2)

இது ஆதிவாசிகளைப் பற்றியது. ஆதிவாசிகள் மீது அண்மையில் இருக்கிற மாநில அரசைவிட எங்கோ இருக்கிற டில்லிக்கு அப்படி என்ன அக்கறை? ஆதிவாசிகளுக்கு மட்டுமல்ல, எந்த ஒரு சாரருக்காவது தீங்கு இழைத்துவிட்டு ஒரு மாநில அரசு நெடுநாள் ஆட்சியில் இருந்துவிட முடியுமா? சரி, மத்திய அரசு மட்டுமென்ன ஆதிவாசிகளின் நலனில் அதிக அக்கறை கொண்ட 'புருஷோத்தமர்கள்" நடத்துகின்ற ஆட்சியா?

இது மாநிலங்களையும், பொது மக்கள் கருத்தையும் மதிக்காமல், 'மத்திய அரசுதான் ஆதிவாசிகளின் காவலன்' என்கிற நினைப்பை ஏற்படுத்தும் நோக்கத்தோடு உருவாக்கப்பட்டதாகும்.

---

1. "In a sense, this provision takes away from the States any authority with regard to the means of communication."

- R.COONDOO, op, cit., p. 224.

6. இந்திமொழி – ஆட்சிமொழியாவது பற்றி, நாடாளுமன்றத்தின் ஆட்சிமொழிக் கமிஷன் அளிக்கும் சிபாரிசுகளை அமுல்படுத்துவதற்காகக் குடியரசுத் தலைவர் கட்டளைகள் பிறப்பிக்கலாம். (பிரிவு. 344 (6)

இது எத்தகைய ஆபத்து வாய்ந்தது என்பதைத் தன்மானத் தமிழர்களுக்கு யாரும் நினைவுறுத்தத் தேவையில்லை.

7. ஒரு மாநிலத்தில் வாழ்கிற கணிசமான அளவு மக்கள் தொகையினர் தாங்கள் பேசுகிற எந்த ஒரு மொழியாவது மாநில அரசால் அங்கீகரிக்கப்பட வேண்டுமென்று கோரினால், அதில் குடியரசுத் தலைவர் திருப்தி அடைந்தால், அந்த மொழியை அந்த மாநிலம் முழுவதிலுமோ, அல்லது யாதேனும் ஒரு பகுதியிலோ, மாநில அரசு அங்கீகரித்து, அந்த மொழியை எந்தெந்தக் காரியங்களுக்குப் பயன்படுத்த வேண்டும் என்பது குறித்துக் கட்டளை பிறப்பிக்கலாம்

(பிரிவு. 347)

ஜனநாயக முறைப்படி எல்லோரிடமும் ஓட்டு வாங்கிப் பொறுப்புக்கு வருகிற எந்த மாநில அரசாவது ஒரு குறிப்பிட்ட மொழி பேசுவோரை ஒட்டுமொத்தமாகப் புறக்கணிக்க முடியுமா? மேலும், மொழிவழியில் மாநிலங்களைப் பிரித்த பிறகு இந்தப் பிரிவிற்கு அவசியமே இல்லை.

மத்திய அரசிற்கு உயர்ந்த அந்தஸ்தைக் கொடுப்பதற்காகவும், மாநிலத்திற்குள் இருக்கும் சிறுபான்மை மொழி பேசுவோரைத் தேவைப்பட்டால் தூண்டிவிடுவதற்கும் இந்தப் பிரிவு இணைக்கப்பட்டிருப்பதாகத்தான் தோன்றுகிறது.

நாளை சென்னை சௌகார்ப்பேட்டையில் வாழ்கிற, இந்தி பேசுவோர் தங்கள் மொழியும் தமிழக அரசால் அங்கீகரிக்கப்பட்டு, மாநில அரசு அளவில் பயன்படுத்தப்பட வேண்டுமென ஒரு கோரிக்கை (demand) எழுப்புகிறார்கள் என்று வைத்துக் கொள்வோம். கோரிக்கைதானே! அதை யார் வேண்டுமானாலும் சுலபத்தில் செய்யலாமே! உடன் குடியரசுத் தலைவர் இந்திமொழியைத் தமிழக அரசு அங்கீகரிக்க வேண்டும் என்றும், இன்னின்ன காரியங்களுக்கு அதைப் பயன்படுத்த வேண்டும் என்றும் கட்டளை பிறப்பிக்கலாம்.

இத்தகைய விஷமத்திற்கும் இந்தப் பிரிவு இடமளிக்கிறது.

8. சிறுபான்மை மொழி பேசுகிற மக்களுடைய குழந்தைகளுக்கு, அவர்களுடைய தாய் மொழியிலேயே தொடக்கக் கல்வி கற்பிக்க வேண்டிய வசதிகளைச் செய்து கொடுக்க வேண்டியது

ஒவ்வொரு மாநிலத்தின் கடமையாகும். அந்த வசதிகளைச் செய்து கொடுப்பதற்காகக் குடியரசுத் தலைவர் கட்டளைகள் பிறப்பிக்கலாம். (பிரிவு.350A)

இதுவும் மாநில அரசு குறுகிய புத்திக்காரர்கள் கையில் இருக்கிறது என்கிற எண்ணத்தில் இயற்றப்பட்ட 'பிரிவு' ஆகும். சிறுபான்மையோர் மீது மத்திய அரசு ஒன்றிற்குத்தான் அக்கறை என்பது உண்மையானால், பம்பாயில் சிவசேனைக் கலவரங்களின்போது இந்த 'மத்திய அரசு' என்ன செய்து கொண்டிருந்தது? இந்தப் 'பிரிவு' மாநில அரசுகள் மீது அங்கு வாழும் சிறுபான்மையோரை நிரந்தரமாகச் சந்தேகம் கொள்ளச் செய்கிறது.

9. இந்தி மொழியை வளர்ப்பதற்கும், பரப்புவதற்கும் குடியரசுத் தலைவர் கட்டளைகள் பிறப்பிக்கலாம். (பிரிவு.351)

- இதன் ஆபத்து பற்றியும் நாம் அதிகம் விளக்கத் தேவையில்லை.

இவையனைத்தும் சாதாரண காலத்தில் மத்திய அரசுக்குள்ள 'கட்டளையிடும் அதிகாரங்கள்' ஆகும்.

நெருக்கடி நேரங்களில் (Emergencies) மத்திய அரசிற்கு இருக்கிற கட்டளையிடும் அதிகாரங்களை இப்போது பார்ப்போம்.

1) நிர்வாகம் இப்படித்தான் செயல்பட வேண்டும் என்று எந்த விஷயங்கள் பற்றியும், எந்த ஒரு மாநிலத்திற்கும் மத்தியஅரசு கட்டளைகள் பிறப்பிக்கலாம். (பிரிவு 353(a))

2) பொருளாதார நெருக்கடி (Financial Emergency) என்று பிரகடனப்படுத்தப்படும் நேரம் எந்த ஒரு மாநிலத்திற்கும் நிதி விவகாரங்கள் பற்றி மத்திய அரசு கட்டளைகள் பிறப்பிக்கலாம்.

(பிரிவு.360 (3))

3) மேற்படி கட்டளைகள் பிறப்பிக்கப்படுகிறபோது மாகாணங்களிலே வேலை பார்க்கிற எல்லா ஊழியர்களுடைய சம்பளத்தையும் படிகளையும் குறைக்கும் விதத்தில் அந்தக் கட்டளைகள் அமையலாம். (பிரிவு.360 (4) (a) (i))

(நெருக்கடி நேர அதிகாரங்கள் பற்றித் தனியாக இன்னொரு அத்தியாயத்தில் விவாதிப்போம்.)

இப்படி மத்திய அரசு காலால் இடுகிற கட்டளைகளை மாநில அரசுகள் தலையால் மேற்கொண்டு முடிக்க வேண்டும்.

'நிறைவேற்ற முடியாது' என்று மத்திய அரசைப் பார்த்து மாநில அரசு கூற முடியுமா?

முடியும்!

ஆனால் அதற்கான தண்டனை பயங்கரமானது.

356 ஆவது பிரிவின்படி எந்த மாநிலமாவது மத்திய அரசு இடுகின்ற கட்டளைகளை உடனடியாக நிறைவேற்றத் தவறினால், உடனடியாக குடியரசுத் தலைவர் தலையிட்டு அரசியல் அமைப்புச் சட்டப்படி அந்த மாநில அரசை நடத்த முடியாது என்று பிரகடனப்படுத்திவிடுவார். பிறகு குடியரசுத் தலைவர் ஆட்சி திணிக்கப்பட்டுவிடும்.

உலகத்திலே எந்த அரசியல் சட்டத்திலும், இப்படி மாநில அரசுகளைத் தண்டிக்கும் அதிகாரம் கிடையவே கிடையாது. இதில் வேடிக்கை என்னவென்றால், சர்வாதிகார நாடான ரஷ்யாவில்தான் இதற்கு ஈடான – இதைப்போல் அன்று – ஒரு விதி காணப்படுகிறது. அங்கே மாநிலங்கள் மத்திய அரசின் சட்டங்களின்படி நடக்காவிட்டால், மாநில அரசுகளின் முடிவுகளையும் உத்தரவுகளையும் ரத்து செய்கிற அல்லது சஸ்பெண்ட் செய்கிற அதிகாரம் மத்திய அரசுக்கு இருக்கிறது.

"மத்திய அரசு மாநிலங்களுக்குக் கட்டளைகள் பிறப்பிக்கிற அதிகாரம் மோசமானதும், கூட்டாட்சி முறை என்கிற உணர்ச்சிக்கே முற்றிலும் எதிரானதும் என்றால் – அதைவிட மிகவும் மோசமானது அரசியல் சட்ட 356 ஆவது பிரிவைப் பயன்படுத்திக் குடியரசுத் தலைவர் ஆட்சியைத் திணிப்பது. இது கூட்டாட்சி முறைக்கே சாவு மணி அடிப்பது போன்றதாகும்" என்று டாக்டர் கோஷல் குறிப்பிட்டிருக்கிறார்.[1]

மத்திய அரசுக்கும் மாநில அரசுக்குமான நிர்வாகத் தொடர்புகள் அரசியல் சட்டத்திலே 11 ஆவது பகுதியில் 2 ஆவது அத்தியாயத்தில் கூறப்பட்டிருக்கின்றன. இதிலேதான் இந்திய அரசியல் சட்டத்தினுடைய உண்மையான சுயரூபம் தெரிகிறது என்றும், இவையனைத்தும் கூட்டாட்சிக் கொள்கைகள் அனைத்திற்குமே மாறுபட்டவை என்றும் மேற்கு வங்காளத்துத் தலைமை நீதிபதியாக இருந்த **P.B. முகர்ஜி** குறிப்பிடுகிறார். இவையெல்லாம் 1935 ஆவது ஆண்டுச் சட்டத்தில் அப்போதைய சூழ்நிலையில் தேவைப்பட்டன. தற்போதைய சூழ்நிலையில்

---

1. "The power of issuing directives to States by the Union is bad enough, being obnoxious to the spirit of federalism but enforcing them by a threat to clamp on them the emergency provisions of Article 356 is worse still and calculated almost to sound the death-knell of federalism."

இவையெல்லாம் தேவையற்றவையென்றும் அந்த முன்னாள் பிரதம நீதிபதி குறிப்பிடுகிறார். ¹

1935ஆம் ஆண்டு இந்தப் பிரிவுகள் எதற்காகத் தேவைப்பட்டன? அந்த நேரம் 'மாகாண சுயாட்சி'யை வழங்கிவிட்டு, அதை வைசிராய் தமது கட்டுப்பாட்டின்கீழ் வைத்திருந்தார். அதற்காக அவை தேவைப்பட்டன என்று ஐவர் ஜென்னிங்ஸ் கூறுகிறார். ²

வெள்ளைக்காரன் அன்று மாகாணங்களையும், சுதேசிகளையும் நம்பாமல் ஏற்படுத்திய விதிமுறைகளை இப்போதும் அப்படியே வைத்துக் கொண்டிருப்பது எந்த விதத்தில் நியாயமானதாகும்?

அனைத்திந்திய ஊழியர்கள்

மத்திய அரசின் நிர்வாகக் கட்டுப்பாடு என்னும் இரும்புப் பிடி மாநிலங்களை அழுத்திப் பிடிப்பதற்கு மேற்சொன்ன கட்டளைகள் மட்டுமல்லாமல் இன்னொரு அம்சத்தையும் நம்பியிருக்கிறது. அந்த இரண்டாவது அம்சம்தான் அனைத்திந்திய ஊழியங்களான ஐ.ஏ.எஸ். – ஐ.பி.எஸ். போன்றவையாகும்.

ஐ.ஏ.எஸ். அதிகாரிகள் போன்ற அனைத்திந்திய ஊழியப் பிரிவைச் சேர்ந்தவர்கள் இந்தியா முழுவதும் கேந்திர முக்கியத்துவம் வாய்ந்த இடங்களில் (strategic posts) இருப்பதாக டாக்டர் அம்பேத்கார் குறிப்பிடுகிறார். ஆம், மத்திய அரசையும் மாநில அரசுகளையும் நிர்வகிக்கிறவர்கள் இத்தகை ஐ.ஏ.எஸ். – ஐ.பி.எஸ். அதிகாரிகள்தாம்.

மாநிலத் தலைமைச் செயலாளராக இருப்பவர் ஒரு ஐ.ஏ.எஸ். அதிகாரி. ஒவ்வொரு ஆட்சித் துறையின் (இலாகாவின்)

---

1. "The Constitutional provisions in Chapter 2, Part XI of the Indian Constitution regulating the administrative relation between the States and the Union reveal the real nature and the character of the Union under the Constitution and they can be said to be against all principles of federation. This is perhaps a legacy from the Government of India Act, 1935, where it was necessary in that context to encourage provincial autonomy of that time, but which became quite irrelevant in the present context of the new Constitution."

- Justice **P.B. MUKHARJI**, "Three Elemental Problems Of The Indian Constitution", p.65.

2. "…they were considered necessary in order to place provincial autonomy, in some degree, under the Viceroy's control."

- Sir **IVOR JENNINGS**, op. cit., pp. 68-69.

தலைவராக இருந்து நிர்வகிப்பவர்களும், மாவட்ட ஆட்சித் தலைவர்களாக இருப்பவர்களும் ஐ.ஏ.எஸ். அதிகாரிகள்தாம். மாநிலத்துப் போலீஸ் தலைமை அதிகாரியாக – இன்ஸ்பெக்டர் ஜெனரலாக இருப்பவர் ஐ.பி.எஸ். அதிகாரி; மாவட்டப் போலீஸ் தலைமைப் பொறுப்பை ஏற்றிருப்பவர்களும் ஐ.பி.எஸ். அதிகாரிகள்தாம்.

ஒரு காலத்தில், படித்த பிரிட்டிஷ் இளைஞர்களுக்கு வேலை தேடிக் கொடுப்பதற்காகவும், நிர்வாகம் தனது இனத்தவர்கள் கையில் இருந்தால்தான் இந்தியாவை நம்பிக்கையுடன் ஆள முடியும் என்கிற ஒரே காரணத்திற்காகவும், ஐ.சி.எஸ். அதிகாரவர்க்கத்தை (Indian Civil Service) பிரிட்டிஷார் உருவாக்கினார்கள். சுதந்தர இந்தியாவில் ஐ.சி.எஸ். கிடையாது. ஐ.சி.எஸ்.ஸுக்குப் பதிலாக, ஐ.ஏ.எஸ். (Indian Administrative Service) என்கிற இந்திய நிர்வாக சர்வீசை உருவாக்கியிருக்கிறார்கள். இவ்வாறே, ஐ.பி.எஸ். என்கிற இந்தியன் போலீஸ் சர்வீஸ் (Indian Police Service) உருவாக்கப்பட்டுள்ளது. இந்த அகில இந்திய ஊழியப் பிரிவைச் சேர்ந்த இவர்களை வேலைக்கு அமர்த்துவதும், இந்த மாநிலத்திற்குச் சென்று வேலை பார் என்று அனுப்புவதும் – அவர்களது சம்பளத்தையும், சர்வீஸ் கண்டிஷன் ஆகியவற்றையும் நிர்ணயிப்பதும் மத்திய அரசுதான்.

எனவே, அவர்களுடைய விசுவாசம் மத்திய அரசின்பால்தான் இருக்குமென்று சொன்னால் அது தவறு இல்லை.

உலகத்தின் மற்ற கூட்டாட்சி அரசுகளில், மத்திய அரசுக்கும் – மாகாண அரசுகளுக்கும் பொதுவான ஊழியங்கள் (இந்தியாவில் இருப்பதுபோல்) கிடையா.

பிற கூட்டாட்சி அரசுகளில் மத்திய அரசுக்கெனத் தனியான ஊழியம் இருக்கும்; மாநில அரசுகளுக்கென்று தனியான ஊழியம் இருக்கும். அதனால்தான் நிர்வாகச் சீர்திருத்தக் கமிஷனின் ஆய்வுக் குழு கீழ்க்கண்டவாறு கூறுகிறது:

“கூட்டாட்சி அமைப்பில் மாநிலத் தேவைகளைப் பூர்த்தி செய்கின்ற... ஆனால், இறுதியாக மத்திய அரசினால் கட்டுப்படுத்தப்படுகின்ற – அனைத்திந்திய ஊழியம் வைத்திருப்பது வழக்கத்திற்கு மாறான நிலையாகும்.” [1]

---

1. “In a federal set up to have an all India service that serves the needs of the states but is controlled ultimately by the Union is an unusual feature.”

- Report of the Study-Team on **Centre-State Relationships**, Administrative Reforms Commission, Vol. I., p.237.

மாநிலங்கள் அவையில் ஒரு தீர்மானம் நிறைவேற்றி, ஐ.ஏ.எஸ்., ஐ.பி.எஸ். போல இன்னும் எத்தனை 'சர்வீஸ்'களை வேண்டுமானாலும் மத்திய அரசு உற்பத்தி செய்து, மாநிலங்களில் திணிக்கலாம்.

1961ஆம் ஆண்டில், அசாம் மாநிலத்தில் இதுவரை வரலாறு கண்டிராத மொழிக் கலவரங்கள் நடந்தது நினைவிருக்கலாம். ஆனால், அந்த மாநிலத்துத் தலைமைச் செயலாளரும், போலீஸ் இன்ஸ்பெக்டர் ஜெனரலும் அப்போது அசாம் மாநில அரசு இட்ட ஆணைகளை நிறைவேற்ற மறுத்துவிட்டார்கள். இப்படி மாநில அரசு அதிகாரத்திற்குக் கட்டுப்பட மறுக்கிற இந்த அகில இந்திய ஊழியர் வகையைச் சேர்ந்தவர்களை வேறு எங்காவது மாற்றித் தொந்தரவு கொடுக்கலாமே தவிர, மாநில அரசு அவர்கள் மீது எந்தவிதத் தீவிர ஒழுங்கு நடவடிக்கையும் எடுக்க முடியாது.¹

இத்தகைய பேராபத்திற்குரிய நிலையில்தான் மாநிலங்கள் இருக்கின்றன.

---

1. "The States do not even have unrestricted disciplinary control over them."

- **ASHOK CHANDA,** op.cit. p.106

9. நெருக்கடி நேர அதிகாரங்கள்

> ''நெருக்கடி நேர அதிகாரங்களைப் பற்றிய இந்த அத்தியாயத்தைப் போல உலகத்தில் எந்த ஜனநாயக நாடுகளின் அரசியல் அமைப்புச் சட்டத்திலும் என்னால் காண முடியவில்லை.''
>
> – எச். வி. காமத்
>
> (அ.நி.சபையில்)
>
> "I find no parallel to this Chapter of emergency in the Constitutions of democratic countries of the world."
>
> - H.V. KAMATH, C.A.D. IX. p.105

"இந்த நாள் துக்கத்திற்கும், வெட்கத்திற்கும் உரிய நாளாகும். ஆண்டவன்தான் இந்திய நாட்டு மக்களைக் காப்பாற்ற வேண்டும்'''[1] – என்று அரசியல் நிர்ணய சபையில் எச்.வி. காமத் மிகவும் வேதனையோடு குறிப்பிட்டார். அந்த நாள்தான் அரசியல் சட்டத்தில் நெருக்கடி நிலை பற்றிய அதிகாரங்கள் இயற்றப்பட்ட நாளாகும்.

காமத் குறிப்பிட்டபடி உலகத்தின் எந்த ஜனநாயக நாட்டிலும் இதற்கிணையான அதிகாரங்கள் மத்திய அரசிடம் கொடுக்கப்பட்டதற்குச் சான்றே கிடையாது. [2]

அரசியல் சட்டத்தின் 18 ஆவது அத்தியாயம் நெருக்கடி நேரத்து அதிகாரங்களைப் பற்றிக் குறிப்பிடுகிறது.

இந்த அத்தியாயத்தில் மூன்று விதமான நெருக்கடி நிலைகள் விவரிக்கப்பட்டிருக்கின்றன. அவையாவன:

---

1. "This is a day of sorrow and shame. God help the people of India."

2. "I find no parallel to this Chapter of emergency in the Constitutions of democratic countries of the world".

1. தேச அளவில் ஏற்படுகிற நெருக்கடி:

அதாவது போர், வெளிநாட்டு ஆக்கிரமிப்பு அல்லது உள்நாட்டுக் குழப்பம் காரணமாக இந்தியாவின் பாதுகாப்பிற்கோ அல்லது அதன் ஒரு பகுதியின் பாதுகாப்பிற்கோ ஏற்படுகிற நெருக்கடி.

2. அரசியல் சட்டம் செயல்படா விதத்தில் மாநிலத்தில் ஏற்படுகிற நெருக்கடி:

அரசியல் அமைப்புச் சட்டப்படி நிர்வாகம் சீர்குலைவதாகக் கருதப்படும்போது ஏற்படுகிற நெருக்கடி. அதாவது, ஒரு மாநிலத்தில் குடியரசுத் தலைவர் ஆட்சி ஏற்படுவதற்கு வழிவகை செய்யும் சூழ்நிலைதான் அத்தகைய நெருக்கடியாக வர்ணிக்கப்படுகிறது.

3. தேச அளவிலும், மாநில அளவிலும் நிதி நிலைமைக்கு ஏற்படுகிற நெருக்கடி:

அதாவது, இந்தியா முழுவதிலுமோ அல்லது அதன் பகுதிகளில் ஒன்றிலோ பொருளாதார ஸ்திரத்தன்மைக்கு ஏற்படும் நெருக்கடி.

இந்திய அரசியல் சட்ட விமர்சகர்கள் மூன்று கோணங்களில் 'நெருக்கடி அதிகாரங்களை'க் கடுமையாக விமர்சித்திருக்கிறார்கள். **முதலாவதாக,** இந்த 'நெருக்கடிக் காலத்'தில் கொஞ்சநஞ்சம் இருக்கிற இந்தியாவின் கூட்டாட்சி முறையும், மாநில சுயாட்சியும் மறைந்து, இந்தியா முழுவதும் 'ஒற்றையாட்சி'யாகி விடுகிறது. எனவே, இது கூட்டாட்சிக் கொள்கைக்கு மாறானது. **இரண்டாவதாக,** பேச்சுரிமை, சொத்துரிமை போன்ற அடிப்படை உரிமைகள் அனைத்தும் குடிமக்களுக்கு இந்த 'நெருக்கடிக் காலத்'தில் மறுக்கப்பட்டு விடுகிறது. எனவே, இது ஜனநாயகக் கொள்கைக்கும் மாறானது, **மூன்றாவதாக,** இந்த அதிகாரங்களைத் தவறாகப் பயன்படுத்திக் குடியரசுத் தலைவர் ஒரு இட்லராக மாறித் தொடர்ந்து சர்வாதிகாரம் செலுத்த முடியும்.

மூன்றுவித 'நெருக்கடி நிலை'களுமே கூட்டாட்சிக் கொள்கைக்கும், மாநில சுயாட்சிக் கொள்கைக்கும் முற்றிலும் முரணானவை ஆகும். ஒவ்வொன்றாக அவற்றை ஆராய்வோம்.

1) தேச அளவில் நெருக்கடி நிலை:

போர் அல்லது வெளிநாட்டு ஆக்கிரமிப்பு அல்லது உள்நாட்டுக் குழப்பம் ஆகியவை காரணமாக இந்தியாவின் பாதுகாப்போ அல்லது அதன் யாதேனும் ஒரு பகுதியின் பாதுகாப்போ **அச்சுறுத்தப்படுகின்ற** கடுமையான நெருக்கடி நிலை

(Grave emergency) ஏற்பட்டு உள்ளதெனக் குடியரசுத் தலைவர் **திருப்தி அடைந்தால்,** குடியரசுத் தலைவர் நாட்டில் நெருக்கடி நிலை ஏற்பட்டிருக்கிறதென்று பிரகடனம் செய்யலாம்.

அப்படிக் குடியரசுத் தலைவர் ஒரு பிரகடனத்தைச் செய்து விட்டால் மத்திய அரசு கீழ்க்கண்ட அதிகாரங்களைப் பெறுகிறது.

1, மாநிலத்தின் நிர்வாகம் இன்னின்ன விதங்களில்தான் நடைபெற வேண்டுமென்று மத்திய அரசு மாநிலங்களுக்குக் கட்டளைகள் (Directions) பிறப்பிக்கலாம்.

2. மாநிலங்கள் மட்டும் சட்டமியற்றலாம் என்று இருக்கிற மாநில அதிகாரப் பட்டியலில் குறிப்பிட்டுள்ள எந்தப் பொருள் பற்றியும் கூட நாடாளுமன்றம் சட்டமியற்றும் அதிகாரத்தைப் பெறுகிறது. அதாவது, 'மாநிலப் பட்டியல்', ' பொதுப் பட்டியலாக' ஆகிவிடுகிறது. *(சாதாரண நாட்களில் மாநிலப் பட்டியலில் உள்ள எந்தக் காரியம் குறித்தும் மத்திய அரசு சட்டமியற்ற முடியாது).*

3. மேலும், மாநில அரசின் அதிகாரத்திற்குட்பட்ட காரியங்களைக் கூட மத்திய அரசின் அதிகாரிகளைக் கொண்டு நிறைவேற்றும் வகையில் நாடாளுமன்றம் சட்டம் இயற்ற முடியும். *(சாதாரண காலங்களில் இந்த அதிகாரம் நாடாளுமன்றத்திற்குக் கிடையாது)*

4. மாநிலங்களின் எல்லா நிதி ஆதாரங்களையும் கூட மத்திய அரசு மேற்கொள்ள முடியும். அதாவது மாநிலங்களுக்கு வருமான வரியிலிருந்தும், எக்சைஸ் டூட்டியிலிருந்தும் பிரித்துக் கொடுக்கிற தொகை, மாநிலங்களுக்காக மத்திய அரசு வசூலிக்கிற வரி, மத்திய அரசு மாநிலங்களுக்குத் தருகிற மானியங்கள் ஆகியவற்றை மத்திய அரசே எடுத்துக் கொண்டுவிடும்; அல்லது அவற்றில் தான் விரும்புகிற மாற்றங்களைச் செய்யலாம்.

(பிரிவு. 354 (2))

இவற்றின் விளைவு என்ன?

நெருக்கடி நிலை என்று குடியரசுத் தலைவரால் பிரகடனப் படுத்தப்பட்டால் இந்தியாவில் கூட்டாட்சி முறை மாறி 'ஒற்றை ஆட்சி' உருவாகிறது.

கொஞ்சநஞ்சம் இருக்கிற மாநில சுயாட்சியும் அடியோடு இல்லாமல் மறைந்துவிடுகிறது. நிதி ஆதாரங்களை மத்திய அரசு எடுத்துக் கொள்வதைப் பற்றி அரசியல் நிர்ணய சபையில் **பண்டிட் குன்ஸ்ரூ** 'மாநிலங்களுடைய நிதி ஆதாரங்களை அறவே பறித்துக்கொண்டு மாநிலங்களை ஒரு முனிசிபாலிட்டியாகவும்,

ஜில்லா போர்டாகவும் மாற்றுவதாகக் குறிப்பிட்டிருக்கிறார்.

அரசியல் நிர்ணய சபையில் இதைக் கடுமையாகவும், ஆவேசத்தோடும் விமர்சித்தவர்களில் ஒருவர் ஒரிசாவின் முதல்வராக இருந்த **பிஸ்வநாத் தாஸ்.**

"சென்ற உலகப் போரின்போதுகூட மாகாணங்களின் வருமானத்தையெல்லாம் பிரிட்டிஷ் ஆட்சியாளர்கள் பிடுங்கிக் கொண்டு போகவில்லை. அவர்கள் செய்ததெல்லாம் அதிகமாக வரி விதித்ததுதான். ஆனால், அப்போதுகூட இல்லாத இந்த அதிகாரத்தை – மாநிலத்து வருவாயைப் பறிமுதல் செய்து கொள்ளும் அதிகாரத்தை – இப்போது ஏன் குடியரசுத் தலைவருக்கு வழங்குகிறீர்கள்?" என்று **தாஸ்** கேட்டார்.

> "சென்ற உலகப் பெரும் போரின்போது தங்கள் நாட்டில் மட்டுமல்லாது தாங்கள் வெற்றிகொண்ட நாட்டிலும் ஒவ்வொரு வீட்டிற்குமாகச் சென்று அங்கேயிருந்த இரும்பையும், உலோகங்களையும் நாஜிகள் பிடுங்கிச் சென்றார்கள். நெருக்கடி நேரத்தில் இந்திய அரசு ஏன் நாஜிகளைப் போல மாநிலங்களின் வருவாயை அபகரிக்க வேண்டும்?" [1] என்றும் தாஸ் கேள்விக் கணை தொடுத்தார்.

ஐந்தாண்டுகளுக்கு ஒருமுறை குடியரசுத் தலைவர் 'நிதிக் கமிஷனை' நியமிக்கிறார். அந்த நிதிக் கமிஷன்தான் வருமான வரி, எக்சைஸ் டூட்டி ஆகிய வரிகளிலிருந்து மாநிலங்களுக்குச் செல்லவேண்டிய பங்கையும், பற்றாக்குறை மாநிலங்களுக்குத் தரப்பட வேண்டிய மானியத்தையும் தீர்மானிக்கிறது.

இப்படி, சுதந்தரமான ஒரு குழு – நிதிக் கமிஷன் தீர்ப்பளித்த பிறகு, அந்த நிதி ஆதாரங்களுக்குத் தகுந்தவாறு மாநிலங்கள் தங்கள் செலவைப் பெருக்கிக்கொண்ட பிறகு, அதில் நெருக்கடியைக் காரணம் காட்டிக் குடியரசுத் தலைவர் கைவைப்பது எப்படி நியாயமாகும்?

– இவ்வாறு பண்டிட் **குன்ஸ்ரூ** தமது வாதங்களை அடுக்கினார்.

---

1. "During the last Great War, the Nazis took away iron and metals from the householders not only in their own country but in conquered territories. Why should the Government of India, like the Nazis, expropriate the revenues assigned to the States in an emergency?"

- **B. DAS,** C.A.D. Part 1, Vol.IX. p.518.

இப்படிச் செய்யப்பட்டால் மாகாணங்கள் நிதியைப் பொறுத்தவரையில் 'நிர்வாண நிலையை' (financial nirvana) எய்திவிடும் என்றும், மாநிலங்கள் **கோவணத்தோடு நிற்கவேண்டிய நிலை** உருவாகும் என்றும், மத்திய அரசு அவற்றின் பரிதாப நிலையைக் கவனிக்காது என்றும் அவர் கூறினார். [1]

*1935*ஆம் ஆண்டுச் சட்டத்தில்கூட இத்தகைய பிரிவு இல்லாததைச் சுட்டிக்காட்டினார்.

இந்தப் பிரிவு அமுல்படுத்தப்பட்டால் மத்திய அரசு தரும் நிதியை நம்பி நடத்தப்படும் மருத்துவமனைகள், கல்விச் சாலைகள், கிராம நலனுக்காகச் செய்யப்படும் பணிகள் – ஆகியவற்றை நிறுத்த வேண்டியிருக்கும். இதனால் மாநிலத்து மக்களிடையே அதிருப்தி வளர்ந்து, நீங்கள் எந்த 'நெருக்கடியை'க் காரணம் காட்டி இதை மேற்கொள்கிறீர்களோ அதைவிடப் 'பெரிய நெருக்கடி' மாநிலங்களிலே தோன்றக் கூடும் – என்றும் அவர் எச்சரித்தார்.

போர்க் காலத்தில் அமெரிக்கக் குடியரசுத் தலைவரோ அல்லது அந்நாட்டின் நாடாளுமன்றமோ மாநிலங்களின் அரசுரிமையை (Sovereignty)த் தொட முடியாது. 'அசாதாரணமான நிலைமைகள் அரசியல் சட்டத்தில் அளிக்கப்பட்டிருக்கிற அதிகாரங்களை அதிகமாக்கவோ, புதிதாக உருவாக்கவோ முடியாது' ('extra ordinary conditions do not create or enlarge constitutional powers') என்று அந்நாட்டு சப்ரீம் கோர்ட் கூறியிருக்கிறது.

உள்நாட்டுக் குழப்பம் ஏற்பட்டபோதிலும் அமெரிக்கக் குடியரசுத் தலைவரோ அல்லது நாடாளுமன்றமோ அப்படிக் குழப்பம் ஏற்பட்டிருக்கின்ற மாநிலங்களில் ஆட்சியைக் கவிழ்க்க முடியாது. அவர்களுக்கிருக்கிற அதிகாரம் எல்லாம் அத்தகைய உள்நாட்டுக் குழப்பம் ஏற்படுகிற மாநிலங்களில் மத்திய அரசு இயற்றுகிற சட்டங்களைச் செயல்படுத்துவதற்காகத் தங்களுடைய போலீசை அனுப்பி வைப்பதுதான்.

சான்றாக, 'லிட்டில் ராக்' என்னும் இடத்தில் நீக்ரோ குழந்தைகளை, வெள்ளைக்காரப் பிள்ளைகள் படிக்கிற பள்ளிக் கூடத்திற்குள் அனுமதிக்க நிறவெறி பிடித்த அந்த மாநில அரசு மறுத்தது. அதனால் சுப்ரீம் கோர்ட்டின் தீர்ப்பை நிறைவேற்ற

---

1. "... the provinces may suffer seriously - may, so to say, go about with a loin cloth- but the certre will have little regard for their plight."

- PANDIT HIRDAY NATH KUNZRU, C.A.D., Ibid, p. 507

முடியவில்லை. அதை நிறைவேற்றுவதற்காக அப்போது மத்திய அரசு, அந்த மாநிலத்து அரசைக் கவிழ்க்கவில்லை; உடனே அந்த இடத்திற்குத் தன்னுடைய போலீசை அனுப்பி ஒழுங்கு செய்தது!

"அமெரிக்காவிலும், ஆஸ்திரேலியாவிலும் மாநிலத்தில், உள்நாட்டுக் குழப்பம் ஏற்பட்டால் அந்த மாநில அரசின் அழைப்பின் பேரில்தான்" அந்த மாநில அரசிற்குத் துணை செய்வதற்கு மத்திய அரசு தலையிட முடியும்.

போர்க் காலத்தில் ஆஸ்திரேலியாவில் அந்த நாட்டு மத்திய அரசு போரை நடத்துவதற்குத் தேவையான அதிகாரங்களைத்தான் பிரயோகிக்க முடியுமே தவிர, மாநிலங்களின் அதிகாரத்தை ஆக்கிரமிக்கவே முடியாது. தேசப் பாதுகாப்பு, போர் ஆகியவை அந்த நாட்டிலே மத்திய அரசுக்குட்பட்டவை. எனவே, அந்த முக்கிய இரண்டு பணிகளையும் நிறைவேற்றுவதற்கு என்னென்ன அதிகாரங்கள் தேவையோ அவற்றைத்தான் நெருக்கடி மிகுந்த போர்க் காலத்தில் மத்திய அரசு பயன்படுத்த முடியும். இதற்கு மேற்கொண்டு மத்திய அரசு தன்னுடைய அதிகாரக் கரங்களை நீட்டினால் அது நியாயம்தானா என்பதை நிர்ணயிக்கிற உரிமை சுப்ரீம் கோர்ட்டிற்கு உண்டு. மத்திய அரசே போர்க் காலத்தில் மாநிலங்களில் உள்ள இந்த அதிகாரங்கள் எல்லாம் தனக்குத் தேவை என்று, தானே முடிவெடுத்துக்கொள்ள முடியாது. அங்கே அதுபற்றி முடிவு செய்ய வேண்டியது சுப்ரீம் கோர்ட் ஆகும். [1]

அங்கெல்லாம் புனிதமாகக் கருதப்படும் மாநில உரிமைகள் இந்தியாவில் புழுதியைப் போலக் கருதப்படுகின்றன.

அடுத்து, 'நெருக்கடிக் கால' அதிகாரங்கள் எப்படி ஜனநாயகக் கொள்கைக்கு விரோதமாக இருக்கின்றன என்பதைக் கவனிப்போம்.

'இந்த ஒரு அத்தியாயத்தின் மூலம் ஒரு சர்வாதிகார அரசிற்கு, ஒரு போலீஸ் இராஜ்யத்திற்கு, கடந்த இருபது ஆண்டுகளாக நாம் எந்த இலட்சியங்களையும், கொள்கைகளையும் தூக்கி நிறுத்தி வந்தோமோ அவற்றிற்கெல்லாம் முரணான அரசிற்கு... நாம் அடிக்கல் நாட்டுகிறோம்'' என்று **காமத்** மிகுந்த

1. Quoted by **ASHOK CHANDA** in "Federalism in India", pp.92-93

துக்கத்தோடு கூறி இந்த அழிவைத் தடுத்து நிறுத்தும் அறிவை அனைவருக்கும் நல்குமாறு ஆண்டவனை அரசியல் நிர்ணய சபையில் பிரார்த்தித்துக் கொண்டார். [1]

பேச்சுரிமை, கருத்து வெளியிடும் உரிமை, அமைதியாகக் கூடும் உரிமை, சங்கம் அல்லது கட்சி அமைக்கும் உரிமை, இந்தியா முழுவதும் பயணம் செய்யக்கூடிய உரிமை, இந்தியாவின் எந்தப் பகுதியிலும் வசிக்கின்ற உரிமை, சொத்து வைத்துக்கொள்ளும் உரிமை, தனக்குப்பிடித்தமான தொழில் அல்லது வாணிபத்தை நடத்தும் உரிமை ஆகிய அடிப்படை உரிமைகள் நமது அரசியல் சட்டத்தில் வழங்கப்பட்டிருக்கிற காரணத்தால்தான் இந்தியா உலகில் உள்ள மகத்தான ஜனநாயக நாடுகளில் ஒன்றாக மதிப்புப் பெற்றுத் திகழ்கிறது.

ஆனால், குடியரசுத் தலைவர் நெருக்கடி என்று பிரகடனப்படுத்தி விட்டாலோ இந்தியக் குடிமக்கள், 19வது பிரிவில் சொல்லப்பட்டிருக்கிற அத்தனை உரிமைகளையும் தற்காலிகமாக இழக்கிறார்கள். [2] அதைத் தவிர்த்து குடியரசுத் தலைவர் நினைத்தால் மற்ற அடிப்படை உரிமைகளையும் 'சஸ்பெண்டு' செய்யலாம். [3] அந்த நெருக்கடி நேரத்தில் அரசு இயற்றும் சட்டங்கள் அல்லது நிர்வாக உத்தரவுகள் மேற்சொன்ன அடிப்படை உரிமைகளைப் பாதிக்கிறது என்று கூறி யாரும் நீதிமன்றத்தை அணுக முடியாது என்கிற தடையும் ஏற்பட்டுவிடுகிறது.

அதாவது 'நெருக்கடி நிலை'யைப் பயன்படுத்தி ஜனநாயகத்திற்கு மதிப்பளிக்காத அரசு தனக்குப் பிடிக்காதவர்களைச் சிறைப்பிடித்தும்; பிடிக்காத கட்சிகளையும், தொழிற் சங்கங்களையும் தடை செய்தும்; பிடிக்காதவர்களின் சொத்துக்களைப் பறிமுதல் செய்தும்; அதிகாரத்தைத் துஷ்பியோகம் செய்ய வாய்ப்புண்டு.

– அதனால்தான் காமத் போன்றவர்கள் நெருக்கடி நேர அதிகாரங்கள் அனைத்தையுமே – குறிப்பாக மேற்சொன்ன அதிகாரத்தை வன்மையாக, இதய சுத்தியோடு எதிர்த்தார்கள்.

சுதந்தர இந்தியாவில் முதல் தடவையாகச் சீனப் படையெடுப்பின் போது 26–10–62ல் நெருக்கடி நிலை பிரகனப்படுத்தப்பட்டது. அது 10–2–68 வரை நீடித்தது. பாகிஸ்தான் படையெடுப்பையொட்டி 1971ல் பிரகடனப்படுத்திய நெருக்கடி நிலை இன்றும் நீடிக்கிறது. இந்த நேரம் அடிப்படை உரிமைகள் 'சஸ்பெண்டு' செய்யப்பட்டிருப்பதையொட்டி,

1. C.A.D., Ibid., p.539
2. பிரிவு 358.
3. பிரிவு 359.

பெரிய அளவில் அதிகாரம் துஷ்பிரயோகம் செய்யப்படவில்லையே என்று கேட்கலாம். ஆனால், வருங்காலத்தில் அப்படி நடக்காது என்பது என்ன உறுதி?

அதனால்தான் அரசியல் நிர்ணய சபையில் திரு. தாஸ் "எப்போதும் காந்தியவாதிகள்தாம் இந்தியாவை ஆள்வார்கள் என்று யார் நினைக்க முடியும்?" என்று கேட்டார். [1]

பாவம்; அவர் காந்தியவாதிகள் அனைவரும் புனிதமானவர்கள் என்கிற அப்போதைய நினைப்பில் அப்படிக் கேட்டார். காந்தியவாதிகளைப் பற்றி நாடு இப்போது நன்கு புரிந்து கொண்டிருக்கிறது!

அடுத்து, அரசியல் சட்டத்தின் இந்த விதிகளைப் பயன்படுத்தி எப்படிக் குடியரசுத் தலைவர் ஒரு இட்லராக மாறமுடியும் என்பதை ஆராய்வோம்.

பிரிட்டனிலே நெருக்கடி நிலை ஏற்பட்டிருக்கிறதென்று மன்னர் பிரகடனம் வெளியிட வேண்டும். நாடாளுமன்றம் அப்போது நடைபெற்றுக் கொண்டிருக்காவிட்டால் உடன் ஐந்து நாட்களுக்குள் நாடாளுமன்றம் கூடி அந்தப் பிரகடனத்தை அங்கீகரித்தாக வேண்டும்.

அமெரிக்காவில் அன்னியப் படையெடுப்பு அல்லது உள்நாட்டுக் குழப்பம் காரணமாகக் குடியரசுத் தலைவர் அடிப்படை உரிமைகள் மீது கைவைக்க முடியாது. அங்கே நாடாளுமன்றத்தின் இரு சபைகளும் ஒன்றாகக் கூடி அதுபற்றி முடிவு செய்யும். அந்த இரு சபைகளும் முடிவு செய்தால் மட்டும் போதாது. நாட்டில் அப்படி ஒரு நிலை உண்மையிலேயே இருக்கிறதா என்பதை ஆராய்ந்து தீர்ப்புக் கூறும் இறுதி உரிமையை அந்நாட்டு சுப்ரீம் கோர்ட் பெற்றிருக்கிறது.

இப்படி – அவர்கள் அடிப்படை உரிமைகளுக்கு அங்கே தலையாய மதிப்புக் கொடுத்திருக்கிறார்கள்.

ஆனால், இந்தியாவில் நிலைமை என்ன?

போர்,

வெளிநாட்டு ஆக்கிரமிப்பு,

உள்நாட்டுக் குழப்பம்

---

1. "...Who knows that Gandhiites will rule India all along!"
- **B.DAS,** C.A.D., Ibid., p.519.

– ஆகியவை ஏற்பட்ட பிறகுதான் பிரகடனம் வெளியிடப்பட வேண்டும் என்பது கிடையாது.

அந்த மூன்றில் ஏதேனும் ஒன்று இந்தியா முழுவதையுமோ, அல்லது அதன் ஒரு பகுதியையோ **அச்சுறுத்துவதாக** நிலைமை இருந்தாலே போதும்!

சரி; அப்படி அச்சுறுத்தும் நிலை இருப்பதாக யார் நினைக்க வேண்டும்?

நாடாளுமன்றமா?

இல்லை; இல்லை; குடியரசுத் தலைவர் **திருப்தி அடைந்தாலே** போதும்; பிரகடனத்தை வெளியிட்டு விடலாம்!

ஆக, குடியரசுத் தலைவர் என்கிற தனியொரு மனிதரின் திருப்திதான் பிரகடனத்தின் கர்த்தா ஆகும்!

ஆனால், இரண்டு மாத காலத்திற்குள் அந்தப் பிரகடனம் நாடாளுமன்றத்தின் அங்கீகாரத்தைப் பெற்றாக வேண்டும்!

பிறகென்ன? இரண்டு மாத காலத்திற்குள் குடியரசுத் தலைவர் மக்கள் பிரதிநிதிகளின் அங்கீகாரத்தைப் பெற்றுவிடுகிறாரே! இந்தப் பாதுகாப்புப் போதாதா? – என்று கேட்கலாம்.

நிச்சயம் இது பாதுகாப்பாகாது; அந்த இரண்டு மாத காலத்திற்குள்– அவ்வளவு ஏன்? இந்த அதிகாரத்தைப் பயன்படுத்தி, அப்படி ஒரு பிரகடனத்தை வெளியிட்ட மறுகணமே குடியரசுத் தலைவர் இட்லராக ஆகிவிட முடியும்.

ஆம்; பொதுவாகக் குடியரசுத் தலைவர் மத்திய மந்திரி சபையின் ஆலோசனைப்படிதான் எப்போதும் நடக்க வேண்டும் என்பது மரபு என்றாலும் – அதிகார வெறிபிடித்த ஒரு குடியரசுத் தலைவர், தாம் நினைத்தால் மந்திரி சபையினுடைய ஆலோசனையைப் புறக்கணித்து, அரசியல் சட்ட விதிகளைக் கொண்டே ஒரு இட்லராக ஆகிவிடுகின்ற ஆபத்து இருக்கிறது.

அரசியல் சட்டத்தினுடைய விதிகள் எதையும் புறக்கணிக்காமலேயே குடியரசுத் தலைவர் நினைத்தால் இட்லராக ஆக முடியும் என்பதை **ஆலன் கிலெட்கில்** (Alan Gledhill) என்பார் விளக்கமாகச் சுட்டிக் காட்டியிருக்கிறார்.

குடியரசுத் தலைவர் மீது நாடாளுமன்றத்திற்கு இருக்கிற பிடிப்பு எல்லாம் அவர் மீது எந்த நேரம் வேண்டுமானாலும் 'தலைக் குற்றச்சாட்டு' (impeachment) என்கிற தண்டனையைக் கொண்டு வரலாம் என்பதுதான். குடியரசுத் தலைவர் பிரதமருடைய ஆலோசனையை மீறி ஒரு காரியம் செய்வதாக

வைத்துக்கொள்வோம். நாடாளுமன்றத்தில் பெரும்பான்மை பெற்றிருக்கிற ஒரு பிரதமர் உடனே 'இம்பீச்மெண்ட்' கொண்டு வருகிறார் என்றும் கருதுவோம். அதற்கு 14 நாட்கள் அவகாசம் கொடுக்க வேண்டும். இட்லராக விரும்புகிற குடியரசுத் தலைவர் அந்த 14 நாட்களுக்கு முன்பாகவே நாடாளுமன்றத்தைக் கலைத்துவிட்டுப் பிரதமரையும், மற்ற அமைச்சர்களையும் 'டிஸ்மிஸ்' செய்துவிட்டு, புதிய ஒருவரைப் பிரதமராக நியமித்துக் கொண்டு முற்றிலும் புதிய மந்திரி சபையை உருவாக்க முடியும். யார் வேண்டுமானாலும் ஆறு மாத காலத்திற்கு நாடாளுமன்ற உறுப்பினராக ஆகாமலேயே பிரதமராகவும், அமைச்சர்களாகவும் இருக்க முடியும். அப்படித் தமக்குப் பொம்மையாக இருக்கிற அமைச்சரவையை உருவாக்கிவிட்டுக் குடியரசுத் தலைவர் நெருக்கடி நிலையைப் பிரகடனம் செய்ய முடியும். அந்த நெருக்கடி நேரப் பிரகடனம் அமுலில் இருக்கும் காலத்தில் புதுப்புது அவசரச் சட்டங்களை (ordinance) வெளியிட்டு அதிக அதிகாரங்களை உற்பத்தி செய்துகொள்ள முடியும். ஆறு மாதத்திற்கொரு முறை நாடாளுமன்றம் கூட வேண்டும் என்றுதான் விதி இருக்கிறது. ஆறு மாதத்திற்கு நாடாளுமன்றத்தைக் கூட்டாமலேயே, குடியரசுத் தலைவர் பொம்மை அமைச்சர்களை வைத்துக் கொண்டு செயல்பட முடியும். பின்னர் ஆறாவது மாதம் ஒரு தேர்தலுக்கு ஏற்பாடு செய்யலாம். குடியரசுத் தலைவர் முப்படைகளின் தளபதியாகவும் இருக்கிற காரணத்தால் அவற்றைப் பயன்படுத்தித் தேர்தல் நேரத்தில் தமக்கு வேண்டியவர்கள் நாடாளுமன்ற உறுப்பினர்களாகத் தேர்ந்தெடுக்கப்பட வழிவகை செய்ய முடியும். அதன் விளைவாகத் தமக்குப் பொம்மைகளாக இருக்கிற நாடாளுமன்ற உறுப்பினர்களைத் தேர்ந்தெடுத்து அங்கே பெரும்பான்மை பெற முடியும். அப்படிப் பெறத் தவறிவிட்டால் மறுபடியும் நாடாளுமன்றத்தைக் கலைத்து மேற்குறிப்பிட்ட காரியங்களைத் **தொடர்ந்து செய்துகொண்டே அரசியல் சட்டத்திற்கு உட்பட்டு** ஒரு இட்லராக, இப்போதிருக்கிற சட்டப்படி நடக்க முடியும் என்பதைத்தான் **ஆலன் கிலெட்கில்** சித்தரித்துக் காட்டுகிறார்.

எனவே, இந்த விதிகள் கூட்டாட்சி முறைக்கும், மாநில சுயாட்சி முறைக்கும் மட்டும் அல்லாமல் ஜனநாயகத்திற்கே விரோதமாக இருக்கிற ஆபத்தை அனைவரும் கவனிக்க வேண்டும். பிரதமருக்கு எதிராகக் குடியரசுத் தலைவர் செயல்பட்டால் மேற்கூறிய நிகழ்ச்சிகள் நடைபெறக்கூடும்.

இதைப்போலவே அடாத செயல்புரிவதற்கு அஞ்சாத ஒரு பிரதம மந்திரியும், 'விளக்கெண்ணெய்த்தனமான' அல்லது

மனச்சான்று இல்லாத குடியரசுத் தலைவரும் ஒன்று சேர்ந்தால்கூட நாட்டிலே பாராளுமன்ற ஜனநாயகத்தை ஒழித்துக் கட்டிவிட முடியும் – என்று இன்னொரு ஆசிரியர் கூறுகிறார்.[1]

உலக ஜனநாயக நாடுகளில் இதற்கு இணையான விதிகள் இல்லை என்று காமத் எடுத்துக்காட்டியபோது, டி.டி.கிருஷ்ணமாச்சாரியார் ஜெர்மன் நாட்டு அரசியல் சட்டத்தில் (Weimar Consitution) இப்படி ஒரு விதி – 48ஆவது பிரிவு – இருப்பதாகக் கூறினார்.

அதற்குக் காமத் சொன்ன பதிலாவது:

"நான் கூறியதை அவர் புரிந்துகொள்ளத் தவறிவிட்டார். ஜெர்மன் நாட்டு அரசியல் சட்டத்தின் இந்த 48வது பிரிவை வைத்துதான் இட்லர் ஜெர்மனியில் ஜனநாயகத்தைக் கொன்று, சர்வாதிகாரத்தை ஏற்படுத்தினான். சரி; நமக்கும் அந்தக் குறிக்கோள் இருந்தால், இந்த நாட்டில் நாமும் சர்வாதிகாரத்தை விரும்பினால் உங்களோடு நான் சண்டைபோட விரும்பவில்லை. எல்லா விதத்திலும் அப்படியே செய்யுங்கள். ஆனால், அப்படிச் செய்ய விரும்புகிறோம் என்பதைச் சொல்லுங்கள்; யோக்கியமாக இருங்கள்; நேர்மையாக இருங்கள்; தந்திரத்தைக் கையாளாதீர்கள்; மோசக்கருத்துக் கொண்டிருக்காதீர்கள்." [2]

இப்படி, இராணுவ பலத்தால் அல்லாமல் அரசியல் சட்டத்தின் மூலமாகவே ஒரு இட்லரை உருவாக்குவதற்கான வாய்ப்புகள் இருக்கின்றன.

---

1. "The Combination of an adventurous Prime Minister and a complacent or unscrupulous President could certainly subvert parliamentary democracy."

- **C.H.V. RAO**, "The President and Parliament" in **A.B.LAL** (Ed.), 'The Indian Parliament' p.226.

2. "...he missed the point I made. I had sought to show that the very article 48 of the Weimar Constitution of the Third Reich of Germany, was used by Herr Hitler to destroy democracy in Germany and to establish his dictatorship. All right; if we are aiming at that objective, if we in this country want dictatorship, I have no quarrel with them. Have it by all means; but say so; be honest; be straight; do not adopt subterfuges; do not be crooked about your business."

- **H.V. KAMATH** C.A.D., Ibid. p.141.

2. மாநில அளவில் ஏற்படுகிற நெருக்கடி:

இது மாநிலங்களில் குடியரசுத் தலைவர் ஆட்சியைத் திணிக்கிற ஜனநாயக விரோத அதிகாரத்தைப் பற்றியது. [1]

இதைப்பற்றிய விவாதம் அரசியல் நிர்ணய சபையில் நடைபெற்ற போதுதான், எச்.வி.காமத் கீழ்க்கண்டவாறு மனவேதனையுடன் கூறினார்:

"நான் இந்த நடவடிக்கைக்கு உடந்தையாக இருக்கமாட்டேன். இந்த அரசியல் சட்டத்தில் திட்டமிட்டிருக்கக்கூடிய குறைந்த மாநில சுயாட்சியையும் சூன்யமாக்கக்கூடிய மோசம் நிறைந்த நடவடிக்கை இது. இந்த மோசத்தை, மதிகேட்டினை, இந்த நடவடிக்கையில் உள்ள 'கிரிமினல்' தன்மையை உணர்ந்து கொள்வதற்கு உண்டான ஞானத்தை இந்த அவைக்கு வழங்க வேண்டுமென்று நான் ஆண்டவனைப் பிரார்த்தித்துக்கொள்கிறேன்." [2]

ஆனால், காமத்தின் பிரார்த்தனை நிறைவேறவில்லை! தரப்பட்டிருக்கிற குறைந்த மாநில சுயாட்சியையும் சூன்யமாக்குகிற அந்தப் பிரிவுதான் நிறைவேற்றப்பட்டது!

ஒரு மாநிலத்தின் அரசு, அரசியல் அமைப்புச் சட்டத்தின் விதிகளின்படி நடைபெற முடியாது என்கிற சூழ்நிலை உருவாகியிருப்பதாகக் கவர்னரிடமிருந்து ஒரு அறிக்கையைப் பெற்றோ; அல்லது மற்றப்படி (otherwise) - கவர்னரிடமிருந்து அறிக்கையேதும் பெறாமலோ; அப்படி ஒரு நிலை இருப்பதாகக் குடியரசுத் தலைவர் தாமே திருப்தியடைவாரேயானால் – அந்த மாநிலத்தில் குடியரசுத் தலைவர் ஆட்சி உருவாகும்.

– இப்படி 356வது பிரிவு கூறுகிறது.

356வது பிரிவு மாநிலத்தில் குடியரசுத் தலைவர் ஆட்சியைத்

---

1. பிரிவு 356

2. "I shall not be a party to this transaction. This is a foul transaction, setting at naught the scheme of even the limited provincial autonomy which we have provided for in this Constitution, and I shall pray to God that He may grant sufficient wisdom to this House to see the folly, the stupidity, the criminal nature of this transaction."

- **H.V. KAMATH,** Ibid., p.140

திணிக்கின்ற பிரிவு என்றால், இதற்கு முந்திய 355வது பிரிவு அதற்கு வழியமைத்துக் கொடுக்கிற பிரிவு ஆகும்.

அந்தப் பிரிவில்தான்:

1. வெளிநாட்டு ஆக்கிரமிப்பு (external aggression)

2. உள்நாட்டுக் குழப்பம் (internal disturbance)

ஆகியவற்றிலிருந்து மாநிலங்களைக் காப்பாற்றுவதும்;

3. ஒவ்வொரு மாநிலத்தின் ஆட்சியும் அரசியல் சட்டத்தில் உள்ள விதிகளின்படி நடக்கிறதா – என்று கண்காணிப்பதும் மத்திய அரசின் கடமை என்று கூறப்பட்டிருக்கிறது.

முன்பே வெளிநாட்டு ஆக்கிரமிப்பு; உள்நாட்டுக் குழப்பம் ஆகியன ஏற்படுமென்று குடியரசுத் தலைவர் திருப்தியடைந்தால் எப்படி 'நெருக்கடி நிலைப் பிரகடனம்' செய்து, நாட்டில் கூட்டாட்சி முறையை அழித்துவிட்டு, ஒற்றை ஆட்சி முறையை ஏற்படுத்த முடியும் என்பதைப் பார்த்தோம்.

அதையே ஏன் இப்போது திருப்பிச் சொல்ல வேண்டும் என்று கேட்கலாம். இரண்டிற்கும் வித்தியாசம் உண்டு.

முதலில் குறிப்பிடப்பட்டிருக்கிற 'வெளிநாட்டு ஆக்கிரமிப்பும்', 'உள்நாட்டுக் குழப்பமும்' இந்தியாவின் பாதுகாப்பையோ அல்லது அதன் ஒரு பகுதியின் பாதுகாப்பையோ அச்சுறுத்துவதாக இருக்க வேண்டும்.

ஆனால், 355வது பிரிவில் கூறப்பட்டிருப்பதோ பாதுகாப்பை **அச்சுறுத்தாத** வகையைச் சேர்ந்தது;

நாட்டினுடைய அல்லது அதன் ஒரு பகுதியினுடைய பாதுகாப்பை அச்சுறுத்தாத உள்நாட்டுக் குழப்பத்திலிருந்து ஒரு மாநிலத்தைக் காப்பாற்றுவதை எப்படி ஒரு மத்திய அரசு கடமையாகக் கொள்ள முடியும் என்பதற்கு எச்.வி. காமத் கடுமையான ஆட்சேபம் தெரிவித்தார்.

பொது ஒழுங்கைக் காப்பாற்றுகிற அதிகாரம் மாநிலப் பட்டியலில் முதலாவதாக இடம் பெற்றிருக்கிறது. அது முழுக்க முழுக்க மாநிலங்கள் பொறுப்பிலே இருக்கிற அதிகாரம். ஒரு இடத்திலே சட்டம் – ஒருங்கிற்கு மாநில அரசைப்

பொறுப்பாக்கிவிட்டு, இன்னொரு இடத்தில் உள்நாட்டுக் குழப்பத்திலிருந்து மாநில அரசைக் காப்பாற்றுவது மத்திய அரசின் கடமை என்று கூறுவது நியாயமா? – என்று அவர் கேட்டார்.

"ஒரு பிரிவில் பொது ஒழுங்கு மாநிலத்தின் பொறுப்பு என்று கூறிவிட்டு; இன்னொரு பிரிவில், உள்நாட்டுக் குழப்பத்தைச் சாக்குவைத்து ஒரு மாநிலத்தின் உள்விவகாரங்களில் தலையிடும் அதிகாரத்தை மத்திய அரசிடம் கொடுப்பது அயோக்கியத்தனம்."[1]

– என்று கடுமையான வார்த்தைகளால் காமத் விவரித்தார். 'Internal disturbance' என்பதைத்தான் 'உள்நாட்டுக் குழப்பம்' என்று தமிழிலே மொழிபெயர்த்தோம்.

"ஒரு மாநிலத்திற்குள்ளே நடைபெறும் 'disturbance' என்கிற 'குழப்பம்' இரண்டு பேர் கைகலப்பதாலும் ஏற்படும்; அது பெருங்குழப்பத்தில் முடிகிற மாபெரும் புரட்சியையும் குறிக்கும்."[2]

– என்று விளக்கம் தந்து, இதை ஒரு சாக்காக வைத்து ஒரு மாநிலத்தின் உள்விவகாரங்களில் தலையிடும் அதிகாரத்தை மத்திய அரசிற்கு வழங்கப் போகிறீர்களா? என்று கேட்டார்.

சாதாரணக் குழப்பங்களைச் சமாளிப்பதற்கு மாநிலத்தின் வசம் போலீஸ் இருப்பதைச் சுட்டிக்காட்டினார். "சட்டத்தையும், ஒழுங்கையும் பாதுகாத்துக்கொள்வதற்கு – தனது எல்லைக்குள்ளே

---

1. "It is dishonest on our part to say in one article that public order shall be the responsibility of the State and then in another article to confer powers upon the Union Government to intervene in the internal affairs of the State on the slightest pretext of any internal disturbance."

- H.V. KAMATH, Ibid., p.138.

2. "....a disturbance within a State may range from two people coming to blows to a full-fledged insurrection leading perhaps to chaotic conditions."

Ibid., p.138

அமைதியையும் ஒழுங்கையும் நிலைநாட்டுவதற்கு – நாம் மாநில அரசை நம்பக்கூடாதா?"[1] என்று அவர் கேட்டார்.

''அதிகக் கவனம் செலுத்தாமல் இந்த அவை இந்தப் பிரிவை நிறைவேற்றுமேயானால், உள் குழப்பத்தைத் தடுப்பதாகவும், ஒடுக்குவதாகவும் சாக்கிட்டுக் கொண்டு மாநில சுயாட்சி அழிக்கப்படும்; மத்திய அரசு மாநில சுயாட்சியைச் சதி செய்து கவிழ்த்துவிடும் – என்பதை என்னால் முன்கூட்டியே காண முடிகிறது.''[2]

– என்று காமத் சொன்னது எவ்வளவு உண்மை என்பதை இப்போது கண்கூடாகப் பார்க்கிறோம்.

இந்த 355ஆவது பிரிவை முன்னுரையாகக் கொண்டுதான் மாநிலத்தில் சட்டம் – ஒழுங்கு கெட்டுவிட்டது என்று காரணம் காட்டி, 356வது பிரிவின்படி, கேரளத்தில் துவங்கிப் பல மாநிலங்களில் மக்கள் தேர்ந்தெடுத்த ஜனநாயக அரசு சவக்குழிக்கு அனுப்பப்பட்டு, குடியரசுத் தலைவர் ஆட்சி ஏற்படுத்தப்பட்டிருக்கிறது.

அரசியல் சட்ட விதிகளின்படி மாநில அரசு நடைபெறுகிறதா என்பதைக் கண்காணிப்பது மத்திய அரசின் கடமையாம்!

சரி; மத்திய அரசு அப்படிச் செயல்படுகிறதா என்பதை யார் கண்காணிப்பது?

– இரண்டு அரசுகளுக்குமாகச் சேர்த்து இந்தப் பொறுப்பைக் கூட்டாட்சி முறைப்படி உச்ச நீதிமன்றத்திடம் அன்றே ஒப்படைத்திருக்க வேண்டும்!

வேண்டுமென்றேதான் இந்த அதிகாரம் வழங்கப்படவில்லை! ஏனெனில் அப்படி ஒரு அதிகாரத்தை வழங்கியிருந்தால் மத்திய அரசும் மாநில அரசுகளும் சம அந்தஸ்து படைத்தவையாக ஆகிவிடும்!

---

1. "Can we not trust the State Government to look after its own public peace and order, to maintain tranquility within the borders of its own domain?"
- Ibid.

2. "If this article... is adopted without much consideration by this House, I foresee the destruction of provincial autonomy, the subversion of political autonomy by the Union Government, on the pretext of averting or quelling internal disturbance."
- Ibid.

– வேண்டுமென்றேதான் அத்தகைய நிலையைத் தடுத்து, மத்திய அரசைப் பரிபாலிப்பவர்கள் 'உயர்வகை மனிதர்கள்' என்கிற பிரமையை உண்டாக்கியிருக்கிறார்கள்![1]

இப்போது எத்தகைய சூழ்நிலையில் மாநிலங்களில் குடியரசுத் தலைவர் ஆட்சி திணிக்கப்படுகிறது என்பதைக் கவனிப்போம்:

1. ஒரு மாநிலத்தின் அரசாங்கம் அரசியல் அமைப்புச் சட்டத்தின் விதிகளின்படி நடைபெற முடியாத சூழ்நிலை உருவாகியிருப்பதாக அந்த மாநிலத்தின் கவர்னர், குடியரசுத் தலைவருக்கு அறிக்கை (Report) அனுப்ப வேண்டும்.

2. அல்லது, கவர்னரது அறிக்கை இல்லாமலேயே மற்றப்படி (Otherwise) - அதாவது, அப்படி ஒரு சூழ்நிலை குறிப்பிட்ட மாநிலத்தில் இருப்பதாகக் குடியரசுத் தலைவர் தாமாகவே திருப்தியடைய வேண்டும்.

– இப்படி, கவர்னரின் அறிக்கையின் பேரில் குடியரசுத் தலைவர் திருப்தியடைந்து,

அல்லது, தாமாகவே திருப்தியடைந்து குடியரசுத் தலைவர் தமது ஆட்சியை அந்த மாநிலத்தின் மீது திணிக்கிறார்.

அதாவது, அந்த நேரம் அந்த மாநிலம் நேரடியாக மத்திய அரசின் ஆட்சியின்கீழ் வந்துவிடுகிறது. அந்த மாநிலத்தைப் பொறுத்தவரை கூட்டாட்சி இயந்திரம் செயல்படாமல் முடக்கப்படுகிறது.

அது மட்டுமா? அந்த மாநிலத்து அரசினை அமைப்பதற்காகச் சட்டமன்றத் தேர்தலில் வாக்களித்த வாக்காளர்களின் தீர்ப்பும் உதாசீனம் செய்யப்படுகிறது. எனவே, இப்பிரிவு காரணமாக ஒரே வீச்சில் கூட்டாட்சி முறையும், 'ஜனநாயக முறை'யும் வெட்டி வீழ்த்தப்படுகின்றன.

அரசியல் நிர்ணய சபையில் இருந்த முன்னணி உறுப்பினர்கள் அத்தனை பேரும் இந்த விதிக்குக் கடுமையான எதிர்ப்புத் தெரிவித்தனர்.

---

1. இந்த விதிகளின்படிதான், மாநில அரசு மத்திய அரசு பிறப்பிக்கிற கட்டளைகளுக்குக் கீழ்ப்படிய மறுத்தால், 'அரசியல் சட்ட விதிகளின்படி அந்த மாநில அரசு நடைபெற முடியவில்லை' என்று கூறி அந்த மாநிலத்தில் குடியரசுத் தலைவர் ஆட்சி ஏற்பட்டுவிடும். இதைத்தான் முன் அத்தியாயத்திலே கூறியிருக்கிறோம்.

இந்தப் பிரிவு முழுவதுமே மாநில அரசை நம்பாமல் செய்யப்பட்ட சூழ்ச்சி என்றால், அதற்குள்ளே இன்னொரு சூழ்ச்சியும் இருப்பதைக் கவனிக்க வேண்டும்"

– என்று எச்.வி.காமத் கடுங்கோபமாகக் கூறினார்.

''Otherwise என்கிற இந்தச் சொல் விஷமத்தனமான சொல். இது ஒரு பேய்த்தனமான சொல். இந்தப் பிரிவு நீக்கப்பட வேண்டும் என்று நான் ஆண்டவனைப் பிராரத்திக்கிறேன். இன்றைய தினம் ஆண்டவன் தலையிடாவிட்டால், வெகு சீக்கிரத்தில் நிலைகள் மோசமடைந்து, இன்று இருப்பதைவிட நமது விழிகள் நன்கு திறந்திருக்கும்போது, ஆண்டவன் தலையிடுவான் என்றே நான் நிச்சயம் நம்புகிறேன்'' [1]

– என்று காமத் மிகவும் உருக்கமாகவும் கூறினார்.

பாவம், காங்கிரஸ் கட்சி மிருகத்தனமான பெரும்பான்மையோடு வெறும் கைதூக்கும் இயந்திரமாக அரசியல் நிர்ணய சபையில் வீற்றிருந்த காரணத்தால், நீதி, நியாயம் நிலைப்பதற்குத்தான் அவர் அடிக்கடி ஆண்டவனை அழைக்க வேண்டியிருந்தது.

கவர்னர் குடியரசுத் தலைவருக்கு ரிப்போர்ட் அனுப்பித்தான் குடியரசுத் தலைவர் ஆட்சி மாநிலங்களில் ஏற்பட வேண்டுமென்று அவசியமில்லை என்று ஏன் வைத்திருக்கிறார்கள்?

சமயங்களில் கவர்னர் யோக்கியமானவராகவும் நடுநிலையாளராகவும் இருந்து, மத்தியிலே ஆளுகின்ற கட்சியின் இச்சைகளை நிறைவேற்றத் தவறிவிட்டால் என்ன செய்வது? இந்தச் சந்தேகம் அரசியல் அமைப்புச் சட்டத்தை இயற்றியவர்களுக்கு ஏற்பட்டுத்தான் கவர்னருடைய ரிப்போர்ட் இல்லாமலேயே (Otherwise) - தாமாகவே குடியரசுத் தலைவர் மாநிலத்துச் சட்டசபையையும், பொதுமக்களால் முறைப்படி தேர்ந்தெடுக்கப்பட்ட அமைச்சரவையையும் டிஸ்மிஸ் செய்து தமது ஆட்சியை ஏற்படுத்திக் கொள்ள அரசியல் சட்டத்தில் வாய்பபுக் கொடுத்திருக்கிறார்கள்.

"கவர்னர் குடியரசுத் தலைவரால் நியமனம் செய்யப்படுகிறவர்தாம் என்று முன்பே முடிவு செய்துவிட்டோம். அப்படி இருக்கும்போது, குடியரசுத் தலைவர் தம்மால் நியமனம்

---

1. " 'Otherwise' is a mischievous word. It is a diabolical word in this context and I pray to God that this will be deleted from this article. If God does not intervene today, I am sure at no distant date He will intervene when things will take a more serious turn and the eyes of every one of us will be more awake than they are today."

- **H.V.KAMATH**, Ibid., p.140.

செய்யப்படுகிறவர்கள் மீது நம்பிக்கை வைக்கக்கூடாதா? அவர் தம்மால் நியமனம் செய்யப்படுகிறவர்கள் மீது நம்பிக்கை வைக்க முடியாவிட்டால் நாம் இந்த அரசாங்கத்தையும், அவையையும் மூடிவிட்டு வீட்டிற்குப் போய்விடுவது நல்லது"[1] – என்று காமத் கடும் கோபத்தோடு கூறினார்.

இது வரை நியமிக்கப்பட்ட கவர்னர்கள் மேலேயிருந்து பிரதிபலிக்கப்படுகிற எண்ணங்களையும், ஆசைகளையும் வெற்றிகரமாக நிறைவேற்றிக் கொண்டிருப்பதால், குடியரசுத் தலைவரே மாநில அரசுகளை நேரடியாக எடுத்துக் கொள்கிற நிலை உருவாகவில்லை.

ஆனால், இனியும் உருவாகாது என்று யார் சொல்ல முடியும்?

இன்றைய அரசியல் அமைப்புச் சட்டத்திலிருக்கும் இந்தப் பிரிவு – எந்தக் காங்கிரசார் வெறுத்து ஒதுக்கினார்களோ அந்த 1935ஆம் ஆண்டுச் சட்டத்திலிருந்து அப்படியே 'ஈயடிச்சான் காப்பி'யடிக்கப்பட்ட 93வது செக்ஷன் ஆகும்.

ஆனால், அரசியல் நிர்ணய சபை இயங்கிய காலத்தில் காங்கிரசார் 1935ஆம் ஆண்டுச் சட்டத்தைத் திருத்தி இந்த 93ஆவது பிரிவை நீக்கியிருந்தனர்!

அதாவது 1947, ஆகஸ்ட் 15ம் நாளிலிருந்து, இப்போதைய அரசியல் சட்டம் அமுலுக்கு வந்த 1950 ஜனவரி 26 வரை இந்த வெறுக்கத்தக்க 93வது பிரிவு நீக்கப்பட்டிருந்தது.

"இதிலே முக்கியமான விஷயம் என்னவென்றால், திருத்தப்பட்ட 1935ஆம் ஆண்டுச் சட்டத்தில் – அதாவது இப்போது இந்த நாட்டில் அமுலில் இருக்கும் அந்தச் சட்டத்தில் – மேற்சொன்ன பிரிவு (93) நீக்கப்பட்டிருக்கிறது. ஆகவே, இப்போது நம்மை ஆட்சி செய்யும் 1935ஆவது ஆண்டுச் சட்டம் ஒரு விதத்தில் முற்போக்கானது. ஏனெனில் இப்போது நாம் நிறைவேற்றுகிற பிரிவு அதில் இல்லை. புதிய அரசியல் சட்டத்தில் நாம் இதைப் புகுத்துகிறோம். இது ஒரு பிற்போக்கான நடவடிக்கை

---

1. "After all we have already decided that the Governor shall be the nominee of the President. If that be so, connot the President have confidence in his own nominees? If he cannot have this trust and confidence in his own nominees, let us wind up our Government and go home; let us wind up this Assembly and go home."

- H.V.KAMATH, Ibid., p.140.

என்று நான் உறுதியாக நம்புகிறேன்."¹ – என்று பேராசிரியர் **சிப்பன்லால் சாக்சேனா** நிலைமையைத் தெளிவுபடுத்தியிருக்கிறார்.

ஆம்; வெள்ளைத் துரைமார்களைப் போலவே ஆதிக்க வெறிபிடித்த காங்கிரஸ் துரைமார்களும் இத்தகைய 'பிரிவு' ஒன்று அரசியல் சட்டத்தில் தேவை என்று உணர்ந்திருக்கின்றனர்.

வெள்ளைக்காரன் தனது ஏகாதிபத்தியத்தை நிலைநாட்டுவதற்கு உருவாக்கிய இந்தப் பிரிவு சுதந்திர இந்தியாவின் அரசியல் சட்டத்திலே இடம் பெற்றிருப்பது அவமானத்திற்குரிய ஒன்றாகும்.

சர்தார் பட்டேல் கூட, 'ஒரு ஜனநாயக அரசியல் சட்டத்தில் இது சரியாகப் பொருந்தவில்லை' என்று குறிப்பிட்டார். ²

ஒரு மாநிலத்தில் நல்ல ஆட்சி நடக்கிறதா அல்லவா என்பதை அந்தந்த மாநிலத்து மக்கள் மட்டுமே தீர்மானிக்க வேண்டுமே தவிர மத்திய அரசு குறுக்கிடக்கூடாது என்பதைப் பல உறுப்பினர்கள் எடுத்துக்காட்டினார்கள்.

கடும் எதிர்ப்புகளைக் கண்ட டாக்டர் அம்பேத்கார் *356-வது பிரிவை நாங்கள் கடைசி ஆயுதமாகத்தான்* (last resort) பிரயோகிப்போம் என்று கூறினார்.

"முதலாவதாகக் குடியரசுத் தலைவர் அரசியல் சட்டத்தில் கூறியிருக்கிறபடி காரியங்கள் நடைபெறவில்லை என்று, தவறு செய்த மாநிலத்திற்கு எச்சரிக்கை செய்வார் என்று நம்புகிறேன். அந்த எச்சரிக்கை பலனளிக்காது போனால் இரண்டாவது அவர் செய்யக்கூடிய காரியம் அந்த மாநிலத்து

1."...what is more interesting is that in the Government of India Act, 1935 as amended, and which is now in force in this country, this particular act is omitted. So in a way the present Government of India Act under which we are now being governed, is more progressive than the article which we are now going to pass, because in this present Government of India Act, there is no section 93, and we are re-introducing it in our new Constitution. I surely thik this is a retrograde step."
-**Prof. SHIBBAN LAL SAKSENA,** Ibid., p.143.

2. "... in a democratic Constitution it does not fit in properly."
- **Sardar VALLABHAI PATEL,** Ibid, Vol. IV, p.817.

மக்கள் தங்களுக்குத் தாங்களே நிலைமையைச் சீர்செய்து கொள்ள ஒரு தேர்தல் நடத்துவதற்கு உத்தரவிடுவார். **இந்த இரண்டு பரிகாரங்களும் தோற்றுப்போனால்தான் அவர் இந்தப் 'பிரிவை'ப் பயன்படுத்துவார்."**[1]

– என்று டாக்டர் அம்பேத்கார் அரசியல் நிர்ணய சபையில் விளக்கம் தந்தார்.

பாவம், அவருக்குத் தெரியாது அரசியல் சட்டத்தை மத்தியிலிருந்து இயக்கப் போகிறவர்கள் எத்தகையோர் என்பது!

டாக்டர் அம்பேத்கார் தெரிவித்த நம்பிக்கை ஒரு தடவைகூடக் காங்கிரசாரால் நிறைவேற்றப்படவில்லை என்பதை உலகம் அறியும்.

இந்த 'பிரிவு' மத்திய அரசை ஆளுகின்ற அதிகார வேட்கை கொண்ட கட்சியால் துஷ்பிரயோகம் செய்யப்படும் என்பது டாக்டர் அம்பேத்காருக்குத் தெரியாதா என்ன! தெரியும்! தெரிந்துதான் அவர் ஒரு உறுதிமொழி கொடுத்தார்.

"இந்தப் பிரிவுகள் துஷ்பிரயோகம் செய்யப்பட முடியும்; அல்லது அரசியல் காரணங்களுக்காகப் பயன்படுத்தப்பட முடியும் என்கிற சாத்தியங்களை நான் அறவே மறுக்கவில்லை. மத்திய அரசிற்குக் கொடுக்கப்பட்டிருக்கிற, மாநிலங்களை அடக்கி ஆள்கிற அதிகாரங்களைக் கொண்ட இந்த அரசியல் சட்டத்தின் மற்ற பகுதிகளுக்கும் இந்த எதிர்ப்பு பொருந்தும்....

"நாம் எதிர்பார்க்கக் கூடிய உகந்த காரியம் என்னவென்றால் இந்த மாதிரியான 'பிரிவுகள்' எந்தக் காலத்திலும் அமுல்படுத்தப்படமாட்டா;

---

1. "I hope the first thing he (the President) will do would be to issue a mere warning to a province that has erred, that things were not happening in the way in which they were intended to happen in the Constitution. If that warning fails, the second thing for him to do will be to order an election allowing the people of the province to settle matters by themselves. It is only when these two remedies fail that he would resort to this Article."

- **Dr. AMBEDKAR**, Ibid., Vol.IX, p.177.

அவை செத்துப்போன எழுத்துக்களாகவே இருக்கும்."[1]

– இப்படியும் டாக்டர் அம்பேத்கார் வாக்குறுதி கொடுத்தார்.

டாக்டர் அம்பேத்கார் கொடுத்த வாக்குறுதிகள்தான் செத்துப்போன எழுத்துக்களாக இருக்கின்றவே தவிர, இன்றைய நாளில் அரசியல் சட்டத்தின் அந்தப் பிரிவுகள் பெட்டிக்குள்ளே இருக்கிற கருநாகப் பாம்புகளாகத்தான் இருக்கின்றன. மத்திய அரக்குத் தேவைப்படுகிற நேரம் அந்தக் கருநாகங்கள் மாநில அரசுகளின் மீது ஏவிவிடப்படுவதை இந்திய வரலாறு பல முறை சந்தித்து வருகிறது.

முதன் முறையாக இந்தக் கருநாகம் கிழக்குப் பஞ்சாப் மீது ஏவி விடப்பட்டது. சுதந்தர இந்தியாவில் முதல் முறையாகக் குடியரசுத் தலைவர் ஆட்சியின் கீழ் வந்த மாநிலம் கிழக்குப் பஞ்சாப்தான்.

அங்கே சட்டமன்றத்தில் காங்கிரஸ் கட்சி பெரும்பான்மை பெற்றிருந்தது. டாக்டர் **கோபிசந்த் பார்கவ்** முதலமைச்சராக இருந்தார். அவருக்கும் **பீம்சேன் சச்சார்** என்கிற இன்னொரு காங்கிரஸ் தலைவருக்கும் மனத்தாங்கல் ஏற்பட்டு மந்திரி சபைக்கு நெருக்கடி ஏற்பட்டது. அந்த இரண்டு குழுவினரையும் சமரசம் செய்து வைக்கக் காங்கிரஸ் தலைமையால் முடியவில்லை.

இதில் வேடிக்கை என்னவென்றால், மொத்தமுள்ள 77 இடங்களில் 70 இடங்களில் காங்கிரஸ் கட்சி வெற்றிபெற்றிருந்தது. எதிர்க்கட்சிகளின் கையில் 7 இடங்கள்தான் இருந்தன. காங்கிரஸ் கட்சியினுடைய உட்பூசலைத் தீர்த்து வைக்க முடியாத காரணத்தினால் பண்டித நேருவின் விருப்பப்படி கோபிசந்த் பார்கவ் முதலமைச்சர் பதவியை ராஜினாமா செய்தார். வேறு ஒருவர் தலைமையில் மாற்று அமைச்சரவை அமைக்க முடியுமா என்கிற சாத்தியக்கூறுகளை கவர்னர் கவனிக்கவே இல்லை. 1951ஆம் ஆண்டு ஜூன் மாதம் 20ஆம் நாள் குடியரசுத் தலைவர் ஆட்சி அங்கு கொண்டுவரப்பட்டது.

1."I do not altogether deny that there is possibility of these Articles being abused or employed for political purposes. But that objection applies to every part of the Constitution which gives power to the Centre to override the Provinces.... (the) proper thing we ought to expect is that these Articles will never be called into operation and that they would remain a dead letter."

- Dr. AMBEDKAR, Ibid., p.177.

இப்படி முதன் முறையாகக் காங்கிரசுக் கட்சியின் உட்பூசலைத் தீர்ப்பதற்கும், பூசல் எழுப்புகின்ற பிற மாநிலத்துக் காங்கிரசுத் தலைவர்களை மிரட்டிப் பணியவைப்பதற்கும் சுதந்திர இந்தியாவில் முதல் தடவையாகக் குடியரசுத் தலைவர் ஆட்சி பிரகடனப்படுத்தப்பட்டது என்பது இங்கே குறிப்பிடத்தக்கது.

அதைப்போலவே 'பெப்சு' (PEPSU) *மாநிலத்தில், முதல் பொதுத் தேர்தலுக்குப் பிறகு, எந்தக் கட்சியும் உருப்படியான பெரும்பான்மை பெறவில்லை. மொத்தமிருந்த 60 இடங்களில் காங்கிரஸ் கட்சிக்கு 26 இடங்கள்தான் கிடைத்தன. 1952 மார்ச் 19ஆம் நாள் கர்னல்* **ரக்பீர் சிங்** *தலைமையில் காங்கிரஸ் கட்சி மந்திரிசபை அமைத்தது. மந்திரிசபை அமைக்கப்பட்ட சில நாட்களிலேயே சிலர் காங்கிரசிலிருந்து கட்சி மாறிவிட்டார்கள். 1952 ஏப்ரல் 16ஆம் நாள் சபாநாயகர் பதவிக்கு நடைபெற்ற தேர்தலில் எதிர்க்கட்சி வேட்பாளர் 33 ஓட்டுகள் பெற்று வெற்றி பெற்றார். இதன் காரணமாக முதல் அமைச்சர் பதவியை கர்னல் ராஜினாமா செய்தார். இதன் பிறகு சர்தார்* **ஜியான்சிங் ரேர்வாலா** *என்ற ஐக்கிய முன்னணிக் கட்சிக்காரரை அழைத்து 'ராஜ் பிரமுக்' மந்திரிசபை அமைக்கச் சொன்னார்.* **இதுதான் சுதந்தர இந்தியாவில் உருவான காங்கிரஸ் அல்லாத முதல் மந்திரிசபையாகும்.** *இதற்கிடையில் 31 எம்.எல்.ஏ.க்கள் மீது தேர்தல் வழக்குத் தொடரப்பட்டிருந்தது மந்திரிசபைக்கு ஒரு நிலையற்ற தன்மையைக் கொடுத்தது. முதலமைச்சருடைய தேர்தலும், மற்றும் இரண்டு அமைச்சர்களுடைய தேர்தலும், இது தவிர 6 ஐக்கிய முன்னணிச் சட்டமன்ற உறுப்பினர்களின் தேர்தலும் சொல்லாதெனத் தீர்ப்பு வெளியிடப்பட்டது. எனவே, தேர்ந்தெடுக்கப்பட்ட 8 நாட்களுக்குப் பிறகு சர்தார் ஜியான்சிங் ரேர்வாலா தம்முடைய பதவியை ராஜினாமா செய்தார். ஆனால், 'தேர்தல் வழக்குத் தீர்ப்பு'க் காரணமாக அவர் ராஜினாமா செய்த போதிலும், ஐக்கிய முன்னணிக்கு அந்த நேரம் சட்டமன்றத்திலே பெரும்பான்மை இருந்தது.*

51 உறுப்பினர்கள் கொண்ட அந்தச் சட்டசபையில் ஐக்கிய முன்னணிக்கு 26 உறுப்பினர்களுடைய ஆதரவு இருந்தது. ஆனால், 'ராஜ் பிரமுக்' இன்னொரு மந்திரி சபை அமைக்க முடியுமா என்பது பற்றிய சாத்தியக்கூறுகளைக் கொஞ்சம்கூட ஆராயாமல் உடனடியாகக் குடியரசுத் தலைவர் ஆட்சிக்குச் சிபாரிசு செய்தார். **ஐக்கிய முன்னணியை அங்கே கொஞ்ச நாட்கள் ஆளவிட்டால் அது பலமடைந்துவிடும். காங்கிரஸ் பிறகு எந்தக் காலத்திலும் பதவிக்கு வர முடியாது என்கிற ஒரே காரணத்தாலேயே அங்கே இந்தியாவிலேயே இரண்டாவது முறையாகக் குடியரசுத் தலைவர் ஆட்சி ஏற்படுத்தப்பட்டது.**

இதற்குப் பிறகு கேரளத்தில் பெரும்பான்மையாக வெற்றி பெற்ற ஈ.எம்.எஸ். நம்பூதிரிபாட்டை முதலமைச்சராகக் கொண்டு அரசு அமைத்திருந்த கம்யூனிஸ்டுக் கட்சியின் அமைச்சரவை 'டிஸ்மிஸ்' செய்யப்பட்டது, **உலகத்திலே எந்த ஜனநாயக நாட்டிலும் இல்லாத கொடுமையாகும்.**

1957ல் கம்யூனிஸ்டுக் கட்சி பெரும்பான்மை பெற்று அங்கே மந்திரிசபை அமைத்தது.

பதவியிழந்த காங்கிரஸ் கட்சி 1959ஆம் ஆண்டு துவக்கத்தில் 'விமோச்சன சமரம்' என்கிற பெயரில் மக்கள் எழுச்சி (Mass Upsurge) என்று கூறிக்கொண்டு அந்த மாநிலத்தின் சட்டத்தையும் ஒழுங்கையும் குலைக்கும் வகையில் வன்முறைப் போராட்டங்களைத் தொடங்கியது.

சொல்லி வைத்தாற்போல் இந்தப் போரரட்ட நேரத்தில் அரசியல் சட்ட விதிகளின் அடிப்படையில் கேரளத்தில் ஆட்சி நடத்த முடியவில்லை – என்று கவர்னர் குடியரசுத் தலைவருக்கு 'ரிப்போர்ட்' அனுப்ப; 1959ஆம் ஆண்டு ஜூலை மாதம் 31ஆம் நாள் குடியரசுத் தலைவர் மந்திரி சபையை 'டிஸ்மிஸ்' செய்து; சட்டசபையைக் கலைத்து; குடியரசுத் தலைவர் ஆட்சியைப் பிரகடனப்படுத்தினார். சட்டசபையிலே பெரும்பான்மை இருந்தும், அந்த மந்திரிசபை 'பெரும்பான்மை மக்களுடைய ஆதரவை இழந்துவிட்டதாக' ஜனநாயக உலகம் எள்ளி நகையாகும் ஒரு நூதனமான வாதத்தை கவர்னர் எடுத்துவைத்தார்.

நாம் பிரிட்டிஷ் ஜனநாயக மரபுகளைத்தான் பின்பற்றி வருகிறோம். ஆனால், பிரிட்டனில் கம்யூனிஸ்டுகளுக்குச் செல்வாக்கு இல்லை.

இது ஒவ்வொரு தேர்தலையும் கவனித்து வந்தால் தெரியும். அங்கே கம்யூனிஸ்டுக் கட்சி வெற்றி பெறுவதே கிடையாது.

இப்படிக் கம்யூனிஸ்டுக் கட்சி மீது கொஞ்சம்கூட அனுதாபம் இல்லாதிருந்த போதிலும், பிரிட்டனில் அப்போது நிலவிய பொதுக் கருத்து கேரளத்தில் மத்திய அரசு தலையிட்டதைக் கடுமையாகக் கண்டித்தது.

'மான்செஸ்டர் கார்டியனி'ன் வார ஏடு இவ்வாறு எழுதியிருந்தது:

> "கேரளத்தில் இருக்கிற ஜனநாயகக் கட்சிகள் தங்களது உடனடி அரசியல் இலக்கை அடைவதற்காக இப்போது குறுக்கு வழியைத் தேர்ந்தெடுத்திருக்கிறார்கள். அவர்கள் கேரள அரசைக் கீழே இறக்கினால், அதன் வருங்கால விளைவு அவர்கள் போராட்டத்தை 'வாபஸ்' பெறும் தோல்வியைவிட மோசமானதாக இருக்கும். **ஏனெனில் இப்போது அவர்கள் செய்கிற**

காரியத்தைத் (அதாவது போராட்டத்தை) தேர்தலில் தோற்கும் எந்தக் கட்சியும் செய்ய முடியும். தேர்தலே அர்த்தமற்றது என்கிற விதத்திலேதான் அவர்கள் செய்கை அமைந்திருக்கிறது.''[1]

கேரள கவர்னர் குடியரசுத் தலைவருக்கு அனுப்பியிருந்த ரிப்போர்ட்டில் அந்த அமைச்சரவை மீது கீழ்க்கண்ட குற்றச்சாட்டுகளைச் சுமத்தியிருந்தார்.

1. கம்யூனிஸ்டுக் கட்சியைச் சேர்ந்த அல்லது அந்தக் கட்சிக்கு ஆதரவாளராக இருந்த கைதிகளை விடுதலை செய்தது.

2. மக்களுடைய உயிருக்கும் உடைமைக்கும் பாதுகாப்பு இல்லாமல் இருந்தது.

3. அரசியல் கொலைகள் நடைபெற்றது.

4. மாணவர்களைத் தத்துவ ரீதியில் மனமாற்றம் (Indoctrination) செய்தது.

5. நிர்வாகத்தில் கட்சி தலையிட்டது.

6. நிர்வாகத்தில் பாகுபாடு காட்டியது.

7. கட்சியை வளர்க்க கூட்டுறவுச் சங்கங்களைப் பயன்படுத்தியது.

8. மாநிலத்தின் பொருளாதார நிலையில் சீர்குலைவு ஏற்பட்டது.

இதைப்பற்றி விமர்சனம் செய்த 'மாடர்ன் ரெவ்யூ' (Modern Review) எனும் ஏடு இந்தக் குற்றச்சாட்டுகள் உண்மையாகக்கூட இருக்கலாம்; ஆனால், இவையெல்லாம் குற்றச்சாட்டுக்கள் என்றால், காங்கிரஸ் ஆளுகிற எல்லா மாநிலங்களிலும் அந்தக் கட்சியும் இந்தக் குற்றச்சாட்டுகளை எல்லாம் தினசரி செய்துதான் வருகிறது – என்று குறிப்பிட்டிருந்தது.[2]

---

1. "Now the democratic parties in Kerala... prefer a short cut to their immediate political ends. If they do manage to bring down the Kerala Government, they will in the long run have suffered a worse defeat than if they call off the campaign. For what they have done any party will be able to attempt if it is defeated at the polls; they have gone some way towards making elections a meaningless formality."

- The Manchester Guardian Weekly, June 18, 1959.

2. The Modern Review, Calcutta, Aug., 1959, p.86.

"கம்யூனிஸ்டுக் கட்சியினுடைய ஆட்சி பதவிக்கு வந்த இரண்டு ஆண்டுக்குப் பிறகு கவர்னர் இந்தக் குற்றச்சாட்டுகளை எழுப்பியிருக்கிறார். இந்தக் குற்றச்சாட்டுகளை உண்மையென்றே வைத்துக் கொள்வோம். இரண்டு ஆண்டுகளாக இந்தக் குற்றச்சாட்டுகள் இழைக்கப்பட்டு வந்த நேரம் கவர்னர் என்ன செய்து கொண்டிருந்தார்? கவர்னர் அரசியல் சட்டத்தைப் பாதுகாப்பதாகவும், காப்பாற்றுவதாகவும் விசுவாசப் பிரமாணம் செய்து கொண்டிருக்கிறார். இதுவரையிலே இந்தக் குற்றச்சாட்டுகள் எல்லாம் நடைபெற்றுக் கொண்டிருந்த நேரத்திலே கவர்னர் கவனிக்காதிருந்த காரணத்தால், கவர்னர் தாம் மேற்கொண்ட விசுவாசப் பிரமாணத்திற்கு எதிராக நடந்து கொண்டிருக்கிறார்" என்று **சி.பி.பாம்ப்ரி** குறிப்பிட்டிருக்கிறார். [1]

சட்டசபையில் பெரும்பான்மை பெற்றிருந்த அந்த மந்திரி சபை வெளியிலே மக்கள் ஆதரவை இழந்துவிட்டது என்று கவர்னர் குறிப்பிட்டது அதுவரை ஜனநாயக உலகம் சந்தித்திராத மிகவும் அபத்தமான வாதமாகும். இந்நிலையில் – மறுபடி நடைபெற்ற இடைத் தேர்தலில் கம்யூனிஸ்டுகள்தான் முன்னைவிட அதிகமான வாக்குகளைப் பெற்றார்கள் என்பது குறிப்பிடத்தக்கது.

கேரள மந்திரிசபை டிஸ்மிஸ் செய்யப்பட்டது, ஜனநாயக வாதிகளுடைய நெஞ்சத்திலெல்லாம் ஓர் அதிர்ச்சியை ஏற்படுத்தியது. அந்த நேரம் **என்.வி.காட்கில் (N.V.Gadgil)** பஞ்சாப் மாநிலத்தின் கவர்னராக இருந்தார். இருந்தாலும், தம்முடைய பதவியின் கட்டுப்பாடுகளை எல்லாம் மீறி, அவர் தம்முடைய உணர்ச்சிகளை வெளிப்படுத்தினார்.

ஐந்தாண்டுகள் முழுவதும் பதவியில் தொடர்ந்து இருக்கக் கேரள கம்யூனிஸ்டுகளுக்கு முழு உரிமை இருக்கிறது. அவர்கள் தாமாக ராஜினாமா செய்ய வேண்டும். அல்லது சட்டசபைக்குள்ளே தோற்கடிக்கப்பட வேண்டும். இரண்டில் ஒன்று நடைபெற்றால் ஒழிய அந்த அரசை டிஸ்மிஸ் செய்தது அநியாயம் என்று கவர்னராக இருந்த காட்கில் மனம் வெதும்பிக் குறிப்பிட்டார். [2]

---

1. "The conclusion that emerges is that if these allegations were true, the Governor was a party to it. If these malpractices could happen over a period of two years, the Governor was guity of not acting according to the oath of his office."

- **C.P. BHAMBHRI**, "Union State Relations In India", Ed. S.A.H. Haqqi, p.93

2. Quoted in Journal Of Constitutional and Parliamentary Studies, Oct-Dec, 1969, p.90.

பஞ்சாபிலே முன்பு காங்கிரஸ் ஆட்சியின் மொழிக் கொள்கையை எதிர்த்து அகாலிகள் பெரும் கிளர்ச்சி நடத்தினர். சட்டமும் ஒழுங்கும் குலைந்தன. பெரும்பான்மையான மக்கள் அப்போதைய அரசுக்கு எதிராக மாறிவிட்டார்கள் என்ற எண்ணம்தான் எழுந்தது. இந்துக்களும், சீக்கியர்களும் ஒருவருக்கொருவர் எதிரிகளாகக் காட்சியளித்தார்கள். ஆனால், அங்கே குடியரசுத் தலைவர் ஆட்சி ஏற்படுத்தப்படவில்லை.

அதைப்போலவே அசாமிலே மிகப் பயங்கரமான மொழிக் கிளர்ச்சி ஏற்பட்டு உயிருக்கும் உடைமைக்கும் அதுவரையில் இந்திய வரலாற்றில் கண்டிராத அளவுக்குச் சேதம் ஏற்பட்டிருந்தும் அப்போதைய அசாம் மாநில காங்கிரஸ் ஆட்சி கவிழ்க்கப்பட்டு, குடியரசுத் தலைவர் ஆட்சி ஏற்படுத்தப்படவில்லை.

1965இல் தமிழ்நாட்டில் நாடு கண்டிராத இந்தி எதிர்ப்புப் புரட்சி நடைபெற்றது. ஆனால், இங்கே காங்கிரஸ் அரசு டிஸ்மிஸ் செய்யப்படவில்லை. மாறாக, அப்போது, மத்திய உள்துறை அமைச்சராக இருந்த குல்சாரிலால் நந்தா நூற்றுக்கணக்கானவர்களைக் கொன்று குவித்த பக்தவத்சலத்திற்குப் 'பாறை போல் நின்று' பணியாற்றியதாக 'சர்டிபிகேட்' வழங்கினார்.

ஆனால், கவர்னரைக் கைப்பொம்மையாக ஆக்கி, தங்களுக்குப் பிடிக்காத எதிர்க்கட்சி ஆட்சி ஒன்றைக் கேரளாவில் கவிழ்த்தார்கள் என்பதற்கும், அதற்கு அரசியல் சட்டத்து இந்த விதிகள் பயன்படுத்தப்பட்டன என்பதற்கும், இது ஓர் இழிவு நிறைந்த எடுத்துக்காட்டாகும்.

இப்போது, இன்னொரு நிகழ்ச்சியைக் காண்போம். 1965ஆம் ஆண்டு மார்ச் மாதம் கேரளாவில் நடைபெற்ற தேர்தலில் இடதுசாரி கம்யூனிஸ்டுக் கட்சி மிகப் பெரிய கட்சியாகத் தேர்ந்தெடுக்கப்பட்டது. 133 பேர் கொண்ட சட்டசபையில் 40 பேர் இடது கம்யூனிஸ்டுகள். 36 இடங்கள்தான் காங்கிரசுக்குக் கிடைத்தன. ஆனால், தேர்ந்தெடுக்கப்பட்ட 40 இடது கம்யூனிஸ்டுகளில் 29 பேர் இந்திய பாதுகாப்புச் சட்டப்படி சிறைச்சாலைகளிலே அடைபட்டுக் கிடந்தார்கள். அப்போது சீன ஆக்கிரமிப்புக் காரணமாக நாட்டில் 'நெருக்கடி நிலை' பிரகடனப்படுத்தப்பட்டு இருந்தது. கவர்னர் எதிர்க்கட்சித் தலைவர்களை அழைத்துப் பெயருக்குக்கூடப் பேச்சுவார்த்தை நடத்தவில்லை. சட்டசபையைக் கூட்டாமலேயே குடியரசுத் தலைவரின் ஆட்சிக்கு ஏற்பாடு செய்தார். ஒருமுறைகூடக் கூடாமல், சட்டசபை கலைக்கப்பட்டது.

இந்தத் தடவை எதிர்க்கட்சி ஆட்சிக்கு வராதவாறு

தடுப்பதற்கு அரசியல் சட்டத்தின் இந்தப் பிரிவு கேரளத்திலே பயன்படுத்தப்பட்டது.

அதுமட்டுமன்று; கேரளத்து மக்கள் எந்த ஜனநாயகத்திற்கு வாக்களித்தார்களோ அந்த ஜனநாயக சட்டசபை அங்கே ஒரு முறைகூடக் கூட்டப்படவில்லை.

ஆம்; காங்கிரசுக் கட்சிக்கு எதிராக ஓட்டுப்போட்டதற்காகக் கேரளத்து மக்கள் அங்கே தண்டிக்கப்பட்டார்கள்.

1971ஆம் ஆண்டுப் பொதுத் தேர்தலுக்கு முன்பு குஜராத், மைசூர், பஞ்சாப் ஆகிய மாநிலங்களில் இந்திரா காங்கிரஸ் கட்சி பெருமளவில் சட்டமன்ற உறுப்பினர்களைக் கட்சி மாறும்படி ஊக்குவித்து, அங்கே குடியரசுத் தலைவர் ஆட்சியைக் கொண்டு வந்தது நினைவுகூரத்தக்கது.

இதுவரை சுமார் 34 தடவைகள் மாநிலங்களிலே குடியரசுத் தலைவர் ஆட்சி ஏற்படுத்தப்பட்டிருக்கிறது. திருமதி இந்திரா காந்தி பிரதமரான பிறகு மட்டும் 24 தடவைகள் குடியரசுத் தலைவர் ஆட்சி பிரகடனப்படுத்தப்பட்டிருக்கிறது. அவை எல்லாவற்றையும் ஆராய்ந்து பார்த்தால் –

1. காங்கிரஸ் கட்சியின் உட்பூசலைத் தவிர்ப்பதற்கும்,

2. எதிர்க்கட்சி ஆட்சிக்கு வராமல் தடுப்பதற்கும்,

3. இடைத் தேர்தலிலே வெற்றிபெற்று ஆட்சியைப் கைப்பற்றுவோம் என்கிற நம்பிக்கை காங்கிரஸ் கட்சிக்கு ஏற்படும்போதும்,

4. காங்கிரஸ் கட்சிக்கு ஓட்டுப்போடாத மக்களைப் பழிவாங்குவதற்கும்,

தங்கள் கட்சியின் நலன் கருதி ஒருதலைப்பட்சமாகக் குடியரசுத் தலைவர் ஆட்சி மாநிலங்களிலே திணிக்கப்பட்டிருப்பதை நன்கு உணரலாம்.

முறைப்படி, ஜனநாயக முறையில் தேர்ந்தெடுக்கப்பட்ட மாநில அரசுகளின் தலைமீது தொங்கிக் கொண்டிருக்கிற இன்னொரு கத்திதான் அரசியல் சட்டத்தின் 356ஆவது பிரிவாகும்.

(3) நிதித்துறையில் ஏற்படும் நெருக்கடி

ஒரு மாநிலத்தில் அரசியல் சட்டப் பிரிவுகளுக்கேற்ப ஆட்சி நடக்கிறது;

சட்டம் – ஒழுங்கு செம்மையாக இருக்கிறது;

இருந்தாலும், மாநிலத்தை ஆளும் அந்தக்கட்சி, மத்திய அரசை ஆளுகின்ற கட்சிக்கு எதிரானது.

இந்தச் சூழ்நிலையில் மத்திய அரசு வேறு காரணங்களைக் காட்டி அந்த ஆட்சியைக் கீழே இறக்க முடியுமா?

முடியும்!

'நிதித்துறை நெருக்கடி' அதற்கான ஒரு காரணமாக இருக்கலாம். இந்தியாவில் அல்லது அதன் ஒரு பகுதியில் பொருளாதார ஸ்திரத்தன்மைக்கு (financial stability) க்கேடு ஏற்பட்டு இருப்பதாகக் குடியரசுத் தலைவர் பிரகடனம் செய்தால், நிதித்துறையில் அவர் தாம் விரும்புகிற எந்தக் கட்டளைகளையும் மாநிலங்களுக்குப் பிறப்பிக்கலாம்.

மத்திய அரசினால் பிறப்பிக்கப்படுகிற கட்டளைகளை எந்த மாநிலமாவது நிறைவேற்றத் தவறினால் அந்த மாநிலம் குடியரசுத் தலைவரது ஆட்சியின்கீழ் வந்துவிடும்.

மாநில அரசு ஊழியர்களுடையவும், உயர் நீதிமன்ற நீதிபதிகளுடையவுமான சம்பளம், படி ஆகியவற்றைக் குறைப்பதற்குக்கூடக் குடியரசுத் தலைவர் மாநிலங்களுக்கு அந்த நேரம் கட்டளை பிறப்பிக்கலாம்.

மாநிலச் சட்டசபை நிறைவேற்றுகிற எல்லா மசோதாக்களும் குடியரசுத் தலைவரின் சம்மதத்தைப் பெற்றாக வேண்டும்.

அரசியல் சட்டத்தின் இந்த 360ஆவது பிரிவு மாநிலங்களின் சுயாட்சிக்கு ஊறு விளைவிப்பதாகவும், இந்த அதிகாரங்களைப் பயன்படுத்தி நிதித்துறையைப் பொறுத்தவரையில் மாநிலங்களை மத்திய அரசு பட்டினி போட்டுக் கொல்ல முடியும் என்றும் அரசியல் நிர்ணய சபையிலே அப்போது சுட்டிக்காட்டப்பட்டிருக்கிறது.

'பொருளாதார ஸ்திரத் தன்மைக்குக் கேடு' என்றால் என்ன?

இதற்கு ஒவ்வொருவரும் ஒரு பொருள் கொள்ளலாம், என்பதைக் காமத் விவரித்தார். [1]

ஆனால், கே.சந்தானம் இதை ஒரு எடுத்துக்காட்டு மூலம் விளக்கினார். அதாவது ஒரு மாநில அரசு மக்களிடம் செல்வாக்கு அடைவதற்காக வரிகளைக் குறைக்கலாமாம்; அல்லது நீக்கிவிடலாமாம். இதனால் நிர்வாகம் 'திவால்' ஆகும் நிலைக்குப் போய்விடலாம்! அந்த நேரம் பொருளாதார ஸ்திரத் தன்மைக்கு

---

1. "Economic stability may mean nothing to anybody or all things to all men."

- H.V.KAMATH, Ibid., X, p.364.

ஆபத்து ஏற்படுகிறது. அப்போது மத்திய அரசு இந்தப் பிரிவைப் பயன்படுத்தித் தலையிடலாம் என்று கூறியிருக்கிறார். [1]

இது உண்மையானால் அண்மையில் சில மாநிலங்கள் ரிசர்வ் பாங்கில் அதிகப்பற்று (Overdraft) வைத்திருந்தார்களே; அது கூட வருங்காலத்தில் ஒரு மாநில அரசைக் கவிழ்ப்பதற்கான சாதனமாகப் பயன்படலாம்!

இதுவரையிலே எந்த மாநிலத்தின் மீதும் இந்தப் பிரிவு பயன்படுத்தப்படவில்லை.

ஆனால் வருங்காலத்திலும் இப்படி நடக்காமல் இருப்பதற்கு நாமும் எச்.வி.காமத்தைப் போல 'ஆண்டவனைத்தான்' பிரார்த்திக்க வேண்டும்.

ஆனால், வெளிநாடுகளில் வரம்பின்றிக் கடன்வாங்கி ஒரு மத்திய அரசு இந்தியாவை அடகு வைத்திருக்கிறதே, அந்த மத்திய அரசை யார் தண்டிப்பது?

அதனால்தான் **குன்ஸ்ரூ** பொருளாதார, நிதி விவகாரங்களில் மத்திய அரசைவிட ஒரு மாநில அரசு தீவிரப்போக்கினைக் கையாண்டால், முற்போக்காக இருந்தால், அந்தக் காரணத்திற்காக மத்திய அரசு அங்கே தலையிடக்கூடாது என்று வற்புறுத்தினார்.

குன்ஸ்ரூ மாநிலப் பட்டியலிலே உள்ள மிகக் குறைந்த வருவாய்த்துறைகளை மேற்கோள்காட்டி, இதில் எதன்மூலம் அந்த மாநிலத்திற்கோ, இந்தியாவிற்கோ பாதகம் ஏற்பட முடியும் என்று கேட்டார்.

''அப்படியே ஒரு மாநிலம் தனது முட்டாள்தனத்தின் மூலம் நிதி நிலையில் நெருக்கடி ஏற்படுத்திக்கொண்டால், அது தன் தவற்றின்மூலம் பாடம் கற்றுக்கொள்ளும்படி ஏன் அனுமதிக்கக் கூடாது?'' [2]

– என்றும் அவர் கேட்டார்.

> **''நமது பழைய அனுபவத்தைப் புறக்கணித்துவிட்டு, மாநிலங்களை நம்பாமல், அவற்றை ஏதோ சின்னக் குழந்தைகளைப் போலவும்,**

1. Ibid., IX p.154

2." Even if a province by its foolishness places itself in difficult position, why should it not be allowed to learn by its mistakes?"

- Pandit HIRDAY NATH KUNZRU, Ibid. X, p.369

குடியரசுத் தலைவரை ஏதோ கிராமத்து வாத்தியார் போலவும் நடத்துவதற்கு ஏதாவது காரணம் உண்டா?"[1]

– என்றும் அவர் வினவினார்.

அரசியல் சட்டத்தில் உள்ள இந்தப் பிரிவுகளால் ஏற்படும் விளைவைக் குன்ஸ்ரூ மிகச் சுருக்கமாக விளக்கியிருக்கிறார்:

"தேர்ந்தெடுக்கப்பட்ட மக்களுக்குப் பொறுப்பாக இருக்கக் கூடிய ஒரு ஆட்சி காப்பாற்றப்பட வேண்டுமானால்; தவறு செய்கிற ஆட்சிக்குப் பரிகாரம் தங்கள் கையில்தான் இருக்கிறது என்பதைத் தேர்ந்தெடுக்கிற அந்த மக்கள் உணருமாறு செய்ய வேண்டும். தங்களது நன்மையைக் கருத்தில் கொள்கிற புதிய ஆட்சியாளர்களைத் தேர்ந்தெடுக்கிற பொறுப்பு தங்கள் கையிலே இருக்கிறது என்பது அவர்களுக்குத் தெரிய வேண்டும். இந்த மாதிரியான அதிகாரங்கள் மத்திய அரசிற்கும், நாடாளுமன்றத்திற்கும் தரப்பட்டிருப்பதால், மாநிலத்து அரசு மீது சிலருக்கு அதிருப்தி ஏற்படும்போதெல்லாம் அவர்கள் உடனே மத்திய அரசைத் தலையிட்டுச் சரிசெய்யும்படி வேண்டுகோள் விடுக்கும் ஆபத்து இப்போது ஏற்பட்டிருக்கிறது. அந்த மாநிலத்து வாக்காளர்கள் தங்கள் பொறுப்பை மத்திய அரசின் தோள்மீது சுமத்தி விடுவார்கள். இந்த மாதிரியான மனப்பான்மையை ஊக்கப்படுத்துவது சரிதானா? அரசாங்கம் நடத்தும் முறைகளிலேயே சிரமமானது தேர்ந்தெடுக்கப்பட்ட மக்களுக்குப் பொறுப்பாக இருந்து ஆட்சி செய்கிற முறையாகும். அதற்குப் பொறுமை வேண்டும். அபாயங்களைச் சந்திக்கிற துணிச்சல் வேண்டும்! **தேவைப்படுகிற அந்தப் பொறுமையும், துணிச்சலும் நம்மிடம் இல்லாவிட்டால் நமது அரசியல் சட்டம் செத்துப் பிறந்த குழந்தைபோல் ஆகிவிடும்."[2]**

---

1. "Is there any reason why, disregarding all past experience, we should show complete distrust of the provinces and treat them as though they were children and the President a village school master?" - Ibid.

2. "If responsible government is to be maintained, then the electors must be made to feel that the power to apply the proper remedy when misgovernment occurs rests with them. They should know that it depends upon them to choose new representatives who will be more capable of acting in accordance with their best interests. If the Central Government and Parliament are given the power that (these) articles.... propose to confer on them, there is a serious danger that whenever there is dissatisfaction in a province with its government, appeals will be made to the Central Government to come to its rescue. The provincial electors will be able to

– என்று குன்ஸ்ரு கேட்டதில் ஜனநாயகவாதிகளின் வாதமெல்லாம் அடங்கியிருக்கிறது.

ஆம்; மாநில அரசுகள் ஏதோ சின்னக் குழந்தைகள் போலவும், மத்திய அரசு ஏதோ கிராமத்து வாத்தியார் போலவும் இப்போது இருக்கிற இந்த இழிதகை நிலைதான் மாற்றப்பட வேண்டும் என்கிறோம், நாம்! ●

---

throw their responsibility on the shoulders of the Central Government. Is it that such a tendency should be encouraged? Responsible government is the most difficult form of government. It requires patience, and it requires the courage to take risks. If we have neither the patience nor the courage that is needed, our Constitution will virtually be still - born."

- Ibid, p. 156.

10. கவர்னர்

‘‘மத்திய அரசின் கொள்கையை வலியுறுத்தி அதைப் பாதுகாக்கிற ஏஜெண்டாக அல்லது ஏஜென்சியாக இருக்கிறவர்தாம் கவர்னர்.’’

– மகாவீர் தியாகி

(அ.நி.சபையில் 1–6–1949 அன்று)

"...the Governor is the Agent or rather he is the agency which will press for and guard the Central policy."

- MAHAVIR TYAGI, C.A.D., Part.I, Vol. VIII, p.494.

* * *

‘‘ஜனநாயகமும், சர்வாதிகாரமும் ஒன்றாகப் பணியாற்ற முடியாது. மாகாணங்களில், கால் விரல் நுனியிலிருந்து கழுத்துவரை ஜனநாயகம் இருக்கப்போகிறது. ஆனால், கழுத்தின்மேல் – தலையில், ஏதேச்சாதிகாரத்தை வைக்கிறீர்களே! இரண்டுமே திண்ணமாய்த் தோற்றுவிடும்.’’

– பிஸ்வநாத் தாஸ்

(அ.நி.சபையில் 31.5.1949 அன்று)

"You can not have democracy and autocracy functioning together. In the provinces you are going to have democracy from toe to neck and autocracy at the head. Both are bound to fail."

- BISVANATH - DAS S.A.D., Ibid., p. 447.

கவர்னரைக் குடியரசுத் தலைவர் நியமிக்கிறார்.

குடியரசுத் தலைவர் நியமிக்கிறார் என்றால் பிரதமர்

நியமிக்கிறார் என்று பொருள்.

பிரதமர் நியமிக்கிறார் என்றால் மத்திய அரசை ஆளுகின்ற கட்சி அப்படி முடிவு எடுக்கிறது என்று பொருள்.

அரசியல் நிர்ணய சபை எடுத்த எடுப்பிலேயே இந்த முடிவுக்கு வந்துவிடவில்லை. பலவித முடிவுகளை அலசி ஆராய்ந்து, இறுதியில் இப்படி நியமனம் செய்யும் முடிவுக்கு வந்தது.

அவற்றையெல்லாம் ஆராய்ந்தால், கவர்னர் பதவியை நியமனப் பதவியாக்கியதன் உள்நோக்கம் நன்கு புலப்படும்.

அரசியல் நிர்ணய சபையின் துவக்கக் காலத்தில், வயது வந்தோருக்கு வாக்குரிமை என்கிற அடிப்படையில் மாநிலத்து வாக்காளர்கள் அனைவரும் பெரும்பான்மை வாக்குகளால் அந்த மாநிலத்து கவர்னரைத் தேர்ந்தெடுக்கலாம் என்று முடிவு செய்தார்கள்.

அப்படித் தேர்ந்தெடுக்கப்பட்ட கவர்னரிடம் 1935ஆம் ஆண்டுச் சட்டத்தில் உள்ளதுபோல, உசிதம்போல் அமைச்சரவையின் ஆலோசனைகளைக் கேட்காமல் செயலாற்றுகிற அதிகாரங்களையும் (Discretionary powers), சட்டசபைக் கலக்காமல் பயன்படுத்தக்கூடிய சிறப்பு அதிகாரங்களையும் (Special powers) ஒப்படைக்கலாம் என்றும் அப்போது கருதப்பட்டது.

– ஆனால், இந்தக் கருத்தினைப் பின் ஏன் மாற்றிக்கொண்டார்கள்?

பண்டித நேரு 1949, மே 31ஆம் நாளன்று அரசியல் நிர்ணய சபையில் பேசும்போது, இதற்கான காரணங்களை விளக்கியிருக்கிறார்.

ஆனால், உண்மை இதுதான்; ஒரு மாநிலத்து கவர்னரை அந்த மாநிலத்து மக்களே தேர்ந்தெடுப்பதாக இருந்தால், அந்த மாநிலத்தைச் சேர்ந்த ஒருவர்தாம் கவர்னர் ஆக முடியும். **எனவே, மாநிலத்து மக்களால் தேர்ந்தெடுக்கப்படும் கவர்னர் வலிமை மிகுந்த ஜாம்பவானாக – மத்திய அரசுக்குக் கட்டுப்படாமல், மத்திய அரசையே கேள்வி கேட்க முனைந்தால் என்ன செய்வது என்கிற அச்சம் அவர்களுக்கு ஏற்பட்டது.** எனவேதான், மத்திய அரசின் பிடியைப் பலப்படுத்திக் கொள்ள கவர்னரைத் தேர்ந்தெடுக்க வேண்டாம் என்று முடிவு செய்தார்கள்.

ஆனால், பண்டித நேரு நேரடியாக இந்தக் காரணத்தைக் கூறவில்லை. 'மாகாணப் பிரிவினை உணர்ச்சிகளும் (separatist provincial tendency), குறுகிய, மாகாண ரீதியான எண்ணங்களும், செயலும் (narrow, provincial way to thinking and functioning in each province) ஊக்கப்படுத்தப்படும்' என்று பண்டித நேரு சுற்றி வளைத்துக் கூறினார். [1]

டாக்டர் **பி.எஸ்.தேஷ்முக்** இன்னொரு சூழ்நிலையைப் பயங்கரமாகப் படம் பிடித்துக் காட்டினார்: மாநிலத்தில் உள்ள மிக முக்கிய மனிதர்களான கவர்னரும், முதலமைச்சரும் எல்லாவற்றிலும் ஒத்துப்போவதாக இருந்து; மத்திய அரசை எதிர்ப்பதிலும் அவர்கள் ஒத்துப்போய்விட்டால் என்ன செய்வது? மத்திய அரசு சொல்கிற கருத்துரைகளையும், பிறப்பிக்கிற கட்டளைகளையும் அந்த மாநில அரசு கேட்காவிட்டால், மத்திய அரசு அந்த மாநிலத்தின் மீது படையெடுத்துச் செல்லுமா? [2]

– இவ்வாறு அவர் கேட்டார்.

கவர்னர் பதவிக்குத் தேர்தல் நடத்தினால், அதன் காரணமாகப் பணச்செலவு ஏற்படும் என்பதும் ஒரு காரணமாகக் காட்டப்பட்டது.

இந்த முறை அமுலுக்கு வந்தால் கவர்னர் மக்களால் நேரடியாகத் தேர்ந்தெடுக்கப்படுவார். முதலமைச்சரோ முதலில் ஒரு தொகுதி மக்களால் தேர்ந்தெடுக்கப்பட்டு, பிறகு சட்டமன்ற உறுப்பினர்கள் மூலம் கட்சித் தலைவராகத் தேர்ந்தெடுக்கப்பட்டு, இறுதியாக கவர்னரால் முதலமைச்சராக நியமிக்கப்படுகிறவர். ஆனால், கவர்னருக்கோ 'நான்தான் நேரடியாக மாநில மக்களால் தேர்ந்தெடுக்கப்பட்டவன்' என்கிற உணர்ச்சி இயற்கையாகவே ஏற்படும். இப்படி இரு பதவிகளில் இருப்பவர்களும் தேர்ந்தெடுக்கப் படுகிறவர்களாக ஆகிவிட்டால் அதிகாரத்தைப் பயன்படுத்தும் விஷயங்களில் இருவருக்கும் மோதல் ஏற்படும் என்கிற காரணமும் மறுபரிசீலனைக்கான காரணங்களில் ஒன்றாகும். [3]

தேர்தல் நடத்தித் தேர்ந்தெடுத்தால் கவர்னருக்கும், முதலமைச்சருக்கும் மோதல் ஏற்படும் என்கிற வாதத்தை டாக்டர் அம்பேத்கார் ஏற்றுக்கொள்ளவில்லை. கவர்னர் தேர்தல் தனி மனிதரின் செல்வாக்கின் (personality) அடிப்படையில் – இவர் இந்தப் பதவிக்கு ஏற்றவரா? அதற்கேற்ற கல்வியறிவும், குணமும் இவரிடம் இருக்கின்றனவா? என்கிற பரிசீலனைக்கு உட்பட்டு நடக்கும். ஆனால், முதலமைச்சர் தேர்தலோ,

---

1. C.A.D. VIII Part-1, p.455.

2. Dr. P.S.Deshmukh, Ibid. p.434.

3. C.A.D. Ibid., pp.428-429.

இவருடைய திட்டம் ஒத்துவருமா? சரியானதா? என்கிற அடிப்படையில் அமையும். எனவே, தேர்ந்தெடுக்கப்படுவதன் காரணமாக இருவருக்கும் மோதல் ஏற்படக்கூடும் என்பதை அவர் ஒப்புக் கொள்ளவில்லை.

ஆனால், 1935ஆம் ஆண்டுச் சட்டத்தின்படி கவர்னருக்குத் தரப்பட்ட சிறப்பு அதிகாரங்கள் அனைத்தையும், தம் உசிதம்போல் பணியாற்றும் அதிகாரங்களில் பலவற்றையும் நீக்கிவிட்டு, அமைச்சரவையின் பரிந்துரையின்படியே கவர்னர் பெரும்பாலும் பணியாற்ற வேண்டும் – என்று அமைத்துவிட்டதால், அத்தகைய பதவிக்கு ஏராளமான பணம், நேரம், உழைப்பு ஆகியவற்றைச் செலவிடும் தேர்தல் வேண்டுமா என்கிற கேள்வி பிறந்ததாகவும்; முன்புபோல் அப்பதவிக்கு அதிக அதிகாரங்கள் இல்லை என்பதை உணர்ந்தவர்கள் எவரும் கவர்னர் தேர்தலில் கலந்து கொள்ள மாட்டார்கள் என்றும்; அதனால்தான் தேர்ந்தெடுக்கிற முடிவைக் கைவிட்டதாகவும் டாக்டர் அம்பேத்கார் கூறினார்.[1]

அரசியல் சட்டத்தை எழுதிய 'நகல் வரைவுக் கமிட்டி' (Drafting Committee) மேலும் இரு யோசனைகளை முன் வைத்தது:

முதல் யோசனை : முதலமைச்சர் போல கவர்னரை அந்தந்த மாநிலத்துச் சட்டமன்ற உறுப்பினர்களே தேர்ந்தெடுப்பது.

– இது இரண்டு முதலமைச்சர்களை உருவாக்குவதற்குச் சமம் என்று கருதி இந்த யோசனை கைவிடப்பட்டது.

இரண்டாவது யோசனை : கவர்னர் பதவிக்கான வேட்பாளர்களைப் பட்டியலாகத் தயாரித்து (panel); இந்தப் பட்டியலில் காணும் ஒருவரைக் குடியரசுத் தலைவர் கவர்னராக நியமிக்கலாம் என்று சட்டமன்றம் ஒரு தீர்மானம் நிறைவேற்றிக் குடியரசுத் தலைவருக்கு அனுப்புவது; பிறகு குடியரசுத் தலைவர் அந்தப் பட்டியலிலிருந்து ஒருவரை கவர்னராக நியமிப்பார்.

இந்த முறை அமுல்படுத்தப்பட்டால் மாநிலத்துச் சட்டமன்ற உறுப்பினர்களுடைய அல்லது பெரும்பான்மை பெற்றிருக்கக்கூடிய கட்சியின் ஆதரவைப் பெற்றவர்கள்தாம் கவர்னராக வரமுடியும்.

பிறகு கவர்னருக்கும், மாநிலச் சட்டமன்றத்திற்கும் தொடர்பு ஏற்பட்டு விடும்; அதன் பின்னர் மத்திய அரசு விரும்புவதுபோல் காரியங்கள் நடக்காமல் போய்விடக்கூடும் – என்கிற உள்நோக்கத்தாலேயே இந்த யோசனையும் கைவிடப்பட்டது.

---

1. Ibid., p. 468

இறுதியாகத்தான், கவர்னர் குடியரசுத் தலைவரால் நியமிக்கப்படுவார் என்கிற திருத்தத்தைப் பிரஜேஸ்வர் பிரசாத் என்பவர் கொண்டு வந்தார்.

"மத்திய அரசின் அதிகாரம் எல்லா மாகாணங்களிலும் நிலைநாட்டப்பட வேண்டியது அவசியம்"[1] என்பதையே அந்தத் திருத்தத்திற்குக் காரணமாகக் காட்டினார்.

"இந்த நாட்டின் நடுத்தர வர்க்கத்து அறிவாளிகளிடையே படைக்கும் சக்தி இல்லாமல் போய்விட்டது. தாமாகவே முயற்சி மேற்கொள்ளும் போக்கு அவர்களைவிட்டு நீங்கிவிட்டது. இந்த மண்ணை ஆளவேண்டிய மக்கள் எல்லா வழிகளிலும் ஒடுக்கப்பட்டவர்களாகவும், சுரண்டப்பட்டவர்களாகவும் இருக்கிறார்கள். இந்த மாதிரியான சூழ்நிலையில் மாகாண நிர்வாகத்தைத் தன் கையில் வைத்திருப்பதைத் தவிர இந்தியப் பேரரசுக்கு வேறு வழி இல்லை." [2]

– என்று பிரஜேஷ்வர் பிரசாத் கூறினார்.

சர்வ வல்லமை பெற்ற ஞானபண்டிதர்கள் ஏதோ மத்திய அரசில்தான் நிலையாகக் குடியேறியிருப்பது போலவும்; மாநிலங்களில் ஏதோ மக்களுடைய வாக்குகளைத் தவறிப்பெற்றுவிடுகிற தான்தோன்றிகளே இருப்பதுபோலவும் ஒரு நினைப்பு எப்படி அப்போது நீக்கமற அரசியல் நிர்ணய சபையில் நிறைந்திருந்தது என்பதற்கு இப்பேச்சு ஒரு சான்று!

---

1. "...it is necessary that the authority of the Government of India should be maintained intact over the provinces."

- **BRAJESHWAR PRASAD,** Ibid., p.426

2. "I feel there is no creative energy left in the middle class intelligentsia of this country. They seem to have become bereft of initiative and enterprise. The masses who ought to be the rulers of this land are down-trodden and exploited in all ways. Under these circumstances there is no way left open but for the Government of India to take the provincial administrations in its own hands."

- Ibid., p. 492

அடுத்துப் பேசிய காங்கிரஸ் கட்சியின் முன்னணி உறுப்பினர் ஒருவர் நிலைமையைத் தெளிவாக்கினார்.

"நாம் இப்போது சுயாட்சி கொண்ட மாநிலங்களை உருவாக்குவது என்கிற நமது பழைய கருத்தைக் கைவிட்டுவிட்டு, மத்தியிலே அதிகாரங்கள் அனைத்தையும் குவித்து, இப்போது நியமன கவர்னர்களையும் பெறப் போகிறோம்.'' [1]

– என்று மிகவும் திருப்தியோடு மகாவீர் தியாகி கவர்னர் பதவி ஏன் நியமனப் பதவியாக்கப்பட்டது என்பதைத் திட்டவட்டமாகக் கூறினார்.

அவர் இன்னும் ஒருபடி மேலே சென்று, ''மத்திய அரசின் கொள்கையை வற்புறுத்தி, அதைப் பாதுகாக்கிற ஏஜெண்டாக அல்லது ஏஜென்சியாக இருக்கிறவர்தாம் கவர்னர்'' [2] என்று கூறி முழு அந்தரங்கத்தையும் வெளியிட்டார்.

ஆம்; மாநில அமைச்சரவை மீதும், அத்தகைய அமைச்சரவையை உருவாக்குகிற மாநிலத்து மக்கள் மீதும் சிறிதும் நம்பிக்கை வைக்காமல்; அவர்களைக் கண்காணிப்பதற்கு மத்திய அரசால் நியமிக்கப்படும் 'கங்காணி'தான் கவர்னர்!

இந்த முடிவினை அரசியல் நிர்ணய சபையில் பல உறுப்பினர்கள் கடுமையாக எதிர்த்தனர்.

"முன்பு இப்படித்தான் பிரிட்டிஷார் வெளியிலிருந்து ஒரு கவர்னர் ஜெனரலைக் கொண்டு வருவார்கள்; பிறகு பிரிட்டிஷாரின் நன்மையைப் பாதுகாப்பதற்காக, அதற்கு ஏற்றவர்களாகப் பார்த்துத் தேர்ந்தெடுத்து மாகாணங்களுக்குக் கவர்னர்களை நியமிப்பார்கள்; இப்போதும் நீங்கள் அந்த முறையைத்தானே கடைப்பிடிக்கிறீர்கள்? மாநிலத்து அமைச்சரவை எப்படிச் செயலாற்றுகிறது என்பதைப் பக்கத்திலிருந்து கண்காணித்து, அது மத்திய அரசுக்கு எந்தக் காலத்திலும் எதிராகப் போகாமல் இருப்பதற்குத்தானே உங்கள்

---

1. "We have now given up the idea of creating autonomous states and are now keeping a reserve of powers in the Centre, and we are going to have nominated Governors."

- **MAHAVIR TYAGI**, Ibid., p. 494.

2. "...the Governor is the Agent or rather he is the Agency which will press for and guard the Central policy - Ibid.

ஆள் அங்கு தேவையென விரும்புகிறீர்கள்? அந்தச் சந்தேகத்தால்தானே கவர்னரை நியமனம் செய்யப்போகிறீர்கள்?" என்று **ரோகிணி குமார் சௌத்ரி** என்னும் உறுப்பினர் கேட்டார்.[1]

பண்டிட் **இருதயநாத் குன்ஸ்ரூ** இதயம் திறந்து பின்வருமாறு கூறிய மொழிகள் என்றும் நிலைத்து நிற்கும் ஜனநாயகத் தத்துவத்தை அடிப்படையாகக் கொண்டவை:

"மிக முக்கியமான கருத்தொன்றினை நாம் மனத்தில் பதிய வைக்க வேண்டும். நம்முடைய அரசியல் அமைப்புச் சட்டம் ஜனநாயகம் தடைப்படாமல் முழுவதும் வளர்வதற்கு அனுமதி அளிப்பதாகவும், சர்வாதிகாரம் ஏற்படுவதை எந்தச் சூழ்நிலையிலும் தடுப்பதாகவும் இருக்க வேண்டும். தற்போது நம்மில் பலர் மாகாண அரசைவிட மத்திய அரசின் அறிவாற்றலில் இந்த நாடு அதிக நம்பிக்கை வைத்திருப்பதுபோல் கருதுவதாகத் தெரிகிறது.

"முதலாவதாக: மத்திய அரசுக்கு மாகாண அரசு முற்றிலும் கீழ்ப்படிந்து நடக்க வேண்டும் என்பதற்கு இது காரணமாக அமைய முடியாது.

"இரண்டாவதாக: இப்போது இருப்பதைப்போலவே நிலைமை எப்போதும் இருக்காது.

"சில மாகாண அரசுகள் உருவாக்கி வைத்திடும் நம்பிக்கை அளவிற்குக் கூட மத்திய அரசு நம்பிக்கை உருவாக்காத காலமொன்று வரலாம்.

"எல்லா முக்கியமான விவகாரங்களிலும் மாநிலங்களைக் கட்டுப்படுத்தும் அதிகாரத்தை மத்திய அரசிடம் ஒப்படைத்தால், மத்திய அரசின் கொள்கைக்கே பணிந்துபோகுமாறு மாகாணங்கள் வற்புறுத்தப்பட்டால் இந்த நாடு சர்வாதிக்காரத்தால் விழுந்து விடக்கூடிய கொடுமையான ஆபத்து ஏற்படும்."

– என்று அவர் எச்சரித்து, மத்திய அரசின் விருப்பங்களை நிறைவேற்றும் கருவியாக கவர்னரைப் படைக்காதீர்கள் – என்றும் கேட்டுக் கொண்டார்.[2]

---

1. Ibid., p. 438,

2. "We have also to bear another very iportant consideration in mind. Our Constitution should be such as to permit the free and full growth of democracy, and to prevent the establishment of a dictatorship in the country in any event. At the present time,

கவர்னர் நியமனம் செய்யப்படுவதை எதிர்த்தவர்களில் ஒருவர் ஒரிசாவைச் சேர்ந்த பிஸ்வநாத் தாஸ்.

பிரதமர் ஆலோசனையின் பேரில் குடியரசுத் தலைவர் கவர்னரை நியமிப்பது ஜனநாயகம் ஆகாது என்று அவர் கூறினார். "கிராமப் பஞ்சாயத்து தன் தலைவரைத் தேர்ந்தெடுத்துக் கொள்ள அதிகாரம் கொடுத்திருக்கிறீர்கள். அதே உரிமையை மாகாணச் சட்டமன்றத்திற்கு (கவர்னரைத் தேர்ந்தெடுப்பதற்கு) ஏன் கொடுக்க மறுக்கிறீர்கள்?" என்றும் அவர் கேட்டார்.[1]

"ஜனநாயகமும், சர்வாதிகாரமும் ஒன்றாகப் பணியாற்ற முடியாது. மாகாணங்களில், கால்விரல் நுனியிலிருந்து கழுத்து வரை ஜனநாயகம் இருக்கப்போகிறது. ஆனால், கழுத்தின்மேல், தலையில் எதேச்சாதிகாரத்தை வைக்கிறீர்களே! இரண்டுமே திண்ணமாய்த் தோற்றுவிடும்!"[2]

– பஞ்சாயத்திலிருந்து சட்டமன்றம் வரை தேர்தல் முறையை வைத்துவிட்டு, ஒரு மாநிலத்தின் முக்கிய பதவியான கவர்னர் பதவிக்கு நியமன முறையைப் பின்பற்றுவது குறித்துத்தான் பி.தாஸ் மேற்கண்டவாறு கூறினார்.

---

it seems to many of us that greater confidence is reposed by the country in the judgment of the Central Executive than in that of the Provincial Executive. But in the first place, this can be no reason for reducing provincial Governments to a position of ulter subordination to the Central Executive. In the second place, things may not always remain as they are now. It is easy to conceive of a time when the Central Government might not inspire as much confidence as some of the Provincial Governments might. If you entrust the Central Executive with power to exercise control over the Provinces in all important matters and make them fall in line with the policy of the Centre, there is the serious danger of the country falling under a dictatorship... Let us divest ourselves completely of the notion that the Governor is to be used in any way in order to carry out the wishes of the Central Executive."

- Ibid., p.440.

1. C.A.D., Ibid., p.448

2. "You cannot have democracy and autocracy functioning together. In the provinces you are going to have democracy from toe to neck and autocracy at the head. Both these are bound to fail."

- Ibid., p. 447

"பிரதம மந்திரி என்கிற தனி மனிதருக்கு, அவர் எவ்வளவு தான் நல்லவராக இருந்தபோதிலும், இந்த அதிகாரங்களைக் கொடுத்தால், இப்போதைய பிரதமர் (நேரு) போல எல்லோரும் மனவளம் படைத்தவர்களாக இருக்க மாட்டார்கள்; சில பிரதமர்கள் இந்த அதிகாரத்தைத் தவறாகவும் பயன்படுத்தக்கூடும். அது ஆபத்தாக முடியும். குடியரசுத் தலைவருக்குப் பிரதமர் ஆலோசனையின்பேரில் கவர்னர்களை நியமிக்கும் அதிகாரத்தைத் தருவது நியாயமானதன்று."¹

- என்று பேராசிரியர் **சிபன்லால் சாக்சேனா** கூறினார்.

பி.தாஸ் இன்னொரு படி மேலே சென்று,

"கவர்னர் ஜெனரல் (தற்போது குடியரசுத் தலைவர்) அல்லது இந்தியாவின் பிரதமர் ஆகியோரின் இல்லத்துத் தாழ்வாரங்களைச் (கவர்னர் பதவிக்காக) சுற்றிச் சுற்றி வரக்கூடிய ஒரு புதுவிதமான சோம்பேறிகளை நாம் இப்போது படைக்கிறோம். தங்களுக்கு எண்பத்து எட்டு வயது ஆன பிறகும், அல்லது செத்து மடியும் வரைக்கும் இவர்கள் நிரந்தர கவர்னர்களாக இருக்க விரும்புவார்கள்"²

- என்று நியமன கவர்னர்களைப் பற்றி மனம் விட்டுக் கூறினார்.

ஆனால், பிரிட்டிஷ் ஏகாதிபத்தியத்திற்குப் பிறகு இந்தியாவில் புதிய ஏகாதிபத்தியத்திற்கு வித்திட்டவர்கள் காதில் இந்த விமர்சனமெல்லாம் விழவில்லை.

மத்திய அரசு சாசுவதமாகத் தங்கள் கைக்குள் இருக்கும் என்கிற நினைப்பில், அவர்கள் அந்த மத்தியப் பேரரசை ஆளப்போகிற கட்சியின் கருவியாக மாநிலங்களில் நியமன கவர்னர் பதவியை உற்பத்தி செய்தார்கள்.

இப்போது, மத்திய அரசின் 'கங்காணியாக' கவர்னர் எப்படிச் செயல்படுகிறார் என்பதைப் பார்ப்போம்:

---

1. Ibid., p. 451

2. "Now we find we create a class of drones in India who will hangaround in the corridors of Governor - General or the Prime Minister of India and who would like to be perpetual Governors in spite of their being eightyeight years old or until they fall down."

- **B. DAS,** Ibid., p. 478

ஒவ்வொரு மாநிலத்திலும் ஒரு கவர்னர் இருப்பார். அந்தக் கவர்னரிடம்தான் எல்லா நிர்வாக அதிகாரங்களும் இருக்கும்.

தற்போதைய அரசியல் சட்டத்திலும் கவர்னருக்குத் தம் உசிதம்போல் பணியாற்றக்கூடிய அதிகாரங்கள் (Discretionary powers) தரப்பட்டிருக்கின்றன.

அப்படி, கவர்னர் தம் உசிதம்போல் பணியாற்றினால் அது சரியா? தவறா? என்பதைப் பற்றித் தீர்மானிக்கும் அதிகாரம் எந்த நீதிமன்றத்திற்கும் கிடையாது.

இத்தகைய உசிதம்போல் பணியாற்றக்கூடிய விஷயங்கள் தவிர; மற்ற காரியங்களில் அவருக்கு உதவுவதற்கும், ஆலோசனை வழங்குவதற்கும் முதலமைச்சர் தலைமையில் ஒரு அமைச்சரவை இருக்கும்.

கவர்னர் கையில் மாநில அரசின் அனைத்து நிர்வாக அதிகாரங்களும் ஒப்படைக்கப்பட்டிருக்கின்றன.

அமைச்சர்களும், அதிகாரிகளும் நிர்வாக இயந்திரத்தை இயக்கினாலும், அனைத்து நிர்வாக நடவடிக்கைகளும் கவர்னர் பெயரால் எடுக்கப்படுவதாகத்தான் கருதப்படுகிறது.

ஆம்; தாம் கையெழுத்துப் போடாத அரசாணைகளுக்கும், தாம் எடுக்காத நிர்வாக நடவடிக்கைகளுக்கும் நியமனம் செய்யப்பட்ட கவர்னர்தாம் சொந்தக்காரர்! மக்களால் தேர்ந்தெடுக்கப்பட்ட அமைச்சர்கள் அல்லர்!

அதாவது, அன்றாடம் ஒரு மாநில அரசின் சார்பாக ஆயிரக்கணக்கான நிர்வாக உத்தரவுகள் அதிகாரிகளால் பிறப்பிக்கப்படுகின்றன. அவை இன்னின்னவை என்கிற விபரம், கவர்னர் 'கடவுளாக' இருந்தாலொழிய, அவருக்குத் தெரிய முடியாது. ஆனால் அரசியல் சட்டப்படி அந்த உத்தரவுகள் அனைத்தும் கவர்னர் பெயரால் எடுத்ததாகத்தான் பொருள்; ஏனெனில் கவர்னர் கையில் மாநில அரசின் அனைத்து நிர்வாக அதிகாரங்களும் கொடுக்கப்பட்டிருக்கின்றன. [1]

---

1. இதைப் போலவே மத்திய அரசின் நிர்வாக உத்தரவுகள் அனைத்தும் குடியரசுத் தலைவர் பெயரால்தான் பிறப்பிக்கப்படுகின்றன. ஆனால், குடியரசுத் தலைவர் தேர்ந்தெடுக்கப்படுகிறவர். கவர்னரோ நியமிக்கப்படுகிறவர்.

இதை அரசியல் நிர்ணய சபையில் பேராசிரியர் **கே.டி.ஷா** எதிர்த்தார். 'பரம்பரை மன்னர்களைப் போல் கவர்னர் நிலையானவர் அல்லர்; அவர் வந்து போகிறவர். அரசுதான் நிலையானது. எனவே, மாநில அரசின் பெயரால் அந்த உத்தரவுகள் பிறப்பிக்கப்பட வேண்டும். பிரிட்டிஷ் ஆட்சியில் இந்தியாவில் எல்லா நடவடிக்கைகளும் 'இந்திய அரசின் நடவடிக்கைகள்' என்றுதான் குறிக்கப்பட்டன. அதைப்போல அரசாங்க நடவடிக்கைகள் கவர்னர் பெயரால் அல்லாமல் அரசின் பெயராலேயே இருக்க வேண்டும்' என்று திருத்தம் கொண்டு வந்து பேசினார். [1] ஆனால், அந்தத் திருத்தம் தோற்றுப்போனது.

– இவ்வாறு எந்த வகையிலும் தேர்ந்தெடுக்கப்படாத – பெரும்பாலும் அந்த மாநிலத்தைச் சாராத – மத்திய அரசால் நியமனம் செய்யப்படும் கவர்னர் அந்த மாநில அரசின் சின்னமாக இருப்பது என்பது மாநிலத்தின் தன்மானத்திற்கே விடுக்கப்படும் அறைகூவலாகும். இது கூட்டாட்சித் தத்துவத்திற்கே மரண அடி கொடுப்பதாக இருக்கிறது. [2]

பிரிட்டனில் மன்னர் பதவி எப்படி உண்மையான அதிகாரம் இல்லாமல், ஆட்சியின் சின்னமாக இருக்கிறதோ; அதைப்போலவே மாநில அரசின் சின்னம் கவர்னர் என்கிற கருத்தினை அ.நி. சபையில் கே.எம்.முன்ஷி வெளியிட்டார்.

உடன் பிஸ்வநாத் தாஸ் குறுக்கிட்டு, "இங்கிலாந்தின் மன்னருக்கும் மாநிலத்து கவர்னருக்கும் ஏதாவது ஒற்றுமை இருக்கிறது என்று திரு.முன்ஷி யோக்கியமாக நம்புகிறாரா? இங்கிலாந்தின் மன்னர் தமது ராஜ முத்திரையைக் (Royal Seal) கூட, தம் விருப்பப்படி பயன்படுத்த முடியாது என்பது அவருக்குத் தெரியாதா?" என்று கேட்டார். [3]

அதைப்போலவே டாக்டர் அம்பேத்காரைப் பார்த்து ஒரு உறுப்பினர், பிரிட்டிஷ் அரசருக்குத் தம் உசிதம் போலப் பணியாற்றும் அதிகாரங்கள் எதுவும் கிடையா; தமது மணப்பெண்ணைத் தாமே தேர்ந்தெடுக்கும் உரிமைகூட அவருக்குக் கிடையாது; அதைக்கூட பிரதமர்தான் முடிவெடுக்க வேண்டும் என்பதை நினைவுபடுத்தினார்.

---

1. C.A.D. Ibid., p. 531 - 532

2. கனடாவில் கவர்னர் நியமனம் செய்யப்படுகிறார். ஆனால் கனடா இந்தியா போல ஒரு குடியரசு அன்று. பிரிட்டிஷ் அரசியை ஏற்றுக்கொண்டிருக்கிற டொமினியன் அந்தஸ்து பெற்ற நாடு.

3. C.A.D. Ibid., p. 54.

இப்படிக் கடும் விவாதம் ஏற்பட்டதற்குக் காரணம் 1935ஆம் ஆண்டுச் சட்டத்தைப் பின்பற்றித் தற்போதைய அரசியல் அமைப்புச் சட்டத்தில் கவர்னருக்குத் தம் உசிதம்போல் செயலாற்றும் சில அதிகாரங்கள் (Discretionary Powers) கொடுக்கப்பட்டிருப்பதுதான்!

அதாவது கவர்னர் முதலமைச்சரின் தலைமையில் இயங்கும் அமைச்சரவையின் உதவியோடும், ஆலோசனையோடும்தான் செயல்படுவார். ஆனால், தம் உசிதம்போல் செயலாற்றும் நடவடிக்கைகளில் அவர் அமைச்சரவையின் ஆலோசனையைக் கேட்டு நடக்கத் தேவையில்லை; புறக்கணித்துவிடலாம்.

கவர்னர் அப்படித் தம் உசிதம்போல் பணியாற்றக்கூடிய அதிகாரங்கள் என்னென்ன?

– அதைப்பற்றிய விளக்கமும் அரசியல் சட்டத்தில் கிடையாது; அதையும் கவர்னரின் உசிதத்திற்கே விட்டுவிட்டார்கள்!

'அது மட்டுமா? அப்படி கவர்னர் தம் உசிதம்போல் செயலாற்றும் அதிகாரத்தைப் பயன்படுத்துவாரேயானால் அதை எந்த நீதிமன்றமும் விசாரிக்க முடியாது' என்கிற கவசத்தையும் கவர்னருக்கு அணிவித்திருக்கிறார்கள்.

கவர்னர் தம் உசிதம்போல் பணியாற்றக்கூடிய அதிகாரங்கள் எவை? என்று அரசியல் சட்டம் குறிப்பிட்டுக்கூறாத காரணத்தால் அவற்றை நிர்ணயிப்பதில் அரசியல் சட்ட வல்லுநர்களிடையே கருத்து வேறுபாடு இருக்கிறது.

முதலாவதாக, முதலமைச்சர் பதவியை எடுத்துக் கொள்வோம்.

சட்டமன்றத்தில் எந்தக் கட்சி பெரும்பான்மை உறுப்பினர்களைப் பெற்றிருக்கிறதோ அந்தக் கட்சி தேர்ந்தெடுக்கிற தலைவர் முதலமைச்சராக வருவார் என்பதுதான் சிறு குழந்தைக்கும் தெரிந்த ஜனநாயகம்!

உலகத்தின் மிகப்பெரிய ஜனநாயக நாடான இந்தியாவின் மாநிலங்களில் நிலைமை அப்படி அன்று!

164ஆவது பிரிவின்படி முதலமைச்சரை கவர்னர்தான் நியமிக்கிறார். அந்த முதலமைச்சரின் ஆலோசனைப்படி மற்ற அமைச்சர்களையும் கவர்னரே நியமிக்கிறார். கவர்னருக்குத் திருப்தியளிக்கும் வரை அவர்கள் அந்தப் பதவிகளில் இருப்பார்கள். ("Shall hold office during the pleasure of the Governor.")

– அதாவது சட்டசபையில் பெரும்பான்மை பெற்ற கட்சியின் தலைவரை கவர்னர் முதலமைச்சராக்க வேண்டும் என்று அரசியல் அமைப்புச் சட்டத்தில் குறிப்பிட்டுக் கூறப்படவில்லை.

எனவே, முதலமைச்சரைத் தேர்ந்தெடுப்பது கவர்னருடைய தன்னிசை அதிகாரங்களில் ஒன்றாகக் கருதப்படுகிறது.

ஜனநாயகத்திற்கு மாறான இந்த அதிகாரத்தைப் பயன்படுத்தி இந்தியாவுக்கே அவமானத்தைத் தேடித் தருவதற்கு மத்திய அரசும், கவர்னர்களும் சற்றும் பின்வாங்கவில்லை.

ஜனநாயகத்தைக் காரி உமிழும் இந்தப் பரிசோதனை முதன்முதலாக அப்போதைய சென்னை மாநிலத்தில்தான் துவங்கியது. இந்த அவமானகரமான நாடகத்தின் கதாநாயகர்கள் கவர்னர் ஸ்ரீபிரகாசா, இராஜாஜி ஆகியவர்களே.

1952ஆம் ஆண்டு நடைபெற்ற பொதுத் தேர்தலில் அப்போதைய சென்னை மாநிலத்தில் மொத்தமிருந்த 325 சட்டமன்றத் தொகுதிகளில் 155 இடங்களில்தான் காங்கிரஸ் வென்றது. வெற்றி பெற்ற காங்கிரஸ் அல்லாத 167 பேர் ‘ஐக்கிய ஜனநாயக முன்னணி’ அமைத்துக் கொண்டனர். தம்மை அந்த 167 பேரும் ஆதரிப்பதாகவும், தாம் முதலமைச்சர் பொறுப்பை ஏற்கத் தயாராக இருப்பதாகவும் அத்தனை பேருடைய கையெழுத்துடன் டி.பிரகாசம் கவர்னர் ஸ்ரீபிரகாசாவுக்குக் கடிதம் எழுதியிருந்தார்.

அந்த 167 பேரில் பலர் சுயேச்சைகள் என்பது உண்மைதான். எனினும், யார் முதலமைச்சர் ஆகிறாரோ அவர் பக்கம்தான் இந்தச் சுயேச்சைகள் சாய்வார்கள் என்பது உறுதி. ஆனால், ஸ்ரீபிரகாசா காங்கிரஸ் அல்லாத கட்சிக்கு அந்த வாய்ப்பைக் கொடுப்பதற்குத் தயாராக இல்லை.

சட்டசபையிலே சிறுபான்மைக் கட்சியாக இருந்த காங்கிரசைப் பதவியில் அமர்த்துவதற்காக அவர் இராஜாஜியை அமைச்சரவை அமைக்கும்படி கேட்டுக்கொண்டார். அதற்கு வகை செய்ய அவரை மேலவைக்கு நியமன உறுப்பினராக்கி உள்ளே நுழைய வைத்தார்.

பிரகாசத்தை அழைத்திருந்தால் சுயேச்சைகள் அவர் பக்கம் சேர்ந்திருப்பார்கள். ஆனால், அப்போது ‘கவர்னர் யானை’ இராஜாஜி தலையில் மாலை சூட்டியதால் சுயேச்சைகள் அவர் பக்கம் சேர்ந்து கொண்டார்கள்.

இதே ராஜாஜி கவர்னர் – ஜெனரலாக இருந்தபோது ஸ்ரீபிரகாசாவைக் கவர்னராக நியமித்து, அந்த உத்தரவில் கையெழுத்திட்டார் என்பது குறிப்பிடத்தக்கது.

இதே ஜனநாயக விரோத காரியத்தைத்தான் 1935ஆவது ஆண்டுச் சட்டப்படி பிரிட்டிஷாரின் ஏஜெண்டுகளாக இருந்த கவர்னர்கள் பல மாகாணங்களில் செய்து கொண்டிருந்தார்கள். சட்டமன்றத்தில் சிறுபான்மைக் கட்சி ஒன்றின் தலைவரை அழைத்து அமைச்சரவை அமைக்கச் சொல்லி, பிறகு அக்கட்சிக்குப் பெரும்பான்மை தேடிக் கொடுத்தார்கள். அப்போது பாதிக்கப்பட்டது காங்கிரஸ் கட்சி! அப்போது கவர்னரையும், 1935ஆம் ஆண்டின் சட்டத்தையும் கண்டித்தது காங்கிரஸ் கட்சி! அதே கட்சி சிறிதும் வெட்கமில்லாமல் தனக்கு பிரிட்டிஷார் செய்த அதே கொடுமையைப் பிற கட்சிகளுக்குச் செய்ததும், அப்படி ஒரு அரசியல் அமைப்புச் சட்டத்தை உருவாக்கிக் கொண்டதும் வரலாற்றின் வெட்ககரமான நிகழ்ச்சிகளுள் ஒன்றாகும்!

1952இல் அப்போதைய கவர்னர் ஸ்ரீபிரகாசா ஒரு விசித்திரமான விளக்கத்தை வெளியிட்டார். "தேர்தலுக்குப் பிறகு சட்டசபையில் உருவாகும் கட்சிகளையும், குழுவினரையும் நான் பொருட்படுத்த மாட்டேன்; தேர்தலில் எது தனிப்பெரும் கட்சியாக வெற்றி பெறுகிறதோ அதைத்தான் நான் கூப்பிட்டு அமைச்சரவை அமைக்கச் சொல்வேன்" என்று ஸ்ரீபிரகாசா வெட்கமில்லாமல் சமாதானம் கூறினார்!

கவர்னர் முதலமைச்சரை நியமிக்கும் தன்னிச்சை அதிகாரத்தைக் கொண்டு இதுவரை இந்திய அரசியலில் பல விபரீதங்கள் நடைபெற்றிருக்கின்றன.

சென்னை நிகழ்ச்சி நடைபெற்றுப் பதினைந்து ஆண்டுகள் கழித்து, 1967இல் – கவர்னரின் எந்தப் போக்கால் இராஜாஜி பலன் பெற்றாரோ அதே போக்கால் அவரது கட்சி இராஜஸ்தானில் ஆளும் வாய்ப்பை இழந்தது குறிப்பிடத்தக்கதாகும்.

அம்மாநிலத்தில், அப்போது 183 சட்டமன்ற உறுப்பினர்களில் 85 பேர் சுதந்திராக் கட்சி தலைமையில் இயங்கிய ஐக்கிய முன்னணியை ஆதரிப்பதாகத் தேர்தல் முடிந்ததும் கூறினர். ஆனால், கவர்னர் சம்பூர்ணானந்த், சென்னையில் இராஜாஜி முதலமைச்சரான உதாரணத்தை மேற்கோள் காட்டி, உதிரிகளைச் சேர்த்துக்கொண்டு பெரும்பான்மை காட்டிய சுதந்திராக் கட்சியைப் புறக்கணித்துவிட்டு, காங்கிரசைக் கூப்பிட்டு அமைச்சரவை அமைக்கச் சொன்னார்.

இந்த முறையையாவது எல்லா கவர்னரும் பின்பற்றுகிறார்களா

என்றால் கிடையாது!

1965ஆம் ஆண்டு மார்ச் மாதம் 4ஆம் நாள் கேரளாவில் நடைபெற்ற இடைத் தேர்தலில் மொத்தமுள்ள 133 இடங்களில் 40 இடங்களில் கம்யூனிஸ்டுக் கட்சியினர் வெற்றி பெற்றுத் தனிப் பெருங் கட்சியாக விளங்கினர். ஆனால் அப்போதைய கேரளத்துக் கவர்னர் சட்டசபைக்குள்ளே பெரிய கட்சியாக விளங்கிய கம்யூனிஸ்டுக் கட்சியை அழைத்து அமைச்சரவை அமைக்கச் சொல்லவில்லை. காங்கிரஸ் கட்சியிடம்தான் அந்தப் பொறுப்பை ஒப்படைத்தார்.

1967இல் பீகாரில் ஒரு அரசியல் நெருக்கடி ஏற்பட்டது. அப்போது மந்திரியாக இருந்த பி.பி. மண்டல் என்பவர் தலைமையில் பலர் காங்கிரசை விட்டு வெளியேறினர். காங்கிரஸ் சட்டசபையிலே தனக்கிருந்த பெரும்பான்மையை இழந்தது. அப்போது மண்டல் தமக்குச் சட்டசபையிலே பெரும்பான்மை இருப்பதாகவும், தாம் அமைச்சரவை அமைக்கத் தயாராக இருப்பதாகவும், கவர்னர் அனந்தசயனம் ஐயங்காருக்கு எழுதினார்.

அதற்கு கவர்னர் அனந்தசயனம் ஐயங்கார் என்ன பதில் எழுதினார் தெரியுமா? "நீங்கள் அமைச்சராகவோ அல்லது முதலமைச்சராகவோ முடியுமா என்பது பற்றி நான் அட்வகேட் ஜெனரலுடைய கருத்தைக் கேட்டு அறிந்தேன். நீங்கள் சட்டசபை உறுப்பினராகாமல் அமைச்சராக முடியாது என்று அட்வகேட் ஜெனரல் குறிப்பிடுகிறார். அட்வகேட் ஜெனரல் எனக்கு எழுதிய கடிதத்தில் இப்படி அரசியல் சட்டச் சூழ்நிலை இருப்பதாகக் கருத்துத் தெரிவித்திருப்பதால் நான் உங்களுடைய கோரிக்கையை ஏற்றுக் கொண்டு அரசாங்கம் அமைக்கச் சொல்வதற்கு இல்லை" என்று எழுதினார். [1]

இதில் வேடிக்கை என்னவென்றால் காங்கிரஸ் கட்சியின் சார்பில், எம்.எல்.ஏ.வாக ஆகாமலே சில நாட்கள் முன்புவரை, மண்டல் ஒரு மந்திரியாக இருந்திருக்கிறார். இப்படி காங்கிரஸ் கட்சியில் ஒருவர் இருந்தால் ஒரு மந்திரியும், காங்கிரஸ் கட்சியைவிட்டு வெளியே வந்துவிட்டால் இன்னொரு மாதிரியும் கவர்னரால் நடத்தப்படுகின்றனர் என்பதற்கு இது ஒரு சான்று.

– இதுவரை முதலமைச்சரை நியமிப்பதில் கவர்னர் எப்படித் தம் உசிதம்போல் நடந்து கொள்ளலாம் என்பதைப் பார்த்தோம்!

---

1. இந்துஸ்தான் டைம்ஸ், 13.9.67

ஒருமுறை முதலமைச்சராக ஆனவர் சட்டமன்ற உறுப்பினர்களின் நம்பிக்கையைப் பெற்றிருக்கும் வரை அப்பதவியில் நீடிப்பதுதானே ஜனநாயகம்?

ஆனால், இந்திய மாநிலங்களில் இந்த ஜனநாயகத்திற்கு இடமில்லை!

கவர்னர் நினைத்தால் எப்போது வேண்டுமானாலும் அமைச்சரவையையோ, தனிப்பட்ட அமைச்சர்களையோ 'டிஸ்மிஸ்' செய்யலாம்!

காரணம் என்ன தெரியுமா? அரசியல் அமைப்புச் சட்டத்தில், **"அமைச்சர்கள் கவர்னருக்குத் திருப்தி இருக்கும்வரை பதவியில் இருப்பார்கள்"** ("....the Ministers shall hold office during the pleasure of the Governor") - என்று விதி செய்யப்பட்டிருக்கிறது.

'கவர்னருக்குத் திருப்தி இருக்கும் வரை' என்றால் என்ன?

– திருப்தி என்றால் திருப்திதான்! இதுவும் கவர்னருடைய உசிதம் போல் பயன்படுத்தும் அதிகாரங்களில் ஒன்று!

இந்த அதிகாரத்தை வைத்துத்தான் பலமுறை மாநில அமைச்சரவைகள் 'டிஸ்மிஸ்' செய்யப்பட்டு, குடியரசுத் தலைவர் ஆட்சி திணிக்கப்பட்டிருக்கிறது.

மக்களுடைய பிரதிநிதிகளாகிய மாநில அமைச்சரவைகள் நியமனம் செய்யப்படுகிற கவர்னருடைய திருப்தி இருக்கும்வரை பதவியில் இருக்கலாம் என்பது உலகத்தில் எந்த ஜனநாயக நாட்டிலும் இல்லாத ஒன்றாகும்! [1]

அரசியல் நிர்ணய சபையில் இந்தப் பிரிவு முன்னணி உறுப்பினர்களால் மிகவும் வன்மையாகக் கண்டிக்கப்பட்டது.

முஸ்லிம் லீக் தலைவரான **காயிதே மில்லத் இஸ்மாயில் சாகிப்** அவர்கள் – முதலமைச்சரும், அமைச்சர்களும்,

---

1. மத்திய அமைச்சரவையைப் பொறுத்தவரை அது நீடிப்பதற்குக் குடியரசுத் தலைவருடைய 'திருப்தி' தேவை என்று விதி இருந்தாலும்; குடியரசுத் தலைவருக்குத் தம் உசிதம்போல் பயன்படுத்தும் அதிகாரம் (Discretionary powers) கிடையாது என்பது குறிப்பிடத்தக்கது. இதுவரை குடியரசுத் தலைவர் மாநில கவர்னரைப் போலத் தமது 'திருப்தி'யை 'வாபஸ்' பெற்றுக்கொண்டு அமைச்சரவையையோ, அமைச்சர்களையோ 'டிஸ்மிஸ்' செய்யவில்லை. இனி எப்படியோ?

கவர்னருக்குத் திருப்தி இருக்கும் வரை அன்று; சட்டமன்றத்தின் நம்பிக்கை இருக்கும் வரை பதவியில் நீடிக்கலாம் என்கிற திருத்தத்தைக் கொண்டு வந்தார். [1] ஆனால் அது ஏற்றுக்கொள்ளப்படவில்லை.

அடுத்து, சட்டசபையைக் கூட்டுவது கவர்னருடைய அதிகாரங்களில் ஒன்று,

அந்த அதிகாரத்தை அமைச்சரவையின் ஆலோசனைப்படி கவர்னர் பயன்படுத்துவதா? அல்லது தம் உசிதம்போல் பயன்படுத்துவதா?

– இதிலும் தெளிவு கிடையாது.

1968ஆம் ஆண்டு ஏப்ரல் 6, 7ஆம் நாட்களில் புதுடில்லியில் கூடிய சபாநாயகர்கள் மாநாடு கீழ்க்கண்டவாறு தீர்மானம் நிறைவேற்றியது:

"முதலமைச்சருடைய ஆலோசனைப்படிதான் கவர்னர் சட்டசபையைக் கூட்ட வேண்டும்; அல்லது கூட்டத் தொடரைக் முடிவிக்க (Prorogue) வேண்டும். சபாநாயகரைக் கலந்து கொண்டு அந்த நாட்களை முதலமைச்சர் முடிவு செய்யும் ஒரு மரபினை ஏற்படுத்த வேண்டும். தேவையானால் கவர்னர் வேறு ஒரு நாளைச் சிபார்சு செய்யலாம். ஆனால், முதலில் எடுத்த முடிவை மாற்றுவதா, இல்லையா என்பதை முதலமைச்சருக்கோ அல்லது அமைச்சரவைக்கோ விட்டுவிட வேண்டும்." [2]

ஆனால், இத்தகைய தீர்மானம் நிறைவேற்றப்படுவதற்கு ஓராண்டிற்கு முன்பு மேற்கு வங்கத்தில் இதற்கு முற்றிலும் மாறான ஒரு நிகழ்ச்சி நடைபெற்றது.

1967இல் அஜாய் முக்கர்ஜி தலைமையில் ஐக்கிய முன்னணி மேற்கு வங்கத்தில் ஆட்சி செய்து கொண்டிருந்தது.

---

1. C.A.D., Ibid., p. 504

2. "....that a Governor shall summon or prorogue the Legislature on the advice of the Chief Minister. A convention shall be developed that the Chief Minister may fix the dates of summoning and prorogation after consulting the Presiding Officer concerned. The Governor may suggest an alternative date but it shall be left to the Chief Minister or the Cabinet to revise their decision or not."

- Quoted in Journal of Constitutional And Parliamentary Studies, July - Sept., 1968, p. 149

அதைக் கவிழ்ப்பதற்காகத் தொடர்ந்து காங்கிரஸ் சதி செய்து கொண்டே வந்தது. அதன் விளைவாக அஜாய் முக்கர்ஜி அமைச்சரவையில் உணவு, வேளாண்மை அமைச்சராக இருந்த டாக்டர் பி.சி.கோஷ் என்பவரும், அவருடைய ஆதரவாளர்கள் சிலரும் கட்சி மாறினார்கள்.

எதிர்பார்த்ததுபோல், மத்திய அரசின் தாக்கீதின்படி கவர்னர் விரைவில் சட்டசபையைக் கூட்டுமாறு முதலமைச்சரைக் கேட்டுக் கொண்டார்.

உடனே கவர்னரது கோரிக்கையைப் பரிசீலிக்க முதலமைச்சர் அஜாய் முக்கர்ஜி அமைச்சரவையைக் கூட்டினார்.

1967, டிசம்பர் 18ஆம் நாளன்று சட்டசபையைக் கூட்டுவதென்று அமைச்சரவை முடிவு செய்தது.

ஆனால், கவர்னரோ 1967, நவம்பர் 30ஆம் நாளுக்குள் சட்டசபையைக் கூட்ட வேண்டும் என்று வற்புறுத்தினார்.

மீண்டும் அமைச்சரவை கூடி கவர்னருடைய இரண்டாவது யோசனையைப் பரிசீலித்தது. முன்பு எடுத்த முடிவின்படி டிசம்பர் 18ஆம் நாளுக்கு முன் சட்டசபையைக் கூட்ட முடியாது என்று அமைச்சரவை முடிவு செய்தது.

கவர்னருடைய உசிதம்போல் பயன்படுத்தக்கூடிய அதிகாரங்களைக் குடியரசுத் தலைவர் சுப்ரீம் கோர்ட்டிற்கு அனுப்பிப் பரிசீலிக்க வேண்டும் என்றும் அஜாய் முக்கர்ஜி மத்திய அரசினைக் கேட்டுக் கொண்டார். ஆனால், அதற்கு மத்திய அரசு மறுத்துவிட்டது.

1967, நவம்பர் 21ஆம் நாள் கவர்னர் தமது உசிதம்போல் பயன்படுத்தும் அதிகாரங்களைக் கொண்டு ஐக்கிய முன்னணி அமைச்சரவையை ‘டிஸ்மிஸ்’ செய்தார். அதே நாள் காங்கிரசின் திட்டப்படி கட்சி மாறிய டாக்டர் பி.சி.கோஷ் முதலமைச்சராக்கப்பட்டார்; அவருக்குக் கவர்னர் ‘பதவி உறுதிமொழிச் சடங்குகளை’ச் செய்து வைத்தார்!

அடுத்து; ஒரு சட்டமன்றத்தின் முழு வயதான ஐந்து ஆண்டுகளுக்கு முன்பே அந்தச் சட்டமன்றத்தினைக் கலைக்கும் அதிகாரம் கவர்னருக்கு இருக்கிறது.

இந்த அதிகாரத்தை முதலமைச்சர் அல்லது அவருடைய அமைச்சரவையின் பரிந்துரையின்படி செய்வதா? அல்லது கவர்னர் தமது உசிதம் போல் இதிலும் செயலாற்றுவாரா?

வழக்கம்போல் இதிலும் தெளிவு கிடையாது.

ஏற்கனவே, சட்டமன்றத்தில் பெரும்பான்மை பெற்றுள்ள முதல்வர்கள் மக்களிடம் புதிய உத்தரவு பெறுவதற்காகச் சட்டசபையைக் கலைக்கச் சொல்லி சிபாரிசு செய்ய; அதை ஏற்றுக் கவர்னர் நடப்பதில் தவறு கிடையாது என்கிற கருத்து ஜனநாயக வட்டாரத்தில் நிலவுகிறது. இதற்கு பிரிட்டனில் பல முன்னுதாரணங்கள் இருக்கின்றன.

(1970இல் இப்படித்தான் முதல்வர் கலைஞரின் பரிந்துரைப்படி சட்டமன்றம் கலைக்கப்பட்டு மறுதேர்தல் நடந்தது. அப்போதைய கவர்னர் இதை ஒப்புக் கொண்டதற்கு ஜனநாயக மரபு மட்டுமே காரணம் என்று கூறிவிட முடியாது. அப்போது தி.மு.க.வோடு மத்திய அரசை ஆளுகின்ற கட்சி உறவு வைத்திருந்ததால் கவர்னர் அந்தப் பரிந்துரைக்கு எதிர்ப்பாக இல்லை. அந்த நேரம் ஆந்திர முதலமைச்சர் பிரம்மானந்த ரெட்டியும் கலைஞர் செய்தது போலவே செய்ய விரும்பினார். ஆனால் ஆந்திரத்தில் நாடாளுமன்றத் தேர்தலும், சட்டமன்றத் தேர்தலும் ஒரே நேரத்தில் நடப்பதைத் திருமதி இந்திரா காந்தியார் விரும்பவில்லை. எனவே, திருமதி இந்திரா காந்தியார் ஆந்திர முடிவு அறிவிக்கப்படும் வரை கலைஞரைக் காத்திருக்கச் சொன்னார். எனவே, கலைஞரது பரிந்துரைக்கும் கவர்னர் ஒப்புக் கொண்டார் என்றால், அதற்குக் காரணம் அந்த முடிவு, இந்தியப் பிரதமரால் ஏற்றுக்கொண்ட முடிவு என்பதுதான்! சர்தார் உஜ்ஜல் சிங் மீது குற்றம் கூறுவதற்காக இதைக் குறிப்பிடவில்லை. அந்த நேரம் கவர்னரும், பிரதமரும் நினைத்திருந்தால் உடன் தேர்தல் நடத்தாமல், அமைச்சரவை பதவி விலகியபிறகு ஆறு மாதத்திற்கோ அதற்குமேலோ குடியரசுத் தலைவர் ஆட்சியைத் தமிழ்நாட்டில் திணித்துச் சதி செய்திருக்க முடியும். அந்த அதிகாரம் மத்திய அரசிற்கும், அதன் ஏஜெண்டான மாநில கவர்னர்களுக்கும் இருக்கிறது என்பதற்காக இந்த நிகழ்ச்சிகளை மேற்கோள் காட்ட நேர்ந்தது. அதனால்தான் ஜனநாயக மரபை கவர்னர் காப்பாற்றுவார் என்று சும்மாவிருக்காமல், தமிழக முதல்வர் அந்த முடிவிற்குப் பிரதமரின் சம்மதத்தையும் பெற்றார்.)

ஆனால், சட்டசபையில் பெரும்பான்மை இழந்து தோற்றுப்போன முதலமைச்சர்கள் சட்டசபையைக் கலைக்கச் சொல்லிப் பரிந்துரை வழங்கினால் அந்தப் பரிந்துரையைக் கவர்னர் ஏற்றுக் கொள்ளலாமா?

– இந்த விஷயங்களில் எல்லாம் ஒரே மாதிரியான அளவுகோலை கவர்னர்கள் இதுவரையிலும் கடைப்பிடிக்கவில்லை!

1953ஆம் ஆண்டு திருவாங்கூர் – கொச்சி மாநிலத்தில் காங்கிரஸ் முதலமைச்சர் மீது சட்டசபையில் நம்பிக்கையில்லாத் தீர்மானம் கொண்டுவரப்பட்டு அது நிறைவேறியது. சட்டசபையில் பெரும்பான்மை இழந்த காங்கிரஸ் முதலமைச்சர் சட்டசபையையே கலைத்துவிட்டு மறுதேர்தல் நடத்தும்படி ராஜ்பிரமுக்கிற்குப் பரிந்துரை செய்தார். உடனடியாக ராஜ்பிரமுக் தோற்றுப்போன முதலமைச்சருடைய பரிந்துரையை ஏற்றுச் சட்டசபையைக் கலைத்தார்.

அதே திருவாங்கூர் – கொச்சியில் 1954ஆம் ஆண்டு பி.எஸ்.பி. கட்சியைச் சேர்ந்த பட்டம் தாணுப்பிள்ளையின் அமைச்சரவை மீது நம்பிக்கையில்லாத் தீர்மானம் நிறைவேற்றப்பட்டது. சட்டசபையில் பெரும்பான்மையினரின் நம்பிக்கையிழந்த பட்டம் தாணுப்பிள்ளை சட்டமன்றத்தைக் கலைத்து மறுதேர்தலுக்கு ஏற்பாடு செய்யுமாறு ராஜ்பிரமுக்கிற்குப் பரிந்துரை செய்தார். ஆனால், ராஜ்பிரமுக் அந்தப் பரிந்துரையை ஏற்றுக்கொள்ளவில்லை.

அதாவது, 1953இல் தோற்றுப்போன காங்கிரசுடைய முதலமைச்சர் பரிந்துரையை ஏற்றுக் கொண்ட அதே ராஜ்பிரமுக் அடுத்த ஆண்டு தோற்றுப்போன வேறு கட்சி முதலமைச்சருடைய பரிந்துரையை ஏற்றுக்கொள்ளவில்லை.

கவர்னருடைய உசிதம்போல் கையாளும் அதிகாரம் எப்படிக் கட்சி நோக்கோடு கையாளப்படுகிறதென்பதற்கு இதுவும் ஒரு சான்று.

அடுத்து, மாநிலச் சட்டசபை நிறைவேற்றிக் கையெழுத்துக்கு அனுப்புகிற ஒரு மசோதாவில் கவர்னர் கையெழுத்துப்போடாமல் மறுத்து; அதைக் குடியரசுத் தலைவருடைய பார்வைக்கு அனுப்பி வைப்பது கவர்னருடைய தன்னிச்சை அதிகாரங்களில் ஒன்றாகக் கருதப்படுகிறது.

சட்டசபை பெரும்பான்மையுடன் ஒரு மசோதாவை நிறைவேற்றி விட்ட பிறகு அமைச்சரவை மறுபரிசீலனை செய்து பரிந்துரை செய்தாலொழிய, கவர்னர் அதைக் குடியரசுத் தலைவர் பார்வைக்கு அனுப்பக்கூடாது என்கிற சட்ட வல்லுனர்கள் கருத்து ஒருபுறம் இருக்கிறது. இருந்தாலும் இந்தியாவில் நிலைமை என்ன?

அப்போதைய கேரள (கம்யூனிஸ்டுக் கட்சி) அரசு கல்வி மசோதாவை நிறைவேற்றி கவர்னருக்கு அனுப்பி வைத்தது. ஆனால், கவர்னர் அதிலே கையெழுத்திட மறுத்து, அதைக் குடியரசுத் தலைவருக்கு அனுப்பி வைத்தார். நல்ல வேளையாகக்

குடியரசுத் தலைவர் அந்த மசோதாவை நிராகரிக்காமல், சுப்ரீம் கோர்ட்டின் கருத்துக்கு அனுப்பிவைத்த காரணத்தினால் அப்போது அதனால் அரசியல் நெருக்கடி எதுவும் ஏற்படவில்லை.

அடுத்து, மாநிலச் சட்டமன்றத்திற்கு ஆங்கிலோ – இந்திய உறுப்பினரை நியமனம் செய்யும் அதிகாரம் கவர்னருக்கு இருக்கிறது.

ஆனால், முதலமைச்சர் அல்லது பெரும்பான்மைக் கட்சியின் தலைவரது பரிந்துரையின் மீதுதான் கவர்னர் அப்படி நியமிக்க வேண்டும் என்பது மரபு. இதுவரை பல மாநிலங்களிலும் அப்படித்தான் நடைபெற்று வந்திருக்கிறது – ஒரே ஒருமுறை நீங்கலாக!

முதன் முறையாகக் கேரளத்தில் கம்யூனிஸ்டுக் கட்சி ஆட்சிக்கு வந்தபோது கவர்னர் முதல்வராக இருந்த நம்பூதிரிபாட்டைக் கலக்காமல் அவராகவே ஒரு ஆங்கிலோ – இந்திய உறுப்பினரை நியமித்தார். இதற்கு காரணம் என்ன தெரியுமா? நம்பூதிரிபாட்டைக் கலந்தால் அவர் தமது கருத்துக்கு ஆதரவான ஒருவரைத்தான் சொல்வார்; அதனால், அக்கட்சிக்குச் சட்டமன்றத்திற்குள் ஒரு 'ஓட்டு' அதிமாகக்கூடும்; அதைத் தடுத்து, காங்கிரசிற்கு ஒரு 'ஓட்டு' அதிகம் வாங்கிக் கொடுத்து, ஆட்சிக்கு வந்திருக்கிற கம்யூனிஸ்டுக் கட்சிக்கு நெருக்கடி ஏற்படுத்துவதற்கே கவர்னர் அப்படிச் செய்தார்!

அடுத்து, மாநில அரசு அரசியல் சட்டப்படி இயங்க முடியாது என்று குடியரசுத் தலைவருக்கு 'ரிப்போர்ட்' அனுப்பி, அதற்குப் பிறகு குடியரசுத் தலைவர் ஆட்சி அறிவிக்கப்படுகிறதன்றோ?

அந்த 'ரிப்போர்ட்' அனுப்புவதற்குக் கவர்னர் மாநில அரசின் பரிந்துரையைக் கேட்க வேண்டிய அவசியமில்லை. அது அவரது உசிதம்போல் செய்யக்கூடிய அதிகார வகையைச் சேர்ந்ததாகும்.

(அத்தகைய நெருக்கடி நேரத்தில் ஏற்படும் நிலைமைகளைப் பற்றி முன் ஒரு அத்தியாயத்தில் கூறியிருக்கிறோம்.)

– அமைச்சரவையின் பரிந்துரையைக் கேட்காமல் உசிதம்போல் பணியாற்றக்கூடிய தன்னிச்சை அதிகாரங்கள் கவர்னருக்குத் தரப்பட்டிருப்பதால் ஏற்படும் விளைவுகள்தான் மேலே சான்றுகளாகத் தரப்பட்டிருப்பவை!

இத்தகைய அதிகாரங்கள் திட்டவட்டமாகக் குறிப்பிட்டுச் சொல்லப்படாமல் கவர்னருக்கு ஏன் வழங்கப்பட்டிருக்கன்றன?

டாக்டர் அம்பேத்கார் ஒருமுறை ஒளிவு மறைவின்றி இதன்

காரணத்தை அரசியல் நிர்ணய சபையில் விளக்கியிருக்கிறார்:

"மாகாண அரசுகள் மத்திய அரசிற்குக் கீழ்படிந்தவையாகப் பணியாற்ற வேண்டும் என்பதால்" ("because the provincial Governments are required to work in subordination to the Central Government").

"மாநில அரசுகள் அப்படி மத்திய அரசிற்குக் கீழ்ப்படிந்து நடக்க வேண்டும் என்பதைக் கவர்னர் கவனிக்க வேண்டியிருப்பதால்" ("in order to see that they do act in subordination to the Central Government, the Governor will reserve certain things...") [1]

– நியமனம் செய்யப்படும் கவர்னருக்கு; தேர்ந்தெடுக்கப்படும் குடியரசுத் தலைவருக்குக் கொடுக்கப்படாத அத்தகைய அதிகாரங்கள் கொடுக்கப்பட்டிருப்பதாக, டாக்டர் அம்பேத்கார் வேறொரு சந்தர்ப்பத்தில் சுட்டிக் காட்டியிருக்கிறார்.

– ஆனால், மத்திய அரசிற்கு மட்டுமல்லாமல், அதை இதுவரை ஆண்டு வருகின்ற காங்கிரஸ் கட்சிக்கும் மாநில அரசுக்கும் கீழ்ப்படிந்து நடக்கிற ஒரு இழிதகை நிலைமையைத்தான் இதுவரை கவர்னர்கள் ஏற்படுத்தியிருக்கிறார்கள்.

1935ஆவது ஆண்டுச் சட்டத்தில் பிரிட்டிஷ் கவர்னருக்குத் தரப்பட்டிருந்தது போன்ற இத்தகைய அதிகாரங்கள் சுதந்திர இந்தியாவிலும் கவர்னருக்குத் தரப்பட்டிருப்பதால் ஏற்படும் விளைவுகளை பிஸ்வநாத் தாஸ் அ.நி. சபையில் விளக்கமாக எடுத்துரைத்தார்:

"இந்த விதத்தில் எனக்குக் கசப்பான அனுபவங்கள் ஏற்பட்டிருக்கின்றன. நான் ஒரு மாகாணத்தில் முதலமைச்சராக இருந்தவன்.[2] என் கட்சியை ஒழிப்பதில் எப்படி கவர்னர் கண்ணும் கருத்துமாய் இருந்தார் என்பதை நான் அறிவேன். அந்தப் பழைய நாட்கள் போய்விட்டன என்றும், புதிய நாட்கள் வர இருக்கின்றன என்றும் நான் அறிகிறேன். நான் என் மதிப்பிற்குரிய நண்பர்களை வருங்காலத்தை எண்ணிப் பார்க்குமாறு வேண்டுகிறேன். என்னுடைய தலைவர்கள் தொடர்ந்து என்றும் பதவியில் இருப்பார்களேயானால், பண்டித ஜவகர்லால் நேருவைப் போலவும், சர்தார் வல்லபாய்

1 . Ibid., p.502.

2. அவர் 1938ல் ஒரிசாவின் முதலமைச்சராக இருந்தவர். அப்போது மாகாண முதலமைச்சரையும் 'Prime Minister' என்றுதான் அழைத்தார்கள்.

பட்டேலைப்போலவும், தலைவர்கள் எனக்கு (என்றும்) கிடைப்பார்களேயானால், நான் குறைகூற முன்வர மாட்டேன். ஆனால், மதிப்பிற்குரிய நண்பர்களுக்குச் சொல்லிக்கொள்வேன்– மனித உயிர் நிரந்தரமானதன்று. நாம் எவ்வளவுதான் நீண்ட காலம் வாழ வேண்டும் என்று ஆசைப்பட்டாலும் மனித உயிர் நிரந்தரமற்றது. கட்சிகளும் நிரந்தரமற்றவைதான். கட்சிகள் நிலையில் உயர்வும் தாழ்வும் ஏற்படுவது இயல்பு...

"... இன்றைய பிரதமர் (நேரு) உலகத்தின் தலைசிறந்த மனிதர்களில் ஒருவர். நீங்கள் அவரிடத்திலிருந்து நீதியை எதிர்பார்க்கலாம். அவருக்கென்று சுயநலக் காரியங்கள் எவையும் கிடையா. ஆனால், சுயநல நோக்குக் கொண்ட பிரதமர் ஒருவர் இனி ஒருநாள் மத்திய அரசிலே பதவியேற்க நேரிடலாம். அந்த நேரம் முழுப்பெரும்பான்மையோடு ஒரு மாநில அரசை நடத்தும் கட்சிக்கு எதிராக கவர்னரைக் கொண்டு செயல்பட நினைத்தால், அப்படி ஒரு நிலை ஏற்படலாம் என்று எதிர்பார்க்கக்கூடாதா?" [1]

– இப்படி உருக்கமாகத் தமது அனுபவத்தை வைத்துக் குரல் கொடுத்தார் பிஸ்வநாத் தாஸ்! எல்லாம் செவிடன் காதில் ஊதிய சங்குதான்.

(பாவம்! பண்டித நேருவின் காலத்திலேயே இந்த ஜனநாயகக் கொலை தொடங்கபட்டு விட்டது என்பதை அவரால் கற்பனை செய்துகூடப் பார்க்க முடியவில்லை! கேரளத்தில் ஜனநாயக முறையில் தேர்ந்தெடுக்கப்பட்ட எதிர்க்கட்சி ஆட்சியைக் குழிவெட்டிப் புதைத்தது பண்டிதர் பிரதமராக இருக்கும் போதுதானே!)

இத்தகைய தன்னிச்சை அதிகாரங்களினால் மட்டும் கவர்னர் மத்திய அரசின் 'கங்காணி'யாகத் திறம்படச் செயல்பட்டுவிட முடியுமா?

– அப்படி ஒரு சந்தேகத்தினால்தானோ என்னவோ, அந்தக் 'கங்காணி' வேலையைச் செவ்வனே செய்வதற்கு மேலும் சில பிரத்தியேக அதிகாரங்களையும் கவர்னருக்கு கொடுத்திருக்கின்றனர்.

---

1. Ibid., p. 446-447.

மாநில அரசின் நிர்வாகம் சம்பந்தப்பட்ட விவகாரங்கள் குறித்தும் சட்டசபையில் கொண்டு வரப்படுகிற மசோதாக்கள் குறித்தும்[1] அமைச்சரவை எடுக்கிற அத்தனை முடிவுகளையும் கவர்னருக்குத் தெரியப்படுத்த வேண்டியது முதலமைச்சரது கடமையாகும்.

இது தவிர, மேற்சொன்ன விவகாரங்கள் குறித்து கவர்னர் ஏதாவது விவரம் கேட்டனுப்புவாரேயானால் அதை உடனே கவர்னருக்கு அனுப்பி வைக்க வேண்டியதும் முதலமைச்சரது கடமை. [2]

அரசியல் சட்டத்தில் உள்ள இந்தப் பிரிவுதான் 'பரோலில் விடுதலையான கைதிபோல' மாநில அரசுகளையும், அவற்றைக் கண்காணிக்கும் போலீஸ் போல் கவர்னரையும் உருவாக்கியிருக்கும் பிரிவாகும்!

> *"ஒரு துண்டு சாணியை ஒரு குடம் பாலில் வீசி எறிந்தால் அந்தப் பால் எப்படி நாசமாகுமோ, அதைப்போல இந்தக் குறிப்பிட்ட பிரிவு நமது அரசியல் சட்டம் முழுவதையுமே நாசமாக்கிவிடும்"*[3]

– என்று ரோகிணி குமார் சௌத்ரி என்ற உறுப்பினர் குறிப்பிட்டார்.

> *"இந்த வேலையைத் தலைமைச் செயலாளர்* (Chief Secretary) *செய்யக்கூடாதா? முதலமைச்சர்தான் செய்ய வேண்டுமா? அமைச்சரவையின் முடிவுகளை, சம்பந்தப்பட்ட செயலாளர் கவர்னருக்கு அனுப்பத் தவறிவிட்டால் முதலமைச்சர் கடமை தவறியவராக ஆகி விடுவாரா?" என்றும் அவர் கேட்டார்.*

இதைவிட மோசமானது இதற்கு அடுத்த பிரிவு:

---

1. சட்டசபையில் ஒரு மசோதா நிறைவேற்றப்பட்டால் அது கவர்னருடைய கையெழுத்தைப் பெற்ற பிறகுதான் சட்டமாக முடியும். இவ்வாறு, ஒரு மசோதா சட்டசபைக்கு அறிமுகப்படுத்தப்படுவதற்கு முன்பும் இராஜபவனம் செல்கிறது; நிறைவேற்றப்பட்ட பிறகும் கையெழுத்திற்காக இராஜபவனம் செல்கிறது என்பது குறிப்பிடத்தக்கது. மக்களால் தேர்ந்தெடுக்கப்பட்ட அமைச்சரவைக்கு 'இரட்டைத் தாழ்ப்பாள்' போட்டு; அதன் திறவுகோல் கவர்னர் கையில் கொடுக்கப்பட்டிருக்கிறது. அதாவது சட்டசபையின் மீதும் ஜனநாயகத்தின் மீதும் அவ்வளவு அவநம்பிக்கை!

2. பிரிவு : 167 (a) & (b)

3. "Just as a piece of cow-dung may spoil the whole vessel of milk, this particular provision will spoil the whole Constitution of ours."

- ROHINI KUMAR CHAUDHRI, Ibid., p. 543.

> *தனிப்பட்ட அமைச்சர் ஏதாவது ஒரு முடிவை எடுத்திருந்து, அது அமைச்சரவையின்* (Cabinet) *பரிசீலனைக்கு வராமலிருந்தால், கவர்னர் அதை அமைச்சரவையின் பரிசீலனைக்கு அனுப்பி வைக்கலாம்.* [1]

"முறையான அமைச்சரவைக் கூட்டத்தில் மட்டுமின்றி, சாதாரணக் கலந்துரையாடல் மூலம்கூட அமைச்சர்களால் பல முடிவுகள் எடுக்கப்படுகின்றன. தனிப்பட்ட அமைச்சர்கள் தாங்களாகவே பல முடிவுகளை எடுக்கிறார்கள். அவற்றில் ஏதாவது சந்தேகம் ஏற்பட்டால் முதலமைச்சரைக் கலப்பார்கள். அத்தகைய முடிவுகளை அமைச்சரவையின் பரிசீலனைக்கு அனுப்பச் சொல்வதற்கு இந்த கவர்னர் யார்?" [2]

– என்று மிக ஆத்திரத்துடன் ரோகிணி குமார் சவுத்ரி அ.நி. சபையில் கேட்டார்.

இது மிகவும் 'ஆபத்தான பிரிவு' என்பதை அவர் மேலும் விளக்கினார்.

"ஒருவேளை முதலமைச்சர் தவறு செய்திருக்கலாம் என்று கருதுவதால் கவர்னர் அந்த முடிவை முழு அமைச்சரவையும் பரிசீலனை செய்ய வேண்டுமென விரும்புகிறார் என்று இதற்குக் காரணம் கூறலாம். தமது அதிகார வரம்பிற்கு அப்பாற்பட்டவற்றில் அமைச்சர்களிடத்தில் தவறு காண்பதற்கு இந்தக் கவர்னர் யார்?"

– இவ்வாறும் அவர் கேட்டார்!

பம்பாயைச் சேர்ந்த குப்தே என்ற உறுப்பினர் இன்னொரு அடிப்படையான பிரச்னையைக் கிளப்பினார்:

> **அமைச்சரவையின் பரிசீலனைக்கு அனுப்பாமல் ஒரு தனிப்பட்ட அமைச்சர் ஒரு குறிப்பிட்ட முடிவை எடுத்தார் என்பது கவர்னருக்கு எப்படித் தெரிய முடியும்?**

– இக்கேள்வியை அவர் எழுப்பினார்.

> *''எடுத்துக்காட்டாக, ஒரு குறிப்பிட்ட அமைச்சர் அமைச்சரவையைக் கலக்காமல் எடுத்த முடிவை கவர்னர் எதிர்க்கிறார் என்று வைத்துக் கொள்வோம்.*

---

1. *பிரிவு 167* (C)
2. Ibid., pp. 544-545.

மனித இயல்புகள் பற்றி நாம் அறிவோம். கண்டிப்பாக, கவர்னருடைய எதிர்ப்பு அந்த அமைச்சருக்குப் பிடிக்காது. கவர்னருக்கு இந்த விவகாரம் எப்படித் தெரிந்தது என்று அந்த அமைச்சர் ஆச்சரியப்படலாம். அமைச்சரைக் கவனிக்க ஏதாவது காவல் நாய் இருக்கிறதா? கோள் சொல்பவர்கள் இருக்கிறார்களா?... கவர்னருடைய குறுக்கீட்டை இன்று ஒரு அமைச்சர் எதிர்க்கலாம். நாளை இன்னொரு அமைச்சருக்குக் கசப்புணர்ச்சி ஏற்படும். இப்படியாகக் கசப்புணர்ச்சி நாளடைவில் வளர்ந்து, அமைச்சரவைக்கும் கவர்னருக்கும் இருக்க வேண்டிய இணக்க உறவே அற்றுப் போகிற நிலைமை ஏற்பட்டுவிடும்..."

"...மேலும் பிரெஞ்சு நாட்டு அதிபராக இருந்த **மில்லெரோ (Milleraeu)** போல, ஆதிக்க மோகம் கொண்ட கவர்னர்கள் இந்த அதிகாரத்தைத் தவறாகவும், அக்கிரமமாகவும் பயன்படுத்துவதற்குத் தூண்டப்படுவார்கள்." [1]

– இவ்வாறு குப்தே குறிப்பிட்டார்.

அவர் குறிப்பிட்டதுபோல் கவர்னருக்குத் தரப்பட்டிருக்கிற இந்த அதிகாரம் அந்த மாநிலத்தில் பொதுமக்களால் தேர்ந்தெடுக்கப்படுகிற அமைச்சர்களுக்கும், அமைச்சரவைக்கும் எதிராக ஒரு கோள் சொல்லிப் பட்டாளத்தையும், ஐந்தாம் படையையும் ஏற்படுத்தும் என்பதில் சிறிதும் ஐயமில்லை.

ரோகிணி குமார் சவுத்ரி இதை ஒரு எடுத்துக்காட்டின் மூலம் விளக்கினார்:

சில கடைகள் சம்பந்தமாகவோ, அல்லது எக்சைஸ் வரி குறித்தோ ஒரு 'செட்டில்மென்ட்' செய்யப்பட வேண்டும் என்று வைத்துக் கொள்வோம்.

அந்தக்காரியங்கள் ஒரு குறிப்பிட்ட மாதிரியாகச் செய்யப்பட வேண்டும் என்று அமைச்சர் விரும்பலாம்.

அதற்குரிய செயலாளரோ, அல்லது அந்த இலாகாவின் தலைவராக இருக்கிற அதிகாரியோ அமைச்சரோடு மாறுபட்டு; அந்தக் காரியங்கள் வேறு மாதிரியாகச் செய்யப்பட வேண்டும் என்று நினைக்கலாம்.

---

1. Ibid., p. 537.

இதுகுறித்து அந்த அமைச்சர் முதலமைச்சரைக் கலந்து பேசியிருக்கலாம்.

இது அமைச்சரவையைக் கூட்டி அதில் முடிவெடுக்கத் தேவையற்ற, முக்கியமற்ற, சாதாரண விஷயமாதலாலும்; உடனடியாகத் தீர்த்து வைக்க வேண்டிய விவகாரமாக இருப்பதாலும்; முதலமைச்சர் அந்த அமைச்சருடைய முடிவை ஒப்புக்கொண்டு அப்படியே உத்தரவு போடுமாறும் சொல்லியிருக்கலாம்.

தங்களது முடிவுகள் ஏற்கப்படவில்லையே என்கிற காரணத்தால் அந்த அதிகாரிகள் கவர்னரின் உதவியை நாடலாம்; கவர்னரும் இப்போது குறுக்கிட்டு, தனிப்பட்ட அந்த அமைச்சர் முதலமைச்சரைக் கேட்டுக்கொண்டு அந்த முடிவினை மேற்கொண்டிருந்தாலும், முழு அமைச்சரவையையும் கூட்டி அதைப்பற்றிப் பரிசீலிக்க வேண்டும் என்று வற்புறுத்தலாம்.

– முதலமைச்சருடைய சம்மதத்தோடு செய்யப்பட்ட இத்தகைய விவகாரத்தில், தமது உசிதம்போல் பயன்படுத்தப்படும் தன்னிச்சை அதிகாரத்திற்கு அப்பாற்பட்ட இந்த அன்றாட நிகழ்ச்சியில், கவர்னர் எதற்காகத் தலையிட வேண்டும்? என்று சவுத்ரி கேள்விக்கணை தொடுத்தார். இதனால் வீண் காலதாமதம்தான் ஏற்படும் என்பதையும் அவர் விளக்கினார்.

அப்படியே அந்த அமைச்சர் முதலமைச்சரைக் கலக்காமல், அரசாங்கக் கொள்கைக்கு முரணாக ஒரு முடிவை எடுத்துவிட்டார் என்று வைத்துக் கொள்வோம். அப்போது நிலைமை என்ன? அதையும் அந்த உறுப்பினர் விளக்கிடத் தவறவில்லை:

அப்படியே ஆகிவிட்டால் இது முதலமைச்சருக்குத் தெரியாமல் போக முடியாது. முதலமைச்சர் அந்தப் 'பைல்'களை வரவழைத்துப் பார்த்து, அந்த அமைச்சருக்கு அரசாங்கக் கொள்கையை விளக்கி, அவரிடத்திலே எடுக்க வேண்டிய முடிவு இது – என்று பரிந்துரை வழங்கலாம். அல்லது அந்த உத்தரவை மாற்றி வேறு உத்தரவைக்கூட முதலமைச்சர் போட முடியும்.

– இப்படியெல்லாம் விளக்கிவிட்டு, இதில் கவர்னருக்கு என்ன வேலை? என்று சவுத்ரி கேட்டார்.

"எந்த விஷயம் அமைச்சரவைக்குச் சொல்ல வேண்டும், எது அப்படிச் சொல்லத் தேவையில்லை – என்பதைத் தீர்மானிக்கும் தகுதி முதலமைச்சருக்கும், அவரது சகாக்களுக்கும் இருக்கிறது"[1]

---

1. Ibid., p. 533.

– என்று எச்.வி. காமத் எடுத்துக்கூறி, இதுதான் பாராளுமன்ற ஜனநாயக மரபு என்பதையும் விளக்கினார்.

– இப்படியெல்லாம் அன்றாட அலுவல்களில் குறுக்கிடும் அதிகாரத்தைக் கவர்னருக்கு வழங்கியிருக்கிறார்கள். [1]

மேலே குறிப்பிட்டிருக்கிற அதிகாரங்களைத் தவிர வேறு சில கடமைகளும் கவர்னருக்கு இருக்கின்றன. அவற்றை வகைப்படுத்தி டாக்டர் அம்பேத்கார் கீழ்க்கண்டவாறு கூறினார்:

> "என்னைப் பொறுத்தவரையில் கவர்னரது கடமைகளை இரு பகுதிகளாகப் பிரிக்கலாம். முதலாவதாக, கவர்னர் அமைச்சரவை (Ministry) யைப் பதவியில் வைத்திருக்க வேண்டும். கவர்னருடைய திருப்தி இருக்கும் வரைதான் அமைச்சரவை பதவியில் நீடிக்கும் என்று இருப்பதால், தமது திருப்தியை அமைச்சரவைக்கு எதிராகப் பயன்படுத்தலாமா? அப்படியானால் எப்போது பயன்படுத்தலாம்? என்பதைக் கவர்னர் கவனித்து வரவேண்டும். கவர்னருடைய இரண்டாவது கடமைதான் அமைச்சரவைக்கு ஆலோசனை சொல்வது, அமைச்சரவையை எச்சரிப்பது, அமைச்சரவைக்கு மாற்று யோசனையைச் சிபாரிசு செய்து, மறுபரிசீலனை செய்யச் சொல்வது." [2]

– இப்படி 'பாமர' மக்களால் தேர்ந்தெடுக்கப்படும் 'ஞானசூன்யர்களான' மாநில அமைச்சர்களுக்குக் 'கீதோபதேசம்' செய்து,

---

1. 'இதைப்போன்ற அதிகாரங்கள் குடியரசுத் தலைவருக்கும் கொடுக்கப்பட்டிருக்கின்றனவே!' என்று டாக்டர் அம்பேத்கார் சமாதானம் கூறினார். உடனே காமத் குறுக்கிட்டு, "குடியரசுத் தலைவர் தேர்ந்தெடுக்கப்படுகிறார் என்பதையும், கவர்னர் நியமனம் செய்யப்படுகிறார் என்பதையும், நான் டாக்டர் அம்பேத்காருக்கு நினைவுபடுத்துகிறேன்" என்று கூறினார். அதற்கு அம்பேத்கார் பதில் சொல்லவில்லை. மேலும் கவர்னர் பதவிதான் இதுவரை இந்திய அரசியலில் துஷ்பிரயோகம் செய்யப்பட்டிருக்கிறது என்பதும் குறிப்பிடத்தக்கது. இந்தக் கதி குடியரசுத் தலைவர் பதவிக்கும் ஏற்பட்டால் இதே ஆபத்துகள் மத்திய அரசிலும் ஏற்படலாம்.

2. "His duties, according to me, may be classified in two parts. One is, that he has to retain the Ministry in office. Because the Ministry is to hold office during his pleasure, he has to see whether or when he should exercise his pleasure against the Ministry. The second duty which the Governor has, and must have, is to advise the Ministry, to warn the Ministry, to suggest to the Ministry an alternative and to ask for a reconsideration."

- **Dr. B.R.AMBEDKAR,** Ibid., p. 546

அவர்கள் கையைப் பிடித்து வழி நடத்திச் செல்லும் 'மகா புருஷர்'களாகக் கவர்னர்கள் அம்பேத்காரால் சித்தரிக்கப் பட்டிருக்கிறார்கள்.

– ஆனால், உண்மை நிலை என்ன?

பல சந்தர்ப்பங்களில் 'வேலையில்லாத் திண்டாட்டத்தால்' பாதிக்கப்பட்ட காங்கிரஸ் பிரமுகர்களும், தேவையற்ற, தோற்றுப்போன காங்கிரஸ் மாஜி அமைச்சர்களுமே கவர்னர்களாக ஆக்கப்பட்டிருக்கிறார்கள். வி.வி.கிரி தோற்றுப்போன பிறகு உத்தரப்பிரதேச கவர்னராக ஆக்கப்பட்டார். படாஸ்கர் தேர்தல் தோல்விக்குப் பிறகு மத்தியப் பிரதேச கவர்னராக ஆக்கப்பட்டார். இராஜஸ்தானில் திருமதி இந்திரா காந்தியாரது 'எடுபிடி' முதலமைச்சர் ஆவதற்காக, அதற்கு இடையூறாக இருந்த சுகாடியா அந்த மாநிலத்திலிருந்து மைசூருக்குக் கவர்னராக 'நாடு கடத்தப்'பட்டார். அதைப்போலவே பிரஜா சோசலிஸ்டுக் கட்சியைச் சேர்ந்த பட்டம் தாணுப்பிள்ளை, காங்கிரஸ் கட்சி கேரளத்தில் ஆட்சிபீடம் ஏறுவதற்கு வழிவகை செய்தமைக்காக, அதற்கு உரிய கைமாறாக 1964இல் ஒரு மாநிலத்திற்கு கவர்னராக ஆக்கப்பட்டார்.

இந்தக் கவர்னர்களைப் பற்றி ஆச்சார்யா கிருபளானி மிகப் பொருத்தமாகப் படம்பிடித்துக் காட்டியிருக்கிறார்:

> **"இந்த 'ஸ்வராஜ் கவர்னர்கள்' தங்களது (பிரிட்டிஷ்) சாம்ராஜ்ய முன்னோர்கள் வசித்த அதே அரண்மனைகளிலேயே வாழ்கின்றனர். மக்கள் தொகை நெருக்கம் மிகுந்த நகரங்களில் அநேகமாக இந்த அரண்மனைகள் கால் மைலுக்கு மேல் பரந்து கிடக்கின்றன. சுயராஜ்யம் கிட்டினால் இந்த அரண்மனைகள் ஏழை மக்களுக்கு உதவும் மருத்துவமனைகளாக மாற்றியமைக்கப்படும் என்று காந்தியார் கூறினார். ஆனால் அவையோ இன்று கிழடுதட்டிப்போன, களைத்துப்போன அரசியல்வாதிகளுக்கும், தேர்தலில் புறக்கணிக்கப்பட்ட அரசியல்வாதிகளுக்கும் பயன்படும் ஓய்வு மடங்களாக இருக்கின்றன. தங்களுக்குப் பதவி வழங்கிய மத்தியத் தலைவர்களுக்கு நன்றிக்கடன் செலுத்த வேண்டிய நிலையில் இருக்கிற கனவான்களாகவும், கட்சிக்காரர்களாகவும் அவர்கள் இருக்கிற காரணத்தால் இயற்கையாகவே இந்த 'ஸ்வராஜ் கவர்னர்கள்' தங்களை இந்திய யூனியனின் ஒரு பகுதிக்கான அரசியல் அமைப்புச் சட்டத் தலைவர்கள் என்பதை மறந்துவிட்டுத் தாங்கள் மத்திய அரசின் ஏஜெண்டுகள் என்று கருதிக் கொள்கிறார்கள். ஏதாவது நெருக்கடி ஏற்பட்டால் உதவிக்கும் ஆலோசனைக்கும் புதுடில்லியைப் பார்க்கிறார்கள்;**

அல்லது மாநிலத்து நலனும், நாட்டின் நலனும் காங்கிரஸ் கட்சியின் நலன்தான் என்று கருதிக் கொள்கிறார்கள்." ¹

மத்திய அரசை ஆளுகின்ற கட்சியும், மாநில அரசை ஆளுகின்ற கட்சியும் ஒன்றாகவே இருந்து விட்டால் கவர்னர் பிரச்சினைக்குரியவராக ஆவதில்லை. அப்போதெல்லாம் இப்பதவி அலங்கார பொம்மை போலக் காட்சியளிக்கிறது.

வி.பி.மேனன் சில காலம் ஒரிசா மாநில கவர்னராக இருந்தார். அமைச்சரவைக் கூட்டத்திற்குக் கூடத் தலைமை வகிக்குமாறு அம்மாநில முதலமைச்சர் கவர்னருக்கு அழைப்பு விடுத்தாராம்! ²

அரசியல் அரங்கில் சுறுசுறுப்பாக இருந்த பலர் இந்த அலங்கார பொம்மைப் பதவியை விரும்பியதாகத் தெரியவில்லை.

எடுத்துக்காட்டாக, கே.சி.ரெட்டி கவர்னராக நியமிக்கப்பட்டிருப்பதாக ஒரு முறைக்கு மேல் அறிவிக்கப்பட்டும் பதவியேற்றுக் கொள்ளவில்லை.

என்.வி.காட்கில் பஞ்சாப் கவர்னராக இருக்குமாறு வற்புறுத்தப்பட்ட காரணத்தால்தான் அதை ஏற்றுக் கொண்டார்.

திருமதி விஜயலட்சுமி பண்டிட் சிறிது காலம் மராட்டிய மாநில கவர்னராக இருந்து அலுத்துப்போய் ராஜினாமா செய்துவிட்டார்.

---

1. " 'These Swaraj Governors occupy the same palaces that were occupied by their imperial predecessors. Often, these cover more than a quarter mile of land in overcrowded cities. Gandhi had said that under Swaraj these palaces would be turned into hospitals for the poor. But they have been turned into rest - houses for the old and weary and those rejected at the polls.... As gentleman and partymen, beholden to the Central leaders for their appointment, it has been but natural for the Swaraj Governors' to regard themselves as the 'agents' of the Centre rather than heads of the constituent units of the Indian Union, and look to New Delhi for 'aid and advice' as and when confronted with a crisis, or to equate the interests of the State or the Country with those of Congress Party."

-ACHARYA J.B. KRIPALANI, Quoted in Journal of Constitutional And Parliamentary Studies, op. cit., p.198.

2. V.P.MENON, "Indian Administration -Past and Present," p.11.

ஆனால், மத்தியிலே பதவியில் இருக்கிற கட்சிக்கு எதிரான கட்சி மாநிலத்தில் இருக்கும்போதுதான் அலங்கார பொம்மையாக இருக்கும் கவர்னர் 'விஷமங்களின் ஊற்றாகவும், ஜனநாயகத்தைத் தகர்த்தெறியும் வெடிகுண்டாகவும்' மாறிவிடுகிறார். அரசியல் அமைப்புச் சட்டத்தில் செத்துப் போனதாக இருக்கும் மேற்குறிப்பிட்ட அதிகாரங்கள் அனைத்தும் அந்த நேரம் உயிர்பெற்று எழுந்துவிடுகின்றன. அதனால்தான் ஒருமுறை அப்போதைய கேரளத்து கவர்னர் விசுவநாதன் முதல்வர் நம்பூதிரிபாட்டிடம், "**நான்தான் இந்த மாநில அரசின் தலைவன்; நான்தான் மாநில அரசு!**" என்று பிரெஞ்சு நாட்டுக் கொடுங்கோலன் பதினாலாம் லூயி மன்னன் பாணியில் சொன்னாராம்.[1]

ஐக்கிய முன்னணிகள் ஆட்சிக்கு வந்த மாநிலங்களில் எல்லாம் கவர்னர்கள் எப்படி நடந்து கொண்டார்கள் என்பது மறக்க முடியாத நிகழ்ச்சிகளாகும்!

கிருபளானி கூறியதுபோல் தங்களுக்குப் பதவி அளித்த மத்தியத் தலைவர்களுக்கு நன்றிக்கடன் செலுத்துவதற்காக; அவர்கள் அந்தக் கட்சியின் நலன்களைக் காக்கும் காவலர்களாகவும், ஏஜெண்டுகளாகவும் நடந்து கொண்டிருக்கிறார்கள்!

ஒரு கவர்னர் வெளிப்படையாகவே இந்த உண்மையை ஒப்புக் கொண்டிருக்கிறார்.

அனந்தசயனம் அய்யங்கார் 1968-ஆம் ஆண்டு பீகார் மாநிலக் கவர்னராக இருந்தார்.

அப்போது பதவியில் இருந்த ஐக்கிய முன்னணியினர் நடத்திய ஆட்சியை கவர்னர் டிஸ்மிஸ் செய்ய வேண்டும் என்று காங்கிரஸ் கட்சி வற்புறுத்தி வந்தது. ஜனநாயகத்திற்கும், மனச்சாட்சிக்கும் மாறான இந்த அநியாயத்தைச் செய்வதற்கு அய்யங்கார் மறுத்துவிட்டார்.

விரைவிலே அவருக்குப் பதவி போயிற்று; நித்தியானந்த கனுங்கோ பீகார் கவர்னராக நியமிக்கப்பட்டார்.

அந்த நேரம் மனம் வெதும்பிய அனந்தசயனம் அய்யங்கார் பின்வருமாறு கூறினார்:

---

1. "I am Head of the State. I am the State."

"வேறு சில கவர்னர்களைப் போல் நடந்து கொள்ளாததுதான் நான் செய்த ஒரே தவறாகும். நான் அப்படி நடந்து கொண்டிருந்தால் இன்னும் பதினைந்து ஆண்டுகளுக்குக் கவர்னராக நீடித்திருப்பேன்." [1]

-அனந்தசயனம் அய்யங்காரின் இந்தப் பேச்சு யாருக்கும் அதிர்ச்சியளிக்கவில்லை. காரணம் அவர் சொல்லாமலேயே காங்கிரஸ் கட்சியாலும், மத்திய அரசாலும் கவர்னர் பதவி எப்படி அவர்களது விருப்பு வெறுப்புகளை நிறைவேற்றி வைக்கும் கருவியாகப் பயன்படுகிறது என்பது உலகமறிந்த இரகசியமாகும்.

இத்தகைய ஜனநாயகத்திற்கு முரண்பட்ட அதிகாரங்களை யெல்லாம் போர்த்திக்கொண்டு, பாமர மனிதன் நெருங்கமுடியாத அரண்மனையிலே, மக்களால் தேர்ந்தெடுக்கப்பட்ட சட்ட சபைக்கு அப்பாற்பட்டவராக இலட்சக்கணக்கான ரூபாய் வரிப்பணத்தைச் செலவழித்துக் கொண்டு கவர்னர்கள் வீற்றிருக்கிறார்கள்.

அது மட்டுமன்று; மக்களால் தேர்ந்தெடுக்கப்படுகிற அமைச்சர்களுக்கு 'எஜமானர்'களாகவும் இந்தக் கவர்னர்கள் இருக்கிறார்கள்.

1953-ஆம் ஆண்டு சுப்ரீம் கோர்ட் தனது தீர்ப்பு ஒன்றில்,

"ஒரு மாநிலத்து அமைச்சர் கவர்னருக்குக் கீழ்ப்படிந்த ஒரு உத்தியோகஸ்தர் (Officer)." [2]

-என்று தீர்ப்பளித்திருக்கிறது.

ஜனநாயக முறைப்படி தேர்ந்தெடுக்கப்படுகிற அமைச்சர்கள் குடியரசுத் தலைவரால் நியமனம் செய்யப்படுகிற கவர்னருக்குக் கீழ்ப்படிந்த ஒரு உத்தியோகஸ்தராக எப்படி இருக்க முடியும்?

-இப்படிக் கேள்வி கேட்கத் தோன்றலாம்.

ஆனால், இதுதான் சட்டபூர்வமான நிலைமை.

---

1. "My only mistake was that I did not act as some other Governors did. If I had, then I could have continued as Governor for fifteen years."

2. "A Minister of a State is an officer subordinate to the Governor and is therefore an officer of the State."

-Rao Shiv Bahadur Sing Vs State of Vindhya Pradesh, 1953. S.C.R. - 1188.

இந்த நிலைமைப்படி நாடாளுமன்றம் ஒரு சட்டம் இயற்றும்போது மாநில அமைச்சர்களுக்கு இன்னின்ன கடமைகள் என்று விதித்துச் சட்டம் இயற்றமுடியும்; அல்லது அவர்களுக்கே நேரடியாகக் கட்டளைகள் பிறப்பிக்க முடியும்.[1] ஏனெனில் அமைச்சர்களும் சுப்ரீம் கோர்ட் தீர்ப்புப்படி உத்தியோகஸ்தர்கள்தான்!

எடுத்துக்காட்டாக, நாடாளுமன்றத்தில் ஒரு சட்டம் இயற்றி, இன்னின்ன விதிப்படி மாநிலக் கல்வி அமைச்சர்கள் இந்தியைப் பிரச்சாரம் செய்ய வேண்டும் என்று குறிப்பிட்டுச் சட்டம் இயற்றலாம்; அதையே கட்டளையாகவும் நேரடியாக மாநில அமைச்சர்களுக்குப் பிறப்பிக்கலாம். இவற்றை மீறினால் அரசியல் அமைப்புச் சட்டப்படி மாநில அரசு நடைபெற முடியவில்லை என்று அந்த அமைச்சரவை 'டிஸ்மிஸ்' செய்யப்படும்.

-இதுவரை இப்படி நடக்கவில்லையே என்பது வேறு விஷயம். ஆனால் அரசியல் சட்டத்தில் இப்படி அதிகாரம் கொடுக்கப்பட்டிருக்கிறது.

மத்திய அரசின் சட்டச் செயலாளராக இருந்த ஆர்.எஸ்.கே (R.S.Gae), மேலே குறிப்பிட்டதுபோல் நாடாளுமன்றத்தால் சட்டங்கள் இயற்றப்பட்டால் அவை நடைமுறையில் எப்படி வெற்றி பெறமுடியும் என்பதை இனிமேல்தான் செயலில் பார்க்கவேண்டும் என்று குறிப்பிட்டிருக்கிறார்.[1]

மாநில அரசுகள், அந்த அரசின் அதிகாரிகள் – ஆகியோரின் பரஸ்பர ஒத்துழைப்பின்றி அத்தகைய ஒரு சட்டம் வெற்றிபெற முடியாது என்றும் அவர் கூறியிருக்கிறார்.

மத்திய அரசைச் சார்ந்த அமைச்சர்களும் வெவ்வேறு கட்சிகளைச் சார்ந்தவர்களாக இருந்தால் இந்தக் கேள்வி முக்கியமானதாக ஆகிவிடும் என்றும் அவர் கருத்துத் தெரிவித்திருக்கிறார்.[2]

இவை தவிர; கவர்னர் இந்தித் திணிப்பிற்குக் கருவியாகவும் பயன்பட முடியும்.

கவர்னர், குடியரசுத் தலைவரின் சம்மதத்தை முன்பே பெற்று இந்தி மொழியையோ; அல்லது மாநிலத்தின் உத்தியோக மொழி

---

1. R.S.GAE, 'Administrative Relations between the Union and the States Journal of Constitutional and Parliamentary Studies, op. cit., p.13

2. R.S.GAE, Ibid., p.14.

யாக விளங்கும் வேறு எந்த மொழியையுமோ உயர் நீதிமன்றத்து நடவடிக்கைகள் நடைபெறும் மொழியாக ஆக்கலாம். [பிரிவு: 348 (2)]

–இத்தகைய அதிகாரம் அந்த மாநிலத்து மக்களுக்கும், மக்கள் பிரதிநிதிகள் அடங்கிய சட்டமன்றத்திற்கும் இருக்க வேண்டுமா? கவர்னரை நியமிப்பவருக்கும், கவர்னருக்கும் – அதாவது டில்லியிலிருந்துகொண்டு மத்திய அரசைக் கட்டியாளுகிற கட்சிக்கு இருக்க வேண்டுமா?

ஜனநாயகவாதிகள் ஒருகாலும் இந்த நிலைக்கு உடன்பட மாட்டார்கள்.

இத்தகைய ஆயுதங்கள் இதுவரை மாநிலங்கள் மீது பிரயோகப்படுத்தப்படாமல் இருக்கலாம். ஆனால் இத்தகைய கொடிய ஆயுதங்கள் கவர்னர் கையிலும், மத்திய அரசு கையிலும், மத்திய அரசை ஆளுகின்ற கட்சியின் கையிலும் தேவைப்படும்போது பயன்படுத்தப்படுவதற்காகக் குவித்து வைக்கப்பட்டிருக்கின்றன.

அதனால்தான் ஜனநாயகத்திற்கும், மாநில சுயாட்சிக் கொள்கைக்கும் முற்றிலும் முரண்பட்ட இந்தக் கவர்னர் பதவியே ஒழிக்கப்பட வேண்டும் என்கிறோம், நாம்!

11. கவர்னர் பதவி தேவைதானா?

> "கவர்னர் பதவி ஒரு அநாவசியமான பதவி; காரணமில்லாமல் இப்பதவிக்கு மிக அதிகப் பணம் செலவிடப்படுகிறது."
>
> –திருமதி விஜயலட்சுமி பண்டிட்
>
> "The office of the Governor is a redundant office on which a great deal of money is spent to no purpose."
> -Mrs. VIJAYA LAXMI PANDIT

மத்திய அரசை ஆளுகிற கட்சியின் 'கங்காணிதான்' மாநிலங்களிலே நியமனம் செய்யப்படுகிற கவர்னர்கள்.

ஏ.டி.மணி, எம்.பி. ஒரு முறை குறிப்பிட்டதுபோல, 1947-க்குப் பிறகு கவர்னர் பதவி என்பது **"அரசியலில் புறக்கணிக்கப்பட்ட குப்பைகளைத் தூக்கிப்போடும் குப்பைக் கூடையாகிவிட்டது."** [1]

இந்திய கவர்னருக்கு உலகில் எந்த ஜனநாயக அரசிலும் இல்லாத அதிகாரங்களும், உசிதம்போல் பணியாற்றும் அதிகாரங்களும் வழங்கப்பட்டிருக்கின்றன.

கவர்னர் தம் உசிதப்படி முதலமைச்சரைத் தேர்ந்தெடுக்கலாம்; 'டிஸ்மிஸ்' செய்யலாம்.

---

1. "... Later on (after 1947) the governorship became a waste-paper basket for political rejects."

- **A.D.MANI., M.P.**, "Proceedings of the Indian Parliamentary Association Symposium on 'ROLE AND POSITION OF GOVERNORS." held in the Central Hall, Parliament house, New Delhi on 2nd May, 1970, Lok Sabha Secretariat, p.52.

- இந்த அதிகாரங்கள் 19-ஆம் நூற்றாண்டில்தான் காணப்பட்டதாக ஒருமுறை கவர்னராக இருந்த ஏ.பி.ஜெயின் டில்லியில் நடைபெற்ற கருத்தரங்கு ஒன்றில் குறிப்பிட்டார்.

பிரிட்டனில் ஒருமுறை **பீல் பிரபு** (Lord Peel) பாராளுமன்றப் பெரும்பான்மைக் கட்சித் தலைவராகத் தேர்ந்தெடுக்கப்பட்டார். விக்டோரியா மகாராணி அவரை அமைச்சரவை அமைக்குமாறு கேட்டுக்கொண்டார். அதே நேரம் குறிப்பிட்ட சில சீமாட்டிகளைத் தமது அந்தப்புரத்திற்கு (Ladies of the Chamber) நியமிக்குமாறும் கேட்டுக் கொண்டார்.

பீல் பிரபு அதற்கு உடன்படவில்லை. உடனே விக்டோரியா அவரை 'டிஸ்மிஸ்' செய்தார். மறு தேர்தல் நடந்தது. மறுபடியும் அவர் பெரும்பான்மையுடன் தேர்ந்தெடுக்கப்பட்டார். வேறு வழியின்றி விக்டோரியா அவரைத் திரும்பவும் பிரதமராக்கினார்.

தற்போது கவர்னருக்கு இருக்கிற இந்த அதிகாரங்கள் சென்ற நூற்றாண்டில் விக்டோரியா மகாராணிக்கு இருந்த அதிகாரங்களைப் போல இருக்கின்றன என்றும்; அவை பாராளுமன்ற ஜனநாயக முறைக்கு ஒத்துவரா என்றும் அவர் கண்டனம் தெரிவித்தார். [1]

சிலகாலம் கவர்னராக இருந்த அவர் மனவாட்டத்துடன் கீழ்க்கண்டவாறு குறிப்பிட்டார்:

"கவர்னர் - நானும் அப்படி ஒருவராக இருந்தவன்தான் - குடியரசுத் தலைவரால் நியமனம் செய்யப்படுகிறவர். அத்தகைய கவர்னரின் இச்சாசக்திக்கும், உசிதத்திற்கும் மக்களால் தேர்ந்தெடுக்கப்படுகிற பிரதிநிதிகள் கீழ்ப்படிந்து நடக்கவேண்டுமென்று எந்த அரசியல் அமைப்புச் சட்டத்திலும், பாராளுமன்ற ஜனநாயக முறையிலும் இருப்பதாக எனக்குத் தெரியவில்லை." [2]

-இப்படி கவர்னருக்குள்ள ஜனநாயக விரோத அதிகாரங்களை யெல்லாம் சென்ற அத்தியாயத்தில் பார்த்தோம்.

---

1. **A.P.JAIN**, Ibid pp. 99-100

2. "The Governor - I was also one of them - is an appointeee of the President, and i have not known of any consititution or any democratic Parliamentary practice where the elected representatives of the people are to be subordinated to the will or the discretion of the Governor."
- **A.P.JAIN**, Ibid., p-100.

"இந்தியாவின் குடியரசுத் தலைவரோ, பிரதமரோ அந்தக் காரியங்களைச் செய்யமுடியாது. அரசியல் சட்டத்திற்கு எதிராகச்செயல்பட்டாலோ, நெறிதவறி நடந்துகொண்டாலோ, ஆற்றலின்றி ஆகிவிட்டாலோ இந்தியாவின் குடியரசுத் தலைவர் மீது நாடாளுமன்றம் தலைக் குற்றச்சாட்டு (Impeachment)க் கொண்டு வரலாம். ஆனால் கவர்னர் மீது தலைக் குற்றச்சாட்டு கொண்டு வருவதற்கோ அவரைப் பதவி நீக்கம் செய்வதற்கோ மாநிலச் சட்டமன்றங்களுக்கும், நாடாளுமன்றத்திற்கும் அதிகாரம் கிடையாது. கவர்னரின் முடிவுகளை நீதிமன்றத்தில் கேள்வி கேட்கமுடியாது. உயர்ந்த அந்தஸ்தைவிட அதிக அதிகாரங்களின் மீது மோகம் கொண்ட ஒரு அரசியல்வாதியை; குடியரசுத் தலைவர் பதவி கவர்னர் பதவி – ஆகியவற்றில் ஒன்றைத் தேர்ந்தெடுக்கச் சொன்னால் அவர் கவர்னர் பதவியைத்தான் தேர்ந்தெடுப்பார்."[1]

–இவ்வாறு ஆச்சாரியா **கிருபளானி** நிலைமையைத் தொகுத்துக் கொடுத்திருக்கிறார்.

ஆனால், பதவி மோகிகள் ஆசைப்படும் 'அரசியல் குப்பைக் கூடையாக' விளங்கும் இந்தப் பதவிக்கு ஆண்டுதோறும் ஏழை இந்தியா கோடிக்கணக்கான ரூபாய்களைச் செலவிடுகிறது.

ஒருமுறை, முன்னாள் கவர்னராக இருந்த திருமதி விஜயலட்சுமி பண்டிட் கவர்னர் பதவியைத் தேவையற்ற – அநாவசியமான பதவியென்றும், இப்பதவிக்குக் காரணமில்லாமல் மிக அதிகச் செலவு செய்யப்படுவதாகவும் குறிப்பிட்டார். [2]

முதலில் இப்போது அப்பதவிக்காக ஆகும் வீண் செலவினை ஆராய்வோம்.

---

1. "The President of India cannot do all these things; nor can the Prime Minister. While the President of India can be impeached by Parliament for violating the Constitution or for misbehaviour or incapacity, the Governors cannot be removed or so impeached by the State Legislatures or Parliament. the Governor`s decisions cannot be questioned in a court of Law. If a politician, who love power more than an exalted position, were given a choice between becoming the President of India and a Governor of a State, he would prefer the latter office."

- **J.B.KRIPALANI,** 'Indian Express', New Delhi; 3 April 1973.

2. "...redundant office on which a great deal of money is spent to no purpose."

-Quoted by P.GOVINDA MENON, Ibid., p.12.

கவர்னரது சம்பளம் பற்றியும், சலுகைகள் பற்றியும் அரசியல் அமைப்புச் சட்டத்தின் இரண்டாவது அட்டவணை (Second Schedule)யில் கூறப்பட்டிருக்கிறது.

மாநில கவர்னருக்கு மாதச் சம்பளம் ரூ.5,500.

ஆனால் ஒவ்வொரு மாநிலத்திலும், இதற்கு முன்பு வெள்ளைக்காரன் ஆட்சியில் அப்போதைய வெள்ளைக்கார கவர்னர்கள் எவ்வளவு படி (Allowance) பெற்றார்களோ அதைத் தற்போதைய சுதந்தர இந்தியாவின் கவர்னர்கள் பெறுகிறார்கள்.

அது தவிர, பழைய வெள்ளைக்கார கவர்னர்களுக்கு ஒவ்வொரு மாநிலத்திலும் அளிக்கப்பட்ட சலுகைகளை (privileges) யும் தற்போதைய சுதந்தர இந்தியாவின் சோஷலிச கவர்னர்கள் அனுபவிக்கிறார்கள். (இவை மாநிலத்திற்கு மாநிலம் வேறுபடுகின்றன.)

கவர்னரும், அவரது குடும்பத்தாரும் பயன்படுத்தும் வெளிநாட்டுச் சாமான்களுக்கு இறக்குமதித் தீர்வை (Customs duty) கிடையாது.

கவர்னர், அவரது குடும்பத்தார், அவரது விருந்தினர்கள் உபயோகிக்கும் உணவு, பானங்கள், புகையிலை போன்றவற்றிற்கு எந்தவித எக்சைஸ் டூட்டியும் கிடையாது.

அதுபோலவே கவர்னர் மாளிகையை அலங்கரிக்கப் பயன்படுத்தப்படும் மரச்சாமான் போன்ற பொருள்களுக்கும், கார்களுக்கும் கூட எந்தவித டூட்டியும் கிடையாது.

மேலும்; தமிழ்நாட்டில் கிண்டியிலும், உதகையிலும் இருக்கும் ராஜ் பவனங்களில் உள்ள மரச்சாமான்களைப் புதுப்பிப்பது போன்ற செலவினங்களுக்காகத் தமிழ்நாடு அரசு ரூ.70,000 'அலவன்ஸ்' தருகிறது. [1]

---

1. மராட்டியத்தில் உள்ள 2 ராஜ் பவனங்களுக்கு ஆகும் செலவு ரூ.113,000

மேற்கு வங்கத்தில்	,,		,,	ரூ.87,500
உ.பி.யில்	,,	3	,,	ரூ.93,000
பீகாரில்	,,	2	,,	ரூ.50,900
ஒரிசாவில்	,,	2	,,	ரூ.46,000

(Source: Benedict costa, "India's Socialist Princes", p.30)

கவர்னர்கள் படாடோபமாக வாழ்க்கை முறையை அமைத்துக் கொள்வதற்காகவும் மாநில அரசுகள் ஏராளமாகச் செலவிடுகின்றன.

விருந்துபசரிப்பு (entertainment), கார்களைப் பராமரித்தல், ஊழியர்கள் செலவு, சுற்றுப்பயணச் செலவு – ஆகியவற்றிற்காகத் தமிழ்நாடு கவர்னர் ரூ.320,000 பெறுகிறார். [1]

இத்தகைய அலவன்ஸ் தவிர தோட்டப் பராமரிப்பு, மின்சாரக் கட்டணம், தண்ணீர்க் கட்டணம் போன்ற மற்ற வரிகளுக்காகத் தமிழ்நாடு கவர்னர் ரூ.335,000 பெறுகிறார். [2]

இந்தச் 'சுதேசி'க் கவர்னர்கள் இவர்களுடைய ஏகாதிபத்திய முன்னோடிகள் வாழ்ந்த பழைய அரண்மனைகளில்தான் விக்கிரகம் மாதிரிக் கொலுவீற்றிருக்கிறார்கள். [3]

---

1. மற்ற மாநில கவர்னர்கள் இந்தச் செலவினங்களுக்காகப் பெறுவதாவது:–

மராட்டியம்	–	ரூ.500,000
மேற்கு வங்கம்	–	ரூ.370,000
உ.பி.	–	ரூ.300,000
பஞ்சாப்	–	ரூ.203,000
ஆந்திரம்	–	ரூ.273,000
கேரளா	–	ரூ.167,000
மத்தியப் பிரதேசம்	–	ரூ.216,000
கர்நாடகம்	–	ரூ.255,000
இராஜஸ்தான்	–	ரூ.205,000

(Source: Ibid., p.30-31)

2. இந்த வகையில் மற்ற மாநில கவர்னர்கள் பெறுவதாவது:

மராட்டியம்	–	ரூ.650,000
மே.வங்கம்	–	ரூ.590,000

உ.பி., பஞ்சாப், பீகார், கேரளா, கருநாடகம் ஆகிய மாநில கவர்னர்கள் ஏறக்குறைய இதில் பாதி அளவுதான் பெறுகிறார்கள். அசாம், மத்தியப் பிரதேசம், இராஜஸ்தான் கவர்னர்கள் பெறுவது இன்னும் குறைவானது.

(Source: Ibid., p.31)

3. சென்னை ராஜ்பவனத்தின் பரப்பளவு: 260 ஏக்கர்
பம்பாய்   ”   ”   19 ஹெக்டார்

(இது தவிர மராட்டிய மாநில கவர்னரின் பூனா மாளிகை 34 ஹெக்டார்)

திருமதி விஜயலட்சுமி பண்டிட் மராட்டிய கவர்னராக இருந்தபோது நடைபெற்ற ஒரு திடுக்கிடும் நிகழ்ச்சியைக் குறிப்பிட்டிருக்கிறார்.

அன்றைய தினம் 'கொடிநாள்' உண்டியலில் போடுவதற்காக திருமதி பண்டிட் பணம் கொண்டுவந்திருந்தார். ஆனால் ராஜ்பவனத்து நிர்வாகி நூறு ரூபாயை அவர் கையில் கொடுத்து, நீங்கள் தர வேண்டியதில்லை; இத்தகைய அன்பளிப்புகளுக்குத் தனி ஒதுக்கீடு இருக்கிறது என்று குறிப்பிட்டார்.

> "நானே என் பணத்தைக் கொடுத்து, அலுவலர்களை அதிர்ச்சியடைய வைத்தேன். இந்த நிகழ்ச்சியை நூறு மடங்காகவும் அதற்கு மேலாகவும் பெருக்கிக் கொள்ளலாம்."[1]

-- என்று திருமதி பண்டிட் கூறியிருக்கிறார்.

சோஷலிச சமுதாய அமைப்பில் இந்த ஆடம்பரச் செலவுகளைக் குறைத்தால் என்ன?

– அப்படிக் குறைக்கிற அதிகாரம் மாநிலச் சட்டமன்றங்களுக்குக் கிடையாது.

எடுத்துக்காட்டாக 1971–72 'பட்ஜெட்'டில் மேற்கு வங்க மாநிலம் கவர்னரது செலவினங்களுக்காக ரூ.10,32,900 ஒதுக்கீடு செய்திருக்கிறது. இதில் 93 சதவிகிதத்திற்கும் அதிகமான தொகை "charged" என்னும் தலைப்பின் கீழ் வருவது. அதாவது இந்தத் தொகை குறித்து மாநிலச் சட்டமன்றம் வாக்கெடுப்பு நடத்தவே

நாக்பூர்	மாளிகை	48 ஹெக்டார் பரப்பளவு கொண்டது		
கல்கத்தா	"	–	10.8.	ஹெக்டார்
அகமதாபாத்	"	–	4.4.	"
போபால்	"	–	4.8	"
சண்டிகர் (பஞ்சாப்)	"	–	4	"
சண்டிகர் (அரியானா)	"	–	2.6	"
ஹைதராபாத்	"	–	5	"
ஜெய்ப்பூர்	"	–	1.2	"
பாட்னா	"	–	15	"

(Source: Ibid., pp.32-35)

1. "I shocked the office by preferring to pay my own. This incident could be multiplied a hundred or more times"

- Mrs. VIJAYA LAXMI PANDIT, Quoted in **BENEDICT COSTA,** Ibid., p.31.

முடியாது. இன்னும் விளக்கமாகச் சொல்ல வேண்டுமானால், இத்தொகையைக் குறைப்பதற்கு மாநிலத்து மக்கள் பிரதிநிதிகள் கொண்ட சட்டமன்றத்திற்கு அதிகாரம் கிடையாது. இதைப் போவேதான் ஒவ்வொரு மாநிலத்தின் நிலையும் இருக்கிறது!

அதனால்தான் ஒரு ஆசிரியர் பொருத்தமான கேள்வியொன்றினை எழுப்பினார்:

கவர்னர் பதவிக்காகும் செலவினம் மாநில பட்ஜெட்டில் இடம் பெற்றிருந்தும், அதைக் கட்டுப்படுத்துவதற்கு மாநிலச் சட்டமன்றத்திற்கு அதிகாரமில்லை என்றால் அந்தச் செலவினத்தை மாநில அரசு ஏன் ஏற்க வேண்டும்? [1]

- இது நியாயமான கேள்வியாகும். மத்திய அரசே தனது 'கங்காணிக்கு'ச் செலவு செய்வதுதானே நியாயம்!

அடுத்து, திருமதி பண்டிட் கூடியிருக்கிறபடி கவர்னர் பதவி ஒரு அநாவசியப் பதவிதானா என்பதைப் பார்ப்போம்.

ஒரு புதிய பதவிக்கான பணிகளை, முன்பே வேறு பதவிகளில் இருக்கக்கூடியவர்கள் ஆற்ற முடியுமானால் அந்தப் புதிய பதவி அநாவசியம், தேவையற்றது என்று ஆகும்.

இப்போது கவர்னர் என்னென்ன பணிகளை ஆற்றுகிறார்; அவை கவர்னர் பதவி என ஒன்று இல்லாமல் நடைபெற முடியுமா என்பதைப் பார்ப்போம்.

முதலாவதாக: கவர்னர் பொதுத் தேர்தல் முடிந்ததுமோ அல்லது தேவைப்பட்டால் இடையிலோ முதலமைச்சரை 'நியமனம்' செய்கிறார்.

இந்தப் பணிதான் இதுவரை பல ஜனநாயக விரோத விஷமங்களுக்கு கவர்னர் பதவியை ஆளாக்கியிருக்கிறது.

இந்தப் பணி கவர்னர் இல்லாமல் நடைபெற முடியுமா?

---

1. "...the question may be asked, why the State Government should bear the entire cost of the Governor's establishment, particularly when the State Legislature has no control over such a huge amount of money even though it is included in the State budget?"

- **SUBRATA SARKAR,** "The Centre And The States," p.122.

உறுதியாய் முடியும்.

எடுத்துக்காட்டாக; மேற்கு ஜெர்மன் குடியரசில் நாடாளுமன்றம் கூடி; விவாதமில்லாமல், பிரதமரைத் தேர்ந்தெடுக்கிறது.[1] அந்நாட்டில் அவரைச் சான்சலர் (Chancellor) என்று சொல்கிறார்கள்.

எந்த வேட்பாளர் பெரும்பான்மை வாக்குகளைப் பெறுகிறாரோ அவர் தேர்ந்தெடுக்கப்படுகிறார். அப்படித் தேர்ந்தெடுக்கப்படுகிறவர் குடியரசுத் தலைவரால் பிரதமராக நியமனம் செய்யப்பட்டாக வேண்டும்.[2]

முதலில் நடைபெறும் அந்தத் தேர்தலில் முன்மொழியப்படும் வேட்பாளர் பெரும்பான்மை வாக்குகள் பெற்றுத் தேர்ந்தெடுக்கப் படாவிட்டால், 14 நாட்கள் கழித்து மீண்டும் தேர்தல் நடக்கும். அதில் எந்த வேட்பாளர் சபையின் மொத்த உறுப்பினர்களில் பாதிக்கு மேலான உறுப்பினர்களின் வாக்குகளைப் பெறுகிறாரோ அவர் தேர்ந்தெடுக்கப்படுவார்.[3]

இதிலும் யாரும் தேர்ந்தெடுக்கப்படாவிட்டால் தாமதமில்லாமல் மறுபடியும் வாக்கெடுப்பு நடைபெறும்.

இதில் யார் அதிகபட்ச வாக்குகளைப் பெறுகிறாரோ அவர் தேர்ந்தெடுக்கப்படுவார். அவர் சபையின் மொத்த உறுப்பினர்களில் பாதிக்கு மேற்பட்டவர்களின் ஆதரவைப் பெற்றிருந்தால் குடியரசுத் தலைவர் தேர்தல் நடைபெற்ற ஏழு நாட்களுக்குள்ளாக அவரைப் பிரதமராக நியமிக்கிறார். ஆனால், இந்த முறையும் அவர் பாதிக்கு மேலானவர்களின் ஆதரவைப் பெற்றிராவிட்டால், குடியரசுத் தலைவர் ஏழு நாட்களுக்குள் கீழ்க்கண்டவற்றுள் இரண்டிலொன்றைச் செய்தாக வேண்டும். ஒன்று அவரையே பிரதமராக நியமிக்க வேண்டும்; அல்லது நாடாளுமன்றத்தையே கலைக்க வேண்டும்.[4]

---

1. THE BASIC LAW FOR THE FEDERAL RUPUBLIC OF GERMANY, ARTICLE, 63(1)

2. Ibid., ARTICLE 63(2)

3. Ibid., ARTICLE 63(3)

4. Ibid., ARTICLE 63(4).

மூன்று தேர்தல்களிலும் இரண்டு வேட்பாளர்களுக்கும் சம ஓட்டுகளே கிடைப்பது அபூர்வமாகும். மேலும், இறுதியாகச் சபையே கலைக்கப்பட்டுவிடும் ஆபத்து இருப்பதால் அந்தச் 'சம ஓட்டு முடிச்சு' நீடிக்காது என்று உறுதியாக நம்பலாம்.

அயர்லாந்து நாட்டு அரசியல் அமைப்புச் சட்டத்திலும் இதுபோன்ற விதி காணப்படுகிறது.

அயர்லாந்து நாட்டில் அந்த நாட்டு நாடாளுமன்றம் பிரதமரைத் தேர்ந்தெடுக்கிறது. அப்படித் தேர்ந்தெடுக்கப்பட்டவரைக் குடியரசுத் தலைவர் பிரதமராக நியமிக்கிறார்.[1]

எப்படிச் சபாநாயகர் சட்டமன்ற உறுப்பினர்களால் தேர்ந்தெடுக்கப்படுகிறாரோ அதுபோலவே முதலமைச்சரும் சட்டமன்ற உறுப்பினர்களால் தேர்ந்தெடுக்கப்படுவதுதான் இந்த முறையாகும்.

சட்டமன்றத்தின் நம்பிக்கை இழந்தவர் முதலமைச்சர் பதவியை ராஜினாமா செய்ய வேண்டும் என்று கூறுவதில் எத்தகைய நியாயம் இருக்கிறதோ, அத்தகைய நியாயம் சட்டமன்றத்தின் நம்பிக்கையைப் பெறுகிறவர்தாம், கவர்னரின் குறுக்கீடின்றி, முதலமைச்சராக வர வேண்டும் என்பதிலும் இருக்கிறது.

முன்பு குறிப்பிட்ட கருத்தரங்கில் கலந்துகொண்ட திவிவேதி (Dwivedy) எம்.பி. இன்னொரு கருத்தினை வெளியிட்டார்.

இப்போது கவர்னர் செய்கிற எல்லாப் பணிகளையும் குடியரசுத் தலைவரும், மாநிலத்து உயர் நீதிமன்றப் பிரதம நீதிபதியும் செவ்வனே செய்யலாம் என்று அவர் கூறினார்.[2]

இதற்குப் பிறகு கவர்னர் சட்டசபையில் உரையாற்றுவது போன்ற அலங்காரப் பணிகள் இருக்கின்றன.

– இவை தேவையற்ற பணிகளாகும்.

---

1. Article 13(1) of the Irish Constitution.

2. "The duties now assigned to the Governor should be divided between the President and the Chief Justice of the State High Court...."

- DWIVEDY, op. cit pp. 140-141

ஏனெனில், கவர்னர் உரை என்பது கவர்னரே இயற்றுகிற உரையன்று. முதலமைச்சரோ அல்லது அமைச்சரவையோ எழுதிக் கொடுக்கிற உரையைத்தான் பெரும்பாலும் கவர்னர்கள் கிளிப்பிள்ளை மாதிரி சட்டசபைகளில் ஒப்புவிக்கிறார்கள்.[1]

அதனால் திவிவேதி அந்தக் கருத்தரங்கில் கீழ்க்கண்டவாறு கேட்டார்:

"முதலமைச்சரே சட்டமன்றத்தில் தமது அரசின் திட்டங்களை விளக்கி உரையாற்ற முடியும் என்கிறபோது, கவர்னர் ஏன் அந்த வேலையைச் செய்ய வேண்டும்?"[2]

– எனவே, கவர்னர் பதவியை ஒழித்துவிட்டால் இந்த 'மொகலாயர் காலத்துப் பரிவாரத்திற்குச்' செலவாகும் தொகையெல்லாம் மீதமாகுமென்றும் அவர் கூறினார்.

இந்தக் கருத்தரங்கில் கலந்துகொண்ட மார்க்சிஸ்ட் கட்சியைச் சேர்ந்த பி.ராமமூர்த்தி 'கவர்னர்' என்கிற பெயரையே தாம் வெறுப்பதாகக் கூறினார்.

ஆனால், மாநிலத்தின் சுதந்திரத் தன்மைக்கேற்ப, தனக்களிக்கப்பட்ட அதிகாரங்களில் வெளியார் தலையீடு இன்றி, முழு ஆதிபத்தியத்தோடு (sovereign powers) செயல்பட, மாநிலத்திற்கு ஒரு 'அரசுத் தலைமை' (Head of State) இருக்க வேண்டுமென்பதை அவர் வலியுறுத்தினார்.

---

1. இதற்கு ஒரே ஒரு விதிவிலக்கு உண்டு. மேற்கு வங்கத்தில் ஐக்கிய முன்னணி அரசு நடந்தபோது, கவர்னரைக் கண்டித்து இருந்த 'கவர்னர் உரையின்' வாசகங்களை அப்போதைய கவர்னர் தர்மவீரா படிக்க மறுத்தார்.

2. "Why should the Governor address the Assembly; the Chief Minister can himself address the Assembly and give the programme of the Government himself?"

- Ibid., p. 141.

ஆனால், அத்தகைய பொறுப்புக்கு உரியவர் மத்திய அரசின் பிரதிநிதியாக இருக்கக்கூடாது என்றும்; மாநில அரசின் விவகாரங்களில் அவர் தலையிடக்கூடாது என்றும் கூறினார்.[1]

முடியாட்சியில் மன்னர் இருப்பதுபோல, குடியரசில் குடியரசுத் தலைவர் இருப்பதுபோல, மாநிலத்தின் சுதந்திர அரசுரிமையைக் (sovereignity) காட்ட ஒரு 'அடையாளம்' (Symbol) வேண்டுமென்பது அவர் வாதம்.

உண்மையில் பார்க்கப்போனால், கவர்னர் என்கிற பதவி முன்னாள் பிரிட்டிஷ் காலனிகளான ஆஸ்திரேலியா, கனடா, இந்தியா ஆகிய நாடுகளில்தான் பழைய ஏகாதிபத்தியச் சின்னங்களாகத் தொடர்ந்து இருக்கின்றன. எடுத்துக்காட்டாக, மேற்கு ஜெர்மனி ஒரு கூட்டாசி அரசு; ஆனால், அங்கே கவர்னர் என்கிற பதவியே கிடையாது.

அங்கு மாநில முதலமைச்சரை அரசுத் தலைமையாகவும், ஆட்சித் தலைவராகவும் இருக்கிறார்.

எனவே, முதலமைச்சரை அங்கு **அமைச்சர் – தலைவர்** (Minister - President) என்று அழைக்கிறார்கள்.

மேலும், பவேரியா மாநிலத்து அரசியல் அமைப்புச் சட்டம் உருவாக்கப்பட்டபோது, அந்த மாநிலத்திற்கு ஒரு **தலைவர்** (President) - குடியரசுத் தலைவர்போல வேண்டும் என்கிற கோரிக்கை எழுப்பப்பட்டது. ஆனால், ஒரே ஓட்டு வித்தியாசத்தில் அந்தக் கோரிக்கை தோல்வி அடைந்தது. [2]

---

1. "I do recognize that in a federal country like ours, if the States have to be on their own, if they have to enjoy the fullest freedon with regard to the subjects in which they have got the sovereignty, in that there must be a Head of State. But the Head of the State must be head of that particular State. He cannot be the representative of the Central Government to act on behalf of the Central Government..."

"I hate the very name 'Governor'. That name itself should go. He should be the head of the State, a State which has got sovereign powers in regard to all these subjects which are reserved for it and in it nobody else will have any say whatsoever."

- P. RAMAMURTHI, Ibid., pp. 76-78.

2. PLISCHKE, ELMER (University of Maryland),

- "Contemporary Government of Germany," 1962. p. 171.

'அமைச்சர் – தலைவர்' ராஜினாமா செய்தாலும், பதவி விலகினாலும் ஒரு குறிப்பிட்ட காலத்திற்குள் சட்டமன்றம் வேறொரு அமைச்சர் – தலைவரைத் தேர்ந்தெடுக்க வேண்டும். அப்படித் தேர்ந்தெடுக்க முடியாத சூழ்நிலை உருவானால் சட்டமன்றம் தானாகவே கலைக்கப்பட்டுத் தேர்தல் நடத்தப்பட வேண்டும்.

நமது சட்டமன்றத்தில் கொண்டுவருவதுபோலச் சாதாரண நம்பிக்கையில்லாத் தீர்மானத்தைக் கொண்டுவந்து, நிறைவேற்றி அமைச்சரவையைப் பதவி நீக்கம் செய்ய முடியாது.

நம்பிக்கையில்லாத் தீர்மானம் "இன்னார் தலைமையில் இயங்கும் அமைச்சரவை மீது எங்கள் நம்பிக்கையின்மையைத் தெரிவிக்கிறோம்; அதே நேரம் இன்னாரை 'அமைச்சர் – தலைவராக' முன்மொழிகிறோம்" என்று இருக்க வேண்டும். [1]

– இதற்கு அவர்கள் 'ஆக்கபூர்வமான நம்பிக்கையில்லாத் தீர்மானம்' (Constructive vote of non - confidence) என்று பெயரிட்டிருக்கிறார்கள்.

இதனால், சட்டமன்றத்தில் நம்பிக்கையில்லாத் தீர்மானம் நிறைவேறி, உடன் அமைச்சரவை பதவி விலகி, இன்னொரு தலைவர் தேர்ந்தெடுக்கும்வரை ஏற்படுகிற 'சூன்யம்' தவிர்க்கப்படுகிறது.

இங்கே நம் கவர்னர் செய்யும் பணிகளை முதலமைச்சர் பதவியுடன் இணைத்து 'அமைச்சர் – தலைவர்' என்று உருவாக்கியிருப்பதால் இந்த ஏற்பாடு!

இந்த ஏற்பாட்டின் காரணமாக ஒரு 'அமைச்சர் – தலைவர்' (முதலமைச்சர்) தேர்ந்தெடுக்கப்படுகிறார். அது முடியாவிட்டால் சட்டமன்றம் கலைக்கப்பட்டு, மறு தேர்தல் வந்துவிடுகிறது. எனவே, தொடர்ச்சி கெடாத நிலை உருவாகிறது!

– இந்த முறையில் கொஞ்சம்கூடக் குறைகளே இல்லை என்று கூறவில்லை. ஆனால், இதனால் ஏதாவது குறைகள் ஏற்பட்டால் அவை கவர்னர் பதவியால் வரும் கேடுபாடுகளைவிட நிச்சயம் குறைவாகத்தான் இருக்கும் என்று நம்ப இடமிருக்கிறது.

---

1. **PLISCHKE ELMER,** Ibid., p.172.

உண்மையான கூட்டாட்சி முறையில் மத்திய அரசின் பிதிநிதிக்கு மாநிலத்தில் வேலை இல்லை! எனவே, இன்றைய அரசியல் சட்ட அமைப்புப்படி இருக்கிற கவர்னர் பதவி கூட்டாட்சிக் கொள்கைக்கு முரணானது.

மக்கள் தேர்ந்தெடுக்கும் பிரதிநிதிகள் நியமனம் செய்யப்பட்ட கவர்னருக்குக் கீழ்ப்பட்டவர்களாக இருக்க வேண்டும் என்பதும்; அவருக்கு தம் உசிதம்போல் பணியாற்றும் அதிகாரங்கள் இருப்பதும் ஜனநாயகக் கொள்கைக்கே முரணானது.

'துரைமார்களை'ப் போலப் பெரும் அரண்மனைகளில், பாமர மனிதனுக்கில்லாத சலுகைகளோடு, கோடிக்கணக்கான ரூபாய்கள் செலவில் கவர்னர் பதவியை வைத்திருப்பது காந்தியக் கொள்கைக்கும் சோஷலிசக் கொள்கைக்கும் முரணானது.

எனவேதான் கவர்னர் பதவி ஒழிக்கப்பட வேண்டும் என்கிறோம் நாம்!

– இது காங்கிரஸ் கட்சிக்கும் நல்லது. இப்போது, மத்திய அரசை ஆளும் காங்கிரஸ் கட்சியின் நலனுக்காக கவர்னர் பதவி துஷ்பிரயோகம் செய்யப்படுகிறது.

> *"ஆனால், இது காங்கிரஸ் கட்சியின் மீதே திரும்பிப் பாய்ந்து தாக்கும் காலமொன்று வரலாம். ஜனநாயகத்தில் எந்த அரசாங்கமும் சாசுவதம் என நினைத்து மனத்தில் பட்டதையெல்லாம் செய்யலாம் என்று நினைக்கக்கூடாது. சாகாவரம் மனிதன் படைத்த அமைப்புகளுக்கும் கிடையாது; மனிதர்களுக்கும் கிடையாது"*[1]

– ஆச்சார்யா கிருபளானி சொன்ன இந்த வாசகங்களை அவர்கள் எச்சரிக்கையாகக் கொள்ள வேண்டும். ●

---

1. ..."But a time may come when it will boomerang and hit the Congress. In a democracy, no government must think that it is immortal and is, therefore, free to do as it likes. Immortality is not given to human institutions as it is not given to human beings."

- J.B.KRIPALANI, op. cit.

12. மத்திய, மாநில அரசுகளின் வரி விதிப்பு அதிகாரங்கள்!

''மத்திய, மாநில அரசுகளின் நிதி உறவில் தலைதூக்கி நிற்கிற அம்சம் என்னவென்றால் மத்திய அரசு எப்போதும் கொடுப்பவராகவும், மாநிலங்கள் பெறுபவர்களாகவும் இருக்கின்றன.''

– நிர்வாகச் சீர்திருத்தக் கமிஷனின் ஆய்வுக் குழுவினர் அறிக்கை

"...the outstanding feature of the financial relationship between the Centre and the States consequently is that the former is always the giver and the latter the receivers."

- Report of The Study Team On Centre-State Relationships, (Administrative Reforms Commission), Vol. I, p.15

பெட்டிச் சாவி யார் கையில் இருக்கிறதோ அவர்கள் கையில்தான் உண்மையான அதிகாரம் இருப்பதை நாம் அறிவோம். இது வீட்டிற்கு மட்டுமன்று; நாட்டிற்கும் பொருந்தும்!

மாநிலங்களுக்கு வெறும் நிர்வாக அதிகாரங்களை மட்டும் கொடுத்து விட்டால் போதாது; அந்த நிர்வாக அதிகாரங்களைச் செயற்படுத்துவதற்கேற்ற நிதி ஆதாரங்களும் இருந்தால்தான் கூட்டாட்சிக் கொள்கையும், மாநில சுயாட்சிக் கொள்கையும் நிறைவடைய முடியும்.

அதிகாரங்கள் யானையைப் போன்றவை. யானையை மட்டும் கொடுத்தால் போதுமா? பண்டைக்காலத்தில் தமிழ் மன்னர்கள் ஏழைப் புலவர்களுக்கு யானையைப் பரிசாகத் தருவதோடு நின்றுவிடமாட்டார்கள்; தீனி போட்டு அதைப் பராமரிப்பதற்குத் தேவையான நிலங்களையும் அளிப்பார்களாம்! அதுபோல,

நிர்வாக அதிகாரி யானையைத் தீனி போட்டுக் காப்பாற்றுவதற்கு நிதி ஆதாரங்கள் என்கிற வரி விதிக்கும் அதிகாரங்கள் தரப்பட வேண்டும்.

எடுத்துக்காட்டாக, வெளிநாட்டு உறவு எல்லாக் கூட்டாட்சிகளிலும் மத்திய அரசின் கையில் ஒப்படைக்கப் பட்டிருக்கிறது.

– அப்படியானால் ஏற்றுமதி, இறக்குமதித் தீர்வைகள் எந்த அரசின் கையில் இருப்பது?

அந்தத் தீர்வை பெரும்பாலும் வெளிநாட்டுக் கொள்கையை அடிப்படையாகக் கொண்டது.

– எனவே, அந்தத் தீர்வை பெரும்பாலும் மத்திய அரசிடமே கொடுக்கப்பட்டிருக்கிறது.

அமெரிக்காவில் ஏற்றுமதி, இறக்குமதித் தீர்வையை மாநிலங்கள் விதிப்பதற்குத் தடை விதிக்கப்பட்டிருக்கிறது.

அது தவிர மற்ற எல்லா வரிகளையும் மத்திய அரசும், மாநில அரசும் விதிக்கலாம்!

ஆஸ்திரேலியாவில் ஏற்றுமதி, இறக்குமதித் தீர்வை, எக்சைஸ் வரி ஆகிய வரிகள் மட்டுமே மத்திய அரசிற்கு விடப்பட்டிருக்கின்றன.

மற்ற வரிகள் அனைத்தும் பொதுப் பட்டியல் போலப் பொது அதிகாரங்களாக இரு அரசுகளுக்கும் தரப்பட்டிருக்கின்றன.

மற்றொரு எடுத்துக்காட்டு: அமெரிக்காவில் மத்திய அரசும் வருமான வரி விதிக்கிறது; மாநில அரசுகளும் வருமான வரி விதிக்கின்றன.

இப்படி வரி விதிக்கும் அதிகாரங்கள் பொதுவாக இருப்பதால் காலப்போக்கில் பெரும் தொல்லைகள் விளைந்தன.

இதனால் 1942ஆம் ஆண்டு ஆஸ்திரேலியாவில் மத்திய அரசு மாநில அரசுகளோடு ஒரு ஒப்பந்தம் செய்து கொண்டது. அதன் விளைவாக ஒரு குறிப்பிட்ட நஷ்ட ஈட்டுத் தொகையை ஆண்டுதோறும் மானியமாகப் பெற்றுக்கொண்டு, மாநில அரசுகள் வருமான வரி விதிக்கும் அதிகாரத்தை மத்திய அரசிடம் ஒப்படைத்துவிட்டன. [1]

---

1. இதற்கு இப்போது ஆஸ்திரேலிய மாநிலங்களிடையே பெரும் எதிர்ப்பு ஏற்பட்டு இருக்கிறது.

இதைப்போலவேதான் கனடாவிலும்! இரண்டாவது உலகப் போரின்போது மத்திய அரசிற்கு அதிகப் பணத் தேவை ஏற்பட்டதால் அது மாநில அரசுகளோடு ஒரு ஒப்பந்தம் செய்து கொண்டது. ஒரு குறிப்பிட்ட மானியத் தொகையைப் பெற்றுக்கொண்டு மாநில அரசுகள் வருமான வரி விதிக்கும் அதிகாரத்தை மத்திய அரசிடம் 'வாடகைக்கு' விட்டுவிட்டன.[1] ஆயினும், கியூபெக் மாநிலம் மட்டும் இந்த ஏற்பாட்டில் சேர மறுத்துவிட்டது. ஆனால், இப்போது மாநிலங்கள் அந்த அதிகாரத்தைத் திரும்பப் பெற்றுவிட்டன.[2]

இப்படி இரு அரசுகளும் வருமான வரி விதிப்பதால் சில தொல்லைகள் இருப்பது உண்மைதான். ஆனால், இதனால் ஒரு முக்கியமான ஆதாயமும் உண்டு.

சான்றாக, அமெரிக்காவில் ஒரு மாநிலத்தில் இருக்கிற கம்பெனி வேறொரு மாநிலத்தில் வாணிபம் செய்யும்போது, சொந்த மாநிலத்துக்காரர்களைவிட அங்கே கூடுதல் வரி கொடுக்க வேண்டும்.

ஆஸ்திரேலியாவிலும் அப்படித்தான். சொந்த மாநிலத்துக்காரர்கள் நடத்துகிற கம்பெனியைவிட வேறு மாநிலத்துக்காரர்கள் நடத்துகிற கம்பெனி கூடுதல் வரி கொடுக்க வேண்டும், மாநில அரசிற்கு!

கனடாவிலும் இதே முறை பின்பற்றப்படுகிறது. சான்றாக, வெளி மாநிலத்துக்காரர்கள் நடத்துகின்ற வங்கி அடுத்த மாநிலத்தில் பல கிளைகளைத் திறந்தால், அந்த மாநிலம் அந்த வங்கியின் மூலதனத்திற்குத் தகுந்தவாறும், கிளைகளின் எண்ணிக்கையின் அடிப்படையிலும் அந்த மாநில அரசிற்குக் கூடுதல் வரி கொடுக்க வேண்டும்![3]

 – இதனால் மாநிலத்து மக்களின் உரிமைகள் காக்கப்படுகின்றன. ஒரு மாநிலத்தைச் சேர்ந்தவர்கள் அடுத்த மாநிலத்தைச் சுரண்ட முடியாது. சொந்த மாநிலத்தைச் சேர்ந்தவர்கள் பிழைப்பதற்கு அந்த மாநில அரசு வழிவகை செய்ய முடிகிறது.

---

1. 1962இல் இந்த 'வாடகை' ஒப்பந்தம் (Tax rental agreement) திருத்தப்பட்டது. இதன்படி மாநிலங்கள் இலவசமாக மத்திய அரசிற்காக வருமான வரியை வசூலித்துக் கொடுக்க ஒப்புக் கொண்டன.

2. Quoted in **AMIYA CHATTERJI**, "The Central Finance of State plans in The Indian Federation." p. 8

3. Report of the Finance Commission, 1952, pp.116-117

ஆனால், இந்தியாவில் மத்திய அரசிற்கென்று குறிப்பிட்ட வரி விதிப்பு அதிகாரங்களும், மாநில அரசுகளுக்கென்று தனியான வரிவிதிப்பு அதிகாரங்களும் அரசியல் அமைப்புச் சட்டத்தில் தரப்பட்டிருக்கின்றன.

அவற்றை ஆராய்ந்தால் திரண்ட நிதி அதிகாரங்கள் அனைத்தும் மத்திய அரசின் கையிலே கொடுக்கப்பட்டிருப்பதைப் பார்க்கலாம்.

மத்திய அரசுப் பட்டியலில் 12 வரிகள் மத்திய அரசிற்குத் தரப்பட்டிருக்கின்றன. இவற்றில் முக்கியமானவை: வருமான வரி (விவசாய வருமான வரி தவிர்த்து), ஏற்றுமதி, இறக்குமதித் தீர்வை, கம்பெனிகளின் நிகர வருமானத்தின்மீது விதிக்கப்படுகிற கார்ப்பரேஷன் வரி, சொத்துரிமையாளர்கள் இறப்பின் மூலம் அவர்களுடைய வாரிசுக்குப் போய்ச் சேர்கிற விவசாய நிலம் தவிர்த்த மற்ற சொத்துக்களுக்குப் போடப்படும் வாரிசு வரி (Succession Duty), அத்தகைய சொத்துக்கள் மீது உரிமையாளருக்குச் சாவு நேர்வதால் போடப்படுகிற மரணவரி என்கிற 'எஸ்டேட் டூட்டி', (Estate Duty) விவசாய நிலம் தவிர்த்த சொத்து வரி (Wealth Tax) பண்டங்களின் உற்பத்தி மீது விதிக்கப்படுகிற 'எக்சைஸ் டூட்டி', மதுபானங்கள், அபின், கஞ்சா மற்றும் போதை தரும் மருந்துகள். போதைப் பொருட்கள் இதில் அடங்கா. ஆனால், மதுபானம், அபின், கஞ்சா மற்றும் போதைப் பொருட்கள் கலந்த வாசனைத் திரவியங்கள், மருந்து வகைகள் இதில் அடங்கும்.

மத்திய அரசு விதிக்கின்ற வரிகளை ஐந்து வகையாகப் பிரிக்கலாம்.

1. சில வரிவிதிப்பின் மூலம் கிடைக்கின்ற வருமானம் முழுவதையும் மத்திய அரசே வைத்துக் கொள்கிறது.

ஏற்றுமதி, இறக்குமதித் தீர்வை, கம்பெனிகளின் நிகர வருமானத்தின் மீது விதிக்கின்ற கார்ப்பரேஷன் வரி, வருமான வரியின் மீது விதிக்கப்படுகிற சர்சார்ஜ், விவசாய நிலம் தவிர்த்த சொத்திருப்புகளின் மூலதன மதிப்பீட்டின் மீது உண்டான (சொத்து) வரி, நிறுவனங்களின் மூலதனத்தின் மீது போடப்படும் வரி ஆகிய வரிகளை மத்திய அரசே விதித்து, அதன் மூலம் கிடைக்கும் வருவாயை மத்திய அரசே வைத்துக் கொள்கிறது.

2. இவ்வளவுதான் வரி என்று சில வரிகளை மத்திய அரசே விதிக்கும். ஆனால், அந்த வரிகளை மாநில அரசுகள் வசூலித்து எடுத்துக்கொள்ளலாம். (பிரிவு : 268)

எடுத்துக்காட்டாக: சில வகை ஸ்டாம்ப் டூட்டி, மதுபானம் கலந்த சிலவகை மருந்து வகைகளின் மீதும், வாசனைத் திரவியங்கள் மீதும் போடப்படுகின்ற எக்சைஸ் டூட்டி போன்றவை இதில் அடங்கும். இந்த மாதிரியான பொருட்களின் மீது இவ்வளவுதான்

வரி என்று மத்திய அரசு விதிக்கும். ஆனால் அந்த வரிகளை மாநில அரசுகளே வசூலித்து அந்த வருவாயை மாநில அரசுகளே எடுத்துக் கொள்ளும்.

3. சில வரிகளை மத்திய அரசே விதித்து அதை வசூல் செய்யும். ஆனால் வசூலிக்கப்பட்ட அந்த வரியைத் திரும்பவும் அப்படியே அந்தந்த மாநிலங்களுக்குத் திருப்பிக் கொடுத்துவிடும். *(பிரிவு:269)*

எடுத்துக்காட்டாக: சொத்துரிமையாளர் இறந்தபோனால் அவருடைய வாரிசுதாரருக்குப் போய்ச்சேர்கிற விவசாயத்துறை அல்லாத பிற சொத்துக்களின் மீது விதிக்கப்படுகிற வாரிசு வரி (Succession Duty); அப்படிச் சொத்துரிமையாளர் சாகும்போது விட்டுச் செல்கிற விவசாய நிலம் தவிர்த்த பிற சொத்துக்களுக்குப் போடப்படுகிற மரணவரி என்கிற எஸ்டேட் டூட்டி (Estate Duty), ரயில், கப்பல், விமானம் போன்றவை மூலம் செல்கிற பயணிகள் மீதும், சரக்குகள் மீதும் விதிக்கப்படுகிற வரி; பத்திரிகை விற்பனை மீதும், கொள்முதல் மீதும், விளம்பரங்கள் மீதும் விதிக்கப்படுகிற வரி; (செய்தித்தாள் தவிர்த்த) மாநிலம் விட்டு மாநிலம் விற்பனையாகும் பண்டங்கள் மீது விதிக்கப்படுகிற விற்பனை வரி (Inter State Sales Tax) போன்றவையாகும்.

இந்த வரியின்மீது சர்சார்ஜ் விதித்தால் அந்த வருவாயை அப்படியே மத்திய அரசே எடுத்துக் கொள்ளும்.

4. சில வரிகளை மத்திய அரசே விதிதது அந்த வரியை வசூலித்து அதனால் கிடைக்கும் வருமானத்தைக் கட்டாயமாக மாநில அரசுகளோடு பங்கிட்டுக் கொள்கிறது. *(பிரிவு: 270)*

எடுத்துக்காட்டாக: (விவசாய வருமான வரி தவிர்த்த) வருமான வரி. இதில் தனி நபர் வருமான வரிதான் அடங்குமே தவிர கம்பெனிகளின் நிகர வருமானத்தின் மீது விதிக்கப்படுகிற வரி (Corporation Tax) சேராது. வருமான வரியின் மீது சர்சார்ஜ் விதித்தால் அதை மத்திய அரசே எடுத்துக் கொள்ளலாம்.

5. சில வரிகளை மத்திய அரசே விதித்து அவற்றை வசூலிக்கும். ஆனால் அப்படி வசூலித்த தொகையை நாடாளுமன்றம் **விரும்பினால்** மாநில அரசுகளோடு பங்கிட்டுக் கொள்ளும். *(பிரிவு: 272)*

உற்பத்தியாகிற பண்டங்களின் மீது முன்பு குறிப்பிட்டவாறு மத்திய அரசு எக்ஸைஸ் வரி விதித்து அதை வசூலிக்கிறது. நிதிக் கமிஷன் சிபாரிசுப்படியும், நாடாளுமன்றம் அவ்வப்போது இயற்றுகிற சட்டப்படியும் அந்தத் தொகை மாநிலங்களோடு பங்கிட்டுக் கொள்ளப்படுகிறது.

*1952*ஆம் ஆண்டு ஏப்ரல் மாதம் வரை இந்த வரி முழுவதையும்

வசூலித்து மத்திய அரசே பயன்படுத்தி வந்தது. ஆனால் முதல் நிதிக் கமிஷன் **மூன்று** பண்டங்களின் மீது விதிக்கப்படுகிற வரியை மாநிலங்களுடன் பங்கிட்டுக் கொள்ள வேண்டுமென்று சிபாரிசு செய்தது. இரண்டாவது நிதிக்கமிஷன் அந்த மூன்றை எட்டாக ஆக்கியது. மூன்றாவது நிதிக்கமிஷன் அந்த எட்டை முப்பத்தைந்தாக ஆக்கியது. இப்படி மத்திய அரசுக்கு 12 வருவாய் இனங்கள் தரப்பட்டிருக்கின்றன.

மாநிலங்களுக்கு 19 வருவாய் இனங்கள் தரப்பட்டிருக்கின்றன. அவையாவன:

1. நில வரி

2. விவசாய வருமான வரி

3. சொத்துரிமையாளர் இறப்பின் பேரில் அவருடைய வாரிசுக்குப் போய்ச்சேர்கிற விவசாய நிலத்தின் மீது போடப்படுகிற வாரிசு வரி (Duties in respect of succession to agricultural land).

4. அப்படிச் சொத்துரிமையாளர் சாகும்போது விட்டுச் செல்கிற விவசாய நிலத்திற்கு விதிக்கப்படுகிற மரணவரி என்கிற எஸ்டேட் டூட்டி (Estate Duty in respect of agricultural land).

5. மனையின் மீதும், கட்டடங்கள் மீதும் போடப்படுகிற வரி.

6. கனிப் பொருட்கள் உரிமைகள் மீது போடப்படுகிற வரி (Taxes of mineral rights). *(இது கனிவள முன்னேற்றத்தைக் குறித்து நாடாளுமன்றம் விதிக்கும் சட்டங்களுக்குப்பட்டதாகும்).*

7. கீழ்க்கண்ட பண்டங்களின் மீது விதிக்கப்படுகிற எக்சைஸ் வரி:

(அ) மனிதர்கள் அருந்தும் மது வகை,

(ஆ) அபின், கஞ்சா மற்றும் போதை தரும் மருந்துப் பொருள்கள். (ஆனால் இவற்றுள் மருந்துக்காகவும், வாசனைத் திரவியங்களுக்காகவும் விற்பனை செய்யப்படும் பண்டங்கள் அடங்கா.)

8. மாநிலங்களுக்குள்ளே விற்பனைக்கும் உபயோகத்திற்கும் கொண்டு வரப்படுகிற பொருள்கள் நுழைவிற்கான வரி (Taxes on the entry of goods into a local area for consumption, use and sale therein).

9. மின்சாரத்தை உற்பத்தி செய்வது, அல்லது பயன்படுத்துவது ஆகியவற்றின் மீது போடப்படுகிற வரி.

10. செய்தித்தாள் தவிர்த்த மற்ற பண்டங்கள் மீது அல்லது கொள்முதல் மீது போடப்படுகிற வரி.

11. சாலை அல்லது நீர்வழிப் போக்குவரத்து மீது ஏற்றிச் செல்லப்படும் பண்டங்கள் அல்லது பயணிகள் மீது போடப்படும் வரி.

12. சாலைகளின் மீது போகின்ற டிராம், கார் உள்ளிட்ட போக்குவரத்து வாகனங்கள் மீது போடப்படுகிற வரி.

13. கால்நடை மீதும், படகுகள் மீதும் விதிக்கப்படுகிற வரி.

14. டோல் (Toll) என்று சொல்லப்படுகிற சுங்கம்.

15. உத்தியோகம், வியாபாரம், அலுவல், தொழில் (Profession) Trades, Callings & Employment) ஆகியவற்றின் மீது போடப்படுகிற வரி.

16. தலைவரி (Capitation Tax)

17. கேளிக்கை வரி, பந்தய ஆட்டம், சூதாட்டம் ஆகியன உள்ளிட்ட ஆடம்பரங்களின் மீது போடப்படுகிற வரி (Taxes on luxuries including taxes on entertainments, amusements, betting and gambling)

18. முத்திரைத்தாள்கள் பற்றிய ஸ்டாம்ப் டூட்டி.

19. கோர்ட் கட்டணம் தவிர்த்து மாநிலப் பட்டியலில் குறிப்பிட்டிருக்கிற எந்த விஷயங்களின் மீதும் போடப்படுகிற தீர்வை. (Fees in respect of any of the matters in list second, but not including fee taken in a court).

இவற்றில் குறிப்பிடத்தகுந்தவை நிலவரி, விற்பனை வரி, விவசாய வருமான வரி, கேளிக்கை வரி ஆகியவை.

"ஆகா! மாநிலங்களுக்கு 19 வரி இனங்கள்; ஆனால் மத்திய அரசுக்கோ பன்னிரண்டே வரியினங்கள்தான்! பார்த்தீர்களா? மாநிலங்களுக்குத்தான் எவ்வளவு பெரிய பட்டியல்!" என்று யாரும் களிப்படைய முடியாது.

எடுத்துக்காட்டாக, கால்நடை மீது வரி விதிக்கிற அதிகாரம் மாநிலங்களுக்குத் தரப்பட்டிருக்கிறது. எந்த நிதியமைச்சராவது விவசாயிகள் வளர்க்கின்ற ஆடு, மாடு, கோழி போன்ற கால்நடைகளுக்கும், சில வீடுகளில் செல்லமாக வளர்க்கப்படுகின்ற பூனை போன்ற பிராணிகளுக்கும் வரி விதிக்க முடியுமா?

இதைப் போலவே மொகலாயர் ஆட்சியில் கொடுங்கோன்மை தலைவிரித்து ஆடியபோது விதிக்கப்பட்ட 'தலைவரி' மாநிலங்களுக்குத் தரப்பட்டிருந்தது. இதை இந்தக் காலத்தில் எந்த மாநிலம் பயன்படுத்தி செல்வாக்குடன் இருக்க முடியும்?

இதைப்பற்றிப் பேசும்போதுதான் "எந்த முதலமைச்சராவது தலையிருக்கிற மனிதருக்கெல்லாம் தலைவரி விதித்துவிட்டுத் தலை தப்பிக்க முடியுமா?" என்று கலைஞர் கேட்டார். [1]

அரசியல் நிர்ணய சபையில் (சர்) ஏ.ராமசாமி முதலியார் இந்தப் பத்தொன்பது வரிகளையும் ஒவ்வொன்றாக எடுத்துக் கொண்டு, அவை எப்படிப் போலியானவை என்பதையும், மலடுதட்டிப்போனவை என்பதையும் மிகமிகத் தெளிவாக விளக்கினார். [2]

1. நிலவரி:

நில வரியை ஒழிக்க வேண்டும் என்று காங்கிரஸ் கட்சியைச் சேர்ந்தவர்களே எழுப்பிய சுலோகத்தை (சர்) ஏ.ஆர்.முதலியார் மறைமுகமாக எடுத்துக் காட்டினார். வயது வந்தோருக்கு வாக்குரிமை என்கிற அடிப்படையில் தேர்தல் நடத்தித் தேர்ந் தெடுக்கப்படும் எந்த முதலமைச்சராவது நிலவரியை உயர்த்தி ஒரு பெரிய வாக்காளர் கூட்டத்தைப் பகைத்துக் கொள்ள முன் வருவாரா என்று கேட்டார்.

1951 – 52இல் நிலவரி மூலம் கிடைத்த வருவாய் அனைத்து மாநில அரசுகளின் வருவாயில் 21 சதவிகிதமாக இருந்தது. 1971-72இல் அது 6 சதவிகிதமாகக் குறைந்துவிட்டது.

"வயது வந்தோருக்கு வாக்குரிமை என்கிற அடிப்படையில் தேர்ந்தெடுக்கப்பட்ட சட்டசபையில், அத்தகைய அதிகாரத்தோடு பதவியில் இருக்கிற முதலமைச்சரும் மற்ற அமைச்சர்களும் நில வரியை உயர்த்த முடியாமல் உண்மையிலேயே துயரப்படுவார்கள். அந்தக் கிளர்ச்சிக்கு முன்னால் எந்த முதலமைச்சர்தாம் நில வரியை உயர்த்திடத் துணிவார்? நிலவரி என்பது வளர்ந்து கொண்டே போகும் வருவாயாக இல்லாமல், அது வருங்காலத்தில் குறைந்து கொண்டே போய்; அது மாநிலங்களுக்கு முக்கியமான வருவாயாக நீங்கள் எதிர்பார்ப்பதுபோல் அமையாது" என்று 1947இல் ஏ.ஆர். முதலியார் எடுத்துரைத்தது நினைவு கூரத்தக்கது.

---

1. செஞ்சி – கழகச் செயல்வீரர் கூட்டப்பேச்சு 1973
2. C.A.D. Vol. V. pp 84 - 89.

(மாநிலங்களுக்குத் தரப்பட்டிருக்கும் வேளாண்மை சம்பந்தப்பட்ட எல்லா வரிகளுக்கும் அவர் சொன்னது பொருந்தும். தமிழ்நாட்டில் அண்மையில் குழாய்க்கிணறுகளுக்கு மின் கட்டணத்தை உயர்த்தியது குறித்தும், விவசாய வருமான வரியைச் சிறிது மாற்றியமைத்தது குறித்தும் நிலப்பிரபுக்கள் போராட்டம் நடத்தியதையும், அதில் முற்போக்குப் பேசுகின்ற சந்தர்ப்பவாதக் கட்சிகள் அனைத்தும் கலந்து கொண்டதையும் நாம் மறந்துவிடுவதற்கில்லை.)

2. விவசாய வருமான வரி

3. விவசாய நில (சொத்துக்குரியோர் இறக்கும்போது அவர் விட்டுச்செல்லும்) வாரிசு வரி

4. விவசாய நிலத்திற்கான மரண வரி என்கிற எஸ்டேட் டூட்டி

"ஜமீன்தாரி முறை ஒழிக்கப்பட்டு, உழுபவனுக்கே நிலம் சொந்தம் என்கிற காலம் வந்துவிட்டால், நிலம் துண்டுபடுத்தப்பட்டுச் சிறு நிலக்காரர்கள் தோன்றுகிறபோது இந்த வரிகள் மூலம் எப்படி அதிகப்பணம் கிடைக்க முடியும்?" என்று ஏ. ஆர். கேட்டார்.

'விவசாய நிலத்தின்மீது எஸ்டேட் டூட்டி என்பது பொருந்தாத சொற்கள். இரண்டிலிருந்து நான்கு ஏக்கர் வைத்திருக்கிறவர்களிடம் நீங்கள் என்ன எஸ்டேட் டூட்டி வாங்கிவிடப் போகிறீர்கள்? உங்களால் இந்த வரியை விதிக்க முடிந்தாலும் அதிலிருந்து உங்களுக்குக் கிடைக்கப்போவது ஒன்றுமில்லை' என்றும் அவர் கூறினார்.

பல மாநிலங்களில் இந்த விவசாய எஸ்டேட் டூட்டி விதிக்கப்படுவதில்லை என்பது குறிப்பிடத்தக்கது.

நில உச்சவரம்பு கொண்டுவந்துவிட்ட பிறகு சட்டப்படி பெரிய நில உடைமைக்காரர்கள் எங்கே இருக்கிறார்கள்? பெரிய எஸ்டேட் எங்கே இருக்கிறது – எஸ்டேட் டூட்டி வருமானம் அளவில் பெரிதாகக் கிடைப்பதற்கு?

5. மனையின் மீதும், கட்டடங்கள் மீதும் போடப்படுகிற வரி

1935 ஆவது ஆண்டுச் சட்டத்தில் மனை, கட்டடங்கள், அடுப்புகள், ஜன்னல்கள் ஆகியவற்றின் மீது வரி விதிக்கின்ற அதிகாரம் மாகாணங்களுக்குக் கொடுக்கப்பட்டிருந்ததையும், ஆதிவாசிகள் வசிக்கின்ற சில பகுதிகளில் பஞ்சாயத்து போர்டுகள் அடுப்புகளுக்கும், ஜன்னல்களுக்கும் அந்தச் சட்டத்தின் கீழ் வரி வசூலித்து வந்ததையும் ஏ.ஆர். சுட்டிக்காட்டினார்.

நல்லவேளை இப்போது அடுப்பையும், ஜன்னலையும் விட்டு விட்டார்கள்!

இந்த வரி உள்ளாட்சி மன்றங்களுக்கு ஏற்ற வரியே தவிர, மாநில அரசுக்கு ஏற்ற வரி ஆகாது– என்பதை அவர் சுட்டிக்காட்டினார்.

6. கனிப் பொருட்களின் உரிமை மீது போடப்படுகிற வரி

இந்த வரி விதிக்கும் அதிகாரமாவது மாநிலங்களுக்குக் கட்டுப்பாடின்றித் தரப்பட்டிருக்கிறதா என்றால் – கிடையாது. சுரங்க அபிவிருத்தி குறித்து நாடாளுமன்றம் இயற்றுகின்ற சட்டத்திற்கு உட்பட்டதுதான் இந்த அதிகாரம்!

7. மதுபானங்களின் மீது போடப்படும் எக்சைஸ் வரி

"இதிலும் நாடாளுமன்றத்தின் கட்டுப்பாடு இருக்கிறதே!" என்று குறைபாட்டைச் சுட்டிக்காட்டினார், ஏ.ஆர்.

அபின் மத்திய அரசின் கட்டுப்பாட்டில் இருக்கிறது. மேலும் சர்வதேசக் கட்டுப்பாடு வேறு இருக்கிறது. 'எனவே இது வேகமாக மறைந்து வரும் வருவாய் ஆகும்' என்று ஏ.ஆர். கூறினார்.

மேலும் மதுவிலக்கை மத்திய அரசே ஒரு கொள்கையாகக் கொண்டு செயல்படச் சொல்லும்போது மதுபானத்திலிருந்து மாநிலங்களுக்கு என்ன வரி வந்துவிட முடியும்?– என்று அவர் கேட்டார்.

இது ஏதோ போகாத ஊருக்கு வழிகாட்டுவதுபோல் அன்றோ இருக்கிறது?

8. விற்பனைக்கு வருகின்ற பொருள்களின் நுழைவிற்கான வரி

இது நகராட்சிகளுக்குத் தரப்பட வேண்டிய 'ஆக்ட்ராய்' (Octroi) வரி என்பதை ஏ.ஆர். தெளிவுபடுத்தினார்.

9. மின்சார உபயோகத்தின் மீதும், விற்பனையின் மீதும் போடப்படும் வரி

'மின்சார உற்பத்தியைப் பெருக்கி மலிவு மின்சாரத்தைக் கொண்டு முடிந்தவரை தொழில்களைப் பெருக்க வேண்டும் என்று மாநிலங்கள் முயலும் நேரத்தில் இத்தகைய வரியை விதிப்பதும், அந்த வரியிலிருந்து அதிக வருமானம் கிடைக்கும் என்பதும் வீண் ஆசை' என்றார் ஏ.ஆர்.

10. விற்பனை வரி

இது ஒன்றுதான் மாநிலங்கள் கையில் உள்ள பெரிய நிதி ஆதாரமாகும்!

1971 – 72ஆம் ஆண்டு விற்பனை வரிதான் அனைத்து மாநிலங்களின் மொத்த வரி வருமானத்தில் 46 சதவிகிதமாக இருந்தது.

ஆனால் இந்த வரியாவது கட்டுப்பாடு எதுவுமின்றி இருக்கிறதா?

இல்லை.

இந்த வரி எல்லா மாநிலங்களிலும் ஒரே சீராக இருக்க வேண்டும். பக்கத்து மாநிலத்தைவிட நம் மாநிலத்தில் விற்பனை வரி கூடுதலாக இருந்தால் பண்டங்கள் வாங்குவோரை, வரி குறைந்த அடுத்த மாநிலம் கவர்ந்திழுக்கும்.

மேலும், மத்திய அரசு, உற்பத்தியாகிற எல்லாப் பண்டங்களுக்கும் 'எக்சைஸ் டூட்டி' விதிக்கிற அதிகாரத்தைப் பெற்றிருப்பதால், விற்பனை வரி அந்த வரம்பிற்குட்பட்டே மாநில அரசுகளால் விதிக்கப்பட வேண்டி இருக்கிறது.

வேறு வழியின்றி ஆண்டுக்காண்டு விற்பனை வரியை உயர்த்திக்கொண்டே போய்ப் பல மாநிலங்களில் விற்பனை வரி 'இனிமேல் உயர்த்தப்பட முடியாது' என்கிற உச்சக்கட்ட நிலைமை ஏற்பட்டு விட்டது.

அதனால்தான், "நீங்கள் விற்பனை வரியை உயர்த்திக்கொண்டே போனால் அது பொன்முட்டையிடுகிற வாத்தைக் கொல்வதுபோல் ஆகிவிடும்" என்றார் ஏ. ஆர்.

11. சரக்கு, பயணிகள் மீது வரி

"இந்த வரியின் மூலம் கணிசமான வருவாய் மிகச் சில மாநிலங்களுக்குத்தான் கிடைக்கின்றது" என்றார், ஏ. ஆர்.

எடுத்துக்காட்டாக, தமிழ்நாட்டில் பயணிகள் மீதான வரியை இதுவரை பேருந்து அதிபர்கள் வசூலித்து அரசுக்கு அளிக்கின்றனர். ஆனால் சாலைப் போக்குவரத்தே அதிகம் இல்லாத அசாமில் இந்த வரி மூலம் கணிசமான வரி கிடைக்க முடியாது.

12. வாகன வரி

"இது உள்ளாட்சித் துறைகளுக்கு உகந்த வரி" என்றார் ஏ.ஆர். ஏனெனில் வாகனங்கள் ஓடுவதற்கான பாதைகளைப் பராமரிப்பது பெரும்பாலும் உள்ளாட்சி மன்றங்கள்தான்!

13. கால்நடை, படகுகள் மீது வரி

"எத்தனை சட்டமன்றங்களுக்குக் கால்நடைமீதும், படகுகள் மீதும் வரி விதிக்கும் துணிவு உண்டு?" என்று மிகப் பொருத்தமாகக் கேட்டார் ஏ. ஆர்.

14. 'டோல்' (tolls) என்று சொல்லப்படும் சுங்கம்

"ஊர்ச் சுங்கத்தை ஒழிக்கும் ஒரு சீர்திருத்தத்தை ஒழிக்கும் நாம் செய்ய இருக்கிறோம் என்று கருதினேன். பல மாநிலங்களில் ஏற்கெனவே இந்த வரி ஒழிக்கப்பட்டு விட்டது. இந்த நாட்டின் பல நகரங்களில் வழி மறித்து சுங்கம் வாங்குகின்ற இந்தப் பாழ்முறையை மீண்டும் புகுத்தி நிலைபெறச் செய்வது என்பது இயலாத காரியமாகும். இந்த ஊர்ச் சுங்கத்தின் மூலம் அதிக ஆதாயமும் கிடைக்காது; பல மாநிலங்களில் இதை அமுல்படுத்தவும் முடியாது என்றே கருதுகிறேன்" – இவ்வாறு ஏ.ஆர். கூறினார்.

15. தொழில் வரி

ஒருவரது தொழில், உத்தியோகம், அலுவல் மீது போடப்படுகிற இந்த வரி இப்போது நகராட்சிகளால்தான் விதிக்கப்படுகிறது.

இந்தத் துறைகளில் நினைத்தபடி வரி போட முடியாது.

இந்தத் துறைகளின் மூலம் ஒருவர் மாநில அரசுக்கோ, உள்ளாட்சித் துறைக்கோ செலுத்தும் வரி ரூ. 250க்கு மேல் போகக்கூடாது என்று அரசியல் சட்டத்தில் தடை விதிக்கப்பட்டிருக்கிறது. [1]

16. தலைவரி

"மிகப் பழங்காலத்தில் விதிக்கப்பட்டுவந்த இந்த ஜெசியா வரி என்கிற தலைவரியை எந்த மாநிலத்து முதல்வராவது புதுப்பித்தால் இது மாநிலங்களுக்கு மிக நல்ல வருவாய் தேடிக்கொடுக்கும்!" என்று ஏ. ஆர். நகைச்சுவையுடன் கூறினார்!

---

1. பிரிவு: 276

17. கேளிக்கை, பந்தய ஆட்டம், சூதாட்டம் ஆகிய ஆடம்பரங்கள் மீது வரி

"குதிரைப் பந்தயங்களையும், சூதாட்டங்களையும் ஒழித்துவிட்டால் இதன் மூலம் எப்படி மாநிலங்களுக்கு வரி கிடைக்கும்?" என்று கேட்டார் ஏ. ஆர்.

"நாட்டின் பல்வேறு பகுதிகளில் வாழ்க்கை மிகவும் மந்தமாக உள்ளது. ஆடம்பரங்கள் என்று அழைக்கப்படுகின்ற இந்த வரிகளை விதிப்போமேயானால் மக்களின் வாழ்க்கை மகிழ்ச்சியளிக்கக் கூடியதாக இருக்குமா என்று அஞ்சுகிறேன். சாதாரண மனிதன் கள்ளுக்கடையை நாடிச் செல்வதற்குப் பதிலாக சினிமாவை நாடிச் செல்கிற காலம் இது!" என்றார் ஏ. ஆர்.

பல மாநிலங்களில் ஏற்கெனவே நாடகங்களுக்குக் கேளிக்கை வரியிலிருந்து விலக்குத் தரப்பட்டுவிட்டது.

சினிமா மூலம் கிடைக்கிற வரிதான் இப்போது இருக்கிறது. வேறு வழியில்லாமல் இந்த வரியும் இப்போது அளவுக்கு அதிகமாக உயர்த்தப்பட்டிருக்கிறது.

18. முத்திரைத் தாள்கள் பற்றிய ஸ்டாம்ப் டூட்டி

திடீரென்று அண்மைக் காலத்தில் பல மாநிலங்களில் முத்திரைத்தாள் விற்பனை அதிகமாகி, இந்த வரி கூடுதலாகக் கிடைத்தது. பல மாநிலங்கள் கொண்டுவந்த நில உச்சவரம்புச் சட்டம்தான் இதற்குக் காரணம். அந்தச் சட்டத்திலிருந்து தப்புவதற்காகச் சொத்துக்களைப் பல பெயர்களுக்கு மாற்றிக் கொண்டனர்.

19. கோர்ட் கட்டணம் தவிர்த்து, மாநிலப் பட்டியலில் குறிப்பிடப் பட்டிருக்கிற எந்த விஷயங்கள் மீதும் போடப்படுகிற தீர்வை

சாதாரண காலத்தில் இது ஒன்றும் பெரிய வருவாய் தேடிக் கொடுக்கும் வரியன்று!

"இது இதற்கு முன்பு விதிக்கப்படாத வரியாகும். இதிலிருந்து என்ன வருவாய் கிடைக்கும் என்பது உறுதியில்லை, அதனால் நான் எவ்விதக் கருத்தும் கூறாமல் விடுகிறேன்" என்றார் ஏ. ஆர்.

– இவ்வாறு மாநில வரி ஆதாரங்களைப் பிட்டுப் பிட்டு வைத்து விளக்கம் அளித்து, அவை போதவே போதா என்று அரசியல் நிர்ணய சபையில் ஏ.ஆர். முதலியார் விளக்கம் அளித்திருக்கிறார்.

அதேநேரம், மத்திய அரசின் வருவாய் பற்றி அவர்

குறிப்பிட்டிருக்கிற ஒரு கருத்து மிகவும் முக்கியம் வாய்ந்தது. மாநிலங்களுக்கு ஒரு வரம்பிற்குட்பட்ட குறிப்பிட்ட வருவாய்கள் தான் அளிக்கப்பட்டிருக்கின்றன. ஆனால் மத்திய அரசுக்கு அள்ள அள்ளக் குறையாத ஒரு வருவாய் உண்டு. அதுதான் 'நாசிக் அச்சகம்.'

"நீங்கள் தேவைப்படும்போதெல்லாம் எவ்வளவு வேண்டுமானாலும் (நாசிக்கில் உள்ள அச்சகத்தில்) கூடுதலாகக் கரன்சி நோட்டுகளை அச்சடித்துக் கொள்ளலாம்... ஆனால் மாநில அரசுகள் எங்கே போகும்? சில வேளைகளில் அவை கடன் எழுப்பலாம். இது வெற்றியாக முடியாது என்பதை வரலாறு நமக்கு எடுத்துக் காட்டியிருக்கிறது. அந்தச் சங்கடமான நேரத்தில் இப்போது ஒருசில விஷயங்களில் அளிக்கப்பட்டிருக்கிற மாநில சுயாட்சி கூட இல்லாத ஒன்றாகவே இருக்கும்" என்று அவர் குறிப்பிட்டார்.

நோட்டு அச்சடிப்பது தவிர, லைஃப் இன்சூரன்ஸ் கார்ப்பரேஷன் போன்ற நிதி நிறுவனங்கள் மூலமாக மத்திய அரசு பெரும் தொகையை ஈட்ட முடியும்.

மத்திய அரசுக்கான நிதி ஆதாரங்களில் ஒன்று, வெளிநாடுகளில் இருந்து கடன் பெறுவதாகும்.

மாநில அரசுகளுக்கு இத்தகைய நிதி ஆதாரங்கள் கிடையா. மத்திய அரசிற்கு அளிக்கப்பட்டிருக்கிற வரிகள் விரிவடையக் கூடியவை (elastic). எடுத்துக்காட்டாக, பொருளாதார வளர்ச்சி பெருகினால், வரி விகிதங்களில் எந்தவித மாற்றமும் இல்லாமலேயே வருமான வரியும் கம்பெனிகள் மேல் நிகர வருமானத்தின் மீது போடப்படுகிற வரியும் கூடுதலான தொகை ஈட்டிக் கொடுக்கும்.

ஆனால் மாநிலங்களுக்குத் தரப்பட்டிருக்கிற வரிகள் அனைத்தும் வளரும் பொருளாதாரத்திற்கேற்ப விரிவடையக் கூடியவையல்ல (Inelastic). எடுத்துக்காட்டாக, பொருளாதாரம் மேலோங்கியிருந்தால், நிலவரி அதிகமாகக் கிடைக்காது. விற்பனை வரி வேண்டுமானால் இதற்கு வரி விலக்காக இருக்கலாம்.

அள்ள அள்ளக் குறையாத அட்சய பாத்திரம் போன்றவை மத்திய அரசின் வரி ஆதாரங்கள்.

கொப்பரைக்குள்ளே இருக்கும் நீர்போல ஒரு வரம்பிற்குட்பட்டவை மாநில அரசுகளின் வரி ஆதாரங்கள்.

மத்திய அரசிற்கு நிரம்ப உபரித் தொகை கிடைக்கிறது; மாநிலங்கள் எப்போதும் பற்றாக்குறையில் வாடுகின்றன.

செதல்வாடு குழுவினர் குறிப்பிட்டிருப்பதுபோல மத்திய அரசு 'கொடுப்பவராகவும்,' மாநில அரசுகள் 'பெறுபவராகவும்' இருக்க வேண்டிய சூழ்நிலை உருவாக்கப்பட்டிருக்கிறது. [1]

அதனால்தான் அரசியல் நிர்ணய சபையில் அன்றே கே.சந்தானம் கீழ்க்கண்டவாறு கூறினார்:

"மத்திய அரசின் வாயிற்படியில் மாநிலங்கள் பிச்சைக்காரர்களாக நிற்கும்." [2]

அரசியல் அமைப்புச் சட்டம் உருவாக்கப்பட்ட அன்று கூறிய அதே கருத்தை அண்மையில் இன்னொரு முக்கியமானவர் எதிரொலித்தார்:

"அதிகாரமும், நிதியும் இன்று மத்திய அரசின் கையில் குவிந்து கிடக்கின்றன. ஒவ்வொரு தடவையும் அதிகப் பணம் கேட்பதற்காகப் பிச்சைப் பார்த்திரத்துடன் மாநிலங்கள் மத்திய அரசிடம் போகக் கட்டாயப்படுத்தப்படுகின்றன." [3]

– இவ்வாறு கருத்துத் தெரிவித்திருப்பவர் வேறு யாருமல்லர்; பழைய காங்கிரஸ் கட்சியைச் சேர்ந்த முன்னாள் மைசூர் முதல்வர் வீரேந்திர பாட்டில்தான்! அவர் மைசூர் முதல்வராகப் பதவியில் இருந்தபோதே தெரிவித்த கருத்து இது!

"நிதித்துறையைப் பொறுத்தவரையில் மத்திய – மாநில உறவு களைப் பற்றி முறையான – தேவைப்பட்டால் சட்டபூர்வமான

1... " the outstanding feature of the financial relationship between the Centre and the States consequently is that the former is always the giver and the latter the receivers."

- Report Of The Study Team On Centre - State Relationships, Administrative Reforms Commission, Vol. I, p.15.

2. "... the provinces will be beggars at the doors of the Centre."
- K. SANTHANAM, C.A.D., V. III, p.55

3. "There is high concentration of power and finance in the hands of the Centre today. It is common knowledge that the States are forced time and again to go to the Centre with a begging bowl, asking for more money."

- **VEERENDRA PATIL,** "The States," Nov. 28, 1970

– மறுபரிசீலனை மேற்கொள்ளப்பட வேண்டும். மத்திய அமைச்சகங்களின் குறுக்கீடுகளும் கடுமளவு குறைக்கப்பட வேண்டும்."[1]

– இவ்வாறு கூறியிருப்பவர் பிரம்மானந்த ரெட்டியார். முதலமைச்சர் பதவி இழந்த பிறகு, அந்த ஆத்திரத்தில் சொன்ன கருத்து என்று யாரும் நினைத்திட வேண்டாம். அவர் ஆந்திர முதல்வராக இருந்த நேரத்தில்தான் இவ்வாறு கூறினார்.

எனவேதான் நாமும் குரல் எழுப்புகிறோம் – கடுமையான போர்க்குரல் எழுப்புகிறோம்– மாநிலங்களை டில்லிக்குக் காவடி எடுக்கும் பிச்சைக்கார ஆண்டிகளாக ஆக்கி வைத்திருக்கும் இப்போதைய மத்திய – மாநில உறவுகள் அப்படியே முற்றிலும் திருத்தி வார்க்கப்பட வேண்டும்! ●

---

1. "On the financial side a systematic and, if necessary, a formal review of the Union - State relations has to be undertaken and a drastic curtailing of the interference by the Central Ministries is called for."

- **BRAHMANANDA REDDI,** "The States" Jan. 23, 1971

13. நிதிக்குழு

> "தற்போதைய விநியோக முறைப்படி ஒன்றுமே செய்யாமல் (போதுமான வரி விதிக்காமல்) மிகக் குறைவானதைச் செய்திருக்கிற மாநிலங்கள் தங்களுக்குக் கிடைக்க வேண்டியதை விட அதிகம் பெற முடிகிறது."
>
> – மூன்றாவது நிதிக்குழு (1961) அறிக்கை
>
> "Under the present dispensation, it is likely that the States, which have done the least, may receive more than they would have otherwise deserved."
>
> - Report Of The (Third) Finance Commission, 1961, p.40.

*க*தை எழுதும்போது ஒரு குறிப்பிட்ட பாத்திரத்தைப் பரம ஏழையாக– எப்போதும் பிறர் உதவியை எதிர்பார்த்துக் கொண்டிருப்பதாகப் படைப்பது போல, அரசியல் சட்டம் உருவாக்கும்போது மாநிலங்களைப் போதுமான வருவாய் இல்லாத ஏழைகளாக– எப்போதும் உதவிக்கு மத்திய அரசை எதிர்பார்த்துக் கொண்டிருப்பவையாகப் படைத்து விட்டார்கள். அப்படி எழுதப்பட்ட கதைதான் தற்போதைய அரசியல் அமைப்புச் சட்டம்.

இது ஏதோ எதிர்பாராமல் நேர்ந்த விபத்து அன்று; மாநிலங்கள் நிதி ஆதாரமற்றவையாக – எப்போதும் மத்திய அரசை எதிர்பார்ப்பவையாக – இருக்க வேண்டும் என்று அரசியல் சட்டத்தை இயற்றியவர்கள் எண்ணினார்கள். எனவே இது வேண்டுமென்றே செய்யப்பட்ட ஏற்பாடாகும்.

"நிர்வாக அதிகாரங்களைப் போல் அல்லாது வரி விதிப்பு

அதிகாரங்களைப் பங்கீடு செய்தது மாநிலங்கள் மத்திய அரசை நம்பி வாழ்வதை முழுமையாக்கி விட்டது... இது வேண்டுமென்றே செய்யப்பட்ட செயலாகும்"[1]

– என்று ஏ. கே. சந்தா கூறியிருக்கிறார். இவர் மூன்றாவது நிதிக் கமிஷனின் தலைவராக இருந்தவர்.

திரண்ட நிதி வருவாய் முழுவதையும் முன் அத்தியாயத்தில் குறிப்பிட்டபடி மத்திய அரசிடம் ஒப்படைத்தார்கள்.

தங்கள் வருவாயைக் கொண்டு மாநில அரசுகள் முறையாக நடைபெற முடியாது.

தன்னிடம் குவிந்து கிடக்கும் வருவாயைக் கொண்டு மத்திய அரசு மாநிலங்களைப் 'போஷிக்க வேண்டும்.

– அதாவது, மாநில அரகள் தங்கள் வருவாய்க்கு மத்திய அரசை எதிர்பார்த்து நிற்க வேண்டும் என்பது நோக்கம்.

இந்த நோக்கத்தை எப்படி நிறைவேற்றுவது?

அதற்காக அரசியல் சட்டம் ஏற்பாடு செய்திருக்கிற ஒரு கருவிதான் நிதிக்குழு (Finance Commission).

சில வரிகளை மத்திய அரசு வசூலித்து மாநில அரசுகளோடு பகிர்ந்து கொள்கிறது என்பதை முன் அத்தியாயத்தில் குறிப்பிட்டிருக்கிறோம் அன்றோ?

வருமானவரி, சில பண்டங்களின் உற்பத்தி மீது விதிக்கப்படுகிற எக்சைஸ் டூட்டி ஆகியவை அப்படிப் பங்கிட்டுக் கொள்ளப் படுகின்றன.

> இந்த வரி வசூலில் எத்தனை சதவிகிதத்தை மத்திய அரசிடம் கொடுப்பது? எத்தனை சதவிகிதத்தை மாநில அரசுகளிடம் கொடுப்பது?

– இதை நிதிக்குழு முடிவு செய்கிறது.

---

1. "This division of taxing power, in contrast to the division of administrative power, has made the dependence of the States to the Union nearly absolute... It was a deliberate act..."

- A.K. CHANDA, "Journal Of Constitution And Parliamentary Studies," Vol. III, No.4, p. 138.

எடுத்துக்காட்டாக, முதல் நிதிக்குழு மொத்த வருமானவரி வசூலில் *55* சதவிகிதத்தை மாநிலங்களுக்குத் தர வேண்டும் என்று முடிவு செய்தது.

இப்படி மாநிலங்களுக்காகப் பிரித்துக் கொடுக்கப்படும் *55* சதவிகிதத் தொகை 'பகிர்வு நிதி' (Divisible pool) என்று அழைக்கப்படுகிறது.

– சரி, மொத்த வருமான வரி வசூலில் *55%* இப்போது மாநிலங்களுக்கு ஒதுக்கப்பட்ட பகிர்வு நிதியாகிவிட்டது.

இந்தப் பகிர்வு நிதியிலிருந்து ஒவ்வொரு மாநிலத்திற்கும் எவ்வளவு தொகை கொடுப்பது?

– இப்படிப் பங்கிட்டுக் கொடுக்கிற பணியையும் நிதிக்குழு செய்கிறது.

எடுத்துக்காட்டாக, மீண்டும் முதல் நிதிக்குழுவையே எடுத்துக் கொள்வோம்.

மேற்கு வங்கம், பம்பாய் போன்ற மாநிலங்கள் வசூல் அடிப்படையில் வருமான வரியில் பங்கு கேட்டன.

'எங்கள் மாநிலத்தில் எவ்வளவு வரி வசூலாகிறதோ; அந்தத் தொகை முழுவதையும் எங்களிடமே திருப்பிக் கொடுத்துவிட வேண்டும்' என்பது மேற்கு வங்க அரசின் வாதம்!

பீகார், மத்தியப் பிரதேசம் போன்ற மாநிலங்கள் மக்கள் தொகை அடிப்படையில் அந்தப் பகிர்வு நிதி மாநிலங்களுக்கிடையே பங்கு போடப்பட வேண்டும் என்று கேட்டன.

எடுத்துக்காட்டாக, பீகார் பகிர்வு நிதியில் *50* சதவிகிதம் மக்கள் தொகை அடிப்படையில் பங்கு போடப்பட வேண்டும் என்று கேட்டது. எல்லா மாநிலத்து மக்களும் பற்றாக்குறையாலும், வறுமையாலும் வாடுவதால் மக்கள் தொகை அடிப்படையில் வருமான வரியைப் பிரிப்பது நியாயமானது என்பது அவர்களது வாதம்.

ஆனால், மேற்கு வங்கம், பம்பாய் போன்ற தொழில் துறையில் வளர்ச்சியடைந்த மாநிலங்கள் வசூல் அடிப்படையில் பங்கு கேட்டன. அப்போதுதான் அவர்களுக்குக் கூடுதலான தொகை கிடைக்கும்.

இந்த 'ஃபார்முலா'வின்படி பீகார், மத்தியப் பிரதேசம் போன்ற மாநிலங்களுக்குக் கூடுதல் பங்கு கிடைக்காது. ஏனெனில் அங்கே பம்பாய், மேற்கு வங்கத்தைவிட வருமான வரி வசூல் குறைவு.

எனவே, அவை தங்களுக்கு அனுகூலமாக மக்கள் தொகை அடிப்படையில் பங்கு கேட்டன.

இந்த இரண்டு கோரிக்கைகளையும் முதல் நிதிக்குழு அலசி ஆராய்ந்தது.

அந்த நேரம் இந்தியாவில் வசூலாகிய மொத்த வருமான வரியில் முக்கால் பகுதி அன்றைய பம்பாய் மாநிலத்திலும், மேற்கு வங்க மாநிலத்திலும் மட்டுமே வசூலாயிற்று.

அந்தத் தொகையிலும் முக்கால் பகுதி பம்பாய் நகரத்திலும், கல்கத்தா நகரத்திலும் மட்டுமே வசூலாயிற்று.

இதை வைத்து அந்த இரு நகரங்களில் மட்டுமே அந்த வருமான வரி செலுத்துவோரின் வருமானம் முழுவதும் உற்பத்தியாகிறது என்று சொல்லிவிட முடியாது.

வரலாற்றுக் காரணங்களால் பம்பாய், கல்கத்தா, சென்னை ஆகிய மூன்று துறைமுகங்களும் இந்தியாவின் ஏற்றுமதி, இறக்குமதி வாயில்களாகி விட்டன. எனவே, அதன் காரணமாக அந்த மூன்று இடங்களும் பொருளாதார நடவடிக்கைகள் மிகுந்த இடங்களாகி விட்டன. நாடெங்கிலும் வாணிகம் செய்யும் நிறுவனங்கள் அங்கே தங்கள் தலைமை நிலையங்களை வைத்திருக்கின்றன. எனவே, ஒரு லட்ச ரூபாய் ஒரு நகரத்தில் வருமான வரியாக வசூலிக்கப்பட்டால், அந்த ஒரு லட்ச ரூபாய் வரிக்கு உண்டான பல லட்ச ரூபாய் வருமானம் அதே நகரத்திலோ அல்லது மாநிலத்திலோ உற்பத்தியானதாகக் கொள்ள முடியாது என்று 'வசூல் வாத'த்தை முழுவதும் ஒப்புக் கொள்ளாமல் முதல் நிதிக்குழு நிராகரித்தது.

இறுதியாக, 20 சதவிகிதம் வசூல் அடிப்படையிலும், 60 சத விகிதம் மக்கள் தொகை அடிப்படையிலும் மாநிலங்களுக்குப் பகிர்வு நிதியிலிருந்து பங்கிட்டுக் கொடுப்பதென்று முதல் நிதிக் குழு ஒரு சமரச ஏற்பாட்டைச் செய்தது.

இதைப் போலவே புகையிலை, தீப்பெட்டி, தாவரத் தயாரிப்புகள் (Vegetable products) ஆகியவற்றின்மேல் போடப்படும் எக்சைஸ் வரியில் 40% மாநிலங்களுக்குத் தரப்பட வேண்டும் என்று முதல் நிதிக் குழு முடிவு செய்தது.

இந்தத் தொகை மக்கள் தொகை அடிப்படையில் எல்லா

மாநிலங்களுக்கும் பகிர்ந்து கொடுக்கப்பட வேண்டும் என்று முதல் நிதிக் குழு தீர்ப்பு வழங்கியது. [1]

இப்படித்தான் அடுத்த ஐந்து ஆண்டுகளில் மாநில அரசுகளுக்கு மத்திய அரசிடமிருந்து வருமான வரி, எக்சைஸ் டூட்டி ஆகியவற்றிலிருந்து கிடைக்க வேண்டிய பங்குத் தொகை ஒவ்வொரு நிதிக் குழுவாலும் தீர்மானிக்கப்படுகிறது.

இந்தப் பங்குத் தொகை கிடைத்த பிறகும் எல்லா மாநிலங்களுடைய பற்றாக்குறையும், நிதி நெருக்கடிகளும் நீங்கிவிடுமா?

நிலைமை அப்படியில்லை.

வருமான வரி, எக்சைஸ் டூட்டி ஆகியவற்றில் பங்கு கிடைத்த பிறகும் பல மாநிலங்கள், முதல் தேதி மாலை சம்பளம் வாங்கி, வழியிலேயே அதைப் பட்டாணியனிடம் கொடுத்துவிட்டு, மனைவி மக்களிடம் வெறும் கையை விரித்துக் காட்டும் ஏழைத் தொழிலாளி நிலையிலேயே அவதிப்படுகின்றன.

ஆமாம், மாநிலத்து மக்கள் கொடுக்கும் வரி போதவில்லை. மத்திய அரசிடமிருந்து நிதிக்குழு பெற்றுக் கொடுக்கும் வரிப்பங்கும் போதவில்லை:

– அப்படிப்பட்ட நிலையில்தான் 'கதை' எழுதியவர்கள் பாத்திரங்களைப் படைத்திருக்கிறார்கள்!

இப்படியொரு நிலை ஏற்படும் என்பது அரசியல் சட்டத்தை இயற்றியவர்களுக்குத் தெரியுமா?

தெரியும்!

தெரிந்துதான் அதற்கும் ஒரு ஏற்பாடு செய்திருக்கிறார்கள்!

---

1. இப்படி வரிப் பங்கீட்டில் மக்கள் தொகை முக்கியப் பங்கு வகிக்கிறது. மக்கள் தொகையைப் பெருக்கிக் காட்டுகிற மாநிலங்களுக்கு வருமான வரியிலிருந்தும், எக்சைஸ் டூட்டியிலிருந்தும் அதிகப் பங்கு கிடைக்கும். தமிழ்நாடு போலக் குடும்பக் கட்டுபாட்டைத் தீவிரமாகச் செயல்படுத்தி வந்தால் இந்தப் பங்குத் தொகையெல்லாம் குறைந்துவிடும் என்பது கவனிக்கத்தக்கது. அது போலவே, நாடாளுமன்றத்தில் ஒவ்வொரு மாநிலத்திற்கும் எத்தனை உறுப்பினர்கள் என்பது மக்கள் தொகை அடிப்படையிலேயே கணிக்கப்படுகிறது. மக்கள் தொகையைக் கூட்டிக் காட்டும் மாநிலங்கள் நாடாளுமன்றத்தில் அதிக உறுப்பினர்களைப் பெறும்.

– பற்றாக்குறை மாநிலங்களுக்கு மத்திய அரசு மானியம் வழங்குவதுதான் அந்த ஏற்பாடு.

வருமான வரி, எக்சைஸ் டூட்டி ஆகியவற்றைப் பங்கிட்டுக் கொடுத்த பிறகும் மாநிலங்கள் பற்றாக்குறையால் தவிக்குமேயானால், நிதிக்குழு அந்த மாநிலங்களின் **நிதித்தேவையை ஆராய்ந்து**, அதற்கேற்றவாறு தரவேண்டிய மானியம் பற்றி மத்திய அரசிற்குப் பரிந்துரை வழங்குகிறது.

(நிதிக் குழு திட்டச் செலவுகளைக் கணக்கெடுப்பதில்லை. அது திட்டக் குழுவின் (Planning Commission) வேலை!)

நிதிக் குழு கவலைப்படுவதெல்லாம் திட்டமில்லாத செலவினத்தில் துண்டு விழுகிற தொகையைப் (Non-plan revenue gap) பற்றித்தான்.

ஒரு அரசாங்கம் நடைபெற வேண்டுமானால் அரசாங்க ஊழியர்கள், போலீசார் போன்றவர்களுடைய சம்பளம் போன்ற நிர்வாகச் செலவுகள் தவிர்க்க முடியாத செலவினங்களாகும்.

இதைக்கூடச் செய்ய முடியாத ஒரு அரசு, 'அரசு' என்று சொல்லிக் கொள்வதற்கே தகுதி இல்லை!

அந்தத் தகுதியற்ற நிலையில்தான் மாநில அரசுகள் இருக்கின்றன!

நிதிக் குழு உருவாக்கப்பட்டதும், தனது ஊழியர்களது சம்பள உயர்வு, பஞ்சப்படி உயர்வு ஆகியவற்றால் அடுத்த ஐந்தாண்டில் மாநில அரசுக்கு ஏற்படுகிற நெருக்கடியைத் தொகுத்து, அதைச் சமாளிப்பதற்கு மத்திய அரசு மானியம் தர வேண்டும் என்று கேட்டு, ஒவ்வொரு மாநிலமும் – 'ஸ்காலர்ஷிப்' கோருகிற ஏழை மாணவன் தர்மப்பிரபு ஒருவரிடம் விண்ணப்பம் போடுவது போல மனுக் கொடுக்கின்றது!

பல மாநிலங்கள் ஏற்கெனவே அமைத்த சாலைகளைப் பழுதுபார்த்துச் செப்பனிடக்கூடப் போதிய பணமில்லாமல் அதற்காகவும் நிதிக்குழுவிடம் விண்ணப்பித்துக் கொண்டிருக்கின்றன.

அதுபோலவே முன்பே நிர்மாணித்த கட்டடங்கள், அணைக்கட்டுகள் முதலியவற்றைப் போதிய நிதியில்லாத காரணத்தால் பல மாநிலங்கள் பராமரிக்க முடியாமல் போயிருக்கின்றது. இன்று வரை செய்யப்பட வேண்டிய

ரிப்பேர்களுக்காகவும், இனிமேல் அவ்வப்போது அவற்றைச் செப்பனிட்டுப் பராமரிப்பதற்காகவும் மானியம் கோரி அடுத்த ஐந்து ஆண்டுகளுக்காகும் செலவினத்தைப் பட்டியல் போட்டு, பல மாநிலங்கள் ஐந்தாவது நிதிக்குழு (1969)விடம் விண்ணப்பம் செய்து கொண்டுள்ளன. [1]

ஆறாவது (1973) நிதிக் குழுவிடம் மேற்கு வங்க அரசு இன்னொரு விநோதமான கோரிக்கையை வைத்தது. சட்டம்–ஒழுங்கை நிலைநாட்டுவதற்காக அடிக்கடி மத்திய ரிசர்வ் போலீசை அழைக்க வேண்டியிருக்கிறது; மத்திய ரிசர்வ் போலீஸ் வரும்போதெல்லாம் அதற்காகும் செலவை மத்திய அரசு மாநில அரசிடமிருந்து வசூலித்துக் கொள்கிறது. இது கூடாது என்று மேற்கு வங்க அரசு கேட்டுக் கொண்டிருக்கிறது. [2] (இதிலிருந்து மேற்கு வங்க இந்திரா காங்கிரஸ் ஆட்சியில் உள்ள சட்டம்–ஒழுங்கு நிலையை நன்கு யூகிக்கலாம்!)

ஆக, மானியத் தொகையைத் தீர்மானிக்க முதலில் நிதிக்குழு, அடுத்த ஐந்தாண்டு காலத்தில் அந்த மாநிலத்தின் வரவு–செலவு என்னென்ன என்பதைத் அடையாளம் காண வேண்டும்.

அடுத்து, அந்த மாநில அரசிற்கு அடுத்த ஐந்தாண்டுகளில் ஏற்படக்கூடிய தவிர்க்கவே முடியாத நிர்வாக – பராமரிப்புச் செலவுகள் என்னென்ன என்பதை அடையாளம் காண வேண்டும்.

பிறகு, அந்தச் செலவுகளை அந்த மாநிலம் தனது வருவாயிலிருந்து செய்து கொள்ள முடியுமா? என்பதைக் கணக்கிட்டறிய வேண்டும்.

– இந்தப் பணிகளைத்தான் ஒவ்வொரு நிதிக்குழுவும் செய்வதாகச் சொல்கிறது.

ஆனால், இவற்றையெல்லாம் அளந்து பார்க்கக்கூடிய சரியான அளவுகோல் இல்லாத காரணத்தால் நிதிக்குழு தனது பணிகளை எல்லோருக்கும் திருப்தியளிக்கும் விதத்தில் சரியாகச் செய்ய முடியவில்லை.

எடுத்துக்காட்டாக, சிக்கனத்தைக் கையாண்டு மாநில அரசுகள் பணத்தை மீதம் பிடிக்க முடியும். அதைப் பராமரிப்புச் செலவுகளுக்குத் திருப்பிவிட முடியும்.

---

1. Report of the (Fifth) Finance Commission 1969, p.50
2. Report of the (Sixth) Finance Commission 1973, p.72

"நிதிக் குழுதான் வரப்போகிறதே! பற்றக்குறையை அவர்கள் கொடுத்துவிட்டுப் போகிறார்கள்!" – என்று மாநில அரசுகள் சிக்கனத்தைக் கையாளாமல் இருந்தால் அதை நிதிக்குழு ஒன்றும் செய்ய முடியாது. ஏனெனில், அது நிதிக் குழுவால் கண்டறிய முடியாத நிலை!

இதன் காரணமாகச் செலவில் சிக்கனம் காட்டுகின்ற மாநிலங்களுக்கு மானியம் கிடைக்காத தண்டனையும், சிக்கனத்தை நாடாத அரசுகளுக்கு மானியத் தொகை என்கிற பரிசும் கிடைக்கின்றன!

இதையே மூன்றாவது நிதிக்குழு அத்தியாயத் தொடக்கத்தில் உள்ளபடி, சுட்டிக்காட்டியிருக்கிறது.

சில மாநிலங்களுக்குப் புதிய வரி விதிப்பு என்றாலே ஒரு விதமான 'அலெர்ஜி' ('Allergy') ஏற்பட்டிருப்பதாகவும் அந்தக் குழுவினரின் அறிக்கை குறிப்பிட்டிருக்கிறது. [1]

'கொடுப்பதற்குத்தான் ஆண்டவன் (மத்திய அரசு) இருக்கிறானே!' என்கிற எண்ணத்தால் இத்தகைய உணர்ச்சி ஏற்படுகிறது!

அனைத்து அதிகாரங்களையும் உயரே குவித்து வைத்துக் கொண்டிருந்தால் கீழே இருக்கிறவர்களுக்கு – அது வீடாக இருந்தாலும், நாடாக இருந்தாலும் – இந்தவித உணர்ச்சி தானாகவே ஏற்பட்டுவிடும்!

செதல்வாடு குழுவினர் இதுகுறித்துக் கீழ்க்கண்டவாறு கூறியிருக்கின்றனர்:

> "மத்திய அரசையே மிக அதிகமாக நம்பியிருக்க வேண்டிய நிலைமை மாநிலங்களில் பொறுப்பற்ற தன்மையையும், செயல்படுவதில் திறமைக் குறைவையும் ஏற்படுத்தி விடுகிறது." [2]

மேலும், ஒரு குறிப்பிட்ட மாநிலம் எவ்வளவு வரிப்பளுவைத் தாங்கும்? அதற்கு அந்த மாநிலம் எத்தகைய வரி விதிப்பு முயற்சியை மேற்கொண்டிருக்கிறது? – என்பன பற்றிய (tax potentials and tax efforts) விபரங்கள் எந்த மாநிலத்திலும் கிடையா.

இதனால் நிதிக்குழு தனது பணிகளைச் செவ்வனே நிறைவேற்ற முடியவில்லை.

---

1. Report of the (Third) Finance Commission, 1961, p.38
2. "In the States, excessive dependence of the Centre tends to produce irresponsibility and operational inefficiency."
 - Report Of The Study Team, op. cit., p 23.

இவை தவிர, மானியம் வழங்கும்போது பின் தங்கிய மாநிலங்களைக் கைதூக்கி விடுவதையும் நிதிக்குழு கருத்தில் கொள்கிறது.¹

முதல் நிதிக்குழுவிலிருந்து (1952) இந்தக் கொள்கை பின்பற்றப்படுகிறது. சமுதாய நலப்பணிகளை (social services) – அதாவது தொடக்க நிலைக் கல்வி, மருத்துவ வசதி – போன்றவற்றை முறையாகச் செய்ய முடியாத அளவிற்கு ஒரு மாநிலத்தில் நிதிப் பற்றாக்குறை இருந்தால் அதற்கு நிதிக் குழு மானியம் அளிக்கிறது.²

இந்த வகையில் பிரும்மானந்த ரெட்டி தலைமையில் அமைந்த ஆறாவது நிதிக்குழு (1973) ஒருபடி அதிகமாகச் சென்று; சமுதாய நலப் பணிகளிலும், நிர்வாகப் பணிகளிலும் ஒரு தேசியச் சராசரியைப் பின்தங்கிய மாநிலங்கள் அடைவதைக் குறிக்கோளாகக் கொண்டு மானியம் வழங்க வழிவகை செய்திருக்கிறது. இந்த முறை இந்தியக் கூட்டாட்சிப் பொருளாதாரத்தில் ஒரு புதிய பாதையை வகுத்திருப்பதாகவும் அந்தக் குழுவின் அறிக்கை பெருமைப்பட்டுக் கொண்டிருக்கிறது.³

இதற்கு முன்பு வந்த குழுக்கள் அனைத்தும், முதல் ஆண்டில் செய்யப்படுகிற நிர்வாக – சமுதாய நலப் பணிகளைக் குறிப்பிட்ட மாநிலம் கடைசி ஐந்தாவது ஆண்டில் செய்ய முடியுமா? அதற்கேற்ற நிதி வசதி இருக்கிறதா? இல்லாவிட்டால் அந்த வித்தியாசத்தை மானியமாகக் கொடுத்து நிரப்பலாம் – என்கிற ரீதியில் தங்கள் கணக்கெடுப்பை நடத்தின.

---

1. ".... the scheme of distribution should attempt to lessen the inequalities between States."

- Report Of The (First) Finance Commission, 1952, p.8.

2. "The standards of social services in a State may be a criterion for grants - in- aid."

- Ibid., p. 97.

3. "While the earlier Commissions had assessed the requirements of States largely on the basis of maintenance of administrative and social services of whatever level obtained in the base year in each of the States, we have sought to raise the provision for some of the administrative and social services upto the national average in the backward States. We hope that in doing so we have broken new ground in Indian federal finance."

- Report Of The (Sixth) Finance Commission, 1973, p.9.

ஆனால் பிரும்மானந்த ரெட்டியார் குழுவோ பொது நிர்வாகம் (General Administration), நீதித்துறை நிர்வாகம் (Administration of Justice), சிறைச்சாலை, போலீஸ், தொடக்கக் கல்வி, சுகாதாரத்துறை, தாழ்த்தப்பட்டோர், பின்தங்கியோர் நலம் – ஆகிய துறைகளில் 1978-79இல் (அதாவது இந்த நிதிக் குழுவின் பரிந்துரைகள் பற்றிய கடைசி ஆண்டில்) ஒவ்வொரு மாநிலமும் தலைக்கு எவ்வளவு செலவழிக்க முடியும் என்று கணக்கெடுக்கிறது. பிறகு அந்த ஆண்டு சம்பந்தப்பட்ட துறைகளில் தலைக்கு அகில இந்தியச் சராசரி எவ்வளவு என்று கணக்கெடுக்கிறது. பிறகு இந்த அகில இந்தியச் சராசரிக்குக் குறைந்த மாநிலங்களுக்கு மட்டும் மானியம் வழங்கப் பரிந்துரை செய்யப்பட்டிருக்கிறது.

உத்தரப் பிரதேசத்திற்கும், பீகாருக்கும் அள்ளிக் கொடுப்பதற்காகவே இந்த ஏற்பாடு என்று துணிந்து கூறலாம்.

எடுத்துக்காட்டாக, 'பொது நிர்வாகத்தை முன்னேற்றுவதற்கு' என்று ஒதுக்கப்பட்ட ரூ.102.15 கோடியில் ரூ.72.24 கோடி உ.பி.க்கும், பீகாருக்கும் போய்ச் சேர்கிறது. தொடக்கக் கல்வி முன்னேற்றம் என்கிற தலைப்பில் ஒதுக்கப்பட்டிருக்கிற ரூ.292.11 கோடியில் ரூ.123.72 கோடி உ.பி.க்குக் கிடைக்கிறது.

இந்தத் துறைகளில் மொத்த மானியத் தொகையான ரூ.815.84 கோடியில் உ.பி. ரூ.290.1 கோடியையும், பீகார் ரூ.166.7 கோடியையும் தட்டிக்கொண்டு போகின்றன.

(இந்த மானியத் தொகைப் பங்கீடு பற்றிய விபரங்களை அடுத்த பக்கமுள்ள பட்டியல் – 1 இல் காண்க.)

போலீஸ் துறையைப் பொறுத்தவரை – தமிழ்நாடு குறிப்பிட்ட ஆண்டில் அகில இந்தியச் சராசரியை அடைவதற்கு ரூ. 6.54 கோடி தேவை. அதுபோலவே அரியானாவிற்கு ரூ.1.11 கோடி தேவை. ஆனால் இந்தத் தொகை 'அளவில் கணிசமாக இல்லாமலிருப்பதாலும்'; அங்கு 'போலீசின் அளவும், திறமையும் திருப்தியாக இருப்பதாலும்' மானியம் வழங்கப்படவில்லை – என்று நிதிக்குழு காரணம் காட்டுகிறது.

இப்போது இந்த மானியத் தொகைப் பங்கீட்டில் உள்ள அநியாயத்தை ஆராய்வோம்.

பின்தங்கிய மாநிலங்களின் வளர்ச்சிக்குத் தனிக் கவனம் செலுத்த வேண்டும் என்பதை நாம் மறுக்கவில்லை.

பட்டியல்–1

‘5ஆவது ஐந்தாண்டுத் திட்டக் காலத்தில் நிர்வாகத்தின் தரத்தை உயர்த்துவதற்காக’ ஆறாவது நிதிக்குழு அளிக்கும் நிதி உதவி

(Financial provision over the Fifth Plan period for upgradation of Standards of Administration)

(ரூபாய்கள் கோடியில்)

மாநிலங்கள்	பொது நிர்வாகம் (General Admini-stration)	நீதி நிர்வாகம் (Admn. of Justice)	சிறை (Jails)	போலீஸ் (Police)	தொடக்கக் கல்வி (Primary Education)	பொது நலத்துறை (Medical & Public Health)	தாழ்த்தப் பட்டோர், ஆதிவாசிகள், பின்தங்கிய வர்கள் நலன்	மொத்தம்
1	2	3	4	5	6	7	8	9
1. உத்தரப்பிரதேசம்	36.03	5.04	2.65	54.30	123.72	55.62	12.80	290.1
2. பீகார்	36.21	5.58	..	39.60	35.19	35.19	15.02	166.7
3. மேற்கு வங்கம்	3.84	..	..	..	49.56	..	18.83	72.23
4. ஒரிசா	..	2.04	0.79	11.88	27.60	7.35	7.40	57.06
5. ஆந்திரம்	..	0.27	2.61	20.37	15.54	13.83	..	52.62
6. மத்தியப் பிரதேசம்	12.27	1.62	1.88	3.99	7.38	18.51	4.69	50.34
7. இராஜஸ்தான்	..	1.77	1.31	..	11.31	..	13.04	27.43

8. கர்நாடகம் (மைசூர்)	7.02	..	1.76	16.53	..	1.14	..	26.45
9. அரியானா	..	0.42	..	(1.11)	14.79	2.07	4.17	21.45
10. அசாம்	4.86	1.65	..	..	..	3.24	8.27	18.02
11. பஞ்சாப்	..	..	..	..	7.02	..	6.92	13.94
12. குஜராத்	(10.02)	..	2.56	..	..	..	6.63	9.19
13. கேரளா	1.92	..	0.77	3.84	..	..	..	6.53
14. மராட்டியம்	..	..	0.30	..	..	..	3.33	3.63
15. தமிழ்நாடு	..	..	..	(6.54)	..	..	..	..
மொத்தம்	102.15	18.39	14.63	150.51	292.11	136.95	101.10	815.84

(அடைப்புக் குறிக்குள் காணப்படும் எண் பற்றாக்குறையைக் காட்டும். ஆனால் அந்தத் தொகை குறிப்பிட்ட மாநிலங்களுக்கு அளிக்கப்படவில்லை.)

(SOURCE: REPORT OF THE (SIXTH) FINANCE COMMISSION, 1973, p.51)

கூட்டாட்சி என்பது கூட்டுக் குடும்பம் போல; குடும்பத்தில் ஒருவன் தானாகச் சம்பாதிக்கும் திறமையற்று இருந்தால் அவன் தேவைகளை நிறைவேற்றுவது குடும்பத்தில் உள்ள அனைவரது பொறுப்புமாகும். கொள்கை அளவில் இதை நாம் ஒப்புக் கொள்கிறோம்.

ஆனால், ஒட்டு மொத்தமாகச் சில மாநிலங்களை முன்னேற்ற மடைந்தவை என்றும், சிலவற்றைப் பின்தங்கிய மாநிலங்கள் என்றும் முத்திரை குத்துவது எந்த விதத்திலும் நியாயமாகாது.

எடுத்துக்காட்டாக, தமிழ்நாடு முன்னேறிய மாநிலங்களில் ஒன்றாகக் கருதப்படுகிறது. ஆனால், தமிழ்நாட்டிலுள்ள தர்மபுரி, இராமநாதபுரம் போன்ற மாவட்டங்கள் பின்தங்கிய மாநிலங்களாகக் கருதப்படும் உ.பி., பீகாரை விட மோசமான நிலையில் இருக்கின்றன. எனவே, ஒட்டுமொத்தமாக லேபிள் ஒட்டுவது உண்மை நிலைக்கு மாறானது ஆகும்.

இரண்டாவதாக; பிரும்மானந்த ரெட்டியார் குழுவின் பிரிந்துரைகளின்படி பொது நிர்வாகம், நீதி நிர்வாகம், சிறைச்சாலை, போலீஸ், தொடக்கக் கல்வி, பொதுநலத்துறை, தாழ்த்தப்பட்டோர், பிற்பட்டோர் நலன் – ஆகிய துறைகளில் நமக்கு மானியத் தொகை ஒரு பைசா கூடக் கிடைக்கவில்லை.

இதற்குக் காரணம் என்ன?

இந்தத் துறைகளில் குறிப்பிட்ட ஆண்டில் – அதாவது, இந்த நிதிக் குழுவின் பணிகள் முடிவடைகிற 1978–79இல் – தமிழ்நாடு அகில இந்திய சராசரியைவிட அதிகம் செலவழிக்கும் நிலையில் இருக்கிறது.

உண்மைதான்.

இந்த நிலைக்குக் காரணம் என்ன?

பிரிட்டிஷ் ஆட்சியிலிருந்தே தமிழ்நாடு போன்ற மாநிலங்களில் இந்தத் துறைகளில் அதிகக் கவனம் செலுத்தப்பட்டு, அதிகத் தொகை செலவழிக்கப்பட்டது. பல மாநிலங்கள் அப்போது சுதேச சமஸ்தானங்களாக இருந்தபோது இந்தத் துறைகள் கவனிக்கப்படவேயில்லை. மேலும், இந்தியாவில் பொறுப்பாட்சியை முதன்முதலில் ஏற்றுக்கொண்டு செயல் படுத்திய மாநிலம் அப்போதைய சென்னை மாகாணம். எனவே ஜஸ்டிஸ் கட்சி ஆட்சியில் இவை நன்கு கவனிக்கப்பட்டன.

–இவையெல்லாம் வரலாற்றுக் காரணங்கள்!

இந்த வரலாற்றுக் காரணங்களுக்காக இப்போது நமக்கு மானியத் தொகை மறுக்கப்பட்டுத் தண்டனை தரப்படுகிறது.

தமிழ்நாட்டைப் பொறுத்தவரை மேலே குறிப்பிட்ட துறைகளில் குறிப்பிடத்தக்க முன்னேற்ற நிலை உருவாகியிருப்பது

உண்மைதான்.

எடுத்துக்காட்டாக; தி.மு.க. ஆட்சியில்தான் நிர்வாகச் சீர்திருத்தக் குழு அமைக்கப்பட்டு; அதன் பரிந்துரைகள் அவ்வப்போது நிறைவேற்றப்படுகின்றன. தேவையை உணர்ந்து ஆங்காங்கே புதிய நீதிமன்றங்கள் துவக்கப்படுகின்றன. சிறைச்சாலைச் சீர்திருத்தங்களை மெச்சத் தகுந்த அளவு மேற்கொண்டிருப்பது கழக ஆட்சி. சில சிறைகளில் கைதிகளுக்கு 'இட்டலி' கூட அளிக்கப்படுகிறது. போலீஸ் ஊதியக் குழுவை நிறுவி; அதன்படி ஊதிய உயர்வு கழக ஆட்சியில் அளிக்கப்பட்டிருக்கிறது. இந்தியாவிலேயே புகுமுக வகுப்பு வரை இலவசக் கல்வி அளிப்பது கழக ஆட்சியில்தான். கழக ஆட்சியில்தான் பொதுநலத்துறையில் தமிழ்நாடு இந்தியாவிலேயே முன்னணியில் இருக்கிறது. பிற்பட்டோர் நலனுக்காகக் குழுவொன்று நிறுவி; அவர்கள் நலனுக்காகவும், தாழ்த்தப்பட்டோர் நலனுக்காகவும், வேறு எப்போதையும் விட அதிகம் செலவிடுவது தமிழ்நாடுதான் – அதுவும் கழக ஆட்சியில் தான்!

– இப்படித் தமிழக அரசும், மற்ற முற்போக்கு அரசுகளும் இதுவரை அதிகம் செலவிட்ட காரணத்தால் இந்தத் துறைகளில் அகில இந்தியச் சராசரி உயர்ந்திருக்கிறது. இப்படி உயர்ந்துவிட்ட காரணத்தால் இதுவரை இந்தத் துறைகளை உதாசீனம் செய்த மாநிலங்களுக்கு இப்போது அதிக மானியத் தொகை கிடைத்திருக்கிறது. இதுவரை செய்த மாநிலங்களுக்கு ஒரு பைசா கூடக் கிடைக்கவில்லை. இது ஒரு அநியாயமான நிலைமையில்லையா?

மேலும், தமிழ்நாட்டைப் பொறுத்தவரை கல்வியிலும், தாழ்த்தப்பட்டோர், பிற்பட்டோர் நலனிலும், பொது நலத்துறையிலும் கோடிக்கணக்கான ரூபாய்களை இதுவரை செலவிட்டிருக்கிறோம் என்றால்; வயிற்றைக் கட்டி, வாயைக் கட்டி, இவற்றைவிட அதிக முக்கியத்துவம் வாய்ந்தவையாக இல்லாவிட்டாலும், இவற்றைப் போலவே முக்கியத்துவம் வாய்ந்த மற்ற வளர்ச்சிப் பணிகளை அப்படியே ஒத்திவைத்திருக்கிறோம் – என்பது பொருள். எனவே, நமக்கும் இந்த வகையில் மானியம் கிடைத்தால், இதுவரை நிறுத்தி வைக்கப்பட்ட – அல்லது கவனிக்கப்படாத வளர்ச்சிப் பணிகளை மேற்கொள்ளலாமல்லவா?

– ஆனால் நடப்பது என்ன? நமக்கு ஒன்றும் கிடையாது; முன்னோடியாக நாம் முயற்சி மேற்கொண்டமைக்காக நாம் தண்டிக்கப்படுகிறோம்; வஞ்சிக்கப்படுகிறோம். இதுவரை கடமையைச் செவ்வனே செய்ய மறந்த உ.பி. போன்ற மாநிலங்களுக்கு, அப்படிக் கடமை தவறிய காரணத்திற்காகக் கோடிக்கணக்கில் கொட்டிக் கொடுக்கப்படுகிறது.

பின்தங்கிய மாநிலம் முன்னேற வேண்டும் என்பதை ஒப்புக் கொள்கிறோம். ஆனால் அதற்காக 'நீ மேற்கொண்டு முன் னேறாதே; அப்படியே அசைவற்ற நிலையில் இரு' – என்று மற்ற மாநிலங்களைப் பார்த்துக் கூறுவது கூட்டாட்சி முறையில் அதிகமான சிராய்ப்புகளை ஏற்படுத்தாமல் போகாது.

சரி; இப்படி நிர்வாகத்துறை முன்னேற்றத்திற்கென்றும், தொடக்கக் கல்வி வளர்ச்சிக்கென்றும் 'பின்தங்கிய' மாநிலங் களுக்குக் கொடுத்திருக்கிறார்களே; அப்படி மானியம் பெற்ற மாநிலங்கள், பெற்ற தொகையை அந்தக் குறிப்பிட்ட துறைகளில்தான் செலவு செய்யும்; வேறு துறைகளில் வீணாக்கி, மறுபடியும் இதே காரணம் காட்டி அடுத்த நிதிக் குழுவிடம் அதிகத் தொகை பெற முயலாது என்பதற்கு ஏதாவது உத்தரவாதம் உண்டா?

கிடையாது.

இந்த மானியத் தொகையை வேறு காரியங்களுக்குத் திருப்பி விடாதபடி கண்காணிக்க ஏதாவது ஒரு வழி கண்டுபிடிக்க வேண்டும் என்று அழுத்தந்திருத்தமாகக் கூறுவதாகக் கூறுகிறது பிரும்மானந்த ரெட்டியார் குழு![1]

பணம் திசைதிருப்பப்படுவதைத் தடுக்க வழி கண்டுபிடிக்காமல், கோடிக்கணக்கில் மானியத் தொகை வழங்குவது நேரிய நோக்கத்தோடு செய்யப்படுவதாகத் தெரியவில்லை.

தேர்தல் நேரத்தில் எப்படியும் உ.பி.க்கு உதவி செய்ய வேண்டும்; பீகாரைக் கவனிக்க வேண்டும் என்கிற அரசியல் காரணமாகச் செய்யப்பட்டிருக்கிற ஏற்படாகத்தான் இது தோற்றமளிக்கிறது.

அடுத்த ஐந்து ஆண்டுகளுக்கான பரிந்துரைகளைத் தந்துவிட்டு ஒவ்வொரு நிதிக்குழுவும் கடையை மூடிவிட்டுப் போய்விடுகிறது. (மேற்சொன்ன தகவல்களையெல்லாம் திரட்டிக் கொடுக்கக்கூடிய நிரந்தர அலுவலகம் அதற்குக் கிடையாது. அடுத்த நிதிக் குழு புதிதாகவே தனது பணிகளைத் துவங்க வேண்டும்.)

---

1. "With all the emphasis at our command, we wish to state here that effective mechanisms must be evolved to see that the funds provided by us for those services are not diverted to other purposes."

-Ibid., p. 9.

இத்தகைய சூழ்நிலையில் நிதிக்குழுக்கள் எல்லோரையும் திருப்தி செய்யும் பரிந்துரையை வழங்க முடியாமல் கடுமையான விமர்சனத்திற்கு ஆளாகின்றன.

மகாவீர் தியாகி தலைமையில் அமைந்த சென்ற ஐந்தாவது நிதிக் குழு அப்படிக் கடுமையான விமர்சனத்திற்கு ஆளாகியது.

அதன் பரிந்துரைகள் அதிக மக்கள் தொகை கொண்ட இந்தி பேசும் மாநிலங்களுக்குச் சாதகமாக இருந்ததாகத் தி.மு.கழகம் பகிரங்கமாக நாடாளுமன்றத்திலும், சட்டமன்றத்திலும் குற்றம் சாட்டியது.

நிதிக்குழுவைக் குடியரசுத் தலைவர் நியமிக்கிறார். (பிரிவு: 280). ஆனால் நிதிக் குழுவின் முடிவுகளை அரசு அப்படியே ஏற்கவேண்டுமென்பதில்லை, அவை வெறும் சிபாரிசுகள்தான்! ஐவர் ஜென்னிங்ஸ் இந்த 'அரசியல்' பற்றி ஒரு இடத்தில் பின்வருமாறு குறிப்பிட்டிருக்கிறார்:

"கமிஷன்கள் முன்மொழிகின்றன; ஆனால் அரசியல் வாதிகள் நிராகரிக்கிறார்கள். (ஏனெனில்) அரசியல்வாதிகள் ஓட்டுக்களை நம்பியிருக்கிறார்கள்."[1]

இவ்வாறு ஐவர் ஜென்னிங்ஸ், நிதிக்குழுவையும் மத்திய அரசையும் கிண்டல் செய்திருக்கிறார்.

சான்று: தமிழக அரசு 1970ஆம் ஆண்டு என்.ஜி.ஓ.க்களுக்குச் சம்பளத் தொகையை உயர்த்திக் கொடுத்தது நினைவிருக்கலாம். இதனால் ஆண்டுதோறும் ரூ.22 கோடி தமிழக அரசிற்கு அதிகம் செலவாயிற்று.

ஆனால் இந்தத் தொகையை ஐந்தாவது நிதிக்குழு ஏற்றுக் கொள்ள மறுத்துவிட்டது.

'நிதிக்குழு அமைக்கப்படுவதற்கு முன்பே நீங்கள் சம்பளத்தை உயர்த்தியிருக்க வேண்டும்' என்று விந்தையான காரணம் கூறப்பட்டது.

அந்த ஆண்டு நாம் துண்டு விழாத வரவு செலவுத் திட்டம் தரவேண்டும் என்று முயன்று கொண்டிருந்தோம். இந்த ரூ.22 கோடிச் செலவை மேற்கொண்டு, ரிசர்வ் வங்கியில் அதிகப்பற்று (overdraft) பெற வேண்டுமா – என்று நினைத்ததால் முன்பே இந்தக் காரியத்தை மேற்கொள்ளவில்லை.

---

1. "Commissions propose, but politicians dispose and politicians depend on votes."
 -Sir IVOR JENNINGS, op. cit. p.73.

–முடிவு என்ன? இந்தச் சிக்கன முயற்சி மேற்கொண்டமைக் காகத் தமிழக அரசு தண்டிக்கப்பட்டது! நிதிக்குழு அந்தத் தொகையை நமக்கு அளிக்கவில்லை.

அதுபோலவே, நாங்கள் மதுவிலக்கை மீண்டும் அமல்படுத்தப் போகிறோம். இதனால் ஏற்படும் வருமான நட்டத்தை நிதிக் குழுதான் ஈடுகட்ட வேண்டும் என்று பிரும்மானந்த ரெட்டியார் குழுவிடம் தமிழக அரசு முறையிட்டுக் கொண்டது. ஆனால் இனிமேல் செயல்பட இருக்கிற ஒரு முடிவை நாங்கள் கருத்தில் கொள்ள முடியாது என்று கூறி அந்தக் குழு தமிழக அரசின் கோரிக்கையை நிராகரித்துவிட்டது.

சரி; அடுத்த ஐந்தாண்டுகளுக்கான வரிப் பங்கையும், மானியத் தொகையையும் அறிவித்துவிட்டு நிதிக்குழு கடையைக் கட்டிக்கொண்டு வெளியேறி விடுகிறது என்பதை முன்பே குறிப்பிட்டோம்.

இப்போது ஒவ்வொரு மாநிலத்தின் கையிலும்–

சொந்த மாநிலத்தில் வசூலாகும் வரித்தொகை; வருமான வரியிலிருந்தும், எக்சைஸ் வரியிலிருந்தும் நிதிக்குழு பெற்றுக் கொடுத்த பங்குத் தொகை; நிதிக் குழு மத்திய அரசிடமிருந்து வாங்கித் தந்த மானியத் தொகை

– ஆகிய நிதி இருக்கிறது.

மாநிலங்கள் – இதை வைத்துக்கொண்டு தங்கள் பொறுப்பு களைப் பற்றாக்குறை இல்லாமல் நிறைவேற்ற முடியுமா?

எல்லா மாநிலங்களாலும் முடியாது; அப்போதும் சில மாநிலங்கள் பற்றாக்குறையால் தவிக்கும் நிலை வெளிப் படையாகப் புலப்பட்டது.

சென்ற 1969ஆம் ஆண்டு ஐந்தாவது நிதிக்குழு தனது பரிந்துரைகளை வழங்கியபோது இந்த நிலைமை மேலும் பட்டவர்த்தனமானது.

ஐந்தாவது நிதிக்குழுவின் பரிந்துரைகளின் விளைவாகச் சில மாநிலங்களுக்குத் தங்களது தேவைக்கும் அதிகமான நிதி கிடைத்தது; சில மாநிலங்களுக்குப் பெரும் பற்றாக்குறை ஏற்பட்டது.

சான்றாக, மேற்கு வங்கத்திற்கு ரூ. 405 கோடி உபரியும், உத்தரப் பிரதேசத்திற்கு ரூ. 32.82 கோடி உபரியும், மத்தியப் பிரதேசத்திற்கு

ரூ.18.12 கோடி உபரியும் கிடைத்தன. ஆனால் அதேநேரம் ஆந்திரப் பிரதேசத்திற்கு ரூ. 33.86 கோடி பற்றாக்குறையும், தமிழ்நாட்டிற்கு ரூ.11.84 கோடி பற்றாக்குறையும் ஏற்பட்டன.

இதன் விளைவு என்னவென்றால் சில பற்றாக்குறை மாநிலங்கள் நிதிக்குழுவின் பரிந்துரைகளுக்குப் பிறகும் நிதிப்பஞ் சத்தால் தவிக்க வேண்டிய நிலை ஏற்பட்டது.

அந்த மாநிலங்கள் ரிசர் வங்கியில் அதிகப்பற்று (overdraft) வாங்கித்தான் காலத்தை ஓட்டவேண்டும். இல்லாவிட்டால் அந்த மாநிலங்களில் நிர்வாகம் செவ்வனே நடைபெற முடியாது.

இத்தகைய நிலைமையை அரசியல் சட்டம் இயற்றியோர் எதிர்பார்க்கவில்லை.

வேறு வழியில்லாமல் மத்திய அரசு ரூ. 800 கோடியை ஒதுக்கி, சிறப்புப் பற்றுவசதி (special accommodation) என்கிற பெயரில் கடுமையான பற்றாக்குறை மாநிலங்களுக்கு உதவ முன்வந்தது – அதுவும் கடனாகத்தான்.

இந்த ரூ.800 கோடியை எந்த நடுவரையாவது அல்லது நியா யமான அளவுகோலையாவது வைத்துப் பிரித்துக் கொடுத் தார்களா?

இல்லை.

மத்திய அரசே அந்தப் பங்கீட்டைச் செய்தது.

எந்த அடிப்படையும் இல்லாமல் இந்தத் தொகை பங்கிடப்பட்டது.

பற்றாக்குறை மாநிலங்கள் தவிக்கும்போது, பற்றாக்குறை எதுவுமில்லாத மைசூருக்கு ரூ. 105 கோடி தரப்பட்டது. (நம் அண்டை மாநிலத்திற்குக் கிட்டிய அதிர்ஷ்டம் பற்றி மகிழ்ச்சியே அடைகிறோம்.)

தன் ஊழியர்களுக்குக் கூடுதல் ஊதியம் அளித்த, ரூ. 22 கோடிக்கு நிதிக்குழுவை எதிர்பார்த்து ஏமாந்த தமிழ்நாடு மீண்டும் கோரிக்கை எழுப்பியது. ஆனால் ஒரு பைசாகூடத் தரப்படவில்லை.

அரசியல் காரணங்களால் தங்களுக்குப் பிடித்தமானவர் களுக்கு மத்திய அரசு உதவி செய்தது என்பது தெளிவு.

இத்தனைக்கும் அப்போது டில்லியில் இந்திரா காங்கிரஸ் ஆட்சி தி.மு.க.வை நம்பியிருந்தது. ஒருவேளை ‘இவர்கள்

எப்போதும் நம்மிடம்தான் இருப்பார்கள்' என்று நினைத்தார்களோ என்னவோ, தமிழ்நாட்டின் நியாயமான கோரிக்கையைப் புறக்கணித்தார்கள்.

எப்படியோ ஒரு ஃபார்முலா அல்லது அளவுகோலை வைத்து நிதிக்குழு பற்றாக்குறை மாநிலங்களுக்கு அடுத்த ஐந்தாண்டுகளுக்கு மானியத் தொகை வழங்குமாறு மத்திய அரசிற்குப் பரிந்துரை வழங்கிவிட்டது.

இப்போது அடுத்த ஐந்தாண்டுகளுக்குத் தங்கள் கையில் எவ்வளவு நிதி புரளும் என்பதை மாநிலங்களும் தெரிந்து கொண்டன.

இதற்கிடையில் திடீரென்று இயற்கைக் கோளாறு காரணமாகப் பஞ்சம், வறட்சி, வெள்ளம், புயல், பூகம்பம் ஆகியவற்றால் எதிர்பாராத அழிவு ஏற்பட்டு விட்டால் என்ன செய்வது?

இத்தகைய இயற்கைக் கோளாறுகள் ஏற்படுவது இந்தியாவில் புதுமையன்று. ஒவ்வொரு ஆண்டும் இந்தியாவில் பல மாநிலங்கள் மேற்சொன்ன கோளாறுகளுள் ஏதோ ஒன்றின் காரணமாகப் பாதிக்கப்படுகின்றன.

உடனடியாக நிவாரணம் மேற்கொள்ள வேண்டிய நிர்ப்பந்தத்திற்கு ஆளாவது மாநில அரசுதான்.

நிதிக்குழுவோ கணக்குப் பார்த்து நிதியை ஒதுக்கிவிட்டு முன்பே கலைந்து விடுகிறது.

இந்த நிலையில் மாநில அரசு என்ன செய்யும்?

வேறு வழியின்றி மத்திய அரசுக்குக் காவடி தூக்கும்.

இத்தகைய நேரங்களில் மத்திய அரசு 'வல்லுனர் குழு'வினை அனுப்பி வைக்கிறது.

வீட்டின் பேரில் கடன் கொடுக்க முன்வரும் மார்வாரி அந்த வீட்டின் உத்திரத்தைத் தட்டிப் பார்ப்பான்; ஜன்னல் கதவுகள் அசல் தேக்குத்தானா என்று சோதிப்பான்; அதற்குப் பிறகு படிக்குப் பாதியாகக் கடன் கொடுப்பான்.

மாநில அரசின் விண்ணப்பத்தின் பேரில் மாநிலத்திற்கு வருகை புரியும் மத்திய அரசின் வல்லுனர் குழுவின் போக்கும் அதுபோன்றதுதான்.

முதலமைச்சரிடமிருந்து பல தந்திகள், தொலைபேசி அழைப்புகள் ஆகிய தார்க்குச்சிகளுக்குப் பிறகுதான் டில்லிமாடு அசைந்து கொடுத்து வல்லுனர் குழுவை அமைத்து மாநிலத்திற்கு அனுப்பும்.

அந்தக் குழுவினர் பாதிக்கப்பட்ட பகுதிகளை நேரில் சென்று சோதிப்பார்கள். எடுத்துக்காட்டாக, வெள்ள நிவாரணத்தைக் கணிப்பது அவர்கள் நோக்கமாக இருக்கும். பல நேரங்களில் அந்தக் குழுவினர் காலங்கடந்து வந்து பார்க்கும்போது அநேகமாக வெள்ளம் வடிந்திருக்கும்; சகஜ நிலை அங்கே திரும்பியிருக்கும்.

மார்வாரியைப் போலவே அவர்கள் ஏதோ ஒரு மதிப்பீடு செய்து (எந்த அளவுகோலை அவர்கள் பயன்படுத்துகிறார்களோ, அது ஆண்டவனுக்குத்தான் வெளிச்சம்!) மாநில அரசு கேட்ட உதவித் தொகையைப் படிக்குப் பாதியாகக் குறைத்து ஒரு தொகையைக் கடனாகக் கொடுக்க முன்வருவார்கள்.

அவர்கள் இப்படிக் குறைத்துத்தான் கொடுப்பார்கள் என்பது தெரிந்து, மாநில அரசுகளும் வேண்டுமென்றே தொகையை உயர்த்திக் கேட்பதுதான் வழக்கம்.

இத்தனைக்கும் மாநில அரசு கேட்பது நன்கொடையாகவும் அன்று; பிச்சையாகவும் அன்று.

வட்டியோடு திருப்பித் தரப்போகும் கடன்.

இதற்குத்தான் இவ்வளவு பாடு!

அரசியல் சூழ்நிலைகள் நன்றாக இருந்து, மத்திய அரசின் கருணை இருந்தால் தொகை அதிகம் கிடைக்கும். இல்லாவிட்டால் அவர்கள் அருளும் தொகைதான். கேள்வி கேட்க முடியாது.

இத்தகைய இழிதகை நிலையில்தான் மாநிலங்கள் இருக்கின்றன.

(இந்தக் கடன் விவகாரத்தைப் பின்னர் ஆராய்வோம்.)

இவ்வாறாகத்தான், தானே இயங்க முடியாமல், 'திவால்' ஆகிற கம்பெனிகளாக மாநிலங்கள் வைக்கப்பட்டிருக்கின்றன.

கொழுத்த தர்மப் பிரபுவாக மத்திய அரசு படைக்கப்பட்டிருக்கிறது.

இந்நிலை மாறவேண்டும் என்கிறோம். இது தவறா?

●

14. திட்டக் குழு

> "திட்டம் கூட்டாட்சியை விழுங்கிவிட்டது. பலவிதங்களில் நமது நாடு இப்போது அநேகமாக ஒரு ஒற்றையாட்சி முறையாகவே செயல்பட்டு வருகிறது."
>
> **–கே. சந்தானம்**
>
> "Planning has superseded the Federation and our country is functioning almost like a unitary system in many respects."
>
> **- K. SANTHANAM,** op. cit., p.56.

மத்திய – மாநில உறவிலே ஒரு பெரும் பரபரப்பையும், சச்சரவையும் ஏற்படுத்தியிருப்பது திட்டக்குழு (Planning Commission) ஆகும்.

அரசியல் சட்டத்தை உருவாக்கிய நேரத்தில் பல ஆயிரம் கோடி ரூபாய்களை முதலீடு செய்து ஐந்தாண்டுத் திட்டங்களை ஏற்படுத்த வேண்டுமென்று அப்போது இருந்தவர்கள் நினைத்ததாகத் தெரியவில்லை. எனவே, அரசியல் சட்டத்தில் அந்தத் திட்டங்களை உருவாக்கும் அமைப்புப் பற்றி ஒரு வரிகூட இடம்பெறவில்லை. பிறகு 1950 ஆம் ஆண்டு நாடாளுமன்றத்தில் ஒரு தீர்மானத்தின் மூலம் திட்டக்குழு உருவாக்கப்பட்டது. எனவே, நிதிக் குழுவைப் பற்றி அரசியல் சட்டத்திலே குறிப்பிட்டிருப்பதுபோல் திட்டக் குழுவைப் பற்றி அரசியல் சட்டத்தில் குறிப்பிடப்படவில்லை.

திட்டக் குழுவின் பணி என்ன?

அது நாடு முழுவதற்குமான ஐந்தாண்டுத் திட்டங்களை உருவாக்குகிறது. மாநிலங்களுக்குத் திட்டங்களை அமுல்படுத்து வதற்கு மானியமாகவும் கடனாகவும் நிதியுதவியைத் தீர்மானிக்கிறது.

அரசியல் சட்டத்தில் 282 ஆவது பிரிவு எந்தப் பொதுக் காரியங் களுக்காகவும் (Public Purpose) மத்திய அரசும், மாநில அரசுகளும் மானியங்கள் வழங்கலாம் என்று கூறுகிறது. இந்தப் பிரிவு

ஐ.நா. சபை போன்ற சர்வதேச அமைப்புகளுக்கு அவ்வப்போது உதவுவதற்காக வகை செய்யப்பட்ட பிரிவாகும். அது தவிர, புயல், வெள்ளம் போன்ற எதிர்பாராத நெருக்கடிகள் வந்தாலும் அந்த நேரம் உதவுவதற்கும் இந்தப் பிரிவு பயன்படும். எனவேதான், இந்தப் பிரிவு அரசியல் நிர்ணய சபையில் விவாதத்திற்கு எடுத்துக் கொள்ளப்பட்டபோது, இதற்கான விவாதமே நடைபெறவில்லை. அப்படியே இந்தப் பிரிவு சபையினரால் ஏற்றுக் கொள்ளப்பட்டுவிட்டது.

எடுத்துக்காட்டாக, 1947–48 ஆம் ஆண்டிலிருந்து 1951–52 வரை நாட்டில் உணவு நெருக்கடி ஏற்பட்டபோது மத்திய அரசு அதிக உணவு உற்பத்தி (Grow - more - food) குறித்து மாநில அரசுகளுக்கு வழங்கிய மானியம் இந்தப் பிரிவின் அடிப்படையில்தான் தரப்பட்டது. 1947–48 இல் நாட்டுப் பிரிவினைக்குப் பிறகு அகதிகள் பிரச்சினை உருவானபோது அவர்களுக்கு உதவி மானியத் தொகை வழங்கியதும், இந்தப் பிரிவின் அடிப்படையில்தான்.[1]

இந்தப் பிரிவின் அடிப்படையில் வழங்குகிற மானியங்கள் விருப்பம்போல் தரப்படுகிற மானியங்கள் (Discretionary grants) என்று அழைக்கப்படுகின்றன. நிதிக் குழுவின் பரிந்துரைப்படி வழங்கப்படுகிற மானியங்கள் சட்டப்படியான மானியங்கள் (Statutory grants) என்று அழைக்கப்படுகின்றன.

திட்டக் குழு பற்றி அரசியல் சட்டம் உருவாக்கப்பட்டபோது யாரும் எண்ணிப் பார்க்காத காரணத்தால் நாடாளுமன்றத்தில் **ஒரு தீர்மானத்தின் மூலம்** திட்டக் குழுவை உருவாக்கினார்கள். அது தீட்டிய திட்டங்களை நிறைவேற்றுவதற்காக மாநில அரசுகளுக்கு எப்படி நிதி மானியத்தைத் தருவது என்ற கேள்வி எழுந்தபோது மத்திய அரசினர் மிக இலாவகமாக இந்தப் பிரிவைப் பயன்படுத்திக் கொண்டார்கள்.

---

1. "... in my view, this article was a residuary or reserve article to enable the union to deal with unforeseen continengencies. That was how this article was used both by the British Government and, after transfer or power, before the first year of the First Five Year Plan. Under this Article only some grow - more - food grants and some rehabilitation grants were given. The grow-more - food grants had to be given because of the food Situation in the years 1947 -48 to 1951- 52 and rehabilitation grants were necessitated by the terrible communal conflict of 1947-48."

-K. SANTHANAM, op. cit. p. 40-41

ஆக, திட்டக்குழு என்பது நிதிக்குழு போல் அல்லாது, அரசியல் அமைப்புச் சட்டத்தில் சொல்லப்படாத ஒரு ஏற்பாடு ஆகும்.

அப்படியானால் அரசியல் நிர்ணய சபையில் திட்டம் பற்றிப் பேசப்படவில்லையா?

பொதுவாக அ.நி. சபையில் அதுபற்றி யாரும் விவாதிக்க வில்லை என்கிறார் கே. சந்தானம்.[1]

ஆனால் அ.நி. சபை அதுபற்றி முற்றிலும் மறந்துவிடவும் இல்லை.

'சமுதாயப் பொருளாதாரத் திட்டம்' என்பது மத்திய அரசும் மாநில அரசுகளும் சேர்ந்து இயக்கக் கூடிய பொதுப் பட்டியலில் (Concurrent List) ஒரு அம்சமாகக் குறிக்கப்பட்டிருக்கிறது.

ஆனால், இந்தப் பட்டியலின் கீழ் ஒரு சட்டம் போட்டு நிதிக்குழுவைத் தோற்றுவிக்கவில்லை. எனவே, திட்டக்குழு என்பது சட்டத்திற்கு வெளியே இயங்குகிற ஒரு அட்ஹாக் (Adhoc) அமைப்பாகும்.

இந்தக் காரணத்தை முன்னிட்டு, 'நிதிக்குழு எந்தச் சட்டத்தின் அடிப்படையிலும் அமைக்கப்படவில்லை. ஆகவே, அதன் முடிவுகள் எங்களைக் கட்டுப்படுத்தா' என்று மாநில அரசுகள் வழக்குத் தொடுக்கலாம்.

'அப்படி வழக்குப் போட்டால் அது அரசியல் சட்டப்படி சரியாகவே இருக்கும். திட்டக்குழுவின் முடிவுகளுக்குக் கட்டுப்படுமாறு எந்த மாநில அரசையும் மத்திய அரசு வற்புறுத்த முடியாது' என்கிறார் கே. சந்தானம்.[2] டாக்டர் இராஜமன்னாரின் கருத்தும் அதுதான்.

---

1. "I am afraid that planning did not figure largely in the discussions of the Contituent Assembly, but it was not altogether forgotten. It was put down as item No.20 in the Concurrent List which reads as 'Social and Economic Planning.' But when the Planning Commission was set up in 1950, it was not done under this item. So far there has been no legislation on the Item of planning and the entire planning which has been going on has been on a more or less informal level."

- **K. SANTHANAM,** op. cit., p.44

2. Ibid., P. 44.

ஒரு அரசு தனது அதிகார வரம்பிற்கு உட்பட்டவைகளுக்குத்தான் பணம் செலவிட முடியும். அதாவது, அரசு எவை எவைகளுக்காகச் சட்டம் இயற்றும் அதிகாரத்தைப் பெற்றிருக்கிறதோ, அவைகளுக்கு மட்டுமே செலவழிக்கும் அதிகாரத்தைப் பெற்றிருக்கிறது. மத்திய அரசுப் பட்டியலிலோ, பொதுப் பட்டியலிலோ சொல்லப்படாத விஷயங்களுக்கு மத்திய அரசு பணம் செலவிடுவது அரசியல் சட்டத்திற்கே விரோதமானது என்று டாக்டர் இராஜமன்னார் நான்காவது நிதிக்குழு அறிக்கையிலே குறிப்பிட்டுக் கூறியிருக்கிறார். [1]

ஆனால் இதுவரையில் எந்த மாநிலமும் நீதிமன்றத்திற்குச் சென்று மத்திய அரசை கேள்வி கேட்க முன்வரவில்லை. இதற்கு இரண்டு காரணங்கள் உள்ளன.

முதலாவது, அரசியல் காரணம். ஏறக்குறைய எல்லா மாநிலங்களிலும் தொடர்ந்து, மத்திய அரசை ஆளுகிற காங்கிரசே ஆட்சியில் இருந்துவந்த காரணத்தால் அவர்களுக்கு இந்த எதிர்ப்பு உணர்ச்சி ஏற்படவில்லை.

ஏன் அதைத் தி.மு.க. அரசு செய்யக்கூடாது என்று கேட்கலாம். அங்கேதான் இரண்டாவது காரணம் குறுக்கிடுகிறது. இந்த இரண்டாவது காரணம் பொருளாதாரம் பற்றியது.

தமிழக அரசு அப்படி வழக்குப்போட்டு வெற்றி பெற்றால், 'சரி; அப்படியானால் திட்டங்களுக்காக நீ நீட்டியிருக்கும் திருவோட்டில் ஒரு பைசாகூடப் போடமாட்டேன்' என்று தர்மப்பிரபு நிலையில் உள்ள மத்திய அரசு சொல்லிவிடக்கூடும்.

இப்படித்தான் தனது இராட்சச நிதி பலத்தை வைத்துக் கொண்டு மத்திய அரசு மாநில அரசை அடக்கி ஆள்கிறது.

இருந்தாலும் ஒரு முறைக்காகவாவது திட்டங்களைப் பற்றி மாநிலங்களைக் கலந்து ஆலோசித்து முடிவு செய்வதுபோல் ஒரு பாவனை காட்ட வேண்டாமா?

---

1. "It is a well recognized concept that the spending power of a State is co-terminous with its legislative power. It will be **ultra vires** for the union to expend any mony for a purpose not covered by the Union List or the Concurrent List and it will be equally **ultra vires** for a State to spend any money on a matter which is exclusively within the Union List..... Article 282 confers on the Union or a State a spending power without conferring legislative power."

- Minute by **Dr. P.V. RAJAMANNAR,** Report of the (Fourth) Finance Commision, p.91.

அதற்காக உருவாக்கப்பட்டதுதான் 'தேசிய வளர்ச்சிக் குழு' என்று சொல்லப்படுகிற அமைப்பு (National Development council).

இதற்குப் பிரதமரே தலைவர். மத்திய அமைச்சரவையின் 'கேபினெட்' தகுதி பெற்ற அமைச்சர்களும், எல்லா மாநில முதலமைச்சர்களும் இதில் உறுப்பினர்கள்.

இதில்தான் ஐந்தாண்டுத் திட்டங்கள் ஒப்புதல் அளிக்கப் படுகின்றன. (மாநிலங்கள் பற்றிய மற்ற முக்கியப் பிரச்சினைகளும் இங்கே விவாதிக்கப்படுகின்றன. எடுத்துக்காட்டாக, நிலச்சீர் திருத்தம் பற்றிப் பேசுவதற்குக் கூட ஒரு முறை இக்குழு கூடியது.)

ஒருமுறை இதைத்தான் கே. சந்தானம் இந்தியாவின் 'சூப்பர் கேபினெட்' (Super Cabinet)[1] என்று வர்ணித்தார்.

இந்தத் தேசிய வளர்ச்சிக் குழுவில்தான் ஒரு முறை அனைத்து மாநில முதலமைச்சர்களும் ஆலைத்துணி, சர்க்கரை, புகையிலை ஆகியவற்றின் மீது விற்பனை வரி விதிப்பதில்லை என்று ஒப்புக்கொண்டார்கள். அதற்குப் பதிலாக மத்திய அரசே தனி எக்சைஸ் வரி (Additional excise duty) விதித்து, ஒரு பங்கினை எல்லா மாநிலங்களுக்கும் நிதிக்குழுவின் பரிந்துரையின்படி விநியோகிப்பது என்கிற முடிவுக்கு வந்தார்கள்.

இந்த மூன்று பண்டங்களின் மீது விற்பனை வரி விதிப்பது அரசியல் சட்டம் மாநிலங்களுக்குத் தந்திருக்கும் அதிகாரமாகும்.

ஆனால் இந்த அதிகாரத்தைத் தேசிய வளர்ச்சிக் குழுவில் கூடிய மாநில முதல்வர்கள் வெள்ளித்தட்டில் வைத்து மத்திய அரசிற்குச் சரணாகதியாக்கினார்கள்.

இத்தகைய மகத்தான முடிவு தேசிய வளர்ச்சிக் குழுக் கூட்டத்தில் ஒரே நாளில் முடிவு செய்யப்பட்டது. மேலும், இதுகுறித்து எந்த முதலமைச்சரும் தங்கள் மாநிலத்துச் சட்ட சபையை மட்டுமில்லை; தங்கள் அமைச்சரவையைக் கூடக் கலந்தாலோசிக்கவில்லை என்பது குறிப்பிடத்தக்கது.

அது நேரு காலம். எல்லோரும் காங்கிரஸ் முதல்வர்கள். விவாதமில்லாமலே இவ்வளவு பெரிய முடிவு எடுக்கப்பட்டது.

---

1. Ibid, p. 47.

இதை வைத்துத்தான் கே. சந்தானம் இந்தக் குழுவினை இந்தியாவின் 'சூப்பர் கேபினெட்' என்று வர்ணித்தார்!

எல்லா மாநிலங்களையும் பாதிக்கக்கூடிய – அரசியல் சட்டத்திருத்தத்தால் மட்டுமே கொண்டுவரக்கூடிய மாற்றத்தை ஒரே நாளில் மிகச் சர்வசாதாரணமாகச் செய்துவிட்ட காரணத்தால் வேண்டுமானால் அதை இந்தியாவின் 'சூப்பர் கேபினெட்' என்று கூறலாம்.

அது இந்தியாவின் 'சூப்பர் கேபினெட்' என்பதால் அத்தகைய முடிவு மேற்கொள்ளப்படவில்லை. இந்தியாவில் இமயம் முதல் குமரி வரை ஒருகட்சி ஆட்சி ஓங்கியிருந்தமையால் – இந்த நாட்டின் கூட்டாட்சி அரசியல் அமைப்பு ஒற்றையாட்சி போலச் செயல்படுத்தப்பட்டதால் அத்தகைய முடிவு மேற்கொள்ளப் பட்டது.

உண்மையில் தேசிய வளர்ச்சிக் குழு எப்போதாவது ஒருமுறை கூடிக் கலைகிற கூட்டமாகும்.

'எப்போது கூட்டலாம் என்பது பற்றிக்கூட முன்கூட்டியே எங்களைக் கலப்பதில்லை; நினைத்தபோதெல்லாம் கூட்டு கிறார்கள்' என்று ஒருமுறை தமிழக முதல்வர் கலைஞர்கூடக் குறைப்பட்டுக் கொண்டிருக்கிறார்.

இத்தகைய குழு ஐந்தாண்டுத் திட்டங்களை விவாதிக்கிறது; அனுமதிக்கிறது என்பது ஒரு கேலிக்கூத்தாகும்.

பொதுவாக நாட்டின் பொருளாதாரத் தலைவிதியை நிர்ணயிக்கும் ஐந்தாண்டுத் திட்டம் பற்றிப் பல மாதங்கள் – ஆண்டுகள் விவாதமும், ஆய்வும் திட்டக் குழுவில் நடைபெறு கின்றன. இறுதியில் தேசிய வளர்ச்சிக் குழு இரண்டே இரண்டு நாள் கூடுகிறது. அதில் ஒவ்வொரு முதலமைச்சருக்கும் பேசுவதற்குப் பத்து அல்லது பதினைந்து நிமிடங்கள் கிடைக்கின்றன. இந்தப் பத்து அல்லது பதினைந்து நிமிடப்பேச்சின் மூலமும், இரண்டு நாள் கூட்டத்தின் மூலமும் தேசிய வளர்ச்சிக் குழு நாட்டின் ஐந்தாண்டுத் திட்டங்களை விவாதித்து முடிவு செய்கிறது என்றால் இதை விடப் பெரிய தமாஷ் வேறு என்ன இருக்க முடியும்?

திட்டக் குழு அரசியல் சட்டத்திற்கு அப்பாற்பட்டு அமைக்கப் பட்டாலும், அந்தக் குழு உருவாக்குகிற திட்டங்கள் மாநிலங்களின் ஒப்புதல் பெற்றுத்தான் அமுலுக்கு வருகின்றன என்கிற தோற்றத்தை உருவாக்குவதற்காகக் கடைப்பிடிக்கப்படுகிற ஒரு அடையாளம் தான் தேசிய வளர்ச்சிக் குழு.

அதனால்தான் ஒரு ஆசிரியர் இக்குழுவைத் திட்டக்குழுவின் முடிவுகளுக்குப் போடப்படுகிற 'ரப்பர் ஸ்டாம்ப்' என்று வர்ணித்திருக்கிறார்.

'பிச்சைக்காரர்கள் தங்களுக்கு எது வேண்டும் என்று தேர்ந்தெடுக்கிறவர்களாக இருக்க முடியாது' (Beggars cannot be choosers) என்று ஒரு ஆங்கிலப் பழமொழி இருக்கிறது.

பிச்சைக்காரர்கள் நிலையிலே இருக்கும் மாநிலங்கள் மத்திய அரசு தருகின்ற திட்டங்களுக்கு உடன்படுகின்றன.

மாநிலப் பட்டியலில் இருக்கிற அத்தனை விஷயங்களுக்கும் சேர்த்து மத்திய அரசுதான் திட்டமிடுகிறது.

இதன் விளைவு என்ன?

கொஞ்ச நஞ்சம் இருக்கிற கூட்டாட்சி முறையும் குழி தோண்டிப் புதைக்கப்படுகிறது. நாடு முழுவதும் திட்டத்தைப் பொறுத்தவரையில் ஒற்றையாட்சியாகிவிடுகிறது.[1]

அரசியல் அமைப்புச் சட்டம் உருவாக்கப்பட்டபோது திட்டக்குழு என்கிற அமைப்புக் குறித்து யாரும் எண்ணிப்பார்க்க வில்லை. பின்னர் ஒரு தீர்மானத்தின் மூலம் உருவான திட்டக் குழு – பெயரளவில் இருக்கிற கூட்டாட்சி முறையில் ஒற்றை யாட்சி முறையைத் திணித்து நமது அரசியல் அமைப்பையே மாற்றிவிட்டது. திட்டக்குழுவினால் இந்திய அரசில் ஏற்பட்ட விளைவுகளைக் கீழ்க்கண்டவாறு தொகுக்கலாம்:

1. திட்டக் குழு அரசியல் அமைப்புச் சட்டத்தில் மாநிலங்களுக்கு என்று ஒதுக்கப்பட்டிருக்கிற விஷயங்களுக்காகவும் சேர்த்துத் திட்டம் போட்டு நிதி ஒதுக்கீடு செய்கிறது.

முதல் ஐந்தாண்டுத் திட்டத்தில் மொத்த மூலதனத்தில் 70 சதவிகிதமும், இரண்டாவது, மூன்றாவது திட்டங்களில் 65 சதவிகிதமும், மாநிலப் பட்டியலில் மாநில அரசுகளுக்கென்று ஒதுக்கப்பட்டிருக்கிற விஷயங்களைப் பற்றியதாகும்.

ஆனால் இவற்றைப் பற்றியெல்லாம் தீர்மானித்து, நிதியைக் கொடுத்து, 'இப்படி இருக்க வேண்டும்' என்று ஆணையிடுவது மத்திய அரசு.

---

1. "Planning has supersedd the Federation and our country is functioning almost like a unitary system in many respects."

- **K. SANTHANAM,** op. cit. p. 56

அரசியல் அமைப்புச் சட்டம், கொஞ்சநஞ்சமாவது கூட்டாட்சி முறைக் கொள்கை இருக்க வேண்டும் என்று கருதித்தான் 'மத்திய அரசுப் பட்டியல்', 'மாநில அரசுப் பட்டியல்', 'பொதுப்பட்டியல்' என்று அதிகாரங்களை மூன்று பட்டியல்களிலே தொகுத்து, மத்திய அரசிற்கும் மாநில அரசுகளுக்குமான அதிகார எல்லைக் கோட்டை அமைத்திருக்கிறது. ஆனால் திட்டக் குழுவோ அந்த எல்லைக் கோட்டை அழித்துவிட்டது.

மத்திய அரசின் செய்தி ஒலிபரப்புத் துறைச் செயலாளராக இருந்த ஏ.என்.ஜா கீழ்க்கண்டவாறு கூறுகிறார்:

"ஆதாரப் பள்ளிகள், வேளாண்மைக் கல்லூரிகள், கால்நடை மருத்துவக் கல்லூரிகள் அல்லது மருத்துவக் கல்லூரிகள் ஆகிய வற்றை ஒரு மாநில அரசு தொடங்க நினைத்தால்கூட—இவை எல்லாம் மாநில அரசின் அதிகாரத்திற்குக் கீழேயிருப்பவை – அதைத் திட்டக் குழுவின் சம்மதம் பெற்றுத்தான் செய்ய வேண்டும். துவக்கக் காலத்தில் சுதந்தரப் போராட்ட வீரர்களும், அரசியல் அமைப்புச் சட்டத்தை இயற்றியவர்களும் எண்ணியதற்கு நேர்மாறானதாகும் இது. ஆனால், இதுதான் இப்போது நடக்கிறது!"[1]

அதிகாரத்தைப் பரவலாக்க வேண்டும் என்பதுதான் காந்தி யாரின் தாரக மந்திரம்.

மாகாண சுயாட்சிதான் காங்கிரசார் ஒருமுறை ஏற்றிருந்த போர் முழக்கம்!

திட்டக் குழுவின் பணி அந்த இரண்டு இலட்சியங்களையும் குழிதோண்டிப் புதைத்துவிட்டது.

இதன் விளைவு என்ன?

2. இதன் விளைவு நாடாளுமன்றத்திற்கும், நாட்டு மக்களுக்கும் தெரியாமல் மறைமுகமாகத் 'திட்டக்குழு' அரசியல் அமைப்புச் சட்டத்தைத் திருத்தி எழுதிக் கொண்டிருக்கிறது.

---

1. "....the stage has now been reached where if a State Government wishes to set up a large number of Basic schools or Agricultural Colleges, Veterinary Colleges, Health Colleges or Medical Colleges -- all matters obviously within the State field -- it has somehow got to carry the Planning Commission with it. This is a far cry, indeed, from what the earlier fighters for freedom had thought of and indeed what the makers of even our Constitution intended. But it has come about."

- **A.N. JHA,** "The Indian Journal of Public Administration", April - June, 1965, p.164.

நிர்வாகச் சீர்திருத்தக் குழுவினர் செதல்வாட் தலைமையில் அமைந்திருந்த 'ஆய்வுக் குழுவினர்' (Study Team) இதுகுறித்து மிகத் தெளிவாகக் கருத்துத் தெரிவித்திருக்கின்றனர்.

மத்திய அரசுப் பட்டியல், மாநில அரசுப் பட்டியல், பொதுப் பட்டியல் என்று மூன்று பட்டியலின்கீழ்ப் பிரிக்கப்பட்டிருந்த நிர்வாக விஷயங்கள் இப்போது திட்டத்துறை, திட்டமல்லாத துறை என்று இரண்டே இரண்டுஅம்சங்களாகப் பிரிக்கப்பட்டிருக்கின்றன என்பதை அவர்கள் சுட்டிக்காட்டியிருக்கின்றனர்.

மூன்று பட்டியல்களில் உள்ள எந்த விஷயமானாலும் அது திட்டங்களைப் பொறுத்தவரை மத்திய அரசிலிருந்து கட்டுப் படுத்தப்படுகிற ஏகபோக அம்சமாக மாறிவிட்டது.

இது அரசியல் அமைப்புச் சட்டத்தையே திரித்துவிட்டது (Distortion).

இதனால் பலவீனங்கள் மிகுந்து காணப்படுகின்றன.

இதை மறுபரிசீலனை செய்யவேண்டும்.

இவையனைத்தும்செதல்வாட் குழுவினரின்கருத்துக் களாகும்.[1] இந்தக் குழுவிலே முன்னாள் சென்னை மாநில முதல்வர் பக்தவத்சலமும் ஒரு உறுப்பினர் என்பது குறிப்பிடத்தக்கது.

ஏ.என்.ஜா காட்டியிருக்கிற எடுத்துக்காட்டுகளை இங்கே கூறுவது பொருத்தமாக இருக்கும்:

---

1. "..as a result of planning the three horizontal layers of admistration represented by lists of central, concurrent and state sbjects have been vertically partitioned into plan and non-plan sectors and that within the plan world, the compulsions and consequences of planning have tended to unite the three horizontal pieces into a single near-monolithic chunck Controlled from the Centre although operated in respect of concurrent and state subjects in the states. It would not be wrong to describe this as a distortion, resulting from a discipline – enforcing structure in which demonstrable weaknesses are so numerous as to call for a review of the system."

-Report of the Study Team on **CENTRE STATE RELATIONSHIPS**, Vol. I, pp, 95-96

"சமுதாயநலத்திட்டத்தை (Community Development) எடுத்துக் கொள்வோம். கிராம அதிகாரிக்கும், 'பிளாக்' அபிவிருத்தி அதிகாரிக்கும் எவ்வளவு சம்பளம் கொடுக்கப்பட வேண்டும் என்பதை மத்திய அமைச்சகம் தீர்மானிக்கிறது. அவர்கள் எப்படி மேலதிகாரிகளோடு தொடர்பு கொண்டு பணியாற்ற வேண்டும் என்பது குறித்தும் மத்திய அமைச்சகமே தீர்மானிக்கிறது. இவையெல்லாம் மாநில அரசின் வரம்பிற்குட்பட்டவை என்றே அனைவரும் கருதுவர். ஆனால் இதை டில்லியே கட்டுப்படுத்துகிறது. பொதுச் சுகாதாரத்துறையை எடுத்துக் கொள்வோம். ஆயுர்வேத மருத்துவப் பாடம் எப்படி அமைக் கப்பட வேண்டும் என்பது பற்றியும், ஆயுர்வேத மருத்துவ முறையை அறிந்தபிறகு ஒரு மாணவன் நவீன மருத்துவ முறையைத் தெரிந்து கொள்வதா, அல்லது நவீன முறையைத் தெரிந்து கொண்ட பிறகு ஆயுர்வேதம் பற்றித் தெரிந்து கொள்வதா, அல்லது விஞ்ஞானத்தின் அடிப்படைத் தத்துவங்களைத் தெரிந்து கொண்டபிறகு அதற்குமேல் ஆயுர்வேதத் தத்துவங்களைத் தெரிந்துகொள்வதா என்பதைப் பற்றியும் திட்டக்குழுதான் சொல்கிறது என்று நினைக்கிறேன். இதையெல்லாம் மத்திய அரசுதான் தீர்மானிக்கிறது என்று கருதுகிறேன். மாநில அரசு இதிலிருந்து எப்படி மீறமுடியும். மத்திய அரசு சொல்கிறபடி செய்தால் பணம் கிடைக்கும் என்கிற கவர்ச்சி இருக்கிறதே!"[1]

இத்தகைய போக்கினால் ஏற்படும் விளைவு என்ன?

3. இருக்கிற மாநில சுயாட்சியும் இல்லாமல் ஒழிக்கப்படுகிறது.

இது ஏதோ மாநில சுயாட்சிக் கொள்கை மீது பிடிப்புக் கொண்ட தி.மு.க.வின் கருத்து என்றோ, தமிழக அரசின் கருத்து என்றோ கருத வேண்டாம்.

1961இல் அறிக்கை தந்த மூன்றாவது நிதிக் குழு எல்லா மாநிலங்களிலும் இந்தக் கருத்து நிலவுவதாகக் கூறியிருக்கிறது.

"மாநிலப் பட்டியலில் கண்டுள்ள விஷயங்கள் குறித்து (இப்படித்தான் இருக்க வேண்டும் என்கிற) விரிவான தாக்கீது களைப் பிறப்பிப்பதால் மட்டுமின்றி, (மாநில அரசுகளின் சம்மதமின்றி) ஒருதலைப்பட்சமாக நிதிபற்றிய முடிவுகளை

---

1. A.N. JHA, op. cit., pp. 155–156

எடுப்பதாலும் மாநிலங்களின் சுயாட்சி கரைந்து வருவதாகப் பொதுவாக ஒரு கருத்து நிலவுகிறது.[1]

இது ஏ.கே. சந்தா தலைமையில் அமைந்த மூன்றாவது நிதிக் குழுவின் கருத்தாகும்.

நாமோ இப்போதிருக்கிற மாநில சுயாட்சி முழுமையானதன்று என்கிறோம்.

ஆனால் மூன்றாவது நிதிக்குழுவோ அந்த மாநில சுயாட்சியும் கரைந்து வருகிறது என்று குற்றம் சாட்டுகிறது.

எதை வைத்து மூன்றாவது நிதிக் குழு அப்படி ஒரு முடிவுக்கு வந்தது?

இதற்கான காரணங்களையும் அவர்கள் விளக்கத் தவறவில்லை.

முதலாவதாக: நாளுக்கு நாள் – மிக அதிகமாக மாநில அரசுகள் மத்திய அரசின் உதவியை நம்பி வாழும் நிலை அதிகரித்துக்கொண்டே போகிறது.

இந்த நிலை "முக்கியமானதும், கவலை தருவதுமான போக்கு" ("important and even disturbing feature") என்று மூன்றாவது நிதிக்குழு சித்திரித்திருக்கிறது.

இரண்டாவதாக: இப்படி மாநில அரசுகள் மத்திய அரசை எல்லாவற்றிற்கும் நம்பியிருப்பதால், மாநில அமைச்சரவைகள் மாநிலச் சட்டமன்றங்களுக்குப் பொறுப்பாக இருக்க வேண்டும் என்கிற நிலை கரைந்து வருகிறது.

திட்டத்தின் பெரும்பகுதி மாநிலப் பட்டியலையும், பொதுப் பட்டியலையும் பற்றியவை.

ஆனால், ஐந்தாண்டுத் திட்டங்களை நாடாளுமன்றம்தான் விவாதம் நடத்தி ஏற்றுக்கொள்கிறதே தவிர, மாநிலச் சட்ட சபைகளில் இந்தத் திட்டங்கள் குறித்துத் தனி விவாதமே நடை பெறுவதில்லை.

தரித்திர நாராயணர்களாக இருக்கும் மாநிலங்கள் ஏதோ படிக்குப் பாதியாவது நிதி கிடைக்கிறதே என்கிற ஒரே காரணத்திற்காக

---

1. ".... there is a general feeling that the contents of the autonomy of the States are being diluted not only by the prescription of detailed directions on subjects within the State list, but also by unitateral financial decisions taken."

- Report of the (Third) Finance Commission, 1961, p.36

மாநிலப் பட்டியலில் கண்டுள்ள விஷயங்களைக்கூட மத்திய அரசிடம் சரண் செய்துவிடுகிற, தன்மானமற்ற நிலைதான் இன்று நிலவுகிறது.

மூன்றாவதாக: யாரோ மகாராசன் படியளக்கிறான் – செலவழிப்போம் – என்கிற உணர்வு மாநிலங்களுக்கு ஏற்பட வழியிருப்பதால் நிர்வாகத்தைப் பொறுத்தவரையில் இந்தப் போக்கு பொறுப்புணர்ச்சி வளர்வதற்குக் குறுக்கே நிற்கிறது.

இவையனைத்தும் நமது கருத்துக்களல்ல; மூன்றாவது நிதிக் குழுவின் கருத்துக்களாகும். [1]

4. திட்டக்குழு செயல்படும் விதம் பாராளுமன்ற ஜனநாயக முறைக்கு எதிராக இருக்கிறது.

அரசு எடுக்கிற கொள்கை முடிவுகளுக்கும், அவற்றை அமுல் படுத்துவதற்கும் பாராளுமன்றத்திற்கு அல்லது சட்டசபைக்குப் பொறுப்பான அமைச்சரவை இருக்கும்; அந்த அமைச்சரவை அத்தகைய முடிவுகளை எடுக்கும்.

– இதுதான் பாராளுமன்ற ஜனநாயகத் தத்துவத்தின் கருவாகும்.

ஆனால் பாராளுமன்றத்திற்கு எந்த விதத்திலும் பொறுப் பாகாத திட்டக்குழு இப்போது இந்தியா முழுமைக்கும் திட்ட மிடுவதற்கான பொறுப்பை எடுத்துக்கொண்டுவிட்டது.

அதனால்தான் **அசோக் சந்தா,** திட்டக் குழுவினை மத்திய அரசிற்கும், மாநிலங்களுக்குமான பொருளாதார அமைச்சரவை (Economic Cabinet) என்று வர்ணித்தார்.

இந்தத் திட்டக் குழுவிலே பிரதமர், நிதி அமைச்சர் போன்றோர் உறுப்பினர்கள்.

மற்ற உறுப்பினர்களுக்கும் கேபினட் அந்தஸ்து தரப்படுகிறது.

மத்திய அமைச்சரவையின் பொருளாதார விவகாரக் குழு

---

1. "A more important and even disturbing feature is that the States are becoming dependent on Central assistance on an ever increasing scale... This increasing dependence is diluting, on the one hand, the accountability of the State Cabinets to their legis-tures; on the other, it is coming in the way of the development of a greater sense of responsibility in their admistration."

- Ibid, pp.36-37

(Economic Committee of the Cabinet) கூடும்போதும், மத்திய அமைச்சரவை பொதுவான பொருளாதார விவகாரங்களை விவாதிக்கும்போதும் திட்டக்குழு உறுப்பினர்கள் அனைவரும் கலந்து கொள்கிறார்கள்.

மக்களால் தேர்ந்தெடுக்கப்படும் நாடாளுமன்றத்திற்குப் பொறுப்பாக இருக்கவேண்டிய அமைச்சரவை (Cabinet) யும், அரசாங்க இலாகாக்களும் (Departments) செய்ய வேண்டிய பணிகளைத் திட்டக் குழு செய்து கொண்டிருக்கிறது.

இப்படித் திட்டக் குழுவிற்கு அளிக்கப்படும் அபரிமிதமான முக்கியத்துவம் பாராளுமன்ற அரசாங்க முறைக்கே முரணானது என்று அசோக் சந்தா கூறுகிறார். [1]

5. அரசியல் அமைப்புச் சட்டத்தால் தோற்றுவிக்கப்பட்டிருக்கிற நிதிக்குழுவின் முக்கியத்துவத்தை அச்சட்டத்தின் அங்கீகாரம் இல்லாத திட்டக்குழு விழுங்கிவிட்டது.

ஐந்தாண்டுகளுக்கு ஒருமுறை நிதிக் குழு உருவாக்கப்படுகிறது. அதன் பணிகள் இன்னின்னவை என்று அரசியல் அமைப்புச் சட்டத்தில் வரையறுத்துக் கூறப்பட்டிருக்கின்றன.

திட்டக்குழுவோ அரசியல் அமைப்புச் சட்டத்தை உருவாக்கிய போது யாரும் எண்ணிப் பார்க்காத ஒன்று.

ஆனால், பின்னால் ஒரு தீர்மானத்தின் மூலம் உருவாக்கப்பட்ட திட்டக் குழு ஒரு பூதம்போல உருவெடுத்துவிட்டது. இந்தப் பூதம் அரசியல் சட்டம் உருவாக்கிய நிதிக்குழுவை ஒரு 'சித்திரக்குள்ளன்' நிலைக்கு ஆளாக்கியிருப்பது இந்திய அரசியலில் ஏற்பட்டுள்ள விபத்துக்களில் முக்கியமானதாகும்.

---

1. "It would be only stating the obvious to say that the determination of policy and the objectives which it has to fulfil must necessarily be the primary function of the Cabinet accountable to Parliament. Equally, the unhampered execution of accepted plans and programmes must be the responsibility of the departments. These functions could hardly be shared with any other authority.

"The position pre-eminence accorded to the Planning Commission is inconsistent with the conception of a Cabinet form of government."

- **ASOK CHANDA,** quoted in **A.N.JHA,** op. cit., p. 167.

மாநிலங்களுக்கு இந்த இரண்டு குழுக்களின் மூலம்தான் முக்கியமாக நிதி அளிக்கப்படுகிறது.

இது தவிர 'தனியான பற்று வசதி' ('Special Accommodation') என்னும் பெயரில் மத்திய அரசு மாநிலங்களுக்கு உதவுகிறது.

நிதிக்குழு அரசியல் சட்டத்தின் மூலம் உருவாக்கப்பட்ட குழு; ஒரு நடுவர் குழுவைப் போன்றது.[1]

ஆனால் அந்தக் குழுவின் மூலம் மாநிலங்களுக்கு மாற்றப்படும் தொகை வரவரக் குறைந்து, திட்டக்குழுவின் மூலமும், தன்னிச்சைப்படியும் மத்திய அரசு மாநிலங்களுக்கு வழங்கும் தொகை அதிகரித்து விட்டது.

இது எதைக் காட்டுகிறது?

மத்திய அரசு ஒரு நடுவர் குழுவின் துணையோடு எது நியாயம் என்பதை ஆராய்ந்து மாநிலங்களுக்கு நிதி உதவி அளிப்பதற்குத் தயாராக இல்லை.

தனது அரசியல் சூத்திரக் கயிற்றினை இயக்குவதற்குத் தோதாக நிதிக்குழுவைப் புறக்கணித்துவிட்டுத் தன்னிச்சைப்படி - திட்டக்குழுவின் மூலமும், தனியாகவும் பாரபட்சத்தோடு மாநிலங்களுக்கு உதவி செய்துகொண்டிருக்கிறது.

அடுத்த பக்கத்தில் இருக்கும் பட்டியல்-2 மத்திய அரசிலிருந்து மாநிலங்களுக்குச் செல்லும் நிதி ஒதுக்கீட்டை விளக்குகிறது.

1950-51இல் - அதாவது முதல் ஐந்தாண்டுத் திட்டம் துவங்குவதற்கு முன்பு மத்திய அரசு மாநிலங்களுக்கு அளித்த தொகையில் 47% - அதாவது ஏறத்தாழச் சரிபாதி - சட்டபூர்வமான வழியில் - அதாவது நிதிக் குழு மூலமாகச் சென்றது.

அடுத்து, முதல் ஐந்தாண்டுத் திட்டக் காலத்தில் அது 35 சதவிகிதமாகக் குறைந்துவிட்டது. அதாவது ஏறத்தாழ மூன்றில் ஒரு பகுதிதான் நிதிக்குழு மூலம் மாநிலங்களுக்குக் கிடைத்தது.

---

1. இதன் தீர்ப்பையே மாநிலங்கள் பலமுறை கேள்வி கேட்டிருக்கின்றன. அநீதியான தீர்ப்பு - என்று குற்றம் கூறியிருக்கின்றன.

பட்டியல் – 2

மத்திய அரசு அனைத்து மாநில அரசுகளுக்கும் தரும் நிதி ஒதுக்கீடு **(ரூபாய்கள் கோடிக்கணக்கில்)**

ஐந்தாண்டுத் திட்டங்களும் ஆண்டுகளும்	நிதிக்குழு மூலம் சட்டபூர்வமாக அளித்த தொகை (Statutory Transfers)			நிதிக்குழு அல்லாமல் திட்டக்குழு மூலமும் தன்னிச்சையாயும் அளித்த தொகை (Non - Statutory Transfers)			இரண்டும் சேர்த்து மொத்தம் கிடைத்த தொகை
	வரியில் பங்கு	மானியம்	மொத்தம்	மானியம்	கடன்	மொத்தம்	
1950-51 இல்	48	16	64 (47%)	11	61	72 (53%)	136
1. (1951-56)	353	103	456 (35%)	112	720	832 (65%)	1288
2. (1956-61)	710	207	917 (33%)	493	1375	1868 (67%)	2785
3. (1961-66)	1196	330	1526 (27%)	973	3101	4074 (73%)	5600
4. (1966-67)	373	153	526 (31%)	260	920	1180 (69%)	1706
	416	150	566 (31%)	329	878	1207 (69%)	1773
	491	150	641 (34%)	357	895	1252 (66%)	1893
	622	150	722 (36%)	386	1036	1422 (64%)	2194

(Source: Finance of State Governments, 1970-71, R.B.I. August 1970 and First and Fifth Finance Commissions' Reports.)

பெரும் பகுதி அதாவது மூன்றில் இரண்டு பங்கு நிதிக் குழு என்கிற நடுவர் தீர்ப்புக்கு அப்பால் மத்திய அரசால் தன்னிச்சைப்படி வழங்கப்படுகிறது.

'தன்னிச்சை' என்றால் என்ன பொருள்?

ஒரு கொள்கை அல்லது அளவுகோலை அடிப்படையாகக் கொள்ளாமல், வேண்டியவர்களுக்கு அதிகம், வேண்டாதவர்களுக்குக் குறைவு என்கிற ரீதியிலும்,

அல்லது –

ஒரு மாநிலத்தில் தேர்தல் வருகிறதா? அப்படியானால் அதற்கு அதிகம் கொடு – என்கிற விதத்திலும்,

அல்லது –

அரசியல் காரணங்களுக்காகவும்;

இப்போது மத்திய அரசிலிருந்து மாநிலங்களுக்கு நிதி வழங்கப் படுகிறது.

இதுகுறித்து **ஏ.கே. சந்தா** தலைமையில் அமைந்த மூன்றாவது நிதிக்குழு மிகவும் வன்மையாகத் தனது கருத்தினைத் தெரிவித்திருக்கிறது.

"மாநிலங்களுக்குப் பாதுகாப்புக் கொடுப்பதற்காக, அவற்றின் தேவை என்ன? அந்தத் தேவையை நிறைவு செய்ய எந்த விதத்தில் நிதி அளிப்பது என்பனவற்றை முடிவு செய்வதற்குத்தான் ஐந்தாண்டுகளுக்கு ஒருமுறை நிதிக்குழு என்கிற சுயேச்சையான குழு உருவாக்கப்பட்டு அது மேற்சொன்ன பணிகளை நிறைவேற்றும் என்று அரசியல் அமைப்புச் சட்டம் கூறுகிறது. ஆனால் திட்டக்குழு உருவெடுத்ததற்குப் பிறகு அரசியல் அமைப்புச் சட்டம் நிதிக் குழுவிற்குக் கொடுத்திருக்கிற பணிகளை முழுதும் நிறைவேற்ற முடியவில்லை.

மத்திய – மாநில நிதி உறவுகளில் – குறிப்பாக மாநிலங்களுக்கு நிதி ஒதுக்கீடு செய்வதில் உள்ள பொதுவான குறைபாடுகள் என்னவென்றால் மத்திய அரசின் நிதி ஒதுக்கீடு தன்னிச்சைப்படி அமைந்திருக்கிறது. எல்லா மாநிலங்களுக்கும் ஒருங்கே கடைப்பிடிக்கக்கூடிய கொள்கைகள் பின்பற்றப்படவேயில்லை." [1]

---

1. "A general weakness of Federal - State financial relations, more particularly in the field of devolution, is that federal assistance tends to be discretionary in character, not necessarily on principles of uniform application. To safeguard the position of the States, our Constitution provides, therefore, that the assessment of the needs of the States as well as

அப்படியானால் 'திட்டக்குழு' தன்னிச்சையாக இயங்குகிற ஒரு குழுவா?

உறுதியாக, அது நிதிக்குழு போலச் சுயேச்சையாக இயங்குகிற குழுவன்று.

சுயேச்சையாக இயங்குவதாகச் சொல்லப்படுகிற நிதிக் குழுவின் முடிவுகளையே மாநில அரசுகள் சந்தேகித்து, பகிரங்கமாக விமர்சனங்களை வீசுகிறபோது, மத்திய அமைச்சர்களையும் உறுப்பினர்களாகக் கொண்ட திட்டக்குழு நியாயமாக நடந்துகொண்டதாக இதுவரை பெயர் வாங்கவில்லை.

அந்த விபரங்களை அடுத்து ஆராய்வோம்.

●

---

the measures of assistance to be affoded and the form in which this should be given, are determined by an independent Commission to be constituted at intervals of not more than five years. But this role and function of the Finance Commission, as provided in the constitution can no longer be realized fully due to the emergence of the Planning Commission as an apparatus for national planning."

- Report of the (Third) Finance Commission, 1961, pp.34-35.

15. திட்டம் எப்படித் தீட்டப்படுகிறது?

> "எங்களைப் போன்ற பல (டில்லித்) தலைமைச் செயலக அதிகாரிகளுடைய இயற்கையான எண்ணம் என்னவென்றால்; ஸ்தலத்தில் இருக்கும் நபருக்கு எதுவும் தெரியாது என்பதும், அவருக்காக நாங்களே அனைத்தையும் சிந்தித்தாக வேண்டும் – என்பதும்தான்!"
>
> –ஏ.என். ஜா
>
> "...the natural tendency of Secretariat officers, like many of us, (is) to assume that the man in the field does not know his job and that it is for us to do all the thinking for him."
>
> -A.N. JHA, op. cit., p.105

சோவியத் நாடு தவிர்த்த ஐரோப்பாக் கண்டம் போன்றது இந்தியா.

விடுதலை பெற்று, கால் நூற்றாண்டு கழிந்த பின்னும் இந்தியா விரைவான பொருளாதார வளர்ச்சி பெறவில்லை என்றால் அதற்குக் காரணம் இவ்வளவு பெரிய துணைக் கண்டத்தை ஒரு இடத்திலிருந்துகொண்டு நிர்வாகம் செய்ய நினைக்கும் 'தர்பார்' மனப்பான்மைதான்.

பிராந்தியங்களிலுள்ள மக்களை நம்பாமல், அவர்களுக்கு அப்பால் டில்லியிலிருக்கிற அமைச்சர்களும், அதிகாரிகளும் காஷ்மீர் முதல் கன்னியாகுமரி வரையுள்ள அத்தனை மாநிலங்களின் தேவைகளையும் நன்கு அறிந்தவர்கள்போலத் திட்டம் தீட்டுகிறார்கள்.

இதோ, டில்லியிருக்கும் ஒரு அதிகாரியின் ஒப்புதல் வாக்கு மூலம்:

> "எங்களைப் போன்ற பல (டில்லித்) தலைமைச் செயலக அதிகாரிகளுடையஇயற்கையானஎண்ணம்என்னவென்றால்;

ஸ்தலத்தில் இருக்கும் நபருக்கு எதுவும் தெரியாது என்பதும், அவருக்காக நாங்களே அனைத்தையும் சிந்தித்தாக வேண்டும் – என்பதும்தான்! திட்டக் குழுச் செயலகம் உட்பட அத்தனை செயலகங்களிலும் அகில இந்திய அளவிலேயே பிரச்சினைகளைச் சிந்திக்கிறார்கள்; அந்தச் சிந்தனையிலிருந்து விலகிச் செல்வது பாவச் செயல் என்று கருதுகிறார்கள். நமது பிரதமர் பண்டிட்ஜி போன்றவர்கள் முடிந்த அளவு முடிவுகளை மாநிலங்களுக்கு விட்டுவிடுவது என்பதிலே நம்பிக்கை கொண்டவர்கள். பல அமைச்சர்களும் இந்தத் தத்துவத்திலே நம்பிக்கை கொண்டவர்கள் தாம் என்று கருதுகிறேன். ஆனால், செயலளவில், செயலாளர்களாகிய நாங்களும், எங்கள் ஆலோசகர்களும் மாநிலங்களுக்கு மட்டுமே தொடர்புடைய விஷயங்களுக்குக்கூடக் கொள்கைகளை வகுத்துவிடுவதில் பிடிவாதமாக இருக்கிறோம்." [1]

–இவ்வாறு செய்தி ஒலிபரப்புத்துறைச் செயலாளராக இருந்த **ஏ.என். ஜா** கூறியிருக்கிறார்.

கையிலே இருக்கிற ஐந்து விரல்களும் ஒரே அளவில் இருப்ப தில்லை. இந்தியாவில் உள்ள 21 மாநிலங்களும் எப்படி ஒரே அளவில் இருக்கமுடியும்?

எடுத்துக்காட்டாக, கேரளத்தை எடுத்துக்கொள்வோம். இந்தியாவிலேயே படித்த மக்கள் அதிகம் வாழும் மாநிலம் அது. ஆனால் தனி நபர் வருமானம் அங்கேதான் குறைவாக இருக் கிறது. படித்த மக்களிடையே வேலையில்லாத் திண்டாட்டம் அங்கேதான் அதிகமாக இருக்கிறது.

ஆனால், இயற்கை அன்னை அந்த மாநிலத்திற்குத் தனித் தன்மை கொண்ட வளங்களை அளித்திருக்கிறாள்.

---

1. "...the natural tendency of Secretarial officers, like many of us, (is) to assume that the man in the field does not know his job and that it is for us to do all the thinking for him. The Secretariats including that of the Planning Commission have tended to think out problems on their own on an All – India scale and have tended to assume that deviations from their way of thinking are acts of sacrilege. Our Prime Minster like Panditji before him is a great believer in leaving as many decisions to the States as possible. Most ministers also, I believe, subscribe to that doctrine. In practice, however, we secretaries and our advisers insist on laying down the policy even for subjects that concern the States alone."

- **A.N. JHA,** op. cit., p.165.

மிகப்பெரிய மலைத் தோட்டங்கள்! மிக நீளமான கடற்கரை! செழுமையான காட்டு வளம்! இவை அனைத்தையும்விட, மேலான படிப்பறிவும் பாடுபட்டு உழைக்கும் தன்மையும் கொண்ட மக்கள் வளம்!

ஆனால் அதற்கு கேரளத்திற்கும், முற்றிலும் மாறுபட்ட நிலைமைகள் கொண்ட மத்தியப் பிரதேசத்திற்குமாகச் சேர்த்து, ஒரே மாதிரித் திட்டம் போட்டால் உரிய பலனைக் கொடுக்குமா?

இப்போது அந்தத் தவற்றைத்தான் செய்து வருகிறார்கள்.

இந்தியா போன்ற பெரிய நாட்டிற்கு ஒரு இடத்திலிருந்து திட்டமிடுவது என்பது முடியாத காரியம்.

அப்படி மணலைக் கயிறாகத் திரிக்கும் வேலையில்தான் திட்டக் குழுவும், மத்திய அரசும் ஈடுபட்டிருக்கின்றன.

கனடா நாட்டு முன்னாள் பிரதமர் லெஸ்டர் பியர்சன் (Lester Pearson) தலைமையில் அமைந்த உலக வங்கியின் சர்வதேச வளர்ச்சி பற்றிய குழு (World Bank Commission on International Development) திட்டமிடுவதை உள்ளூர் நிலைமைகளுக்கேற்பப் பரவலாக்க வேண்டும் என்று வலியுறுத்திக் கூறுகிறது.

ஆனால் இன்றுள்ள திட்டமிடும் முறை கூட்டாட்சி முறையைக் கொலை செய்வதாக மட்டுமில்லை; இந்த நாட்டின் வளர்ச்சிப் பணிகளுக்கே முட்டுக்கட்டை போட்டுக்கொண்டிருக்கிறது.

இப்போது திட்டக்குழு எப்படித் திருப்தியற்ற விதத்தில் பணியாற்றுகிறது என்பதை ஆராய்வோம்.

அசாமும், காஷ்மீரும் மிகவும் பின்தங்கிய மாநிலங்களாக இருப்பதால் அவை இரண்டிற்கும் திட்டத் தொகையில் நூற்றுக்கு 90 பங்கை மானியமாகவும், 10 பங்கைக் கடனாகவும் தருகிறார்கள்.

மற்ற மாநிலங்களுக்கு, அவைகளுக்கு அளிக்கப்படும் தொகையில் நூற்றுக்கு 30 பங்கை மானியமாகவும், 70 பங்கைக் கடனாகவும் மத்திய அரசு வழங்குகிறது. (இது சரியாகக் கடைப்பிடிக்கப்படுகிறதா? 'ஆண்டவனுக்குத்தான்' வெளிச்சம்!)

– சரி; இந்த நூறை எந்த அளவுகோலை வைத்து அளந்து முடிவு செய்கிறார்கள்?

கூட்டாட்சியில் அனைத்து மாநிலங்களும் மத்திய அரசிடம் நியாயத்தை எதிர்பார்த்து நிற்கின்றன.

அனைத்து மாநிலங்களும் ஏற்றத்தாழ்வின்றிச் சமமாக நடத்தப்பட வேண்டும்.

ஆனால் திட்டக்குழுவோ இதுவரை நியாயமாக நடந்து கொண்டதாகப் பெயர் வாங்கவேயில்லை.

ஒரு ஐந்தாண்டுத் திட்டத்திற்கென்று ஒரு தொகையை முடிவு செய்துவிட்ட பிறகு அதை எப்படி மாநிலங்களுக்குப் பங்கிடுகிறார்கள் என்று இப்போது பார்ப்போம்.

1969-70இல் நான்காவது ஐந்தாண்டுத் திட்டத்திற்காக ஒரு அளவுகோலைத் தயாரித்தார்கள்.

அசாம், காஷ்மீர், நாகாலாந்து ஆகிய மாநிலங்களுக்கு அவற்றின் தேவைக்கேற்ப மொத்தமாக ஒரு தொகையை ஒதுக்கி விடுகிறார்கள்.

1. மீதியுள்ள மாநிலங்களுக்கு மக்கள்தொகை அடிப்படையில் திட்டத் தொகையில் 60 சதவிகிதம் பகிர்ந்தளிக்கப்படுகிறது.

—இது குடும்பக் கட்டுப்பாட்டுத் திட்டத்தை மிகத் தீவிரமாக அமுல்படுத்திவரும் தமிழ்நாடு போன்ற மாநிலங்களை மிகவும் பாதிக்கும்.

தீவிரமாக மக்கள் பெருக்கத்தைத் தடைசெய்யும் மாநிலங்களுக்குப் பரிசு கொடுப்பதற்குப் பதில் இந்தப் பங்கீட்டு முறை மூலம் திட்டக்குழு தண்டனை விதிக்கிறது.

2. ஒரு மாநிலத்தின் தனி நபர் வருமானம் (per capita income) தேசத்துச் சராசரி தனிநபர் வருமானத்தை விடக் குறைவாக இருந்தால் அதற்காக அந்த மாநிலத்திற்கு 10 சதவிகிதம் ஒதுக்கப்படும்.

எடுத்துக்காட்டாக, 1969-70இல் இந்த முறை அமுலுக்குக் கொண்டு வரப்பட்டது.

1964-65 வரை கிடைத்த கணக்கின்படி மொத்த இந்தியாவின் சராசரி தனிநபர் வருமானம் (national per capita income) ரூ.418. இதைவிட எந்த மாநிலத்துச் சராசரி தனிநபர் வருமானமாவது குறைவாக இருந்தால் அந்த மாநிலத்திற்குத் திட்டத் தொகையில் 10% கிடைக்கும்.

— இதுவும் நியாயமற்ற அளவுகோலாகும்.

ரூ.418க்கு மேல் மாநில அளவில் சராசரி தனிநபர் வருமானம்

பெற்ற மாநிலங்கள் அனைத்தையும் ஒன்றாகக் கருத முடியாது.

அதுபோலவே அந்தத் தொகைக்குக் கீழே சராசரி தனிநபர் வருமானம் பெறும் மாநிலங்களையும் ஒன்றுபோலக் கருத முடியாது.

எடுத்துக்காட்டாக, அப்போதைய மைசூர் மாநிலத்தின் சராசரி தனிநபர் வருமானம் ரூ.420.

இது அகில இந்தியச் சராசரியைவிட இரண்டு ரூபாய் அதிக மாதலால் மைசூருக்குத் திட்டத்தொகையில் 10% கிடைக்கவில்லை. இது ஒரு பரிதாபமான நிலை ஆகும்.

இதுபோலவே தமிழ்நாட்டின் சராசரி தனிநபர் வருமானம் ரூ.434– அதாவது அகில இந்தியச் சராசரியைவிட ரூ.16 அதிகம். எனவே தமிழ்நாடும் இந்தத் தொகையை இழந்தது. ('இந்தக் கணக்கே தவறானது; உண்மையில் தமிழ்நாட்டின் சராசரி தனி நபர் வருமானம் இதைவிடக் குறைவானது' என்பது தமிழக அரசின் வாதம்.)

(மற்ற மாநிலங்களின் வருவாய்க்கு பின்வரும் பட்டியல் – 3 காண்க.)

பட்டியல் – 3

1960 – 61லிருந்து 1964 – 65 வரை மாநிலங்களின் சராசரி தனி நபர் வருமானம்

(Per capita income from 1960 - 61 to 1964 - 65 by States - at current prices)

(ரூபாய்களில்)

மாநிலங்கள்	1960–61 – 1964–65
ஆந்திரப் பிரதேசம்	438
அசாம்	441
பீகார்	299
குஜராத்	523
அரியானா	504
ஜம்மு – காஷ்மீர்	341
கேரளா	393
மத்தியப் பிரதேசம்	373

மராட்டியம்	..	..	*526*
மைசூர்	..	..	*420*
ஒரிசா	..	..	*347*
பஞ்சாப்	..	..	*575*
இராஜஸ்தான்	..	..	*356*
தமிழ்நாடு	..	..	*434*
உத்தரப்பிரதேசம்	..	..	*374*
மேற்கு வங்கம்	..	..	*498*
(நாகாலாந்து தவிர்த்த) அகில இந்தியாவிற்கு			*418*

(Source: Report of the (Fifth) Finance Commission, 1969)

(பிந்திய ஆண்டுகளில் இதுபோன்ற புள்ளிவிபரத்திற்கு இந்நூலின் இறுதியிலுள்ள இணைப்பு– 1 காண்க.)

அகில இந்தியச் சராசரியான ரூ.418க்கு மேற்பட்ட வருமானமுள்ள மாநிலங்கள் அனைத்தையும் 'பணக்கார' மாநிலங்கள் என்றும்; அதற்குக் குறைந்த வருமானமுள்ள மாநிலங்களை 10% உதவிக்குத் தகுதியுள்ள 'ஏழை' மாநிலங்கள் என்றும் எப்படிக் கருத முடியும்? ரூ.2 அதிக வருமானமிருந்ததால் மைசூர் இந்த 10% சதவிகிதத்தை இழக்க வேண்டுமா?

இது நியாயமானதன்று என்கிற கருத்தினைப் பலரும் எடுத்துக் காட்டியிருக்கின்றனர்.

அகில இந்தியச் சராசரியை வைத்துத் தரம் பிரிக்கவேண்டும். எடுத்துக்காட்டாக, ரூ.390லிருந்து ரூ.418 வரை ஒரு தரம் என்று வகுக்கலாம். அவர்களுக்கு ஒரு குறிப்பிட்ட சதவிகிதம் தரலாம்.

ரூ.418லிருந்து ரூ.450 வரை இன்னொரு தரம் என்று பிரிக்கலாம். அவர்களுக்கென்று வேறு ஒரு குறிப்பிட்ட சத விகிதம் ஒதுக்கலாம். இதற்குமேலே குறிப்பிட்டதைவிடக் கொஞ்சம் குறைவாக இருக்கலாம்.

இப்படி ஒரு கணக்கெடுப்பு நடத்தாமல் மாநிலங்களின் சராசரி தனிநபர் வருமானம் என்கிற பட்டியலைப் போட்டு, அதன் குறுக்கே அகில இந்தியச் சராசரி என்கிற கோட்டை இழுத்து, அந்தக் கோட்டிற்குக்கு கீழேயிருக்கிற மாநிலங்களுக்குத்தான் திட்டத்தொகையில் 10%; மேலேயிருப்பவற்றிற்குக் கிடையாது – என்று விதி செய்துவிட்டார்கள்.

அந்தக் கோட்டிற்கு அருகில் மேலும் கீழும் இருக்கிற மாநிலங்களிடையே அதிக வித்தியாசம் இருக்கமுடியாது என்பதை மறந்து விட்டார்கள்.

3. அதிகமாக வரி வசூல் முயற்சிகளை மேற்கொள்கிற மாநிலங்களுக்குத் திட்டத் தொகையில் இன்னொரு 10% தரப்படுகிறது.

ஒவ்வொரு மாநிலத்தின் சராசரி தனிநபர் வருமானத்தை யொட்டி எந்த மாநிலங்கள் தன் முயற்சிகளை மேற்கொண்டு சராசரி தனிநபர் வரியை அதிகமாக விதிக்கிறதோ (tax efforts in relation to per capita income) அந்த மாநிலங்களுக்குத் திட்டத்தொகையில் 10% தரப்படுகிறது.

4. எந்த மாநிலத்திலாவது பெரிய அணைக்கட்டுத் திட்டங்களும், மின் உற்பத்தித் திட்டங்களும் தொடர்ந்து மேற்கொள்ள வேண்டியிருந்தால் (Commitments in respect of major continuing irrigation and power projects) அந்த மாநிலத்திற்கு இன்னொரு 10% கிடைக்கும்.

முன்பே பெரிய அணைக்கட்டுத் திட்டங்களையும், மின் உற்பத்தித் திட்டங்களையும் முடித்துவிட்ட 'தவற்றை'ச் செய்து விட்ட மாநிலங்களுக்கு இந்த 10% கிடைக்காது.

5. தங்கள் மாநிலத்திற்கென்று தனிப்பிரச்சினைகள் (special problems) கொண்டுள்ள மாநிலங்களுக்கு இன்னொரு 10% அளிக்கப்படுகிறது.

தனிப்பிரச்சினைகள் (special problems) என்றால் என்ன?

சில மாநிலங்கள் அடிக்கடி வெள்ளத்தால் பாதிக்கப்படலாம்.

சில மாநிலங்களில் ஆதிவாசிகள் அதிகம் இருக்கலாம்.

சில மாநிலங்கள் பரம்பரையாக ஆண்டுதோறும் வறட்சியால் பாதிக்கப்படும் நிலைமையில் இருக்கலாம்.

இவைதான் 'தனிப் பிரச்சினைகள்' (special problems) என்று கருதப்படுகின்றன.

இத்தகைய முடிவுகள் தேசிய வளர்ச்சிக் குழுவில் மேற்கொள்ளப்பட்டு 1969–70 முதல், நான்காவது ஐந்தாண்டுத் திட்டத்தைப் பொறுத்துக் கடைப்பிடிக்கப்படுகின்றன. பெரும்பாலும் ஐந்தாவது ஐந்தாண்டுத் திட்டத்திற்கு இந்த முறை மாற்றியமைக்கப்படலாம். இதுபற்றி இன்னும் முடிவெடுக்கப்படவில்லை.

சுமார் 15 ஆண்டுகளுக்கும், மூன்று திட்டங்களுக்கும் பிறகு முதல் முறையாக இப்படி ஒரு அளவுகோலைக் கண்டு பிடித்திருக்கிறார்களே; 'இப்படியிப்படிச் செய்யலாம் என்று இருக்கிறோம்; அதற்கு உங்கள் கருத்து என்ன?' என்று மாநிலங்களை முன்னதாகவே கலந்து பேசி அதற்காக விவாதம் நடத்தி, தேசிய வளர்ச்சிக் குழுவில் இத்தகைய முடிவை மேற் கொண்டார்களா?

இல்லை.

இப்படித் 'தேசிய வளர்ச்சிக் குழு'வில் எடுக்கப்பட்ட முடிவு 'திடீரென்று எடுக்கப்பட்ட முடிவு' (snap decision) என்று அப்போது திட்டக்குழுவின் துணைத் தலைவராக இருந்த பேராசிரியர் **காட்கில்** ஒருமுறை கூறியிருக்கிறார்.

தமிழ்நாடு போன்ற பல மாநிலங்கள், 'திட்டக்குழு திட்டத் தொகையை அளந்து கொடுப்பதற்குப் பயன்படுத்தும் அளவு கோலை விஞ்ஞான முறைப்படி மாற்றியமைக்க வேண்டும்' என்று வற்புறுத்தி வருகின்றன. ஆனால், இதுவரை அம்முறையில் முயற்சிகள் மேற்கொள்ளப்படவில்லை.

அதில் வேடிக்கை என்னவென்றால், சராசரி தனிநபர் வருமானம் என்று கூறுகிறார்களே, தமிழ்நாட்டைப் பொறுத்த வரை அந்தப் புள்ளி விபரமே சரியானதன்று என்று கூறப்படுகிறது. உண்மையில் நமது சராசரி வருமானம் அகில இந்தியச் சராசரியைவிடக் குறைவானது. நமக்கும் திட்டத் தொகையில் 10% தரப்பட்டிருக்க வேண்டும். மத்திய அரசு வைத்திருக்கும் தவறான புள்ளி விபரங்கள் காரணமாக அத்தொகையை நாம் 4 ஆவது திட்டக் காலத்தில் இழந்தோம்.

இவ்வாறு தவறான புள்ளி விபரங்களை வைத்துக்கொண்டு தமிழ்நாடு போன்ற மாநிலங்களுக்குத் திட்டத் தொகையில் உரிய பங்கு கிடைக்காமல் அநியாயம் செய்யப்படுகிறது.

சரியாகவோ தவறாகவோ ஒரு அளவுகோலை வைத்து மாநிலங்களுக்குக் கிடைக்கும் பங்குத் தொகையை முடிவு செய்கிறார்களே, அதிலாவது கண்டிப்பாக இருக்கிறார்களா? கிடையாது. இப்படி ஒதுக்கப்பட்ட தொகையைவிட மேற்கு வங்கத்திற்குக் கல்கத்தா நகர வளர்ச்சிக்காக ரூ.150 கோடி ஒதுக்கியிருக்கிறார்கள். கேட்டால், கல்கத்தா நகரம் மேற்கு வங்கத்திற்கு உள்ள 'தனிப்பிரச்சினை' (special problem) என்கிறார்கள். அப்படியானால் பம்பாய், மராட்டியத்திற்குள்ள

தனிப்பிரச்சினை இல்லையா? சென்னை தமிழ்நாட்டிற்குள்ள தனிப்பிரச்சினை இல்லையா? சென்னையும் கல்கத்தா போலச் சீர்கெடவைக்கப்பட்ட பிறகுதான் அது மத்திய அரசின் கவனத்தைக் கவருமா? மத்திய அரசு அரசியல் காரணத்திற்காக எப்படி ஓரவஞ்சகமாக நடக்கிறது என்பதற்கு இது மேலும் ஒரு சான்று.

–மேலே குறிப்பிடப்பட்டிருப்பவை திட்டத் தொகைப் பங்கீடு பற்றிய பொதுவான அம்சங்கள்.

மேற்சொன்ன அளவுகோலை வைத்து முதலில் ஒவ்வொரு மாநிலத்திற்கும் இவ்வளவு தொகை என்று ஒதுக்கப்படுகிறது.

பிறகு ஐந்தாண்டுத் திட்டம் ஒவ்வொரு ஆண்டுத் திட்டமாகப் **(Annual Plan)** பிரிக்கப்படுகிறது.

ஒவ்வொரு ஆண்டும், நவம்பர் – டிசம்பர் மாதத்தில் இந்த ஓராண்டுத் திட்ட நிதி ஒதுக்கீடு டில்லியில் செய்யப்படும்.

இந்த 'வைபவத்திற்காக' ஒவ்வொரு மாநிலத்துத் தலைநகரங்களிலிருந்தும் அதிகாரிகள் டில்லி நோக்கிப் படையெடுப்பார்கள்.

அந்த நேரம் டில்லிக்குச் செல்லும் ஆகாய விமானங்களிலெல்லாம் அந்த அதிகாரிகளின் கூட்டமாகத்தான் இருக்கும்.

அரும்பாடுபட்டுப் பல வாரங்கள் அதிகாரிகள் அளவில் விவாதித்து, பிறகு அமைச்சர் அளவில் விவாதித்து, இறுதியாக அமைச்சரவை கூடி விவாதித்து மாநில அரசுகள் திட்டங்களைத் தீட்டிக் கொண்டு டில்லி செல்வார்கள்.

ஆனால் மாநில அரசு முதலிடம் கொடுத்திருக்கும் திட்டத்தின் மீது மத்திய அரசின் போக்கினால் வெட்டு விழும்.

மூர் அங்காடியில் பேரம் பேசப்படுவதுபோல மாநில அதிகாரிகளும், அமைச்சர்களும் திட்டக்குழு அதிகாரிகளிடம் 'வெட்டு' விழாமல் தடுப்பதற்காக இறுதிவரை பேரம் நடத்தி ஏமாறுவார்கள்.

திட்டமிடுவதில் முக்கியமான அம்சம் என்ன?

ஆயிரக்கணக்கான திட்டங்கள் மனத்தில் தோன்றுகின்றன. அவற்றுள் எதை முதலில் செய்வது, எதை இரண்டாவதாகச் செய்வது என்கிற வரிசைக் கிரமத்தைத் **(priorities)** தீர்மானிப்பதுதான் திட்டமிடுவதின் ஜீவநாடி.

இந்தப் பணி மாநிலங்களுக்குத் தெரியாது என்பது மத்திய

அரசின் கருத்து. அதனால்தான் கசப்பான மாத்திரையை வாழைப்பழத்தில் வைத்துக் குழந்தையிடம் நீட்டுவதுபோல, தங்கள் மனதிற்கு எது நாடெங்கும் தீவிரமாக மேற்கொள்ளப்பட வேண்டும் என்று மத்திய அரசு கருதுகிறதோ, அது மாநிலங்களுக்குக் கசப்பாக இருந்தால், அதை மானியம் என்கிற வாழைப்பழத்தில் வைத்து மாநில அரசுகளிடம் நீட்டுவது வழக்கமாக இருந்தது.

இது முற்றிலும் தவறான போக்கு என்று செதல்வாட் குழுவினர் கடுமையாகக் கருத்துத் தெரிவித்திருக்கின்றனர்.

"தனது தேவைகளுக்கும், சக்திக்கும் ஏற்ப எந்தத் திட்டத்தை முதலில் எடுத்து நிறைவேற்றலாம் என்பதைக் கணிக்கும் ஆற்றலை அதிகம் பெற்றிருப்பது மாநிலங்கள்தான்."[1]

என்று அவர்கள் அறிக்கை திட்டவட்டமாகக் கூறுகிறது.

மாநிலங்களைவிட மத்திய அரசுக்குத்தான் எதை முதலில் எப்படி மேற்கொள்வது என்பது தெரியுமென்றால் அந்தக் கற்பனை **கேள்விக்குரியது** (questionable assumptions) என்றும் அந்த அறிக்கை தெளிவாக்கியிருக்கிறது.

எதை, எப்படி முதலில் எடுத்துக்கொள்வது, எதை அடுத்துச் செய்வது என்கிற வரிசைக் கிரமத்தை (priorities) எல்லா மாநிலங் களுக்குமாக நிர்ணயிக்கும் அபரிமிதமான ஞானம் மத்திய அரசிற்குத்தான் உண்டு என்பது பக்தவத்சலங்களின் வாதம்.

அது உண்மையாக இருந்தால் அது தொடர்ந்து நீடிப்பதில் நமக்கும் ஆட்சேபமில்லை.

'செதல்வாட் குழுவினர்' இதற்காகச் சில நேர்முகச் சோதனை களில் ஈடுபட்டனர். இந்தக் குழுவில் பக்தவத்சலமும் ஒரு உறுப்பினர்.

மூன்றாவது நகல் திட்டத்தில் பஞ்சாப் மாநில அரசு கல்வித் துறைக்காக ரூ.30.7 கோடி ஒதுக்கியிருந்தது. ஆனால் இறுதித் திட்டத்தில் அந்தத் தொகை ரூ.17.77 கோடியாக மத்திய அரசி னால் குறைக்கப்பட்டது.

அதாவது பஞ்சாப் மாநில அரசு ரூ.13 கோடிக்கான திட்டங்களைக் குறைத்தாக வேண்டும்.

---

1. "...a state as a rule is in a better position to assess the claims of different schemes in relation to its own needs and capacities."

 - op. cit., p.110

சண்டிகாரில் மேலும் புதிய தொடக்கப் பள்ளிகளைத் துவக்குவது;

நடுநிலைப் பள்ளிகளை உயர்நிலைப் பள்ளிகளாக உயர்த்துவது

போன்ற திட்டங்களுக்கு மாநில அரசு முதலிடத்து முக்கியத்துவம் கொடுத்திருந்தது.

வேறு வழியில்லாமல் பஞ்சாப் அரசு இந்தத் திட்டங்களை யெல்லாம் கைவிட்டது.

இதற்குப் பதிலாகக் கிராமப் பகுதிகளில் ஆசிரியைகளுக்கான வீடு கட்டும் திட்டத்தை எடுத்துக்கொண்டது. இதற்குக் காரணம் இந்தத் திட்டம் மாநில அரசின் கண்ணோட்டத்தில் மிகவும் முக்கியமானது என்பதாயில்லை. இத்திட்டத்தை மேற் கொண்டால் இதற்காகும் செலவு முழுவதையும் மத்திய அரசு மானியமாகக் கொடுக்கும் என்பதுதான்.

இதன் விளைவு என்ன தெரியுமா?

மத்திய அரசு 100% மானியம் தருகிறதே என்பதற்காக முக்கியமான திட்டங்களைக் கைவிட்டு, கிராமப்புறங்களில் ஆசிரியைகளுக்கான வீடு கட்டும் திட்டத்தைப் பஞ்சாப் அரசு மேற்கொண்டது.

ஆனால், செதல்வாட் குழுவினர் தங்கள் ஆய்வினை மேற் கொண்டபோது ரூ.5 லட்சம் செலவில் கட்டி முடிக்கப்பட்ட அந்த வீடுகளில் எந்த ஆசிரியையும் குடிவரவில்லை.[1]

மக்களுக்கு மிகவும் நெருங்கிய நிலையிலிருக்கும் மாநில அரசுகளைக் கலக்காமல் அவர்கள் விருப்பத்திற்கு மாறாக டில்லியிலிருந்தவாறு 'தர்பார் முறைத்' திட்டம் போடுவதன் பலன் இதுதான்.

இந்தத் தொகையைக் கொண்டு துவக்கப் பள்ளிகளைத் துவங்கி யிருந்தாலும், நடுத்தரப் பள்ளிகளை உயர்நிலைப் பள்ளிகளாக மாற்றியிருந்தாலும் கண்கூடாகப் பலன் கிடைத்திருக்கும்.

மத்திய அரசு சகலகலா வல்லவனாக வேடம் பூண்டதால் பணம் மட்டும் விரயமாகவில்லை. திட்டமிடுவதின் ஜீவநாடியான, எது முதலில், எது அடுத்ததாக என்று முறைப்படுத்தும் வரிசைக் கிரமமும் (priority) பஞ்சாப் மாநிலத்தைப் பொறுத்தவரையில் பாழாகியது.

1. Op. cit. Vol. II, Appendix 19. p. 76.

"தனிப்பட்ட திட்டங்களில் எதற்கு முதலிடம் கொடுப்பது என்பதில் எப்போதும் கருத்து வேற்றுமை இருக்கலாம். ஆனால் மேற்சொன்ன எடுத்துக்காட்டுகளின் மூலம் மத்திய அரசிற்கு மிக உயர்ந்த ஞானம் இருக்கிறது என்பது நிரூபணமாகவில்லை."[1]

இப்படிப் பல எடுத்துக்காட்டுகளை ஆய்வு செய்த பின்னர் செதல்வாட் குழுவினரின் அறிக்கை கூறுகிறது.

கிராமப்புறங்களில் ஆசிரியைகளாகப் பணியாற்ற வருகின்றவர்கள் எத்தகைய சமுதாயப் பிரிவினைச் சேர்ந்தவர்கள்? அவர்கள் ஏற்கெனவே தங்களுக்கென்று சொந்த வீடு வைத்திருப்பவர்களா? இல்லையா? தனி வீடு கட்டிக் கொடுத்தால், அந்தப் பெண்கள் தங்கள் குடும்பத்தாரையும், சுற்றுச் சார்பையும் விட்டு அந்த வீடுகளில் குடியிருக்க வருவார்களா? இந்தப் பிரச்சினைகள் மாநில அரசுகளுக்குத் தெரிய முடியுமா? டில்லிவாழ் 'புதிய மொகலாய சக்கரவர்த்திகளுக்குத்' தெரிய முடியுமா?

இப்படிச் சின்னஞ்சிறு விஷயங்களுக்குக்கூடத் திட்டமிடும் பூரண சுதந்தரம் மாநிலங்களுக்குக் கிடையாது என்பது மிகவும் வெட்கப்பட வேண்டியதாகும்.

அதனால்தான் 'செதல்வாட் குழுவினர்' மிகவும் தெளிவாகக் கூறியிருக்கின்றனர்:

சில விஷயங்களின் நிர்வாகத்தை அரசியல் அமைப்புச் சட்டம் மாநிலங்கள் கையிலே ஒப்படைத்திருக்கும்போது, குறிப்பிட்ட திட்டத்தின் விவரங்களுக்குள்ளே தலையிட்டு மாநிலங்களின் விருப்பத்திற்கு விலங்கு பூட்டுவது கொள்கையளவில் எதிர்ப்புத் தெரிவிக்க வேண்டிய ஒன்றாகும். [2]

ஒரு குறிப்பிட்ட திட்டத்தின் விவரங்கள் எப்படியிருக்க வேண்டும் என்பதை அகில இந்தியாவிற்கும் ஒன்றுபோலத் தீர்மானிக்க முடியாது.

---

1. "Judgments about the priority of individual schemes can always differ, but in the instances cited the superior wisdom of the Centre is not borne out."

- Op.cit., p.111.

2. "When the Constitution entrusts the administration of certain subjects to the states it is in principle objectionable to fetter their discretion in matters even of detailed schemes within a sector."

- Op.cit., p.111.

இது மத்திய அரசின் வேலையன்று. இதைப் பற்றித் தீர்மானிக்க வேண்டிய நீதிபதிகள் மாநில அரசுகள்தான்!

இந்தப் பொறுப்பையும் மத்திய அரசு ஏற்றுக்கொண்டால் அதை நிறைவேற்றும் சக்தி மத்திய அரசிற்குக் கிடையாது.[1]

இவையனைத்தும் 'செதல்வாட் குழு'வினரின் பொன் மொழிகளாகும்.

டில்லியின இத்தகைய மனப்போக்கின் விளைவு என்ன?

கால தாமதமும், வீண் பண விரயமும்தான்!

செதல்வாட் குழுவினர் இன்னொரு மேற்கோளைக் காட்டி யிருக்கின்றனர்.

ஒருமுறை டில்லி விவசாய இலாகாவின் செயலாளர் 'பம்பு செட்டுகள்' வைத்திருக்கும் விவசாயிகளுக்கு அதிக மானியத் தொகை தரும் திட்டமொன்றைத் தயாரித்தார்.

வர இருந்த அறுவடைக் காலத்திற்குள் நாட்டிலுள்ள எல்லா டீசல் பம்பு செட்டுகளையும் விவசாயத்திற்குப் பயன்படுத்தி அதிகச் சாகுபடி செய்யவேண்டும் என்பது நோக்கம்.

இதை அவசரமாகச் செய்து முடிக்க வேண்டும் என்றும் கூறப்பட்டது.

இது முழுக்க முழுக்க மாநிலங்கள் சம்பந்தப்பட்ட விஷயம்.

ஆனால், டில்லி விவசாய இலாகாவில் உதித்த இந்தக் கருத்து, திட்டக்குழுவிற்கு அனுப்பப்பட்டது.

திட்டக்குழு உட்பட ஐந்து இலாகாக்கள் இந்தத் திட்டத்தைப் பரிசீலித்தன.

இதுகுறித்து அந்த ஐந்து இலாகாக்களும் ஒரு முடிவுக்கு வருவதற்குச் சரியாக ஐந்து மாதங்கள் ஆகிவிட்டன.

ஆனால், அதற்குள் சாகுபடிக் காலம் தொடங்கி, அறுவடைக் காலமும் முடிந்துவிட்டது.[2]

---

1. "Scheme - wise priorities cannot be uniformly laid down. Nor should scheme - wise formats. Of both the States must be assumed the best judge.

"The determination of detailed schemes and their formats is not the function of the Centre nor is it equipped to discharge it."

- Op.cit., p.111

2. Op. cit., p. 112.

புதுடில்லி மிக அவசரமாக மாநிலங்களுக்கென்று தயாரிக்கிற திட்டத்தின் 'பவிஷு' இதுதான்!

மூன்றாவது ஐந்தாண்டுத் திட்டக் காலத்தில் மராட்டிய மாநிலமும், இராஜஸ்தான் மாநிலமும் தங்களுக்குச் சில வேளாண்மைக் கல்லூரிகள் வேண்டுமென்ற திட்டத்தை அனுப்பிவைத்தன.

மக்களால் தேர்ந்தெடுக்கப்பட்ட இந்த மாநிலங்களுடைய அமைச்சரவை முடிவு செய்த இந்தத் திட்டங்களை டில்லியில் பரிசீலனை செய்தவர்கள் யார் தெரியுமா?

ஒரு உதவியாளர், ஒரு செக்ஷன் ஆபீசர், ஒரு அண்டர் செகரெட்டரி.

இப்போதைய அரசியல் சட்டப்படி மக்களால் தேர்ந்தெடுக்கப்பட்ட ஒரு மாநிலத்து முதலமைச்சரைவிட டில்லி மத்திய அரசாங்கத்து அலுவலகத்தில் பணியாற்றும் பியூன் அதிக அதிகாரமும், செல்வாக்கும் பெற்றவனாக இருப்பான் என்று அரசியல் நிர்ணய சபையில் பேராசிரியர் என்.ஜி. ரங்கா குறிப்பிட்டார். அது எவ்வளவு உண்மை!

இந்த இரண்டு மாநிலங்களின் கோரிக்கையையும் டில்லிவாழ் 'குட்டித் தேவதை'கள் நிராகரித்தார்கள்.

இராஜஸ்தான் மாநிலம் இதை ஒப்புக்கொண்டது.

மாராட்டிய மாநிலம் தொடர்ந்து இதற்காக வாதாடி வந்தது. தங்கள் மாநிலத்தில் வேலையில்லாமல் தவிக்கும் வேளாண்மைப் பட்டதாரிகளின் புள்ளி விபரத்தைச் சேகரித்து அனுப்பி, எப்படியும் வேளாண்மைக் கல்லூரிகள் தேவை என்று வற்புறுத்தியது.

அந்தப் புள்ளி விபரங்களை டில்லி நம்ப மறுத்தது.

ஆனால், மராட்டிய மாநிலம் இராஜஸ்தானைப்போல டில்லி விதித்த தடையை ஒப்புக்கொண்டு சும்மாயிருக்கவில்லை.

டில்லியின் அனுமதியில்லாமலேயே வேளாண்மைக் கல்லூரிகளை அமைக்கும் வேலையில் தீவிரமாக ஈடுபட்டது.

---

1. Op. cit. Part II, Appendix 22, p.83

மத்திய அரசின் உணவு – வேளாண்மைத்துறை அமைச்சகம் எவ்வளவோ தடுத்தும் மராட்டிய மாநிலம் கேட்கவில்லையே!

முன்பே கூறியிருக்கிறோம்– மத்திய அரசின் சம்மதமில்லாத ஒரு திட்டத்தை மாநில அரசு மேற்கொண்டால் அந்தக் குறிப்பிட்ட திட்டத்திற்குண்டான மானியத் தொகையை–கடனாகப் பெற்ற தொகையாக மத்திய அரசு கணக்கு எழுதிவிடும் என்று!

இதிலிருந்து தப்பிப்பதற்காக மராட்டிய அரசு என்ன செய்தது தெரியுமா?

இப்படி வேளாண்மைக் கல்லூரிகள் அமைத்த செலவுத் தொகை முழுவதையும் 'விவசாய உற்பத்தி' (Agricultural production) என்னும் தலைப்பில் செலவிட்டதாகக் கணக்கு எழுதிவிட்டது.[1]

(அதாவது உண்மையான 'விவசாய உற்பத்தி'க்காகச் செலவிட வேண்டிய தொகையைக் குறைத்துக்கொண்டு, அதை வேளாண்மைக் கல்லூரிகள் அமைப்பதற்கு அந்த மாநிலம் செலவிட்டிருக்கக்கூடும்.)

–இப்படி இராஜஸ்தான் செய்ய முடியாததை மராட்டியம் செய்து கொண்டது. அதனால் அந்த மாநிலம் எந்தவித நிதிச் சங்கடத்திற்கும் ஆளாகவில்லை.[2]

இதைப் போலப் பல மாநிலங்கள் இன்றும் செய்யக்கூடும்.

–இவ்வாறு பொறுப்புள்ள மாநில அரசுகள் மத்திய அரசின் கண்ணில் மிளகாய்ப் பொடியைத் தூவிவிட்டுக் கணக்குப் புத்தகத்திற்குள் கண்ணாமூச்சி விளையாடுவதற்குக் காரணம் என்ன?

மாநில அரசுகளும் வயது வந்தோர்கள் என்பதை மறந்து, அவர்களைச் சிறுபிள்ளைகளைப் போல மத்திய அரசு மதித்து, அவர்களது தேவைகளையும், உணர்ச்சிகளையும் உதாசீனப்படுத்துவதுதான் இதற்குக் காரணம்.

---

1. Ibid., p.85

2. இப்படிப்பட்ட போக்கினைத்தான் கர்நாடக மாநிலமும் இப்போது செய்துகொண்டிருக்க வேண்டும். ஹேமாவதி போன்ற அணைகளைக் கட்டுவதற்கு மத்திய அரசு அனுமதியும் தரவில்லை. நிதி உதவியும் செய்யவில்லை. ஆனால் அணைகள் வேகமாகக் கட்டப்படுகின்றன. எப்படி? அந்தத் திட்டத்திற்காகும் செலவினத்தை வேறு தலைப்பில்தான் அந்த மாநிலம் கணக்கெழுதிக் காட்டவேண்டும்.

செதல்வாட் குழுவினரின் கடுமையான விமர்சனத்திற்குப் பிறகு இப்போது சில மாற்றங்களைச் செய்திருக்கிறார்கள்.

கல்வி, சுகாதாரம், கூட்டுறவு போன்ற தலைப்புகளில் ஒவ்வொன்றின் கீழும் இவ்வளவு என்று ஒரு தொகையை ஒதுக்கி, அதில் 70% கடன், 30% மானியம் என்று ஒட்டுமொத்தமாகக் கொடுத்துவிடுகிறார்கள்.

எடுத்துக்காட்டாக, தமிழ்நாடு என்றால் இந்த ஆண்டு கல்விக்காக இருபது கோடி ஒதுக்கிவிடுகிறார்கள் என்று வைத்துக்கொள்வோம்.

அதற்கு முன்பு அந்த ரூ.20 கோடியில் எவ்வளவு தொடக்கப் பள்ளிகள், எவ்வளவு ஆதாரப்பள்ளிகள், எவ்வளவு கல்லூரிகள் என்று தீர்மானிக்கிற பொறுப்பையும் ஒரு விதத்தில் மத்திய அரசு வைத்துக் கொண்டிருந்தது.

ஆதாரப் பள்ளிகளை மத்திய அரசு ஊக்கப்படுத்த நினைத்தால் அதற்கு 100% மானியம் என்று வழங்கும்.

அதற்கு ஆசைப்பட்டு மாநிலங்கள் அந்தத் திட்டத்தை மேற்கொள்ளும்.

இப்போது கல்விக்கு என்று ரூ.20 கோடி ஒதுக்கிவிட்டு, அதில் 70% கடன், 30% மானியம் என்று கூறி, அதை மாநிலத்தின் கையிலே கொடுத்து விடுகிறார்கள்.

இதுவரையில் இந்த மாற்றம் பாராட்டத்தக்க அம்சம்தான்.

ஆனால் பழைய முறையின் கேடுகள் இன்னும் நீக்கப் படவில்லை.

ரூ.20 கோடி ஒதுக்கப்பட்ட பிறகு வரிசைக் கிரமத்தை மாற்றிச் சில திட்டங்களை அடுத்த ஆண்டு மேற்கொள்ளலாம்– என்று தமிழ்நாடு அரசு தள்ளிப்போட முடியாது.

கொடுத்துவிட்டார்களே– என்பதற்காகச் செலவு செய்தே தீரவேண்டும்.

ஆண்டுக் கடைசியில் அதில் ரூ.5 கோடி மீதப்பட்டால், அதைவிட முக்கியம் என்று கருதப்படுகிற சுகாதாரத்துறைக்கு அந்தத் தொகையைத் திருப்பிவிட முடியாது.

எடுத்துக்காட்டாக, ஒரு கல்லூரி கட்டுவதைவிட ஒரு மருத்துவமனை கட்டுவது மிகவும் முக்கியம் என்று நினைத்து மாநில அரசு கல்வி என்கிற தலைப்பில் தரப்பட்ட தொகையைச்

சுகாதாரத் துறைக்குத் திருப்ப முடியாது.

–அப்படி மாற்றிச் செலவிட்டால் அடுத்த ஆண்டுகளில் மத்திய அரசு அந்தத் தொகையைப் பிடித்துக்கொள்ளும்.

–செலவிடாமல் வைத்திருந்தால் அந்தத் தொகையை மாநில அரசு இழக்க நேரிடும்.

–இப்படித்தான் கணக்குப் புத்தகத்தில் கண்ணாமூச்சி விளையாடும் வேலையை மேற்கொள்ளும்படி மாநில அரசுகள் கட்டாயப்படுத்தப்படுகின்றன.

–இதுவரை நாம் கூறிய திட்டங்கள் 'மத்திய அரசின் உதவியுடன் நடைபெறும் திட்டங்கள்' (Centrally Aidded) என்னும் வகையைச் சேர்ந்தவை.

அடுத்தவகைத் திட்டங்கள் 'மத்திய அரசே துவக்கி மேற் பார்வை செய்யும் திட்டங்கள்' (Centrally Sponsored) என்னும் பெயரைப் பெறுகின்றன. இந்த வகைக்கு எடுத்துக்காட்டு: குடும்பக் கட்டுப்பாட்டுத் திட்டங்கள், சிலவகை மாட்டுப் பண்ணைகள், வேளாண்மைக் கல்லூரிகள் போன்றவையாகும்.

இந்த வகைத் திட்டங்களுக்கு ஆகும் செலவினத்திற்கும் மத்திய அரசு மானியமும், கடனும் அளிக்கிறது.

ஆனால் இந்த வகைத் திட்டங்களைத் தயாரிப்பதே மத்திய அரசு தான். ஆனால் இவற்றை மாநில அரசுகள் அமுல்படுத்தினாலும் இதை மத்திய அரசு இறுதிவரை மேற்பார்வை செய்கிறது.

ஒவ்வொரு ஆண்டும் இந்த வகைத் திட்டங்களுக்கு எவ்வளவு தொகை ஒதுக்கப்படுகிறது என்பது மாநிலங்களுக்குத் தெரியாது.

மத்திய அரசின் 'பட்ஜெட்' வெளிவரும்போதுதான் நாட்டு மக்களைப்போலவே மாநில அரசுகளும் இந்த விபரங்களைத் தெரிந்து கொள்ள முடியும்.

மத்திய அரசின் நிதி இலாகா, மற்ற இலாகாக்களிலிருந்து ஒவ்வொரு ஆண்டும் ஒவ்வொரு மாநிலத்திற்கும் இந்த வகைத் திட்டங்களுக்காக ஒதுக்கப்படும் நிதி விபரத்தைத் திரட்டி அவற்றை பட்ஜெட்டில் வெளியிடுகிறது.

மாநில அரசுகளின் 'பட்ஜெட்கள்' ஜூன் மாதத்திற்கு முன்னதாக வெளியிடப்படுகின்றன. மத்திய அரசின் பட்ஜெட் பிப்ரவரி 28ஆம் நாள் வெளியானாலும்

ஜூன் மாதத்திற்குப் பிறகுதான் இந்த வகைத் திட்டங்கள் பற்றி மத்திய அரசு மாநில அரசுகளுக்குத் தெரியப்படுத்துகிறது.

எனவே, இந்த வகைத் திட்டங்கள் மாநில அரசின் பட்ஜெட்டிற்கு அப்பாற்பட்டவையாகும்.

இதனால் மாநில அரசுகள் முறையாக முன்கூட்டியே திட்டமிட முடியாமல் போய்விடுகின்றன.

இந்த வகைத் திட்டங்கள் பெரும்பாலும் மாநில அரசுகளுக்கென்று அரசியல் அமைப்புச் சட்டத்தில் ஒதுக்கப்பட்டிருக்கும் விஷயங்களைப் பற்றியவை.

இதன் காரணமாக மத்திய அரசு மாநில அரசுகளின் மீது ஒரு கட்டுப்பாட்டை ஏற்படுத்திக் கொள்கின்றது.

இதுகுறித்து, 'செதல்வாட் குழுவினர்' கடுமையாக விமர்சித்திருக்கின்றனர்.

இது மாநிலங்களின் அதிகாரத்தில் ஊடுருவுகிறது.[1]

நிதியம்சம் என்னும் சொல்லைப் பயன்படுத்திப் புழக்கடை வழியாக மத்திய அரசு மாநில அரசுப் பட்டியலைப் பொதுப் பட்டியலாகவோ மத்திய அரசுப் பட்டியலாகவோ மாற்றிக்கொள்கிறது.[2]

மாநில அரசுகளுக்கு உட்பட்ட கல்வி, கூட்டுறவு ஆகிய துறைகளில் இந்த வகைத் திட்டங்கள் அதிகமாயிருப்பதையும் அக்குழுவினர் சுட்டிக்காட்டியிருக்கின்றனர்.

மாநில அரசுகளின் அதிகாரத்தில் மத்திய அரசு ஆக்கிரமிப்புச் செய்கிறது என்பது தத்துவ ரீதியான எதிர்ப்பு மட்டுமில்லை. இதன் காரணமாக, முன்பே குறிப்பிட்டது போல, மாநில அரசுகளின் திட்டங்கள் வகுக்கப்பட்டு முடிந்த பிறகு இந்த வகைத் திட்டங்கள் தெரியப்படுத்தப்படுவதால் திட்டமிடும் முறையே பழுதடைகிறது.

---

1. "Central sponsoring implies an instruction into the State sphere."

   - Ibid., p.122

2. "....the result is to make such subjects concurrent or central by the fiscal backdoor..."

   - Ibid., p.123.

அடுத்து, எதை முதலில் செய்வது எதை அடுத்துச் செய்வது என்கிற வரிசைக் கிரமத்தை அமைப்பதில் மத்திய அரசு முன்பு கூறியதுபோல அபரிமிதமான அறிவினைப் பெற்றிருக்கவில்லை. மக்களுக்கு நெருங்கியிருக்கும் மாநில அரசுகளுக்குள்ள அனுபவம் உறுதியாக மத்திய அரசிற்குக் கிடையாது.

எடுத்துக்காட்டாக, சாவுக் கிடங்குகளை 'ஏர்கண்டிஷன்' செய்வது, பஞ்சாயத்துத் தலைவர்கள் அனுபவம் பெறுவதற்காகச் சுற்றுப்பயணம் மேற்கொள்வது போன்றவை மத்திய அரசின் இந்த வகைத் திட்டங்களைச் சேரும்.[1]

இவை எந்த விதத்தில் திட்டத்தில் முதலிடம் பெறத் தகுதி பெற்றவை?

இத்திட்டங்கள் கொஞ்சம் காத்திருக்கலாம் என்பது மாநில அரசுகளுக்குத் தெரியும்.

ஆனால் நிதி உதவி மத்திய அரசிலிருந்து இத்திட்டங்களுக்குக் கிடைப்பதால் 'ஆற்றிலே வருகிறது – அம்மா குடி; அய்யா குடி' என்கிற விதத்திலே 'நிதிக் கவர்ச்சி' காரணமாக மாநில அரசுகள் இவற்றை வேண்டாமென்று தடுப்பதில்லை. விளைவு என்ன? வீண் பணவிரயம்தான்.

செதல்வாட் குழுவினர் இந்த வகைத் திட்டம் பற்றி மதிப்பீடு செய்வதற்கு மத்திய அரசின் வேளாண்மைத் துறையினர் மாநிலங்களில் துவக்க நினைத்த வேளாண்மைப் பல்கலைக்கழகங்கள் பற்றி ஆய்வு நடத்தினர்.

திட்டக் குழுவும், பல்வேறு குழுக்களும் இவை பற்றிப் பூர்வாங்கமாக ஆராய்ந்ததாகவும்;

– இந்த வேளாண்மைப் பல்கலைக்கழகங்கள் பற்றி இறுதி முடிவு எடுப்பதற்கு **ஏழு ஆண்டுகள்** ஆயின என்றும் கண்டுள்ளனர்.

இவை தவிர மூன்றாவது வகைத் திட்டமொன்றிருக்கிறது! அதுதான் முழுக்க முழுக்க மத்திய அரசே பணம் போட்டு, நிர்வாகம் செய்யும் திட்டம் (Central Sector).

எடுத்துக்காட்டு: நெய்வேலி நிலக்கரிச் சுரங்கம், சேலம் இரும் பாலை.

இந்தத் திட்டங்கள் பெரும்பாலும் மாநிலங்களுக்குக் கிடைக் கும் பரிசுகள் அல்லது 'லாட்டரி' போன்றவை.

---

1. Ibid., p.126.

அரசியல் கலக்காமல் இருக்கும் இந்த மாதிரித் திட்டங்கள் மிகவும் குறைவு.

சேலம் இரும்பாலைக்கு எவ்வளவோ நியாயமான காரணங்கள் இருந்தும்; பலமுறை போர்க்குரல் கொடுத்த பிறகுதான் தி.மு.க. அரசு அதைப் பெற்றது என்பது நினைவிருக்கலாம்.

மாநில அரசுகள்– அதிலும் குறிப்பாகத் தமிழக அரசு தனக்கெனத் தனியாகத் திட்டக்குழுவொன்றை அமைத்துக் கொண்டிருக்கிறதே, அதன் விளைவு என்ன என்று கேட்கலாம்.

உண்மைதான்.

தமிழக அரசுதான் இந்தியாவிலேயே முதன்முதலாகத் திட்டக் குழு (Planning Commission) என்னும் அமைப்பை உருவாக்கிய மாநிலமாகும்.

சிறந்த பொருளாதார அறிஞர்கள் கூடி தமிழ்நாடு சிறப்பதற்கும், அதன் தனிநபர் வருமானம் பெருகுவதற்கும் திட்டம் தீட்டுகின்றனர்.

ஆனால் ஆண்டிகள் கூடி மடம் கட்ட முடியுமா?

கலைவாணர் நடித்த 'மனோன்மணி' என்னும் திரைப்படத்தில் இந்தப் பழமொழியை விளக்கி ஒரு காட்சி வருவது பலருக்கும் நினைவிருக்கலாம்.

"இப்படி ஒரு திண்ணை... இப்படி ஒரு தாழ்வாரம்... இப்படி ஒரு கூடம்..." என்று ஆண்டிகள் திட்டம் போட்டுக் கொண்டிருப்பார்கள்!

அதுபோன்றுதான் மாநில அரசுகள் தங்களது 'திட்டக் குழு'க்கள் மூலம் போடுகிற திட்டங்களும்!

கையிலே பணமில்லை!

பிறகு திட்டம் தீட்டி என்ன பயன்?

போடுகிற திட்டங்களை மத்திய அரசு வெட்டிவிடுகிறது.

அதனால் மாநில அரசுகளின் திட்டக் குழுக்கள் காகிதத் திட்டங்களைத் தீட்டி அடுக்கி வைக்கின்றன.

அதைப் படிக்கிற பாமர மனிதனின் ஆசைகள் தூண்டி விடப்படுகின்றன.

"இதைச் செய்திருப்போம்; அதைச் செய்திருப்போம்; ஆனால் என்ன செய்வது? மத்திய அரசு கைவிரித்துவிட்டது" – என்கிற

நிலையில் பாமர மனிதனின் கோபத்தை மத்திய அரசின் மீது திருப்பி விடத்தான் மாநில அரசுகளின் திட்டக் குழுக்கள் இப்போது கருவிகளாக இருக்கின்றன.

திட்டமிட்ட பொருளாதார முன்னேற்றத்தை நோக்கி நம்மோடு நடைபோடத் துவங்கிய செஞ்சீனா இன்று மிகப் பெரிய வல்லரசாக இருப்பதற்கு என்ன காரணம்?

சீனாவும் இந்தியா போன்ற ஒரு பெரிய நிலப்பரப்புத்தான்!

அதை உணர்ந்து சீனாவிலே திட்டம் தீட்டிச் செய்ல்படுத்து கிறார்கள்.

நாம் இந்தியா முழுவதும் உற்பத்தியில் தன்னிறைவு காண வேண்டும் என்பதை இலட்சியமாகக் கொண்டிருக்கிறோம்!

சீனாவில் ஒவ்வொரு கம்யூனும், மாவட்டமும், மாகாணமும் அதை இலட்சியமாகக் கொண்டிருக்கின்றன.

> ஒவ்வொரு கம்யூனும் உற்பத்தி இலக்குகளை முடிவு செய்து மாவட்டத்திற்கு அனுப்புகிறது; மாவட்டம் மாகாணங்களுக்கு அனுப்புகிறது. மாகாணங்கள் நாட்டின் தலைநகருக்கு அனுப்பி வைக்கின்றன.

–இத்தனைக்கும் சீனா ஒற்றையாட்சி அரசியல் அமைப்புக் கொண்ட நாடு.

ஆனால் திட்டமிடுதல்– அடிமட்டத்திலிருந்து– கம்யூனிலிருந்து செய்யப்படுகிறது.

–அதனால்தான் சீனா இன்று அமெரிக்காவையும், ரஷ்யா வையும் பொருளாதார வளர்ச்சியில் சவாலுக்கு அழைக்கும் நிலையிலீருக்கிறது!

ஆனால், புதுடில்லியில் இருந்துகொண்டு இந்தப் 'புது மொகலாயச் சக்கரவர்த்திகள்' ஒரு துணைக் கண்டத்திற்குச் சரியான வகையில் திட்டம் போட முடியுமா?

நான்கு திட்டங்களுக்குப் பிறகும் இந்தியாவில் – ஏழை மேலும் ஏழையாகிறான்; பணக்காரன் மேலும் பணக்காரனாகிறான்.

வளர்ச்சியடைந்த பகுதிகள் மேலும் வளர்ச்சியடைகின்றன. பின் தங்கிய பகுதிகள் மேலும் பின்தங்கிய நிலையை அடைகின்றன.

இதற்குக் காரணம் என்ன?

திட்டமிடுதல் பரவலாக்கப்படாமல், ஆயிரக்கணக்கான மைல்

களுக்கு அப்பால் மக்களைச் சிறிதும் நெருங்காத நிலையிலிருந்து கொண்டு தொலைநோக்கியைக் கொண்டு, 'புது மொகலாயச் சக்கரவர்த்திகள்' இந்தியாவைத் தங்கள் வீட்டுக் கொல்லைப்புறம் என்று நினைத்துக் கொண்டு திட்டங்கள் தீட்டுவதுதான்!

இந்த முறை கூட்டாட்சிக் கொள்கைக்கு மட்டுமன்று; சீரான பொருளாதார வளர்ச்சிக்கும் முதல் எதிரியாகும்!

16. திட்டக் குழு நியாயம் வழங்குகிறதா?

"புதுடெல்லியில் 1970 மே 3ஆம் நாள் நடைபெற்ற மத்திய – மாநில உறவுகள் பற்றிய கருத்தரங்கில் பேசுகையில் திரு.மொரார்ஜி தேசாய், திட்டங்களுக்கான நிதி ஒதுக்கீட்டை சட்டம் ஒன்றினால் முறைப்படுத்தக் கூடாதா என்பது குறித்து விவாதித்துள்ளார். அந்தச் சந்தர்ப்பத்தில், இதுகுறித்து முந்திய ஆண்டுகளிலெல்லாம் ஒழுங்குமுறை எதுவுமில்லை என்பது உண்மையென்றும், ஒருதலைபட்சமாகச் சிலருக்கு மட்டும் சில சமயங்களில் சலுகைகள் காட்டப்பட்டு வந்தன என்றும் தெரிவித்துள்ளார்."

– இராஜமன்னார் குழு அறிக்கை

"Thiru Moraraji Desai speaking at the Indian Parliamentary Association Symposium on Centre – States Relations held in New Delhi on 3rd may 1970 has dealt with the question whether the devolution of plan resources also should be regulated by statute. In that context, he has stated that it is true that in the earlier years, there was not a regular system in this matter and that sometimes favouritism was shown to some people according to the predilections of people lay."

- RAJANNAR COMMITTEE REPORT, p.100

பல ஆண்டுக் காலம் மத்திய அரசின் நிதியமைச்சராக இருந்த மொரார்ஜியார் மேலே குறிப்பிட்டவாறு கூறுகிறார் என்றால் அவர் உண்மையைக் கூறுகிறார் என்றுதான் கொள்ள வேண்டும்.

முதலாவது, இரண்டாவது, மூன்றாவது ஐந்தாண்டுத் திட்டங்களில் 'பேரம்' ('horse - trading') நடைபெற்றதாக அப்போதைய திட்டக்குழுத் துணைத் தலைவராக இருந்த பேராசிரியர் **காட்கில்** கூறியிருக்கிறார்.

100%, 50%, 25% என்று பால் பண்ணை, கோழிப் பண்ணை, பன்றிப் பண்ணை – ஆகியவற்றிக்கு மானியம் வழங்கப்பட்டதாகவும், பிறகு அடுத்தடுத்த ஆண்டுகளில் அந்த மானியத் தொகையின் சதவிகிதம் மாற்றியமைக்கப்பட்டதாகவும், இவையனைத்தும் ஒரே 'மர்மமாக' ('mystery') இருப்பதாகவும் காட்கில் தெரிவித்திருக்கிறார்.

1971, ஜூன் 17ஆம் நாளன்று 'ஸ்டேட்ஸ்மேன்' (Statesman) பத்திரிகையில் அந்த ஆண்டுத் திட்டம் குறித்து வந்திருந்த செய்தியொன்று மொரார்ஜியார் கூற்றை மேலும் உறுதி செய்கிறது.

மத்தியப் பிரதேசம், பஞ்சாப், இராஜஸ்தான் ஆகிய மாநிலங்கள் கேட்டிருந்த திட்டத் தொகை முழுவதும் அளிக்கப்பட்டு விட்டது.

ஆந்திரப் பிரதேசம் மத்திய அரசிடமிருந்து உதவித்தொகை (Central assistance) ரூ.77.36 கோடி கேட்டிருந்தது. ஆனால் கிடைத்தது ரூ.48 கோடிதான்!

தமிழ்நாடு ரூ.67.41 கோடி கேட்டிருந்தது. கிடைத்தது ரூ.40.40 கோடிதான்!

மேற்கு வங்கம் ரூ.60 கோடி கேட்டிருந்தது. கிடைத்தது ரூ.44.20 கோடிதான்!

ஆனால் இரண்டே இரண்டு மாநிலங்கள் கேட்டதற்கும் கூடுதலாகப் பெற்றிருக்கின்றன.

மராட்டிய மாநிலம் கேட்டிருந்த தொகை ரூ.38.28 கோடி. ஆனால் வெளியே சொல்லக்கூடாத காரணத்தையொட்டி ('for an unstated reason'[1]) **மராட்டியத்திற்கு மத்திய அரசு கொடுத்ததோ ரூ.49.10 கோடி!**

அதைப் போலவே அந்த ஆண்டு மத்திய அரசிடமிருந்து மிக அதிகத் தொகை பெற்ற மாநிலம் உத்தரப்பிரதேசம்.

உ.பி.க்கு ரூ.105.02 கோடி தரப்பட்டது. இதுவரையில் மத்திய அரசு மிக அதிகமாகக் கொடுத்த தொகை இதுதான்! – என்று அந்த ஏடு குறிப்பிட்டிருந்தது.

---

1. "The Statesman", June 17, 1971.

மராட்டிய மாநிலத்திற்கும், உத்தரப் பிரதேசத்திற்கும் மத்திய அரசு அவ்வளவு கருணை காட்டுவானேன்?

காரணம் வெளிப்படை: மராட்டிய மாநிலம் நிதி அமைச்சர் திரு. சவாண் அவர்களது மாநிலம். அதனால்தான் கேட்டிருந்ததை விட அதிகம் கிடைத்தது.

உ.பி. பிரதமர் திருமதி இந்திரா காந்தியின் மாநிலம். அதோடு அப்போது அம்மாநிலத்தில் தேர்தல் நடைபெறுவதாக இருந்தது. அதனால்தான் இதுவரை எந்த மாநிலத்திற்கும் கொடுக்கப்படாத நிதி உதவியை மத்திய அரசு செய்தது.

'தெற்கு தாழ்கிறது, வடக்கு வாழ்கிறது' – என்கிற முழக்கத்தை முதன் முதலில் ஒலித்து மத்திய அரசின் ஓரவஞ்சகத்தை எடுத்துக் காட்டியது தி.மு. கழகம்தான்.

இப்போது பல மாநிலங்கள் தி.மு.க. போலப் பகிரங்கமாகக் கூறாவிட்டாலும் இரகசியமாக ஒலிக்கின்றன.

> "திட்டத்திற்குத் திட்டம் என் மாநிலத்திற்குத் தலைக்கு ரூ.110 தான் கிடைக்கிறது. ஆனால் குஜராத், மகாராஷ்டிரம், பஞ்சாப், அரியானா போன்ற மாநிலங்களுக்குத் தலைக்கு ரூ.175 கிடைக்கிறதே!"

– என்று ஒரு சமயம் மத்தியப் பிரதேசத்து முதலமைச்சர் அப்போதைய திட்டக் குழுத் துணைத் தலைவர் பேராசிரியர் டி.ஆர். காட்கில் அவர்களிடம் கூறினாராம்.[1]

இந்தக் குறைபாடு தமிழ்நாட்டிற்கும் உண்டு.

1951லிருந்து 1969 வரை அனைத்து மாநிலங்களும் தலைக்கு இவ்வளவு என்று மத்திய அரசிடமிருந்து பெற்ற சராசரி உதவித் தொகை (Central Assistance)	ரூ.141
ஆந்திரம்	ரூ.144
அசாம்	ரூ.189

1. **D.R. GADGIL,** in his speech at Bangalore on 8.6.1970, published in 'PUBLIC AFFAIRS', Bangalore, Sept. 1970, p.193

கேரளா	ரூ.155
மைசூர்	ரூ.156
இராஜஸ்தான்	ரூ.190
பஞ்சாப்	ரூ.246
ஒரிசா	ரூ.203
தமிழ்நாடு	ரூ.128[1]

தமிழ்நாட்டைவிட மற்ற தென் மாநிலங்கள் அதிகம் பெற்றிருக்கின்றன. தென் மாநிலங்களைவிட வடமாநிலங்கள் அதிகம் பெற்றிருக்கின்றன.

- இது மற்ற மாநிலங்களைவிடத் தமிழ்நாட்டு மக்கள், தலைக்கு இவ்வளவு என்று மத்திய அரசு தரும் தொகையில் அனைத்து மாநிலங்களின் சராசரியைவிட மிகக் குறைவாகப் பெறுகிறார்கள் என்கிற கணக்கு.

இப்போது இன்னொரு கணக்கைப் பார்ப்போம். திட்டத்திற்குத் திட்டம் மத்திய அரசிடமிருந்து தமிழ்நாடு பெறும் தொகை குறைந்து கொண்டே போகிறது.

மத்திய உதவித் தொகையில் தமிழ்நாடு பெற்ற பங்கு[2]
(Share of Tamil Nadu in Central Assistance)

	தமிழ்நாடு பெற்ற தொகையின் சதவிகிதம்
முதல் திட்டம்	10.8%
இரண்டாவது திட்டம்	9.0%
மூன்றாவது திட்டம்	7.4%
1966 முதல் 1969 வரை	6.8%
நான்காவது திட்டம்	4.7%

தமிழ்நாடு முன்பே நன்கு வளர்ச்சியடைந்துவிட்ட மாநிலம் என்று இதற்குக் காரணம் காட்டப்படுகிறது. தமிழ்நாட்டின் தேவைகளையும், நலனையும் புறக்கணிக்கிறோம் என்று நேரடியாகக் கூறாமல், வாதத்திற்கு ஏற்றுக்கொள்ள முடியாத– மத்திய அரசு செய்யும் ஒரு கண்துடைப்புதான் இந்தக் காரணம்.

---

1. Source: Memorandum for the Sixth Finance Commission, Govt. of Tamil Nadu., p.10.

2. Source : Ibid., p.10

இது தவறான புள்ளிவிபரம் என்பதைத் தமிழக அரசு ஆறாவது நிதிக் குழுவிடம் தந்த மனுவில் தெளிவாகக் குறிப்பிட்டிருக்கிறது.

நாம் மற்ற சில மாநிலங்களைவிடப் பெரிதும் வளர்ச்சியடைந்து விட்டோம் – என்பது உண்மையென்றே வைத்துக்கொள்வோம்.

அதற்காக மற்ற மாநிலங்கள் வளரும் வரை நாம் அப்படியே காத்துக் கொண்டிருக்க வேண்டுமா?

மத்திய - மாநில உறவுகளில் இந்தச் சூழ்நிலை ஒரு புதிய சிக்கலை உருவாக்கியிருக்கிறது.

முன்னேறியதாகக் கூறப்படும் மாநிலங்கள் ஒரு அணியிலும், பின்தங்கியிருப்பதாகக் கூறப்படும் மாநிலங்கள் இன்னொரு அணியிலும் திரண்டு மத்திய அரசின் உதவித் தொகை பெறுவதிலே போராடப் போவதை இனி நாம் காணலாம்.

இப்போது எல்லா மாநிலங்களும் தாங்கள் ஏதாவது ஒரு வகையில் பின்தங்கியிருப்பதாகக் கூறிக்கொண்டால்தான் பிழைக்க முடியும் என்கிற விரும்பத்தகாத நிலை உருவாகியிருக்கிறது.

21 மாநிலங்களில் சில மாநிலங்கள் என்றைக்கும் பின்தங்கிய நிலையில் இருப்பதும் நல்லதன்று.

எந்த மாநிலத்தையும் மற்ற மாநிலங்கள் முன்னேறும் வரை காத்திருங்கள் என்று வளர்ச்சியைத் தேக்கிவைப்பதும் நல்லதன்று.

"மத்திய அரசின் மாற்றாந்தாய் மனப்பான்மையால்தான் நமது வளர்ச்சி தடைப்படுகிறது" என்று இரண்டு வகை மாநிலத்து மக்களும் நினைக்கத் தொடங்கிவிட்டால் அது கூட்டாட்சியை உடைத்துத் தகர்த்துவிடும்.

இதைத் தடுப்பதற்கு என்ன செய்ய வேண்டும்?

மத்திய அரசு நியாயமாக நடந்துகொள்ள வேண்டும்.

இது இப்போதுள்ள அமைப்பில் நடக்காத காரியம்.

ஏனெனில் அரசியல்வாதிகள் நீதிபதிகளைப்போல நடந்து கொள்ள முடியாது. நீதிமன்றத்துக்குள்ளேயே அரசியல் புகுந்து விட்டதாகப் புகார் சொல்லப்படுகிற காலமிது.

> தேச அளவுத் திட்டம்; பிராந்திய அளவுத் திட்டம் – என்று திட்டங்களைப் பிரித்துக் கொள்ள வேண்டும். தேச அளவுத் திட்டங்களை மாநிலங்களை அழைத்து, அவர்களது கருத்துக்களைத் தெரிந்துகொண்டபிறகு திட்டக்குழு தீட்டவேண்டும். ஒவ்வொரு மாநிலமும் தனது தேவை, சுற்றுச் சார்பு, தன்னால் திரட்ட முடிகிற நிதி வசதி, மத்திய அரசிடமிருந்து கிடைக்கிற நிதி உதவி, இவற்றை நன்கு பயன்படுத்தும் திறமை – ஆகியவற்றிற்கு ஏற்றது போல் பிராந்தியத் திட்டங்களைத் தீட்டிக்கொள்வதற்கு விட்டுவிடவேண்டும்.
>
> தேசிய முயற்சிகளில் மாநிலங்களும் பங்குதாரர்கள் என்கிற உணர்ச்சியை ஏற்படுத்தும் விதத்தில் அரசியல், பொருளாதார உணர்வுகள் திருத்தியமைக்கப்பட்டால்தான் தற்போதுள்ள பிரிவினைப் போக்கு தடுக்கப்பட்டு, நாட்டிற்கு ஒரு நல்ல வழியும், இலக்கும் கிடைக்கும்
>
> – என்று ஏ.கே. சந்தா கூறியிருப்பது கவனிக்கத்தக்கது.

மாநிலங்களுக்குச் சுயாட்சியையும், நிதி ஆதாரங்களை அதிகமாக்கியும் கொடுத்துவிட்டு; "உங்கள் தலைவிதியை நீங்களே தீர்மானித்துக் கொள்ளுங்கள்" – என்று கூறாதவரை நிலைமை திருந்தப்போவதில்லை.

'வடக்கு வாழ்கிறது; தெற்கு தேய்கிறது' – என்கிற மென்மையான முழக்கத்தைத்தான் தி.மு.க. எழுப்பியது.

ஆனால் அண்மையில் சச்சிதானந்த் சின்கா என்பவர் ஒரு நூல் எழுதியிருக்கிறார். அந்த நூலின் பெயரே **'உள்நாட்டுக் காலனி'** ('Internal Colony') என்பதாகும்.

---

1. "... it should be advisable to make a distinction between national and regional planning. While national plans should be drawn up by the Planning Commission, after inviting and considering the views of the States, the regional plans should be left to be drawn up by each State suited to its specific needs and environs and on its own assessment of the resources it could mobilise itself and the quantum of Central assistance it could reasonably expect, keeping also in view its capability to utilise them beneficially..... It is only when the political and economic relations had been readjusted to give the States a feeling of partnership in a national endeavour that the present fissiparous trends will be checked and reversed giving the country direction and purpose."

- **A.K. CHANDA,** "The Financial Aspect Of Union - State Relations", published in "The Union And The States", Ed. by S.N. Jain and others, p.256.

அதிலே பீகார் மாநிலம் இந்தியாவின் 'உள்நாட்டுக் காலனி'யாக நடத்தப்படுவதாகக் கடுமையான புகாரை எழுப்பியிருக்கிறார்.

'உள்நாட்டுக் காலனி'

– இந்த வாசகத்தை எங்கேயோ கேட்டது போல் இருக்கிறதா?

– ஆம்; முஜிபூர் ரகுமான் அண்மையில் தனிநாடு கேட்பதற்கு முன்பு பாகிஸ்தான் மத்திய அரசை எதிர்த்து எழுப்பிய முழக்கம் தான் இது!

தி.மு. கழகத் தலைவர் இந்த முழக்கத்தை எழுப்பியிருந்தால் இந்நேரம் இந்தச் சுலோகம் ஒரு அகில இந்திய சர்ச்சையைத் தோற்றுவித்திருக்கும்.

– இதிலிருந்து என்ன தெரிகிறது?

இப்போதுதான் இந்தியாவில் மற்ற மாநிலங்கள் விழித்துக் கொள்ளத் தொடங்கியிருக்கின்றன.

வளர்ச்சியடைந்துவிட்டதாகக் கூறப்படும் தமிழ்நாடு போன்ற மாநிலங்களும், பின்தங்கியிருப்பதாகக் கூறப்படும் பீகார் போன்ற மாநிலங்களும் பொருளாதார சுபீட்சம் காணவேண்டுமானால், அதற்கு ஒரே வழி தங்கள் தலைவிதியைத் தாங்களே – மத்திய அரசின் கட்டுப்பாடு அறவே நீங்கி – தீர்மானித்துக் கொள்ளும் மாநில சுயாட்சிதான்! ●

17. திட்டத்தின் மூலம் மீண்டும் 'இரட்டை ஆட்சி'

"மாநில விஷயங்களுக்காக மத்திய அரசு செலவிட்டு வரும் தொகை அதிகரித்து வருவது – மாநில அதிகாரத்திற்கு உட்பட்டவற்றில் மத்திய அரசின் கட்டுப்பாடு எப்படி அளவிலும், ஆழத்திலும் அதிகரித்து வருகிறது என்பதையும்; அரசியல் அமைப்புச் சட்டம் கொடுத்துள்ள பொறுப்புட்களை நிறைவேற்ற முடியாதபடி எப்படி மாநில அரசுகள் நிதியை இழக்கின்றன என்பதையும் எடுத்துக்காட்டுவதாக இருக் கின்றது.... இது மாநில அதிகாரத்திற்கு உட்பட்ட நிர்வாக விஷயங்களில் முழுக்க முழுக்க இரட்டை ஆட்சியை ஏற்படுத்துவதாக இருக்கிறது."

– டாக்டர் பி.சி. ராய்

(மே. வங்க முதலமைச்சராக இருந்தபோது அந்த அரசு நிதிக் குழுவிடம் கொடுத்த மனுவில்!)

"The sharp increase in Union expenditure on State subjects shows how Central control over State subjects is increasing in extent and intensity and how State Governments are being correspondingly deprived of the money to perform their constitutional responsibility.... this is introducing diarchy, pure and simple, in the administration of State subjects."

--- Memorandum to The Second Finance Commission, (1956) Govt. of West Bengal.

'இப்போதிருக்கிற அரசியல் அமைப்புச் சட்டத்திலேயே மாநில சுயாட்சி இருக்கிறதே!' – என்று சென்ற ஆண்டு இந்தியப் பிரதமர் திருமதி இந்திரா காந்தியார் கள்ளிக்கோட்டையில் கூறினார்.

ஆம்; இப்போதும் மாநில சுயாட்சி இருக்கிறது. ஆனால் ஏட்டளவில்! நிச்சயம் முழுமையான அளவில் இல்லவே இல்லை!

– திட்டமிடுவது ஒன்றே அதற்குச் சான்றாகும்.

மாநிலங்களுக்கென்று ஒதுக்கி வைக்கப்பட்ட துறைகளில் மத்திய அரசு குறுக்கிடுவது பற்றியும்; நிதிக் கதவைப் பயன்படுத்திக் கொல்லைப்புறமாக நுழைந்து ஆக்கிரமித்து மாநிலப் பட்டியலை மத்திய அரசுப் பட்டியலாகவும், பொதுப் பட்டியலாகவும் ஆக்குவது பற்றியும் செதல்வாட் குழுவினர் தந்திருந்த கடுமையான விமர்சனங்களை முன் அத்தியாயங்களில் குறிப்பிட்டிருந்தோம்.

– திட்டமிட்ட பொருளாதாரமின்றி எந்த நாடும் முன்னேற முடியாது.

அதற்குக் கூட்டாட்சிகளின் அத்தியாவசியத் தேவைகள் எவை?

மாநிலங்கள் மீது நம்பிக்கை வைக்க வேண்டும்.

மாநிலங்களைப் பொறுப்புணர்ச்சி கொண்டவையாக ஆக்க வேண்டும்.

மாநிலங்களைச் சுயமரியாதையுள்ள சம-பங்குதாரர்களாக நினைக்க வேண்டும்.

– இவை நாம் கூறிய கருத்துக்களல்ல. செதல்வாட் குழுவினர் தெரிவித்திருக்கிற கருத்துக்களாகும்.[1]

செதல்வாட் குழுவினரின் கடுமையான கண்டனத்திற்குப் பிறகு மத்திய அரசு மாநில அரசுகளின் திட்டங்களின் முழு விபரங்களுக்குள்ளும் நுழைந்து தலையிடுவது குறைந்து விட்டாலும், அந்தக் குறைபாடுகளனைத்தும் வேறு உருவங்களில் இப்போதும் தலைகாட்டிக் கொண்டிருக்கின்றன.

தாம் வரைந்த திட்டங்களை மாநில அரசுகளைக் கொண்டு நிறைவேற்றச் செய்து தங்களைக் 'கங்காணி' நிலைக்கு உயர்த்திக் கொள்ளத் திட்டங்களும் (Centrally sponsored schemes), மாநில அளவில் இயங்கினாலும் மத்திய அரசே நேரடியாக நடத்தி வரும் திட்டங்களும் (Central sector schemes) எந்த அளவுக்குப் பெருகியிருக்கின்றன என்பதைப் பின்வரும் பட்டியல் – 4ல் காணலாம்.

---

1. "...greater trust in the States and making them responsible and self-respecting partners in this venture."
--- Op.cit., pp. 96-97.

பட்டியல் - 4

1972-73 ஆம் ஆண்டுத் திட்டம் (Annual Plan, 1972-73)

(ரூபாய்கள் கோடியில்)

ஆட்சித் துறைகள்	மொத்த ஒதுக்கீடு	முழுக்க முழுக்க மத்திய அரசே நடத்துபவை (Central sector)	மத்திய அரசு திட்டம் கொடுத்து மாநிலங்களை நடத்தச் சொல்லி மேற்பார்வையிடுபவை (Centrally sponsored sector)	மாநிலங்களும், யூனியன் பிரதேசங்களும் நடத்துகிற திட்டத்திற்கான தொகை
வேளாண்மைத் துறை	782.35	422.25	27.15	332.95
கிராமத் தொழில்களும் சிறு தொழில்களும் (Village and small Industries)	62.64	28.86	3.17	30.61
கல்வி	194.51	51.67	7.64	135.20
சுகாதாரம்	87.26	10.22	29.99	47.05
சமுதாய நலத்திட்டம் (Social Welfare)	153.95	150.99	0.40	2.56

(Source : Memorandum for the Sixth Finance Commission, Govt. of Tamil Nadu, Vol. I., p.8)

மாநில அரசுகளின் வரவு-செலவுத் திட்டங்களுக்குக் கட்டுப்படாமல், மாநிலங்களின் தேவையையும் உணராமல் டில்லியிலிருந்தவாறு சூத்திரக்கயிறு கொண்டு நடத்திவைக்கப்படும் இந்தத் திட்டங்களுக்காகும் தொகையை மாநிலங்கள் வசமே கொடுத்துவிட்டால் அவை தங்கள் தேவைகளை மேலும் நல்ல முறையில் நிறைவு செய்து கொள்ளும் – என்கிற கருத்தைத் தமிழக அரசு ஆறாவது நிதிக் குழுவிற்குக் கொடுத்திருக்கிற மனுவில் 'மிகவும் மென்மையாகக்' குறிப்பிட்டிருக்கிறது.[1]

முழுக்க முழுக்க மத்திய அரசே நடத்துபவை; மத்திய அரசு திட்டம் வரைந்து மாநில அரசுகளை நடத்தச் சொல்லி, கங்காணியாக இருந்து மேற்பார்வையிடுபவை – ஆகியவையெல்லாம், மாநிலங்களுக்கு இவ்வளவு என்று ஒரு அளவுகோலை வைத்துத் திட்டத் தொகை பிரிக்கப்படுகிறதே, அதற்கு அப்பாற்பட்டவையாகும். இந்த இரண்டு வகைத் திட்டங்களும் எந்தவித அளவுகோலுக்கும் கட்டுப்படாமல், மத்திய அரசு விரும்புகிறபடி வழங்கப்படுபவையாகும்.

தி.மு. கழகத்திற்குள்ள வியத்தகு குணாதிசயங்களில் ஒன்று அதன் 'நிதானம்' ('sobriety') என்று ஒருசமயம் ஒருவர் குறிப்பிட்டார்.

இது அறிஞர் அண்ணா அவர்கள் பழக்கிக் கொடுத்த நற்பண்புகளில் ஒன்றாகும்.

திட்டங்களின் மூலம் மாநில அரசுகளின்அதிகாரங்களில் மத்திய அரசு ஆக்கிரமிப்புச் செய்வது பற்றித் தி.மு.கழக அரசு மிகவும் மென்மையாக விமர்சனம் செய்து வந்திருக்கிறது.

ஆனால், மனப்பூர்வமாக மத்திய அரசை மிகக் கடுமையாக விமர்சித்த காங்கிரஸ் முதல்வர் ஒருவர் இருந்தார்.

அவர் பண்டித நேருவையே 'ஜவாகர்!' – என்றுதான் கூப்பிடுவார். எத்தனையோ முறை மத்திய அரசில் ஒரு அமைச்சர் பதவியை ஏற்றுக்கொள்ளச் சொல்லி அழைப்பு விடப்பட்டும் அவர் மறுத்து, மாநில முதல்வராகவே இருந்து, மாநில உரிமைகளுக்கு வாதாடினார்.

அவர் காந்தியாரின் டாக்டர்.

அவர்தாம் மேற்கு வங்க முதல்வராக இருந்த டாக்டர் பி.சி.ராய்.

சென்னையில் நடைபெற்ற உலகத் தமிழ் மாநாட்டின்போது அறிஞர் அண்ணாவின் சிலையைத் திறந்துவைத்துப் பேசிய டாக்டர் ஏ.ஆர். முதலியார் நம் அண்ணனை பி.சி. ராய் அவர்களோடு ஒப்பிட்டுப் பேசியது இன்னும் பசுமையாய் நினைவிலிருக்கிறது.

---

1. Ibid., pp.8-9.

அவர் முதல்வராக இருந்தபோது, மேற்கு வங்க அரசு ஒவ்வொரு நிதிக் குழுவிற்கும் அளித்த மனு சூடும் சுவையும் நிரம்பியது:

"நேரடியாக மானியம் வழங்குவதன் மூலமோ, அல்லது மாநில அரசின் மூலம் மானியம் வழங்கு வதினாலோ மத்திய அரசு முழுக்க முழுக்க மாநில அரசின் அதிகாரத்திற்கு உட்பட்டவற்றில் தனது தலையீட்டையும், கட்டுப்பாட்டையும் அதிகரித்துக் கொண்டே வருகிறது. மாநில விஷயங்களுக்காக மத்திய அரசு செலவிட்டு வரும் தொகை அதிகரித்து வருவது – மாநில அதிகாரத்திற்கு உட்பட்டவற்றில் மத்திய அரசின் கட்டுப்பாடு எப்படி அளவிலும் ஆழத்திலும் அதிகரித்து வருகிறது என்பதையும், அரசியல் அமைப்புச் சட்டம் கொடுத்துள்ள பொறுப்புகளை நிறைவேற்றமுடியாதபடி எப்படி மாநில அரசுகள் நிதியை இழக்கின்றன என்பதையும் எடுத்துக்காட்டுவதாக இருக்கின்றது. இது **மாநில அதிகாரத்திற்கு உட்பட்ட நிர்வாக விஷயங்களில் முழுக்க முழுக்க இரட்டை ஆட்சியை ஏற்படுத்துவதாக இருக்கிறது.**"

இரட்டை ஆட்சியைப் பற்றி முன்பே அறிந்திருக்கிறோம். மாகாணங்களில் இருந்த, தேர்ந்தெடுக்கப்பட்ட அமைச்சரவை மீது சிறிதும் நம்பிக்கை வைக்காமல், அப்போதைய அன்னிய ஏகாதிபத்திய மத்திய அரசு தனது ஏஜெண்டான கவர்னர் மூலமாக, நியமிக்கப்பட்ட அதிகாரிகள் மூலம் நிதி இலாகா, போலீஸ் இலாகா போன்ற முக்கிய இலாகாக்களை நிர்வகித்து வந்தது; தேர்ந்தெடுக்கப்பட்ட அமைச்சரவையின் குடுமியைக் கையிலே வைத்துக் கொண்டு கண்காணித்து வந்தது.

---

1. "........whether in giving direct grant or in giving a grant through the State Government, the Central Government have been increasing their intervention and control on purely State subjects. The sharp increase in Union expenditure on State subjects shows how Central control over State subjects is increasing in extent and intensity, and how State Governments are being correspondingly deprived of the money to perform their Constitutional responsibility... This is introducing diarchy, pure and simple, in the administration of State subjects."

- Memorandum to The Second Finance Commission, (1956) Govt. of West Bengal, p.15.

அந்த இரட்டை ஆட்சியோடுதான் டாக்டர் பி.சி. ராய் சுதந்தர இந்தியாவில் மாநிலங்களுக்கென்று ஒதுக்கப்பட்ட அதிகார எல்லைக்குள்ளே மத்திய அரசு நுழைந்து திட்டங்களை மேற்கொள்வதை ஒப்பிடுகிறார்.

அப்படி ஒப்பிட்டு இரண்டிற்கும் உள்ள வேறுபாடுகளையும் பிரித்துக் காட்டுகிறார்.

அன்னிய ஏகாதிபத்தியம் இரட்டை ஆட்சி நடத்தியபோது, தேர்ந்தெடுக்கப்பட்ட அமைச்சர்களை நம்பாமல், தான் ஏற்றுக்கொண்ட இலாகாக்களின் நல்லது கெட்டதுகளுக்குப் பொறுப்பேற்றுக் கொண்டது.

ஆனால் சுதந்தர இந்தியாவில் இப்போது டில்லி ஏகாதிபத்தியம் நடத்தும் இரட்டையாட்சியின் இலட்சணம் என்ன?

மாநில அரசுகளின் அதிகாரத்திற்கு உட்பட்ட விஷயங்களில் திட்டங்களைத் துவங்குகிறது; மேற்பார்வை செய்கிறது; ஆனால் நல்லது போலக் கெட்டதற்கும் பொறுப்பை ஏற்றுக் கொள்வதில்லை; தோல்வி ஏற்பட்டால் மாநிலங்கள் தலையில் அதன் பொறுப்பைச் சுமத்தி விடுகிறது.

அதனால்தான் டாக்டர் பி.சி. ராய் தலைமையில் இயங்கிய மேற்கு வங்க அரசு –

> "உண்மையில் இது இரட்டை ஆட்சியைவிட மோசமானது; ஏனெனில் அரசியல் சட்டப்படியும், நடைமுறையிலும் மாநில அரசுக்கு உட்பட்ட இந்த விவகாரங்களில் மத்திய அரசு பொறுப்பேற்றுக் கொள்வதில்லை. பொறுப்பு எதுவும் ஏற்றுக் கொள்ளாமல் மத்திய அரசு கட்டுப்பாட்டை மட்டும் செய்து வருகிறது. இந்த இரட்டை ஆட்சி மூலம் அவ்வப்போது ஏற்படும் விபரீத விளைவுகளுக்கு மாநில அரசின் மீது முழுப் பொறுப்பும் தூக்கி எறியப்படுகிறது." [1]

---

1. "In fact, it is worse than diarchy; because, the Central Government does not assume any responsibility in the matter which remains under the Constitution and also in fact squarely on the State Government. The Central Government only controls without taking any responsibility and for almost all diarchical deadlocks which are bound to develop under such circumstances from time it time, the entire responsibility is thrown on the State Government."

Ibid., p.15.

– இந்தக் கடுமையான வாசகங்கள் டாக்டர் பி.சி. ராய் தலைமையில் இயங்கிய மேற்கு வங்க அரசு இரண்டாவது நிதிக் குழுவிடம் 1956 இல் தந்த மனுவில் காணப்படுபவை.

டாக்டா பி.சி. ராய் கண்டனம் எழுப்பியது 1956இல்!

இப்போது நிலைமை என்ன?

'இரட்டை ஆட்சி'ப் போக்கு இன்னும் அதிகரித்திருக்கிறது.

எடுத்துக்காட்டாக; வேளாண்மைத் துறை மாநிலப் பட்டியலில் இருக்கிறது.

5ஆவது ஐந்தாண்டு நகல் திட்டத்தில் வேளாண்மைத் துறைக்காக ஒதுக்கப்பட்டிருக்கிற மொத்த மூலதனம் ரூ.4,730 கோடி. இதில் 40% (அதாவது ரூ.1,946 கோடி) மத்திய அரசுத் துறைக்கு (Central Sector) ஒதுக்கப்பட்டிருக்கிறது. ஆனால் மூன்றாவது திட்டத்தில் இது 16% ஆகத்தான் (அதாவது மொத்த ஒதுக்கீடான ரூ.690 கோடியில் ரூ.110 கோடியாகத் தான்) இருந்தது.

அதுபோலவே கல்விக்கென்று ஒதுக்கப்பட்டிருக்கிற ரூ.1,700 கோடியில் சுமார் ரூ.500 கோடி மத்திய அரசுத் துறைக்காக!

சுகாதாரத் துறையில் சுமார் ரூ.250 கோடி அல்லது 30% ஒதுக்கீடு மத்திய அரசுத் துறையில்!

– இந்தத் தகவலையெல்லாம் 1973 ஆம் ஆண்டு டிசம்பர் திங்கள் 8, 9 நாட்களில் புதுடில்லியில் நடைபெற்ற தேசிய வளர்ச்சிக் குழு கூட்டத்தில தமிழக முதல்வர் கலைஞர் வெளியிட்டு, டாக்டர் பி. சி. ராயின் மேற்கோளையும் காட்டி, "மத்திய திட்டக் குழுவும், மாநில அரசுகளும் முறையாக இணைந்து பணியாற்றுகிறபோது, மாநிலங்களுக்குப் பொறுப்பாக இருக்கிற துறைகளில மத்திய அரசே நடத்துகிற திட்டங்களும், மத்திய அரசின் ஆலோசனையின் பேரிலும் மேற்பார்வையிலும் நடத்தப்படுகிற திட்டங்களும் எதற்காக இருக்க வேண்டுமென்பது எனக்குத் தெரியவில்லை. இந்த முதலீடு மாநிலத்திட்டங்களுக்கு மாற்றப்பட வேண்டும் என்றும், மாநில அரசுத்துறைகளில் மாநிலத் திட்டங்களின் இயல்புகளைப் பெற்றிருக்கிற மத்திய அரசுத் திட்டங்கள் கூடவே கூடாது என்றும் நான் வன்மையாகக் கூற விரும்புகிறேன்" [1]

– என்று கூறினார்.

---

1. "When there is a planning process and the State Governments and Central Planning Commission work together, I do not see Why there should be Central schemes and Centrally - sponsored schemes in areas which are part of State responsibilities. I plead most emphatically that these outlays should be

– ஆக, டாக்டர் பி. சி. ராய் காலத்திலிருந்து, டாக்டர் கலைஞர் காலம் வரை இரட்டை ஆட்சி முறை அதிகமாயிருக்கிறதே தவிர, குறையவில்லை.

கலைஞருக்குப் பிறகு பேசிய கேரள முதல்வர் அச்சுத மேனனும், கர்நாடக முதல்வர் தேவராஜ் அர்சும் இந்தக் கருத்தை ஆதரித்துப் பேசியிருப்பது குறிப்பிடத்தக்கது.

மாநிலங்களை நம்பாத இந்த இரட்டை ஆட்சி முறை – அன்னிய ஏகாதிபத்தியம் தனது சுரண்டலை நிலை நாட்டுவதற்காக ஏற்படுத்திக் கொண்ட முறை – சுதந்தர இந்தியாவிலும் நீடிக்க வேண்டுமா?

அது கூடவே கூடாது என்கிறோம்; அதற்கு மறுபெயர்தான் மாநில சுயாட்சிக் கோரிக்கை! இது தவறா? ●

---

transferred to the State plans and that there should not be any Central sector schemes in subjects which are definitely of the nature of State Plan schemes."

- Dr. M. KARUNANIDHI, Speech at The National Development Council, New Delhi on December 8 - 9, 1973.

18. திட்டக்குழுவும், நிதிக் குழுவும்

> "தேச அளவில் திட்டமிடுவதற்கு ஒரு கருவியாகத் திட்டக் குழு உருவெடுத்துவிட்டதால், அரசியல் அமைப்புச் சட்டம் கூறியிருக்கிறபடி நிதிக் குழுவால் பணியாற்ற முடியாத நிலை உருவாகியிருக்கிறது."
>
> – மூன்றாவது நிதிக் குழு அறிக்கை
>
> "The role and functions of the Finance Commission, as provided in the Constitution, can no longer be realised fully due to the emergence of the Planning Commission as an apparatus for national planning."
>
> **- Report of The (Third) Finance Commission, 1961, p.35**

திட்டக்குழு உருவான பிறகு நிதிக் குழு தனது பணிகளை ஒழுங்காக நிறைவேற்ற முடியாத சூழ்நிலை உருவாகிவிட்டது. இதைத் தான் மேற்சொன்னவாறு மூன்றாவது நிதிக்குழு சுட்டிக் காட்டியிருக்கிறது.

'திட்டக் குழு' மாநிலங்களுக்காகும் திட்டச் செலவுகளைக் (plan expenditure) கடனாகவும் மானியமாகவும் வழங்குகிறது.

'நிதிக் குழு', திட்டமல்லாத செலவுகளில் துண்டு விழும் தொகையை (Non-plan revenue gap) மாநிலங்களுக்கு மானியம் வழங்குவது பற்றிப் பரிந்துரை செய்கிறது.

'திட்டச் செலவு' என்றால் என்ன?

அடுத்த ஐந்தாண்டுத் திட்டத்தில் 5 மருத்துவமனைகள் துவங்கி; 10 டாக்டர்களையும், 20 செவிலிகளையும் நியமிப்பதாக இருந்தால் அதற்காகும் செலவு 'திட்டச் செலவு' என்று கூறப்படுகிறது; இதைத் 'திட்டக் குழு' கவனித்துக் கொள்கிறது.

திட்டம் முடிவுபெற்ற பிறகு அந்த மருத்துவமனைகளுக்கும்,

டாக்டர்களுக்கும், செவிலிகளுக்கும் ஆகும் செலவை என்ன பெயரிட்டு அழைப்பது?

- இதைத்தான் 'திட்டமல்லாத செலவு' (Non-plan expenditure) என்கிறார்கள். இதை 'நிதிக் குழு' கவனித்துக் கொள்கிறது.

நாய் விற்ற காசு குரைப்பதில்லை; கருவாடு விற்ற காசு நாறு வதில்லை. அதுபோலச் செலவு என்றால் எல்லாம் செலவுதானே தவிர; இதில் திட்டச் செலவு, திட்டமல்லாத செலவு என்கிற பாகுபாடு செய்வது எந்தவிதத்தில் பொருந்தும்?

மேலும் செலவினத்தை இந்தவிதப் பாகுபாடு செய்து, அவற்றுள் திட்டமல்லாத செலவுகளை நிதிக்குழு தீர்மானம் செய்யும் - என்று அரசியல் அமைப்புச் சட்டத்தில் எந்த இடத்திலும் குறிப்பிடப்படவில்லை.

மற்றும், பற்றாக்குறை மாநிலத்திற்கு உதவிசெய்யும்போது, அவர்களது மொத்த வரவு-செலவுத் திட்டத்தை ஒன்றாகக் கருதி உதவித் தொகையைக் கணக்கிட வேண்டுமே தவிர, அதில் 'திட்டச் செலவில் ஏற்படுகிற பற்றாக்குறை,' 'திட்டமல்லாத செலவில் ஏற்படுகிற பற்றாக்குறை' - என்று இரண்டு தனித் தனிக் குழுக்கள் பிரித்துப் பார்ப்பது அநாவசிய வேலைதானே?

இதுபற்றி மூன்றாவது நிதிக்குழுவே புகார் கூறியிருக்கிறது.[1]

ஒரு மாநிலத்தின் திட்டச் செலவுகளையும், திட்டமல்லாத செலவுகளையும் ஒன்றாகக் கருத வேண்டும்.

இதைப்பற்றிப் பரிசீலித்து இதோடு தொடர்புகொண்ட மத்திய - மாநில நிதி உறவுகளை ஆராய ஒரு உயர்மட்டக் குழுவொன்றை நியமிக்க வேண்டும்.

- என்றும் மூன்றாவது நிதிக்குழு கூறியிருக்கிறது.[2]

---

1. "It seems to us that to draw a line necessarily arbitrary on the basis of Plan and Non-Plan expenditure in their treatment is not really sound."

- Ibid., p.30.

2. "..... we see considerable advantage in devising a machinery for taking an integrated view of Plan and Non-plan expenditure of the State as a whole. This issue, which requires a more detailed

இந்த இரண்டு விதச் செலவுகளையும் ஒன்றாகக் கருதி, அதை வைத்து நிதிக் குழுவே மாநிலங்களின் முழுத் தேவைகளையும் கணிக்கும் பணியை மேற்கொண்டால், அதைத் தடுப்பதற்கு அரசியல் அமைப்புச் சட்டத்தில் எதுவுமில்லை – என்கிறார் டாக்டர் இராஜமன்னார்.[1]

டாக்டர் இராஜமன்னார் தமிழக அரசு அமைத்த 'மத்திய – மாநில உறவுக் குழு'விற்குத் தலைவராக இருந்து, அந்த அறிக்கை காரணமாக விவாதத்திற்குரியவராக ஆகியிருப்பவர்.

ஆனால் அவர் மேற்குறிப்பிட்ட கருத்தை நான்காவது நிதிக் குழுவின் தலைவராக இருந்த காலத்தில் அதன் அறிக்கையிலே தெரிவித்திருக்கிறார் – என்பது குறிப்பிடத்தக்கது.

அப்படி – நிதிக் குழு செய்ய முற்பட்டால்; திட்டக் குழுவும், அதுவும் ஒரே வேலையைச் செய்வதாக ஆகிவிடும் – என்றும் இராஜமன்னார் கருத்துத் தெரிவிக்கிறார்.

– இரண்டு குழுக்களும் இப்படித் தான் திருப்தியற்ற முறையில் பணியாற்றிக் கொண்டிருக்கின்றன.

வருமான வரி – எக்சைஸ் வரி போன்ற வரிகளை நிதிக் குழு மத்திய அரசிற்கும், மாநில அரசிற்குமாகப் பங்கீடு செய்வது பற்றி முன் அத்தியாயங்களில் பார்த்தோம்.

அந்த வரிகளின் மூலம் கிடைக்கும் வருவாயில் எத்தனை பங்கு; எந்த அடிப்படையில், பிரிக்கப்பட்டு மாநில அரசுகளுக்குப் போகிறது என்பதைப் பட்டியல் – 5 விளக்குகிறது.

---

examination and fuller consideration of many important inter - related questions of Union - State financial relations, should also, in our view, be remitted to the high - powered independent Commission."
 - Ibid., p.31.

1. "The legal position, therefore is that there is nothing in the Constitution to prevent the Finance Commission to take into consideration both Capital and Revenue requirements of the State, in formulating a scheme of devolution and in recommending grants under article 275 of the Constitution."

 - Report of the (Fourth) Finance Commission, 1965, p.89.

பட்டியல் 5

நிதிக் குழுக்களின் பரிந்துரைகளின்படி வருமான வரியும், எக்சைஸ் டூட்டியும் மத்திய, மாநில அரசுகளால் பகிர்ந்துகொள்ளப்பட்ட விதம் (அ) வருமானவரி

நிதிக் குழு (1)	பங்கீட்டில் இடம் பெறும் வரியினங்கள் (2)	மாநிலங்களுக்குக் கிடைத்த சதவிகிதம் (3)	பங்கீடு எந்த அடிப்படையில் என்பது (4)
முதல் நிதிக் குழு	மத்திய அரசு தரும் சம்பளத் தொகை மீதுள்ள வருமான வரியும், விவசாய வருமான வரியும் தவிர்த்த வருமான வரி	55%	80% மக்கள் தொகை அடிப்படையில்! 20% வசூல் அடிப்படையில்!
இரண்டாவது நிதிக் குழு	”	60%	90% மக்கள் தொகை அடிப்படையில்! 10% வசூல் அடிப்படையில்!
மூன்றாவது நிதிக் குழு	”	66 2/3%	80% – மக்கள் தொகை அடிப்படையில்! 20 % வசூல் அடிப்படையில்!
நான்காவது நிதிக் குழு	”	75%	80% மக்கள் தொகை அடிப்படையில்! 20% வசூல் அடிப்படையில்!
ஐந்தாவது நிதிக் குழு	”	75%	90% மக்கள் தொகை அடிப்படையில்! 10% வசூல் அடிப்படையில்!
ஆறாவது நிதிக் குழு	”	80%	90% மக்கள் தொகை அடிப்படையில்! 10% வசூல் அடிப்படையில்!

(ஆ) எக்சைஸ் டூட்டி

நிதிக் குழு (1)	பங்கீட்டில் இடம் பெறும் வரியினங்கள் (2)	மாநிலங்களுக்குக் கிடைத்த சதவிகிதம் (3)	அவை எந்த அடிப்படையில் என்பது (4)
முதல் நிதிக் குழு	புகையிலை, தீப்பெட்டி, தாவரப் பண்டங்கள்	40%	முழுவதும் மக்கள் தொகை அடிப்படையில்!
இரண்டாவது நிதிக் குழு	மேலும் சேர்க்கப்பட்டவை; சர்க்கரை, காப்பி, டீ, காகிதம், தாவர எண்ணெய்	25%	90% மக்கள் தொகை அடிப்படையில்! 10% வசூல் அடிப்படையில்!
மூன்றாவது நிதிக் குழு	1960–61இல் எக்சைஸ டூட்டி விதிக்கப் பட்டது அனைத்தும், (அ) ரூ.50 லட்சத்திற்குக் குறைந்து மொத்த வசூல் தருபவையும், (ஆ) மோட்டார் ஸ்பிரிட்டும் இடம் பெறாது)	20%	மக்கள் தொகைதான் பங்கீட்டிற்குப் பெரிய அடிப்படை என்றாலும், மாநிலங்களின் பொருளாதார பலவீனம், வளர்ச்சி வேறுபாடுகள், தாழ்த்தப்பட் டோர் – மலைஜாதியினரின் எண்ணிக்கை முதலியவை கணக்கிலெடுக்கப்பட்டன.
நான்காவது நிதிக் குழு	Regulatory Duties, ஸ்பெஷல் எக்சைஸ், செஸ்கள் தவிர அனைத்தும்.	20%	80% மக்கள் தொகை அடிப்படையில்! 20% பொருளாதாரத் துறையிலும் – குறிப்பாக பின்தங்கிய நிலை அடிப்படையாகக் கொள்ளப்பட்டது.
ஐந்தாவது நிதிக் குழு	(அ) 1969–70– லிருந்து 1971–72 வரை மேற்சொன்னவாறு!	20%	80% மக்கள் தொகை அடிப்படையில்! மீதி 20% சதவிகிதத்தில் 2/3 அகல இந்தியச்

	(ஆ) 1972–73– லிருந்து 1973–74 வரை ஸ்பெஷல் எக்சைஸ் உட்பட அனைத்தும்	20%	சராசரி தலைக்கு வருமானத்திற்குக் குறைவாக இருக்கும் மாநிலங்களுக்கு! 1/3 பின்தங்கிய நிலையின் அடிப்படையில் கீழ்க்கண்ட 6 அம்சங்களை அடிப்படையாக வைத்து; ஆதிவாசிகளின் எண்ணிக்கை, 2. ஒரு லட்சம் மக்கள் தொகைக்கு எவ்வளவு ஆலைத் தொழிலாளிகள் என்கிற எண்ணிக்கை, (3) ஒரு விவசாயிக்கு எவ்வளவு பாசன நிலம் என்கிற எண்ணிக்கை, (4) 100 சதுர கிலோ மீட்டருக்கு எவ்வளவு நீள ரயில், சாலை என்கிற கணக்கு, (5) பளளி செல்லும் வயதுடைய குழந்தைகளுக்கு எவ்வளவு பள்ளிகள் குறைவாக இருக்கின்றன என்கிற கணக்கு, (6) ஆயிரம் பேருக்கு எவ்வளவு மருத்துவமனை என்கிற கணக்கு.
ஆறாவது நிதிக் குழு	(அ) 1974–75–லிருந்து 1975–76 வரை -auxilary duties of excise செஸ்கள் தவிர்த்து! (ஆ) 1976–77 லிருந்து 1978–79 வரை அனைத்தும் auxilary duties உட்பட; ஆனால் செஸ்கள் தவிர்த்து!	20% 20%	{ 75% மக்கள் தொகை அடிப்படையில்! 25% பின்தங்கிய நிலையின் அடிப்படையில்! ("in relation to the 'distance' of a state's per capita income from that of the state multiplied by the popultion of state concerned.")

அதைக் கொஞ்சம் ஆழ்ந்து கவனியுங்கள்.

வருமான வரியில் அதிபட்சம் 80 சதவிகிதம் மாநிலங்களுக்குத் தரப்பட்டிருக்கிறது.

முழுவதும் மாநிலங்களுக்கே என்று நிதிக் குழு கூறினால் பிறகு தனக்குப் பங்கு கிடைக்காத வருமான வரி விதிப்பதில் மத்திய அரசு உற்சாகமிழந்துவிடக் கூடும். இதை அதிகபட்சம் 90% என்று வேண்டுமானால் உயர்த்தலாம். குறைந்தது 10% ஆவது தனக்குக் கிடைக்கும் என்றால்தான் மத்திய அரசிற்கு வருமான வரி விதிப்பதிலும், வசூலிப்பதிலும் கொஞ்சமாவது அக்கறை இருக்கும்.

90% அல்லது 80% என்பதை ஒரேயடியாக முடிவுசெய்து அதை அரசியல் சட்டத்திலேயே எழுதிவைத்துவிட்டால் என்ன?

அதைப்போலவே எக்சைஸ் வரி குறித்தும், வசூலில் இத்தனை சதவிகிதம் மத்திய அரசுக்கு என்று உறுதிசெய்து அரசியல் அமைப்புச் சட்டத்திலேயே குறிப்பிட்டு விடலாமே!

– இதைத்தான் நான்காவது நிதிக் குழுத் தலைவராக இருந்த டாக்டர் இராஜமன்னார் தெரிவித்திருக்கிறார்.¹

(இருந்த இரண்டு வித வரிகளில் கிடைக்கும் முழு வருமானத் தையுமே மாநிலங்களுக்குக் கொடுத்துவிட்டால் என்ன; குடியா முழுகிவிடும்?)

90% அல்லது 80% என்று முடிவு செய்யப்பட்டுவிட்ட 'பகிர்வு நிதி'யிலிருந்து எந்த அடிப்படையில் மாநிலங்களுக்கு மானியத் தொகையைப் பங்கிடுவது? வசூல் அடிப்படையிலா? மக்கள் தொகை அடிப்படையிலா?

– இப்படி ஐந்தாண்டுகளுக்கு ஒருமுறை மாநிலங்களுக்கும் நிதிக் குழுவிற்குமிடையே ஒரு கடுமையான 'வாதப்போர்' நடைபெற வேண்டும்.

– இதைப்பற்றிய முடிவு ஒவ்வொரு முறையும் நிதிக் குழு உறுப்பினர்களாகிய ஐந்து அறிஞர் பெருமக்களின் – அல்லது அவர்களில் பெரும்பான்மையான மூன்றுபேரின் இச்சைகளைப் பொறுத்து, பூவா தலையா என்கிற ஒரு சூதாட்டமாக அமைய வேண்டுமா? ²

---

1. Ibid., p.92

2. "In respect of such an important matter as the determination of the resources which will be available to each state as a result of a scheme of devolution. there should not be a gamble on the persons or a majority of them."

- Ibid., p.93

– ஏன் அந்த வரிப் பங்கீட்டைச் செய்யும் அடிப்படைக் கொள்கைகளையும் அரசியல் அமைப்புச் சட்டத்தில் நிரந்தரமாக எழுதிவைக்கக் கூடாது?

– இவ்வாறு நான்காவது நிதிக் குழுத் தலைவராக இருந்த டாக்டர் இராஜமன்னார் கருத்துத் தெரிவித்திருக்கிறார்.

இப்படிப்பட்ட பணிகளையெல்லாம் அரசியல் சட்டம் தெளிவுபடுத்திவிட்டால், இந்தக் கொள்கைகளை வைத்து மாநிலங்களுக்குப் பற்றாக்குறை ஏதேனும் ஏற்பட்டால் அதைக் கவனித்து அதற்கேற்ற மானியம் வழங்குகிற பொறுப்பை மட்டும் நிதிக்குழு வைத்துக் கொள்ளலாம் – என்பதும் அவரது கருத்தாகும்.

'ஆகா! இப்போதைய அரசியல் சட்டத்தில் எல்லாமே இருக்கிறது! – அதுவே சர்வரோக சஞ்சீவி!' – என்பவர்கள் இப்போதைய அரசியல் சட்டத்திலே இருக்கிற இந்த ஓட்டைகளையெல்லாம் கவனிக்க வேண்டும்!

இந்த ஓட்டைகளையெல்லாம் சுட்டிக் காட்டியிருப்பவர்கள் அதே அரசியல் சட்டப்படி அமைக்கப்பட்ட நிதிக் குழுவைச் சேர்ந்தவர்கள் என்பதும் குறிப்பிடத்தக்கது!

டாக்டர் இராஜமன்னார் கருத்துப்படி 'நிதிக் குழு' என்பது அரசாங்கத்திற்கு அப்பாற்பட்ட ஒரு சுதந்தரமான அமைப்பு ("quite independent of the Government")[1]. எனவே, அது ஒரு நடுவர் குழுவாக இருந்து நியாயம் வழங்கும் என்று எதிர்பார்க்க இடமிருக்கிறது.

ஆனால் 'திட்டக்குழு' என்பதோ, அவர் கருத்துப்படி, அரசியல் சம்பந்தப்பட்ட அமைப்பு ("a quasi - political body")[1] அரசியல் அமைப்புச் சட்டப்படி உருவாக்கப்பட்ட அமைப்பாகாது. எனவே இந்தக் குழுவில் நியாயத்தைவிட அரசியல்தான் மேலோங்கியிருக்கும்!

நிதிக்குழுத் தலைவராக இருந்து அவர் கூறிய இந்தக் கருத்தைத்தான் பின்னர் அவர் தலைமையில் அமைந்த 'மத்திய – மாநில உறவுக் குழு' மேலும் நீட்டி, இதுகுறித்துப் புதிய யோசனையை வழங்கியிருக்கிறது.

---

1. Ibid., p.80

திட்டங்களை மாநிலங்கள் தீட்டி மத்திய திட்டக் குழுவிற்கு வழங்கவேண்டும்.

திட்டக் குழு, மாநிலங்கள் தீட்டியனுப்புகிற திட்டங்கள் பற்றிய வெறும் யோசனைகளை வழங்குகிற அமைப்பாகவே இருக்க வேண்டும்.

இதுகுறித்து மாநிலங்களின் நிதித் தேவைகளையும், வெளி நாட்டுச் செலாவணியையும் வழங்குகிற பொறுப்பைச் சுதந்தர அமைப்பாகவும், நடுவர் குழுவாகவும் இருக்கிற நிதிக்குழு மேற்கொள்ள வேண்டும்.

அத்தகைய நிதிக்குழு ஐந்தாண்டுக்கு ஒருமுறை அமைக்கப் படுவதாக இல்லாமல் ஒரு நிரந்தர அமைப்பாக இருக்கவேண்டும்.

– இதுதான், 'இராஜமன்னார் குழு' அளித்திருக்கும் பரிகாரமாகும். ●

19. மத்திய அரசின் பணம் யார் வீட்டுப் பணம்?

"அரசியல் சட்டப்படி மத்திய அரசு நிறைவேற்ற வேண்டிய பணிகளை மதிப்பீடு செய்து, அந்தப் பணிகளைச் செவ்வனே நிறைவேற்றுவதற்கு மத்திய அரசிற்கு எவ்வளவு பணம் தேவையோ அதை மட்டும் - அதை மட்டும்தான் - மத்திய அரசு வைத்துக் கொள்ளுமாறு செய்வது எங்களைப் பொறுத்தவரை நிதிக் குழுவின் பணிகளில் முக்கியமானதாக இருக்க வேண்டுமென்று கருதுகிறோம்."

- டாக்டா பி.சி. ராய், முதல்வராக இருந்தபோது, மே.வங்க அரசு மூன்றாவது நிதிக்குழுவிடம் தந்த மனுவில்!

"In our view one of the major tasks of the Finance Commission would be to assess the needs of the Centre according to the functions it is required to discharge under the Constitution and to allow it to retain so much and **so much only,** of the funds that are actually required for the discharge of those specifically Central functions in an efficient manner."

- Memorandum to The (Third) Finance Commission, 1961 W. Bengal Govt. p.6 (original emphasis)

திட்டக்குழு மூலமும், நிதிக்குழு மூலமும், மத்திய நிதி அமைச்சரகத்தின் மூலமும் மானியமாகவும், கடன்களாகவும் அவ்வப்போது பிச்சைபோடும் நிலையில் மத்திய அரசும், பிச்சையெடுக்கும் நிலையில் மாநில அரசுகளும் இருப்பானேன்?

- இதற்காகக் காரணம் தேடி அலைய வேண்டியதில்லை.

மக்களின் அன்றாட வாழ்வுப் பிரச்சினைகளாக கல்வி, சுகாதாரம், மின்வசதி, வேலைவாய்ப்புத் தரும் தொழில்கள், சாலை அமைப்பு - போன்ற அத்தனை பொறுப்புகளும் மாநிலங்கள் வசமிருக்கின்றன.

ஆனால், அந்தப் பொறுப்புகளனைத்தையும் நிர்வகிக்கக்கூடிய நிதி ஆதாரங்கள் மாநிலங்கள் கையில் இல்லை, மத்திய அரசின் கையில் இருக்கின்றன.

– மத்திய அரசு தர்மப் பிரபுபோல மாநிலங்களுக்குப் பிச்சை போடுகிறதே, அது யார் வீட்டுப் பணம்?

அனைத்து மாநிலங்களிலும் வாழும் மக்களனைவரும் மத்திய அரசிற்கு வரியாகக் கொடுக்கிற தொகையும், மத்திய அரசு வெளிநாடுகளிலிருந்து கடனாகப் பெறுகிற தொகையும்தான்! மத்திய அரசு கையிலிருக்கிற அந்தப் பணம் எப்படி மாநிலங்கள் நீட்டும் திருவோட்டில் வந்து விழுகிறது – என்பதைத்தான் எதிர்ப்பக்கத்திலுள்ள பட்டியல் – 6 விளக்குகிறது.

– அந்த வெளிநாட்டுக் கடனையும் பின்னால் வட்டியோடு சேர்த்து அடைப்பது அனைத்து மாநிலத்து மக்கள் தருகிற வரிப்பணத்தின் மூலம்தான்!

பிறகு அந்தப் பணத்தை ஒரு இடத்தில் – புதுடில்லியில் – குவித்துவைத்துக் கொண்டு மாநிலங்களைச் சம பங்குதாரர்களாக நடத்தாமல் அடிமைகளாக நினைத்து ஆட்டிப்படைப்பானேன்?

அமெரிக்காவில் இப்படியொரு நிலை எழுந்தபோது 'இண்டியானா' என்கிற மாநிலம் தனது சட்டசபையில் ஒரு கடுமையான கண்டனத் தீர்மானத்தைப் போட்டது.

"நமது சட்டைப்பையிலிருந்து வரியாக வசூலிக்கப்படும் ஒரு டாலர் இங்கிருந்து வாஷிங்டன் நகருக்கு அனுப்பப்பட்டால் அது நமக்குத் திரும்பிவரும்போது மதிப்பில் உயர்ந்ததாக இருக்கும் என்று நம்பி இந்த மாநிலத்து மக்களும், மற்ற சகோதர மாநிலத்து மக்களைப் போலவே மத்திரவாதத் தந்திரத்தால் முட்டாள்களாக்கப்பட்டிருக்கிறோம். அப்படித் திரும்பிவரும் அந்த டாலரை நாங்கள் உற்றுக் கவனித்தோம். வாஷிங்டனுக்குப் போய் மறுபடியும் திரும்பிவரும் பயணத்தின்போது அந்த டாலர் தனது எடையை இழந்துவிட்டதைப் பார்க்கிறோம், அதிகார வர்க்கத்திற்குத்தரப்பட்ட அரசியல் தரகுப்பணம் (brokerage) அந்த டாலரிலிருந்து கழிக்கப்பட்டிருக்கிறது. 'மத்திய அரசின் உதவித் தொகை' என்பது இல்லாத ஒன்று என்று நாங்கள் முடிவு செய்துவிட்டோம். 48 மாநிலங்களில் முன்பே இருக்கிற செல்வத்தைத் தவிர வேறு எதன் மீது (மத்திய அரசு) வரிபோட முடியும்?" [1]

---

1. "We Hoosiers - like the people of our sister states - were fooled for quite a spell with the magician's trick that a dollar taxed out of our pockets and sent to Washington will be bigger when it

பட்டியல் -6

மாநில அரசுகள் மத்திய அரசிடமிருந்து பெறும் நிதிக்கான வாயில்கள்

மத்திய அரசு

நிதிக்குழு

(அரசியல் சட்டப்படி அமைந்தது)

- *வருமானவரி எக்சைஸ் டூட்டியிலிருந்து தரப்படும் பங்கு*
- *சட்டப்படி (பிரிவு: 275) அளிக்கப்படும் மானியம்)* (Statutory Grants)

மத்திய அரசிடமிருந்து மாநிலங்கள் இப்படிச் சட்டப்படி பெறும் நிதி சுமார் 35% தான்!

திட்டக்குழு

(அரசியல் சட்டப்படி அல்லாமல் ஒரு தீர்மானத்தின் மூலம் அமைந்தது.)

ஐந்தாண்டுத் திட்டங்களுக்காக, திட்டத்தொகையில் 70% கடனாகவும், 30% மானியமாகவும், விருப்பப்படி (Discretionary) *நிதி உதவி செய்யப்படுகிறது. (பிரிவு: 282)*

இந்த இரண்டு குழுக்களையும் தவிர மத்திய நிதி அமைச்சரகம் அவ்வப்போது விருப்பப்படி (discretion-ary) *கடன் அல்லது மானியம் அளிக்கிறது. (பிரிவு: 282) சான்று; வறட்சி உதவி, வெள்ள நிவாரணம் போன்றவை!*

ஆனால், மத்திய அரசிடமிருந்து மாநிலங்கள் இப்படி விருப்பப்படி பெறுவதோ சுமார் 65%

மாநிலங்கள்

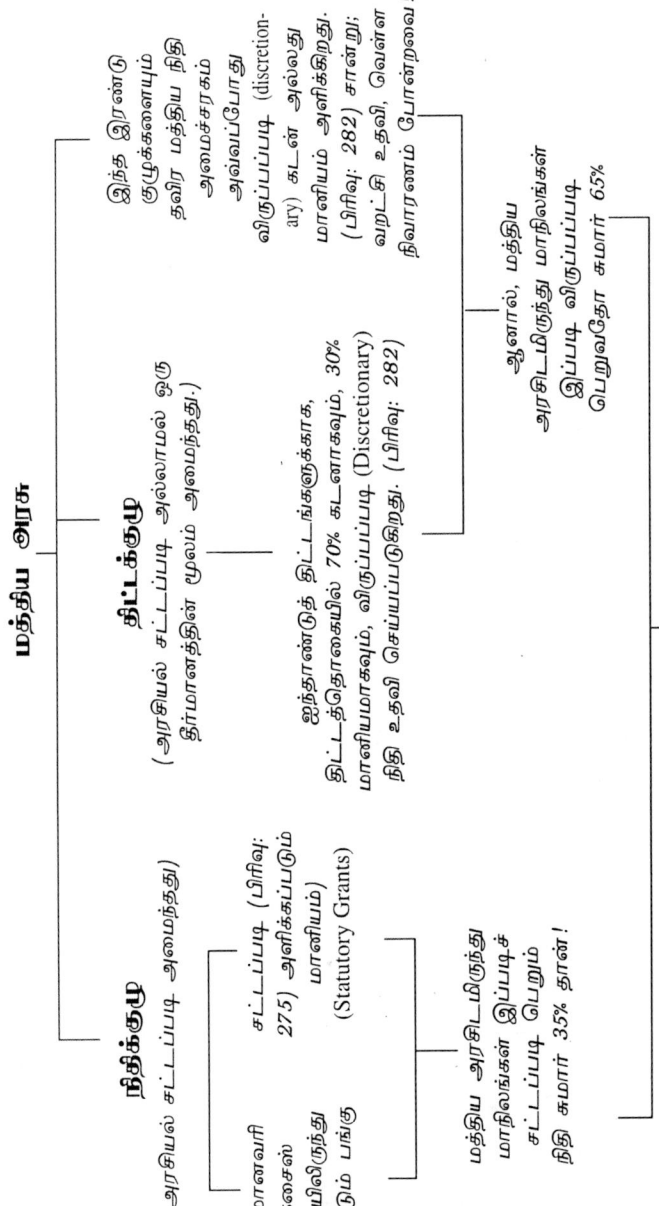

– இதுதான் இண்டியானா மாநிலம் ஒரு காலத்தில் எழுப்பிய கண்டனக் குரல்!

இண்டியானா அன்று குறிப்பிட்டது இன்றைய இந்தியாவிற்கு அப்படியே பொருந்திவருகிறது.

அதே பாணியில் நாமும் திருப்பிச் சொல்ல முடியும்:

மத்திய அரசு உதவித் தொகை தருகிறது;

மானியம் தருகிறது

கடன் தருகிறது;

– என்றால் அது 21 மாநிலங்களிலும் வாழ்கிற மக்கள் வரியாக டில்லிக்கு அனுப்பிவைக்கிற பணம்தானே!

இங்கிருந்து வரியாக வசூலிக்கப்படுகிற ஒரு ரூபாய் புதுடில்லிக்குச் சென்று அங்கிருந்து திரும்பி வருகிறபோது அது மதிப்புயர்ந்தா வருகிறது?

அந்த ரூபாயை உற்றுப் பார்த்தால், இண்டியானா மக்களுக்குத் தெரிவதுபோல, அதிகார வர்க்கத்திற்குத் தரப்பட்ட 'அரசியல் புரோக்கரேஜ்' அந்த ரூபாயிலிருந்து கழிக்கப்பட்டு அந்த ரூபாய் இளைத்துப் போயிருப்பது தெரியவில்லையா?

–அத்தகைய வரி வசூலிக்கிற அதிகாரங்களை மாநில அரசுகளுக்கே கொடுத்துவிட்டால் அந்த ரூபாய் டில்லிக்குப் போய்த் திரும்பிவருகிற நீண்ட பயணத்தைத் தடுக்கலாமே!

– அந்த மார்க்கத்திற்குத்தான் மாநில சுயாட்சிக் கோரிக்கை வழி கோலுகிறது.

அப்படியானால், அரசியல் அமைப்புச் சட்டத்தை உருவாக்கியோர் ஏன் இந்தச் சிக்கலை ஏற்படுத்தியிருக்கிறார்கள்?

உண்மையில் – இந்தச் சிக்கலை நமது அரசியல் அமைப்புச் சட்டத்தை உருவாக்கியோர் ஏற்படுத்தவில்லை.

---

comes back to us. We have taken a good look at the said dollar. We find that it lost weight on its journey to Washington and back. We have decided that there is no such thing as 'federal aid.' We know that there is no wealth to tax that is not already within the boundaries of the 48 states."

- Quoted by SACHIDANAND SINHA, "The Internal Colony", p.24.

வெள்ளை ஏகாதிபத்தியம் உருவாக்கிவிட்ட சிக்கலை அப்படியே நமது துரைமார்கள் தத்து எடுத்துக் கொண்டார்கள்.

அரசியல் சட்டத்தில் உள்ள மற்ற பிரிவுகளிலாவது 1935 ஆம் ஆண்டுச் சட்டத்திலிருந்து சில மாற்றங்களைச் செய்தார்கள்.

– முன்பே குறிப்பிட்டிருப்பதுபோல நமது அரசியல் சட்டம் 75% 1935ஆம் ஆண்டுச் சட்டத்திலிருந்து 'வரிக்கு வரி' காப்பியடிக்கப்பட்டது என்றால் – மத்திய – மாநில நிதி உறவுகளைப் பொறுத்தவரை இது முழுக்க முழுக்க – அப்படியே நூறு சதவிகிதமும் – அந்தச் சட்டத்தைப் பார்த்துக் 'காப்பியடிக்கப்'பட்டதாகும்.

நிதிக் குழு என்கிற ஒரு அமைப்பினை ஏற்படுத்தியிருப்பதுதான் புதிதாகச் செய்யப்பட்டிருக்கிற ஒரே ஒரு மாற்றமாகும்!

அன்னிய ஏகாதிபத்தியம் நடத்தியது போலீஸ் ராஜ்யம்! மக்கள் நல்வாழ்வினை இலக்காகக் கொண்ட மக்கள் நல அரசு ('Welfare State') அன்று!

1935ஆம் ஆண்டுச் சட்டம் அமுலுக்கு வந்த 1937–38இல் மத்திய அரசு சுமார் ரூ.90 கோடிக்கு பட்ஜெட் போடடது. (இப்போது சுமார் ரூ.7,000 கோடிக்கு பட்ஜெட் போடப்படுகிறது.)

அதில் 50%க்கு மேல் தேசப் பாதுகாப்பு என்கிற பெயரில் இராணுவத்திற்குச் செலவிடப்பட்டது.

17% கடனைத் திருப்பிக் கொடுப்பதற்காகச் செலவிடப்பட்டது.

12% நிர்வாகச் செலவுகளுக்கு ஆயிற்று.

– அப்போதைய அன்னிய அரசு மக்கள் நல்வாழ்விற்காக எந்தவிதத் திட்டங்களையும் மேற்கொள்ளவில்லை என்பது குறிப்பிடத்தக்கது.

அப்போது அனைத்து மாகாணங்களும் மத்திய அரசைப் போலவே சுமார் ரூ.90 கோடிக்குத்தான் பட்ஜெட் போட்டன.

இதில் நிர்வாகச் செலவும், போலீஸ் செலவுமே 35% ஆயிற்று.

கல்வி, சுகாதாரம் ஆகியவற்றிற்காக 25% செலவாயிற்று.

அப்போது மாகாணங்கள் வேளாண்மையும் தொழில்களும் வளர்வதற்கு எந்தவிதமான பெரிய திட்டங்களையும் மேற் கொள்ளவில்லை.

போலீஸ் ராஜ்ய அமைப்பிற்கு அப்போதைய மத்திய – மாகாண உறவுகள் பொருத்தமாக இருந்தன.

மக்கள் நல்வாழ்வினை இலட்சியமாகக் கொண்ட இப் போதைய மத்திய, மாநில அரசுகளுக்கு அந்த உறவுகள் எப்படிப் பொருந்திவர முடியும்?

மத்திய அரசின் வருமானம் அனைத்து மாநிலங்களின் வருவாயை விட வேகமாகப் பெருகி வருகிறது.

1950–51 இல் ரூ.453 கோடியாக இருந்த மத்திய அரசின் மொத்த வருவாய் (Gross Central Revenues) 1970–71 இல் ரூ.3,818 கோடியாகப் பெருகியிருக்கிறது.

இதில் மூன்றில் இரண்டு பங்கு மத்திய அரசால் செல விடப்படுகிறது. மாநிலங்களுக்கு மாற்றப்படுவது மூன்றில் ஒரு பங்குதான்.

இப்படி மத்திய அரசே வைத்துக்கொண்டு செலவிடும் 'மூன்றில் இரண்டு பங்கு' என்பது எதற்குச் சமமானது தெரியுமா?

மத்திய அரசும், 21 மாநிலங்களும் பெறுகிற மொத்த வருவாயில் பாதிக்கு அல்லது ஏறத்தாழ 40 சதவிகிதத்திற்குச் சமமாகும்!

அதைப் போலவே வெளிநாட்டுக் கடன், உள்நாட்டுக் கடன் போன்ற மத்திய அரசின் மூலதன வருவாயும் (Capital receipts) ஆண்டுக்கு ஆண்டு உயர்ந்து வருகிறது.

1950 – 51இல் ரூ.106 கோடியாக இருந்தது, 1970–71இல் ரூ.2,332 கோடியாக உயர்ந்திருக்கிறது.

ஆனால் இவ்வளவு பெரிய தொகையில் ரூ.752 கோடி தான் மாநிலங்களுக்குக் கடனாகத் தரப்படுகிறது. மீதமுள்ள ரூ.1,580 கோடி (அதாவது 68%) மத்திய அரசாலேயே பயன்படுத்தப்படுகிறது.

தொட்டியில் இருக்கிற தண்ணீரைத்தான் வாளியில் அள்ள முடியும். ஆனால் மத்திய அரசிற்கு இருக்கிற வாளியோ 21 மாநிலங்களுக்கும் இருப்பதைவிடப் பெரிய வாளி! அதாவது, ஆண்டுதோறும் பட்ஜெட் மூலம் திரட்டக்கூடிய வருவாயில் (total current revenues mobilised by the budgetary system) மூன்றில் இரண்டு பங்கு மத்திய அரசின் வாளியில் கிடைக்கிறது! மீதமுள்ள ஒரு பங்குதான் 21 – மாநிலங்கள் கையில் கிடைப்பது!

(இதன் விளக்கப்படங்களைக் காண்க!)

படம் – 1
மத்திய அரசின் மொத்த வருவாய்

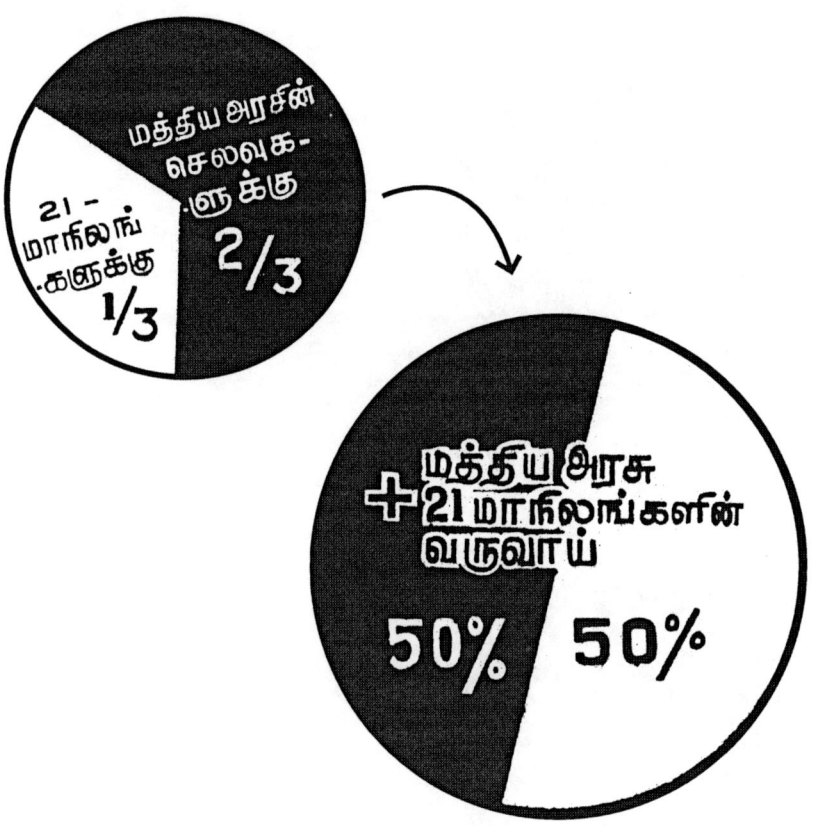

மத்திய அரசு தனது மொத்த நிதி வருவாயில் (Gross Central revenue) மூன்றில் ஒரு பங்கைத்தான் மாநிலங்களுக்குத் தருகிறது. மீதமுள்ள பங்கை மத்திய அரசே தனது செலவுக்காக வைத்துக் கொள்கிறது.

–இப்படி மத்திய அரசு வைத்துக்கொண்டு செலவழிக்கும் தொகையான மூன்றில் இரண்டு பங்கு என்பது – மத்திய அரசும், 21 மாநில அரசுகளும் சேர்ந்து பெறுகிற மொத்த வருவாயில் ஏறத்தாழப் பாதி ஆகும்.

படம் - 2

மத்திய, மாநில அரசுகளின் பட்ஜெட் வருவாய்

இந்தியாவில் ஆண்டுதோறும் மத்திய அரசும், மாநில அரசுகளும் போடுகிற பட்ஜெட்களின் மொத்த வருவாயில் (total current revenues mobilised by the budget system) மூன்றில் இரண்டு பங்கு மத்திய அரசைச் சார்ந்ததாகவும், மீதமுள்ள ஒரு பங்குதான் 21 – மாநிலங்களின் பங்கைச் சார்ந்ததாகவும் இருக்கிறது.

படம் - 3

மத்திய அரசின் மூலதன வருவாயில் மாநிலங்களின் பங்கு

ஆண்டுதோறும் திரட்டப்படும் மூலதன வருவாயில் (annual capital receipts mobilized) சுமார் 68 சதவிகிதத்தை (சுமார் மூன்றில் இரண்டு பங்கை) மத்திய அரசே நேரடியாகப் பயன்படுத்துகிறது. மீதமுள்ள 32 சதவிகிதத்தை (சுமார் மூன்றில் ஒரு பங்கை)த்தான் 21 மாநிலங்களும் பங்கிட்டுக் கொள்கின்றன.

மாநில அரசின் செலவுகளைச் சட்டமன்ற உறுப்பினர்கள் அடங்கிய 'பொதுக் கணக்குத் தணிக்கைக் குழு' (Public Accounts Committee) ஆராய்ந்து அறிக்கை சமர்ப்பிக்கிறது.

அதற்குப் பிறகு நிதிக்குழு மாநில அரசின் வரவு செலவு முழுவதையும் ஆராய்கிறது. இன்னும் சொல்லப் போனால், வருமான வரிக்கு 'டிமிக்கி' கொடுப்பதாகச் சந்தேகிக்கப்படுகிறவர்களின் கணக்கை எப்படி வருமானவரி அதிகாரிகள் சல்லடை போட்டுச் சலிக்கிறார்களோ அத்தகைய பரிசீலனைக்கு மாநில அரசின் வரவு செலவுத் திட்டம் நிதிக் குழுவால் ஆளாக்கப்படுகிறது.

ஆனால் இவ்வளவு கோடி ரூபாய்களை மத்திய அரசே செலவிடுகிறதே, அதை நிதிக் குழு போன்ற ஒரு அமைப்பு ஆய்வு செய்வதுண்டா?

கிடையாது.

மத்திய அரசின் பொறுப்புகளை நிறைவேற்றுவதற்கு இவ்வளவு தொகை போதும், மீதித் தொகையை மாநிலங்கள் தங்கள் பொறுப்பினை நிறைவேற்றுவதற்குப் பிரித்துக் கொடுத்துவிடலாம் – என்று அந்தப் பணியை நிதிக் குழுவிடம் ஒப்புவித்தால் என்ன?

– இந்தக் கருத்தைத்தான் தமிழக முதல்வர் கலைஞர் – 1973இல் தமிழக மேலவையிலே வெளியிட்டார்.

இதே கருத்தை, டாக்டர் பி.சி. ராய் முதலமைச்சராக இருந்த போது, மேற்கு வங்க அரசு மூன்றாவது நிதிக் குழுவிற்கு 1961இல் அளித்த மனுவில் விளக்கியிருக்கிறது:

அரசியல் சட்டப்படி மத்திய அரசு நிறைவேற்ற வேண்டிய பணிகளை மதிப்பீடு செய்து, அந்தப் பணிகளைச் செவ்வனே நிறைவேற்றுவதற்கு மத்திய அரசிற்கு எவ்வளவு பணம் தேவையோ, அந்த அளவு மட்டும் – அந்த அளவு மட்டும்தான் – மத்திய அரசு வைத்துக் கொள்ளுமாறு செய்வது எங்களைப் பொறுத்தவரை நிதிக்குழுவின் பணிகளில் முக்கியமானதாக இருக்க வேண்டுமென்று கருதுகிறோம்.[1]

---

1. "In our view one of the major tasks of the Finance Commission would be to assess the needs of the Centre according to the functions it is required to discharge under the Constitution and to allow it to retain so much and **so much only,** of the funds that are actually required for the discharge of those specifically Central functions in an efficient manner."

- Memorandum to The (Third) Finance Commission, 1961, W. Bengal Govt. p.6. (original emphasis).

"அந்த அளவு மட்டும்தான்" – என்பது அவர்கள் மனுவிலேயே கொட்டை எழுத்துக்களில் கோடிட்டுக் காட்டப்பட்டிருக்கிறது.

மத்திய அரசிடம் இருப்பது மட்டும் மக்கள் பணமில்லையா? அங்கே பதவி வகிப்பவர்களும், அதிகாரிகளாக இருப்பவர்களும் மாநிலங்களில் இருப்பவர்கள் போன்று மனிதர்கள்தாமே!

மாநிலங்கள் உள்ளாகும் பரிசீலனைக்கு மத்திய அரசு ஏன் உள்ளாகக் கூடாது?

மாநிலங்களைப் பரிசீலித்துவிட்டு, அவற்றிற்குப் பிச்சை போடுவதற்குப் பதிலாக; மத்திய அரசு தனது கடமைகளை நிறைவேற்ற எவ்வளவு தேவை என்பதைக் கணித்துவிட்டு; மீதியை மாநிலங்கள் பங்கிட்டுக் கொண்டால் என்ன?

இதுதான் டாக்டர் பி.சி. ராயோடு சேர்ந்து நாமும் எழுப்பியுள்ள கேள்வி!

20. மாநிலங்களின் கடன் சுமை!

"பழைய காலத்தில் கிழக்கிந்தியக் கம்பெனி, வருவாயை லாபமென்ற பெயரில் சேமித்து; லண்டனுக்கு அனுப்பி; பிறகு இந்திய அரசிற்குக் கடன் என்கிற பெயரில் அந்தத் தொகையைத் திருப்பிக் கொண்டுவரும். இப்போதெல்லாம், மாநிலங்களுக்கு உட்பட்ட பிராந்தியத்தில் மத்திய அரசு வரிகளை விதிக்கிறது; டில்லிக்கு எடுத்துச் செல்கிறது; அதில் ஒரு பகுதியைக் கடன் என்கிற பெயரில் திரும்பவும மாநிலங்களுக்குத் திருப்பித் தருகிறது! தன் கையில் இருக்கும் மிதமிஞ்சிய பணம் காரணமாக மத்திய அரசு மாநிலங்களோடு அரசியல் விளையாட்டு விளையாடுகிறது."

– ரணஜித் ராய்

"In the olden days, the East India Company saved revenue as profits, 'transferred them to London and later brought them back as loans advanced to the Government of India. Now-a-days, the Centre raises takes in the territory of the States, takes them to New Delhi and sends a portion of them back as loans advanced to the States!

"This surfeit of money in the hands of Central Government enables it to play politics with it in relation to the States."

- RANAJIT ROY. "The Agony of West Bengal" Second Edition, p.42

*'**க**டன் பட்டார் நெஞ்சம் போல் கலங்கினான் இலங்கை வேந்தன்' என்பது இராமாயணத்தில் ஒரு உவமையாகும்.*

இந்திய விடுதலைபெற்ற 1947 ஆகஸ்ட் 15 ஆம் நாள் அன்று அனைத்து மாகாணங்களும் மத்திய அரசிற்குப்பட்டிருந்த கடன் தொகை ரூ.43.97 கோடி.

ஆனால், 1973–74 இறுதியில் அனைத்து மாநிலங்களும்

மத்திய அரசிற்குப் பட்டிருக்கும் கடன் தொகை ரூ.8,536 கோடியாக உயர்ந்திருக்கும்!

மார்ச் 1972 வரை மாநிலங்கள் மத்திய அரசிற்குப் பட்டிருக்கும் கடன் விவரம் பட்டியல் – 7இல் தரப்பட்டிருக்கிறது.

பட்டியல் – 7

மார்ச் 1972 வரை மாநில அரசுகள் மத்திய அரசுக்குத் தரவேண்டிய கடன் விபரம்:

(Distribution of Debt Liability of States to the Centre as at the end of March 1972)

(ரூபாய்கள் – கோடியில்)

ஆந்திரப் பிரதேசம்	...	...	637
அசாம்	...	...	331
பீகார்	...	....	611
குஜராத்	...	...	274
அரியானா	...	...	189
ஜம்மு – காஷ்மீர்	...	...	284
கேரளா	...	...	280
மத்தியப் பிரதேசம்	...	...	406
மராட்டியம்	...	...	525
மைசூர்	...	...	384
ஒரிசா	...	...	449
பஞ்சாப்	...	...	225
இராஜஸ்தான்	...	...	568
தமிழ்நாடு	...	...	397
உத்தரப்பிரதேசம்	...	...	738
மேற்கு வங்கம்	...	...	710
மற்ற மாநிலங்கள்	...	...	151
	மொத்தம்		7,269

(Source : R.B.I. - Report on Currency and Finance 1971 - 72)

மாநிலங்கள் படுகின்ற கடனைப் பொதுவாக இரு வகைகளாகப் பிரிக்கலாம். முதலாவது, கடன் பத்திரங்கள் பேரில் கடன் எழுப்புவது.

இதை 'Market Borrowings' என்று அழைக்கலாம். இதை மாநிலங்கள் மத்திய அரசின் இசைவோடு, ரிசர்வ் வங்கியின் சம்மதம் பெற்றுச் செய்ய வேண்டும். குறிப்பிட்ட 'கெடு' முடிந்ததும் மாநிலங்கள் புதிதாகக் கடன் எழுப்பி, பழைய கடனை அடைத்து விடுகின்றன. இந்தக் கடனைத் திருப்பிச் செலுத்துவதில் சிரமங்கள் இல்லை.

இரண்டாவது வகைதான் மத்திய அரசிலிருந்து பெறுகின்ற கடனாகும். அந்தக் கடன் பளுதான் முன் குறிப்பிட்டவாறு உயர்ந்து கொண்டே போகிறது.

ஐந்தாண்டுத் திட்டங்கள் காரணமாக மாநிலங்கள் மத்திய அரசிடமிருந்து பெறும் கடன் தொகை அதிகமாகிவிட்டது. இதுதான் கடன் பளு பெருமளவு இன்று உயர்ந்திருப்பதற்குக் காரணமாகும். [1]

திட்டச் செலவிலே பெரும் பகுதி மத்திய அரசால் மாநிலங்களுக்குக் கடனாகத் தரப்படுகிறது என்பதை முன்பே பார்த்தோம்.

புதிய இந்தியாவைப் படைக்கும் முயற்சியில் மாநிலங்களும், மத்திய அரசும சம- பங்குதாரர்கள்தானே!

திட்டம் வரையப்படும் வரை மாநில அரசுகளைத் தன்னுடைய கூட்டாளிகளாக நடத்துவதைப் போன்ற ஒரு தோற்றத்தை அளித்து பாவனை காட்டி; திட்டம் செயல்படத் தொடங்கி நிதி உதவி அளிக்க வேண்டிய கட்டம் வந்ததும் 'கடன் கொடுப்பவன்', 'கடன் பட்டவன்' என்னும் ஒரு புதிய உறவு முறையை ஏற்படுத்தி விடுகிறார்கள். தாறுமாறான இக்செய்கையால்தான் மாநிலங்கள் தாங்க முடியாத கடன் பளுவைச் சுமக்க வேண்டிய அவல நிலைக்கு உள்ளாக்கப்பட்டிருக்கின்றன." [2]

– இப்படிச் 'செதல்வாட்' குழுவினர் கூறுகின்றனர்.

இக்குழுவில் பக்தவத்சலனாரும் ஒரு உறுப்பினர் என்பதை மீண்டும் நினைவுபடுத்துகிறோம்.

---

1. திட்டச்செலவுகளுக்கு மட்டுமின்றி, திட்டமல்லாத செலவு களுக்காகவும் எடுத்துக்காட்டாக, புயல், பஞ்சம், வெள்ளம் போன்ற இயற்கைக் கோளாறுகளுக்கு நிவாரணம் அளிக்க, பற்றாக்குறையை அடைக்க – மாநிலங்கள் மத்திய அரசிடமிருந்து கடன் பெறுகின்றன.

2. ".....when the plan is implemented and plan assistance re-leased a relationship of partners is transformed into a creditor - debtor

திட்டத்தையொட்டிப் பெரிய முதலீடுகள் செய்யப்படுகின்றன. எங்கே? மாநிலங்களில்!

அதனால் பொருளாதார வளர்ச்சி ஏற்படுகிறது. எங்கே? மாநிலங்களில்!

– எனவே மாநிலங்கள்தான் முழுக்க முழுக்க, பட்ட கடனுக்கான பொறுப்பை ஏற்றுக்கொண்டு, அதை அடைக்க வேண்டும் – என்கிற போக்கு தற்போது நிலவுவதாகவும் அக் குழுவினர் கூறுகின்றனர்.

ஆனால் உண்மை நிலை என்ன?

திட்டங்கள் காரணமாகப் பொருளாதார நடவடிக்கைகள் அதிகமாகின்றன; உற்பத்தி அதிகமாகிறது; இவற்றால் நாட்டிற்கே அனுகூலம்! தேசிய வருமானமே அதிகமாகிறது! இவற்றின் விளைவாக மத்திய அரசு விதிக்கிற எக்சைஸ் வரி, கம்பெனிகளின் நிகர வருமானத்திற்குப் போடப்படுகிற 'கார்ப்பொரேஷன் வரி' – போன்றவை பெருகுகின்றன. இதற்குப் பின்னர் கடன் பத்திரங்களின் மீது மத்திய அரசு அதிகம் கடனெழுப்ப முடிகிறது.

–இப்படித் திட்டத்தின் பலனை மத்திய அரசும் அனுபவிக்கிற போது மாநிலங்கள் மட்டுமே அந்தக் கடனைத் திருப்பி யடைக்கும் பொறுப்பினை முழுக்க முழுக்கச் சுமக்க வேண்டும் – என்பது எப்படிப் பொருந்தும்?" [1]

–இந்த நியாயமான கேள்வியைச் 'செதல்வாட் குழு'வினர் எழுப்பியிருக்கின்றனர்.

'ஏக இந்தியாக் கொள்கை'யை ஒப்புக்கொள்ள மறுப்பவர்கள் யார் – என்பதை அடையாளம் கண்டு கொள்ள இந்தப் போக்கு உதவுகிறது.

1973 – 74 வரை மாநிலங்கள் மத்திய அரசிற்குப் பட்டிருக்கும் கடன் வகைகள் சுமார் 12,000க்கும் மேற்பட்டவை என்று ஆறாவது நிதிக் குழு கூறுகிறது.

---

relationship. Herein lies the anomaly which had placed an unduly heavy burden of outstanding loans on the states."

- Report of The Study Team on Centre - State Relationships, (Administrative Reforms Commission), Vol.I, p.50.

1.Ibid., p.50.

இதிலே சில விசித்திரமான கடன் வகைகளும் அடங்கி யிருக்கின்றன.

தமிழ்நாட்டில் குந்தா திட்டத்திற்குக் கனடா நாடு சில இயந்திரங்களைப் பரிசாக அளித்தது. அதுபோலவே, மேற்கு வங்கத்திலுள்ள மயூராக்ஷி அணை (Mayurakshi Dam)க்கும், அதைச் சார்ந்த மின்சாரத் திட்டத்திற்கும் இயந்திரங்கள் வெளிநாட்டிலிருந்து பரிசாக வந்தன. ஆனால் பரிசாக வந்த அந்த இயந்திரங்களுக்கு விலை போட்டு, அந்தத் தொகையைத் தமிழ்நாட்டிற்கும், மேற்கு வங்கத்திற்கும் கடனாகக் கொடுத்ததாகக் கணக்கு எழுதி, அதற்கு வட்டியும் வசூலித்தது மத்திய அரசு!

– இது கடைந்தெடுத்த மார்வாரி மனப்பான்மை இல்லையா?

உலக வங்கி (World Bank) 50- ஆண்டு காலக் கெடுவிற்கு, அரை அல்லது முக்கால் சதவிகிதம் வட்டிக்கு மத்திய அரசிற்குக் கடன் கொடுக்கிறது. அந்தத் தொகையை மத்திய அரசு 7 முதல் 10 ஆண்டு காலக் கெடுவிற்கு, ஆறு அல்லது அதற்கு மேற்பட்ட சதவிகித வட்டிக்கு மாநிலங்களுக்குக் கடன் கொடுக்கிறது.

– இது அசல் பட்டாணிக்காரன் போக்கு இல்லையா?

அதுபோலவே, நோட்டடிப்பதற்கு ஆகும் செலவு காகிதச் செலவும், அச்சுக் கூலியும்தான்! ஆனால் அதே தொகை மத்திய அரசால் மாநிலங்களுக்குக் கடனாகத் தரப்படுகிறபோது வட்டி விதிக்கப்படுகிறது.

– டில்லியிலே மத்திய அரசு நடத்துகிறார்களா, அல்லது வட்டிக் கடை வைத்திருக்கிறார்களா?

ஐந்தாவது திட்டக்காலத்தில் சுமார் ரூ.1,000 கோடிக்கு நோட்டடிக்கப்படும் என்று தெரிகிறது.

விலைவாசி உயர்வுதான் நோட்டடித்துக் குவிப்பதற்குத் தரப்படுகிற விலை... அதை நாம் (மத்திய அரசும், மாநில அரசுகளும்) பங்கிட்டுக் கொள்கிறோம். அதுபோலவே, அதன் ஒரே அனுகூலமாக வட்டியே இல்லாத விதத்தில், அல்லது குறைந்த வட்டி விகிதத்தில் அத்தொகையை நாம் பங்கிட்டுக் கொள்ள வேண்டுமென்று எதிர்பார்ப்பது இயற்கைதானே! [1]

---

1. "We all share the costs of deficit financing in the shape of higher prices. It is only natural that we should expect the Centre

– என்று தமிழக முதல்வர் கலைஞர் கேட்டிருக்கிறார்.

அடுத்து; 'சிறுசேமிப்பு' (Small Savings) மாநிலங்கள் கையில் இருக்கிறது. மாநில அரசு தன் அமைப்பு மூலம் மாநிலம் வாழ் மக்களிடமிருந்தும், நிறுவனங்களிடமிருந்தும் 'சிறுசேமிப்பை' வசூலிக்கிறது. ஆனால் இந்தத் தொகை முழுவதையும் மத்திய அரசு வாரிக்கொண்டு போய்விடுகிறது. நிகர வசூலில் (Net Collection) [1] மூன்றில் இரண்டு பங்கினைத்தான் மாநிலங்களுக்கு மத்திய அரசு **கடனாகத்** தருகிறது.

மாநில அரசு வசூலித்த இந்தத் தொகையில் மூன்றில் ஒரு பங்கை மத்திய அரசே வைத்துக் கொள்வதற்கு என்ன நியாயம் இருக்கிறது?

நிகர வசூல் என்பது அந்த ஆண்டுக் கெடு முடிந்து கொடுக்கப்பட்டு விட்ட அசலும் வட்டியும் நீங்க மீதியுள்ள கையிருப்பு.

அந்தக் கையிருப்பைத் திரும்பவும் கடனாக மாற்றி; அதில் மூன்றில் இரண்டு பங்கை மட்டும் மாநிலங்களுக்குத் தருவது ஈட்டிக்காரன் போக்குத்தானே?

மாநிலங்கள், மாநிலங்களுக்குள்ளாகவே கடன் பத்திரங்கள் மூலம் கடன் வசூலிப்பதற்கும் (Open Market Borrowing) வரம்பு இருக்கிறது. அதற்கும் மத்திய அரசின் அனுமதி வேண்டும்.

1971–72இல் இப்படி எழுப்பப்பட்ட மொத்த கடன் தொகை ரூ.478.6 கோடி; இதில் மாநிலங்கள் எழுப்பிய தொகை ரூ.130 கோடிதான்!

---

to share with us the only advantage it confers - the low or zero rate of interest."

- M. KARUNANIDHI, Presidential address by, at the First Annual Conference on Fiscal Economics - Public Debt., 28, Sept,, 1973 p.4.

1. ஒவ்வொரு ஆண்டும் மொத்தம் வசூலாகிற 'சிறு சேமிப்பு'த் தொகையிலிருந்து, அந்த ஆண்டு கெடு முடிந்து திருப்பித்தரப்படுகிற அசலையும் வட்டியையும் கழித்தது போக மீதமுள்ள தொகைதான் 'நிகர வசூல்' (Net collection) என்று அழைக்கப்படுகிறது.

– இதில் கூடப் பெரும் தொகையைத் தானே எழுப்பிக் கொண்டு, மாநிலங்களைக் கட்டுப்படுத்தி, தன்னை நம்பி யிருக்குமாறு செய்கிறது மத்திய அரசு!

இதனால்தான் மத்திய அரசு மாநிலங்களுக்குச் செய்கிற 'நிதி உதவி' என்பது தற்போது ஒரு மாயையாக இருக்கிறது!

சான்று: நான்காவது ஐந்தாண்டுத் திட்டக் காலத்தில் தமிழ் நாட்டிற்கு மத்திய அரசு தந்த கடன் ரூ.140 கோடி.

ஆனால் அதே காலத்தில் தமிழ்நாடு அசலும் வட்டியுமாகத் திருப்பித்தர வேண்டிய தொகை எவ்வளவு தெரியுமா? ரூ.160 கோடி.[1]

ஒவ்வொரு மாநிலத்தின் நிலையும் இதுதான்: நான்காவது திட்டக் காலத்தில் கர்நாடக மாநிலத்திற்கு மத்திய அரசு தந்த உதவித் தொகை (Central Assistance) ரூ.173 கோடி, ஆனால் கர்நாடக அரசு அசலும் வட்டியுமாக மத்திய அரசிற்குத் திருப்பித் தரவேண்டியது ரூ.188 கோடி![2]

இது என்ன மாயமந்திரம்? ஒரு கையால் கொடுப்பது போலக் கொடுத்து, இன்னொரு கையால் வாரிக்கொண்டு போவதற்குப் பெயர் மத்திய உதவியா?

அதனால்தான் கடன் தவணைக் கால அளவை நீடித்துக் கொடுக்குமாறும், வட்டி வீதத்தைக் குறைக்குமாறும், நிபந்தனைகளைத் தளர்த்துமாறும் ஒவ்வொரு ஆண்டு நிதி – நிலை அறிக்கையிலும் மாநில அரசுகள் மத்திய அரசிற்கு விண்ணப்பம் போடுகின்றன!

இந்த மத்திய – மாநிலக் கடன் பிரச்சினை ஒவ்வொரு நிதிக் குழுவின் கவனத்தையும் கவர்ந்திருக்கிறது.

கடன் வகைகளோ பலப்பல! வட்டி விகிதமும், நிபந்தனைகளும் ஒரே மாதிரியானவையல்ல!

இதனால் மத்திய – மாநில நிதி உறவில் 'ஒரு தவிர்க்கக் கூடிய குழப்பம்' ('an avoidable complication') ஏற்பட்டிருப்பதாகவும், எல்லாக்

---

1. K.A. MATHIALAGAN, Budget Speech, 1970-71, p.7

2. Report on Centre - State Relationships, Administrative Reforms Commission, p.13.

கடன்களையும் ஒன்றாக்கி, வட்டி விகிதத்தையும், நிபந்தனைகளையும் சீராக்க வேண்டும் ('rationalised') – என்றும், கே. சந்தானம் தலைமையில் அமைந்த இரண்டாவது நிதிக் குழு 1967 இல் கூறியிருக்கிறது. பதினாறு ஆண்டுகள் உருண்டோடியும் அது கவனிக்கப்படவில்லை.

> மத்திய அரசு மாநிலங்களிடம் ஒரு வாணிப நோக்குக் கொண்ட வங்கி மாதிரி நடந்து கொள்ளக் கூடாது. தேச வளர்ச்சி என்னும் பெரும் முயற்சியில் மத்திய அரசும் மாநில அரசுகளும் பங்குதாரர்கள்

– என்றும் அக்குழு நினைவுபடுத்தி, தனக்கு எந்த வட்டிக்குப் பணம் கிடைக்கிறதோ அதற்குமேல் மத்திய அரசு மாநிலங்களிடமிருந்து வசூலிக்கக் கூடாது என்றும் அக்குழு கண்டிப்பாய்க் கூறியிருக்கிறது. [1]

ஏ.கே. சந்தா தலைமையில் அமைந்த மூன்றாவது நிதிக் குழு உயர்ந்தோங்கி வளர்ந்திருக்கும் வட்டிச் சுமையைப் புரிந்து கொண்டு மாநிலங்களின் வருவாயில் பெரும் பகுதியை இந்தச் சுமை விழுங்கி விடுகிறது எனறும், வருங்காலத்தில் நிலைமை இன்னும் மோசமாகும் – என்றும் 1961 இல் எச்சரித்திருக்கிறது. [2]

டாக்டர் இராஜமன்னார் தலைமையில் அமைந்த நான்காவது நிதிக் குழு, வெறும் விமர்சனக் கருத்தை மட்டும் வழங்காமல் ஒரு உருப்படியான யோசனையையும் வெளியிட்டது.

மாநிலங்கள் மத்திய அரசிற்குக் கடன் பட்டிருக்கும் முழுப் பிரச்சினையையும், இப்போதுள்ள கொடுக்கல் – வாங்கல், வட்டி விகிதம், திருப்பிக் கடனை அடைக்கும் விதம், தற்போதுள்ள கணக்குவைப்பு முறை – ஆகியன முழுவதையும், ஒரு வல்லுனர் குழுவிடம் விட்டு விரிவாக விசாரித்து அறிக்கை பெற வேண்டும் என்று அக்குழு வற்புறுத்தியது. [3]

---

1. ".... we think that the Union should not deal with the States as if it were a Commercial banker. The Union and the States are partners in the big enterprise of national development, and while there is no reason why the Union should lend to the States at less than the true cost of its borrowing, there is no justification either for charging more than its true cost."

- Report of The (Second) Finance Commission 1957, p.55-56

2. Report of The (Third) Finance Commission, 1961, p.41

3. Report of The (Fourth) Finance Commission, 1965, p.53

இத்தகைய விசாரணைக்கு இனிக் கொஞ்சம் கூடத் தாமதம் செய்யக் கூடாது - என்றும் அக்குழு மீண்டும் வற்புறுத்தியது. [1]

மகாவீரர் தியாகி தலைமையில் அமைந்த ஐந்தாவது நிதிக் குழு இந்தப் பிரச்சினையைப் புறக்கணிக்கவில்லை.

இது குறித்து ஒரு வல்லுனர் குழுவை அமைக்க வேண்டுமென்றும்; அதில் இந்தியாவின் காம்டிரோலர் - ஆடிட்டர் ஜெனரல் (Comptroller and Auditor - General of India) பிரதிநிதி இடம் பெற வேண்டும் என்றும், இதிலுள்ள சில சிக்கலான அம்சங்களை நிதிக் குழு தீர்க்க முடியாது எனறும் - 1969 இல் அக்குழு கூறியிருக்கிறது." [2]

— இப்படி ஒரு வல்லுனர் குழுதான் இப்பிரச்சினையைப் பரிசீலிக்க வேண்டும், நிதிக் குழுவால் முடியாது - என்று தொடர்ந்து நிதிக் குழுக்களின் அறிக்கை வற்புறுத்தியிருந்தும், இந்தப் பிரச்சினையின் **சில** அம்சங்களை மட்டும் பரிசீலிக்கும்படி மத்திய அரசு பிரும்மானந்த ரெட்டியார் தலைமையில் அமைந்த ஆறாவது (1973) நிதிக் குழுவைக் கேட்டுக் கொண்டது.

அதாவது மாநிலங்களின் கடன் நிலைமை குறித்தும் ஒரு பொதுவான பரிசீலனை (general review) செய்ய வேண்டும்.

அப்படிப் பரிசீலனை மேற்கொள்ளும்போது கடனைத் திருப்பிச் செலுத்தும் நிபந்தனைகளில் மாற்றங்கள் கூறலாம்.

அப்படி மாற்றங்கள் கூறும்போது அந்தந்த மாநிலங்களின் திட்டமல்லாத செலவுகளில் விழும் துண்டுத் தொகையையும், மற்ற மாநிலங்களோடு ஒப்பிட்டுப் பார்க்கையில் அந்த மாநிலம் எப்படியிருக்கிறது என்பதையும், குறிப்பிட்ட கடன் எதற்காகப் பெறப்பட்டது என்பதையும், எல்லாவற்றிற்கும் மேலாக மத்திய அரசின் தேவையையும் கருத்தில் கொள்ள வேண்டும் - என்றும் அக்குழு கேட்டுக் கொள்ளப்பட்டது.

- இதிலிருந்து ஒன்று தெளிவாகிறது. **நிவாரணம் எல்லா மாநிலங்களுக்கும் ஒரே மாதிரியான அளவில் இருக்கக் கூடாது; தாராளமாகப் பாரபட்சம் காட்டலாம்** - என்பதைத்தான் ஆறாவது நிதிக் குழுவை அமைக்கும்போதே மத்திய அரசு சூசகமாக வலியுறுத்தியிருக்கிறது.

பல்வேறு நிதிக் குழுக்கள் பரிந்துரை வழங்கியது போல ஆறாவது நிதிக் குழு ஒரு நிரந்தரமான பரிகாரத்தைக் காண முடியாதவாறு, அதை உருவாக்கும் போதே மத்திய அரசு காலை வெட்டிவிட்டது.

---

1. Ibid., p.67

2. Report of The (Fifth) Finance Commission, 1969, p.62.

ஆறாவது நிதிக் குழு ஐந்தாவது ஐந்தாண்டுத் திட்டக்காலத்தில் ரூ.1969.62 கோடிக்கு, மாநிலங்களுக்குக் கடன் நிவாரணம் அளித்திருக்கிறது.

அதாவது கீழேயுள்ள பட்டியல் – 8இல் குறிப்பிட்டது போல, ஒவ்வொரு மாநிலத்தின் எதிரே குறிப்பிடப்பட்டுள்ள கடன் தொகை ரத்துச் செய்யப்படும்.

பட்டியல் – 8

மாநிலம்		5-வது ஐந்தாண்டுத் திட்டக் காலத்தில் திருப்பித் தர வேண்டிய கடன் தொகையில் அளிக்கப்படும் நிவாரணம் (கோடி ரூபாய்களில்)
1. ஆந்திரப் பிரதேசம்	....	191.20
2. அசாம்	....	162.49
3. பீகார்	....	133.35
4. குஜராத்	....	36.25
5. அரியானா	....	33.14
6. இமாசலப் பிரதேசம்	....	34.57
7. ஜம்மு–காஷ்மீர்	....	133.43
8. கேரளா	....	109.77
9. மத்தியப் பிரதேசம்	....	87.16
10. மராட்டியம்	....	66.58
11. மணிப்பூர்	....	15.23
12. மேகாலயா	....	7.64
13. மைசூர் (கர்நாடகம்)	....	127.04
14. நாகாலாந்து	....	5.84
15. ஒரிசா	....	157.32
16. பஞ்சாப்	....	15.18
17. இராஜஸ்தான்	....	258.14
18. தமிழ்நாடு	**....**	**87.05**
19. திரிபுரா	....	14.35
20. உத்தரப்பிரதேசம்	....	150.77
21. மேற்கு வங்கம்	....	143.12
மொத்தம்	....	1969.62

(Source: Report of The (Sixth) Finance Commission, 1973, p.95)

– மத்திய அரசு சூசகமாகத் தெரிவித்தபடி முடிவுகளிருப்பது பட்டியலை ஆழ்ந்து நோக்கினால் தெரியவரும்.

மாநிலங்கள் நிரந்தரமான பரிகாரம் கோரின; ஆனால் இப்போது கிடைத்திருப்பதோ திருப்தியற்ற, தற்காலிகமான பரிகாரம்! இந்தப் பரிகாரமும் ஒரே மாதிரியான அளவுகோலின் அடிப்படையில் செய்யப்படவில்லை!

முன்பே அதிகக் கடன் பளுவை ஏற்றிவைத்துக் கொண்டிருக்கிற சில 'புத்திசாலித்தனமான' மாநிலங்களுக்கு அதிக அளவு நிவாரணம் கிடைத்திருக்கிறது. எனவே, இங்கு பாரபட்சம் காட்டப்பட்டிருக்கிறது.

இதன் விளைவு என்ன? இந்தப் பரிந்துரை காரணமாகச் சில மாநிலங்களின் கையில் திட்டமல்லாத மூலதனக் கணக்கில் (Non-Plan capital account) திடீரென்று உபரித் தொகை கிடைக்கும்.

ஆம், ஆறாவது நிதிக் குழுவின் இந்தப் பரிந்துரை காரணமாகச் சில மாநிலங்களுக்குப் 'புதையல்' கிடைத்திருக்கிறது!

அப்படிக் கிடைத்தால் அதுகுறித்துத் தாங்கள் எதுவும் செய்வதற்கில்லை – என்று கையை விரிக்கிறது, ஆறாவது நிதிக் குழு! [1]

– இப்படி நிதிக்குழுவே ஒப்புதல் வாக்குமூலம் அளிக்கும் போது இதை நாம் எப்படி விஞ்ஞானபூர்வமான – பாரபட்சமற்ற ஏற்பாடு என்று ஏற்றுக் கொள்ள முடியும்?

அனைத்திற்கும் நிர்வாகச் சீர்த்திருத்தக் குழுவை மேற்கோள் காட்டுகிறார்கள்! அந்தக் குழு இந்தப் பிரச்சினைக்கு என்ன பரிகாரம் காட்டியது தெரியுமா?

இந்த மத்திய – மாநிலக் கடன் பிரச்சினையை ஒரு வல்லுனர் குழு ('a Committee of experts') விடம் விட வேண்டுமென்பதுதான் அவர்கள் கூறியது! [2] ஆனால் மத்திய அரசு செய்ததோ அதற்கு நேர்மாறானது!

---

1. ".... while our objective has been to give some relief to all the States, in the case of States with relatively heavier burden of debt, we have recommended debt relief on a discriminatory basis with reference to certain principles. If in the process some States emerge with surpluses on non-plan capital account, it cannot be helped."

- Ibid., p.9

2. Ibid., p.15. Recommendation 3(4)

மாநிலங்களுக்குக் கடன் தருவதற்கு மத்திய அரசிற்கு எங்கிருந்து பணம் கிடைக்கிறது?

1. வெளிநாட்டிலிருந்து பெறும் கடன்!

2. உள்நாட்டில் - மாநிலங்களில் செய்யப்படும் வரி வசூல்!

3. உள்நாட்டில் - மாநிலங்களில் - மக்களிடமிருந்தும், நிறுவனங்களிடமிருந்தும் எழுப்பப்படும் கடன்!

4. நோட்டு அச்சடிப்பது!

- இந்த நான்கும்தான் மத்திய அரசின் பெரிய ஆதாரங்கள்!

-இவை தவிரக் குபேரபுரியிலிருந்து மத்திய அரசு பிரத்தியேகமாகப் பணம் கொண்டுவருவது கிடையாது!

மாநிலங்களுக்குக் குறைந்த வருவாய் ஈட்டும் வரிகளே இருப்பதாலும், மற்ற வழிகளெல்லாம அடைக்கப்பட்டு விட்ட காரணத்தாலும் மத்திய அரசு ஈட்டிக்காரனைப்போல மாநிலங்களை அடக்கி ஆள்கிறது.

'மேற்குவங்கம் படும் வேதனை' என்னும் நூலில் அதன் ஆசிரியர் ரணஜித் ராய் மத்திய அரசின் இந்தப் போக்கினைக் கடுமையாக விமர்சித்திருக்கிறார்.

> "பழைய காலத்தில் கிழக்கிந்தியக் கம்பெனி, வருவாயை லாபமென்ற பெயரில் சேமித்து, லண்டனுக்கு அனுப்பி, பிறகு இந்திய அரசிற்குக் கடன் என்கிற பெயரில் அந்தத் தொகையைத் திருப்பிக் கொண்டுவரும். இப்போதெல்லாம், மாநிலங்களுக்கு உட்பட்ட பிராந்தியத்தில் மத்திய அரசு வரிகளை விதிக்கிறது; டில்லிக்கு எடுத்துச் செல்கிறது; அதில் ஒரு பகுதியைக் கடன் என்கிற பெயரில் திரும்பவும் மாநிலங்களுக்குத் திருப்பித் தருகிறது! தன் கையில் இருக்கும் மிதமிஞ்சிய பணம் காரணமாக மத்திய அரசு மாநிலங்களோடு அரசியல் விளையாட்டு விளையாடுகிறது." [1]

---

1. "In the olden days, the East India Company saved revenue as profits, transferred them to London and later brought them back as loans advanced to the Government of India. Now-a-days, the Centre raises taxes in the territory of the States, takes them to New Delhi, and sends a portion of them back as loans advanced to the States|

"This surfeit of money in the hands of Central Government enables it to play politics with it in relation to the States."

- RANAJIT ROY, "The Agony Of West Bengal", Second Edition, p.42.

– ஆமாம், கிழக்கிந்தியக் கம்பெனிக்கும் இன்றைய மத்திய அரசிற்கும் அதிக வேறுபாடில்லை. இதுவும் ஒரு 'உள்நாட்டுக் காலனி' ஆதிக்கம்தான்!

ஆண்டுக்காண்டு 'கடன் வரவு-செலவு' என்கிற தலைப்பில் மத்திய அரசு மலையென ஒரு கணக்குக் குவியலைப் 'பட்டு வாடா' செய்ய வேண்டுமா? ஆண்டுக்காண்டு கடனையும், வட்டியையும் தள்ளிக்கொடு – என்று கேட்டு மாநில அரசுகள் கெஞ்சிக் கூத்தாட வேண்டுமா? ஒரேயடியாக இந்தப் பழைய கடனையெல்லாம் மத்திய அரசு ரத்து செய்தால் என்ன?

ரத்து செய்ய முடியும்!

அப்படி ரத்து செய்தால் மத்திய அரசின் பொருளாதாரம் பாதிக்கப்படுமா?

பாதிக்கப்படாது!

அப்படிப் பழைய கடன் ரத்து செய்யப்பட்ட பிறகும் மாநில அரசுகளுக்கு மத்திய அரசின் கையில் பணம் இருக்குமா?

உறுதியாக இருக்கும்!

–இப்படி அறுதியிட்டுக் கூறுவது பொருளாதாரம் தெரியாத பேதையின் (economic ignoramus) கூற்றன்று; நிர்வாகச் சீர் திருத்தக் குழுவினர் செதல்வாட் தலைமையில் அமைத்த ஆய்வுக் குழுவினர்தாம் இப்படிக் கூறியிருக்கின்றனர்.[1] இதில் பக்தவத்சலனாரும் ஒரு உறுப்பினர் என்பதை மீண்டும் நினைவு படுத்துகிறோம்.

பிறகு மத்திய அரசு அப்படிச் செய்வதற்குத் தயங்குவதேன்?

மத்திய அரசு மாநில அரசுகள் தரவேண்டிய கடனை அப்படி ரத்து செய்துவிட்டால் ---

இனிமேல் மத்திய அரசுக்கு மாநில அரசுகள் கடனே கொடுக்கவேண்டியதில்லை என்கிறநிலை உருவாகிவிட்டால் –

---

1. "..... even if a moratorium were given on all repayments the Centre would still have sizeable capital resources left from which to grant assistance to the states."

- Report of The Study Team On Centre - States Relationships, Vol. I, p.60

அரசியல் அமைப்புச் சட்டத்தின் 293(3) ஆவது பிரிவின் படி, இனிமேல் மத்திய அரசின் சம்மதம் பெறாமலேயே மாநிலங்கள் எவ்வளவு வேண்டுமானாலும் கடன் எழுப்பலாம்!

பிறகு, மாநிலங்களின் குடுமி மத்திய அரசின் கையில் இல்லாமல் போய்விடுமே! கிழக்கிந்தியக் கம்பெனி பாணியில் ‘உள்நாட்டுக் காலனி’ ஆதிக்கம் நடத்துவதற்கு முடியாதே!

–அதனால்தான் மத்திய அரசு வழி தெரிந்தும், அந்த வழியில் நடக்க மறுக்கிறது!

இதற்கெல்லாம் நாம் கூறும் பரிகாரம் என்ன?

மாநிலங்களின் திட்டத்திற்கோ, அலலது திட்டமல்லாத செலவுகளுக்கோ மத்திய அரசு கடனாக நிதி உதவி செய்யக் கூடாது. எடுத்துக்காட்டாக ஐந்தாவது ஐந்தாண்டுத் திட்டக் காலத்தில் ரூ.1,000 கோடிக்கு நோட்டடிக்கப் போகிறார்கள். இந்தத் தொகையையும், நோட்டடிக்க ஆகும் செலவையும் அனைத்து மாநிலங்களும் பங்கிட்டுக் கொள்ள வேண்டும். அது போலவே வெளியிலிருந்து மத்திய அரசு கடன்வாங்கி, அந்தத் தொகை மாநிலங்களுக்கு வழங்கப்பட்டால் அதற்குண்டான வட்டியைத்தான் மத்திய அரசு வசூலிக்க வேண்டுமே தவிர; மேற்கொண்டு ஈட்டிக்காரன் போல ஒரு பைசாகூட அதிக வட்டி விதிக்கக் கூடாது.

ஆஸ்திரேலியாவில் ‘கடன் மன்றம்‘ (Loans Council) என்கிற பொது மன்றம் மத்திய – மாநிலக் கடன் பிரச்சினைகளை ஆராய்கிறது.

அதுபோல இந்தியாவிலும் ‘கூட்டாட்சிக் கடன் பைசல் குழு’ (Federal Debt Commission) என ஒன்றை அமைத்து; அந்த வல்லுனர் குழுவிடம், தற்போதைய கடன் பிரச்சினைகளைத் தீர்க்கச் சொல்ல வேண்டும்; இப்போது நடைபெறும் ‘அரசியல் விளையாட்டு’ நிறுத்தப்பட வேண்டும்.

இந்தப் பிரச்சினைகளனைத்தும் தீர்க்கப்பட்ட பிறகு, அந்தக் குழு உலக வங்கிபோல இந்தியாவின் வளர்ச்சிப் பணிக்கான வங்கியாகப் பணியாற்றலாம்.

மத்திய அரசும், மாநில அரசுகளும் ஏதாவது ஒரு திட்டத்திற்கு மூலதனம் திரட்ட விரும்பினால் அவர்கள் அந்த வங்கியிடம் செல்ல வேண்டும்; அந்த வங்கி பாரபட்சமில்லாது திட்டத்தின் லாப நட்டத்தைக் கணக்கிட்டு, கடனுதவி செய்யும்.

ஒரு சில திட்டங்கள் தொடக்கத்திலேயே நட்டம்தான் தரும் என்பது தெரியும். ஆனால், பொருளாதார வளர்ச்சிக்கு இன்றியமையாதவை என்றால் அவற்றையும் மேற்கொள்ள வேறு உத்திகளைக் கையாளலாம்.

- இதுதான் 'இராஜமன்னார் குழு' தந்திருக்கிற வழி. இதை நாமும் ஒப்புக் கொண்டிருக்கிறோம்.

இந்தியாவில் இப்போது நிறுவப்பட்டிருக்கும் சுயராஜ்ய உள் நாட்டுக் காலனி ஆதிக்கத்தை ஒழித்துக்கட்ட இதுவே உகந்த வழி!

21. மத்திய அரசு தடுத்து வைத்திருக்கும் மாநிலங்களின் வருவாய்

> "மாநிலங்களின் நலனுக்கென்றே பயன்படுத்தப்பட வேண்டும் என்று மத்திய அரசிடம் ஒப்படைக்கப்பட்டிருக்கிற ஒரு அதிகாரம் மாநிலங்களுக்குக் குந்தகம் ஏற்படும் வகையில் பயன்படுத்தப்படுவதற்கு இதுவே வெளிப்படையான சான்று."
>
> –இராஜமன்னார் குழு அறிக்கை
>
> "This is a glaring instance of a power vested in the Union to be exercised for the sole benefit of the States, being used to the detriment of the States."
>
> - RAJAMANNAR COMMITTEE REPORT, p.81

மாநிலங்களது வருமானம் பெருகக் கூடாது என்பதில் மத்திய அரசு – பேராசை பிடித்த பக்கத்து வீட்டுக்காரனைப் போல அதிக 'அக்கறை' காட்டி வந்திருக்கிறது.

வருமான வரியை மத்திய அரசு வசூலித்து மாநிலங்களுக்குப் பங்குதர வேண்டும் என்பதை முன்பே பார்த்தோம்.

இதில் ஒரு விசித்திரம்! மத்திய அரசு தனது ஊழியர்களுக்குச் சம்பளம் கொடுக்கிறதல்லவா? அந்தச் சம்பள வருவாயிலிருந்து மத்திய அரசு ஊழியர்கள் வருமானவரி கட்டுகிறார்கள் அல்லவா? அத்தகைய மத்திய அரசு ஊழியர்கள் தருகிற வருமான வரி மாநிலங்களுக்குப் பிரித்துக் கொடுக்கப்படமாட்டாது! அது முழுவதும் மத்திய அரசிற்கே சொந்தம்! (பிரிவு: 270 (2))

– இந்தியாவில் மாநிலப் பிரஜாவுரிமை (Citizenship), மத்திய அரசுப் பிரஜாவுரிமை – என இரண்டு வகையா இருக்கிறது?

இது எப்படிப் பொருந்தும்? – என்று கேட்கத் தோன்றும். ஆனால் அரசியல் அமைப்புச் சட்டத்தில் அப்படித்தான் எழுதப்பட்டிருக்கிறது!

பாவம்; அவர்கள் என்ன செய்வார்கள்! 1935 ஆவது ஆண்டுச் சட்டத்தில் வெள்ளைக்காரன் அவ்வாறு எழுதிவைத்திருந்தான்; அதை அப்படியே 'ஈயடிச்சான் காப்பியடித்' திருக்கிறார்கள்!

அதுபோலவே கம்பெனிகள் மீது விதிக்கப்படுகிற கார்ப்பொரேஷன் வரி (Corporataion Tax) மத்திய அரசைச் சேரும் என்று அரசியல் சட்டம் விதி செய்திருக்கிறது.

அரசியல் நிர்ணய சபை, நகல் (Draft) அரசியல் அமைப்புச் சட்டத்தைப் பரிசீலித்துக் கொண்டிருக்கும்போது பொருளாதாரப் பிரிவுகளைப் பற்றி **என்.ஆர். சர்க்கார்** தலைமையில் ஒரு மூவர் குழுவை அமைத்து அவர்களது ஆலோசனையைக் கேட்டது.

அந்த நிபுணர் குழுவினர் வருமான வரியை மட்டுமல்லாமல், கம்பெனிகளுக்கு விதிக்கப்படுகிற கார்ப்பொரேஷன் வரி (Corporation Tax) யையும் மாநிலங்களுக்குப் பங்கிட்டுக் கொடுக்க வேண்டும் – என்று பரிந்துரை செய்தனர்.

ஆனால் கார்ப்பொரேஷன் வரியை மாநிலங்களுக்குப் பங்கிட்டுக் கொடுக்கும் யோசனையை அ.நி. சபை புறக்கணித்து விட்டது. அப்போதிலிருந்தே மாநிலங்கள் மீது எவ்வளவு அக்கறை என்பது இதனால் தெளிவாகிறது!

இந்தியாவில் துவக்கக் காலத்திலிருந்தே தனிநபரின் வருவாயையும் கம்பெனிகளின் வருவாயையும் பிரித்தே பார்க்கும் வழக்கம் இருந்து வந்திருக்கிறது.

இன்னும் சொல்லப்போனால் 'கார்ப்பொரேஷன் வரி' என்கிற பெயரில் ஒரு வரி விதிக்கப்படுவதே கிடையாது.

கம்பெனிகள் அதற்கு முன்பெல்லாம் வருமான வரியும், 'சூப்பர் டேக்ஸ்' (Super Tax) என்கிற பெயரில் ஒரு வரியும் கொடுத்து வந்தன. இந்த 'சூப்பர் டேக்ஸ்' இதற்கு முன்பெல்லாம் மத்திய அரசே வசூலித்து எடுத்துக் கொள்ளும் கார்ப்பொரேஷன் வரியாகக் கருதப்பட்டது.

1959ஆம் ஆண்டிலும், 1960ஆம் ஆண்டிலும் மத்திய அரசு வருமான வரிச் சட்டத்தில் ஒரு திருத்தம் கொண்டுவந்து, கம்பெனிகள் முன்பு 'வருமான வரி' என்கிற பெயரில் செலுத்திய தொகையையும் 'கார்ப்பொரேஷன் வரி' என்கிற பெயருக்கு

மாற்றிவிட்டது. அதாவது 1959, 60-ஆம் ஆண்டுகளில் மத்திய அரசு செய்த திருத்தம் காரணமாக கம்பெனிகள் செலுத்தும் வருமான வரி முழுவதும் கார்ப்பொரேஷன் வரி என்று ஆகி, அதில் மாநிலங்கள் பங்கு பெற முடியாமல் செய்யப்பட்டு விட்டது.[1]

அரசியல் சட்டத்தில் திருத்தம் கொண்டு வராமலேயே மத்திய அரசு ஒரு சாதாரண வருமான வரிச் சட்டத்தைத் திருத்தி மாநிலங்களின் வயிற்றில் அடித்துவிட்டது.

– இதை யாராவது மாநிலங்களின் மீது நல்லெண்ணத்தோடு செய்த செயல் என்ற கூறமுடியுமா?

1939இல் மொத்த வருமான வரி வசூல் சுமார் ரூ.18 கோடிதான்!

1972-73இல் மொத்த வருமான வரி வசூல் (சர்சார்ஜ்கள் உட்பட) ரூ.602 கோடி!

1937-38 இல் மொத்த கார்ப்பொரேஷன் வரி வசூல் ரூ.2 கோடிதான்

1972-73 இல் இதன் மூலம் வசூலாகியிருப்பது ரூ.558 கோடி!

1959, 60 ஆண்டுகளில் செய்த திருத்தம் காரணமாக இப்போது அதிவேகமாக வளர்ந்து வரும் இந்த ரூ.558 கோடியையும் மத்திய அரசே எடுத்துக் கொள்கிறது; மாநில அரசுகளுக்கு ஒரு பைசாக்கூட கொடுக்காமல்!

இதை மாற்றாந்தாய் மனப்பான்மை என்பதா? கொடுங்கோலன் மனப்பான்மை என்பதா? – வாசகர்களே தீர்ப்புக் கூற வேண்டும்!

---

1. "The tax collected from companies however was not wholly treated as income tax; super tax was classified as corporation tax..... The attributes of corporation tax remained however the same as that of super tax, it being defined as an "additional duty of income tax" During 1959 and 1960 the scheme of taxation of companies was changed. The arrangement under which the income tax paid by companies on profits distributed by them as dividends was deemed to have been paid by the shareholders and credited to them in assessing their dividend income was discontinued. As a sequel, income tax paid by companies began to be treated as 'corporation tax' along with super tax. Thus the entire tax collected from companies is now classified as corporation tax."

- ASHOK CHANDA, "Federalism In India", p.227

கடந்த 12 ஆண்டுகளில் கார்ப்பொரேஷன் வரி மூலம் கிடைக்கும் வருவாய் 600 மடங்கிற்கும் மேலாக உயர்ந்திருப்பதாகவும்; அதே நேரம் வருமான வரியில் மாநிலங்களுக்குக் கிடைக்கக் கூடிய 'பகிர்வு நிதி' (divisible pool) 50 மடங்கிற்கும் குறைவாகத்தான் உயர்ந்திருக்கிறது என்றும் நான்காவது நிதிக் குழு அறிக்கை (1965) கூறியிருப்பது கவனிக்கத்தக்கது.

வருமானவரியில்தான் மாநிலங்களுக்குப் பங்கு! அந்த வருமான வரி மீது 'சர்சார்ஜ்' என்று விதித்தால் அதில் பங்கு கிடையாது; அனைத்தும் மத்திய அரசிற்கே! – இதையும் முன்பே கவனித்தோம்.

– இப்படிப் பெயரை மாற்றி வார்த்தை ஜாலம் செய்து மத்திய அரசு மாநில அரசுகளின் வயிற்றிலடிக்கிறது.

இப்போது இத்தகைய 'சர்சார்ஜ்' மூலம் மத்திய அரசிற்கு சுமார் ரூ.20 கோடிக்கு மேல் கிடைக்கிறது.

இந்த 'சர்சார்ஜை'யும் வருமான வரியோடு இணைத்து, எங்கள் பங்குத் தொகையைக் கொஞ்சமாவது உயர்த்துங்கள் – என்று மூன்றாவது நிதிக் குழு தொடங்கி மாநிலங்கள் விண்ணப்பம் போட்டு வருகின்றன. ஆனால், பலனில்லை!

பாவம்; மாநிலங்களின் பிச்சைக்கார நிலைமை அந்த அளவிற்கு இருக்கிறது.

சில வரிகளை மத்திய அரசே விதித்து, அதை வசூலித்து மாநிலங்களுக்குக் கொடுக்கலாம் என்று முன்பே கூறியிருக்கிறோமல்லவா?

இதைப்பற்றி 269ஆவது பிரிவில் கூறப்பட்டிருக்கிறது.

அவையாவன:

1. உரிமையாளர் இறந்த பிறகு, வாரிசுக்குப் போய்ச் சேர்கிற விவசாய நிலம் தவிர்த்த சொத்துக்கள் மீது போடப்படும் வாரிசு வரி (Duties in respect of succession to property other than agricultural land.)

2. அத்தகைய உரிமையாளர் இறக்கும்போது அவரது விவசாய நிலம் தவிர்த்த சொத்துக்களுக்குப் போடப்படும் மரண வரி என்கிற எஸ்டேட் டூட்டி.

3. ரயில், கப்பல், விமானம் மூலம் செல்லும் சரக்குகள் அல்லது பயணிகள் மீது விதிக்கப்படுகிற 'பயண முடிவிடத்து வரி' (Terminal tax).

4. ரயில்வே கட்டணங்கள் மற்றும் சரக்குக் கட்டணங்கள் மீது வரிகள்.

5. பங்குவாணிகக்களங்களிலும் எதிர்நோக்குவாணிகங்களிலும் (Stock - Exchanges and future markets) நடைபெறும் கொடுக்கல், வாங்கல் மீது விதிக்கப்படும் வரி.

6. செய்திதாள் விற்பனை, கொள்முதல், விளம்பரங்கள் மீது வரி.

7. மாநிலம் விட்டு மாநிலம் செல்லும் பண்டங்கள் மீது விதிக்கப்படும் (Inter-State) விற்பனை வரி. [1]

– இவற்றுள் முதலாவதாகக் குறிப்பிடப்பட்டிருக்கிற வரியும், ஏழாவதாகக் குறிப்பிடப்பட்டிருக்கிற வரியும் இப்போது விதிக்கப்படுகின்றன. மூன்றாவதாகக் குறிப்பிடப்பட்டிருக்கிற வரியில் 'யாத்திரிகர் வரி' என்கிற பெயரில் மட்டும் பயணிகள் மீது சில ஊர்களில், திருவிழாப் போன்ற சில நேரங்களில் வசூலிக்கப்படுகிறது. ஆறாவதாகக் குறிப்பிடப்பட்டிருக்கிற வரியில் செய்தித் தாள்களின் விற்பனை மீதான வரி பங்களா தேஷ் நெருக்கடி நேரத்தில் விற்பனை வரியாக இல்லாமல் எச்சைஸ் வரியாக வசூலிக்கப்பட்டது. ஆனால், இந்த வரியினால் கிடைத்த வருமானத்தை மாநிலங்களுக்குக் கொடுக்காமல் மத்திய அரசே எடுத்துக் கொண்டது. பிறகு இந்த வரியும் நிறுத்தப்பட்டுவிட்டது.

முதலில் பயணிகள், சரக்குகள் மீது விதிக்கப்படக் கூடிய வரியை எடுத்துக் கொள்வோம்.

எடுத்துக்காட்டாக, ரயில் கட்டணம் என்பது ரயில்வேயின் வருவாய்.

அந்தக் கட்டணத்தின் மீது வரிவிதித்தால் அதை மாநிலங்களுக்குக் கொடுத்துவிட வேண்டும்.

– இதிலும் வார்த்தை ஜாலத்தால் விளையாட முடியும்!

ஒரு குறிப்பிட்ட தொகையைக் கட்டண உயர்வு என்று அறிவித்து விட்டால் அது ரயில்வேயிற்கு! அதையே வரி என்று போட்டால் மாநிலங்களுக்கு!

---

[1]. இப்போது வேறொரு சட்டத்தின் மூலம் மாநிலம் விட்டு மாநிலம் விற்பனை செய்யப்படும் பண்டங்கள் மீது 'Inter-State Sales Tax' – வரியை மத்திய அரசு விதித்து, அதை வசூலித்து எடுத்துக் கொள்ளும் உரிமையை மாநிலங்களுக்கே வழங்கியிருக்கிறது.

1957 இல் இப்படி ஒரு வரி விதிக்கப்பட்டு வந்தது. ஆனால் 1961இல் இந்த வரி நீக்கப்பட்டு; பயணிகளின் டிக்கெட் கட்டணத்தோடு இணைக்கப்பட்டு விட்டது.

–இதற்குப் பதிலாக மத்திய அரசு மாநிலங்களுக்கு 1961–62 லிருந்து 1965–66 வரை ரூ.12.5 கோடி மானியம் கொடுத்தது.

பின்னர் 1966–67லிருந்து இந்தத் தொகை ரூ.16.25 கோடியாக உயர்த்தப்பட்டிருக்கிறது.

நிதிக் குழு இந்தத் தொகையை ஒவ்வொரு மாநிலத்திற்கும் பங்கிட்டுக் கொடுக்கிறது.

உண்மையில் இந்த வரி தொடர்ந்து விதிக்கப்படுமேயானால் 1973–74 மதிப்பீட்டின்படி இதனால் ரூ.36.5 கோடி கிடைக்கும் என்று ஆறாவது நிதிக் குழு கணக்கிடடுக் கூறுகிறது.

ஆனால் இப்போது இதற்குப் பதிலாக மாநிலங்களுக்குக் கிடைப்பதோ ரூ.16.25 கோடிதான்!

> "மாநிலங்களின் நலனுக்கென்றே பயன்படுத்தப்பட வேண்டும் என்று மத்திய அரசிடம் ஒப்படைக்கப்பட்டிருக்கிற ஒரு அதிகாரம் மாநிலங்களுக்குக் குந்தகம் ஏற்படும் வகையில் பயன்படுத்தப்படுவதற்கு இதுவே வெளிப்படையான சான்று."[1]

–என்று இராஜமன்னார் குழுவினர் அறிக்கை இதுகுறித்துக் கடுமையாக விமர்சித்திருக்கிறது.

இப்படிப் பயணிகள் மீதான வரியை நீக்கிவிட்டு – அதற்குப் பதிலாக ஒரு குறிப்பிட்ட அளவு மானியத் தொகையை அளிப்பதானது அரசியல் சட்டப்பிரிவு 269 இன் எழுத்துக்களுக்கு வேண்டுமானால் உகந்ததாக இருக்கலாம்; ஆனால் அந்த எழுத்துக்களுக்குப் பின்னாலிருக்கும் உணர்ச்சிகளுக்குப் புறம்பானது என்று ஆறாவது நிதிக் குழு கூறியிருக்கிறது. [2]

---

1. "This is a glaring instance of a power vested in the Union to be exercised for the sole benefit of the States, being used to the detriment of the States."

- Report Of The Centre-State Relations Inquiry Committee, Government of Tamil Nadu, p.81

2. "We also feel that the repeal of the passenger tax and its replacement by a fixed grant was not quite in accordance with the spirit, if not the letter, of the provisions of Article 269 of the Constitution."

- Report Of The (Sixth) Finance Commission, 1973, p.24

இது மாதிரிப் பிரச்சினைகளில் மாநில அரசுகளின் கருத்தையும் கேட்பது நன்முறையான கூட்டுறவுக் கூட்டாட்சி வளர்வதற்குப் பயன்படும்.

இனிமேல் கட்டணத்தை உயர்த்தும்போது, அதில் ஒரு பகுதியை மாநிலங்களுக்குத் தரும் மானியத் தொகைக்குத் திருப்பி விடவேண்டும்.

– இவ்வாறும் ஆறாவது நிதிக் குழு கூறியிருக்கிறது.

இவையெல்லாம் வார்த்தையளவில்தான்! செயலில் எதுவும் நடக்கவில்லை!

ஒரு தனிப்பட்ட முதலாளி எப்படித் தொழிலாளியைச் சுரண்டுகிறானோ; அதுபோல மத்திய அரசும் எப்படி மாநிலங்களைச் சுரண்டுகிறது – என்பதற்கு இது மேலுமொரு சான்றாகும்.!

மத்திய அரசு ஐந்தாவது நிதிக் குழுவிடம் ஏழு வரிகளையம் ஆராயும்படி கூறியிருந்தது.

இதுவே நல்லெண்ணத்தின் அடிப்படையில் செய்யப்பட்ட காரியமன்று. ஒவ்வொரு முறையும் மத்திய அரசு வரிவிதிக்கும் போது, ஒரு வல்லுனர் குழுவிடம் ஆலோசனை கேட்டு, அந்தக் குழு சரியென்று சொன்ன பிறகுதான் விதிக்கிறதா, என்ன? அப்படியொரு பழக்கமிருந்தால் இந்த நாட்டில் பல கொடுமையான வரிகளும், வரி உயர்வும் ஏற்பட்டிருக்காதே! எனவே, போகாத ஊருக்கு வழி கேட்பதாகத்தான் இந்த முறை இருக்கிறது.

ஐந்தாவது நிதிக்குழு இந்த வரிகளை ஆராய்ந்தது. குறிப்பாக ஆறாவது வரியைப் பற்றி அக்குழு தெளிவாகத் தன் கருத்தைக் கூறியிருக்கிறது.

செய்தித் தாளின் விற்பனை அல்லது கொள்முதல் மீது வரி விதிப்பதைவிட, செய்தித்தாளில் வரும் விளம்பரங்கள் மீது வரி விதிப்பது நல்லது – என்று அக்குழுவின் அறிக்கை கூறுகிறது.

சில பத்திரிகைகளுக்கு விளம்பர வருமானமே மொத்த வருமானத்தில் 50 சதவிகிதம் முதல் 75 சதவிகிதமாக இருப்பதை இவ்வறிக்கை கட்டிக் காட்டியிருக்கிறது.

எனவே, சிறு பத்திரிகைகளுக்கு விதிவிலக்கு அளித்துவிட்டு, இந்த வரியை விதித்தால் இதன்மூலம் மாநிலங்களுக்குக்

கொடுக்கக் கூடிய விதத்தில் கணிசமான வருவாயை எழுப்பலாம் என்று அவ்வறிக்கை கூறியுள்ளது. [1]

இந்நூலாசிரியர் 1971 இல், அப்போது செய்தி ஒலிபரப்புத் துறை அமைச்சராக இருந்த திருமதி நந்தினி சத்பதியை இத்தகைய வரியை விதிக்கும் எண்ணம் உண்டா? எப்போது விதிக்கப் போகிறீர்கள்? – என்று நாடாளுமன்றத்தில் ஒரு கேள்வி மூலம் கேட்டபோது, இதுபற்றித் தமது அமைச்சரகம் நிதி அமைச்சரகத்திற்கு ஒரு அறிக்கை அனுப்பியிருப்பதாகவும், அதற்கு மேல் அப்போது எதுவும் கூறமுடியாது – என்றும் பதில் கூறினார்.

– ஆனால், இதுவரையில் இந்த வரி விதிக்கப்படவில்லை.

பிரதமரும், திட்டக் குழுவும், நிதி அமைச்சரும் சந்தர்ப்பம் கிடைக்கும்போதெல்லாம், மாநிலங்களைப் பார்த்து – 'நீங்கள் அதிக வரி விதிக்க வெட்கப்படுகிறீர்கள்! குறிப்பாகக் கிராமப் புறப் பணக்காரர்கள் மீதும் விவசாயத்துறையிலும் வரிபோட அஞ்சுகிறீர்கள்!' – என்கிற குற்றச்சாட்டைப் பகிரங்கமாக வீசு வதற்குது தயங்குவதே கிடையாது.

ஆனால் மத்திய அரசு அரசியல் அமைப்புச் சட்டத்தில் குறிப்பிட்டுக் கூறப்பட்டிருக்கிற மேலே சொன்ன வரிகளை முழுமையாக ஏன் விதிக்கவில்லை?

காரணம் வெளிப்படை : இந்த வரிகளை விதித்தால், அந்த வருமானத்தை அப்படியே மாநிலங்களுக்குக் கொடுத்துவிட வேண்டும்!

'இதைத் தவிர வேறென்ன காரணம் இருக்க முடியும்?

புதிதாக வரி போடாமலிருப்பதுதான் மத்திய அரசின் கொள்கை என்றால் இந்த வரிகளை விதிக்காமலிருப்பதைப் புரிந்துகொள்ள முடியும்; நம்மால் பாராட்டவும் முடியும்.

ஆனால் புதிது புதிதாக ஆண்டுதோறும் வரிகள் விதிக்கப்படுகின்றன; அல்லது உயர்த்தப்படுகின்றன.

---

1. '.... we consider that this is **prima facie** a reasonable source from which additional revenues assignable to states could conveniently be raised."

- Report Of the (Fifth) Finance Commission, 1969, p.79

அண்மைக் காலத்தில் புதிதாக அறிமுகம் செய்யப்பட்டிருக்கிற வரிகளாவன:

1. நன்கொடை மீது போடப்படும் வரி (Gift tax)

2. சொத்து வரி (Wealth tax)

3. ஒரு குறிப்பிட்ட அளவிற்கு மேற்பட்ட செலவின் மீது போடப்படும் வரி (Expenditure tax)

–இவையெல்லாம் ஒரு விதத்தில் வருமானத்தின் மீது விதிக்கப்படுகிற வருமானவரிதான்! ஆனால் அதற்கு வேறு பெயர்கள் சூட்டப்படுகின்றன.

அவற்றிற்கு வருமானவரி என்று பெயர் சூட்டினால் அவற்றின் மூலம் கிடைக்கிற, வருமானத்தில் மாநிலங்களுக்குப் பங்கு கொடுக்க வேண்டும்.

– எனவேதான், உண்மையில் வருமானத்தின் மீது விதிக்கப்படுகிற இந்தவரிகளைவேறுபெயர்களில்அறிமுகப்படுத்தியிருக்கிற மத்திய அரசுமாநிலங்களுக்குக் கிடைக்கவேண்டிய மேற்சொன்ன வரிகளை விதிக்கவில்லை – என்று ஒரு மாநிலம் ஐந்தாவது நிதிக் குழுவிடம் குற்றம் கூறியிருக்கிறது.[1]

தனக்குப் பலனெதுவுமில்லை, மாநிலங்களுக்குத்தான் பலன்! – என்கிற ஒரே காரணத்தால்தான் 269 ஆவது பிரிவில் சொல்லப்பட்டிருக்கிற வரிகளை முழுமையாக மத்திய அரசு செயல்படுத்தவில்லை என்று பல விமர்சகர்கள் ஒருமித்துக் கருத்துரைத்திருக்கின்றனர்.

இதுகுறித்து இராஜமன்னார் குழுவினர் அனுப்பியிருந்த வினாப்பட்டியலுக்கு விடையளித்தோர் அனைவரும் ஒருமித்த கருத்துடையவர்களாக இருந்தனர். இந்த வரிகள் முழுவதையும் மாநிலங்களுக்கு மாற்ற வேண்டுமென்பதே அக்கருத்து.

மாநிலங்களுக்கு வருமானம் வருவதைத் தடுக்கும் ஒரு மத்திய அரசு நல்லெண்ணம் கொண்ட நட்பரசா? பகையரசா? இதற்கான முடிவை வாசகர்களின் தீர்ப்பிற்கே விடுகிறோம்.

●

---

1. "One of the states pointed out that while taxes mentioned in this Article have not been levied, some new taxes have been introduced which are essentially taxes on income, but do not form a part of the divisible pool of income - tax, e.g. gift tax, wealth tax and expenditure tax."

- Ibid, p.68

22. சுப்ரீம் கோர்ட் தீர்ப்பினால் அதிகமாகியிருக்கும் மத்திய அரசின் அதிகாரங்கள்!

> "சொத்துக்களைக் கையகப்படுத்துவது, வரிவிதிப்பது, கல்வி-ஆகிய விஷயங்களில் சுப்ரீம் கோர்ட்டின் இந்த மூன்று தீர்ப்புகளும் மத்திய அரசின் அதிகாரங்களை அபிவிருத்தி செய்து; ஏற்கெனவே பிணக்கு இல்லாத அந்த மூன்று துறைகளிலும் பிணக்கினை ஏற்படுத்தியிருக்கிறது."
>
> – கே. சுப்ப ராவ்
> (சுப்ரீம் கோர்ட்டின் முன்னாள் தலைமை நீதிபதி)
>
> "These three decisions enhanced the powers of the Centre, in the matter of acquisition, taxation and education and introduced conflicts in the said fields where there were none."
>
> -- K.SUBBA RAO, "Conflicts In Indian Polity", p.72.

*1919*இல் மாண்டேகு – செம்ஸ்போர்டு சட்டங்களின் விளைவாக இந்தியாவில் 'இரட்டை ஆட்சி' ஏற்பட்டதல்லவா? அப்போது மாகாணங்களுக்குத் தரப்பட்டிருந்த சில அதிகாரங்கள் கூட இன்றைய அரசியல் அமைப்புச் சட்டத்தில் மாநிலங்களுக்கு இல்லை.

பிறகு, 1935 ஆம் ஆண்டுச் சட்டத்தில் அன்னிய ஏகாதிபத்தியம் மாகாணங்களுக்கு அளித்திருந்த சில அதிகாரங்கள்கூடச் சுதந்தர இந்தியாவில மாநிலங்களுக்கு அளிக்கப்படவில்லை.

இன்றைய அரசியல் அமைப்புச் சட்டம் பிரகடனப் படுத்தப்பட்ட 1949ஆம் ஆண்டு மாநிலங்களுக்குத் தரப் பட்டிருந்த சில அதிகாரங்கள் கூட இப்போது இல்லை; அரசியல் அமைப்புச் சட்டத்திற்குத் திருத்தம் கொண்டு வந்து மாநிலங்களுக்கு முன்பு வழங்கிய அதிகாரங்களில் சில பறிக்கப் பட்டிருக்கின்றன.

(இந்த விபரம் இந்நூலின் இறுதியில் உள்ள இணைப்பு – 2ல் தொகுத்துத் தரப்பட்டிருக்கிறது.)

ஒரு நாட்டின் தற்போதைய அரசியல் அமைப்புச் சட்டம் மட்டும் அந்த நாட்டு அரசியல் முறையைக் காட்டுகிற கண்ணாடி யாகாது. அவ்வப்போது தலைமை நீதிமன்றங்கள் வழங்குகிற தீர்ப்புகள் பல நேரம் அதன் தன்மைகளை மாற்றிவிடுவதுண்டு.

இந்தியாவில் சுப்ரீம் கோர்ட்டின் தீர்ப்புகள் காரணமாக மாநிலங்களின் அதிகாரங்கள் பெரிதும் பாதிக்கப்பட்டிருக்கின்றன. இந்த அத்தியாயத்தில் அந்த விபரங்களை மட்டும் காண்போம்.

1962ஆம் ஆண்டு மத்திய அரசு அதன் நிலக்கரிப்பிடிப்புப் பகுதிகளை (Coal bearing areas) எடுத்துக் கொண்டதை எதிர்த்து மேற்கு வங்க அரசு சுப்ரீம் கோர்ட்டில் வழக்குத் தொடர்ந்தது.

இன்னும் சொல்லப்போனால் மத்திய அரசை எதிர்த்து முதன் முதலில் வழக்குப் போட்டது டாக்டர் பி.சி. ராயை முதலமைச்சராகக் கொண்ட மேற்கு வங்க அரசுதான்!

அந்த வழக்கில் மேற்கு வங்க அரசு இந்தியக் கூட்டாட்சியில் ஒவ்வொரு மாநிலத்திற்கும் தனி அரசுரிமை (sovereignty) உண்டு – என்று வாதிட்டது.

இதில் ஆச்சரியப்படத்தக்க நிகழ்ச்சி என்னவென்றால், மேற்கு வங்கத்தைப் போலவே இந்தியாவின் பல மாநிலங்கள் அப்போது சுப்ரீம் கோர்ட்டில் தோன்றி, அதுபோலவே வாதாடின!

ஆனால் முடிவில், சுப்ரீம் கோர்ட்டில் பெரும்பான்மையான நீதிபதிகள் இந்தியாவின் தற்போதைய அரசியல் அமைப்புச் சட்டப்படி மாநிலங்களுக்குத் தனி அரசுரிமை கிடையாது – என்று தீர்ப்பளித்துவிட்டார்கள்.

இதில் வரலாற்று முக்கியத்துவம் வாய்ந்த நிகழ்ச்சி என்ன வென்றால், பின்னாளில் இந்தியாவின் தலைமை நீதிபதியான **கே.சுப்ப ராவ்,** இந்த வழக்கில் மாற்றுத் தீர்ப்பு (dissenting judgment) வழங்கினார்.

இப்போதைய அரசியல் அமைப்புச் சட்டத்தின் விதிகளுக்கு வியாக்யானம் சொல்ல, யாரும் அதன் வரலாற்றைத் தேடிப் போக வேண்டியதில்லை; தற்போதைய அரசியல் அமைப்பு ஒரு கூட்டாட்சி; எனவே, மாநிலங்களுக்குத் தனி அரசுரிமை உண்டு – என்று கேட்கிற மே.வங்கத்தின் கூற்று செல்லுமென்று நீதிபதி சுப்ப ராவ் தீர்ப்புக் கூறினார்.

இதுகுறித்துக் கருத்து வழங்குகிறபோது அகில இந்திய ஜனசங்கத்தின் தற்போதைய தலைவரான **எல்.கே. அத்வானி,**

"இந்த மாறுபட்ட தீர்ப்பு மிகவும் முக்கியமானது என்று கருதுகிறேன். வருங்காலத்தில் ஒரு நாள் இதுவே பெரும்பான்மை யானவர்களின் தீர்ப்பாகிவிடும். 1962இல் அப்போதைய அரசியல் சூழ்நிலையில் கூட்டாட்சி பற்றிய இத்தகைய கருத்துக்களை யாரும் ஒப்புக் கொள்ள முடியாதபடி இருந்தது என்பதும் கவனிக்கத் தக்கது. ஆனால் இன்று நாட்டின் அரசியல் நிலை முற்றிலும் மாறிவிட்டது" [1]

– என்று கூறியிருக்கிறார்.

– இது ஜனசங்கத் தலைவர் தெரிவித்திருக்கிற 'அச்சம்'!

நன்முறையான கூடடாட்சித் தத்துவதற்கு இது உகந்த நிலை யேயன்றி; அச்சப்படும் நிலை இல்லவே இல்லை!

1963இல் மீண்டும் மேற்கு வங்க அரசு மத்திய அரசின் மீது வழக்குப் போட்டது. [2]

இப்போது, மாநில அரசுக்குச் சொந்தமான ஒரு சொத்தினை மத்திய அரசு ஒரு சட்டத்தின் மூலம் கையகப்படுத்த (acquire) *முடியுமா? என்பது பிரச்சினை.*

---

1. "I think this dissenting judgment is very important and on some future date, it may even become the majority judgment. And it is worth noting that this was in 1962 when the political climate was such that federalism in these terms could not be endorsed by anyone. But today the political complexion of the country has changed completely."

- L.K. ADVANI, "The Union And The States", Ed. by: S.N. JAIN & others, p.385

2. பெருபாரி பகுதியை மாநில அரசையோ, சட்டமன்றத்தையோ கேட்காமல் பாகிஸ்தானுக்குக் கொடுக்க பண்டித நேரு ஒப்புக் கொண்டார் அல்லவா? அப்போது அதை எதிர்த்து டாக்டர் பி.சி. ராயை முதலமைச்சராகக் கொண்ட மேற்கு வங்க அரசு சுப்ரீம் கோர்ட்டில் வழக்குத் தொடுத்தது. இதுவரை தி.மு.க. அரசு காவேரி நீர்ப் பங்கீடு குறித்து ஒரே ஒரு முறைதான் மத்திய அரசுக்கெதிராக சுப்ரீம கோர்ட்டில் வழக்குத் தொடுத்து, பின்னர் சமரச ஏற்பாடு கண்ணுக்குத் தெரிந்ததும், அதையும் திரும்பப் பெற்றுக் கொண்டது என்பது குறிப்பிடத்தக்கது.

சுப்ரீம் கோர்ட்டில், பெரும்பான்மையான நீதிபதிகளின் தீர்ப்பு மத்திய அரசு மாநில அரசுகளின் சொத்தை அப்படிக் கையகப்படுத்தலாம் என்று நிலைநாட்டியிருக்கிறது. [1]

இப்போதைய அரசியல் அமைப்புச் சட்டத்திலேயே மாநில அரசுகளுக்கு 'மேம்பட்ட தன்மை' (superiority) கொண்டது மத்திய அரசு – என்கிற கருத்துப் பொதிந்திருப்பதாகக் கொண்டதுதான் இத்தகைய தீர்ப்பு வழங்கப்பட்டதற்குக் காரணமாகும்.

ஏற்கெனவே மத்திய அரசு மாநில அரசுகளைவிட அதிக அதிகாரங்களைக் கொண்டதாக இருக்கிறது; அப்படியே மத்திய அரசு மாநில அரசைவிட மேம்பட்டது என்று வாதத்திற்காக வைத்துக்கொண்டாலும் கூட, அப்படி மேம்பட்டிருக்கிற அரசுக்கு மேலும் அதிகாரங்களைக் கொடுப்பதில் எச்சரிக்கையாக இருக்க வேண்டாமா?

– என்று முன்னாள் தலைமை நீதிபதி கே. சுப்ப ராவ் தமது புத்தகமொன்றில் கேட்டிருக்கிறார். [2]

அதுபோலவே, 'கடல் சுங்கச் சட்டம்' (Sea Customs Act) இந்தியக் குடியரசுத் தலைவரால் சுப்ரீம் கோர்ட்டிற்கு அனுப்பி வைக்கப்பட்டது. [3]

மாநில அரசுகளின் பண்டங்களுக்கு கஸ்டம்ஸ் வரியும், எக்சைஸ் வரியும் விதிக்கும் உரிமை மத்திய அரசிற்கு உண்டு என்று பெரும்பான்மை நீதிபதிகள் தீர்ப்பு வழங்கியிருக்கின்றனர்.

அது போலவே சுப்ரீம் கோர்ட்டின் இன்னொரு தீர்ப்பு மத்திய – மாநில உறவுகளில் ஒரு பெரும் சிக்கலைத் தோற்றுவித்து, மாநில உரிமைகளை மத்திய அரசு அபகரிக்கும் பெரும் ஆபத்தைத் தோற்றுவித்திருக்கிறது.

குஜராத் பல்கலைக் கழகத்தை எதிர்த்து, கிருஷ்ணா ரங்கநாத் முடோல்கர் என்பவர் தொடர்ந்த வழக்கு சுப்ரீம் கோர்ட்டிற்கு வந்தது. [4]

---

1. AIR, 1963. S.C 1241
2. **K. SUBBA RAO** "Conflicts In Indian Polity", pp.71-72.
3. AIR, 1963, S.C. 1760
4. AIR, 1963, S.C. 703

கல்வித் துறையில் தரத்தைப் பாதுகாக்கவும், ஒருங் கிணைப்புச் செய்யவும், (for the purpose of maintaining standards or the coordination of standards) – சில அதிகாரங்கள் மத்திய அரசுப் பட்டியலில் தரப்பட்டிருக்கிறதல்லவா?[1] அதை வைத்து, பல்கலைக்கழகங்களில் எந்த மொழி பயிற்சிமொழியாக இருப்பது என்பதை முடிவு செய்கிற அதிகாரம் மத்திய அரசிற்கு உண்டு – என்று சுப்ரீம் கோர்ட் தீர்ப்பளித்திருக்கிறது.

இதன் விளைவாக மத்திய அரசு நினைத்தால், தமிழ்நாட்டில் தமிழ் நாட்டு மக்களும், சட்டமன்றமும், அரசும் விரும்பினாலும் தமிழைப் பல்கலைக்கழகப் பயிற்சிமொழியாக்க முடியாது. ஆனால் அதே நேரம் மத்திய அரசு விரும்பினால், இந்திய ஒருமைப்பாட்டைக் காரணம் காட்டி, இந்தியைப் பல்கலைக் கழகப் பயிற்சி மொழியாக்க முடியும்.

இது குறித்து சுப்ரீம் கோர்ட்டின் முன்னாள் தலைமை நீதிபதி கே. சுப்ப ராவ் கூறியிருக்கிற கருத்துக்கள் மத்திய – மாநில நல்லுறவு நாடுவோர் ஒப்புக் கொள்ளக் கூடிய இன்றியமையாத கருத்துக்களாகும்.

பயிற்சிமொழி இல்லாமல் கல்வி இருக்க முடியாது. ஒருங்கி ணைப்புக் காரணமாக நாடாளுமன்றம் ஒரு சட்டத்தின் மூலம் பயிற்சி மொழியை மாற்ற முடியுமேயானால் அது மாநில விஷயமான கல்வியில் நேரடியாகக் குறுக்கிடுவதாகும். சொத்துக்களைக் கையகப்படுத்துவது, வரி விதிப்பது, கல்வி– ஆகிய விஷயங்களில் சுப்ரீம் கோர்ட்டின் இந்த மூன்று தீர்ப்புகளும் மத்திய அரசின் அதிகாரங்களை அபிவிருத்தி செய்து; ஏற்கெனவே பிணக்கு இல்லாத அந்த மூன்று துறை களிலும் பிணக்கினை ஏற்படுத்தியிருக்கிறது [2]

– என்று கூறி, நீதிமன்றத்தின் இந்தப் போக்கு மாற்றியமைக்கப் படவேண்டுமென்றும் அவர் கருத்துத் தெரிவித்திருக்கிறார்.

---

1. Entry 65, 66, List I

2. "There cannot be education without a medium. If the Parliament by law, in the interests of coordination, can change the medium, it directly interferes with the education, which is a State subject. These three decisions enhanced the powers of the Centre, in the matter of acquisition, taxation and education and introduced conflicts in the said fields where there were none. This judicial trend. if not diverted in time, might upset the delicate balance envisaged in our Constitution."

- K.SUBBA RAO OP.cit p.72

அமெரிக்காவில் இன்று நடைமுறையில் இருப்பது 1789 ஆம் ஆண்டு இயற்றப்பட்ட அரசியல் சட்டமன்று. அதற்குப் பிறகு கொண்டு வரப்பட்ட திருத்தங்களும், அரசியல் சட்ட விதிகளுக்கு சுப்ரீம் கோர்ட் அவ்வப்போது கொடுத்து வந்த வியாக்யானங்களும் அந்தச் சட்டத்தின் தன்மையைப் பெரிதும் மாற்றி விட்டன.

சுப்ரீம் கோர்ட்டின் தீர்ப்புகள் அங்கு ஓரளவு மத்திய அரசின் அதிகாரத்தை அதிகமாக்கியிருக்கின்றன என்பது உண்மைதான்.

'அதைப் போலத்தான்' இங்கும் சுப்ரீம் கோர்ட் செய்திருக்கிறது; இதில் தவறு என்ன?' என்று கேட்கலாம்.

அதற்கும் கே. சுப்ப ராவ் பதில் கூறியிருக்கிறார். அங்கே மத்திய அரசு பலவீனமானது. எனவே தேவையையொட்டி அங்கு சுப்ரீம் கோர்ட் மத்திய அரசின் கரத்தை வலுப்படுத்த வேண்டிய கட்டாயம் ஏற்பட்டது. ஆனால் இந்திய நிலை வேறு – என்று சுப்ப ராவ் காரணம் காட்டுகிறார்:

> "இந்தியாவில் சுப்ரீம் கோர்ட்டின் பணிகள் மாறுபட்டிருக்க வேண்டும். இங்கே மத்திய அரசு மிகவும் பலமாக இருக்கிறது, மாநிலங்கள் மிகவும் பலவீனமாக இருக்கின்றன. ஆகவே, கூட்டாட்சியின் 'சமநிலைப்படுத்தும் சக்கரமாக' (balancing wheeloffederation) இங்கே சுப்ரீம் கோர்ட் செயல்பட வேண்டும். அதற்கு மாறாக சுப்ரீம் கோர்ட் பலவானுக்கு மேலும் பலம் சேர்த்து, பலவீனனை மேலும் பலவீனமாக்கினால் அது கூட்டாட்சியை ஒற்றையாட்சியாக மாற்றுவதாக ஆகிவிடும்."[1]

இறுதியாக அவர் தமது கருத்துக்களைக் கீழ்க்கண்டவாறு தொகுத்துக் கூறுகிறார்:

> சாதாரண காலங்களில் மத்திய அரசு மாநிலங்களைவிட மேம்பட்டது என்பதை உறுதிப்படுத்துவது பிணக்குகளை ஏற் படுத்தும். ஆனால் அரசுரிமை(sovereignty) இரு அரசுகளையும்

1. "But the role of the Supreme Court of India should be different. Here the Centre is too strong, and the States too weak. The Supreme Court of India, therefore, should functions as the balancing wheel of federation and if it makes the strong stronger and the weak weaker it would be converting federation into a unitary State."

- K. SUBBA RAO, Ibid, p.71

சார்ந்தது என்பதை அங்கீகரித்து, ஒரு குறிப்பிட்ட வரம்பிற் குட்பட்டு அதைச் செலுத்தினால் பிணக்குகளைத் தவிர்க்கலாம்.[1]

பிறிதொரு இடத்தில் அவர் கீழ்க்கண்டவாறு கூறுகிறார்:

மத்திய அரசு எப்போதும் நியாயமாக நடந்துகொள்ளும்; மாநிலங்கள் எப்போதும் நியாயத்திற்குப் புறம்பாகவே நடந்து கொள்ளும் – என்று நினைப்பதற்குக் காரணமில்லை. சில நேரங்களில் உண்மை இதற்கு மாறாகவும் இருக்கலாம்." [2]

– எனவே மத்திய அரசு பிறப்பிக்கிற கட்டளைகள் நியாயமாக இருந்தால்தான் மாநிலங்கள் அதற்குப் பணிய வேண்டும்; அவை நியாயமற்றவையாக – சட்ட விரோதமான முறையிலிருந்தால் பணியத் தேவையில்லை – என்றும் கூறியிருக்கிறார்.

சரியான முகாந்தரமில்லாமல் ஒரு மாநிலத்தில் மக்கள் தேர்ந்தெடுத்த ஜனநாயக அரசு வீழ்த்தப்பட்டு, குடியரசுத் தலைவர் ஆட்சி ஏற்படுத்தப்பட்டால், அது சரிதானா? – என்று சுப்ரீம் கோர்ட்டு சோதித்தறிய வேண்டும் – என்றும் அந்த முன்னாள் பிரதம நீதிபதி கூறுகிறார்.

சுப்ரீம் கோர்ட்டு தனது போக்கினை மாற்றிக்கொள்ள வேண்டும் என்கிறார். ஒருவேளை நாளை அப்படியொரு நிலைமை வந்தாலும் வரக்கூடும்!

– இவையனைத்தும் ஒரு பிரதம நீதிபதியின் விழைவுகள்!

சுப்ரீம் கோர்ட் அப்படித் தனது முடிவுகளையெல்லாம் மாற்றிக் கொள்ளும் – என்று காத்திருப்பது கொக்குத் தலையில் வெண்ணெய் வைத்துப் பிடிக்கும் முயற்சியைப் போன்றதுதான்!

எனவேதான், இந்த எண்ணங்களையெல்லாம் எழுத்திலே தெளிவு படுத்திட, அரசியல் அமைப்புச் சட்டத்தையே திருத்தி, மாநில சுயாட்சி அடிப்படையில் உண்மையான கூட்டாட்சி முறையை உருவாக்க வேண்டுமென்கிறோம் நாம்!

●

---

1. "In ordinary times, assertion of superiority by the Centre over the State will lead to conflicts, but the recognition of the divided sovereignty and the exercise thereof within the prescribed limits would avoid conflicts."

- K. SUBBA RAO, Ibid., p.72

2. "There is no reason to assume that the Centre will always be reasonable and the States will always be unreasonable. Sometimes it may be the other way. While the Centre's valid directives should be obeyed, it's illegal ones should not be enforced on the States."

Ibid., p.73

23. நிர்வாகச் சீர்திருத்தக் குழு சகல ரோக சஞ்சீவியா?

> ''எங்கள் விசாரணை நிர்வாகச் சீர்திருத்தம் பற்றியதுதானே தவிர; அரசியல் அமைப்புச் சட்டத்தின் அடிப்படையையோ, அரசியல் சீர்திருத்தத்தின் அடிப்படையையோ பற்றியதன்று.''
>
> – செதல்வாட் குழுவினர் அறிக்கை!
>
> "...... Our enquiry concerned itself with administrative reform and not with basic constitutional and political reform..."
>
> - **Report of The Study Team**, A.R.C., Vol. I, p.8

நிர்வாகச் சீர்திருத்தக் குழு மத்திய – மாநில உறவுகள் குறித்துத் தந்திருக்கிற அறிக்கை நமது கூட்டாட்சியிலுள்ள குறைகளைத் தீர்த்து வைக்கும் 'சகல ரோக சஞ்சீவி' என்கிற கருத்து, பல மத்திய அமைச்சர்களால் பலமுறை கூறப்பட்டிருக்கிறது. ஆனால் இந்தக் கருத்தை நாம் ஏற்றுக்கொள்ளத் தயாராக இல்லை.

– இப்போது அதற்கான காரணங்களை ஆராய்வோம்.

நிர்வாகச் சீர்திருத்தக் குழு (Administrative Reforms Commission) விற்கு துவக்கத்தில் மொரார்ஜி தேசாய் தலைவராக இருந்தார். பிறகு கே. அனுமந்தையா தலைவரானார். அந்தக் குழு பல ஆய்வுக்குழுக்களை (Study Teams) தனக்கு உதவியாக அமைத்துக் கொண்டது.

மத்திய – மாநில உறவுகளை ஆராய்வதற்கு அவர்கள் அமைத்த ஆய்வுக் குழு (Study Team)விற்குப் பிரபல சட்ட வல்லுனரான செதல்வாட் (M.C.Setalvad) தலைவர். இதில்தான் அப்போதைய சென்னை மாநில முதல்வராக இருந்த பக்தவத்சலமும் ஒரு உறுப்பினராக இருந்தார்.

- இந்த ஆய்வுக் குழுவின் அறிக்கையை வைத்துத்தான் அனுமந்தையா தலைமையில் அமைந்த மூலக் குழுவின் அறிக்கை தயாரிக்கப்பட்டது.

இரண்டு குழுக்களுமே இந்திய அரசியல் அமைப்புச் சட்டம் ஒரு முழுமையான கூட்டாட்சி என்பதை ஒப்புக்கொள்ளவில்லை.

அனுமந்தையா குழு இந்திய அரசியல் அமைப்புச் சட்டம் முழுமையான ஓர் உறுப்பு அமைப்புமன்று; முழுமையான கூட்டாட்சி அமைப்புமன்று – என்று தெளிவாகக் கூறியிருக்கிறது.[1]

- சரி; இது நமக்கு ஏற்புடைய கருத்துத்தான்!

இப்போதிருக்கிற 'மாநில சுயாட்சி' எப்படிப்பட்டது?

இப்போது நிர்வாக வசதிகளை முன்னிட்டு மாநிலங்களுக்குச் 'சுயாட்சி' வழங்கப்பட்டிருக்கிறதே தவிர, சட்டப்படிக்கான உரிமையாக அது ('as a conferment of sovereign rights') வழங்கப்படவில்லை.[2]

- இப்படி செதல்வாட் குழுவினரின் அறிக்கை கூறுகிறது.

---

1. "The Constitutional edifice of India is neither unitary nor federal in the strict sense of the term."
   - Report on Centre - State Relationships, Administrative Reforms Commission, p.1

   " The Constitution that was so framed was neither purely 'unitary' nor purely 'federal'."
   -Ibid., p.4.

2. " The autonomy implicit in the division of powers, on which basically the federal charactor of the Union rests, can thus be seen as a functional devolution rather than as a conferment of sovereign rights.

   " This functional arrangement... was found necessary as an administrative convenience."
   - Report Of The Study Team On Centre - State Relationships, Vol.I, p.6.

– சரி; இதுவும் நமக்கு ஏற்புடைய கருத்துத்தான்.

ஏதோ நிர்வாக வசதிகளை முன்னிட்டு இப்போது 'சுயாட்சி' மாநிலங்களுக்குக் கொடுக்கப்பட்டிருக்கிறதே; அதை வைத்துத் தங்களுக்குட்பட்ட துறைகளில் மாநிலங்கள் யதேச்சையாகப் பணியாற்ற முடியுமா?

முடியாது.

> **மாநிலங்களின் அதிகார எல்லைக்குள் உட்பட்ட சட்டம் இயற்றும் துறையிலோ அல்லது நிர்வாகத் துறையிலோ, அந்த மாநிலங்கள் செயல்படுவதற்கு நமது அரசியல் சட்டத்தை இயற்றியவர்கள் முழு அதிகாரங்களையும் தரவில்லை.**[1]

– இதுவும் 'செதல்வாட் குழுவினரி'ன் அறிக்கையில் காணப்படும் வாசகங்கள்தான்.

– சரி; இதுவும் நமக்கு ஏற்புடைய கருத்துத்தான்!

– அப்படியானால் இவற்றையெல்லாம் மாற்றி அமைக்க வேண்டாமா?

வேண்டாம் – என்கின்றன, அந்த இரண்டு குழுக்களும்.

அரசியல் சட்ட அமைப்பின் அடிப்படை அப்படியே இருக்க வேண்டும் என்கிற எண்ணத்திலேதான் நாங்கள் எங்கள் பணிகளைத் துவங்கியிருக்கிறோம். – என்று 'செதல்வாட் குழுவினர்' அறிக்கை கூறுகிறது.[2]

– இதையே அனுமந்தையா குழுவினர் அறிக்கையும் ஆமோதிக்கிறது.

– இங்கேதான் நாமும், நிர்வாகச் சீர்திருத்தக் குழுவினரும் மாறுபடுகிறோம்.

> *"இப்போதைய அரசியல் அமைப்பு முழுமையான கூட்டாட்சியன்று."*

---

1. " They (the makers of the Constitution) did not... leave the states normally with full powers to act in the legislative or execulive fields falling within their jurisdiction."
   - Ibid., p.7.

2. "...we have proceeded on the assumption that the basic constitutional fabric must remain intact."
   - Ibid., p.10.

"இப்போது மாநிலங்களுக்கு உள்ள சுயாட்சி சட்டப் படிக்கான உரிமைகளாகத் தரப்படவில்லை."

"மாநிலங்கள் தங்கள் அதிகாரத்திற்கு உட்பட்ட வைகளில்கூடச் செயல்படுவதற்கு முடியவில்லை."

– இந்த மூன்று குறைகளும் நீக்கப்பட மாநில சுயாட்சி அடிப்படையில் அரசியல் அமைப்புச் சட்டத்தைத் திருத்தவேண்டும் என்கிறோம் நாம்!

அந்தக் கட்டத்திற்கு வர மறுக்கிறது நிர்வாகச் சீர்திருத்தக் குழுவும், அதன் ஆய்வுக் குழுவும்!

– இதற்குக் காரணம் என்ன?

எங்கள் விசாரணை நிர்வாகச் சீர்திருத்தம் பற்றியதுதானே தவிர; அரசியல் அமைப்புச் சட்டத்தின் அடிப்படையையோ, அரசியல் சீர்திருத்தத்தின் அடிப்படையையோ பற்றியதன்று" [1]

– என்று 'செதல்வாட் குழுவினர் அறிக்கை' தங்களது நோக்கத்தைத் தெளிவுபடுத்துகிறது.

எனவே, நிர்வாகச் சீர்திருத்தக் குழுவினர், பெயருக்கேற்றபடி, மத்திய – மாநில உறவுகளிலுள்ள நிர்வாகத் தொடர்புகளைப் பற்றித்தான் ஆராய்ச்சி மேற்கொண்டார்களே தவிர, அதற்கு அப்பால் அவர்கள் தங்கள் ஆராய்ச்சியைத் திருப்பவில்லை என்பது கவனிக்கத்தக்கது. எனவேதான், நாம் வந்த முடிவை நோக்கி அவர்களால் வரமுடியாமற் போய்விட்டது.

'மத்திய அரசுப் பட்டியல்', 'மாநில அரசுகளின் பட்டியல்', 'பொதுப்பட்டியல்' – என்று மூன்று பட்டியல்களில் சட்டமியற்றும் அதிகாரங்கள் அனைத்தும் பங்கீடு செய்ப்பட்டிருக்கின்றனவே; நிர்வாகத் தொடர்புகளை ஆராயும்போது அந்த மூன்று பட்டியல்களையும் மறுபரிசீலனை செய்ய வேண்டாமா? அந்த அச்சாணியில்தானே மத்திய – மாநில நிர்வாக உறவுகள் சுழன்று கொண்டிருக்கின்றன? நிர்வாகச் சீர்திருத்தக் குழுவினரின் ஆராய்ச்சி அந்தத் திசை நோக்கித் திரும்ப வேண்டாமா?

ஆம் – என்று ஒப்புக்கொள்கின்றனர் 'செதல்வாட் குழுவினர்'! அந்த 'ஆமி'ற்குப் பிறகு ஒரு 'ஆனால்...' – என்பதையும்

---

1. "...our enquiry concerned itself with adminstrative reform and not with basic constitutional and political reform."
- Ibid., p.8.

சேர்த்திருக்கின்றனர்.

அந்த மூன்று பட்டியல்களைப் பற்றிய ஒரு பொதுவான பரிசீலனைக்குக் காலம் கனிந்திருப்பதாகவோ, அல்லது உகந்ததாக இருப்பதாகவோ நாங்கள் கருதவில்லை.[1]

– என்று 'செதல்வாட் குழுவினர்' கூறுகின்றனர்.

காலம் கனியும்வரை காத்திருக்கக்கூடாது; அப்படிக் காத்திருந்தால் அந்தக் காய் பூச்சிகளால் பாழாக்கப்படும் ஆபத்திற்கு ஆளாக நேரிடும்; எனவே, முன் விளைவுகளை ஒரு எச்சரிக்கையாகக் கொண்டு இப்போதே காலத்தைக் கனியவைத்து ஒரு பாதுகாப்பான எதிர்காலத்தை உருவாக்குவோம் என்கிறோம் நாம்!

அடுத்து; இரண்டு குழுக்களும் இந்திய அரசியல் அமைப்புச் சட்டத்தில் திருத்தங்களெதுவும் வேண்டாம் என்கிற முடிவிற்கு வந்தமைக்கு இரண்டு முக்கிய காரணங்கள் உண்டு.

முதலாவதாக, 'செதல்வாட் குழுவினர்' அரசியல் அமைப்புச் சட்டத்தில் என்ன சொல்லப்பட்டிருக்கிறதோ அதை மனத்தில் வைத்து, கட்சிக் கண்ணோட்டமில்லாமல் மத்திய – மாநில உறவுகள் இயக்கப்படும் – என்று ஒரு யூகத்தை மனத்தில் கொண்டு தங்கள் ஆய்வைத் தொடங்கியிருக்கின்றனர்.[2]

– இது நடக்கக்கூடிய யூகமா? கட்சிக் கண்ணோட்டத்தோடுதான் மத்திய அரசு செயல்படுகிறது என்பதற்கு ஆயிரம் சான்றுகளைக் காட்டமுடியும்.

மேலும், அரசியல் அமைப்புச் சட்டம் திட்டவட்டமாக எழுதி வைக்கப்படுவதின் நோக்கமே, இந்த மாதிரியான யூகங்களுக்கு இடம் கொடுக்காமல், யார் ஆட்சிக்கு வந்தாலும் கட்சிக் கண்ணோட்டத்திற்குப் பலியாகாமல், எழுதி வைத்திருக்கிறபடி எல்லாம் நடக்க வேண்டும் என்பதற்காகத்தானே!

– ஆட்சியாளர்கள் கட்சிக் கண்ணோட்டத்திற்கு

---

1. "We do not consider the time ripe or in any other way appropriate for a general review of this nature."
 - Ibid., p.8.
2. " Our report has in view a stable situation... in which Centre-State Relationships will operate more on constitutional than on party lines."
 - Ibid., p.3.

அப்பாற்பட்டவர்களாக இருந்து மத்திய – மாநில உறவுகளை இயக்குவார்கள் – என்கிற இல்லாத, நடைமுறைக்கு ஒத்துவராத, ஒரு யூகத்தை அடிப்படையாகக் கொண்டது – இப்போதிருக்கிற அரசியல் அமைப்புச் சட்டத்தில் திருத்தம் வேண்டாம் என்கிற முடிவிற்கு வந்தமைக்கான முதல் காரணமாகும்!

அனுமந்தையா குழுவினரும் இதே தவற்றுக்கு ஆளாகியிருக்கின்றனர்.

மத்திய – மாநில உறவுகளிலே ஏற்பட்டிருக்கிற பிரச்சினைகளுக்குத் தீர்வு காண வேண்டும் என்றால், அது அரசியல் அமைப்புச் சட்டத்தைத் திருத்துவதால் முடியாது; அரசியல் சட்டத்தை இயற்றியவர்கள் எந்த உணர்ச்சியோடு பல்வேறு விதிகளை இயற்றினார்களோ அதே உணர்ச்சியோடு (Spirit) சம்பந்தப்பட்ட அனைவரும் அந்த விதிகளைச் செயல்படுத்துவதில்தான் அந்தப் பிரச்சினைகளுக்குத் தீர்வு காண முடியும் என்று நாங்கள் திருப்தியடைந்திருக்கிறோம்.[1]

அரசியல் அமைப்புச் சட்டத்தில் என்ன எழுதப்பட்டிருக்கிறது என்பதைப் பார்க்காமல், அரசியல் அமைப்புச் சட்டத்தை இயற்றியவர்கள் எந்த உணர்ச்சியோடு அப்படி எழுதினார்கள் – என்று உணர்ச்சி (Spirit)யைத் தேடிக்கொண்டு போவது பில்லி – சூன்ய மாந்திரீகர்களுக்கு ஏற்ற வேலையாக இருக்கலாமே தவிர, அது ஒரு கூட்டாட்சிக்கு ஒத்து வராது.

எடுத்துக்காட்டாக, மாநிலங்களில் குடியரசுத் தலைவர் ஆட்சியைப் பிரகடனப்படுத்த உதவும் பிரிவு 356 எந்த உணர்ச்சியோடு இயற்றப்பட்டது? 'இந்தப் பிரிவு செத்துப்போன எழுத்துக்களாகத்தான் இருக்கும்' என்று டாக்டர் அம்பேத்கார் கூறினார். ஆனால் அந்த உணர்ச்சி (Spirit) மதிக்கப்பட்டதா?

இல்லையே!

இந்த வினாடிவரை கட்சிக் கண்ணோட்டத்தில்தானே நடந்து கொண்டிருக்கின்றனர்!

கேரளாவில், 1953இல் சட்டமன்றத்தில் தோற்றுப்போன காங்கிரஸ் அமைச்சரவை 'காபந்து சர்க்காராக' (care-taker government) ஆறு மாதம்

---

1. "We are convinced that it is not in the amendment of the constitution that the solution of the problems of Centre - State Relationships is to be sought, but in the working of the provisions of the Constitution by all concerned in the spirit in which the founding fathers intended them to be worked."

-Report on centre - State Relationships, Administrative Reforms Commission, p.7.

நீடிக்கப்பட்ட அநியாயம் அரசியல் சட்டத்தை இயற்றியவர்களின் 'உணர்ச்சி'யை மதித்துச் செய்யப்பட்ட காரியமா?

உ.பி. யில் 1973இல் ஆயுதப் போலீசாரின் கலவரத்தையொட்டிக் குடியரசுத் தலைவர் ஆட்சி திணிக்கப்பட்டதும்; பின்னர் தேர்தலுக்கு முன்பு பகுகுணா தலைமையில் அமைச்சரவை அமைத்துச் சட்டசபைக்கு உயிர் கொடுத்ததும்; 1974, பிப்ரவரி 24ஆம் தேதி நடைபெற இருக்கும் தேர்தலுக்கு முன்பு, சட்ட சபை ஒருமுறைகூடக் கூடி முதலமைச்சர் மீது நம்பிக்கை தெரிவிக்காததும் நமது அரசியல் சட்ட உணர்ச்சியை மட்டுமன்று; ஜனநாயகத் தத்துவ உணர்ச்சியையும் மதித்த காரியமாகுமா?

உலகத்தின் 'மிகப்பெரிய' எழுதிவைக்கப்பட்ட அரசியல் அமைப்புச் சட்டத்தில் எழுதியவர்களின் உணர்ச்சியைத் தேடிப்பிடிக்கச் சொன்னால் அதைவிடக் கேலிக்கூத்து வேறொன்றும் இருக்க முடியாது. தற்போதுள்ள சூழ்நிலைக்கும், மக்கள் சமுதாயத்தின் தேவைக்குமேற்ப அரசியல் அமைப்புச் சட்டத்தால் இயங்க முடியவில்லை – என்பதைத்தான் அவர்கள் மறைமுகமாக அப்படி ஒப்புக்கொள்கின்றனர் என்று கருத வேண்டியிருக்கிறது.

தவிரவும், மத்திய – மாநில உறவுகளிலும், மக்களின் வாழ்க்கையிலும் முக்கிய பிரச்சினைகளான மொழிப்பிரச்சினை, உணவுக் கொள்முதல், விநியோகம் – போன்ற பலவற்றை இந்தக் குழுவினர் தொடவே இல்லை. காரணம், அது தங்களுக்கு அளிக்கப்பட்ட பணியன்று – என்று அவர்கள் திட்டவட்டமாகப் பதில் கூறியிருக்கின்றனர்.[1]

– எனவே, அரைக் கிணறு தாண்டும் வேலைதான் நிர்வாகச் சீர்திருத்தக் குழுவினரிடம் ஒப்படைக்கப்பட்டது. அதனால்தான் மத்திய – மாநில உறவுகளின் விளிம்பைக்கூட நிர்வாகச் சீர்திருத்தக் குழுவினரால் பிடிக்க முடியாமற் போய்விட்டது.

---

1. "We have not in this study taken up questions of substantive policy in individual spheres even though these may involve Centre - State relations in an intimate way. Thus issues concerning language or the procurement and distribution of food have been considered inappropriate for study by us. These undoubtedly have a decisive impact on the life of the people and on the tenor of Centre - State relationships but it is not for a body enquiring into the need for adminstrative reforms to go into such substantive questions."

- Report Of The Study Team, pp.9-10

மருந்தின் பெயரைச் சொல்லிவிட்டால் மட்டும் நோய் குணமாகி விடாது. அது சரியான மருந்தாக இருக்க வேண்டும்; நோயாளியும் அதை முறைப்படி அருந்த வேண்டும்.

நிர்வாகச் சீர்திருத்தக் குழுவிடம் மத்திய – மாநில உறவுகள் பற்றிய அறிக்கை வாங்கி அலமாரியில் வைத்துவிடுவதால் மட்டும் பிரச்சினைகள் தீர்ந்து விடா. முதலில் அந்தக் குழுவிடம் நோயே சரியாகத் தெரிவிக்கப்படவில்லை. எனவே அவர்கள் அளித்த சிபாரிசுகள் என்கிற மருந்து வீரியமற்ற மருந்தாகிவிட்டது.

– சரி; அந்த அரைவேக்காட்டு மருந்தையாவது அருந்திப் பார்த்தார்களா என்றால், அதுவுமில்லை!

எடுத்துக்காட்டாக, மாநிலப் பட்டியலில் உள்ள விஷயங்கள் குறித்து, மத்திய அரசில் கல்வி, சுகாதாரம், சமுதாய நலம், நீர்ப்பாசனம், உணவு, விவசாயம் – ஆகிய துறைகளில் இப்போதிருப்பதுபோல் பணிகள் மேற்கொள்ளத் தேவையில்லை – என்று நிர்வாகச் சீர்திருத்தக் குழு சிபாரிசு செய்திருக்கிறது. அதில் பல பணிகளை மாநிலங்களுக்கு மாற்றிவிட வேண்டும் என்றும், அப்படி மாற்றுவதற்கு ஒரு அளவுகோலையும் படைத்திருக்கிறது அக்குழு.[1]

– அந்தத் துறைகளே மத்திய அரசில் தேவையில்லை என்பது நமது வாதம்.

அந்தத் துறைகளில் தேவையான பகுதி மட்டும் அங்கு இருக்கட்டும்; மீதியை மாநிலங்களுக்கு மாற்றலாம் – என்பது நிர்வாகச் சீர்திருத்தக் குழுவினரின் பரிந்துரை.

ஆனால் அதைக்கூட மத்திய அரசு ஏற்றுக்கொள்ளத் தயாராக இல்லை.

எனவேதான் பிரச்சினைகளைத் திசை திருப்புவதற்காகவும், தள்ளிப் போடுவதற்காகவும் அமைக்கப்பட்டதுதான் நிர்வாகச் சீர்திருத்தக் குழுவே தவிர; குறிப்பாக மத்திய – மாநில உறவுகளில் பிரச்சினைகளுக்குப் பரிகாரம் காணுவதற்காக அமைக்கப்பட்டதன்று அது!

அதனால்தான் அக்குழு அமைக்கப்பட்டதற்கு முன்பு மத்திய – மாநில உறவுகளும், மத்திய அரசின் போக்கும் எப்படி யிருந்ததோ அதுபோலவேதான் இப்போதும் ஒரு மாற்றமும் இன்றி அவை இருக்கின்றன. அதனால்தான் இந்தப் பகுதியில் கூறப்பட்டிருக்கிற இன்றைய அரசியல் அமைப்புச் சட்டத்தின் குறைகளையெல்லாம் நீக்கி; மாநில சுயாட்சி அடிப்படையில் அதைத் திருத்தி வார்க்க வேண்டுமென்கிறோம் நாம்! ●

---

1. Administrative Reforms Commission, op. cit., pp. 50-51

பகுதி – 4
எதற்காக மாநில சுயாட்சி?

1. இன அடிப்படை

> "வளர்ந்துவரும் தேசிய இன உணர்ச்சி தொன்மையான எல்லைக்கோடு காரணமாகவும், பூகோளத் தொடர்பு காரணமாகவும் ஏற்படவில்லை; தாய்மொழிகள் காரணமாகவே ஏற்பட்டிருக்கிறது."
>
> – டாயின்பீ
>
> ".... the growing consciousness of Nationality had attached itself neither to traditional frontiers no to new geographical associations but almost exclusively to the mother - tongues."
>
> - A.J.TOYNBEE - quoted in the States Reorganisation Commission Report, p.4.

கூட்டாட்சி முறை எப்போது தேவைப்படுகிறது?

நாட்டின் நிலப்பரப்பு பெரியதாக இருந்தால் அதை ஒரு இடத்திலிருந்து கட்டி ஆள்வது முடியாத காரியம். அப்போது கூட்டாட்சி முறை தேவைப்படுகிறது.

மேலும் 'சைமன் குழு'வினர் கூறியபடி (பாராளுமன்ற) ஜனநாயகம் ஆள்வோருக்கும், ஆளப்படுவோருக்கும் ஒரு நெருக்கமிருந்தால்தான் செயல்பட முடியும். எனவே அந்த ஜனநாயகத்தை ஒரு பெரிய பூபாகத்தில் ஒரு இடத்திலிருந்தபடி சரியாக இயக்க முடியாது. அதை மாநிலங்கள் என்கிற சிறு பாத்தியமைத்துத்தான் வளர்க்கவேண்டும்.

– அமெரிக்கா கூட்டாட்சியாக மலர்ந்ததற்கு இந்த இரண்டு காரணங்களும் பொருந்தும்.

இப்போது சின்னஞ்சிறு சுவிட்சர்லாண்ட் நாட்டை எடுத்துக் கொள்வோம்.

அந்த நாட்டின் பரப்பளவோ நமது மாவட்டங்களில் ஒன்றைப் போன்றது.

அத்தகைய கீரைப்பாத்தி நாட்டில் ஒற்றையாட்சி ஏற்படாமல் அமெரிக்கா போலக் கூட்டாட்சி மலர்ந்ததற்குக் காரணம் என்ன?

அந்த நாட்டு மக்களிலே ஜெர்மன், பிரெஞ்சு, இத்தாலி ரொமான்ஷ் (Romansch) ஆகிய நான்கு மொழிகளைப் பேசுவோர் இருக்கின்றனர்.

இந்த நான்கு மொழி பேசுவோரும் இரண்டறக் கலந்து கிடக்கவில்லை. குறிப்பிட்ட பிராந்தியங்களிலே ஒவ்வொரு மொழி பேசுவோரும் அதிகமாக உள்ளனர்.

இந்த மொழி வேற்றுமையோடு மத வேற்றுமையும் சேர்ந்து கொண்டது. ஒரு பகுதியிலே புராடெஸ்டண்டுகள் அதிகம்; இன்னொரு பகுதியிலே கத்தோலிக்கர்கள் அதிகம்.

இன்றும் அந்த நாட்டு மக்களைப் பார்த்து 'நீ யார்?' என்று கேட்டால் 'நான் ஒரு சுவிஸ்' என்று சொல்லமாட்டான். நான் 'ஜெர்மன் சுவிஸ்' அல்லது 'பிரெஞ்சு சுவிஸ்' அல்லது 'இத்தாலியன் சுவிஸ்' என்றுதான் பதில் சொல்வான்.

– இப்படி நான்கு தேசிய இனங்கள் (Nationalities) தனித் தனிக் கலாச்சாரத்தோடும், வாழ்க்கை முறையோடும் அங்கு வாழ்கின்ற காரணத்தால்தான் அங்கு ஒற்றையாட்சி சாத்தியப்படவில்லை; கூட்டாட்சி ஏற்பட்டது.

இந்தியாவில் கூட்டாட்சி தேவையென்றால் அதற்குக் காரணம் இங்கே ஒரு அமெரிக்காவும் இருக்கிறது; சுவிட்சர்லாண்டும் இருக்கிறது என்பதுதான்.

அமெரிக்கா போல இந்தியா ஒரு பெரிய துணைக்கண்டம்.

அடுத்து, சுவிட்சர்லாண்ட் போல இங்கு 4 அல்ல; பல்வேறு மொழிகளைப் பேசுகிற தனித்தனித் தேசிய இனங்கள் பல வாழ்கின்றன.

'தேசிய இனம்' (Nationality) என்றால் என்ன?

அது ஒரு குழு உணர்ச்சி அல்லது கோஷ்டி மனப்பான்மை.

மனிதனுக்குப் பலவிதமான குழு உணர்ச்சி அல்லது கோஷ்டி மனப்பான்மைகள் உண்டு.

ஒரே பள்ளியில் ஒரே வகுப்பில் பயிலும் மாணவர்களில் 'ஏ' பிரிவு மாணவர்களும், 'பி' பிரிவு மாணவர்களும் இருக்கிறார்கள். கால்பந்தாட்டம் ஆடும்போது 'ஏ' பிரிவு மாணவன் அந்தப் பிரிவின் வெற்றி தோல்வியோடு தன்னை

இணைத்துக்கொள்கிறான். அந்த விளையாட்டு நேரம் 'ஏ' பிரிவு வெற்றி பெறவேண்டுமென்று விரும்புகிறான். அவர்கள் 'கோல்' போட்டால் கைதட்டி ஆரவாரம் செய்கிறான். 'பி' பிரிவை அந்த நேரம் 'எதிரி'யாக நினைத்து அது தோற்க வேண்டுமென்று கருதுகிறான்.

– இது அப்போது நிலவுகிற குழு உணர்ச்சி!

அதே நேரம் இன்னொரு பள்ளிக்கு எதிராக அந்தப் பள்ளி மோதும்போது பகைவர்களாக இருந்த 'ஏ' பிரிவு மாணவர்களும், 'பி' பிரிவு மாணவர்களும் ஒன்றாக இணைந்து, தங்கள் பள்ளி வெற்றிபெற வேண்டும் என்றும், தங்கள் கோஷ்டியோடு மோதுகின்ற பள்ளி தோற்கவேண்டுமென்றும் விரும்புகின்றனர்.

பிறகு இரண்டு பள்ளியின் மாணவர்களும் சேர்ந்து தமிழ்நாட்டுக் குழுவாக உருவாகி, அந்தக் குழு அடுத்த மாநிலக் குழுவோடு மோதும்போது, முன்பிருந்த உணர்ச்சி மாறித் தமிழ்நாட்டுக் கோஷ்டி வெற்றி பெற வேண்டுமென்கிற உணர்ச்சி மேலிடுகிறது.

இந்தியாவும், பாகிஸ்தானும் ஆக்கிப் போட்டியில் மோதும்போது நமக்கு ஏற்பட்ட உணர்ச்சி என்ன?

இந்தியா வெற்றிபெற வேண்டும்; பாகிஸ்தான் படுதோல்வி அடைய வேண்டும் – என்பதுதான்!

அதுபோல இந்தியாவும், பாகிஸ்தானும், மற்ற ஆசிய நாடுகளும் இணைந்து ஐரோப்பிய கோஷ்டியோடு மோதினால் கண்டிப்பாக பாகிஸ்தான் மேலிருந்த பகை உணர்ச்சி நமக்கு மறைந்து, பாகிஸ்தான்காரன் ஒரு 'கோல்' போட்டால்கூடப் பரவாயில்லை; ஆசிய கோஷ்டி ஜெயிக்காதா – என்று தோன்றும்.

– இப்படிக் குழு உணர்ச்சிகளுக்கு ஆட்பட்டவன் மனிதன்! ஆகவே, ஒரு நேரத்தில் ஒருவன் பல குழுக்களோடு சம்பந்தப்படுத்திக் கொள்ளவும் கூடும். ஏனெனில் மேலே குறிப்பிட்டவற்றில் எதுவும் நிரந்தரமான குழுக்கள் அல்ல; அவ்வுணர்ச்சிகள் தற்காலிகமான – மாறக்கூடிய குழு உணர்ச்சிகள்!

இத்தகைய மாறுபட்ட குழு உணர்ச்சிகளில் எது தலையாயதாகவும் அதி முக்கியமானதாகவும், நிரந்தரமானதாகவும் மனிதனால் கருதப்படுகிறதோ; மோதல் ஏற்படுகிறபோது எதன் பக்கம் மனிதன் தன்னை இணைத்துக் கொள்கிறானோ; அதற்குத்தான் அவன் நிரந்தரமாக நிறைந்த விசுவாசத்துடன் இருப்பான்.

அந்த குழுவோடும், அதன் வளர்ச்சியோடும்தான் மனிதன் தன்னை இணைத்துக் கொள்கிறான்.

அந்தக் குழு உணர்ச்சிக்காக மனிதன் தன்னைத்தானே அர்ப்பணித்துக் கொள்ளவும் தயாராகிறான்.¹

அத்தகைய குழு உணர்ச்சிதான் (தேசிய இன உணர்ச்சி) (feeling of nationality).

இது ஏதோ புதிய வியாக்யானமாக இருக்கிறதே என்று யாரும் கருதத் தேவையில்லை.

'தேசிய இனம்' – என்பது 18ஆம் நூற்றாண்டில் மேலை நாடுகளில் தோன்றிய ஒரு உணர்ச்சிக்கு நவீன காலம் தந்திருக்கிற பெயராகும்.

ஆதி மனிதன் முதலில் தனது குடும்பத்திடம் மட்டுமே விசுவாசமாக இருந்தான். ஒரு குடும்பமும், இன்னொரு குடும்பமும் பகையாக வாழ்ந்தன.

பிறகு மனிதன் தான் சார்ந்திருக்கும் கூட்டத்திற்கு விசுவாசம் செலுத்தத் துவங்கினான். அந்தக் காலத்தில் ஒரே பிராந்தியத்தில் வசிக்கிற ஒரு கூட்டம் அந்தப் பிராந்தியத்தின் இன்னொரு பகுதியில் வசிக்கிற கூட்டத்தை வைரியாகக் கருதியது.

பிறகு, இந்தக் கூட்டம் வளர்ந்து; அது தங்கியிருக்கிற இடம் கிராமமாக – நகரமாக மாறியது. அப்போது ஒரு கிராமம் அல்லது நகரம் இன்னொரு கிராமம் அல்லது நகரத்தை எதிரியாக நினைத்தது. பின்னர் குறுநில மன்னர்கள் – சக்கரவர்த்திகள்! அவர்களுக்குள்ளே பகைமை!

இப்போது பிரான்ஸ், ஜெர்மனி, இத்தாலி என்று அழைக்கப் படுகிற நாடுகளிலே வாழ்வோர் அப்போது ஒருவருக்கொருவர் சண்டையிட்டு, சகோதரக் கொலையிலே ஈடுபட்டு வந்தார்கள்!

---

1. "Within these pluralistic, and sometimes conflicting, kinds of group-consciousness there is generally one which is recognized by man as the supreme and most important, to which therefore, in the case of conflict of group-loyalties, he owes supreme loyalty. He indentifies himself with the group and its existence, frequently not only for the span of his life, but for the continuity of his existence beyond his span. This feeling of solidarity between the individual and the group may go, at certain times, as far as complete submergence of the individual in the group."

- **HANS KOHN**, "The Idea of Nationalism", pp.11-12.

பிறிதொரு சந்தர்ப்பத்தில்தான் தாங்கள் சண்டையிட்டு வருவது வேறு யாரோடுமில்லை; தங்கள் சகோதரர்களோடு – என்கிற உணர்ச்சி தோன்றியது!

குடும்பத்திற்கு – கூட்டத்திற்கு – குறுநில மன்னருக்கு – சக்கரவர்த்திக்கு – மதத் தலைவருக்கு இதுவரை விசுவாசம் காட்டிவந்த மனிதன் – இந்த நேரம், தான் சார்ந்திருக்கும் இனத்திற்கு – அந்த இனத்திற்கு உண்டான அரசிற்குத் தனது விசுவாசத்தைக் காட்டினான். அந்தக் காலம்தான் 'தேசிய இனம்' உருவான காலம். ஐரோப்பாவில் அப்படித் தேசிய இனங்கள் பிறந்த காலத்தை 18ஆம் நூற்றாண்டின் பிற்பகுதி என்று கணக்கிட்டிருக்கிறார்கள்.

தேசிய இனம் என்பது சாதாரண மனித உணர்ச்சிகளை அடிப்படையாகக் கொண்டது. பிறந்த இடத்தையும், பாலபருவத்தைக் கழித்த இடத்தையும் நேசிப்பதும்; வசிக்கும் இடத்தின் சுற்றுப்புறங்களை, மரங்களை, மலைகளை, மாநதிகளைப் பிடித்தமாக்கிக் கொள்வதும் மனித இயல்பு.

முன்பின் தெரியாத இடத்தில் சில நாட்களைக் கழிக்க நேரிட்டாலும் நமக்குப் பழக்கப்பட்ட இடத்திற்குத் திரும்பிவரத் தூண்டுவது நமக்குள்ளே தணிக்க முடியாமல் வளர்ந்திருக்கும் வேட்கையாகும். அன்னிய உணவு முறைகள் சுவையாக இருந்தாலும் நாம் என்றும் உண்ண விரும்புவது சொந்த நாட்டு உணவு வகைகளைத்தான். எங்கெங்கோ வெளிநாடுகளில் சுற்ற நேர்ந்தாலும், சொந்த ஊருக்குத் திரும்பி, சொந்த வீட்டிற்குள் நுழைந்து, அன்றாடம் அமரும் நாற்காலியில் அமர்ந்து இளைப்பாறுவது இருக்கிறதே; அதற்கு ஈடாக எதுவுமில்லை – என்றுதான் பலரும் கூறக் கேட்டிருக்கிறோம். அதனால்தான் மனிதன் தன் சொந்தப் பழக்கவழக்கங்களை உயர்ந்ததாகக் கருதுகிறான். அன்னியப் பழக்கவழக்கங்கள் அவனுக்கு இதமளிப்பதில்லை. அவற்றைக் கண்டு நாம் மேலானவர்கள் – என்று உயர்வு மனப்பான்மை எழுகிறது. அல்லது; அவற்றின்பால் வெறுப்புத் தோன்றுகிறது. நாகரிகத்தின் அடிச்சுவடு அறியாத ஆதிவாசிகளிடம் இதுபோன்ற உணர்வுகளால்தான் அன்னியர்களை வெறுக்கும் பண்பும், அவர்களோடு ஒன்றுபட மறுக்கும் பண்பும் தலைதூக்கி நிற்பதைக் காண்கிறோம்.

– இந்தப் பண்புகள் மனிதனிடத்தில் நெடுங்காலமாகவே இருந்து வந்திருக்கின்றன. ஆனால், வரலாற்றின் ஒரு குறிப்பிட்ட காலத்தில்தான் அவை மனிதனுடைய சிந்தனையையும்

செயலையும் ஆட்டிவைக்கும் திறனைப் பெற்றன. அப்போதுதான் அன்னியர் என்று கருதப்படுகிறவர்களிடமிருந்து மாறுபட்டவர்கள் என்பதைக் காட்ட, ஒத்த பண்பினரிடையே தேசிய இனம் என்கிற வேலி போடப்பட்டது.

தேசிய இனம் பிறந்த காலத்திற்கு முன்பு, தங்கள் மொழி ஒரு குறிப்பிட்ட நிலப்பரப்பில் பல திரிபுகளோடு வழங்கி வருவதையும் அவர்கள் அறியாத நிலையிலிருந்தனர்.

மொழி, பண்பாட்டின் சின்னம் என்பதை அப்போது உணரமுடியவில்லை.

தங்கள் மொழியில்லாத வேறு மொழி பேசுவோர் – அது பல சந்தர்ப்பங்களில் அவர்கள் பேசும் அதே மொழியின் திரிபாகவும் இருந்தது – நாகரிகத்திற்கு அப்பாற்பட்ட காட்டுமிராண்டிகளாகக் கருதப்பட்டனர்.

அதுபோலவே ஒரே நாட்டில் படிக்காதவர்களிடையேயும், ஆளும் வர்க்கத்தவர்களிடையேயும் ஒரு மொழியும்; பாமர மக்களிடையே வேறொரு மொழியும் நிலவி வந்தது. பெரும்பாலும் உயர் வட்டாரத்தில் வழங்கும் மொழி அன்னிய மொழியாகவே இருந்தது. எடுத்துக்காட்டாக பிரிட்டனில் நெடுங்காலம் பிரெஞ்சு மொழிதான் ஆட்சி மொழியாகவும், மேல்மட்டத்தினரிடையே வழங்கும் மொழியாகவும் இருந்தது. தேசிய இன வேலி அமைந்த பிறகுதான் 'நமது மொழி', 'அன்னிய மொழி' என்கிற வேறுபாடே தோன்றியது.

ஒத்த மக்கள் வாழும் நிலப்பரப்பைத் தாயகம் என்று அழைப்பதும், அந்தத் தாயகத்திடம் அன்பு செலுத்துவதும் ஆதிகால மனிதனிடத்திலே இல்லை. அப்போது 'தாயகம்' என்பது மனிதன் வாழும் கிராமமாகவும், நகரமாகவும், அவற்றைச் சுற்றியிருந்த பிராந்தியமாகவும் அவன் வாழ்க்கை நடத்துவதற்குப் பழக்கப்பட்ட சிறு இடமாகவும்தான் இருந்தது.

குடும்ப உணர்வு எப்படி மனிதனிடத்திலே இயற்கையாகவே இருக்கிறதோ; அதுபோலவே தேசிய இன உணர்வும் துவக்கக் காலத்திலிருந்தே இயற்கையாக இருந்தது என்று கூறுவதற்கில்லை.

மனிதனுடைய அன்றாட வாழ்க்கை – வீட்டையும், குடும்பத்தையும் நேசித்துத் தீரவேண்டிய நிலைமையில் அமைந்திருக்கிறது. ஆனால் தேசிய இன உணர்ச்சி அப்படி அன்று; அது ஒரு சிக்கலான மானசீகமான உணர்ச்சி. நாம் அன்றாட வாழ்க்கையில் சந்திக்க முடியாத லட்சோப லட்சம்

மக்களையும், நமது கண்களுக்குத் தெரியாத நூற்றுக்கணக்கான மைல் நிலப்பரப்பையும் 'நாம்' – 'நமது' என்று நேசிக்க வைக்கும் தேசிய இன மனப்பான்மை வரலாற்றில் ஒரு காலக் கட்டத்தில்தான் ஏற்பட்டது.

இதற்குப் பெரிய அடிப்படையாக இருப்பது மொழி உணர்ச்சியாகும்.

1965இல் தமிழ்நாட்டில் இந்தி எதிர்ப்புப் புரட்சியின்போது எட்டுப்பேர் தீக்குளித்தும், நஞ்சருந்தியும் சர்வபரித்தியாகம் செய்து உயிரை மாய்த்துக்கொண்டார்களே –

அதற்குக் காரணம் என்ன?

அவர்கள் மனத்திலே அப்போது நிலவியிருந்த உணர்ச்சி எப்படிப்பட்டதாக இருந்திருக்கும்?

– சிறிது நேரம் அது குறித்து எண்ணிப் பாருங்கள்.

அந்தத் தியாகிகள் அத்தனை பேரும் பிள்ளைகுட்டிக்காரர்கள்; பெரிய குடும்பத்தைக் காப்பாற்ற வேண்டிய பொறுப்பிற்கு ஆளானவர்கள்; அவர்கள் போய்விட்டால் அந்தக் குடும்பங்களைக் காப்பாற்றுவதற்கு வேறு நாதியோ வசதியோ கிடையாது. அது அவர்களுக்கும் தெரியும்.

அது தெரிந்தும் அவர்களை உயிரை மாய்த்துக்கொள்ள வைத்த அந்த மகத்தான உணர்ச்சி எது?

அவர்கள் நினைத்திருந்தால் தமிழ் விரோத அரசுக்கு எதிராக வன்முறைச் செயல்களில் ஈடுபட்டு அராஜகங்களைச் செய்துவிட்டு, அதன் பிறகு, தங்கள் உயிரை மாய்த்துக்கொண்டிருக்கலாம். சாகத் துணிந்தவனுக்குச் சமுத்திரமும் முழங்கால் அளவுதானே!

அப்படிச் செய்திருந்தால் அவர்களைக் கொலைகாரர்கள் என்று வருங்காலம் தூற்றியிருக்கும்! அவர்கள் மட்டுமல்லர்; அவர்கள் பெண்டாட்டி பிள்ளைகளே சாபத்திற்கு ஆளாவார்கள்!

– ஏன் அவர்கள் நோக்கம் வேறாக இருந்தது?

அவர்களை உயிர்த் தியாகம் செய்யவைத்த அந்த உணர்ச்சி எது?

உயிர்த் தியாகம் செய்துகொள்வதற்கு மட்டும் அந்த உணர்ச்சி பயன்படவில்லை; அப்படி உயிர்த்தியாகம் செய்துகொள்வதன் மூலம் மரக்கட்டை உள்ளங்களிலும் அந்த உணர்ச்சி பரவும்; முன்பே உணர்ந்தவர்கள் உள்ளங்களில் அந்த உணர்ச்சி மேலும்

கொழுந்து விட்டெரியும் – என்கிற தலையாய உணர்ச்சி அவர்கள் நெஞ்சத்திலே தலைதூக்கி நின்றது.

அந்தத் தலையாய உணர்ச்சிக்குப் பெயர் என்ன?

மொழி உணர்ச்சி என்று கூறலாம்; மொழி வெறி என்று கூறுவோரும் உண்டு.

மொழி – உள்ளங்களோடு உறவாடுவதற்கு, பிறரோடு தொடர்பு கொள்வதற்குப் பயன்படுகிற கருவி!

மிருகங்கள் கூடத் தொடர்பு கொள்வதற்குச் சில சமிக்ஞைகளைப் பழக்கி வைத்திருக்கின்றன.

அப்படித் தொடர்பு கொள்ளும் சாதனம்தான் மொழி.

வெறும் சூன்யத்திலே மொழி பிறந்து வளர்வதில்லை.

மொழிமீது பற்றோ வெறியோ ஏற்பட்டால், அந்தப் பற்றும் வெறியும் அந்த மொழி பேசுகிற மக்கள் சமுதாயத்தையும் போய்ச் சேர்கிறது.

ஒலிக்குறிப்புகளால், சொற்களால் தொடர்பு கொள்வது மனிதனின் இரத்தத்திலே பிறந்த குணம்.

பேசுகின்ற ஆற்றலோ, அந்த ஆற்றலின்மூலம் வளர்ச்சி பெற்ற மொழியோ இல்லாத மனித சமுதாயமே கிடையாது.

மொழி மனிதனின் உணர்ச்சிகளைப் பிரதிபலிக்கிறது. எண்ணங்களையும், அனுபவத்தையும் பரிமாறிக்கொள்ள உதவுகிறது.

மொழி ஒன்றுதான் ஏழைக்கும் பணக்காரனுக்கும்; தொழிலாளிக்கும் முதலாளிக்கும்; படித்தவனுக்கும் பாமரனுக்கும் பொதுவானது.

– இப்படி ஒன்றுபடுத்துகிற அதே மொழி அதைப் பேசாத மற்றவர்களை வேறுபடுத்தியும் காட்டுகிறது.

நிகழ்காலத்திற்கும், கடந்த காலத்திற்கும், வருங்காலத்திற்கும் உள்ள ஒரே தொடர்பு மொழிதான்! மொழிக்கு உள்ள எழுத்து வடிவம் காரணமாக இந்தத் 'திரிகாலத் தொடர்பு' ஏற்படுகிறது.

மத்திய கிழக்கு – ஐரோப்பாவைப் பற்றிக் குறிப்பிடும்போது பிரபல வரலாற்றாசிரியர் **டாயின்பீ** (Toynbee) கீழ்க்கண்டவாறு கூறுகிறார்:

''வளர்ந்துவரும் தேசிய இன உணர்ச்சி தொன்மையான எல்லைக்கோடு காரணமாகவும், பூகோளத் தொடர்பு காரணமாகவும்

ஏற்படவில்லை; தாய்மொழிகள் காரணமாகவே ஏற்பட்டிருக்கிறது.''[1]

எனவே ஒவ்வொரு மொழி பேசுகிற சமுதாயப் பிரிவுகளும் அந்த மொழி காரணமாகத் தங்களுக்கென்ற தனி மரபுகளை, பழக்க வழக்கங்களை, நம்பிக்கைகளை, அனுபவங்களைப் பெற்றிருக்கின்றன.

– இத்தகைய மரபுகளுக்கும், பழக்க வழக்கங்களுக்கும், நம்பிக்கைகளுக்கும், அனுபவங்களுக்கும் ஒட்டுமொத்தப் பெயர்தான் கலாச்சாரம் (Culture).

மாநிலங்கள் சீரமைப்புக்குழு, 'கலாச்சாரம்' என்பதற்குக் கீழ்க்கண்ட விளக்கத்தைக் அளிக்கிறது:[2]

அது ஒரு சமுதாயத்தின் தனித்தன்மை படைத்த வாழ்க்கை முறை! கலாச்சாரம் என்பது மொழி, பழக்க வழக்கங்கள், எண்ணங்கள், நம்பிக்கைகள், ஏன்; சமுதாயத்தின் தொழில் பழக்கங்கள் – ஆகியவற்றையும் குறிக்கும்

ஒரு குறிப்பிட்ட மக்கள் கூட்டத்திடையே ஒரு குறிப்பிட்ட கலாச்சாரம் விதைக்கப்படுவதற்கும், வேரூன்றி வளர்ந்து நிலைத்து நிற்பதற்கும் பயன்படுகிற கர்த்தா மொழிதான்.

> *"கலாச்சாரம் மொழியில் பதிந்திருப்பதுபோல, மொழி கலாச்சாரத்தில் பதிந்திருக்கிறது. அவை சயாம் நாட்டு இரட்டைக் குழந்தைகள் போலப் பிரிக்க முடியாதவை."*[3]

---

1. "...the growing consciousness of Nationality had attached itself neither to traditional frontiers nor to new geographical associations but almost exclusively to the mother - tongues."

- A.J.TOYNBEE, quoted in The Report Of The States Reorganisation Commission, 1955, p.41.

2. "Culture in its general sense is a social heritage of moral, spiritual and economic values expressing itself in the distinct way of life of a group of people liviing as an organised community. It covers language, habits, ideas, beliefs and even the vocational pattern of society."

- Report Of The States Reorganisation Commission, 1955., p.47

3. "...language is thus embedded in culture, as culture is embedded in language. Federalism provides the opportunity to give maximum scope to such self - expression. They are like Siamese twins..."

- CARL J.FRIEDRICH, "Trends Of Federalism And Practice", p.32.

நாம் அடிக்கடி 'தமிழ் இனம்' என்று சொல்கிறோமே; அப்போது அந்தச் சொற்களை எந்தப் பொருளில் பயன்படுத்துகிறோம்?

தாய் மொழியால் தமிழர்களாக இருக்கிற அத்தனை பேரையும் தான் சொல்கிறோம்! அது இந்தியாவில் வாழ்கிற தமிழர்களையும் குறிக்கும்; இலங்கைப் பிரஜைகளாக இருக்கிற இலங்கைத் தமிழர்களையும் குறிக்கும். இன்னும் தென்னாப்பிரிக்காவில், மலேசியாவில், மொரீஷியஸ் தீவுகளில், பிற நாடுகளில் அந்நாட்டுப் பிரஜைகளாக வாழும் தமிழர்களையும் குறிக்கும்.

இனம் என்றால் ஆங்கிலத்தில் 'Race' என்கிற வருணத்தையும் குறிக்கும்.

இட்லர் சுத்தமான கலப்படமற்ற ஆரிய இனத்தைப் (Aryan race) பற்றிக் கூறினான்.

'தமிழ் இனம்' என்கிறபோது, அந்த 'Race' என்கிற வருணத்தையன்று நாம் குறிப்பிடுவது.

ஆங்கிலத்தில் அதற்குச் சரியான சொல் 'Nationality' என்பதுதான்.

"ஒரு பொதுவான மொழியையோ அல்லது ஒன்றோடு ஒன்று தொடர்புகொண்ட கிளை மொழிகளையோ பேசி; வரலாற்று ரீதியில் வந்த பழக்கவழக்கங்களைக் (அவை மத, பிராந்திய, அரசியல், இராணுவ, பொருளாதார, கலை சம்பந்தப்பட்ட அல்லது அறிவார்ந்த பழக்கவழக்கங்களாக இருக்கலாம்) கொண்டிருக்கிற ஒரு கலாச்சார மக்கள் சமுதாயத்திற்குப் பெயர்தான் தேசிய இனம்.

"அத்தகைய சமுதாயம் - அத்தகைய தேசிய இனம் - குறிப்பிடத்தக்க அளவு தனது பொது மொழியையும், பழக்கவழக்கங்களையும் சீராட்டிப் போற்றி வளர்க்குமானால் அதன் விளைவு கலாச்சார தேசிய எழுச்சியாகும்." [1]

---

1. " ...I would define nationality as 'a cultural group of people who speak a common language (or closely related dialects) and who possess a community of historical traditions (religious, territorial, political, military, economic, artistic and intellectual)." When such a group - such a nationality - cherished in marked degree, and extols its common language and traditions, the result is **cultural nationalism.**"

- **CARLTON J.H.HAYES,** "Nationalism: A Religion", 1960, p.5

- இவ்வாறு கார்ல்டன் ஹேய்ஸ் என்பார் கூறுகிறார்.

தேசிய இனம் என்று கூறுகிறபோது 'ஆகா! இவர்கள் தனித் தேசமல்லவா கேட்கிறார்கள்!' - என்று யாராவது அவசரப்பட்டு முடிவுக்கு வந்தால் அதற்கு நாம் பொறுப்பல்லர்.

ஆங்கிலத்தில் 'Nationality' என்பது வேறு; 'Nationalism' என்பது வேறு; 'Cultural Nationalism' என்பது வேறு.

தேசிய இனத்தைப் பற்றி முன்பே விளக்கியிருக்கிறோம். சுருக்கமாகச் சொல்ல வேண்டுமானால் அது ஒரு உறவு முறை.

அந்தத் தேசிய இனம் தனக்காகத் தனித் தேசம் கேட்டால் அது 'Nationalism' ஆகும்.

- இதுபற்றி டாக்டர் அம்பேத்கார் நன்கு விளக்கியிருக்கிறார்: **தேசிய இனம் தனித் தேசத்தில்தான் வாழவேண்டும் என்கிற அவசியமில்லை.**[1]

கார்ல்டன் ஹேய்ஸ் என்பாரும் இதுபற்றி விளக்கங்களை அளித்திருக்கிறார்.[2]

ஒரே தேசிய இனம் பல தேசங்களில் வாழ நேரிடலாம். சான்றாகத் தமிழ்த் தேசிய இனம் இந்தியாவிலும், இலங்கையிலும், மலேசியாவிலும், சிங்கப்பூரிலும் வாழ்கிறது. அதுபோலவே ஜெர்மன் - இத்தாலிய - பிரெஞ்சு தேசிய இனங்கள் பல தேசங்களில் வாழ்கின்றன.

அதுபோலவே ஒரே நாட்டில் பல தேசிய இனங்கள் வாழ நேரிடலாம். சுவிட்சர்லாண்ட் தேசத்தில் ஜெர்மன், பிரெஞ்சு, இத்தாலியன் - ஆகிய தேசிய இனங்கள் வாழ்வதை மேலே குறிப்பிட்ட ஆசிரியர் எடுத்துக் காட்டுகிறார்.

---

1. "Nationality means 'consciousness of kind, awareness of the existence of that tie of kinship.' Nationalism means 'the desire for a separate national existence for those who are bound by this tie of kinship. Nationality does not in all cases produce nationalism."

- **B.R. AMBEDKAR,** "Pakistan Or Partition Of India", 1945, p. 21.

2. "Cultural nationalism may exist with or without political nationalism. For nationalities can and do exist for fairly long periods without political unity and independence."

- **CARLTION J.H.HAYES,** "Nationalism: A Religion", 1960, p.5

1948இல் சோவியத் நாட்டின் இந்தியா பற்றிய வல்லுனரான ஏ.எம்.டயக்காவ் (A.M.Diakov) தமது ஆராய்ச்சி நூலில் இந்தியாவில் உள்ள பல தனித் தேசிய இனங்களைப் பற்றிக் ("separate nationalities") கூறியிருக்கிறார்:

"இருநூறு ஆண்டுகளுக்கு மேலாக இந்தியா இங்கிலாந்தின் காலனியாக இருந்த உண்மை காரணமாக வெளி உலகத்திற்கு இந்தியா ஏதோ ஒன்றிப்போன தன்மை கொண்டது போலவும், அதில் வசிக்கும் மக்கள் கூட்டம் அத்தனையும் ஒரே வகையைச் சேர்ந்தது போலவும் ஒரு தோற்றத்தைக் கொடுத்திருக்கிறது... சக்திவாய்ந்த தேச விடுதலைப் போராட்டத்தில் இந்தியாவில் வசிக்கிற அத்தனை மக்களும் ஓரளவு அதிகமாக – அல்லது குறைவாகப் பங்குபெற்றது இந்திய மக்கள் அனைவரும் ஒன்றிப்போய் இருக்கிறார்கள் என்கிற பிரமையை மேலும் பலப்படுத்தியிருக்கிறது. இந்தியாவில் பல சமயங்கள் இருக்கின்றன என்பதும்... பல சாதிகள் இருக்கின்றன என்பதும் பொதுவாக அனைவருக்கும் தெரியும். ஆனால் இந்தியாவில் இங்கிலீஷ்காரர்களைப் போல், பிரெஞ்சு – இத்தாலிக்காரர்களைப் போல் தொகையில் குறைவில்லாத மக்கள் வாழ்கிறார்கள் என்பதும்; அவர்கள் தங்கள் தனிப்பட்ட கலாச்சாரத்தாலும், மொழியாலும், இலக்கியத்தாலும், பழக்க வழக்கங்களாலும், தங்களது தனித் தேசிய குணாதிசயங்களாலும் பிரத்யேகத்தன்மை பெற்றிருப்பவர்கள் என்பதும்; தங்களது வரலாற்று முறையான வளர்ச்சியில் ஒரு நீண்ட பாதையைக் கடந்து வந்திருப்பவர்கள் என்பதும் ஒரு சிலருக்குத்தான் தெரியும். ஆங்கில ஏகாதிபத்தியத்திற்கு அவர்களை அடிமையாக்கி வைத்திருந்த இங்கிலாந்தின் காலனி ஆட்சி, வெளி உலகத்தின் கண்களுக்கு அந்த மக்களின் தனித்தன்மையைக் காட்டாமல் மறைத்து விட்டது." [1]

---

1. " By virtue of the fact that India has for two hundred years been a colony of England in the eyes of the outside world. India appears as somthing unified and its entire population as one people.... The presence in India of a powerful national liberating movement in which all the peoples living in India participate in this or that degree still further strengthens this illusion of national unity of the entire Indian people. It is more or less broadly known that in India there are different religions... that there are a great number of castes, but

– இவ்வாறு ரஷ்ய மொழியில் பிரத்யேகமாகத் தயாரிக்கப் பட்டிருந்த 'தஸ்தாவேஜி'ல் டயக்காவ் குறிப்பிட்டிருக்கிறார். அதை **செலிக் ஹேரிசன்** – என்னும் பிரபல பத்திரிகையாளர் **'இந்தியா: மிகவும் ஆபத்துமிகுந்த ஆண்டுகள்'** என்னும் நூலில் ஆங்கிலத்தில் மொழிபெயர்த்து வெளியிட்டிருக்கிறார்.

இந்தியாவில் ஒரு பொது மொழி கிடையாது என்றும், பொதுவான தேசியக் குணாதியமும் ('national character') இல்லை என்றும் **டயக்காவ்** குறிப்பிட்டிருக்கிறார்.[1]

அப்போது நன்கு வளர்ச்சியடைந்த தேசிய இனங்கள் என்று கிழக்கிந்தியாவில் உள்ள வங்காளிகள், ஒரியர், அசாமியர் ஆகியோரையும், தென்னகத்தில் உள்ள தமிழ், தெலுங்கு, கன்னடம், மலையாளம் ஆகிய மொழிகளைப் பேசும் நான்கு திராவிட மக்களையும் ("the four Dravidian people of the South") குறிப்பிடுகிறார்.

தேசிய இனமாக வளர்ச்சியடைந்து கொண்டிருக்கும் மக்களில் 'இந்துஸ்தானி' மொழி பேசுவோரைச் சேர்த்திருக்கிறார்.

பூகோளத் தொடர்புடைய தென்னகத்தையும், வடக்கையும் ஒப்பிடும்போது; தென்னகம் வெளிநாட்டுப் படையெடுப்பிலிருந்தும், அதன் விளைவுகளிலிருந்தும் தப்பி வாழ்ந்ததைக் குறிப்பிட்டிருக்கிறார்.[2]

---

few know that in India there is a number of large peoples, each of which is no less numerous than the English, the French, or the Italians; that these people are distinguished by their individual culture, language, literature, have their own mores and customs, their national character, have passed a long road of historical development. The colonial position of India which made its peoples slaves of English imperialism has depersonalized it in the eyes of the outside world."

- A.M. DIAKOV, quoted in **SELIG S. HARRISON** " India: The Most Dangerous Decades", p.156.

1. Ibid., p.157.

2. பாகிஸ்தானத்துக் கிழக்கு வங்கமும், இந்தியாவின் மேற்கு வங்கமும் ஒருகாலத்தில் ஒன்றாக இணைந்துவிடும் சாத்தியக்கூறுகள் இருப்பதாக அப்போதே டயக்காவ் குறிப்பிட்டிருக்கிறார். "இந்த வங்காளப் பிரச்சினையை இந்தியாவும், பாகிஸ்தானும் சந்தித்துத் தீரவேண்டும் என்பதில் சிறிதும் ஐயமில்லை" என்றும் அவர் உறுதியாகக் கூறியிருக்கிறார்.

- Ibid., p. 157.

இந்தியாவை ஒரு தேசமாகக் கருத முடியாது என்றும்; ஆனால் இந்தியாவில் காணப்படும் கலாச்சார ஒருமைப்பாடு ஐரோப்பா, தூரக்கிழக்கு, மத்திய கிழக்கு – என்று குறிப்பிடப்படுகிற பகுதிகளில் இருக்கிற வெவ்வேறு வித மக்களிடையே காணப்படும் ஒருமைப்பாடு போன்றது – என்றும் குறிப்பிட்டிருக்கிறார்.

பிரிட்டிஷ் ஆட்சியில் இந்தியா ஒன்றுபடுத்தப்பட்டதன் காரணமாகத் தனித்தன்மை கொண்ட தேசிய இனங்கள் (distinct nationalities) உருவாவது தடைப்படுத்தப்பட்டதாக ஈ.எம்.எஸ். நம்பூதிரிபாட் கூறியிருக்கிறார்.[1]

இன்றும் இந்தக் கருத்துடைய ஆசியர்கள் இந்தியாவில் இல்லாமலில்லை.

*1973*இல் வெளிவந்த **'உள்நாட்டுக் காலனி'** என்னும் நூலில் **சச்சிதானந்த் சின்கா** இந்தியக் கூட்டாட்சி எப்படி அமெரிக்கா, கனடா, ஆஸ்திரேலியா, ஜெர்மனி, சுவிட்சர்லாண்ட் ஆகிய கூட்டாட்சிகளைவிட வேறுபட்டிருக்கிறது என்பதைப் பற்றி விளக்கும்போது இந்தியாவின் வேறுபாடுகள் ஐரோப்பாவைப் போல இருப்பதாகக் குறிப்பிட்டிருக்கிறார்:

> "ஐரோப்பாவில் இருப்பது போலன்றி; இங்கே மக்கள் ஒரு பகுதியிலிருந்து இன்னொரு பகுதிக்குப் போய் வருவது மிகவும் குறைவு. மிகப் பெரும்பாலான இந்தியர்கள் இந்த நாட்டில் வெவ்வேறு வித மக்கள் எப்படி வாழ்கிறார்கள் என்பதை – கட்டுக்கதைகளில் படிப்பது தவிர – தெரிந்து கொள்ளாமலேயே பிறக்கிறார்கள்; இறக்கிறார்கள். தலைநகரான டில்லியில்கூடப் பெரும்பாலான வட இந்தியர்கள் எல்லாத் தென்னிந்தியர்களையும் 'மதராசி' என்றுதான் ஒட்டுமொத்தப் பெயரால் அழைக்கிறார்கள். ஐரோப்பிய மொழிகள் எப்படி ஒன்றுக்கொன்று மாறுபட்டிருக்கின்றனவோ அதுபோலவே இந்திய மொழிகளும் இருக்கின்றன. இந்தியாவின் கலாச்சார ஒற்றுமை என்பது ஐரோப்பியக் கலாச்சார ஒற்றுமையைப் போன்றது. இந்தியக் கலாச்சாரம் வேறு கலாச்சாரத்தோடு மாறுபட்டதாக இருக்கலாம்; ஆனால் அந்த இந்தியக் கலாச்சாரத்திற்குள்ளே கற்பனை செய்து பார்க்கக்கூடிய அத்தனை பேதங்களும் இருக்கின்றன." [2]

---

1. **NAMBOODIRIPAD, E.M.S.,** " The National Question in Kerala", 1952, p.47.
2. " India in its diversities on the other hand is more like Europe

– விவாதம் எங்கேயோ போகிறதே என்று யாரும் அஞ்சத் தேவையில்லை.

கார்ல்டன் ஹேய்ஸ் கூறுவது போல, ''தேசிய இனத்தையும் தேசம் அல்லது அரசு என்பதையும் போட்டு யாரும் குழப்பிக்கொள்ள வேண்டாம். சுவிஸ் (அதாவது சுவிட்சர்லாண்ட்) என்கிற அரசு இருக்கிறது; தேசம் இருக்கிறது. ஆனால் சரிநுட்பத்தோடு சொல்ல வேண்டுமானால் சுவிஸ் தேசிய இனம் என ஒன்று கிடையாது. அதுபோலவே பெல்ஜிய அரசு என்றும், தேசம் என்றும் ஒன்று இருக்கிறது. ஆனால் பெல்ஜிய தேசிய இனம் என ஒன்று கிடையாது.'' [1]

பெல்ஜியத்தில் பிரெஞ்சு மொழி பேசும் வாலூன்ஸ் (Wallons) *என்கிற இனத்தாரும், பிளெமிஷ்* (Flemish) *என்கிற டச்சு மொழியின் கிளை மொழியைப் பேசும் இனத்தாரும் வாழ்கின்றனர்.*

– இது இந்தியாவிற்கும் பொருந்தும்.

இந்தியா என்பது ஒரு தேசம்; ஒரு நாடு. ஆனால் 'இந்தியன்' என்கிற 'தேசிய இனம்' இன்னும் உருவாகவில்லை. அதை எப்படியும் உருவாக்க வேண்டும் என்பது வேறு விஷயம். அதுதான் நமது ஆசையும்! ஆனால் இப்போது–இதுவரை – இன்னும் அது உருவாகவில்லை.

'Nationality' - *என்கிற ஆங்கிலக் கலைச்சொல்லைப் பயன்*

---

than like any of these federal states. Besides, as against Europe it has much less mobility of population from one part to another. An overwhelming majority of the Indians are born and die without any idea (except those derived from legends) about the different people inhabiting the country. Even in its capital Delhi most northerners dump all the south Indians as 'Madarasi'... The languages of India differ from each other as completely as do the European languages. The cultural unity of India is more like the cultural unity of Europe, which can easily mark off from other cultures, but within itself contains all imaginable diversities."

- SACHIDANAND SINHA, " The Internal Colony", p.53.

1. " If we are to grasp what a nationality is, we must avoid confusing with state or nation. There is a Swiss state and nation, but strictly speaking, no Swiss nationality. In like manner, there is a Belgian state and nation, but not a Belgian nationality."

- CARLTON J.H.HAYES, op. cit., pp 5-6.

படுத்தியதால் இவ்வளவு தூரம் அதை விளக்க வேண்டியிருந்தது – எதிரிகள் தவறாகத் திசை திருப்பிவிடக்கூடாதே என்பதற்காக!

இந்த ஆங்கிலச் சொல் நமக்குப் புதிதாக இருக்கலாமே தவிர; அச்சொல்லால் குறிக்கப்படும் உணர்வுகள் நமக்குப் புதியவையல்ல!

'Nationality' என்கிற ஆங்கிலச் சொல்லுக்கு என்ன பொருள் என்று கேட்டால் அதற்குச் சுருக்கமும், விளக்கமும் நிறைந்த பதில் இதுதான்:

"தமிழன் என்றொரு இனமுண்டு

தனியே அவர்க்கொரு குணமுண்டு"

– என்று பாடியபோது அன்று தேசியக்கவி இராமலிங்கனார் எவைகளையெல்லாம் குறிப்பிட்டாரோ அவைகள் அனைத்தும் அடங்கியதுதான் தேசிய இனம் என்கிற 'Nationality'.

– புதிதாக ஆங்கிலக் கலைச் சொல்லைப் புகுத்தியிருக்கிறோமே யன்றி; அந்த உணர்ச்சிகள் எதுவும் புதியவையல்ல. இனி நாம் தமிழ் இனமென்று குறிப்பிடுவது தமிழ் 'nationality'யையே குறிக்கும்.

தமிழ்நாடு, ஆந்திரம், கேரளா, கர்நாடகம் – ஆகிய நான்கு மாநிலங்களில் உள்ள நான்கு மொழிகளும் திராவிட மொழிக் குடும்பத்தைச் சேர்ந்தவை. அங்கே வழங்கும் கலாச்சாரம் திராவிடக் கலாச்சாரம்; நிலவிய நாகரிகம் திராவிட நாகரிகம் – இந்த அளவிற்கு நமக்கும் அவர்களுக்கும் ஒற்றுமை இருக்கிறது. ஆனால் இப்போது திராவிட மொழிகள் வழங்கும் பகுதிகள் மொழிவழியில் பிரிக்கப்பட்டு நான்கு மாநிலங்களாக இருக்கின்றன. அந்த வரலாற்றை இனி யாராலும் மாற்ற முடியாது.[1]

சுருக்கமாகச் சொல்லவேண்டுமானால் நாம் இனத்தால் தமிழர்; ஒரே குடும்ப மொழியையும், பாரம்பரியத்தையும் பெற்றிருப்பதால் நான்கு திராவிட மொழிகளைப் பேசுவோரும் திராவிடர்கள்; வாழும் நாட்டால் இந்தியர்!

– இதிலே முரண்பாடுகள் எதுவுமில்லை.

இதை எனது சொந்த அனுபவத்தின் மூலம் விளக்க விரும்புகிறேன்.

1969இல் நானும், சில வடநாட்டு நாடாளுமன்ற உறுப்பினர்

---

1. தி.மு.கழகம் ஒரு காலத்தில் திராவிட நாடு கேட்டபோதுகூட நான்கு திராவிட மொழிகள் வழங்கும் பகுதிகளுக்குக் கூட்டாட்சிதான் கேட்டதே தவிர, ஒற்றையாட்சி கேட்கவில்லை.

களும் கிழக்காப்பிரிக்காவில் உள்ள உகாண்டா நாட்டிற்குச் சென்றிருந்தோம்.

அப்போது நான் 'பாஸ்போர்ட்' எடுக்கும்போது 'Nationality' என்று விபரம் கேட்டிருக்கிற இடத்தில் 'இந்தியன்' என்று எழுதினேன்.

உகாண்டா நாட்டில் ஒரு நிகழ்ச்சி நடந்தது.

அங்கே நானும் மற்ற வட இந்திய நாடாளுமன்ற உறுப்பினர்களும் பகலுணவு அருந்திக்கொண்டிருந்தபோது பக்கத்து மேசையில் தமிழோசை கேட்டது.

திரும்பிப் பார்த்தேன். அங்கே மூன்று பேர் – ஆசியாக்காரர்களைப் போன்ற தோற்றமுடையோர் – உணவருந்திக்கொண்டே உரையாடிக் கொண்டிருந்தனர்.

வெளிநாடு சென்றால், நம்மைப் போலத் தோற்றமுடையவர்களைச் சந்திக்க நேர்ந்தால் நாம் கேட்கிற முதல் கேள்வி "நீங்கள் இந்தியாவிலிருந்து வருகிறீர்களா?" என்பதாகத்தான் இருக்கும்.

அதே கேள்வியைத்தான் நானும் கேட்டேன்.

"இல்லை", "இல்லை" என்ற அவர்களில் ஒருவர் "நான் இலங்கைத் தமிழன்" என்றும், அடுத்தவர் "நான் மலேசியத் தமிழன்" என்றும், மூன்றாமவர் "நான் சிங்கப்பூர்த் தமிழன்" என்றும் பதில் அளித்தனர்.

அப்படியானால் நான் யார்? – என்கிற கேள்வி என் உள்ளத்தில் பிறந்தது.

அவர்கள் எப்படி இலங்கை தேசத்திலும், மலேசியா தேசத்திலும், சிங்கப்பூர் தேசத்திலும் பிறந்து, அந்த தேசத்து பிரஜையாக இருக்கிறார்களோ, அது போலவே நானும் ஒரு 'இந்தியத் தமிழன்' – அதாவது இந்திய தேசத்தில் பிறந்து இந்தியக் குடி (பிரஜை) யாக இருக்கிற தமிழன்தானே?

– ஆம்; அதுதான் உண்மை!

நாங்கள் நால்வரும் ('நாங்கள்' என்கிற உணர்ச்சி தோன்றுவதைக் கவனிக்க வேண்டும்.) தமிழ் (தேசிய) இனத்தைச் சேர்ந்தவர்கள்!

அப்படியானால் 'இந்தியன்' என்று 'பாஸ்போர்ட்டில்' எழுதப் பட்டிருப்பது? நிச்சயமாக அது பிரஜா உரிமையைத்தான்

குறிக்கும்.¹

இதில் ஒரு விசித்திரம் என்னவென்றால் என்னோடு வந்திருந்த ஒரு உத்தரப் பிரதேசக்காரருக்குச் சரியாக ஆங்கிலம் தெரியாது. எனக்கோ இந்தி கொஞ்சமும் தெரியாது.

- ஆம்; நான் இலங்கைத் தமிழனோடு, மலேசியாத்

---

1. அதற்குப் பெயர்தான் 'Political nationality'. இதைக் கனடா எடுத்துக்காட்டின் மூலம் நன்கு விளக்க முடியும். அங்கே இங்கிலீஷ் பேசும் கனடியர்களும், பிரெஞ்சு மொழி பேசும் கனடியர்களும் இணைந்து உருவாக்கியிருக்கும் கூட்டாட்சி என்பது – புதிய அரசியல் தேசிய இனமாக – New Nationality, a political nationality ஆகக் கருதப்படுகிறது. ஆனால் அது பிரெஞ்சு மொழி பேசும் மக்களின் பழம் பெருமை கொண்ட கலாச்சார, மொழி, இன, அடிப்படையை – அதாவது கலாச்சார தேசிய இனத்தை (Cultural Nationality)- ஆங்கிலக் கலாச்சார இனத்தில் உறிஞ்சி, அழித்து விடக்கூடிய சர்வ வல்லமை பெற்றதாகக் கருதப்படவில்லை.

"Confederation was, indeed to be a new nationality, but it was to be a political nationality, not an absolute one which would absorb the old cultural and linguistic nationality of the French into that of English."

- **MORTON, W.L.** " The Critical Years: The Union Of British North America", quoted in **DONALD V.SMILEY,** " THE CANADIAN POLITICAL NATIONALITY", 1967.

இதையேதான் தி.மு.கழகம் வேறு வார்த்தைகளில் 1971 தேர்தல் அறிக்கையில் கூறியிருக்கிறது:

"இந்திய ஒருமைப்பாடு என்பது வெவ்வேறு மொழி – கலை – கலாச்சாரம் ஆகியவற்றை உருத்தெரியாமல் ஆக்கிப் புதிதாக உருவாக்கி வார்க்கப்படும் வார்ப்படம் அன்று; அவையவை இடர்ப்பாடுகளின்றி ஆங்காங்கே ஆரோக்கியமான சூழ்நிலையில் வளர இடமளித்தால்தான் இந்திய ஒருமைப்பாடு மேலும் வலுப்பெறும் என்று நம்புகிறோம். 'Union' என்கிற ஒற்றுமைதான் வலுவான இந்தியாவை உருவாக்குமேயல்லாது, வெவ்வேறு மொழி – கலை – கலாச்சாரங்களை அடையாளம் தெரியாமல் மாற்றி உருவாக்கப்படும் 'ஒன்றிப்போன தன்மை' என்கிற 'uniformity' வலுவான இந்தியாவிற்கு ஆக்கமளிக்காது என்பதையும் கோடிட்டுக்காட்ட ஆசைப்படுகிறோம்."

தமிழனோடு, சிங்கப்பூர்த் தமிழனோடு என் தாய்மொழியில் கலந்துறவாட முடிந்தது; இன்னொரு இந்தியனோடு ஊமை மொழியில்தான் ஜாடை காட்டிக் கொள்ள முடிந்தது!

சகோதரத் தமிழர்களோடு பேசிக் கொண்டிருந்தபோது என் மனத்தில் தலை தூக்கி நின்ற உணர்ச்சி தமிழ் உணர்ச்சி! தமிழன் என்கிற உணர்ச்சி!

ஆனால் பேச முடியாவிட்டாலும் உத்தரப் பிரதேசக்காரரோடு ஜாடை காட்டி – கொச்சை இந்தியில், கொச்சை ஆங்கிலத்தில் – பேசிக் கொண்டிருந்தபோது, என் மனத்தில் தோன்றிய உணர்ச்சி வாழ்கின்ற நாட்டால் நாம் இந்தியர் என்கிற உணர்ச்சியாகும்!

இப்படி நம் ஒவ்வொருவர் உள்ளத்திலும் இரண்டுவித உணர்ச்சிகள் நிலைத்திருக்கின்றன.

தமிழன் என்கிற உணர்ச்சி!

இந்தியன் என்கிற உணர்ச்சி!

– அப்படி ஏற்படுகிற இரண்டு உணர்ச்சிகளும் செய்து கொள்ளப்படுகிற சமரச ஏற்பாடுதான் – கூட்டாட்சி முறை!

நான் தமிழனாகவும் இருக்க ஆசைப்படுகிறேன்; அதே நேரம் இந்தியனாகவும் இருக்க ஆசைப்படுகிறேன்.

என்னை யாராவது பார்த்து, “நீ அப்படி இரண்டாக இருக்க முடியாது. ஒன்று தமிழனாக இரு; இல்லாவிட்டால் இந்தியனாக இரு; எப்படி இருக்கப்போகிறாய்?” – என்று நிர்ப்பந்தப்படுத்தினால், நான் மிகப் பெருமையோடு சொல்லிக் கொள்வேன். “அப்படி இரண்டில் ஒன்றை விடத்தான் வேண்டுமென்ற கட்டாயம் ஏற்பட்டால் – நான் தமிழனாகத்தான் இருப்பேன்; அதற்காகத் தூக்குமேடை ஏறவேண்டிய நிலை ஏற்பட்டாலும் அதற்காகக் கவலைப்படமாட்டேன்!”

– இப்படித்தான் உண்மைத் தமிழர்கள் அத்தனைபேரும் சொல்வார்கள்!

– அந்த நிலையை இன்று யாரும் விரும்பவில்லை.

இப்படி இரண்டுவித உணர்ச்சிகள் இருப்பது வரலாற்றுப் புதுமையில்லை.

கார்ல் ஃபிரிட்ரிச் இந்த இரண்டுவித உணர்ச்சிகளைத் தாய்க்கும், மனைவிக்கும் காட்டுகிற விசுவாசத்தைப் போன்றது

– என அழகாகக் குறிப்பிட்டிருக்கிறார்.¹

குடும்பம் பிளவுபடாமல் இருக்க வேண்டுமானால் – தனிக்குடித்தனம் அமைவது தடுக்கப்பட வேண்டுமானால் – மனைவிக்கும் தாய்க்குமிடையே ஒருவன் சமநிலையில் நடந்துகொள்ளவேண்டும். பெற்று வளர்த்த தாயையும் விடமுடியாது; கைப்பிடித்த மனைவியையும் விடமுடியாது.

இதில் எந்த உணர்ச்சி தாய்; எது மனைவி என்பது அவரவர்கள் மனப்பாங்கைப் பொறுத்த விஷயம்.

ஜெரால்ட் பெல்லெட்டியர் (Gerald Pelletier) என்பவர் கனடா நாட்டைச் சேர்ந்த நாடாளுமன்ற உறுப்பினர். 'La Presse' என்னும் பிரெஞ்சு மொழிப் பத்திரிகையின் ஆசிரியர். அவர் தமது நூலில் கனடா நாட்டில் ஆங்கிலமொழி பேசுவோருக்கும், பிரெஞ்சு மொழி பேசுவோருக்கும் இடையில் நடைபெறும் பூசலின் பின்னணியில், கனடா நாட்டுக் கூட்டாட்சி பற்றிக் கீழ்க்கண்டாவறு எழுதியிருக்கிறார்:

"நான் முதலில் கனடியன்; நான் பிரெஞ்சுச் சமுதாயத்தைச் சேர்ந்திருப்பது இரண்டாவதுதான் என்று நான் உங்களிடம் சொல்லியிருந்தால் அது ஒரு அவமானகரமான பொய்யாகும்... என்னுடைய மக்கள் கூடியவரை சிறந்தமுறையில் வாழவும், தங்கள் கலாச்சார வட்டத்திற்குட்பட்டுத் தங்கள் திறமைகளைப் பெருக்கிக்கொள்ளவும் வழியிருக்கிறவரை கூட்டாட்சி அரசு நல்லதுதான். எங்களுடைய பிரெஞ்சுக் கனடியன் என்கிற தனித் தன்மையை விட்டுவிட்டு எங்களுடைய பிரெஞ்சுக் கலாச்சாரத்தை விட்டுவிட்டு, வட அமெரிக்கக் கொதி கொப்பரையில் கலந்து மறைந்துவிடுவதுதான் கூட்டாட்சி அரசில் இருப்பதன் பொருள் என்றால் நான் அந்தக் கூட்டாட்சிக்கு விரோதமானவன்." ²

---

1. "...human experience is familiar with divided loyalties of all kinds, in interpersonal relations of family and profession. Analogies suggest themselves which we cannot develop here, except to hint that for most men the loyalty to wife and mother have to be effectively coordinated and integrated."
- **CARL. J. FRIEDRICH,** op. cit., p.39.
1. " If I told you that I am firstly a Canadian and that my belonging to the French Community comes second, that would be a shameful lie... Confederation is good in so far as it allows **my own**

– இது கனடா நாட்டுக் கியூபெக் மாநிலத்திலிருந்து எழுகிற குரல்!

கனடாவில் கூட்டாட்சி தோன்றி 107 ஆண்டுகள் ஆகின்றன.

107 ஆண்டுகள் கழித்து கனடா நாட்டில் இப்படி ஒரு குமுறல் ஏற்படும்போது 25 ஆண்டுகள் கழித்து இந்தியாவில் அப்படி ஒரு நிலை தோன்றியிருப்பதால் யாரும் அதிர்ச்சியடையத் தேவையில்லை.

எனவே, ஏதாவது ஒன்றைத் தேர்ந்தெடுக்க வேண்டும் – என்கிற கட்டாயம் ஏற்படக்கூடாது. ஏற்பட்டால் நாடு பிளவுபட்டுவிடும்.

இந்த இரண்டும் சுமுகமாக – சச்சரவு ஏதுமின்றி இயங்கக் கூடிய சூழ்நிலை இருக்க வேண்டும். அந்தச் சூழ்நிலை இல்லா விட்டால் நாட்டு ஒற்றுமையை நாடுவோர் அந்தச் சூழ்நிலையை ஏற்படுத்த வேண்டும்.

அப்படி இரண்டுபட்ட உணர்ச்சிகளைச் சேர்த்துவைக்க நவீன காலத்தில் கண்டுபிடிக்கப்பட்ட ஏறுபாடுதான் கூட்டாட்சி முறை.

அந்தச் சுமுகமான சூழ்நிலை எப்படி ஏற்படும்?

மொழி ஆதிக்கத்தால், பொருளாதார, அரசியல், கலாச்சார ஆதிக்கத்தால், நமது தமிழின உணர்ச்சி ஒருகாலும் அழிக்கப்படாது என்கிற உறுதி நம் நெஞ்சத்தில ஏற்படச் செய்ய வேண்டும்.

– அந்த உறுதி கூட்டாட்சி முறை ஒன்றினால்தான் கிடைக்க முடியும்.

அதனால்தான் இந்தியா மேலும் பிளவுபடாமலிருக்க இங்கு உண்மையான கூட்டாட்சி மலர வேண்டும் என்கிறோம்!

மாநில சுயாட்சி அடிப்படையில் கூட்டாட்சி மலர்ந்தால்தான் – 'எனது தமிழின உணர்ச்சி அழியாது' – என்கிற நம்பிக்கை பிறக்க முடியும்.

---

people to live in the best possible conditions, to develop their own capabilties within their own culture. If Confederation means abandoning the French - Canadian identity, giving up our French culture, disappearing into the North American melting pot, then I am against Confederation."

- GERALD PELLETIER, "Confederation At The Crossroads", University of Saskatchawan, 1965, pp. 4-5.

அப்போதுதான் 'இந்தியா' என்கிற பெயரால் நடத்தப்படுகிற மொழி – கலாச்சார – அரசியல் – பொருளாதார ஆதிக்கத்தை அணை போட்டுத் தடுத்து, அனைத்து இந்திய மக்களும் சீரான வாழ்வு நடத்த முடியும்.

அப்போதுதான் 'எப்போது இந்தி ஆதிக்கம் படையெடுத்து வரும்? நேராக வருமா? கொல்லைப்புறமாக வருமா?' – என்று 'தயார் நிலையில்' இல்லாமல் தமிழினம் ஓய்வுகொள்ள முடியும்.

அதுபோல இந்தி ஆதிக்கமின்றி மற்ற மாநிலங்களில் அவரவர்கள் மொழி நன்கு தழைத்து வளர்ந்து அவரவர்கள் கலாச்சாரத்திற்குப் பெருமை சேர்க்க முடியும்.

இதையே ஒரு ஆசிரியர் அண்மையில் தமது நூலில் விளக்கியிருக்கிறார்:

"**மாநில சுயாட்சிக் கோரிக்கைக்கு அடிப்படையே இந்தியா பல தேசிய இனங்களைக் கொண்டது என்பதுதான்**. மத்திய அரசிற்கும், மாநில அரசுகளுக்குமுள்ள உறவுகளை மாற்றுவதற்கு எல்லாத் தேசிய மொழிகளுக்கும் சமத்துவம் கொடுப்பது உட்பட; எல்லா மாநிலங்களுக்கும் உண்மையான சமத்துவம் அளித்து; தேசிய இனங்களுடையவும் ஆதிவாசிகளுடையவுமான கலாச்சாரங்களுக்கும் – முக்கியமாகப் பொருளாதார வளத்திற்கும் ஊக்கமளிக்கப்பட வேண்டும். அப்போதுதான் ஜனநாயக விரோத சக்திகள் தேசிய இனங்களைத் தங்கள் சுயநலத்திற்காக ஒடுக்குவதைத் தடுக்க முடியும்." [1]

---

1. The basis for the demand for states' autonomy lies in the multi nationality of India. The re-structuring of the relations between Centre and States requires first of all genuine equality of all states, including equality of the national languages, encouragement to national and tribal cultures and primarily economic development which will prevent oppression of nationalities in the interests of anti - democratic forces."

- **KARAT PRAKASH,** "Language And Nationality Politics In India", 1973, p.150.

2. வரலாற்றுக் கட்டாயம்; ஜனநாயக வளர்ச்சியின் விளைவு!

> "ஒரு பிராந்தியத்தில் (அல்லது மாநிலத்தில்) சுயாட்சி அடிப்படையில் வளர்ச்சியடைய வேண்டுமென்கிற தேவை ஏற்பட்டால், அது ஜனநாயக வளர்ச்சியின் ஒரு கட்டமேயாகும்."
>
> – என். ஆர். தேஷ்பாண்டே
>
> " The urge for an autonomous develpment as a region (or state) is part of the process of democratic growth."
>
> - **N.R.DESHPANDE,** in his essay, "Trends In Federalism" : Ed. by **K.R. BOMBWALL, L.P.CHOUDRY,** "Aspects Of Democratic Government And Politics In India", p.249

மொழி உணர்வுதான் தேசிய இன உணர்வின் அடிப்படை என்பதை முன் அத்தியாயத்தில் பார்த்தோம்.

அப்படியானால் இந்திய ஒற்றுமைக்கு மொழி உணர்வும், பிராந்திய உணர்வும் பரம விரோதிகள் – என்று யாரும் அவசரப்பட்டு முடிவுக்கு வரவேண்டாம்.

இந்திய விடுதலை இயக்கம் அந்த மொழி உணர்வையும், பிராந்திய உணர்வையும் முழுக்க முழுக்கப் பயன்படுத்தி வளர்ந்த இயக்கமாகும்.

'மாநிலங்கள் சீரமைப்புக் குழு' கீழ்க்கண்டவாறு கூறுகிறது:

> இந்தியாவுக்கு விடுதலை வாங்கித் தந்த தேசிய இயக்கம் பிராந்திய சக்திகளைப் பயன்படுத்தி அதன் அடிப்படையில் உருவாக்கப்பட்டதாகும். காங்கிரஸ் தனது அமைப்பை மொழி அடிப்படையில் உருவாக்கிக் கொண்ட பிறகுதான் அதனால் ஒரு தேசிய இயக்கமாக வளர்ச்சிபெற முடிந்தது.[1]

---

1. " The national movement which achieved India's independence was built up by harnessing the forces of regionalism. It is only when the Congress was reorganised on the basis of language units that it was able to develop into a national movement."

- **Report of The States Reorganisation Commission, 1955,** p.38.

– காங்கிரஸ் கட்சியின் வரலாற்றினைப் புரட்டிப் பார்த்தால் இதற்கான விளக்கம் கிடைக்கும்.

காந்தியார் இந்திய அரசியலில் நுழைவதற்கு முன்பு இருந்த கட்சிகள் மூன்றுதான்: காங்கிரஸ்; 'லிபரல்ஸ்' (liberals) என்று சொல்லப்பட்ட மிதவாதிகள்; வன்முறையை நம்பியிருந்த வங்காளத்து பயங்கரவாதிகள் (terrorists) அந்தக் காலத்தில் காங்கிரஸ் கட்சிக்கும், மிதவாதிகளுக்கும் அதிக வித்தியாசம் கிடையாது. அப்போது மிதவாதிகளும், காங்கிரசும் ஒன்றுதான்.

அப்போது இருந்த இந்த இரண்டு அமைப்புகளிலும் சேர்வது என்பது மிகவும் கடினமான காரியம்.

பட்டம் பெற்றவர்களைக் கூட, வடிகட்டி, நல்ல கல்வி ஞானம் பெற்றவர்களைத்தான் 'மிதவாதிகள்' சேர்த்துக்கொள்வார்கள்.

பயங்கரவாதிகள் இப்படிக் கல்வித் தகுதிகள் எதையும் வைக்கவில்லை. ஆனால் உயிர்த் தியாகம் செய்யத் தயாராக இருந்தவர்களைத்தான் தங்கள் கூட்டத்தில் சேர்ப்பார்கள்.

– இதனால் பாமர மனிதன் கலந்துகொள்ளக்கூடிய இயக்கம் அப்போது எதுவுமில்லை.

அந்த நேரம்தான் காந்தியார் இந்திய அரசியலில் நுழைந்தார். இந்திய வரலாற்றில் முதன்முறையாக விடுதலை அணிவகுப்பில் பாமர மனிதனையும் சேர்த்தார்.[1]

காந்தியாரது முயற்சியால் காங்கிரசில் சேர்வதற்குக் கல்வித் தகுதியும் தேவையில்லை; உயிர்த் தியாகமும் கட்டாயம் செய்துதான் தீர வேண்டும் என்கிற அவசியமும் கிடையாது – என்கிற நிலை ஏற்பட்டது.

"இத்தகைய ஒரு நடுவழிப் பாதை காரணமாகத்தான் மிதவாதிகள் கட்சியைவிடவும், பயங்கரவாதிகள் கட்சியைவிடவும் காங்கிரஸ் அதிகச் செல்வாக்கு அடைந்தது"

---

1. கனடா நாட்டில் வாழும் இந்தியர் ஒருவர் 1967இல் 'இந்து' ஏட்டில் 'ஆசிரியருக்கு முடங்கல்' என்னும் பகுதியில், அறிஞர் அண்ணாதான் காந்தியாருக்கு அடுத்தபடி அரசியலைப் பாமர மனிதனிடத்தில் எடுத்துச் சென்று விழிப்புணர்ச்சி ஏற்படுத்தியவர் – என்று குறிப்பிட்டிருந்தது இங்கு நினைவுகூரத்தக்கது.

– என்று டாக்டர் அம்பேத்கார் கூறுகிறார்.[1]

பாமர மனிதனை வசியப்படுத்துவதற்கு அவனது மொழியில் பேச வேண்டியிருந்தது; ஆங்கில மொழியில் பேசினதால் அவனது உணர்ச்சிகளைத் தட்டியெழுப்ப முடியாமற் போய்விட்டது.

– எனவே, வரலாற்றுக் கட்டாயம் காரணமாகக் காந்தியாரும், காங்கிரசும் இந்திய விடுதலைப் போருக்கு பிராந்திய மொழிகளைப் பயன்படுத்திக் கொண்டார்கள்.

1905இல் **கர்சான்** ஒரே வங்கமொழி வழங்கும் வங்காள மாகாணத்தை இரண்டாகப் பிரித்தபோது காங்கிரஸ் அதை எதிர்த்தது.

1908இல் முதன்முறையாக மொழி அடிப்படையில் பீகாருக்கென்று தனி காங்கிரஸ் அமைப்பு உருவாக்கப்பட்டது.

1917இல் அப்போது சென்னை மாகாணத்தின் ஒரு பகுதியாக இருந்த தெலுங்கு மொழி பேசும் பிரதேசத்திற்கு 'ஆந்திரக் காங்கிரஸ் கமிட்டி' எனும் பெயரில் தனி அமைப்பு உருவாக்கப்பட்டது.

1920இல் நாக்பூர் காங்கிரசில் மாகாணங்கள் மொழி அடிப்படையில் பிரிக்கப்படவேண்டும் என்கிற தீர்மானம் நிறைவேற்றப்பட்டது.

– அதற்கடுத்த ஆண்டு நாடெங்கும் காங்கிரஸ் கட்சியின் அமைப்புகள் மொழி அடிப்படையில் பிரிக்கப்பட்டன!

'நாங்கள் பதவிக்கு வந்தால் மொழி அடிப்படையில் மாகாணங்களைப் பிரிப்போம்' – என்கிற வாக்குறுதியை 1945இல் காங்கிரஸ் கட்சி தேர்தல் அறிக்கையில் மக்களுக்கு வழங்கியது.

ஆனால், பாகிஸ்தான் பிரிந்து இந்தியா சுதந்தரம் பெற்ற பிறகு காங்கிரஸ் கட்சி வழக்கம்போல் இந்த வாக்குறுதியை நிறைவேற்றுவதிலிருந்தும் பின்வாங்கத் தொடங்கியது.

பிரிவினைச் சூழ்நிலையில் மொழிவழி மாநிலங்களைப் பிரிப்பது நல்லதா? – என்கிற கேள்வியைக் காங்கிரஸ் வேண்டுமென்றே எழுப்பிக் கொண்டது!

- 1. "It is this middle path which made the Congress more popular than the Liberal Party or the Terrorist Party."

- B.R.AMBEDKAR, op.cit., p.9.

மொழிவழி மாகாணங்களைப் பிரிப்பது தேவையா என்பதை ஆய்வு செய்வதற்கு 1947இல் அரசியல் நிர்ணய சபையால் ஒரு குழு அமைக்கப்பட்டது. அதற்கு 'மொழிவழி மாகாணங்கள் பற்றிய குழு' (Linguistic Provinces Commission) என்பது பெயர். அதற்கு **தார்** என்பவர் தலைவராதலால் அதை அனைவரும் 'தார் குழு' (Dar Commission) என்றே குறிப்பிடுவர்.

1948இல் அந்தக் குழு அறிக்கை சமர்ப்பித்தது.

அந்தக் குழு மொழிவழி மாநிலங்களைப் பிரிப்பது கூடாது என்று தீர்ப்புக் கூறியது.

ஏன் தெரியுமா?

அப்படி ஏற்பட்டால் இந்தியாவிற்குத் தெற்கே தென்னாட்டுக்காரர்களின் அரசும், இந்தியாவிற்கு வடக்கே சீக்கியர்கள் அல்லது 'ஜாட்டுகள்' என்று சொல்லப்படுகிற சமூகத்தவர்களின் அரசும், ஏன் – நாட்டின் சில பகுதிகளில் 'பிராமணர் அல்லாதவர்'களின் அரசும்கூட ஏற்படக்கூடும்.[1]

– என்று அந்தக் குழு கருத்து தெரிவித்தது.

அப்படி ஏற்பட்டால் என்ன? ஜனநாயகத்தில் பெரும்பான்மை யாக இருக்கிறவர்கள் எண்ணம்தானே பிரதிபலிக்கப்படும்? இதில் தவறு என்ன?

– இதைப் பற்றி அந்தக் குழு மேற்கொண்டு விவாதிக்கவில்லை.

மொழிவழி மாநிலங்கள் ஏற்பாடுமானால் அந்த மொழி பேசுகிறவர்களிடையே 'நான் தமிழன் – மலையாளி – வங்காளி – குஜராத்தி' – என்கிற ஒரு தேசிய இனக் கிளை உணர்ச்சி ('Sub - National bias') ஏற்பட்டுவிடக் கூடும் – என்று அந்தக் குழு கவலை தெரிவித்தது.

அப்படிப்பட்ட தேசிய இனக் கிளைகளை (Sub-Nations) உண்டுபண்ண வேண்டுமானால் அதற்கு மொழிவழி

---

1. " Further it paves the way for the recognition of other group government for which there may exist a tendency in the country, for example, government by Southerners in the south of India, government by Sikhs and Jats in the north of India, and even government by the non - Brahmins in certain areas of this country."

- Report of the Linguistic Provinces (Dar) Commission, 1948 Para. 129

மாநிலங்களைப் போல வேறு சிறந்த வழி கிடையாது. பிறகு காலப்போக்கில் தேசிய இனக் கிளைகளாக (Sub - Nations) இருக்கிற இவை, மொழிவழி மாநிலங்களைப் பெற்றதன் காரணமாக வளர்ச்சியடைந்த முழுத் தேசிய இனங்களாக ('Full Nations') தங்களைக் கருதிக் கொள்வார்கள்.[1]

– இதுவும் அந்தக் குழுவினர் அறிக்கையின் முக்கிய பகுதி!

– இப்போது நிலைமை என்ன?

மொழிவழி மாநிலங்கள் அமைக்கப்பட்டுவிட்டன.

அந்தக் குழுவினரின் வாதம் ஒப்புக்கொள்ளக் கூடியதாக இருந்தால், மொழிவழி மாநிலப் பிரிவினை காரணமாக அந்தந்த மொழி பேசுகிறவர்களிடையே தாங்கள் இந்திய தேசிய இனத்தையன்று – அந்த இனத்தின் ஒரு கிளையை (Sub - nation)ச் சேர்ந்தவர்கள் – என்கிற எண்ணம் தூண்டிவிடப்பட்டிருக்க வேண்டும்.

அந்தக் குழுவினர் கூறுகிறபடியே, காலப்போக்கில் தாங்கள் இந்திய தேசிய இனத்தின் ஒரு கிளை என்கிற போக்கு மாறி; தாங்களும் வளர்ச்சியடைந்த ஒரு தேசிய இனமே ('Full - Nation') என்கிற எண்ணம் வளர்ந்திருக்க வேண்டும்.

– இதைப்பற்றித்தான் 1948ஆம் ஆண்டிலேயே டயக்காவ் கூறினார், 'இந்தியாவில் நன்கு, முழு வளர்ச்சியடைந்த தேசிய இனங்கள் பல இருக்கின்றன. மேலும் சில வளர்ச்சி நிலையில் இருக்கின்றன' – என்று.

இதே கருத்தை 1948இல் இந்திய அரசின் அதிகாரபூர்வமான இந்தக் குழுவும் கூறியிருக்கிறது என்பது ஆழ்ந்து சிந்திக்கத்தக்கது.

எனவே, நாம் கூறுகிற தேசிய இனவாதம் இந்திய அரசின் அதிகாரபூர்வமான ஏடுகளிலிருந்து எடுக்கப்பட்டதாகும்.

– ஆனால், இவ்வளவு 'ஆபத்துகள்' இருந்தும் அந்தக் குழு அப்போதிருந்த மாகாண எல்லைக் கோட்டிலே திருப்தி யடைந்ததா?

இல்லை.

---

1. "...if the intention were to bring sub - nations into existence, there could not be a better way of doing it than by putting together these differing elements in a linguistic province.... And once that stage is reached, it will only be a question of time for that sub-nation to consider itself a full nation."

- Ibid., Para 127

வெள்ளைக்காரன் படையெடுத்து வென்ற பல பகுதிகளை இணைத்தும், நிர்வாக வசதி காரணமாகவும் ஒரு மாகாண எல்லைக்குள்ளே பல மொழி பேசுவோரை அடைத்து வைத்திருந்தான்!

ஆனாலும், அந்தத் திருப்தியற்ற எல்லைக்கோடுகள் தேசிய இனக் கிளை உணர்ச்சிகளை அமுக்குவதற்கும், ஒரு தேசத்தை உருவாக்குவதற்கும் பயன்படக்கூடிய கருவிகள் என்று அந்தக் குழு கருதிற்று.[1]

ஆந்திரனையும், மலையாளியையும், கன்னடியனையும், மராட்டியனையும் தனது மொழி தனித்து வழங்குகிற மாநிலத்தில் வைத்தால் அவன் முன்னைவிடச் சிறந்த தேசியவாதியாக ('better nationalist') மாற மாட்டானா?

– இல்லை; இது தவறான கருத்து – என்று அந்தக் குழு கருதியது,

> நான் – தமிழன் – மலையாளி – ஆந்திரன் – மராட்டியன் – குஜராத்தி – வங்காளி – என்கிற 'தேசிய இனக் கிளை உணர்ச்சி', நான் இந்தியன் என்கிற பெரிய தேசிய இன உணர்ச்சியை மிஞ்சி நிற்கும். அதன் பிறகு 'நான் இந்தியன்' என்கிற தேசிய உணர்ச்சிக்கு மக்களிடமிருந்து முன்னதைவிட அதிகமான உணர்ச்சிபூர்வமான எதிரொலியை எதிர்பார்க்க முடியாது.
>
> இத்தகைய இரண்டு உணர்ச்சிகளும் ஒன்றுக்கொன்று முரணானவை; ஒன்றையொன்று விழுங்கித்தான் வாழ முடியும்.
>
> மொழிவழி மாகாணம் ஏற்பட்டுவிட்டால் நான் – தமிழன், மலையாளி, ஆந்திரன், மராட்டியன், குஜராத்தி, வங்காளி – என்கிற 'தேசிய இனக் கிளை உணர்ச்சி'தான் பிரதான சக்தியாக இருக்கும். இத்தகைய உணர்ச்சிக்கும், இந்தியன் என்கிற பெரிய தேசிய உணர்ச்சிக்கும் மோதல் ஏற்பட்டால், அண்மையில் தோன்றியிருக்கும் இந்தியன் என்கிற தேசிய உணர்ச்சி திண்ணமாய் மூழ்கி மறைந்துவிடும்.[2]

1."...they are not bad instruments for submerging a sub-national consciousness and moulding a nation."

- Ibid., Para 130.

2. " The emotional response, which the sub - national sentiment will receive from a linguistic province, will always be greater than one received by the national sentiment... Nationalism and sub

– அப்படியானால், மொழிவழி மாகாணங்களைப் பிரித்தே தீர்வோம் என்று காங்கிரஸ் மக்களுக்குத் தந்த வாக்குறுதி என்னாவது?

– இந்த முடிவினால் ஏற்படுகிற ஆபத்துகளை உணர்ந்து காங்கிரஸ் தனது வாக்குறுதிகளைக் கைவிட வேண்டும் – என்று அந்தக் குழு சிபாரிசு செய்தது.¹

பாகிஸ்தான் பிரிவினையையொட்டி அரசியல் நிர்ணய சபையில் இந்திய ஒற்றுமை குறித்து ஒரு பீதி உணர்வு குடிகொண்டிருந்த காலம் அது!

கணவன் – மனைவி ஒன்றாக இருக்கிற குடும்ப உணர்வுகூட நாட்டு ஒற்றுமை உணர்ச்சிக்குப் பாதகம் என்று கூறினால், அதையும் தடுக்க வேண்டும் என்கிற மனோநிலை அப்போது நிலவியிருந்தது.

எனவே, எவையெவை இந்திய தேசிய உணர்வைக் கட்டிக் காத்து வளர்ப்பதற்கு உதவி செய்யுமோ அவற்றையெல்லாம் நிறைவேற்ற வேண்டும்; எவையெவை அதற்குத் தடையாக இருக்குமென்று கொஞ்சமும் ஐயுறவு இருந்தால்கூட, அவற்றைச் செய்யக் கூடாது – என்பதே அப்போதைய மனோநிலை. பொட்டி சீராமுலு உயிர்த் தியாகம் செய்ததும் ஆந்திரர்களின் கிளர்ச்சி அணைபோட முடியாத காட்டாற்று வெள்ளமாகப் புறப்பட்டது.

மத்திய அரசு வேறு வழியில்லாமல் ஆந்திரப் பிரிவினைக்கு ஒப்புக் கொண்டது. நீதிபதி வாஞ்சு தலைமையில் ஆந்திரப் பிரிவினையை ஆராய ஒரு குழு அமைக்கப்பட்டது.

அந்தக் குழுவினரின் பரிந்துரைகளின் அடிப்படையில் 1953ஆம் ஆண்டு ஆகஸ்டு 10ஆம் நாள் ஆந்திராவைத் தனி மாநிலமாக்கும் மசோதா நாடாளுமன்றத்தில் அறிமுகப்படுத்தப்பட்டது.

- nationalism are two emotional experiences which grow at the expense of each other. In a linguistic province sub - nationalism will always be the dominant force and will always evoke greater emotional response; and, in a conflict between the two, the nascent nationalism is sure to lose ground and will ultimately be submerged."

- Ibid, Para 137.

1. Ibid., Para 140.

1953, அக்டோபர் 1ஆம் நாள் மொழி அடிப்படையில் தெலுங்கு மொழி வழங்கும் ஆந்திரப் பிரதேசம் உருவாயிற்று.

இப்படித்தான் முதன் முறையாக மொழி அடிப்படையில் ஆந்திராவை உருவாக்கியதன் மூலம் இந்தியப் பேரரசும், காங்கிரஸ் கட்சியும் வரலாற்றுக் கட்டாயத்திற்குப் பணிந்துகொடுத்தன.

ஆந்திரத்தை ஆந்திரர்கள் போராடிப் பெற்றனர். அப்படிப் போராடினால்தான் மொழி வழி மாநிலம் தங்களுக்கும் கிடைக்கும் என்கிற உணர்வு குஜராத்திகளுக்கும், மற்றவர்களுக்கும் ஏற்பட்டது.

வரலாற்று உணர்வுகள் ஆங்காங்கே பொங்கி எழுந்தன.

இறுதியில் 1953, டிசம்பர் 22ஆம் நாளன்று இந்தியா முழுவதும் மாநிலங்களின் எல்லைக்கோட்டைத் திருத்தி அமைப்பதற்காகக் குழுவொன்றை அமைக்கும் திட்டத்தை பிரதமர் நேரு நாடாளுமன்றத்தில் வெளியிட்டார். **ஃபசுல் அலி** (Fazl Ali) *தலைமையில்* **மாநிலங்கள் சீரமைப்புக் குழு** (States Reorganisation Commission) *அமைக்கப்பட்டது.*

மொழிவழியில் மாநிலங்களைச் சீரமைக்கும் குழு – என்று இதற்குப் பெயர் வைக்கப்படவில்லை என்பது இங்கு கவனிக்கத் தக்கது. இதற்குக் காரணம் என்ன?

எப்படியாவது வரலாற்றுக் கட்டாயத்தை – மொழி – கலாச்சாரங்களின் அடிப்படையில் தேசிய இன உணர்வுகள் இந்தியாவில் உருவாவதைத் தடுக்க விரும்பினர் என்பதுதான் இதற்குக் காரணம்.

ஃபசுல் அலி தலைமையில் அமைந்த 'மாநிலங்கள் சீரமைப்புக் குழு'வினால் மொழியையும், அது கட்டவிழ்த்துவிட்டிருக்கும் சக்திகளையும் ஒதுக்கித் தள்ளிவிட முடியவில்லை.

> *இந்தியாவினுடைய அரசியல் பரிணாம வளர்ச்சியின் முக்கிய உண்மைகளில் ஒன்று என்னவென்றால், கடந்த நூறாண்டு காலத்தில் பிராந்திய மொழிகள் நன்கு வளர்ச்சியடைந்திருக்கின்றன என்பதாகும். இந்தக் காலக்கட்டத்தில் அந்தப் பிராந்திய மொழிகள் கருத்துகளைப் பரிமாறிக்கொள்ளும் வளமும், பலமும் பெற்ற கருவிகளாக வளர்ச்சி பெற்றிருக்கின்றன. அதன் காரணமாக அந்த மொழிகள் பேசும் மக்களிடையே ஒரு ஒற்றுமை உணர்ச்சி ஏற்படுத்தப்பட்டிருக்கிறது. அந்த மொழிகள் குறிப்பிட்ட எல்லைகளுக்குட்பட்ட பகுதிகளில் பேசப்படுகின்றன.*

பெரும்பாலும் அந்தப் பகுதிகளுக்கென்று ஒரு குறிப்பிட்ட வரலாற்றுப் பின்னணியும் இருக்கிறது. அதனால், அந்தந்த மொழி பேசப்படும் பகுதிகளை ஒன்றிணைத்துத் தனியான மாநிலங்களாக்க வேண்டும் என்கிற கோரிக்கை வலுவடைந்து, சிலவற்றில் அரசியல் நேரடி நடவடிக்கைக்கான திட்டமாகவும் ஆகியிருக்கிறது.¹

– இவ்வாறு மொழியின் ஆற்றலை அந்தக் குழு ஒப்புக்கொண்டிருக்கிறது.

ஒரு மாநிலத்தில் பல மொழிகள் வழங்குவது தேசிய இனக்கிளை உணர்ச்சி வேரூன்றுவதைத் தடுப்பதற்கும், ஒரு தேசத்தை உருவாக்குவதற்கும் உகந்த கருவி – என்று தார் கமிஷன் குறிப்பிட்டிருந்ததில்லையா?

அதை 'ஃபசுல் அலி கமிஷன்' ஒப்புக்கொள்ளவில்லை.²

பல மொழிகள் வழங்கும் மாநிலங்களில் அந்த மாநிலத்தை நோக்கி விசுவாச உணர்ச்சி தோன்றவில்லை. நான் தமிழன் – மலையாளி – ஆந்திரன் – கன்னடியன் – என்று தாய்மொழி அடிப்படையில்தான் விசுவாசம் வளர்ந்தது. (மராட்டிய மொழி பேசுவோரும், குஜராத்தி மொழி பேசுவோரும் வாழ்ந்த) பம்பாய் மாநிலத்தில் அப்படித்தான். நான் மராட்டியன் – குஜராத்தி – என்கிற மொழி அடிப்படையில் எழுந்த உணர்ச்சிதான் மேலோங்கியிருந்தது.³

– எனவே, பல மொழிக்காரர்களை ஒரு மாநிலத்தில் போட்டு

---

1. "One of the major facts of India's political evolution during the last hundred years has been the growth of our regional languages... They have during this period developed into rich and powerful vehicles of expression creating a sense of unity among the peoples speaking them. In view of the fact that these languages are spoken in well - defined areas, often with a historic background, the demand for unification of such areas to form separate states has gathered momentum and has, in some cases, assumed the form of an immediate political programme."
- Report Of The States Reorganisation Commission, 1995. p. 35

2. Ibid, Para 152.
3. Ibid, Para 159.

அடைத்து வைத்தால் அவர்களுடைய தாய்மொழி உணர்வும்; அந்த மொழியைப் பேசுகிறவர்களிடையே ஏற்படுகிற குழு உணர்வும் குறைந்து விடும் என்று எதிர்பார்ப்பது அடிப்படையற்றது – என்று ஃபசுல் அலி கமிஷன் ஒப்புக்கொண்டது.[1]

இருந்தாலும் மொழியால் ஏற்படும் இன உணர்வை முழுதும் தடுக்க முடியாவிட்டாலும்; முடிந்த அளவு எப்படிக் குறைக்கலாம் – என்பதிலே அந்தக் கமிஷனின் நாட்டம் சென்றது.

ஒரே மொழி பேசுவோர் ஒரு மாநிலத்தில் வாழ நேரிட்டால் அந்த மொழி வளர்ச்சிக்காக மாநில அரசின் இயந்திரம் பிரயோகிக்கப்படலாம்; பல மொழி பேசுவோர் ஒரு மாநிலத்திலிருந்தால் அதைத் தடுக்கலாமே – என்று அந்தக் கமிஷன் கருதியது.

எனவே, வேறு வழியில்லை – என்று தெரிந்தாலொழிய மொழிவழி மாநிலங்களைப் பிரிப்பதற்கு ஃபசுல் அலி கமிஷன் சிபாரிசு செய்யவில்லை.

எடுத்துக்காட்டாக, மொழி அடிப்படையில் கேரளத்தையும் கர்நாடகத்தையும் பிரிப்பதற்கு இக்கமிஷன் சிபாரிசு செய்தது.

ஆனால், மொழி அடிப்படையில் பஞ்சாபி பேசப்படும் பகுதியைப் பஞ்சாப் மாநிலமாக்குவதற்கு இந்தக் கமிஷன் சம்மதிக்கவில்லை.

– பிறகு என்ன நடந்தது என்பது நமக்கெல்லாம் நினைவிருக்கக் கூடிய வரலாற்று நிகழ்ச்சிகளாகும்.

பஞ்சாபி மொழியும், அங்கே பேசப்படும் இந்தி மொழியும் ஒன்றுக்கொன்று உறவு கொண்டவை; இரண்டு மொழியும் எல்லா மக்களுக்கும் தெரியும் – என்று பஞ்சாப் தனி மாநிலக் கோரிக்கையை 'ஃபசுல் அலி கமிஷன்' நிராகரித்தது.[2]

ஆனால் வரலாற்றுக் கட்டாயம் காரணமாகப் பஞ்சாபி மொழி வழங்கும் பகுதி 1966இல் பஞ்சாப் மாநிலமாகப் பிரிந்தது.

ஆந்திரத்திலிருந்து தெலுங்கானா தனி மாநிலமாகப் பிரிய

---

1. Ibid., Para 160.
2. "...Punjabi and Hindi languages as sopken in the Punjab are akin to each other and are both well - understood by all sections of the people of the State."

- Ibid., Para 520.

வேண்டுமென்று எழுந்த போராட்டம் மொழிவழி மாநிலக் கோரிக்கைக்கு விடுவிக்கப்பட்ட அறைகூவல் இல்லையா? – என்று கேட்கலாம்.

தெலுங்கானா என்பது முன்பு ஐதாராபாத் நிஜாம் ஆட்சியில் இருந்த பகுதி; கல்வியிலும், பொருளாதாரத்திலும் மிகவும் பின்தங்கிய பகுதி. ஆந்திராவில் அந்தப் பகுதி இணைந்தபோது தெலுங்கானாப் பகுதிவாழ் மக்களுக்காகச் சில பாதுகாப்புகள் தரப்பட்டிருந்தன.

அந்தப் பாதுகாப்புகளை நிறைவேற்றவில்லை என்ற பொருளாதாரப் பிரச்சினை காரணமாகத்தான் தனி மாநிலக் கோரிக்கை எழுந்தது என்பதைக் கவனிக்க வேண்டும்.

உண்மையில் நிஜாம் ஆட்சிக் காலத்திலிருந்து உருது மொழிக்கு முக்கியத்துவம் கொடுத்து வாழ்ந்த அந்தப் பகுதியில், தெலுங்கு மொழி உணர்ச்சியை நன்கு ஏற்படுத்தியிருந்தால் தெலுங்கானா கோரிக்கையே எழுந்திருக்காது.

> நாடாளுமன்றத்தில் காங்கிரஸ் உறுப்பினர் வெங்கட சுப்பையா பேசும்போது, "தி.மு. கழகம்போல் நாங்களும் மொழி உணர்வை வளர்த்திருந்தால் இப்படி ஒரு நிலையே ஏற்பட்டிருக்காது" என்று மனந்திறந்து கூறினார்.

மேலும், அப்படியே தெலுங்கானா பிரிந்தாலும் அது தெலுங்கானா என்கிற புதிய மொழி பேசப்படுகிற பகுதியாகி விடாது.

உ.பி., பீகார், அரியானா, இமாசலப் பிரதேசம் – என்று பல இந்தி மொழி பேசும் மாநிலங்கள் இருக்கும்போது இரண்டு தெலுங்கு மொழி பேசும் மாநிலங்கள் இருப்பதில் தவறு என்ன?

– இது அந்த மொழி பேசுகிற மக்கள் தீர்மானிக்க வேண்டிய விஷயமாகும்.

நமது வாதமெல்லாம் மொழி – கலாச்சாரம் ஆகியவற்றின் அடிப்படையில் இந்தியாவில் மாநில எல்லைக்கோடு அமைவதை மத்திய அரசால் தடுத்து நிறுத்த முடியவில்லை என்பதுதான்!

அவ்வாறு கலாச்சார இனங்கள் தோன்றுவது வரலாற்றுக் கட்டாயமாகி விட்டது.

இந்தியாவில் 'தலைகீழ் முறையில்' கூட்டாட்சி முறையை உருவாக்குவது பற்றி 1930ஆம் ஆண்டு சைமன் கமிஷன் குறிப்பிட்டிருந்ததை இரண்டாவது பகுதியில் குறிப்பிட்டிருந்தோம்.

1, 2, 3 – என்று 10 வரை எழுதி அதை மேலிருந்து கீழாகக் கூட்டினாலும், கீழிலிருந்து மேலாகக் கூட்டினாலும் விடை ஒன்றுதான்.

– ஒற்றுமையாட்சியால் இந்தியாவை ஆளமுடியாது என்று கருதி இந்தியாவில் கூட்டாட்சி முறை தேர்ந்தெடுக்கப்பட்டது.

– மொழி அடிப்படையில் மாநிலங்களும் அமைக்கப்பட்டு விட்டன.

இப்போது மாநிலங்கள் வெறும் நிர்வாகப் பிரிவுகள் அல்ல; அவை ஒவ்வொன்றும் தனித்தன்மை பெற்றுவிட்டன என்பது மட்டும் உறுதி.

'தார் கமிஷன்' குறிப்பிட்டது போல ஒவ்வொரு மொழிக் காரர்களும் முதலில் தேசிய இனக் கிளைகளாகவும், பின்னர் காலப்போக்கில் முழுமையான தேசிய இனங்களாகவும் வளர்ந்து விட்டதையும் அல்லது வளர்ச்சி பெறுவதையும் தடுக்க முடியாது.

ஆனால் அதே நேரம் அத்தகைய இன உணர்ச்சி – அல்லது இப்படிப் பெயரிட்டு அழைக்க விரும்பாதவர்கள் கூறுகிறபடி 'பிராந்திய உணர்ச்சி' இந்தியாவிற்கு எதிரானது என்கிற வாதத்தை எழுப்பிப் பயனில்லை.

நாம் அனைவரும் தமிழர்களாக இருந்தாலும், மலையாளிகளாக – வங்காளிகளாக – எவராக இருந்தாலும், முதலிலும் இந்தியர்கள், இறுதியிலும் இந்தியர்கள் என்கிற நிலை (super - nationality)யை நாம் அடைந்தாக வேண்டும். அது நமது விருப்பம் – வேட்கை – இலட்சியம்!

ஒருமுறை **டிஸ்ரேலி** கூறியதுபோல, ஒரு தேசத்தை உருவாக்குவது என்பது கலை நுணுக்கம் செறிந்த ஒரு பொருளை உருவாக்குவது போன்றது; அதற்கு அதிகக் காலம் பிடிக்கும்.[1]

எனவே, மொழியாலும், கலாச்சாரத்தாலும் உருவாகிவிட்ட அல்லது உருவாகி வருகிற இன உணர்வுகளை நாட்டு ஒற்றுமைக்கு விரோத உணர்வுகளாகக் கருதக்கூடாது.

முதலில், இந்தியாவில் அப்படிப் பல இனங்கள் வாழும் வரலாற்று உண்மையைப் பகிரங்கமாக ஒப்புக்கொள்ள வேண்டும்.

கனடாவில் இங்கிலீஷ் மொழி பேசுகிற தேசிய இனமும், ஃபிரெஞ்சு மொழி பேசுகிற தேசிய இனமும் வாழ்கின்றன.

தென்னாப்பிரிக்கா நாட்டில் இங்கிலீஷ் மொழி பேசுகிற தேசிய

---

1. 'a nation is a work of art and a work of time.'

இனமும், டச்சுக்கார தேசிய இனமும் ஒரே நாடாக வாழ்கின்றன.

சுவிட்சர்லாண்ட் நாட்டிலும் அப்படித்தான். இதுபற்றி முன்பே விளக்கியிருக்கிறோம்.

இத்தனை ஆண்டுகளாக அந்தத் தேசிய இனங்கள் சுவிட்சர்லாண்ட் நாட்டில் இணைந்து வாழ்ந்தாலும், உலகப் போர்க் காலத்தில் அந்த நாட்டுக்குப் பெரும் சோதனை ஏற்பட்டது. அன்னியப் படையெடுப்பால் அன்று; ஜெர்மன் மொழி பேசுகிற அவர்களது சொந்தச் சகோதரர்களால்!

உலகப் போர் நேரத்தில் நடுநிலையை வகித்த நாடு சுவிட்சர்லாண்ட். ஆனால் ஜெர்மானியர்கள் முதலில் வெற்றியையும், பிறகு தோல்வியையும் தழுவிக்கொண்ட நேரத்தில் சுவிட்சர்லாண்ட் நாட்டில் வாழ்ந்த ஜெர்மன் மொழி பேசுவோரால் தங்கள் உணர்ச்சிகளை அடக்கி வைத்துக் கொண்டிருக்க முடியவில்லை. இதனால் அந்த நாட்டிற்கும், அது வகித்து வந்த நடுநிலைமைக்கும் பெரும் சோதனை ஏற்பட்டது. அவ்வளவு சக்தி பெற்றது மொழி உணர்வு என்பதை யாரும் மறந்துவிடக்கூடாது.

நாக்பூர் பல்கலைக்கழகப் பேராசிரியர் **என்.ஆர்.தேஷ்பாண்டே** கூறுவது போல,

"பிராந்திய மனப்பான்மையைத் தேசிய விரோத சக்தி என்று கருதுவது கூட்டாட்சி முறையின் சாரத்தையும்; குறிப்பாக ஒரு ஜனநாயக சமுதாயத்தை உருவாக்குவதில் கூட்டாட்சி முறை ஆற்றக்கூடிய பங்கினையும் புறக்கணித்து விட்டுக் கூறப்படுகிற கருத்தாகும். பிராந்திய உணர்வுகளின் உத்வேகம்தான் தேசிய இனக் கிளை உணர்ச்சி என்பதைக் கூட்டாட்சி முறை அங்கீகரிக்கிறது. அதன் அடிப்படையில்தான் கூட்டாட்சி முறையே எழுப்பப்பட்டிருக்கிறது. பிறகு அப்படி வேறுபட்ட பிராந்தியங்களை அரசியல் சட்ட அமைப்புகள் மூலமாகக் கூட்டாட்சி முறைதான் ஒன்றிணைத்து வைக்கிறது. **ஒரு பிராந்தியத்தில் (அல்லது மாநிலத்தில்) சுயாட்சி அடிப்படையில் வளர்ச்சியடைய வேண்டுமென்கிற தேவை ஏற்பட்டால் அது ஜனநாயக வளர்ச்சியின் ஒரு கட்டமேயாகும்.**"[1]

---

1. " The tendency to look upon regionalism as an anti - national force somewhat ignores the very essence of federalism, and particularly its role in evolving a democratic society. Based on the recognition of the intensity of regional feeling as subnationalities,

இந்தி திணிக்கப்படுகிற நேரத்தில் தமிழ்நாடு பற்றி எரிகிறது!

உணவு கிடைக்கவில்லை என்கிற நேரத்தில் கேரளத்திலிருந்து வேறு குரல் கேட்கிறது. நாங்கள் வெளிநாட்டிலிருந்து உணவு இறக்குமதி செய்கிறோம் – என்கிறார்கள் சிலர்!

எண்ணெய்ச் சுத்திகரிப்பு ஆலை இல்லை என்றபோது அசாம் அமைதியாக இருக்கவில்லை; கிளர்ந்தெழுந்தது!

ஒரு உருக்காலைக்காக ஆந்திரத்தில் பெரிய போராட்டம்!

– இந்த உணர்ச்சிகளுக்கு எந்தப் பெயரை வேண்டுமானாலும் சூட்டுங்கள்! இந்த உணர்ச்சிகள் கண்டிப்பாய் மதிக்கப்பட்டாக வேண்டும்!

அந்தந்த மாநிலத்தின் மக்களே அந்தந்த மாநிலத்துக்கு எஜமானர்கள்!

அவர்களுக்குத் தொலைவிலிருக்கிற டில்லிப் பட்டணத்திலிருந்து எஜமானர்கள் தேவையில்லை!

அத்தகைய தேவையை நிறைவு செய்வதுதான் மாநில சுயாட்சிக் கோரிக்கை.

இது ஜனநாயக வளர்ச்சியின் விளைவாகும்!

Federalism provides a unifying force by reconciling these different regions into workable constitutional setups. The urge for an autonomous development as a region (or State) is part of the process of democratic growth."

- **N.R.DESHPANDE,** in his article " Trends In Indian Federalism", Ed. by **K.R. BOMBWALL, L.P.CHOUDRY,** 'Aspects Of Democratic Government And Politics In India", p. 249.

3. பலவீனப்படுத்த அல்ல; பலப்படுத்தவே மாநில சுயாட்சி!

''மத்திய அரசிற்கு ஆதிக்கம் கொடுத்திருக்கும் இப்போதைய இந்தியக் கூட்டாட்சி முறை எல்லோருடைய சம்மதத்தையும் பெற்று ஸ்திரமாக நிலைத்துவிட்டது என்று கருதுவது அவசர முடிவாகும். பிராந்திய உணர்ச்சிகளின் வளர்ச்சி இப்போதுதான் தோன்றியிருக்கிறது; இதனால் ஏற்படக்கூடிய பிரச்சினைகள் இப்போதுதான் தலைதூக்கி வருகின்றன.''

– செலிக் ஹேரிசன்

" It would be rash to assume that the federal system in India has definitely settled down to the acceptance of Central dominance. The growth of regional consiousness has only just begun and new problems based on it are coming to the surface."

- SELIG S. HARRISON. "The challenge To Indian Nationalism" : 'FOREIGN AFFAIRS', July, 1956

'இந்தியாவுக்கு யாராவது ஆபத்து உண்டாக்கி அதை உடைக்க நினைத்தால் அதை எங்கள் உயிரைக் கொடுத்தாவது காப்போம்!' – என்று சிலர் சூளுரைப்பதைக் கேட்டிருக்கிறோம். அவர்களது தேச பக்தியைப் பாராட்டுகிற அதே நேரம் அவர்களைப் பார்த்துக் கேட்க ஆசைப்படுகிறோம்: 'இந்தியா – இந்தியா என்று அடிக்கடி கூறுகிறீர்களே; எந்த இந்தியாவை நீங்கள் குறிப்பிடுகிறீர்கள்?'

– இந்தக் கேள்விக்குப் பதில் சொல்வது இயலாத காரியம்.

இந்தியா என்கிற எல்லையும், அதன் தன்மையும் பல்வேறு காலக்கட்டத்தில் பல்வேறு விதமாக இருந்திருக்கின்றன.

நமது பாட்டிமார் கதை சொல்லும்போது 'ஐம்பத்தாறு தேசத்து ராஜா'க்களைப் பற்றிச் சொல்வார்கள். இந்திய பூபாகம் என்பது ஒரு காலத்தில் அப்படிப் பல கூறுகளாகப் பிரிந்துகிடந்ததுதான்!

ஏழாம் நூற்றாண்டில் சீன யாத்ரீகன் **யுவான் சுவாங்** இந்தியா வந்தபோது 'ஐந்து இந்தியாக்களை' ('five Indies')–அதாவது

ஐந்து பிரிவுகளைப் பார்த்ததாக எழுதியிருக்கிறார், (1) வட இந்தியா (2) மேற்கு இந்தியா (3) மத்திய இந்தியா (4) கிழக்கு இந்தியா (5) தென் இந்தியா – என்று ஐந்து பிரிவுகள் (five divisions) இருந்ததாகவும், மொத்தம் 80 ராஜ்யங்கள் (kingdoms) இருந்ததாகவும் குறிப்பிடுகிறார்.[1]

பிறகு பிரிட்டிஷ் ஆதிக்கம் உச்சக்கட்டத்தில் இருந்தபோது ஆப்கானிஸ்தான் வெற்றிகொள்ளப்பட்டு இந்தியாவின் ஒரு பகுதியாக இருந்தது.

1826லிருந்து கொஞ்சம் கொஞ்மாகப் பர்மாவின் பகுதிகள் வெற்றிகொள்ளப்பட்டு, பிறகு பர்மா முழுவதும் இந்தியாவின் ஒரு மாகாணமாக இருந்தது.

ஓராண்டில்லை; ஈராண்டில்லை; 110 ஆண்டுகள் பர்மா இந்தியாவின் **பகுதியாக இருந்து,** 1937இல்தான் தனி நாடாக ஆயிற்று.[2]

இப்போதையை இலங்கை, பாகிஸ்தான், பங்களாதேஷ் – ஆகிய அத்தனை நாடுகளும் ஒரு காலத்தில் இந்தியாதான்!

இந்தியாவைக் காப்பாற்ற வேண்டும் – என்று அறிவிக்கிறவர்களைப் பார்த்துக் கேட்கவேண்டியிருக்கிறது. எந்த இந்தியாவைக் காப்பாற்றப் போகிறீர்கள்? ஆப்கானிஸ்தானையும் இணைத்து வைத்திருந்த இந்தியாவையா? பர்மாவை ஒரு பகுதியாகக் கொண்டிருந்த இந்தியாவையா? இலங்கையை ஒரு மாகாணமாகக் கூட இல்லை; தஞ்சை மாவட்ட கலெக்டருடைய நிர்வாகத்திற்குள் அடங்கிய பகுதியாக வைத்திருந்த இந்தியாவையா? பாகிஸ்தானைப் பிரித்துக் கொடுத்துவிட்டு, 1947ஆம் ஆண்டு ஆகஸ்ட் 15ஆம்

---

1. "HWEN THASANG'S DIARY", - Quoted in **B.R.AMBEDKAR,** Ibid., p. 35.

2. பர்மா பிரிந்து சென்றபோது எதிர்ப்புக் காட்டாத இந்துக்கள் ஏன் பாகிஸ்தான் பிரிய வேண்டுமென்று சொல்கிறபோது எதிர்க்க வேண்டும்? – என்று டாக்டர் அம்பேத்கார் தமது நூலொன்றில் கேட்டிருக்கிறார். உண்மையில் பார்க்கப்போனால் பாகிஸ்தானத்திற்கும் இந்துஸ்தானத்திற்கும் இருக்கிற ஒற்றுமையைவிட இந்துஸ்தானத்திற்கும் பர்மாவிற்கும் அதிக ஒற்றுமை இருக்கிறது – என்றும் அவர் குறிப்பிட்டிருக்கிறார்.

- **B.R.AMBEDKAR,** Ibid., p. 49

நாள் நள்ளிரவு விடுதலை பெற்ற இந்தியாவையா?

1947இல் விடுதலை பெற்ற இந்தியாவின் ஒருமைப்பாட்டைத்தான் காக்க வேண்டும் என்றால் ஏதோ ஒரு உணர்ச்சிபூர்வமான மாயையில் மயங்கி இருக்கிற நிலை கூடாது. 'பிரத்யட்ச' (கண்கூடான) நிலையை அலசிப் பார்க்க வேண்டும்.

இப்போது எஞ்சியிருக்கிற இந்தியா, வரலாற்றில் எந்தக் காலத்திலும் ஒரு குடைக்கீழ் இருக்கவில்லை.

பண்டித நேரு குறிப்பிட்டபடி பிரிட்டிஷார்தான் இந்தியாவிற்கு (**எந்த இந்தியா?**) அரசியல் ஒற்றுமை (political unity) கொடுத்தவர்கள்.

ஒருவிதக் கலாச்சார – மத ஒற்றுமை நிலவுகிறதே – என்று கூறலாம். அதற்கும் முன்பே பதில் கூறிவிட்டோம்; அந்த ஒற்றுமை ஐரோப்பாக் கண்டத்தில் இருப்பதுபோன்ற ஒற்றுமைதானே தவிர ஒரு குறிப்பிட்ட தேசிய இனத்திடையே காணப்படும் ஒற்றுமையன்று!

இந்தியாவிற்குத் தேசிய கீதம் உண்டு; தேசியப் பறவை உண்டு. ஆனால் தேசிய உடை என்ன? தேசிய உணவு என்ன? தேசிய மொழி என்ன? – கிடையாது. அப்படி ஒன்றைத் திணிக்க முயன்றால் இந்தித் திணிப்பில் ஏற்பட்ட விளைவுதான் ஏற்படும். அதை இந்தியா தாங்காது.

ஒன்றிணைந்த நிலப்பரப்பு என்பதால் ஒருவித பூகோள ஒற்றுமை (Geographic unity) கிடையாதா? – என்று கேட்கலாம்.

அது பாகிஸ்தான் – பங்களாதேஷ் – பர்மா உள்ளிட்ட நிலப் பரப்பிற்கும் பொருந்தும். அவையெல்லாம் பிரிந்து போய்விட்ட பிறகு பூகோள ஒற்றுமையைப் பற்றிப் பேசுவது எடுபடாது.

அயர்லாண்டின் சுதந்தரப் பேரியக்கமான 'ஷின்பேன்' துணைத் தலைவராக இருந்த **மைக்கேல் ஓஃபிலாங்கன்** கூறியது போல, பூகோளம் வரைகிற எல்லைக்கோடும் வரலாறு வரைகிற எல்லைக்கோடும் ஒன்றாக இருப்பதில்லை.[1]

---

1. " National and geographical boundaries scarcely ever coincide. Geography would make one nation of Spain and Portugal; history has made two of them. Geography did its best to make one nation of Norway and Sweden; history has succeeded in making two of them. Geography has scarely anything to say to the number of nations upon the North American continent; history has done the

பூகோளப் படத்தைப் பார்த்தால் நார்வேயும், ஸ்வீடனும்; ஸ்பெயினும், போர்ச்சுக்கலும் ஒரே எல்லையாக இருக்கக் தகுதி பெற்றவைதான். ஐரோப்பாக் கண்டம் முழுவதுமே பூகோள ஒற்றுமை கொண்டதுதான். ஆனால் வரலாற்றுக் காரணங்கள் காரணமாக அவை தனித்தனி நாடுகளாகியிருக்கின்றன.

– எனவே பூகோள ஒற்றுமை குறித்துப் பேசிப் பயனில்லை.

மோகன் ராம் கீழ்க்கண்டவாறு கூறுகிறார்:

"இந்திய ஒற்றுமை என்பது ஒரு கட்டுக்கதை; இப்படிச் சொல்வது சட்டவிரோதத்திற்குப் பக்கத்தில் வருவதாகக்கூட இருக்கலாம். பிரிட்டிஷார் இந்தியாவைக் கைப்பற்றிய காலம்வரை இந்திய ஒற்றுமை என்பது ஒரு மதசம்பந்தப்பட்ட கருத்தாக இருந்தது; கலாச்சார உண்மையாகக்கூட இல்லை. பிரிட்டிஷ் ஆட்சியில்கூட அது நிச்சயம் ஒரு அரசியல் உண்மையாக இருக்கவில்லை." [1]

வலது கம்யூனிஸ்ட் கட்சியைச் சேர்ந்த பாலச்சந்திர மேனன், எம்.பி. கீழ்க்கண்டவாறு கூறியிருக்கிறார்:

"மாநிலங்களில் உள்ள பல்வேறு தேசிய இனங்களின் முக்கியத்துவத்தை அங்கீகரிக்க மறுத்தால்தான் இந்திய ஒற்றுமைக்கு ஆபத்து ஏற்படும். இந்தியா என்கிற எண்ணம் பிரிட்டிஷாருக்குப் பிறகுதான் ஏற்பட்டது என்பதைச் சுட்டிக்காட்ட விரும்புகிறேன். அசோகரும், அக்பரும் இந்தியா முழுவதையும் ஆளவில்லை... ஆனால் கேரளா கேரளாவாக, ஆந்திரா ஆந்திராவாக, வங்கம் வங்கமாக – இப்படிப் பிற பகுதிகளும் நம் நினைவிற்கு எட்டாத காலத்திலிருந்து, ஏன்

---

whole thing. If a man were to try to construct a political map, he would find himself groping in the dark... In the last analysis the test of nationality is the wish of the people."

- Rev. MICHAEL O'FLANGAN, quoted in **B.R.AMBEDKAR,**

- Ibid., p. 364.

1. "Indian unity is a myth though it might verge on the unlawful to say that. Until the British conquest, Indian unity was largely a religious concept and not even a cultural reality. But it certainly was not a political fact even during the British rule."

- MOHAN RAM. "Hindi Against India", p.118.

மகாபாரதக் காலத்திலிருந்தே இருந்து வந்திருக்கின்றன." [1]

(இந்த தேசிய இனக் கொள்கையை முன்பு ஒன்றாக இருந்த கம்யூனிஸ்ட் கட்சி ஒப்புக்கொண்டிருக்கிறது.)

இப்போதிருக்கிற ஒற்றுமை அன்னிய ஆதிக்கத்தை விரட்ட வேண்டும்; அதற்கு ஒரு அணியில் அனைவரும் திரள வேண்டும் – என்கிற உணர்ச்சி காரணமாக ஏற்பட்டிருக்கிற ஒற்றுமையாகும்.

இதையே 'மாநிலங்கள் சீரமைப்புக் குழு' கீழ்க்கண்டவாறு கூறுகிறது:

> "அன்னிய ஆதிக்கத்திலிருந்து விடுபட்டு, சுதந்தர மக்களாக வாழ்க்கையை அமைக்க வேண்டும் என்கிற இந்திய மக்களின் உறுதிதான் இந்தியாவின் தற்போதைய ஒற்றுமையை ஏற்படுத்தியது." [2]

– அதனால்தான் ஜாலியன்வாலாபாக்கில் படுகொலை யானாலும், பகத்சிங் தூக்கு மேடையேறினாலும் இந்திய மக்கள் அத்தனை பேரும் பஞ்சாப் மக்களைப் போலவே கிளர்ந்தெழுந்தார்கள்.

ஆனால் – இந்த இந்திய ஒற்றுமை என்கிற உணர்ச்சி ஒரு அண்மைக் காலத்துப் பயிராகும்.

– இதைக் கேட்டதும் தேசபக்தர்கள் சீறிப் பாயத் தேவையில்லை. ஏனெனில் மேற்குறிப்பிட்டவை நமது வாசகங்களல்ல;

---

1. " India's unity will get in danger only when we refuse to recognise the importance of various nationalities in States. I would like to point out that it is only after the British that the concept of India was formed. Asoka and Akbar did not rule all over India... But the idea of Kerala as a Kerala, of Andhra as a Andhra, of Bengal as a Bengal and so on existed from times immemorial even during the times of Mahabharata."

- **BALACHANDRA MENON,** M.P., Proceedings of the Indian Parliamentary Association Symposium on 'ROLE AND POSITION OF GOVERNORS', p.117.

2. It was the determination of the Indian people to rid themselves of foreign domination and to build up a life for themselves as a free people, that created the present unity of India..."

- Report Of The States Reorganisation Commission, 1955, pp.41 - 42.

'மாநிலச் சீரமைப்புக் குழு'வின் அறிக்கையில்[1] காணப்படும் வாசகங்களாகும்.

அன்னிய ஆதிக்க எதிர்ப்பு உணர்ச்சி; விடுதலை உணர்ச்சி – ஆகிய இரு உணர்ச்சிகளும் நிறைவெய்திவிட்டன.

அந்த இரண்டு உணர்ச்சிகளுக்கும் ஆட்படாத அடுத்த தலைமுறை இப்போது தோன்றியிருக்கிறது.

அப்படியானால் 'அண்மைக் காலத்துப் பயிரான' இந்திய ஒற்றுமையை அருகுபோல் தழைத்து, ஆல்போல் வளரவைப்பது எப்படி?

பலமான மத்திய அரசால்தான் இந்திய ஒற்றுமையைக் காப்பாற்ற முடியும் என்பது ஒரு வாதம்.

200 ஆண்டுக் காலம் பிரிட்டிஷார் இந்தியாவில் ஒரு வலுவான மத்திய ஆட்சியைத்தான் நிறுவியிருந்தனர். அத்தகைய பலமான மத்திய ஆட்சி இருந்தபோதுதான் பாகிஸ்தான் பிரிந்தது.

அது அன்னிய ஆட்சி; அதனாலும், அவர்கள் சூழ்ச்சியாலும் தான் பிரிவினையே ஏற்பட்டது – என்று கூறலாம்.

சரி; பிரிந்து சென்ற பாகிஸ்தானிலும் பலமான மத்திய ஆட்சி தான் இருந்தது. இருந்தாலும் கிழக்கு பாகிஸ்தான் 'பங்களா தேஷ்' ஆயிற்று. **இன்னும் சொல்லப்போனால் அங்கு மத்திய அரசு மிகவும் பலமாக இருந்த காரணத்தால்தான் இன்னொரு பிரிவினையே ஏற்பட்டது.**

'ஒரு அரசாங்கத்தால் மட்டும் தேச ஒற்றுமையை ஏற்படுத்தவே முடியாது' என்கிறார் டாக்டர் அம்பேத்கார்.

தனித்தனிக் கூட்டமாகப் பிரிந்து கிடந்த பிரெஞ்சு மக்களும், ஆங்கிலேயரும், இத்தாலிக்காரர்களும், ஜெர்மன்காரர்களும் தங்களுக்கென பொதுவான அரசு (Common government) அமைத்துக்கொண்டு ஒன்றுபட்ட தேசங்களாக ஆனார்கள் என்றால், அதற்குக் காரணம் இனம் – மொழி – கலாச்சாரம் ஆகிய காரணங்கள் அங்கே குறுக்கே நிற்கவில்லை என்பதுதான்.

அத்தகைய காரணங்கள் குறுக்கே நிற்கும்போது அரசாங்கம் ஒன்றுபடுத்தும் சக்தியாக விளங்கவே முடியாது – என்றும்

1. "But this sense of Indian unity is a plant of recent origin." - Ibid., p.42.

டாக்டர் அம்பேத்கார் கூறுகிறார்.¹

இந்தியாவில் பிரிட்டிஷாரின் மத்திய அரசுதான் இந்திய மக்களை ஒரு தேசமாக்கியது என்கிற வாதமே ஒரு 'பிரமை' (illusion) என்றும் அவர் கூறுகிறார்!

"முரட்டு மிருகங்களுக்குச் சொந்தக்காரர்கள் அவற்றை ஒரே கயிற்றால் கட்டி ஒரே கொட்டடியில் அடைத்து வைப்பது போல, மத்திய அரசு செய்திருப்பதெல்லாம் இந்திய மக்களை ஒரே மாதிரியான சட்டத்தால் ஒன்றாகப் பிணைத்துக் கட்டி, ஒரேயிடத்தில் வசிக்க வைத்திருப்பதுதான். மத்திய அரசு செய்திருப்பதெல்லாம் இந்தியர்களிடையே ஒருவிதமான அமைதியை ஏற்படுத்தியிருப்பதுதான். அது (மத்திய அரசு) இந்தியர்களை ஒரு தேசமாக்கவில்லை.

"அந்த ஒற்றுமையை ஏற்படுத்துவதற்கு காலம் போதவில்லை என்று சொல்ல முடியாது. ஒரு மத்திய அரசின் கீழ் நூற்றைம்பது ஆண்டுகள் இதற்குப் போதவில்லை என்றால் யுகயுகாந்திரமும் போதாது."²

– இவ்வாறு டாக்டர் அம்பேத்கார் பிரிட்டிஷ் இந்தியாவைப் பற்றி எழுதியிருக்கிறார்.

இதற்கு அவர் இந்திய மக்களையே குறை கூறுகிறார். குஜராத்தி குஜராத்தியாக இருப்பதிலும், மராட்டியன் மராட்டியனாக இருப்பதிலும், பஞ்சாபி பஞ்சாபியாக இருப்பதிலும், வங்காளி வங்காளியாக இருப்பதிலும் பெருமையடைவதைச் சுட்டிக் காட்டுகிறார்.

– ஆம், இன – மொழி – கலாச்சாரப் பிரச்சினைகள் குறுக்கிடுகின்றன. அதை மீறி மத்திய அரசு ஒற்றுமையை நிரந்தரப்படுத்த முடியுமா? – என்பதே கேள்வி.

இந்திய ஒற்றுமையை நிலைநாட்ட விரும்புகிறவர்கள் இந்த 'பிரத்யட்ச' நிலையை கணக்கிலெடுத்துக் கொண்டே தீர வேண்டும். இல்லாவிட்டால் கணக்குத் தவறாகிவிடும்.

கார்ல்டன் ஹேய்ஸ், "இந்தியா ஒரு தேசிய அரசன்று; அது ஒரு சாம்ராஜ்யம் அல்லது தேசிய அரசுகளின் கூட்டாட்சி" என்கிறார்.³

---

1. **B.R. AMBEDKAR,** op. cit., 178.
2. Ibid., p.179.
3. "Independent India is thus, strictly speaking, not a national state,

இந்தியாவை இன்று ஒன்றாக இணைத்து வைத்திருப்பது படித்த மக்களிடையே வழங்கும் ஆங்கில மொழிதான் என்றும், அதனால்தான் இந்தியாவிற்குள் ஒருவித "உள்நாட்டு சர்வதேசியம்" (Domestic internationalism) நிலவுவதாகவும் அவர் கூறுகிறார்.[1]

உண்மைதான்; தாய்மொழி மட்டுமே தெரிந்த ஒரு தமிழனோ, தெலுங்கனோ, வங்காளியோ, இந்திக்காரனோ ஒருவரோடு ஒருவர் கண்டிப்பாகத் தொடர்பு கொள்ள முடியாது. தாய்மொழி மட்டுமே தெரிந்த ஒருவன் இந்தியாவின் பிற மாநிலங்களில் சுற்றுப்பயணம் செய்வதும், சர்வதேச சுற்றுப்பயணம் செய்வதும் ஒன்றுதான்!

தாய்மொழிப் பற்றுக் காரணமாக, இனி ஆங்கிலம் கற்பிக்கப்படுவது வரவரக் குறைந்துவிட்டால் - மக்கள் அனைவரும் தாய்மொழியை மட்டுமே விரும்பிப் படிக்கத் தொடங்கிவிட்டால் - "இந்தியா ஒரு தேசிய அரசாக இருக்காது. கனடா, சுவிட்சர்லாண்ட் போல இரண்டு அல்லது மூன்று மொழிக்கூட்டத்தாரின் கூட்டாட்சியாக இல்லாமல் அவற்றைவிடச் சிக்கலான பதினைந்து அல்லது இருபது வெவ்வேறு மொழிகளைப் பேசுகிற கூட்டத்தாரின் கூட்டாட்சியாகத்தான் இருக்கும்.[2]

இந்த ஆசிரியர் சொல்கிற அபாயத்தையும் எண்ணிப்பார்க்க வேண்டும்.[3]

---

but either an empire or a federation of national states."

- **CARLTON J.H. HAYES**, op. cit., p. 159.

1. "What helps to hold it (India) together, and for the present to maintain a kind of domestic internationalism, is the fact that most educated persons throughout the country know and can use a common language - the English Language."

- Ibid., p.159

2. "... In which case India could hardly be a unitary state, but at best a federation of diverse language groups consisting, not simply of two or three as in Canada or Switzerland but, vastly more complex, of fifteen or twenty."

- Ibid.

3. இதே ஆசிரியர் 1961ல் வெளியான அந்நூலில் மேற்குப் பாகிஸ்தானும், கிழக்குப் பாகிஸ்தானும் ஒன்றாக இருப்பது கடினம் என்று கூறியிருக்கிறார்.

இப்போதுள்ள அரசியல் சட்டத்தில் குறிப்பிட்டிருக்கும் பலமான மத்திய அரசு திருப்திகரமாக இருக்கிறது – என்பதை மறுக்கிறார் இன்னொரு ஆசிரியர்.

"மத்திய அரசிற்கு ஆதிக்கம் கொடுத்திருக்கும் இப்போதைய இந்தியக் கூட்டாட்சி முறை எல்லோருடைய சம்மதத்தையும் பெற்று ஸ்திரமாக நிலைத்து விட்டது என்று கருதுவது அவசர முடிவாகும். பிராந்திய உணர்வுகளின் வளர்ச்சி இப்போதுதான் தோன்றியிருக்கிறது. இதனால் ஏற்படக்கூடிய பிரச்சினைகள் இப்போதுதான் தலைதூக்கி வருகின்றன..."

– என்று 1956ஆம் ஆண்டு பிரபல பத்திரிகையாளரான செலிக் ஹாரிசன் கட்டுரையொன்றில் குறிப்பிடுகிறார்.[1]

"பலமான மத்திய அதிகாரம் தற்சமயம் தேசத்தைப் பலப்படுத்துவதற்கு ஒருவேளை பயன்படலாம். ஆனால் இதில் வருங்காலத்தில் பெரிய ஆபத்துகள் அடங்கிருக்கின்றன. ஒரு பிராந்தியத்தைச் சுற்றி ஏற்பட்டிருக்கிற விசுவாச உணர்ச்சி இதர பிராந்தியங்களைப் போட்டியாகக் கருதி மோதலை ஏற்படுத்துவது தவிர்க்கமுடியாதது. இதை இந்திய யூனியன் தாங்குமா என்பது சந்தேகமே"

– என்றும் அந்த ஆசிரியர் கூறுகிறார்.[2]

– இதைத் தடுப்பதற்கான மாற்று என்ன?

இந்தியாவில் காணப்படுகிற இத்தகைய வேற்றுமைகள் காரணமாக,

---

1. "It would be rash to assume that the federal system in India has definitely settled down to the acceptance of central dominance. The growth of regional consciousness has only just begun and new problems based on it are coming To the surface..."
 - **SELIG S.HARRISON**, "The Challenge To Indian Nationalism": 'FOREIGN AFFAIRS', July, 1956.

2. "Inevitable as it may be in the present phase of national consolidation, an assertive central authority carries with it profound long run dangers. It is doubtful that the Indian Union could survive a man on horseback, whose ties to one region would be certain to array rival regions against him in civil strife."
 - Ibid.

ஸ்தலத்தில் இருக்கும் கலாச்சார ஒருமைப்பாட்டிற்கு முழு உரிமைகள் கொடுத்து, நெகிழ்ச்சியான கூட்டாட்சியை மேற்கொள்ள வேண்டும் – என்று, இந்திய தேசியவாதிகளில் ஒரு மரியாதைக்குரிய பகுதி கருதுவதாகவும் அந்த ஆசிரியர் தெரிவித்திருக்கிறார்.

இல்லாவிட்டால் இந்திய தேசியத்தைக் காப்பாற்றுவது – என்கிற பெயரில் மத்திய அரசு நாடாளுமன்றத்தையும், அரசியல் அமைப்புச் சட்டத்தையும் புறக்கணித்துவிடக்கூடிய பெரிய அபாயம் விரைவில் ஏற்படும் என்றும் அவர் கணிக்கிறார்.

கே.வி.ராவ் என்னும் ஆசிரியர் கீழ்க்கண்டவாறு கூறுகிறார்:

அரசியல் அமைப்புச் சட்டத்தை இயற்றியவர்கள் நினைத்ததைவிட இப்போது அரசியல் அமைப்புச் சட்டம் மேலும் ஒற்றையாட்சி அம்சங்கள் அதிகம் நிறைந்ததாக ஆகிவிட்டது.

மத்திய அரசின் கொள்கைகளையும், உத்தரவுகளையும் நிறைவேற்றும் வெறும் நிர்வாக உறுப்புகளாக மாநிலங்களை நினைக்கும் போக்குத் தொடர்ந்து நீடித்து வருகிறது.

– இந்த சூழ்நிலையில் கே.வி.ராவ் கீழ்க்கண்ட கேள்விகளைக் கேட்கிறார்:

இப்படிப் பரந்து விரிந்து கிடக்கும் நமது நாட்டின் நிலப்பரப்பிற்கு இப்படி அதிகாரங்கள் மத்தியில் குவிந்து கிடப்பது தேவைதானா?

இது சரியாக வேலை செய்யுமா? எல்லா மாநிலங்களையும் திருப்திப்படுத்தும் ஒரே மாதிரியான கொள்கையை வகுப்பதற்கு மத்திய அரசால் முடியுமா? மத்திய அரசு பாரபட்சம் காட்டுவதாகவும், திறமைக் குறைவு மிதமிஞ்சி இருப்பதாகவும் – அதிலும் குறிப்பாக உணவு பற்றி – புகார்கள் இருக்கின்றன.

எல்லாவற்றையும் மத்திய நிர்வாகம் (over-all central administration) கவனிக்கும் என்றால் மத்திய அரசின் கொள்கைகளுக்கு மாநிலங்கள் தாங்களாகவே கட்டுப்படுவது என்பது பொருள். மத்திய அரசில் ஒரு கட்சியும், சில மாநிலங்களில் வேறு கட்சியும் ஆட்சிப் பொறுப்பை ஏற்றுக்கொள்ளும் நிலை ஏற்பட்டால், இவ்வாறு கட்டுப்படுவது முடிகிற காரியமா? கட்டுப்படாவிட்டால் மத்திய அரசு அரசியல் அமைப்புச் சட்டப்படி கட்டளைகளைப் பிறப்பித்து, அவையும் மீறப்பட்டால் குடியரசுத் தலைவர் ஆட்சியைத் திணிக்குமா?

– இப்படி அடுக்கடுக்காகக் கேள்விகளைக் கேட்டுவிட்டு, கே.வி. ராவ் கீழ்க்கண்ட முடிவுக்கு வருகிறார்:

"அரசியல் அமைப்புச் சட்டத்தில் உள்ள இந்தக் குறிப்பிட்ட குறைகள் காரணமாக மத்திய அரசுக்கும் மாநிலங்களுக்கும் ஐவர் ஜென்னிங்ஸ் குறிப்பிட்டதுபோல் சட்ட ரீதியாக அல்லாமல் அரசியல் ரீதியாக நிரந்தர மோதல் ஏற்படும் என்பது உறுதி.

"அதிகபட்ச மாநில சுயாட்சியுடன் கூடிய உண்மையான கூட்டாட்சி முறையால் ஏற்படுவதைவிட, இத்தகைய நிரந்தர மோதல் காரணமாக அதிக அளவு பலவீனம் நாட்டின் திடத்தன்மைக்கு ஏற்படும்." [1]

எனவே, மாநில சுயாட்சிக் கோரிக்கை இந்தியாவைப் பலவீனப்படுத்துகிற கோரிக்கை அன்று; இந்தியாவைப் பலப்படுத்துகிற கோரிக்கையாகும்.

"பலவீனமான மாநிலங்களின் அடிப்படையில் பலமான அரசை அமைக்க முயற்சி செய்வது, மணலை அஸ்திவாரமாகக் கொண்டு ஒரு பலமான கட்டடத்தைக் கட்ட முயற்சி செய்வதைப் போன்றதாகும்."

– இப்படிச் சொல்லியிருப்பது யார்?

அறிஞர் அண்ணா அல்லர்; கலைஞர் அல்லர்; நாவலர் அல்லர்; மேற்கு வங்கக் காங்கிரஸ் அரசு!

ஆம்; டாக்டர் பி.சி.ராய் முதலமைச்சராக இருந்தபோது, அவரது அரசு முதல் நிதிக் குழுவிற்குத் தந்த அறிக்கையில் இவ்வாறு குறிப்பிட்டிருக்கிறது. [2]

---

1. "...It is obvious that it is the particular weakness of the Constitution that it will create constant friction between the Centre and the States, not on the legal plane as Jennings fears, but on the political plane, and that this constant friction will weaken the solidarity of the country much more than a real federation with greater provincial autonomy could have done."

- **K.V.RAO**, "Parliamentary Democracy In India", p.286.

2. "An attempt to build a strong Centre on the foundation of weak States is like an attempt to build a strong building on the foundation of sands. Strength means in this context ability to perform adequately and properly the duties assigned to them."

- Memorandum To The (First) Finance Commission, West Bengal Government, p.33.

மத்திய அரசோ, மாநில அரசோ பலமாக இருக்க வேண்டுமென்று கூறினால் இதில் வரும் 'பலம்' என்கிற வார்த்தைக்குப் பொருள் என்ன?

"பலம் என்றால் தங்களுக்களிக்கப்பட்டிருக்கும் கடமைகளை முறையாகவும், முழுமையாகவும் செய்யக்கூடிய ஆற்றல் என்பது இந்தச் சந்தர்ப்பத்தில் அதற்குப் பொருள்."

– இதுவும் மேற்கு வங்கக் காங்கிரஸ் அரசு வெளியிட்டிருக்கும் கருத்துதான்!

சரி, மத்திய அரசு – மாநில அரசுகளின் கடமைகள் என்னென்ன?

இதற்குப் பதில் அளிக்கும்போது 1947ஆம் ஆண்டு டிசம்பர், 5ஆம் நாள் அரசியல் நிர்ணய சபையால் உருவாக்கப்பட்ட மத்திய அரசின் நிதி அதிகாரம் பற்றிய நிபுணர் குழு அறிக்கை (Report of the Expert Committee on the Financial Provisions of Union Constitution) யிலிருந்து மேற்கு வங்க அரசு மேற்கோள் காட்டியிருக்கிறது.

அந்த நிபுணர் குழு, ஒரு கூட்டாட்சி அரசுக்கு இருக்க வேண்டிய கடமைகள் தேசப் பாதுகாப்பு, வெளிநாட்டு உறவு, தேசக் கடனைத் திருப்பிச் செலுத்துவது – ஆகியனதான் என்று கூறுகிறது.[1]

செய்தித் தொடர்புகளும் மத்திய அரசின் கடமைதான். ஆனால் இதற்காகும் செலவுகளை அதைப் பயன்படுத்துவோரிடமிருந்து வசூல் செய்து கொள்ள முடியும் என்றும் அந்த நிபுணர் குழு தெரிவிக்கிறது.[1]

ஆனால், அதே நேரம் மாநில அரசின் கடமைகள் எவை?

மத்திய அரசோடு ஒப்பிடும்போது மாநில அரசுகளின் கடமைகள், குறிப்பாக நல்வாழ்வுப் பணிகளிலும், வளர்ச்சிப் பணிகளிலும் எண்ணிலடங்காதவையாக இருக்கின்றன. இந்தப் பணிகளில்தான் மனித வாழ்வின் நலனும், நாட்டின் உற்பத்திப் பெருக்கமும் அடங்கியிருக்கின்றன. இவற்றை முறையாகத் திட்டமிட்டுச் செயல்படுத்த வேண்டுமானால் மாகாண அரசுகளின் கையில் போதுமான நிதியைக்

---

1. Reprot of The Expert Committee on the Financial Provisions of Union Constitution, Para 28.

கொடுத்து வைப்பது அவசியம். மத்திய அரசின் நிலையற்ற கருணை உணர்ச்சியையும், வசதியையும் நம்பி இருக்கும் நிலையை மாகாண அரசுகளுக்கு ஏற்படுத்தக் கூடாது.¹

– இப்படி நிபுணர் குழு தெரிவித்திருக்கிறது என்பதில்லை; இதை மேற்கு வங்க அரசு முதல் நிதிக் குழுவிற்கு மேற்கோள் காட்டியிருக்கிறது என்பது முக்கியமாகக் கவனிக்கத்தக்கது.

பொறுப்புகள் கொடுக்கப்பட்டிருக்கின்றன, மாநிலங்கள் கையில்!

ஏதோ மாநிலங்கள் கையில் சில அதிகாரங்கள் இருக்கட்டும் என்கிற தயவால் அல்ல, வேறு வழியில்லாத காரணத்தால்! தூரத்திலிருக்கிற மத்திய அரசால் அவற்றைச் செய்ய முடியாது என்கிற காரணத்தால்!

அந்த நிபுணர் குழுவின் கூற்றைத் திரும்பவும் கூறவேண்டுமானால், மாநில அரசுகளிடம் ஒப்படைக்கப்பட்டிருக்கும் பணிகளில்தான் 'மனித வாழ்வின் நலனும், நாட்டின் உற்பத்திப் பெருக்கமும் அடங்கியிருக்கின்றன'!

அவற்றை நிறைவேற்றுவதற்கு மாநிலங்களுக்கு அதிகாரம் அளிக்கப்படாவிட்டால் முதலில் சலிப்பு ஏற்படும்; பின்னர் அது எரிமலையாக மாறும்!

அதைத் தடுப்பதற்குத்தான் மாநில சுயாட்சி கேட்கிறோம்!

கே.வி.ராவ் குறிப்பிடுவது போல, அதிகபட்ச மாநில சுயாட்சியுடன் கூடிய உண்மையான கூட்டாட்சி முறையால் பலவீனம் ஏதாவது ஏற்பட்டால், அந்தப் பலவீனம், இப்போதுள்ள திருப்தியற்ற ஏற்பாடு காரணமாக உருவாகும் பலவீனத்தைவிட நிச்சயம் குறைவாகத்தான் இருக்கும்! ●

---

1. "The needs of the Provinces are in contrast, almost unlimited, particularly in relation to welfare services, and general development. If these services, on which the improvement of human well - being and increase of the country's productive capacity so much depend, are to be properly planned and executed, it is necessary to place at the disposal of Provincial Governments adequate resources of their own, without their having to depend on the variable munificence or affluence of the Centre."

- Ibid., Para 28.

4. சுயமரியாதை அடிப்படை

> "சில நேரங்களில் (மத்திய அரசின்) இந்தப் போக்கு காரணமாக எரிச்சல் ஏற்பட்டு, அதன் விளைவாகச் சில மாநில அமைச்சர்கள் இந்த அரசியல் அமைப்புச் சட்டத்தைத் தூக்கி எறிந்துவிட்டு, இந்த நாட்டை ஒற்றையாட்சியாக்கி, ஒரே அரசை வைத்து நடத்துங்கள் என்று கூடச் சொல்லியிருக்கிறார்கள்."
>
> – சம்பூர்ணானந்த்
> (உ.பி.யின் முன்னாள் முதல்வர்)
>
> "At times this creates irritation and there have been occasions when State ministers have expressed the view that the constitution had better be scrapped and the country made a Unitarian State under one government."
>
> - SAMPURNANAND
> "Memories and Reflections", 1962.

நாம் மாநில சுயாட்சி கோருவதற்கு முதல் காரணம் இன உணர்வு என்றால், இரண்டாவது காரணம் சுயமரியாதை உணர்வாகும்.

நமது இயக்கத்தின் தொடக்கக் காலப் பெயரே சுயமரியாதை இயக்கமென்பதாகும்.

சுயமரியாதையும் இன உணர்வும் இணைபிரியாது பின்னிக் கிடப்பவை.

அதுபோலவே சுயமரியாதைக் கொள்கை, சுதந்தரம் (Liberty), ஜனநாயகம் (Democracy) - ஆகிய தத்துவங்களை அடிப்படையாகக் கொண்டதாகும்.

மனிதர்கள் அனைவரும் சமம்;

சட்டத்தின் சன்னிதானத்தில் மனிதர்களுக்கிடையே ஏற்றத்தாழ்வில்லை

– என்று சுதந்தர, ஜனநாயகக் கொள்கைகள் கூறினால், ஆண்டவனிடத்திலேயே சமத்துவம் கோருவது சுயமரியாதைக் கொள்கை.

நமது அரசியல் அமைப்புச் சட்டத்தின் நான்காவது பகுதி **அரசு** கடைப்பிடிக்க வேண்டிய கொள்கைகளை (Directive Principles of State Policy)ப் பற்றிக் கூறுகிறது.

நாட்டை ஆள்வதற்கு இந்தக் கொள்கைகள்தான் அடிப்படையாக இருக்க வேண்டும். அதற்காகச் சட்டங்களை இயற்றுகிறபோது இந்தக் கொள்கைகளைக் கடைப்பிடிக்க வேண்டியது **அரசின்** கடமையாகும் – என்றும் அரசியல் அமைப்புச் சட்டத்தில் கூறப்பட்டிருக்கிறது.

ஆனால் **அரசு** என்று சொல்லப்படுவது எது?

மத்திய அரசா? மாநில அரசுகளா? மாநகராட்சிகளா? நகராட்சிகளா? பஞ்சாயத்துகளா?

– எல்லாமேதான்!

– ஆம்; பிரிவு 12 இதற்கான விளக்கத்தை அளித்திருக்கிறது.[1]

அரசு எனப்படுவது மத்திய அரசையும், நாடாளுமன்றத்தையும், ஒவ்வொரு மாநில அரசையும், மாநிலச் சட்டசபையையும், உள்ளாட்சிகளையும், மற்ற அமைப்புகளையும், இந்திய அரசின் கட்டுப்பாட்டிற்கு உட்பட்ட அனைத்து அமைப்புகளையும் குறிக்கும்.

எனவே, அரசியல் அமைப்புச் சட்டம் மிகமிகத் தெளிவாகக் குறிப்பிட்டிருக்கிறது: மக்களின் நல்வாழ்வு குறித்துக் கடைப்பிடிக்கப்பட வேண்டிய கொள்கைகளைப் பொறுத்தவரை; அவற்றிற்காகச் சட்டங்கள் இயற்றுவதைப் பொறுத்தவரை; மத்திய அரசும், மாநில அரசும் (அந்த மாநில அரசு உருவாக்குகிற உள்ளாட்சி அமைப்புகளும்) சமமானவை; இதில் மத்திய அரசிற்கும், மாநில அரசுகளுக்கும் ஏற்றத்தாழ்வு கிடையாது.

– ஆனால், அரசியல் அமைப்புச் சட்டத்தில் மத்திய அரசிற்கும், மாநில அரசுகளுக்கும் கொடுக்கப்பட்டிருக்கிற இந்தச் சம அந்தஸ்து நான்காவது அத்தியாயத்தோடு முடிந்து விடுகிறது.

இதற்கு அடுத்துவரும் அத்தியாயங்களில் மக்கள் நல்வாழ்வு

---

1. Article - 12.

பற்றிய கடமைகளும், பொறுப்புகளும்தான் மாநில அரசின் தலையில் சுமத்தப்பட்டிருக்கின்றன.

மத்திய அரசிற்கோ மாநில அரசுகளைக் கட்டி ஆளும் ஒரு உயர்ந்த அந்தஸ்து கொடுக்கப்பட்டிருக்கிறது.

சில காலம் மத்திய திட்டக் குழு உறுப்பினராகவும், பிறகு மத்திய கல்வி அமைச்சராகவும் இருந்த வி.கே.ஆர்.வி. ராவ் நாடாளுமன்றத்தில் பேசும்போது கீழ்க்கண்டவாறு குறிப்பிட்டார்:

> "நாம் டில்லிக்கு வரவேண்டும் என்றும்; நீங்கள் அப்படி டில்லிக்கு வந்துவிட்டதாலேயே நீங்கள் பெங்களூரிலோ, சென்னையிலோ, லக்னோவிலோ, சண்டிகாரிலோ இருக்கும்போது தெரிவதை விட அதிகம் தெரிந்துவைத்திருப்பதாகவும் ஒரு உணர்ச்சி நிலவுகிறது." [1]

– இப்படிக் கூறிய இந்தியாவின் முன்னாள் கல்வி அமைச்சர் மாநிலங்கள் மத்திய அரசிடம் பென்ஷன் வாங்குகிறவர்களைப்போல ('Pensioners of the Central Government') ஆகிவிட்டதாகக் குறைப்பட்டுக் கொண்டார்.

மத்திய அரசிலே இருக்கிறவர்கள் சொர்க்கத்திலிருந்து குதித்து விட்டவர்களல்லர்.

ஒரு நேரம் அலகாபாத்தில் நகராட்சித் தலைவராக இருந்த பண்டித நேருதான் பின்னால் இந்தியாவின் பிரதமரானார். இராஜாஜி, சேலம் நகராட்சித் தலைவராக இருந்தவர்.

திருவாளர்கள் பண்டித வல்லப பந்த், மொரார்ஜி தேசாய், சவாண், கமலாபதி திரிபாதி, பிரும்மானந்த ரெட்டியார் ஆகியோர் மாநிலங்களில் முதலமைச்சர்களாக இருந்து, பிறகு மத்திய அமைச்சர்களானவர்கள்.

லால்பகதூர் சாஸ்திரி உ.பி.யில் அமைச்சராக இருந்து பிரதமரானவர்.

திரு சி. சுப்பிரமணியம் போன்றவர்கள் மாநில அமைச்சர்களாக இருந்து, பிறகு மத்திய அமைச்சரானவர்கள்.

---

1. "There is a feeling that we should come to Delhi and by the very fact you have come to Delhi, you know much more than what you would know if you are in Bangalore or Madras or Lucknow or Chandigarh."

- **V.K.R.V. RAO**, Lok Sabha Debates, Vol. XV, 1972, p.251.

அதுபோலவே திருமதி நந்தினி சத்பதி, திருவாளர்கள் ஓசா, சித்தார்த்த சங்கர் ராய், பகுகுணா – போன்றவர்கள் மத்திய அமைச்சர்களாக இருந்துவிட்டு மாநிலங்களுக்குச் சென்று முதலமைச்சர்களாகியிருக்கிறார்கள்.

அதைப் போலவே மத்திய அரசை நிர்வகிக்கிற அதிகாரிகளும், மாநில அரசு அதிகாரிகளைப் போலவே ஒரே ஐ.ஏ.எஸ். தேர்வில் தேர்வு பெற்றவர்கள்தாம்!

எனவே, மத்திய அரசை நிர்வகிக்கிறவர்கள் அனைவரும் தனியான அச்சில் வார்ப்படம் செய்யப்பட்ட சர்வகலா வல்லவர்கள் அல்லர்.

ஆனால், டில்லிக்குப் போனதும் அந்த உணர்ச்சி வந்துவிடுகிறது.

1971 பொதுத் தேர்தல் நேரத்திலே அப்போது 'இந்தியன் ஏர்லைன்ஸ்' தலைவராக இருந்த திரு. மோகன் குமாரமங்கலத்திற்கு அரசியலில் நுழைய வேண்டும் என்கிற ஆசை ஏற்பட்டது. இந்திரா காங்கிரசின் சார்பாக நாடாளுமன்றத் தேர்தலில் போட்டியிட நினைத்தார். ஆனால், இந்திரா காங்கிரஸ் தி.மு.கழகத்தோடு உடன்பாட்டிற்கு வராவிட்டால் தாம் போட்டியிடப் போவதில்லை என்று பகிரங்கமாக அறிவித்தார்; அப்படி ஒரு உடன்பாடு வேண்டுமென்றும் விரும்பினார்.

அந்த நேரம் சென்னை சேப்பாக்கத்தில் உள்ள விருந்தினர் மாளிகையில் கழகத் தலைவர் கலைஞரும், பொதுச் செயலாளர் நாவலரும் கழக வேட்பாளர்களைத் தேர்ந்தெடுப்பதில் ஈடுபட்டிருந்தனர். வேறு பணி குறித்து அவர்களோடு பேசுவதற்காக வந்திருந்த நானும் அங்கு இருந்தேன். அப்போது "மோகன் குமாரமங்கலம்" என்று ஒரு சீட்டு வந்தது. இருவரையும் சந்திப்பதற்காக அவர் வந்து வெளியே காத்திருந்தார். பிறகு அனுமதி பெற்று உள்ளே வந்தார்.

'வணக்கம்' – என்கிற வாழ்த்துக்கள் பரிமாறிக் கொள்ளப்பட்டன.

– ஆனால் திரு. குமாரமங்கலம் மட்டும் நின்று கொண்டேயிருந்தார். அங்கே அவர் உட்காருவதற்குப் போதுமான நாற்காலிகள் இருந்தன.

கலைஞரும், நாவலரும் வற்புறுத்தி உட்காரச் சொன்ன பிறகுதான் அவர் உட்கார்ந்தார்.

– இதை நேரில் இருந்து பார்த்தவர்களில் நானும் ஒருவன்.

அதற்குப் பிறகு திரு. குமாரமங்கலம் தி.மு.கழகத்தின் ஆதரவைப் பெற்றார் என்பதைச் சொல்ல வேண்டியதில்லை.

பாண்டிச்சேரியிலிருந்து தேர்ந்தெடுக்கப்பட்டு, டில்லிக்குச் சென்று அமைச்சரானார்.

பிறகு நிலைமை என்ன?

எந்த கழகத் தலைவர் – பொதுச் செயலாளர் முன்னிலையில் உட்காருவதற்குத் தயக்கம் காட்டினாரோ அதே திரு. குமாரமங்கலம் அந்தக் கழகத்தின் ஆட்சியை கவிழ்க்காமல் விடமாட்டேன் என்று கச்சை கட்டிப் புறப்பட்டார்.

ஜனநாயகத்திலே மக்கள் தீர்ப்புப் பெற்று அரசு கட்டிலேறும் ஆட்சி, குறிப்பிட்ட ஐந்தாண்டுகளுக்கு நீடித்து நிற்க வேண்டியதில்லை – என்கிற 'புதிய தத்துவத்தையும்' படைத்தார், அந்த மாஜி மாஸ்கோ வீரர்!

முதலில் உட்காருவதற்குக் கூடக் கூச்சம்!

பிறகு உருத்தெரியாமல் ஆக்குகிறேன், பார் – என்று ஆணவம்!

– இடையில் என்ன நடந்தது?

அவர் மத்திய அரசில் அமைச்சராகி விட்டார்.

ஆம்; அந்த மலை உச்சியிலிருந்து கீழே பார்த்தால் யானையும் பூனைபோலச் சிறிதாகத் தெரிகிறது.

இதற்காக – திரு. குமாரமங்கலத்தை மட்டும் குறைசொல்லிப் பயனில்லை. அவர் அரசியலில் அதிக அனுபவமில்லாதவர். திடீரென்று அமைச்சராகிறார்; சுற்றிலும் திரும்பிப் பார்க்கிறார் – மத்திய அரசின் தளவாடச் சாலையிலே மாநில அரசுகளை எடுப்பதற்கும், கவிழ்ப்பதற்கும், பட்டினி போடுவதற்கும், மிரட்டுவதற்கும் அங்கே விதவிதமான ஆயுதங்கள், அரசியல் அமைப்புச் சட்டத்திலே அடுக்கி வைக்கப்பட்டிருக்கின்றன.

ஜமீந்தார் வீட்டுப் பிள்ளையில்லையா! அந்த ஆயுதங்களை வைத்து விளையாடிப் பார்த்தால் என்ன என்று ஆசை எழுகிறது. 'இந்த சாமான்யப் பயல்களைப் போய் ஆதரவு கேட்கும்படி நமது நிலை ஆகிவிட்டதே! முதலில் அவர்களைத் தொலைப்போம்!' என்ற மனப்பான்மை எழுகிறது.

– இதற்கெல்லாம் யார் காரணம்?

திரு. குமாரமங்கலம் என்று மட்டும் நான் கூறமாட்டேன். ஏனெனில் சமுதாயம் என்று இருந்தால் அதில் ஒன்றிரண்டு

குமாரமங்கலங்கள் இருக்கத்தான் செய்வார்கள்.

மத்திய அரசிலே அத்தகைய ஆயுதங்கள் குவிக்கப்பட்டி ருக்கின்றன. அங்கே இருக்கிறவர்கள் ஏதோ 'மேலே' வானுலகில் இருப்பதாகக் கருதிக் கொள்கிறார்கள். பூலோகத்தில் 'கீழே' இருக்கிற மாநில அரசுகளை அற்பமாக நினைக்கிறார்கள்.

– டில்லிக்குச் சென்றால் ஒரு குழந்தைக்குக்கூட இந்த உணர்வு வரும்.

அதிகாரக் குவிப்பும், திரண்ட நிதி ஆதாரங்களும் மத்தியிலே உள்ளவர்களுக்கு மமதையைக் கொடுத்திருக்கின்றன.

– இப்போது வாக்காளர்களின் 'மனோநிலை'யைப் பார்ப்போம்.

வாக்குச் சாவடிக்குள் நுழையும்போது முதலில் தரப்படுவது சட்டசபை உறுப்பினரைத் தேர்ந்தெடுப்பதற்கான வாக்குச் சீட்டுத்தான்!

அந்த வாக்குச் சீட்டைப் பயன்படுத்தும்போது மாநில அரசை எந்தக் கட்சியிடம் ஒப்படைப்பது என்று தீர்மானிக்கிறார்கள்.

அதற்கடுத்து நாடாளுமன்றத் தேர்தலுக்கான வாக்குச் சீட்டுத் தரப்படுகிறது.

இரண்டு சீட்டுகளுக்கும் எந்தவித மாறுபாடும் கிடையாது; ஏதாவது வேறுபாடு இருக்க வேண்டும் என்பதற்காகச் சீட்டின் நிறத்தை மட்டும் மாற்றியிருக்கிறார்கள். இரண்டு வாக்குச் சீட்டுகளும் இரண்டு மன்றங்களுக்கான உறுப்பினர்களைத் தேர்ந்தெடுக்கும் உரிமையைப் பெற்றிருப்பவை. அந்த உரிமைகள் சமமானவை.

மாநிலச் சட்டசபையைக் கட்டுப்படுத்தி, அடக்கி ஆளும் நாடாளுமன்றத்திற்கு இப்போது வாக்களிக்கப் போகிறோம் – என்கிற நினைப்பு இரண்டாவது முறை வாக்களிக்கும்போது யாருக்கும் ஏற்படுவதில்லை.

'சட்டசபைக்குத் தேர்ந்தெடுக்கப்படுகிறவர்களும், அதனால் மாநில அமைச்சராகிறவர்களும் 'இந்தியக் கூட்டாட்சிப் பிரம்மா'வின் காலிலிருந்து பிறந்த சூத்திரர்களா? நாடாளுமன்றத்திற்குத் தேர்ந்தெடுக்கப்படுகிறவர்களும், அதனால் மத்திய அமைச்சராகிறவர்களும் அந்த பிரம்மாவின் தலையிலிருந்து பிறந்த தேவாம்சப் பிறவிகளா?' – இதை நான் ஒரு நாடாளுமன்ற உறுப்பினராக இருந்துகொண்டுதான் கேட்கிறேன்.

இந்திய அரசியல் அமைப்புச் சட்டம் தோற்றுவிக்கும் இந்தப் புதிய அரசியல் வர்ணாசிரமத்தை அறவே ஒழித்துக் கட்டுவதுதான் மாநில

சுயாட்சிக் கொள்கை என்கிற அரசியல் சுயமரியாதை இலட்சியத்தின் நோக்கமாகும்.

'சுயமரியாதை' என்றதும், 'ஆகா! இதில் மறைமுகமாகப் பிரிவினை அடங்கியிருக்கிறது!' என்று யாராவது கூக்குரல் போட்டால் – அவர்களைச் சுயமரியாதையைப் பற்றித் தெரியாதவர்கள் என்றுதான் கருதவேண்டும்.

அப்படி ஒரு அர்த்தமற்ற கூச்சல் எழுப்பப்பட்டதால், மத்திய அரசின் அதிகாரபூர்மான அறிக்கையிலிருந்தே அதற்கான மேற்கோளை எடுத்துக் காட்ட வேண்டியிருக்கிறது.

மாநிலங்கள் நிதியைப் பொறுத்தவரையில் மத்திய அரசை நம்பியிருக்க வேண்டிய நிலையையும், நிதி ஒதுக்கீடு செய்ய இப்போதிருக்கிற தவறுகள் மலிந்த முறைகளையும் மாற்றி, மறுபரிசீலனை செய்ய வேண்டுமென்று கூறுகிற நேரத்தில், செதல்வாட் குழுவினரின் அறிக்கை "**மாநிலங்களுக்குச் சுயமரியாதையுள்ள நிலையைத் தருகிற விதத்தில் இப்போதிருக்கிற முறையை மறுபரீசிலனை செய்ய வேண்டும்**" – என்று குறிப்பிடுகிறது.[1]

அதுபோலவே, மாநிலங்களுக்குத் திட்டமிடுவதில் அதிகப் பங்கினைத் தந்து புதிய வழிமுறைகளை மேற்கொள்ள வேண்டும் என்று கூறுகிற நேரத்தில் அதே அறிக்கை, "**மாநிலங்கள் மீது அதிக நம்பிக்கை வைத்து இந்த முயற்சியில் அவர்களைப் பொறுப்பும் சுயமரியாதையுமுள்ள பங்குதாரர்களாக்க வேண்டும் என்பதற்காகவே நாங்கள் இந்த வாதத்தை முன்வைக்கிறோம்**" – என்று குறிப்பிடுகிறது.[2]

இதில் வேடிக்கை என்னவென்றால் இப்படிச் சுயமரியாதை பேசுகிற செதல்வாட் குழுவில் அப்போதைய சென்னை மாநில முதலமைச்சரான பக்தவத்சலமும் ஒரு உறுப்பினராக இருந்திருக்கிறார். அந்த அறிக்கையில் இந்த வாசகங்கள் இருக்கின்றன. ஆனால், இந்தச் சுயமரியாதையைப் பாவம், பக்தவத்சலனார் மறந்து விட்டார். இதிலிருந்து ஒன்று தெரிகிறது

---

1. "A review of the existing system is called for to give the states a position that is self - respecting...."

- Report Of The Study Team, on **Centre - State Relationships**, Vol.I, p.19.

2. "It is a plea for reposing greater trust in the states and making them responsible and self - respecting partners in this venture."
- Ibid., p.97.

– அவர் அந்தக் குழுவில் ஒரு உறுப்பினராக இருந்தாலும், அவருக்கும் அந்த அறிக்கைக்கும் எவ்வளவு உறவு என்பதுதான் அது.

> “பொது முயற்சிகளில் ஈடுபடுவதற்கு மாநில அரசுகளைப் பங்குதாரர்களாக நினைக்கும் போக்கு படிப்படியாகக் குறைந்தும்; மாநில அரசுகளைக் கீழ்ப்படிந்து நடக்கவேண்டியவர்களாகவும், ஏஜெண்டுகளாகவும், எப்போதும் குறுகிய நோக்குக் கொண்டிருப்பவர்களாகவும் ‘அவர்களாகவே முக்கிய முடிவுகளை எடுக்கட்டும்’ என்று நம்பி விடுவதற்கு லாயக்கற்றவர்களாகவும் கருதும் போக்கு அதிகரித்தும் வருகிறது.” [1]

– இப்படிக் குறிப்பிட்டிருப்பவர் வேறு யாருமல்லர்; பல காலம் உ.பி.யின் முதல்வராக இருந்த சம்பூர்ணானந்த்! தமது சுயசரிதையில் (“Memories And Reflections”, 1962) அவர் மேற்கண்டவாறு கூறியிருக்கிறார்.

– இவையனைத்தும் ‘இப்போது அதிகமாகத் தலைதூக்கி நிற்கும் ஆபத்தான போக்குகள்’ (“dangerous tedencies that are becoming increasingly manifest”) என்றும் அவர் குறிப்பிடுகிறார். “சில நேரங்களில் மத்திய அரசின் போக்குக் காரணமாக எரிச்சல் ஏற்பட்டு, அதன் விளைவாகச் சில மாநில அமைச்சர்கள் ‘இந்த அரசியல் அமைப்புச் சட்டத்தைத் தூக்கி எறிந்துவிட்டு, இந்த நாட்டை ஒற்றையாட்சியாக்கி ஒரே அரசை வைத்து நடத்துங்கள்’ என்றுகூடச் சொல்லியிருக்கிறார்கள்.” [2]

– இவ்வாறு சம்பூர்ணானந்த் குறிப்பிட்டிருக்கிறார்.

– ஆம்; சுயமரியாதையுள்ளவர்களுக்கு எரிச்சல் ஏற்பட்டிருக்கிறது; சிலருக்கு அது ஏற்படவில்லை!

---

1. “There is less and less inclination to treat State Governments as partners in a common endeavour and a growing inclination to treat them as subordinates and agents, whose outlook is narrow and who cannot be trusted to take important decisions by themselves.”

2. “At times this creates irritation and there have been occasions when State ministers have expressed the view that the consititution had better be scrapped and the country made a Unitarian State under one Government.”

- SAMPURNANAND, “Memories and Reflections”, 1962.

கூட்டாட்சி முறையில் மத்திய அரசும் மாநில அரசுகளும் சமமானவை; ஒன்றுக்கொன்று கீழ்ப்படிந்து நடக்க வேண்டியவை அல்ல – என்பதை முன்பே விளக்கியிருக்கிறோம்.

மாநிலங்கள் மத்திய அரசின் சட்டங்களுக்கும் கொள்கைகளுக்கும் கீழ்ப்படிந்து நடக்க வேண்டும்.

மத்திய அரசின் கட்டளைகளுக்குப் பணிய வேண்டும்.

– இப்படித் திரண்ட அதிகாரங்களையும், மாநில அரசுகளைக் கலைக்கும் அதிகாரத்தையும், உசிதம்போல் மாநிலங்களுக்குப் பிச்சையிடும் நிதி வளத்தையும் மத்திய அரசு வைத்துக்கொண்டிருக்கிற காரணத்தாலும், சுயமரியாதை காரணமாகவும் நாம் மாநில சுயாட்சி கேட்கிறோம்.

ஏதோ தி.மு.கழகமே காருள்ள அளவும், கடல் நீருள்ளளவும் ஆட்சிப் பொறுப்பில் இருக்கப்போகிறது என்பதற்காக இதை ஒரு ஆளும் கட்சியின் கோரிக்கையாக வைக்கவில்லை. இது தமிழ்நாட்டைப் பற்றிய பிரச்சினை மட்டுமன்று.

இந்தியாவின் தற்போதைய 21 மாநிலங்களும் டில்லியில் இருக்கிற பேரரசிற்கு அடிமை என்றால் அந்த மாநிலங்களில் யார் ஆட்சிக்கு வந்தாலும், அதை அவர்கள் சகித்துக் கொண்டாலும், கொள்ளாவிட்டாலும், அது அந்தந்த மாநிலத்திலும் வாழ்கின்ற மக்களின் சுயமரியாதைக்கு விதிக்கப்படுகிற அறைகூவலாகும்!

அமெரிக்கக் குடியரசுத் தலைவராக இருந்த **உட்ரோ வில்சன்** கூறியபடி அமெரிக்காவில்,

> **“சாதாரணமாக நாட்டிலே அரசு என்றால் அது மாநில அரசுகளைத்தான் குறிக்கும். சில குறிப்பிட்ட பொறுப்புகளை நிறைவேற்றும் அந்த மாநில அரசுகளின் கருவிதான் மத்திய அரசு.”**

– அமெரிக்கக் கூட்டாட்சியின் இந்த அடிப்படைத் தத்துவம்தான் இந்திய அரசியல் அமைப்புச் சட்டத்தால் புறக்கணிக்கப்பட்டுவிட்டது என்கிறார் உட்கல் பல்கலைக்கழகத்துப் பேராசிரியர் **எஸ்.சி.தாஷ்**.[1]

---

1. “Woodrow Wilson said, ‘The State Governments are the ordinary Governments of the country, the Federal Government is its instrument only for particular purposes.’ This is the basic principle of American federalism which has been rejected by the Constitution of India.”

- **S.C. DASH** in his article “Indian Federalism In The New Context”, published in “Aspects of Democratic Government And Politics In India”, p. 253.

புறக்கணிக்கப்பட்ட அந்தக் கூட்டாட்சித் தத்துவத்தை மீண்டும் புகுத்த வேண்டும் என்பதுதான் நமது கோரிக்கை.

●

5. பொருளாதாரக் காரணம்

> "தற்போதைய அமைப்பு முறையில், குறிப்பாகத் தற்போதைய அரசியல் அமைப்புச் சட்டத்தின்கீழ் சோஷலிசம் என்பது எளிதாக அடையக் கூடியதா?"
>
> – அறிஞர் அண்ணா
>
> தமது கடைசிக் கட்டுரையில்!
>
> "...Under the present set-up, especially under the present Constitution, is socialism easy of attainment?"
>
> - Dr. ANNA, "Home Rule", Vol. 3, Nos. 11-12, p.13

மொழி – இன அடிப்படையிலும், சுயமரியாதை அடிப்படையிலும் மாநில சுயாட்சிக் கோரிக்கை எழுப்பப்படுகிறதென்றால் அதற்கு மூன்றாவது காரணம் அரசியல் – பொருளாதாரக் காரணமாகும்.

மாநில சுயாட்சி என்றால் என்ன?

உட்கல் பல்கலைக்கழகப் பேராசிரியர் கே.வி.ராவ் கீழ்க்கண்டவாறு விளக்கம் தருகிறார்:

தங்களது தேவைக்கு ஏற்றவாறு;

தங்களுக்குச் சரியென்று படும் வழியில்; தாங்களாகவே;

தங்களது வளத்தைப் பெருக்கிக் கொள்வதற்குப் போதிய அளவு வசதியைத் தரக்கூடிய விதத்தில்;

மாநிலங்களுக்குத் தரப்பட வேண்டிய குறைந்தபட்ச அரசியல் அதிகாரம்தான் மாநில சுயாட்சி! [1]

---

[1] "I mean by this term (Provincial Autonomy) that irreducible minimum of political power which has to be granted to the units in order to give them enough facility to develop their own resources according to their own means and needs and in thier own way."

- **K.V. RAO**, "Parliamentary Democracy in India", p. 281.

அதாவது –

ஒவ்வொரு மாநில அரசும் தனது எல்லைக்குட்பட்ட பொருளாதார வளத்தை – தனது மக்களின் பொருளாதார வாழ்வு மேம்படுவதற்காக – தனக்குச் சரியென்று படும் விதத்தில், பயன்படுத்துவதற்கு உரிய அதிகாரங்கள் தரப்பட்டிருக்க வேண்டும்.

இதிலே மத்திய அரசு எந்த விதத்திலும் குறுக்கிடக் கூடாது.

– இதையே கே.வி.ராவ் வேறு வார்த்தைகளால் விளக்கம் தருகிறார்:

"ஒரு குறிப்பிட்ட தேர்தல் அறிக்கையின் செயல் திட்டங்களின் மீது மாநிலச் சட்டசபைக்குப் பெரும்பான்மையாகத் தேர்ந்தெடுக்கப்படும் ஒரு அரசியல் கட்சி;

அந்தத் தேர்தல் அறிக்கையில் கண்டுள்ள செயல் திட்டங்களை மத்திய அரசு நேரடியாகவோ, மறைமுகமாகவோ தடுக்காத விதத்தில் செயல்படுத்தி, வெற்றிகரமாக்குவதற்கு;

அந்த அரசியல் கட்சிக்கு உள்ள உரிமையும், தடை ஏது மில்லாத தன்மையும்தான் மாநில சுயாட்சி என்பதன் பொருள்."[1]

அதாவது, மாநில சுயாட்சி இருக்கிறதா, இல்லையா – என்பதற்கு இது ஒரு சோதனை.

இந்தச் சோதனை இப்போதிருக்கிற அரசியல் சட்டப்படி சாத்தியமா என்றால் சாத்தியமில்லை – என்பதுதான் பதிலாக இருக்க முடியும்.

மக்கள் ஒரு கட்சிக்கு ஆதரவளித்தாலும் – அந்தக் கட்சியின் கையில்தான் மாநிலத்து ஆட்சிப் பொறுப்பைக் கவர்னர் கொடுக்க வேண்டுமென்று கட்டாயம் ஏதுமில்லை.

1952இல் அப்போதைய சென்னை மாநில மக்கள் காங்கிரசல்லாத கட்சிகளுக்குத்தான் தங்கள் தீர்ப்பை வழங்கியிருந்தனர். ஆனால்,

---

1. "To put it another way, provincial autonomy means in realistic terms the right and capacity of a political party, elected with a majority to the State Assembly on a particular election programme, to put that programme into execution and make it a success unhampered either directly or indirectly by the Centre."
K.V. RAO, Ibid., p.281

கவர்னர் ஸ்ரீபிரகாசா இராஜாஜியை முதலமைச்சராக்கி மக்கள் தீர்ப்பை உதாசீனப்படுத்தினார்.

மேலும், ஒரு கட்சி ஆட்சிக்கு வந்தபிறகு அடுத்த ஐந்து ஆண்டுகளுக்கு அது ஆட்சி செய்வது சட்டசபையில் அதற்குள்ள பெரும்பான்மையைப் பொறுத்தது மட்டுமன்று; மத்திய அரசின் தயவையும் பொறுத்த விஷயமாகும்.

மத்திய அரசு அவ்வப்போது அனுப்புகிற கட்டளைகளும், குடியரசுத் தலைவர் ஆட்சியும் – மாநில அரசுகளின் தலைமீது எப்போது அறுந்து விழுமோ என்கிற நிலையில் கத்தியாகத் தொங்கிக் கொண்டே இருக்கிறது.

– இவ்வாறு மாநில சுயாட்சிக்கு விதிக்கப்பட்டிருக்கிற தளைகளை எல்லாம் மூன்றாவது பகுதியில் விளக்கமாகக் கூறியிருக்கிறோம்.

இப்போது இந்த விவாதத்திற்குத் தேவையான விளக்கங்களை மட்டும் பார்ப்போம்.

ஆசியாவின் மிகப்பெரிய சமுதாயச் சீர்திருத்த இயக்கம் தி.மு.கழகம்தான் – என்று அதன் தேர்தல் அறிக்கை *(1971)* வர்ணிக்கிறது.

கோவில்களில் ஒரு குறிப்பிட்ட சாதியைச் சேர்ந்தவர்கள்தாம் அர்ச்சகர்களாகலாம் – என்கிற விதியை மாற்றி, தகுதி பெற்ற அனைவரும் – அவர்கள் அரிஜன மக்களாக இருந்தால் கூட – அர்ச்சகர்களாகப் பணியாற்றலாம் – என்கிற, இந்தியச் சூழ்நிலையில் ஒரு புரட்சிகரமான சட்டத்தைத் தி.மு.க அரசு இயற்றியது.

ஆனால், சுப்ரீம் கோர்ட் அந்தச் சட்டத்தின் முழுப் பலனையும் நுகரமுடியாமல் தீர்ப்பு வழங்கிவிட்டது.

அடுத்து செய்யப்பட வேண்டியது என்ன?

அதற்கேற்ற வகையில் அரசியல் அமைப்புச் சட்டம் திருத்தப்பட வேண்டும்.

ஆனால் மாநிலச் சட்டமன்றங்கள் அரசியல் அமைப்புச் சட்டத் திருத்தத்தை முன்மொழிய முடியாது; நாடாளுமன்றம்தான் முன் மொழிய முடியும்!

அடுத்து, தி.மு.கழகம்தான் இந்தியாவிலேயே இந்தி எதிர்ப்பு இயக்கத்தின் ஈட்டிமுனையாக இருந்து வருகிறது. ‘இந்தித் திணிப்பை என்றும் எதிர்ப்போம்’ – என்பது அதன் கொள்கை

முழக்கங்களில் ஒன்றாகும். அதற்கான வாக்குறுதியும் தி.மு.க.வின் தேர்தல் அறிக்கைகளில் தொடர்ந்து கூறப்பட்டிருக்கிறது.

ஆனால் தி.மு.க அரசால் இந்தித் திணிப்பை முற்றிலும் தடுத்து நிறுத்த முடியுமா என்றால் முடியாது!

மாநில அமைச்சர்கள் அனைவரும் கவர்னருக்குக் கீழ்ப்படிந்த அதிகாரிகள் – என்கிற சுப்ரீம் கோர்ட் தீர்ப்பையொட்டி, நாளை இந்தித் திணிப்பிற்கான சட்டத்தை நாடாளுமன்றத்தில் நிறைவேற்றி, அதை நிறைவேற்றும் கடமையைக் கழக அரசின் கல்வி அமைச்சரிடமே ஒப்படைக்கலாம்.

பக்தவத்சலம் போல் பிணமலைகளைக் குவிக்காமல், 'இந்தியில் உத்தரவு வந்தால் அதைக் கிழித்துக் குப்பைத் தொட்டியில் போடுவேன்' என்று சென்னைக் கடற்கரையில் பேசிவிட்டு, டில்லிக்குச் சென்றதும் 'நான் அப்படிப் பேசவே இல்லையே!' என்று தொடைநடுங்கியாக இருக்காமல், வேண்டுமானால் கழக அரசு உடனடியாகப் பதவி விலகி, தமிழக மக்களோடு சேர்ந்து இந்தி எதிர்ப்புப் புரட்சியில் ஈடுபடலாம்; அல்லது மத்திய அரசின் கட்டளையை நிறைவேற்றாமல் மத்திய அரசால் 'டிஸ்மிஸ்' செய்யப்படுவதற்கு ஆளாகி, மக்கள் உணர்ச்சியை மேலும் கொந்தளிக்க வைக்கலாம்.

– இப்படிச் செய்தால் 'மீண்டும் இவர்களுக்கு மக்கள் ஆதரவு மிகவும் அதிகமாகிவிடும்; பிறகு இவர்களை அசைக்கவே முடியாது' – என்கிற அச்சம் ஒருவேளை மத்திய அரசை மேலும் இந்தித் திணிப்பு முயற்சிகளை மேற்கொள்ளாமல் அவற்றைக் கிடப்பில் போட்டு வைத்திருக்கக் கூடும்.

– இவ்வாறு கழக அரசு இந்தித் திணிப்பைப் பொறுத்தவரையில் ஒரு தடுப்பு அரணாகத்தான் இருக்க முடியுமே தவிர, மத்திய அரசு அத்தகைய முடிவுகளை மேற்கொள்வதைத் தடுக்கவே முடியாது. இதற்கு அரசியல் அமைப்புச் சட்டத்தில் இடமில்லை.

இப்போது விலைவாசி உயர்வு மக்களின் அன்றாட வாழ்க்கைப் பிரச்சினையாக இருக்கிறது. 1973–வரை கிடைத்திருக்கிற புள்ளிவிபரப்படி உலகிலேயே இந்தியாவில்தான் வேறு எந்த நாட்டையும் விட விலைவாசி உயர்வு அதிகம்.

அடுத்த தேர்தலில் தி.மு. கழகமோ, அல்லது மாநில ஆட்சிப்பொறுப்பை ஏற்கப் போட்டியிடும் வேறு எந்தக் கட்சியுமோ 'நாங்கள் பதவிக்கு வந்தால் விலைவாசியைக் குறைத்துக் காட்டுவோம்' என்று கூறி அதை நிறைவேற்ற முடியுமா? முடியாது.

அனுமந்தையா தலைமையில் அமைந்த நிர்வாகச் சீர்திருத்தக் குழுவினர் மத்திய – மாநில உறவுகள் பற்றித் தந்திருக்கும் அறிக்கையில் இதுபற்றிச் சிறிதும் சந்தேகத்திற்கிடமின்றிக் கூறியிருக்கின்றனர்:

> **‘உண்மையில் மத்திய அரசின் கொள்கைகள்தான் பணவீக்கத்திற்கும், விலைவாசிகள் உயர்வதற்கும், வாழ்க்கைச் செலவு உயர்வதற்கும் காரணம்.”**[1]

அறிஞர் அண்ணா அவர்கள் தமது முதல் பட்ஜெட் உரையில் கீழ்க்கண்டவாறு குறிப்பிட்டார்கள்:

“அரசியல் சட்டத்தின் ஏழாவது அட்டவணையில் 36–முதல் 38 வரையுள்ள விதிமுறைகள், பணம் வெளியிடுதல், அன்னியச் செலாவணி போன்ற துறைகளை மத்திய அரசுடையவை ஆக்கி வைத்திருப்பதன் மூலம் பணவீக்கம், பற்றாக்குறை நிதிநிலை – என்பவைகளுக்கு மத்திய அரசு முழுப்பொறுப்பேற்றிருக்கச் செய்கிறது. இதனால் விலை ஏற்றம் ஏற்படுவதற்கான பொறுப்பும் மத்திய அரசினையே சார்கிறது. எனவே, விலை கட்டுப்படுவதற்கான பொறுப்பும் மத்திய அரசே மேற்கொண்டாக வேண்டியதாகிறது. மத்திய அரசின் நடவடிக்கையால் விலைகள் கட்டுக்கடங்காமல் ஏறிவிடுவதன் விளைவாக ஏற்படும் இன்னலையும் இழப்பையும் மாநில அரசு தாங்கித் தத்தளிக்க வேண்டியிருக்கிறது. விலைகளைக் குறைத்து நிலைமையைச் சரிப்படுத்தும் வலிமையை இந்திய அரசியல் சட்டம் மாநில அரசுகளுக்கு அளித்திடவில்லை.”[2]

மக்களுக்கு அருகில் இருக்கும் மாநில அரசால் விலைவாசியைக் குறைக்கும் பொருளாதார நடவடிக்கைகளை எடுக்க முடியாது. மக்களுக்கு அப்பால் அரூபமாக இருக்கும் அரசோ, மக்களுக்கு அருகில் இல்லாத காரணத்தால் இந்தப் பிரக்ஞையே இல்லாமல் இருக்கிறது.

– இந்த நிலையில் மக்களுக்கு நல்வாழ்வு எப்படிக் கிட்ட முடியும்?

---

1. “In fact, it is the policies of the Central Government that are responsible for inflation and increases in prices and the cost of living.”

- Report on Centre - State Relationships, Administrative Reforms Commission, June 1969, p.18.

2. *அறிஞர் அண்ணா, 1967–68ஆம் ஆண்டு நிதிநிலை அறிக்கை, பக்கம் – 6.*

நமது மாநிலத்தில் உற்பத்தியாகும் பண்டங்களையாவது வெளி மாநிலங்களுக்குப் போகாமல் தடுத்து, அதன் மூலம் விலைவாசி ஏறுவதை மாநில அரசால் முழுக்க முழுக்கத் தடுக்க முடியுமா – என்றால், அதுவும் முடியாது.

உணவுப் பண்டங்கள், எண்ணெய் விதைகள், எண்ணெய்கள், மாட்டுத் தீவனம், பிண்ணாக்குப் போன்ற பொருள்கள், கச்சாப்பருத்தி, பருத்தி விதை, கச்சாச் சணல், மேலும் ஆலை நூல் – போன்ற மத்திய அரசு பொது நலனையொட்டித் தனது கட்டுப்பாடு தேவை என்று அறிவித்திருக்கக்கூடிய அத்தனை பண்டங்களின் உற்பத்தி, விநியோகம், அவற்றில் நடைபெறும் வாணிபம் – இவையனைத்தும் பொதுப் பட்டியலில் இருப்பவை.[1]

இந்த வியாக்யானத்திற்குக் கட்டுப்படாத பண்டங்கள் எதுவுமில்லை.

எனவே இவற்றின் உற்பத்தியை, விநியோகத்தை, வாணிபத்தைக் கட்டுப்படுத்த வேண்டுமானால் மத்திய அரசின் முன் அனுமதியைப் பெற வேண்டும்.

இன்று தமிழ்நாடு ஒரு 'உணவு மண்டல'மாக (single zone) இருக்கிறது. நாளை மத்திய அரசு கேரளத்தையும் சேர்த்து ஒரு மண்டலமாக அறிவித்துவிட்டால், நமது அரிசி அங்கே போவதைத் தமிழக அரசு தடுக்க முடியாது. இங்கு அரிசி விலை ஏறும், பஞ்சமும் ஏற்படும்!

"இன்றைக்குத் தமிழ்நாட்டில் மிக முக்கியப் பிரச்சினை நெசவாளர்கள் பிரச்சினை. அவர்களுக்கு நூலைப் பகிர்ந்தளிக்கும் அதிகாரம் மத்திய அரசின் டெக்ஸ்டைல் கமிஷனரிடம்தான் இருக்கிறது. பட்டுநூல் அளவுக்காவது பகிர்ந்தளிக்க மாநில அரசுக்கு அதிகாரம் தேவை என்று அமைச்சர்கள் அளவிலும் அதிகாரிகள் அளவிலும் பல மாதங்களாக பம்பாய்க்கும் டெல்லிக்கும் போய் வருகிறோம்."

– இவ்வாறு கலைஞர் திருச்சி பொதுக்கூட்டத்தில் (18.10.1973) கூறியிருப்பது கவனிக்கத்தக்கது.

இதற்கடுத்து மக்களை வாட்டக்கூடிய மிக முக்கியமான பிரச்சினை வேலையில்லாத் திண்டாட்டம். குறிப்பாகத் தமிழ்நாட்டில் அனைவருக்கும் கல்லூரிப் புகுமுக வகுப்புவரை

---

1. Entry 33, Concurrent List.

இலவசக் கல்வியும், தாழ்த்தப்பட்ட - பிற்படுத்தப்பட்ட சமுதாயங்களைச் சேர்ந்த மக்களுக்கு இந்தியாவில் வேறு எந்த மாநிலங்களிலும் இல்லாத அளவிற்கு உதவித் தொகையும் தரப்படுவதால் இங்கு படித்தவர்களிடையே வேலையில்லாத் திண்டாட்டம் மிகவும் அதிகம்.

மாநில அரசு 'இந்த வேலையில்லாத் திண்டாட்டத்தை அறவே போக்குவோம்' - என்று உறுதிமொழி கொடுத்து, அதை நிறைவேற்ற முடியுமா என்றால் முடியாது.

காரணம் - பெரிய தொழில்களுக்கு அனுமதி அளிக்க வேண்டியது மத்திய அரசு.

ஏன்; மத்திய அரசின் அனுமதி தேவையில்லாத சிறு தொழில்களைத் துவங்கலாமே - என்று கேட்கலாம்.

அத்தகைய சிறு தொழில்கள் பெரிய தொழில்களுக்கான துணைக்கருவிகளைத்தான் உற்பத்தி செய்ய முடியும்.

எடுத்துக்காட்டாக, சென்னை நகரைச் சுற்றியிருக்கும் பல சிறிய தொழில்கள் 'சிம்ப்சன்', 'லேலண்ட்', 'டி.வி.எஸ்.- லூகாஸ்' போன்ற பெரிய தொழிற்சாலைகளுக்குத் துணைக் கருவிகள் செய்துதரும் தொழில்கள்தான்.

எனவே, பெரிய தொழிற்சாலைகள் அமைந்தால் சிறுதொழில்களும் வளர முடியும்.

அத்தகைய பெரிய தொழில்களுக்கு அனுமதி வழங்கும் அதிகாரத்தை மத்திய அரசு வைத்துக்கொண்டிருக்கிறது.

எடுத்துக்காட்டாக, தமிழக அரசு ஒரு நைலான் தொழிற்சாலை துவங்குவதற்கு மத்திய அரசிடம் 'விண்ணப்பம்' (ஆமாம், மற்ற தொழிலதிபர்களைப் போலவே மாநில அரசுகளும் மத்திய அரசிற்கு விண்ணப்பம்தான் போட வேண்டும்) போட்டது.

பல மாதங்கள் கழித்து அந்தத் தொழிலை மேற்கொள்வதற்கான உரிமச் சீட்டை (Letter of intent)ப் பெற்றது.

உரிமச்சீட்டுப் பெறுவது - தொழில் தொடங்குவதற்கான முதல் கட்டம்; உரிமம் (லைசென்ஸ்) பெறுவதுதான் இறுதிக் கட்டம்.

தமிழக அரசு அந்தத் தொழிலைத் தனியாரிடம் விடாமல் தானே தொடங்க முடிவு செய்திருந்தது.

மேலும் இது கைத்தறியாளருக்கும் பயன்படும் நைலான் நூல் உற்பத்தித் தொழிலாதலால் இதில் நெசவாளர்களைப் பங்குதாரர்களாகச் சேர்ப்பதென்றும் தமிழக அரசு முடிவு செய்தது.

இதற்காகப் புதிய கம்பெனி ஒன்றும் துவங்கப்பட்டு, 'ரிஜிஸ்தர்' செய்யப்பட்டது.

தொழில் வல்லுநர்கள் நியமிக்கப்பட்டு, அவர்கள் ஜப்பான் நாடு சென்று, அங்குள்ள உலகப் புகழ்பெற்ற கம்பெனியாரோடு தொழில் நுணுக்க உதவி பெறத் தீர்மானிக்கப்பட்டது.

இந்தத் தொழிற்சாலைக்கு 24 – மணி நேரமும் தண்ணீர் வேண்டும். எனவே வைகை அணை இந்தத் தொழிற்சாலை அமைப்பதற்குத் தேர்ந்தெடுக்கப்பட்டது.

ஆனால், இதுவரை மத்திய அரசு தமிழக அரசுக்கு இந்த தொழிற்சாலைக்கான 'லைசென்ஸ்' வழங்கவில்லை!

ஆம்; உரிமச் சீட்டு தரப்பட்ட தேதி 29.12.1972. இந்த புத்தகம் அச்சாகிற 1974, ஜனவரி மாதம் வரையில் தமிழக அரசிற்கு 'லைசென்ஸ்' கிடைக்கவில்லை.

இதுவரையில் இதற்கான முயற்சிகளை மேற்கொண்ட வகையில் தமிழக அரசிற்கு சுமார் ரூ.7 லட்சம் செலவாகியிருக்கக்கூடும்.

இந்தத் தொழில் துவக்கப்பட்டால் இதனால் தமிழ்நாட்டிலுள்ள சுமார் 25,000 நெசவாளர் குடும்பங்கள் நல்வாழ்வு பெறும்.

–ஆனால் இரண்டாண்டுகளாக மத்திய அரசு இந்தத் தொழிற்சாலைக்குப் பச்சைக் கொடி காட்டவில்லை.

இந்தத் தொழில் துவங்கப்பட்டால் தமிழ்நாட்டில் மிகவும் பின் தங்கிய பகுதிகளில் ஒன்றாக இருக்கும் மதுரை மாவட்டத்தின் வைகை அணைப் பகுதி பெரிதும் முன்னேறும்.

–ஆனால் ஓராண்டுக்கும் மேலாக மத்திய அரசு இதற்கு அனுமதி வழங்காமல் அமைதி காக்கிறது!

இதற்கு அனுமதி வழங்க வேண்டிய பொறுப்பில் இருப்பவர் தமிழ்நாட்டைச் சேர்ந்த சி. சுப்ரமணியம்தான்! இந்தப் புத்தகம் அச்சாகிற வரை அவர்தான் அந்தப் பொறுப்பில் நீடிக்கிறார்!

– ஆனால், தமிழக அரசிற்கு இன்னும் அனுமதி கிடைக்கவில்லை.

அனுமதி கிடைக்கவில்லை என்றால் 25,000 நெசவாளர் குடும்பங்களின் நல்வாழ்விற்கு அனுமதி கிடைக்கவில்லை என்று பொருள்; சில ஆயிரம் பேருக்கு வேலைவாய்ப்புத் தருவதற்கு அனுமதி கிடைக்கவில்லை என்று பொருள்; பின்தங்கியிருக்கும் மதுரை மாவட்டம் தொழில் துறையில் முன்னேறுவதற்கு அனுமதி கிடைக்கவில்லை என்று பொருள்!

- இது ஒரு சான்று, இதைப்போல் பல சான்றுகளை அடுக்கிக்காட்ட முடியும்!

வேறு எந்தப் பெரிய திட்டத்தையாவது மத்திய அரசின் அனுமதியைப் பெறாமல் மாநில அரசு நிறைவேற்ற முடியுமா?

முடியாது; எந்நெந்தத் திட்டங்களுக்கு மத்திய அரசின் அனுமதி தேவை என்பது புத்தகத்தின் இறுதியில் உள்ள **இணைப்பு 3இல்** கூறப்பட்டிருக்கிறது.

சேது சமுத்திரக் கால்வாய்த் திட்டம் நிறைவேற்றப்பட்டால் தூத்துக்குடித் துறைமுகம் உலக முக்கியத்துவம் பெறும். இப்போது கல்கத்தா, விசாகப்பட்டினம், சென்னை - ஆகிய கிழக்குக் கடற்கரைத் துறைமுகங்களிலிருந்து கொச்சி, பம்பாய் போன்ற மேற்குக் கடற்கரைத் துறைமுகங்களுக்குச் செல்வதென்றால் இலங்கைத் தீவைச் சுற்றிக் கொண்டுதான் போக வேண்டும். சேது சமுத்திரக் கால்வாய் ஆழப்படுத்தப்பட்டுவிட்டால் இலங்கையைச் சுற்றிப் போக வேண்டிய தேவை இருக்காது. இதன் காரணமாகக் கப்பல் பயணத்திற்காகும் செலவும் மீதமாகும்.

- இதை நிறைவேற்றித் தெற்குச் சீமையின் வளத்தைப் பெருக்குவோம் என்று தமிழக அரசு வாக்குறுதி தர முடியுமா?

முடியாது.

இதற்குப் பல கோடி ரூபாய்கள் செலவாகும்.

இதை மாநில அரசே ஏற்று நடத்துவதற்கு அதனிடம் நிதி வசதி கிடையாது.

மத்திய அரசைத் திரும்பத் திரும்ப வற்புறுத்திக் கேட்டுக் கொள்ளும் பணியைத்தான் மாநில அரசு செய்ய முடியும்! சுமார் இருபதாண்டுகளுக்கும் மேலாக இப்போதைய தமிழக அரசும், பழைய சென்னை அரசும் இப்படி வேண்டிக் கொள்ளும் காரியத்தைத்தான் செய்து கொண்டிருக்கின்றன.

தி.மு.க.வாவது ஒரு பிராந்தியக் கட்சி! கம்யூனிஸ்ட் கட்சி

அகில உலகிலும் ஆதரவு பெற்ற கட்சி!

அந்தக் கட்சி இந்தியாவில் ஒன்றாக இருந்த நேரம் ஈ.எம்.எஸ். நம்பூதிரிபாட் தலைமையில் கொஞ்ச காலம் கேரளத்தில் ஆட்சி செலுத்தியது. பிரிந்த பிறகு இந்தியக் கம்யூனிஸ்டுக் கட்சி இப்போது கேரளத்தில் ஆட்சி செலுத்துகிறது.

ஏன் அவர்கள் தங்களது ஆட்சிக்காலத்தில் கேரளத்தைப் பொதுவுடைமைப் பூங்காவாக ஆக்கியிருக்கக் கூடாது?

– அவர்களால் முடியாது. இப்போதுள்ள அரசியல் அமைப்புச் சட்டப்படி மாநிலங்களில் சோஷலிசம் மலரவே முடியாது, மத்திய அரசு துணையிருந்தாலொழிய!

1973ஆம் ஆண்டு பிப்ரவரி மாதம் 26ஆம் நாள் தமிழக அரசின் 'பட்ஜெட்' உரையில் முதல்வர் கலைஞர், மேட்டூரில் இருக்கும் 'மால்கோ' (MALCO) *என்று அழைக்கப்படும் மதறாஸ் அலுமினியம் கம்பெனி* (MADRAS ALUMINIUM COMPANY) *யின் நிர்வாகத்தைத் தமிழக அரசே ஏற்கும் என்கிற சோஷலிசத் திட்டத்தை அறிவித்தார்.*

அந்தக் கம்பெனியைத் தமிழக அரசே ஏற்பதற்கு நியாயமான காரணங்கள் பலவுண்டு.

– ஆனால் இதுவரையில் தமிழக அரசால் சட்டசபையில் வெளியிட்ட ஒரு வாக்குறுதியை நிறைவேற்ற முடியவில்லை.

இதற்குக் காரணம் என்ன?

மத்திய அரசு இதற்கு இன்னமும் அனுமதி அளிக்கவில்லை.

ஏன்?

– அதனால்தான் அறிஞர் அண்ணா அவர்களது 'உயில்' என்று சொல்லப்படும் அவரது கடைசிக் கட்டுரையில்,

> *"தற்போதைய அமைப்பு முறையில், குறிப்பாகத் தற்போதைய அரசியல் அமைப்புச் சட்டத்தின்கீழ் சோஷலிசம் என்பது எளிதாக அடையக்கூடியதா?"*[1] *என்று கேட்டார்.*

அதையொட்டித் தமிழக முதல்வர் கலைஞர் கருணாநிதி தமது 1971–72ஆம் ஆண்டு 'பட்ஜெட்' உரையில் கீழ்க்கண்டவாறு

---

1. "....under the present set-up, especially under the present Constitution, is socialism easy of attainment?"

- **Dr. ANNA**, "Home Rule", Vol. 3, Nos. 11-12, p.13.

கூறியிருக்கிறார்:¹

"மக்கள் சக்தியின் கருவிகளாய் உள்ள அமைப்புகளிடம் தேவையான நிதி வாயில்களும், அதிகாரங்களும் அளிக்கப்பட வேண்டுமென்பதை சோஷலிசத் தத்துவத்தின் ஒரு பகுதியாகவே கருத வேண்டும். அரசியல் வழியிலும், பூகோள ரீதியிலும் தனித்தன்மை கொண்டவைகளாக விளங்கும் மாநிலங்களைப் பகுதிகளாகக் கொண்ட பெரியதொரு நாடான இந்தியாவில் சோஷலிசக் கொள்கையை நிலை நாட்டுவதற்கு மாநிலங்களுக்குச் சுயாட்சி வழங்குவதுதான் நிச்சயமான வழி என்பது எங்கள் கருத்தாகும்."

1971ஆம் ஆண்டு ஜூன் மாதம் 19ஆம் நாள் இப்படிக் குறிப்பிட்டுவிட்டு, 1973ஆம் ஆண்டு பிப்ரவரி 26ஆம் நாள் 'மால்கோ'வைத் தேசியமயமாக்கும் திட்டத்தை வெளியிடுவானேன்?

– உறுதியாக அனைவருக்கும் தெரியும் மத்திய அரசால் அது சுலபத்தில் ஒப்புக்கொள்ளப்படாது என்பது!

பிறகு ஏன் கலைஞர் அப்படி அறிவித்தார்?

– தமது வாதத்தை நிரூபித்துக் காட்டுவதற்குமாக இருக்கலாம்; அல்லது மத்திய அரசை ஆள்கின்ற கட்சி பேசுகிற சோஷலிசம் வெறும் போலி என்பதைக் காட்டுவதற்காகவும் இருக்கலாம்!

– வங்கிகள் தேசியமயமாக்கப்பட்டது நம் கண்முன்னால் நேற்று நடந்த நிகழ்ச்சியாகும்.

மத்திய அரசு தேசியமயமாக்கும் காரியத்தைச் செய்தபோது அதை நல்ல நோக்கத்தோடு தி.மு.க ஆதரித்தது.

ஆனால், இன்று பார்க்கிறோம் – மத்திய அரசு மேலும் தனது சாம்ராஜ்யத்தைப் பெருக்கிக் கொண்டிருக்கிறது. அவ்வளவுதான்!

பாமர மனிதனுக்கு அதில் பலனேதுமில்லை!

---

1. "It should be viewed more as a part of the theme of socialism that the organs of people's power should be vested with necessary resources and authority. In our view, the surest way to ensure the implementation of socialist ideals in large country like India, whose constituent States are politically and geographically distinctive is to endow the states with greater autonomy."

- **Dr. M. KARUNANIDHI**, Budget Speech - 1971-72, p.3.

காரணம், அந்தப் பாமர மனிதனுக்கு அருகிலிருக்கும் மாநில அரசுக்கு அதில் பங்கு ஏதுமில்லை!

தமிழக முதல்வர் கலைஞர் 1971-72ஆம் ஆண்டு பட்ஜெட் உரையில் அதை விளக்கியுள்ளார்:

> "குவிந்து கிடக்கும் அதிகாரத்தைப் போதுமான அளவு பகிர்ந்தளிக்கும் அடிப்படையில்தான் இந்த நாட்டில் சோஷலிசத்தை உருவாக்க முடியும் என்று நாங்கள் நம்புகிறோம். இல்லாவிட்டால், அதிகாரக் குவிப்பும், அதைச் சார்ந்துள்ள அதிகார வர்க்கமும் சோஷலிசத்தின் உட்பொருளை அரித்து அதைப் பொருளற்றதாக்கிவிடும். வங்கிகளையும், பொது இன்சூரன்ஸ் நிறுவனத்தையும் நாட்டுடைமை ஆக்கும்போது ஏற்பட்டதைப் போல; அதிகார மையம் தமிழ்நாட்டில் இருக்கும் சில முதலாளிகளின் கையிலிருந்து புதுடில்லி அல்லது பம்பாயிலுள்ள சில அரசு ஊழியர்கள் கைக்கு மாறிவிடும் வகையிலே எடுக்கப்படும் நடவடிக்கைகள், நம் முன்னே உள்ள சோஷலிச இலக்குகளை முழுவதும் நிறைவு செய்யப் பயன்படாது. இந்த நிறுவனங்களின் நிர்வாகத்திலும், அவற்றை நடத்திச் செல்வதிலும், இன்னும் மாநிலங்களை மத்திய அரசு இணைத்துக் கொள்ளாதது உண்மையிலேயே துர்ப்பாக்கியமானதாகும்."[1]

அவரது வார்த்தைகளில் கூறவேண்டுமானால், "சோஷலிசம் பொருள் பொதிந்த ஒன்றாக அமைய வேண்டுமென்றால்,

---

[1] "We believe that socialism can be brought about in this country, only on the basis of an adequate decentralisation of powers. Otherwise, centralisation of powers and bureaucratic centralism will erode the content of socialism. The movement of the Centre of power from the hands of a few capitalists in Tamilnadu to a few Government servants either at New Delhi or at Bombay, as had happened in the case of nationalisation of banks or general insurance, will not ensure the complete fulfilment of the socialist goals before us. It is indeed that the Central Government is yet to come forward to associate the State Governments in the management and day-to-day administration of these institutions."
- Dr. M. KARUNANIDHI, Ibid., pp 2-3.

சமூக அமைப்பில் தாழ்வுற்றோரின் நிலையை உயர்த்தும் திட்டங்களை அது தன்னகத்தே கொண்டதாகத் திகழ வேண்டும். பொட்டுப்பூச்சிகளாய், புன்மைத் தேரைகளாய் இருக்கிற மக்கள் புதியதோர் உலகு காண, அவர்தம் வாழ்வில் புத்தொளி பரவிட, பொருளாதார முன்னேற்றமும் சாதிபேதமற்ற சமத்துவ நிலையும், மூட நம்பிக்கைகளைக் கருவியாகக் கொண்டு அவர்களை ஆட்டிப் படைக்கும் ஆதிக்கச் சக்திகளிடமிருந்து விடுதலையும் கிடைத்தாக வேண்டும். அதற்குச் சமூக அமைப்பில் எல்லா வகையிலும் தாழ்வுற்றுக் கிடப்போரின் வேதனை தீர்க்கும் திட்டங்களை விரைவிலேயே நிறைவேற்றியாக வேண்டும்."

— ஆனால், இப்போதுள்ள அரசியல் அமைப்பில் அதுதான் முடியாது!

— அதனால்தான், சோஷலிசத்தை நிறைவேற்றும் பொருளாதாரக் காரணமும் நாம் மாநில சுயாட்சி கோருவதற்கான இன்னொரு காரணமாகும்!

6. மாநில சுயாட்சி நமது பிறப்புரிமை!

> "இந்த நிலை நீடித்தால் மாநிலங்கள் அதிக சுயாட்சி கோரும் அவசரக் கோரிக்கைகள் எழுந்து, இப்போது டில்லியிலே மாநிலங்கள் நடத்தும் விருந்தினர் மாளிகைகளும், பவனங்களும் தூதுவரகங்களாக மாறும் கட்டாயம் ஏற்படும் நாளொன்று வரலாம் – என்கிற அச்சம் எழுகிறது."
>
> – வீரேந்திர பாட்டில்
>
> (அவர் மைசூர் முதல்வராக இருந்தபோது!)
>
> "It is feared at this rate there may be urgent demands for more autonomy by the States and a day might come when different houses and bhavans of the States in Delhi are constrained to assume the character of embassies."
>
> - VEERENDRA PATIL
> "The states", Nov. 28, 1970

நிர்வாகக் காரணங்கள் மாநில சுயாட்சிக் கோரிக்கைக்கான அடுத்த அடிப்படையாகும்.

பிரிட்டிஷ் அரசு ஒற்றையாட்சியில் உருவாகி 1935இல் அது ஒரு புதுவிதக் கூட்டாட்சியாக மாறியது என்றால், அதற்குக் காரணம் அன்னிய ஏகாதிபத்தியத்திற்குக் கூட்டாட்சிக் கொள்கைமீது இருந்த கரை காண முடியாமலிருந்த காதல் அல்ல; இந்தியாவின் பூகோள அமைப்பும், அதன் விளைவாக எழுந்த நிர்வாகக் கஷ்டங்களும்தான் என்பதை முன்பே விளக்கியிருக்கிறோம்.

பிறந்த குழந்தையை எப்படி மறுபடியும் கருப்பைக்குள் திருப்பி அனுப்ப முடியாதோ; அதுபோல – பிறந்துவிட்ட கூட்டாட்சி முறையை மாற்றித் திரும்பவும் ஒற்றையாட்சியாக்க முடியாது.

இந்தியாவுக்கு ஒற்றையாட்சிதான் தேவை என்று யாராவது கூறுவார்களேயானால் அவர்கள் இந்தியாவின் வரலாறும், பூகோளமும் அறியாதவர்கள் என்று ஒரு நொடியில் கூறிவிடலாம்.

அரைகுறையாகப் பிறந்துவிட்ட குழந்தையை எப்படி

வலுவுள்ளதாக்குவது – என்பதுதான் இப்போதுள்ள கேள்வி.

அதிகமான கூட்டாட்சி முறையா? கொஞ்சமா?

அல்லது

இருப்பது போதுமா? இன்னும் வேண்டுமா?

இன்னும் வேண்டும் என்றால், எவ்வளவு?

– இவையே இப்போதுள்ள கேள்விகள்.

இந்தக் கேள்விகளுக்கான பதிலிலேதான் தி.மு.க.வின் மாநில சுயாட்சிக் கோரிக்கைக்கும், மற்றவர்களுக்கும் கருத்து வேற்றுமை!

அதுபோல, இருப்பது போதுமா? இன்னும் வேண்டுமா? வேண்டுமென்றால் எவ்வளவு? – என்பதிலேதான் மத்திய அரசு அமைத்த 'நிர்வாகச் சீர்திருத்தக் குழு' ஒருவிதமான பதிலைக் கூறுகிறது; தமிழக அரசு அமைத்த 'இராஜமன்னார் குழு' வேறொருவிதமான பதிலைத் தருகிறது.

கூட்டாட்சி முறைதான் இந்தியாவிற்குத் தேவை என்பதிலே யாருக்கும் கருத்து வேறுபாடு இல்லை என்பதற்காக இதைக் கூறுகிறோம்.

எந்த நிர்வாகக் காரணங்களால் இந்தியாவில் இப்போதுள்ள கூட்டாட்சி முறை அமைந்ததோ, அதே நிர்வாகக் காரணங்களால்தான் இப்போதுள்ள கூட்டாட்சியை மாநில சுயாட்சி அடிப்படையில் திருத்தி அமைக்க வேண்டும் என்கிறோம் நாம்!

டாயின்பீ கூறியது போல,

"இந்தியா அளவிலே நம் மேற்கத்திய நாகரிகத்தைக் கடைப்பிடிக்கும் சமுதாயத்தளவு இருப்பது மட்டுமன்று, இது ஒரு தனி உலகம்."[1]

– இந்தத் 'தனி உலகத்தை' மொகலாயச் சக்கரவர்த்திகள் பாணியில் திறமையோடு ஆளமுடியாது.

---

1. "Not only is India" as Toynbee has expressed it, "a society of the same magnitude as our Western civilization... a whole world in herself."

- TOYNBEE, quoted in **SELIG S. HARRISON,** "India: The Most Dangerous Decades", p.1.

டில்லி தொலைவிலிருக்கிறது - ஒவ்வொரு மாநிலத் தலைநகரத்தில் இருந்தும் மட்டுமல்லாமல், இந்திய மக்களிடமிருந்தும்!

வீரேந்திர பாட்டில் குறிப்பிட்டது போல - மத்திய அரசின் நேரடி ஆளுகைக்கு உட்பட்டு, புதுடில்லி, புதுச்சேரி போன்ற சில சிறு 'யூனியன் பிரதேசங்கள்'தான் இருக்கின்றனவே தவிர; அதற்கென்று பெரிய நிலப்பரப்புகூடக் கிடையாது.[1]

- எனவே மக்களுக்கு அருகிலிருப்பது மாநில அரசுதான், மத்திய அரசு அன்று.

டில்லி தொலைவில் இருக்கிறது - இதை நாம் மட்டும் சொல்லவில்லை; நிர்வாகச் சீர்திருத்தக் குழுவினரின் அறிக்கையே தொலைவிலிருக்கிற மத்திய அரசு ('distant centre') என்று வர்ணிக்கிறது. அதைப் போலவே சைமன் கமிஷன் 'மத்திய அரசு தூரத்தில் இருக்கிறது' ("Central Government is distant"; "Delhi is far off") என்று கூறியிருப்பதையும் பார்த்தோம். 1930ஆம் ஆண்டில் சைமன் கமிஷன் கூறிய அதே வார்த்தைகளை 1969இல் நிர்வாகச் சீர்திருத்தக் குழுவும் கூறியிருக்கிறது என்பதை ஊன்றிக் கவனிக்க வேண்டும்.

தொலைவிலேயிருக்கிற அந்த மத்திய அரசிலேதான் அதிகாரங்கள் குவித்து வைக்கப்பட்டிருக்கின்றன.

இதன் விளைவு என்ன?

"தூரத்திலே இருக்கிற மத்திய அரசில் நிர்வாக அதிகாரங்கள் குவிந்து கிடப்பது திறமைக் குறைவையும், மனக்கசப்பையும் வளர்க்கிறது. அதன் விளைவாக மக்களின் மனம் மத்திய அரசுக்கு எதிராகப் போகிறது."[2]

---

1. "...the Union Government has no territory of its own except some small areas here and there administered by the Union."

- **VEERENDRA PATIL**, "The States", Nov.28, 1970.

2. "Concentration of administrative powers at a distant centre tends to breed inefficiency and resentment, which in turn sets the minds of the people against the Centre."

- Report On Centre - State Relationships, Administrative Reforms Commission, p.4.

– இவ்வாறு நிர்வாகச் சீர்திருத்தக் குழுவினரின் அறிக்கை கூறுகிறது.

அவ்வளவுதானா? இன்னுமிருக்கிறது.

"அவசியமில்லாமல் நிர்வாக அதிகாரத்தைக் குவித்து வைத்திருப்பது காரணமாகத் தாமதத்தை மட்டுமன்று; எரிச்சலையும், மோதலையும் ஏற்படுத்துகிறது."[1]

– இதுவும் நிர்வாகச் சீர்திருத்தக் குழு அறிக்கையில் காணப்படும் வாசகங்கள்தான்.

காலதாமதமும், திறமைக் குறைவும் இரட்டைக் குழந்தைகள்.

இப்போதுள்ள அரசியல் சட்ட அமைப்புப்படி எப்படிக் காலதாமதம் தவிர்க்க முடியாததாக ஆகிவிட்டது என்பதை தமிழக முதல்வர் கலைஞர் அடிக்கடி விளக்கியிருக்கிறார். கிருஷ்ணகிரி நகர குடிநீர்த் திட்டத்தை நிறைவேற்ற, மத்திய அரசுக்குச் சொந்தமான தேசிய நெடுஞ்சாலையின் குறுக்கே 24 அடி நீளம் சாலையை வெட்டிக் குழாய்கள் பொருத்துவதற்கு மத்திய அரசின் அனுமதி பெறவேண்டியிருந்தது. இதனால் அந்தத் திட்டம் ஒன்றரையாண்டு தாமதப்பட்டது.

இது குறித்து – சென்ற ஆண்டு கோவை விமான நிலையத்தில் பிரதமர் திருமதி இந்திரா காந்தியைப் பத்திரிகையாளர்கள் கேட்டபோது, "தாமதம் மத்திய அரசில் மட்டுமா? மாநில அரசுகளில் இல்லையா?" என்ற பொதுவான எதிர்க் கேள்வியை வீசினார்.

அதற்குத் திரும்பவும் பதில் கூறிய கலைஞரின் வாசகங்கள் மாநில சுயாட்சிக் கோரிக்கைக்கு உரமேற்றக்கூடியவை.

"தாமதம் இரண்டு கட்டங்களில் வரக்கூடாது என்பதற்குத்தான் மாநில சுயாட்சியே கேட்கிறோம்" – என்றார் கலைஞர்!

காலதாமதமும், திறமைக் குறைவும் சயாம் நாட்டு இரட்டைக் குழந்தைகளென்றால் இவையிரண்டிற்கும் சேர்த்து மறுபெயர் பண விரயம்.

அறிஞர் அண்ணாவும், டாக்டர் பி.சி. ராயும் 'இப்போது நடப்பது கூட்டாட்சியன்று, இரட்டையாட்சி' – என்று கூறியதை முன்பே குறிப்பிட்டிருக்கிறோம். இப்போது அந்த விபரங்களைப் பார்ப்போம்.

---

1. "Unnecessary accumulation of administrative power increases not only delays, but also causes irritation and friction."

- Ibid., p.4.

எடுத்துக்காட்டாக, 'கல்வி' சில வரம்புகளுக்கு உட்பட்டு மாநிலங்கள் வசம் ஒப்படைக்கப்பட்டிருக்கிற துறையாகும்.

ஆனால் மத்திய அரசும் இதற்கென்று ஒரு இலாகாவை வைத்துக் கொண்டிருக்கிறது.

மத்திய அரசு 1950–51இல் தனது கல்வி இலாகா மூலம் கல்விக்காகச் செலவிட்ட தொகை ரூ.3 கோடி. 1970–71இல் செலவிட்ட தொகை ரூ.94 கோடி – **அதாவது இந்த 20 ஆண்டுகளில் இந்தத் தொகை 30 மடங்கு அதிகமாகியிருக்கிறது. ஆனால், இதே காலக்கட்டத்தில் மாநிலங்கள் கல்விக்காகச் செலவிட்ட தொகை 8 மடங்குதான் உயர்ந்திருக்கிறது! (அதாவது ரூ.60 கோடியிலிருந்து ரூ.509 கோடியாகியிருக்கிறது.)**

இரண்டாவது எடுத்துக்காட்டு: 'சட்டமும் ஒழுங்கும்' (Law and order) முழுக்க முழுக்க மாநில அரசுக்குட்பட்டது.

ஆனால், மத்திய அரசும் ஒரு போலீஸ் துறையை நிர்வகித்து வருகிறது.

1950–51லிருந்து மத்திய போலீசிற்காக மத்திய அரசு செலவிட்டு வரும் தொகை எப்படி ஆண்டுக்காண்டு உயர்ந்து கொண்டே போகிறது என்பது கீழேயுள்ள பட்டியலைப் பார்த்தால் தெரியும்:

1950–51இல் – ரூ.3.0 கோடி

1955–56இல் – ரூ.4.2 கோடி

1960–61இல் – ரூ.11.7 கோடி

1965–66இல் – ரூ.31.8 கோடி

1966–67இல் – ரூ.48.0 கோடி

1967–68இல் – ரூ,61.3 கோடி

1969–69இல் – ரூ.70.6 கோடி

1969–70இல் – ரூ.86.3 கோடி

1970–71இல் – ரூ.98.01 கோடி

– கடந்த இருபது ஆண்டுகளில் மத்திய அரசின் இந்தச் செலவு ரூ.3 கோடியிலிருந்து சுமார் ரூ.100 கோடியாக உயர்வானேன்?

இதற்குக் காரணம் வெளிப்படை.

1967– பொதுத் தேர்தலுக்குப் பிறகுதான் இந்தியாவின் பல மாநிலங்களில் காங்கிரசல்லாத அரசுகள் ஏற்பட்டன.

மத்திய போலீஸ் படை (Central Reserve Police) மத்திய – மாநில உறவுகளில் – அதிலும் குறிப்பாக மேற்கு வங்கத்திலும், கேரளத்திலும் – எப்படி நெருக்கடியை ஏற்படுத்தியது என்பது அனைவருக்கும் தெரியும்.

1966-67ல் ரூ.48 கோடியாக இருந்த மத்திய போலீஸ் படையின் செலவு திடீரென்று 1967-68இல் ரூ.61 கோடியாக உயர்ந்திருப்பதைப் பார்க்கலாம். பிறகு படிப்படியாக உயர்ந்து 1970-71இல் சுமார் 100 கோடியாக ஆகியிருக்கிறது.

– இந்தியாவின் பல மாநிலங்களில் காங்கிரசல்லாத அரசுகள் ஏற்பட்ட பிறகு, திடீரென்று மத்திய போலீஸ் படையின் செலவு உயர்வானேன்?

1967-68இல்தான் இந்திய வரலாற்றில் முதன்முறையாக மத்திய போலீஸ் படைகள் காங்கிரஸ் அல்லாத கட்சிகள் ஆண்ட மேற்கு வங்கம், கேரளா, பஞ்சாப் – ஆகிய மாநிலங்களுக்கு அனுப்பி வைக்கப்பட்டன என்பது நினைவிருக்கலாம்.

கேரளத்தில் மத்திய அரசு ஊழியர்களின் வேலைநிறுத்தத்தின் போது, அந்த மாநில அரசின் சம்மதத்தைக் கேட்காமல், அந்த மாநில அரசுக்குக் கொஞ்சம்கூட அறிவிக்காமல், மத்திய அரசு தனது போலீஸ் படையை அனுப்பி, ஒரு நெருக்கடியை ஏற்படுத்தியது.

எனவே, காங்கிரசல்லாத மாநில அரசுகளுக்கு அறைகூவல் விடுக்கவும்; 'சட்டமும், ஒழுங்கும்' – மாநிலங்களுக்கு என்று விடப்பட்டிருக்கும் அரசியல் அமைப்புச் சட்ட அதிகாரப் பிரிவினையில் ஊடுருவல் செய்யவுமே மத்திய அரசு தனது போலீஸ் செலவுகளை அதிகரித்துக்கொண்டிருக்கிறது என்பது வெளிப்படை.

மத்திய அரசின் கீழிருக்கும் போலீஸ் படைகளில் கீழ்க்கண்ட பிரிவுகள் இருக்கின்றன;

1. சி.ஆர்.பி. என்று சொல்லப்படுகிற 'Central Reserve Police.'

2. நாட்டின் எல்லையைப் பாதுகாக்கிற 'Border Security Police.'

3. மத்திய அரசின் தொழிற்சாலைகளைப் பாதுகாக்கிற 'Central Industrial Security Force.'

அதற்கு முன்பு இந்தியாவின் எல்லைப்புறத்தைக் காக்கும் பொறுப்பினை மாநிலப் போலீஸ் படைதான் ஏற்றுக் கொண்டிருந்தது.

அதற்குப் பிறகுதான் மத்திய அரசு இந்தப் பணிகளைச் செய்வதற்காகத் தனிப் போலீஸ் படையை ஏற்படுத்திக்கொண்டது.

இந்தப் படையின் நோக்கம் நாட்டு எல்லைகளைப் பாதுகாப்பது மட்டும்தானா?

இல்லை.

மாநிலங்களில் சட்ட - ஒழுங்குப் பிரச்சினை ஏற்பட்டால் அதில் தலையிடவும் இந்தப் படை பயன்படுத்தப்படும் என்று அறிவிக்கப்பட்டிருக்கிறது.

- மாநில அரசு உதவி கேட்ட பிறகுதான் இந்தப் படை வருமா? அல்லது மத்திய அரசின் உசிதம்போல் இந்தப் படை அனுப்பி வைக்கப்படுமா?

- இந்தியக் கூட்டாட்சி அரசில் இது இன்னும் முடிவுசெய்யப்படாத பிரச்சினையாக இருக்கிறது.

'சட்டமும் ஒழுங்கும்' காப்பது முழுக்க முழுக்க மாநில அரசின் கடமை என்று அரசியல் அமைப்புச் சட்டத்தில் குறிப்பிட்டுவிட்டு, மாநில அரசின் அழைப்பையோ, சம்மதத்தையோ பெறாமல் மத்திய அரசின் போலீஸ் படை மாநில எல்லைக்குள் எப்படி நுழையலாம்?

1967–68 வரை மாநில அரசுகள்தான் தங்களது போலீஸ் படை மூலம் மத்திய அரசின் தொழிற்சாலைகளுக்குப் பாதுகாப்புத் தந்து வந்தன.

ஆனால் அதற்குப் பிறகு மத்திய அரசு இதற்கென்று தனிப் போலீஸ் படையை உருவாக்கிக் கொண்டு, அந்தக் கடமையை ஆற்றுவதினின்றும் மாநில அரசை நீக்கி வைத்து விட்டது.

- சட்டத்தையும் ஒழுங்கையும் காப்பது மாநில அரசின் கடமை என்று கூறிவிட்டு, மத்திய அரசு இதே கடமைகளை ஆற்றுவதற்காக ஒரு 'இணை அமைப்பை' (Parallel set - up) ஏற்படுத்திக் கொள்வது 'இரட்டை ஆட்சி' (Dyarchy) இல்லையா? இதனால் ஏற்படுவது வீண் பண விரயம்தானே?[1]

---

1. இந்திய அரசின் முன்னாள் அட்டர்னி ஜெனரலான திரு. டப்தாரி (Daphtary) மத்திய அரசு தனது சொத்துக்களைப் பாதுகாத்துக் கொள்வதற்காக மாநில அரசுகளின் அனுமதியையோ, சம்மதத்தையோ பெறாமல் தனது போலீஸ் படையை அனுப்பி வைக்கலாம் என்று கருத்துத் தெரிவித்தார். ஆனால் சி.ஆர்.பி

அடுத்து தொழில் வளர்ச்சியை எடுத்துக் கொள்வோம். ஒவ்வொரு மாநிலத்திலும் இதற்காக ஒரு இலாகா இருக்கிறது; மத்திய அரசிலும் இதற்காக ஒரு இலாகா இருக்கிறது.

1950-51இல் மத்திய அரசின் தொழில் வளர்ச்சி அமைச்சரகம் செலவிட்ட தொகை ரூ.7 கோடிதான்; 1970-71இல் இந்த அமைச்சரகம் செலவிட்ட தொகை ரூ.36 கோடி.

ஆனால் இந்தியாவில் உள்ள அனைத்து மாநிலங்களும் 1950-51ல் இந்த இலாகா மூலம் செலவிட்ட தொகை ரூ.6 கோடி; 1970-71இல் ரூ.34 கோடி!

மத்திய அரசின் இந்த இலாகா ரூ.36 கோடியையும் புதிய தொழில்களைத் துவக்குவதற்காகச் செலவிடுகிறது என்று யாரும் நினைக்க வேண்டாம்.

தனியாரும், மாநில அரசுகளும் போடுகிற விண்ணப்பங்களைப் பரிசீலிப்பது போன்ற வேலைகளுக்கும்; தொழில்களுக்கான 'லைசென்ஸ்' வழங்குவதற்கும்; பின்பு அவற்றைக் கட்டுப்படுத்துவதற்கும் அதிகார வர்க்கத்தைக் கொண்ட ஒரு பெரிய சாம்ராஜ்யத்தை நடத்த வேண்டுமல்லவா? அதற்காகத்தான் பெரும்பாலும் இவ்வளவு கோடி ரூபாய் செலவாகிறது.

இதைப் போலவே பொதுநலத்துறை (Medical and Public Health Services), வேளாண்மைத்துறை (Agriculture and allied Services), பொதுப்பணித்துறை (Public/ Civil Works) - ஆகிய துறைகளில் மத்திய அரசும், அனைத்து மாநில அரசுகளும் செலவிடும் தொகை பட்டியல் – 9ல் தரப்பட்டிருக்கிறது.

மாநில அரசின் போலீசைப் போலவே 'போலீஸ் கடமை'களை மேற்கொள்ள முடியுமா? என்று கேட்டதற்கு அவர் பதிலெதுவும் சொல்லவில்லை.

மத்திய அரசின் தொழிற்சாலைகள் என்ன, வெளிநாட்டு அரசுகளின் தூதுவரகங்களைப் போல எல்லாக் குற்றங்களுக்கும் அப்பாற்பட்ட immunity பெற்றவையா? அந்தத் தொழிற்சாலைகளும் – அங்கே பணியாற்றுகிறவர்களும் மாநில சட்டங்களுக்குக் கட்டுப்பட்டவர்கள்தானே?

பட்டியல் - 9

	1950-51	1970-71
பொது நலத்துறை		
மத்திய அரசு செலவிட்ட தொகை	ரூ.2 கோடி	ரூ.28 கோடி
அனைத்து மாநில அரசுகளும்	ரூ.29 கோடி	ரூ.286 கோடி
வேளாண்மைத்துறை		
மத்திய அரசு	ரூ. 3 கோடி	ரூ.32 கோடி
மாநில அரசுகள்	ரூ. 26 கோடி	ரூ.220 கோடி
பொதுப்பணித்துறை		
மத்திய அரசு	ரூ. 10 கோடி	ரூ.40 கோடி
மாநில அரசுகள்	ரூ. 41 கோடி	ரூ. 159 கோடி
இவையனைத்தும் உள்ளிட்ட இவை போன்ற வளர்ச்சிப் பணிகளுக்காக (Economic Development and Social Services) **செலவிடப்படும் தொகை:**		
மத்திய அரசு	ரூ.40 கோடி	ரூ. 425 கோடி
மாநில அரசுகள்	ரூ.196 கோடி	ரூ. 1,540 கோடி

1970–71இல் வளர்ச்சிப் பணிகளுக்காக மத்திய அரசு ரூ.425 கோடி செலவிடுகிறது.

அதாவது, மாநிலங்களைப் போலவே ஒரு இணை அமைப்பினை ஏற்படுத்திக்கொண்டு, மாநில அரசுகளின் பணிகளை 'டூப்ளிகேட்' செய்வதற்கு ரூ.425 கோடி செலவழிக்கப்படுகிறது. இது தேவைதானா?

அதனால்தான் அறிஞர் அண்ணா அவர்கள் 1967ஆம் ஆண்டு மேலவையில் பேசும்போது கீழ்க்கண்டவாறு கேட்டார்கள்:

"இந்த நாட்டின் சுதந்தரத்தைப் பாதுகாப்பதற்காக மத்திய அரசு வலிமையுடையதாக இருக்க வேண்டுமென்று கூறுகிறேன். இந்நாட்டின் பாதுகாப்பிற்கு மத்திய அரசைப் பொறுப்புடையதாகச் செய்யத் தேவையான இந்த அதிகாரங்கள் மத்திய அரசிடம் நிலைபெற்றிருக்க வேண்டுமென்று தயக்கமின்றியும், வருத்தமின்றியும் எவரும் ஒப்புக்கொள்வார்கள் – என்று கூறத் தயங்கமாட்டேன். ஆனால் **சீன அபாயத்திலிருந்தோ, பாகிஸ்தான் அல்லது பலுசிஸ்தான் படையெடுப்பிலிருந்தோ இந்தியாவைப் பாதுகாப்பதற்கு இங்கே ஒரு சுகாதாரத் துறையை**

வைத்திருக்க வேண்டுமென்பது அதற்குப் பொருள் அல்ல. அது எந்த வகையில் இந்தியாவின் அரசுரிமையையும், சுதந்தரத்தையும் வலுவுடையதாக்கும்? அவர்கள் இங்கே ஒரு கல்வித்துறையை வைத்திருக்க வேண்டுமா? அங்கே இராணுவ வீரர்களின் போர்த்திறனை இது எந்த வகையில் அதிகப்படுத்துகிறது?"¹

இனி, கடந்த 10 ஆண்டுகளில் டில்லி மாநகரில் மத்திய அரசு செய்திருக்கும் முதலீடு அனைவரையும் திடுக்கிட வைப்பதாக இருக்கிறது.

1960-61லிருந்து 1969-70 உள்ளிட்ட 10 ஆண்டுக் காலத்தில் புதுடில்லி நகரில் மட்டும் சுமார் ரூ.90 கோடி மூலதனமாக மத்திய அரசால் முதலீடு செய்யப்பட்டிருக்கிறது.

(அடுத்த பக்கம் உள்ள பட்டியல் – 10 காண்க)

அதிகாரவர்க்கத்தைப் பெருக்கி, அவர்களுக்கு வீடுகள் கட்டித் தருவது, புதுப்புது அலுவலகக் கட்டடங்களை ஏற்படுத்துவது – போன்ற பணிகள் பெருகி எப்படி மத்திய அரசு டில்லி மாநகரில் ஒரு புதிய சாம்ராஜ்யத்தை உருவாக்குகிறது என்பது இதனால் தெளிவாகிறது.²

---

1. "I want the Centre to be strong enough to maintain the sovereignty and integrity of India as it is the fashion to call it. I would put it in another way. It is to safeguard the independence of the country. I am prepared to say that anybody will accept without any remorse or without any reservation that all these powers needed to make the Centre responsible for the safety of this Country ought to be with the Centre. But that does not mean that the Centre in order to safeguard India from Pakistanis or the Chinese or the Baluchis, should think of having a health department here. In what way does that strengthen the sovereignty and independence of India? Should they have an education department here? In what way does that improve the fighting capacity of the military personnel there?"

- **Dr. ANNA**, Speech in The Legislative Council, Tamil Nadu on 27th June, 1967.

2. "It would be instructive to trace the growth of Central Government expenditure on Delhi Outlay as a function of growth in this current expenditure. Such an exercise would reveal the economies that could effected in non-poductive capital expenditure through the curtailment of non-essential current expenditure."

- **Dr. KRISHNAMURTHY**, in his paper on "Centre - State Economic and Financial Relations."

பட்டியல் 10

டில்லி மாநகர்: மத்திய அரசின் மூலதன முதலீடு
(Delhi Capital Outlay: Central Government Capital Expenditure)

(ரூபாய்கள் கோடியில்)

	1960-61	1961-62	1962-63	1963-64	1964-65	1965-66	1966-67	1967-68	1968-69	1969-70	மொத்தம்
குடியிருப்பு வீடு கட்டும் வகையில் (Residential Construction)	1.77	0.91	1.47	5.05	2.63	...	1.26	2.19	1.28	2.65	
மற்ற 'சிவில்' வேலைகள் (Other Civil Works)	2.93	3.16	11.90	13.08	11.51	......	2.59	2.59	13.9	3.43	
பிற தொடர்பான செலவுகள் (Other Related Expenditure)	0.42	0.39	0.52	0.91	0.95	......	0.45	0.55	0.30	0.55	
மொத்தம்	5.12	4.51	14.90	19.02	16.77	9.2	4.30	5.34	2.97	6.68	88.92

(Source: Demands, Budget, Ministry of Home Affairs, Government of India)

"சரி; இந்த வகைச் செலவுகளில் ஏற்படும் பணவிரயத்தை யெல்லாம் மத்திய அரசைத் தவிர்க்கச் சொல்வோம்; இப்போது மாநிலங்களுக்கு ஏற்படும் நிர்வாகக் கஷ்டங்களையெல்லாம் நீக்கச் சொல்வோம்; காலதாமதம் ஏற்படாதவாறு வழிவகை செய்வோம்; அதற்குப் பிறகு மாநில சுயாட்சிக் கோரிக்கையை விட்டு விட முடியுமா?" என்று கேட்டால் உறுதியாகச் சொல்வோம், முடியாது!

காரணம், மாநில சுயாட்சிப் பிரச்சினை என்பது மனித உரிமைப் பிரச்சினை!

அனைத்தையுமே பரிபூரணமாக – அனைவரும் பரமதிருப்தியேற்படும் விதத்தில் மத்திய அரசு செய்வதாக வைத்துக் கொண்டாலும் அதன் காரணமாக மாநில சுயாட்சிக் கோரிக்கை தேவையற்றதாகிவிடாது.

'உங்களைத் திருப்திப்படுத்தும் விதத்தில் நடந்து கொள்கிறோம்; உங்களுக்குச் சிரமமில்லாமல் அனைத்தையும் நாங்களே செய்கிறோம்; காரியம்தான் முக்கியமே தவிர ஆளா முக்கியம்? நாங்களே இருந்து ஆண்டால் என்ன?' – என்று வெள்ளைக்காரன் சொன்னபோது தேச பக்தர்கள் ஒப்புக்கொண்டார்களா?

'எங்களுக்காகப் பணியாற்றுவதற்கு நீ யார்?' – என்று கேட்கவில்லையா?

'சுயராஜ்யம் எங்கள் பிறப்புரிமை' – என்று காந்தியார் முழங்க வில்லையா?

அதேபோல் காந்திய வழியில் நாங்களும் சொல்கிறோம் –

மாநில சுயாட்சி எங்கள் பிறப்புரிமை!

அப்படியானால் மத்திய அரசை ஆள்கிறவர்கள் அன்னியர்களா? – என்று கேட்கலாம்.

இல்லை; ஆனால் 'அவர்கள் அன்னியர்கள்' என்கிற நினைப்புத் தோன்றக்கூடாது – என்பதற்காகத்தான் முன்னெச்சரிக்கையாக மாநில சுயாட்சி கேட்கிறோம்.

மத்திய அரசு என்பது ஆண்டவன் எழுந்தருளியிருக்கும் கோவில் அல்ல – அனைத்து மாநிலத்து வாழும் மக்களும் தெண்டனிட்டுத் தொழுவதற்கு!

இன்று ஒரு கட்சி மத்திய அரசை ஆள்கிறது; நாளை பல கட்சிகள் சேர்ந்து ஆளக்கூடிய நிலை உருவாகலாம்.

அதாவது மத்திய அரசு என்கிற அமைப்புத்தான் நிரந்தரமானது; அதை ஆள்கிறவர்கள் வந்து போகிற மனிதர்கள்தாம்!

அந்தச் சில தனி நபர்களின் ‘அபிலாசை’க்கு இந்தியாவின் தேசிய இனங்கள் பலியாகி, தங்கள் உரிமைகளை இழக்க முடியாது.

ஐவர் ஜென்னிங்ஸ் மிகத் தெளிவாகக் குறிப்பிட்டிருக்கிறார் –

தற்போதைய அரசியல் அமைப்புச் சட்டம் வடக்கேயுள்ள இந்துக்கள் கையிலே கட்டுப்பாட்டை ஒப்புவித்திருக்கிறது – என்று![1]

ஐவர் ஜென்னிங்ஸ் மட்டும் படாததுமாகச் சொல்லியிருக்கிறார்.

சர்தார் கே.எம். பணிக்கர் ஒருபடி அதிகமாகச் சென்று இன்னொரு ஆபத்தைத் தெளிவாகச் சுட்டிக்காட்டியிருக்கிறார்.

மாநிலங்கள் சீரமைப்புக்குழு 1955இல் அறிக்கை தந்தபோது அதில் உறுப்பினராக இருந்த பணிக்கர் உத்தரப்பிரதேசம் பற்றித் தமது தனிக்குறிப்பைச் சேர்த்திருக்கிறார்.

இந்திய நாட்டு மக்கள் தொகையில் ஆறில் ஒரு பங்கு உ.பி.யில் இருக்கின்றனர். 51 மாவட்டங்களும், அவற்றை நிர்வகிப்பதற்கு 2,60,000 அதிகாரிகளும் இருக்கின்றனர். 499 பேர் கொண்ட மக்கள் சபையில் உ.பியைச் சேர்ந்தவர்கள் 86 பேராகவும், 216 பேர் கொண்ட மாநிலங்கள் அவையில் 31 பேராகவும் இருக்கின்றனர்.

–1955ஆம் ஆண்டு அறிக்கையில் பணிக்கர் இந்தத் தகவலைக் கூறி, உலகத்தில் எந்தக் கூட்டாட்சியிலும் இப்படி ஒரு மாநிலம் அதிக செல்வாக்குப் பெற்றுத் திகழவில்லை என்று கூறியிருக்கிறார்.[2]

---

1. “(The) Constitution... vests control in the Hindus of the north...”

- **IVOR JENNINGS**, “Some Characteristics Of The Indian Constitution, 1953, p.64.

2. Report Of The States Reorganisation Commission,1955, Note On Uttar Pradesh by **K.M. PANIKKAR**, pp. 244-252.

இந்திய அரசியலில் அவர்கள் ஒரு 'சக்தி வாய்ந்த அரசியல் அணி' ('a powerful political block') யாக இருப்பதாகவும், இதை தவறாகப் பயன்படுத்த முடியுமென்றும், இதனால் கூட்டாட்சி முறையில் அனைத்து மாநிலங்களும் சமம் என்கிற சமநிலை பாதிக்கப்பட்டிருப்பதாகவும், தென் மாநிலங்களில் மட்டுமின்றி, பஞ்சாபிலும், வங்கத்திலும் மற்ற மாநிலங்களிலும் அகில இந்திய விவகாரங்களில் உத்தரப்பிரதேசத்திற்குப் பிரதானம் கிடைப்பதானது அவநம்பிக்கையையும், மனக்கசப்பையும் ஏற்படுத்தியிருப்பதாகவும் அவர் கூறுகிறார்.

அது இந்திய ஒற்றுமைக்கே ஆபத்து என்றும் எச்சரித்திருக்கிறார்.[1]

ஆனால், அதே உத்தரப்பிரதேசத்தில் பி.கே.டி. கட்சி மாநிலங்களுக்கு அதிக அதிகாரம் கேட்கிறது. சோஷலிஸ்ட்டுகள் மாநில சுயாட்சி கேட்கிறார்கள்.

ஏன்?

இப்போது அந்த 'சக்திவாய்ந்த அரசியல் அணி' உ.பி.யின் பலத்தைக் கொண்டு அதன் தோளில் ஏறி மத்திய அரசு என்னும் மாநிலங்களை அடக்கி ஆளும் ஏகாதிபத்திய இயந்திரத்தை இயக்குவதற்கு டில்லியில் போய் அமர்ந்து கொள்கிறது.

அந்த அணிக்கு எதிரானவர்கள் அல்லது அதற்குப் பிடிக்காதவர்கள் உ.பி. மாநில ஆட்சிப் பொறுப்பிற்கு வருமாறு அம் மாநிலத்து மக்கள் செய்தால், மத்திய அரசை அடக்கி ஆள்கிற அந்த அணி மற்ற மாநிலங்களைப் போலவே அதையும் நடத்தி, எதேச்சாதிகாரத்தைக் கட்டவிழ்த்து விடுவதற்குத் தயங்குவதில்லை.

அந்த 'சக்தி வாய்ந்த அணி' மற்ற மாநிலங்களை ஏமாற்றி உ.பி.யைப் போஷித்தாலும், 'இந்தியாவின் எஜமானர்கள்' என்கிற கௌரவத்தை உ.பி மாநில மக்களுக்குத் தேடிக்கொடுத்தாலும், இவற்றை அனுபவிப்பதெல்லாம் அந்த **'சக்தி வாய்ந்த' ஆளும் வர்க்கம்தான்**!

---

1. "The consequence of the present imbalance, caused by the denial of the federal principle of equality of units, has been to create feelings of distrust and resentment in all the States outside Uttar Pradesh... That it will be a danger to our unity, if such feelings are allowed to exist and remedies are not sought and found now, will also not be denied."

- **K.M. PANIKKAR**, Ibid., p.245.

– அதனால்தான் உ.பி.யிலும் அந்த 'சக்தி வாய்ந்த அணிக்கு' எதிரானவர்களும், கொள்கையளவில் அதை வெறுப்பவர்களும் மாநில சுயாட்சிக்கு எதிராக இருக்கவில்லை.

"நிர்வாகத்தில் நன்கு பழக்கப்பட்ட தமிழ்நாடு போன்ற மாநிலங்களுக்கு சுயாட்சி வழங்குவது சரி; அனுபவமற்றுத் தவறு செய்யும் சூழ்நிலையில் உள்ள மாநிலங்களுக்குச் சுயாட்சி வழங்கினால் நன்கு நடைபெறுமா?" – என்று சிலர் கேட்கின்றனர்.

– மாநில மக்கள் மீது கொண்ட அவநம்பிக்கை காரணமாக எழுப்பப்படுகிற வாதமாகும் இது!

– இதற்கு 'செதல்வாட் குழு'வினர் நன்கு பதில் கூறியிருக்கின்றனர்.

ஒரு மாநிலத்தின் இலாகா பலவீனமாயிருக்கிறது என்பது பொறுப்புகளை மத்திய அரசிற்கு மாற்றிக்கொள்வதற்குத் தகுந்த முகாந்தரமாகாது. அதற்காகக் கரண்டியில் எடுத்து ஊட்டுவதும் சரியில்ல – அதாவது எப்போதும் மத்திய அரசு தலையிட்டுச் செய்வதும் சரியல்ல என்று அவர்கள் அறிக்கை கூறுகிறது.[1]

தண்ணீரில் இறங்கினால்தான் நீந்தக் கற்றுக் கொள்ள முடியும்!

மேலும் இது வெள்ளை ஏகாதிபத்தியம் பயன்படுத்திய புளித்துப்போன வாதமாகும். 'உங்களுக்கு ஆளத் தெரியாது; நீங்கள் ஆட்சித்துறையில் பயிற்சி பெறும்வரை நாங்கள் இருந்து வருகிறோம்' என்றுதான் வெள்ளைக்காரன் சொன்னான்.

அதற்குக் காந்தியார் பதில் கூறினார், 'நாங்கள் தவறு செய்தாலும் எங்களுக்கு எங்கள் ஆட்சிதான் வேண்டும்' – என்று!

தவறு செய்தால் அந்த ஆட்சியை அடுத்த தேர்தலில் தூக்கியெறிய இந்திய மக்கள் கற்றுக் கொண்டிருக்கிறார்கள்.

அதனால்தான் மாநில சுயாட்சிக் கோரிக்கை தேசிய இன எழுச்சியின் விளைவாக – ஜனநாயகத் தத்துவத்தின் வளர்ச்சியாக, பொருளாதார, நிர்வாகக் காரணங்களை அடிப்படையாகக் கொண்ட உரிமைக் குரலாக இருக்கிறது.

---

1. "The weakness of a state department is not an adequate reason for transferring responsibility from the State to the Centre. Nor is spoon - feeding likely to develop the organisation sought to be saved from the burden of this responsibility."

- Report Of The Study Team, A.R.C., p.160.

நிலைமை இப்படியே நீடித்தால் டெல்லியிலே இருக்கிற மாநிலங்களின் விருந்தினர் மாளிகைகள் தூதுவரகங்களைப் போல் மாறும் கட்டாயத்திற்கு ஆளாகும் நாள் ஒன்று வரலாம்!

– இது நாம் கூறுகிற கருத்தல்ல!

வீரேந்திர பாட்டில், மைசூரின் முதலமைச்சராக இருந்தபோது மாநிலங்கள் படும் துயரை விவரித்து, சுயாட்சி கிடைக்காவிட்டால் ஏற்படும் நிலையை இவ்வாறு சித்தரிக்கிறார்.[1]

அவர் கூறும் அந்தக் 'கட்டாயத்தை'த் தடுக்க நாம் கூறும் மாற்று மார்க்கம்தான் மாநில சுயாட்சி!

அனைத்து மாநிலங்களுக்கும் மாநில சுயாட்சி கிடைத்தால்தான் இந்தியாவில் ஜனநாயகப் புரட்சி நிறைவெய்தும்.

ஜோதி மழை பொழியும் அந்த ஒளிவிளக்கைக் கையிலேந்தி, "மாநில சுயாட்சி எங்கள் பிறப்புரிமை" என்கிற குரல் கொடுத்து, இந்தியாவில் தற்போது நிலவும் ஜனநாயக விரோத இருட்டை விரட்டும் முயற்சியில்தான் கழகம் இன்று ஈடுபட்டு முன்னணியில் இருக்கிறது!

●

---

1. "It is feared at this rate there may be urgent demands for more autonomy by the States and a day might come when different houses and bhavans of the States in Delhi are constrained to assume the character of embassies."

- **VEERENDRA PATIL,** "The States," Nov. 28, 1970.

7. மத்திய அரசு தமிழ்நாட்டைச் சுரண்டுகிறது!

> 1974-75இல் மட்டும் தமிழ்நாட்டிலிருந்து மத்திய அரசு கொண்டு செல்லும் பணத்தில் தமிழ்நாட்டிற்குத் திரும்பி வராமல் மத்திய அரசின் வசமே இருக்கப்போகும் தொகை சுமார் ரூ.153.43 கோடி! 1972-73இல் அப்படி மத்திய அரசிடம் இருந்த தமிழ்நாட்டுப் பணம் ரூ.67 கோடி!
>
> 5ஆவது ஐந்தாண்டுத் திட்ட இறுதியில் - இப்படி மத்திய அரசு வசப்படுத்திக் கொள்ளும் தமிழ்நாட்டுப் பணம் ரூ.732.38 கோடி!
>
> அடுத்த பத்தாண்டுகளில் - அதாவது 6வது ஐந்தாண்டுத் திட்ட இறுதி ஆண்டான 1983-84ல் இப்படி மத்திய அரசு என்கிற யானையிடம் கரும்பாகச் செல்லப் போகும் தமிழ்நாட்டுப் பணம் ரூ.1,748.58 கோடி!
>
> இந்தப் பணம் மட்டும் தமிழ்நாட்டிலேயே இருந்தால்..?

மத்திய அரசு ஓரவஞ்சகமாக நடந்து வருகிறது - என்பதை ஆதாரபூர்வமாகப் பார்த்தோம்.

"மத்திய அரசு நியாயமாக நடக்கவும் வேண்டும்; நியாயமாக நடப்பதைப் பகிரங்கமாகக் காட்டிக் கொள்ளவும் வேண்டும்"[1]

- என்று டாக்டர் **பி.என். தார்** கூறியிருக்கிறார்.

---

1. "The Centre must not only be fair; it must appear to be fair."

- **P.N. DHAR,** "Centre - State Relations In The Field Of Industrial Development", published in "The Union And The States", Ed. by **S.N. JAIN & Others,** p.140.

ஆனால் இதுவரை மத்திய அரசு நியாயமாக நடந்து கொள்ளவு மில்லை; நடந்து கொண்டதாகக் காட்டிக் கொள்ளவுமில்லை.

எடுத்துக்காட்டாக முதல் மூன்று ஐந்தாண்டுத் திட்டங்களை எடுத்துக் கொள்வோம். மத்திய அரசாங்கமே துவங்கி நடத்திய பெரும் தொழில் திட்டங்களுக்காக அந்தக் காலக்கட்டத்தில் எந்தெந்த மாநிலத்தில் எவ்வளவு மூலதனம் போடப்பட்டது? – என்பதைப் பின்வரும் பட்டியல் 11 விளக்குகிறது.

பட்டியல் – 11

3 திட்டங்களில் மாநிலங்களில் மத்திய அரசின் நேரடி முதலீடு

(Statewise Investment on Central Industrial Projects in the First Three Plans)

மாநிலம்	3 திட்டங்களில் மத்திய அரசின் நேரடி முதலீடு (ரூபாய்கள் கோடியில்)	மொத்த முதலீட்டில் ஒவ்வொரு மாநிலத்திலும் எத்தனை % என்பது
1. ஆந்திரா	56.98	3.07
2. அசாம்	27.50	1.48
3. பீகார்	225.64	12.15
4. பம்பாய் (மராட்டியம் & குஜராத்)	89.94	4.84
5. கேரளா	25.12	1.35
6. மத்தியப் பிரதேசம்	467.01	25.15
7. மதராஸ்	82.71	4.45
8. மைசூர்	30.03	1.62
9. ஒரிசா	409.62	22.06
10. பஞ்சாப்	29.78	1.60
11. இராஜஸ்தான்	14.19	0.76
12. உத்தரப் பிரதேசம்	71.44	3.85
13. மேற்கு வங்கம்	326.61	17.59
மொத்தம்	1,856.57	100

(Source : Ibid., p. 136)

மூன்று ஐந்தாண்டுத் திட்டங்களில் மத்திய அரசே துவக்கிய பெரிய தொழில்களுக்கான நேரடி முதலீட்டில் 77 சதவிகிதம் மத்தியப் பிரதேசம், ஒரிசா, பீகார், மேற்கு வங்கம் – ஆகிய நான்கு மாநிலங்களிலேயே முதலீடு செய்யப்பட்டிருக்கிறது.

அந்த நான்கு மாநிலங்களும்தான் இந்தியாவா? அதை ஏன் அனைத்து மாநிலங்களுக்கும் சீராகப் பிரித்துக் கொடுத்திருக்கக் கூடாது?

அங்கே அத்தகைய தொழிற்சாலைகளை நிறுவுவதற்கான இயற்கைச் சூழ்நிலைகள் இருந்திருக்கலாம். ஆனால் மத்திய அரசு நியாயமாக நடந்து கொள்வதாக ஒரு பாவனையாவது காட்ட வேண்டாமா?

இதுபோலவே ரணஜித் ராய் 'மேற்கு வங்கம் படும் துயரம்' என்னும் புத்தகத்தில், டி.டி. கிருஷ்ணமாச்சாரி நிதியமைச்சராக இருந்த காலத்தில் தென்னிந்திய முதலாளிகளுக்கு உதவி செய்வதற்காகக் கிழக்கிந்திய மாநிலங்களின் நலன்களைப் புறக்கணிக்கும் செயல்களைச் செய்ததாகக் குற்றம் சாட்டியிருக்கிறார்.

– எப்படியோ கூட்டாட்சித் தராசினை மத்திய அரசு நேர்மையாகப் பிடிக்கவில்லை என்பது மட்டும் திண்ணம்.

இதற்கெல்லாம் காரணம் என்ன?

மத்திய அரசிடம் மிதமிஞ்சிய வருவாய் குவிந்து கிடக்கிறது. நிதித்துறையில் தனக்கு ஒப்பாரும் மிக்காரும் இல்லாத காரணத்தினால் மத்திய அரசு மனம்போனபடியெல்லாம் செயல்படுகிறது.

ஆனால் மத்திய அரசின் கையிலிருக்கும் பணம் 'யாருடைய அப்பன் வீட்டுப்' பணம்?

மாநிலத்து மக்கள் வரியாகக் கொடுக்கின்ற பணம்தான்!

– இதை முன்பே விளக்கியிருக்கிறோம்.

இப்போது எடுத்துக்காட்டாக, தமிழ்நாட்டை மட்டும் எடுத்துக் கொள்வோம்.

முதலாவதாக, தமிழ்நாட்டில் வாழும் மக்களிடமிருந்து மத்திய அரசு, வருமானவரி, எக்சைஸ் டூட்டி, கஸ்டம்ஸ் டூட்டி, எஸ்டேட் டூட்டி – ஆகிய வரிகளை வசூலிக்கிறது.

இரண்டாவதாக, சிறுசேமிப்பு நிதியும் வசூலித்து மத்திய அரசிற்குத் தரப்படுகிறது.

மூன்றாவதாக, தமிழ்நாட்டு நிலப்பரப்பில் அமைந்துள்ள கூட்டுறவு வங்கிகள் உட்பட அனைத்து வங்கிகளிடமிருந்தும், இன்சூரன்ஸ் நிறுவனங்களிடமிருந்தும் மத்திய அரசு கடன் வாங்குகிறது.

– இந்த மூன்று இனங்களின் மூலமாக மத்திய அரசு தமிழ் நாட்டு மக்களிடமிருந்து வருவாய் பெறுகிறது. இது 'வருவாய் அயிட்டம்'.

இப்போது மத்திய அரசிடமிருந்து தமிழ்நாட்டிற்கு எந்த விதத்தில் பணம் திரும்பி வருகிறது – என்பதைப் பார்ப்போம்:

முதலாவதாக, இங்கு வசூலாகி எடுத்துச் செல்லப்பட்ட வருமான வரி போன்ற வரிகளிலிருந்து மத்திய அரசு தமிழ்நாட்டிற்கு ஒரு பங்கினைத் தருகிறது.

இரண்டாவதாக, சிறு சேமிப்பிலும் ஒரு பங்கினைத் தமிழ்நாட்டிற்கு மத்திய அரசு திருப்பிக் கொடுக்கிறது.

மூன்றாவதாக, திட்டங்களுக்கு ஒரு தொகையை மானியமாகத் தமிழ்நாட்டிற்குத் தருகிறது.

நான்காவதாக, திட்டமல்லாத துறையிலும் மத்திய அரசு மானியம் வழங்குகிறது.

– இவை நான்கும் மத்திய அரசைப் பொறுத்தவரை செலவினம்! தமிழ்நாட்டிற்கோ வரவினம்!

இவை தவிர, மத்திய அரசே நேரடியாகச் சில தொழில்களில் முதலீடு செய்திருக்கிறது. இதுவும் மத்திய அரசைப் பொறுத்தவரை செலவினம்! தமிழ்நாட்டிற்கு – தமிழக அரசிற்கில்லை; தமிழக மக்களுக்கு வரவினம்!

இந்த விபரங்களைப் பார்த்ததும், "சரிதானப்பா, மத்திய அரசு தமிழ்நாட்டிலிருந்து வரியையும், கடனையும் வசூலிக்கிறது; பிறகுதான் திருப்பிக் கொடுத்து விடுகிறதே! இதிலென்ன இருக்கிறது!" என்று சொல்லத் தோன்றும்.

ஆனால் உண்மை அதுவல்ல.

தமிழ்நாட்டிலிருந்து ஆண்டுதோறும் மத்திய அரசு எடுத்துச் செல்லும் தொகை முழுவதையும் அப்படியே திருப்பிக் கொடுத்து விடுவதில்லை.

ஒரு பகுதி மத்திய அரசிடமிருந்து தமிழ்நாட்டிற்குத் திரும்பி வருவதே கிடையாது.

"சரிதானப்பா; 'அஞ்சு – பத்து' 'அப்படி – இப்படி' இருந்தால் என்ன?" – என்று சொல்லத் தோன்றும். மத்திய அரசிடம் நிற்பது அஞ்சு – பத்தாக இருந்தால் நாமும் இதைப் பெரிதுபடுத்த மாட்டோம்.

1974 – 75இல் மட்டும் தமிழ்நாட்டிலிருந்து மத்திய அரசு கொண்டு செல்லும் பணத்தில் தமிழ்நாட்டிற்குத் திரும்பி வராமல் மத்திய அரசின் வசமே இருக்கப் போகும் தொகை சுமார் ரூ. 153.43 கோடி!

1972 – 73இல் அப்படி மத்திய அரசிடம் இருந்த தமிழ்நாட்டுப் பணம் ரூ.67 கோடி!

5ஆவது ஐந்தாண்டுத் திட்ட இறுதியில் – 1974–75 முதல் 1978 – 79 முடிய ஐந்தாண்டுக் காலத்தில் இப்படி மத்திய அரசு வசப்படுத்திக் கொள்ளும் தமிழ்நாட்டுப் பணம் சுமார் ரூ.732.38 கோடி!

அடுத்த பத்தாண்டுகளில், அதாவது 1974–75 முதல் 1983–84 முடிய, 5ஆவது, 6ஆவது திட்டக் காலத்தில் இப்படி மத்திய அரசு என்கிற யானையினிடம் கரும்பாகச் செல்லப் போகும் தமிழ்நாட்டுப் பணம் சுமார் ரூ.1748.58 கோடி!

*(விபரங்கள் விரும்புவோர் பட்டியல் – 12 காண்க! இந்தப் புள்ளிவிபரக் கணக்கு முழுவதும் தமிழக அரசு திட்டக் குழுச் செயலாளர் டாக்டர் **பிரைட் சிங்** அவர்களால் தமிழகத் திட்டக் குழுவிற்குத் திரட்டித் தரப்பட்டிருக்கிறது.)* [1]

அதுபோலவே, இந்தியா சுதந்திரமடைந்த 1947லிருந்து இன்றுவரை மத்திய அரசு எடுத்துக்கொண்டு போன இந்த மாநிலத்து மக்கள் பணம் எத்தனை நூறு கோடிகளோ!

– இது தமிழ்நாடு என்கிற ஒரு மாநிலத்துக் கணக்கு! 21 மாநிலங்களின் கணக்கைப் பார்த்தால்தான் யார் பணம் யாரிடம் இருக்கிறது– என்பது வெளியாகும்!

---

1. **Vide** "A Framework For The Perspective Plan Of Tamil Nadu", (Technical Notes And Methodology), State Planning Commission, Govt. of Tamil Nadu.

பட்டியல் – 12

மத்திய அரசு தமிழ்நாட்டில் வசூலிப்பதும், பிறகு திரும்பிவருவதுமான மதிப்பீடு

(ரூபாய்கள் கோடியில்)

மத்திய அரசு தமிழ்நாட்டிலிருந்து வரிகள் மூலம் வசூல் செய்வது	1974-75இல் மட்டும்	1974-75 லிருந்து 1978-79 வரை 5ஆவது திட்டக் காலத்தில்	1979-80லிருந்து 1983-84 வரை 6ஆவது திட்டக் காலத்தில்	1974-75லிருந்து 1983-84 வரை உள்ள 10 – ஆண்டு காலத்தில்
வரிவசூல்:				
1. வருமான வரி	54.00	309.00	504.00	813.00
2. எக்சைஸ் டூட்டி	205.00	1,235.00	2,370.00	3,605.00
3. எஸ்டேட் டூட்டி	0.75	3.75	5.00	8.75
4. கஸ்டம்ஸ் டூட்டி	97.00	543.00	806.00	1,349.00
I. இப்படி வரிகளின் மூலம் மொத்த வசூல்	**356.75**	**2,090.75**	**3,685.00**	**5,775.75**

மத்திய அரசு தமிழ் நாட்டிலிருந்து வரிகள் மூலம் வசூல் செய்வது	1974 –75இல் மட்டும்	1974–75லிருந்து 1978–79 வரை 5ஆவது திட்டக் காலத்தில்	1979–80லிருந்து 1983–84 வரை 6ஆவது திட்டக் காலத்தில்	1974–75லிருந்து 1983–84 வரையுள்ள 10–ஆண்டு காலத்தில்
II சிறு சேமிப்பு:	**14.58**	**81.45**	**147.75**	**229.20**
கடன் பெறுவது (Borrowings):				
1. கூட்டுறவு வங்கி உட்பட, வங்கிகள் மூலம்	6.5	37.2	51.4	88.6
2. இன்சூரன்ஸ் மூலம்	3.1	17.6	23.7	41.3
3. பிராவிடண்ட் பண்டும் மற்றவைகளும்	15.0	75.0	100.0	175.0
III. **இந்த மூன்றும் சேர்ந்த மொத்தக் கடன் வருவாய்:**	**24.6**	**129.8**	**175.1**	**304.9**
I, II, III-ம் சேர்ந்து மத்திய} அரசு தமிழ்நாட்டிலிருந்து} A பெறும் மொத்தத் தொகை}	**395.93**	**2,302.00**	**4,007.85**	**6,309.85**

மத்திய அரசு தமிழ்நாட்டிற்குத் திருப்பிக் கொடுப்பது

	1974 –75இல் மட்டும்	1974–75லிருந்து 1978–79 வரை 5ஆவது திட்டக்காலத்தில்	1979–80லிருந்து 1983–84 வரை 6ஆவது திட்டக்காலத்தில்	1974–75லிருந்து 1983–84 வரையுள்ள 10–ஆண்டு காலத்தில்
1.வரிகளில் பங்கு	73.75	436.75	781.00	1,217.75
2.சிறுசேமிப்பில் பங்கு	8.75	48.87	88.65	137.52
3. திட்டத்திற்கான மானியம் (plan grants)	29.00	204.00	410.00	614.00
4. திட்டமல்லாத மானியம் (Non - plan grants)	20.00	100.00	150.00	250.00
5. நேரடியாக மத்திய அரசு முதலீடு செய்வது (Direct Central Investmens)	111.00	780.00	1,562.00	2,342.00
தமிழ்நாடு திரும்பப் பெறும் தொகை (இந்த ஐந்தும் சேர்த்து மொத்தம்) B	242.50	1,569.62	2,991.65	4,561.27
மத்திய அரசிடம் நிற்கும் தொகை (A – B)	153.43	732.38	1,016.20	1,748.58

இந்தக் கணக்கைப் பார்த்ததும் சிலர், "தமிழ்நாட்டிற்கும் சேர்த்து மத்திய அரசு பாதுகாப்புச் செலவுகளை மேற்கொள்ளுகிறதல்லவா? அதற்கு மத்திய அரசு எங்கே போகும்? தமிழ்நாடு போலப் பல மாநிலங்களிடமிருந்து மத்திய அரசிற்குப் பணம் போனால்தானே மத்திய அரசால் அந்தப் பணியைச் சரியாகச் செய்ய முடியும்?" என்று கேள்வி கேட்கலாம்.

> இந்தக் கேள்வியை யார் கேட்கிறார்களோ அவர்கள், "தேசப் பாதுகாப்புப் போன்ற அரசியல் சட்டம் மத்திய அரசிடம் ஒப்படைத்திருக்கிற பணிகளுக்கு மாத்திரம் எந்த அளவு பணம் தேவையோ **அந்த அளவு மட்டுமே – அந்த அளவு மட்டும்தான்** – மத்திய அரசு வைத்துக்கொள்ள வேண்டும்" – என்கிற டாக்டர் பி.சி. ராய் தத்துவத்தை ஒப்புக்கொண்டவர்களாகிறார்கள் – என்பதை மகிழ்ச்சியுடன் தெரிவித்துக் கொள்கிறோம்.

சரி; இந்தக் கணக்கையும் பார்ப்போம். 1970–71 இல் தேசப் பாதுகாப்பிற்காக மத்திய அரசு சுமார் ரூ.1,000 கோடி செலவிட்டது.

இப்போது அந்தத் தொகையில் தமிழ்நாட்டின் பங்கு எவ்வளவென்று எப்படிக் கணக்கிடுவது?

தேசப் பாதுகாப்பு இந்திய மக்களனைவருக்கும் பொதுவானது. எனவே, இந்தச் செலவைத் தலைக்கு இவ்வளவு என்று பங்கிட்டுக் கொள்வதுதான் நீதி.

அப்படிப் பார்த்தால்[1] தமிழ்நாட்டு மக்கள் கணக்குப்படி பாதுகாப்புச் செலவில் பங்கு 1970–71இல் ரூ.76.22 கோடியாகிறது.

– எனவே இந்தச் செலவைக் கணக்கிட்டு, அதைக் கழித்தாலும் மத்திய அரசிடம்தான் தமிழ்நாட்டுப் பணம் இருக்கிறது.

இது ஒரு பொதுப்படையான கணக்கு.

கணக்குப் பார்க்கும்போது இராணுவச் செலவைத் தலைக்கு இவ்வளவு என்று பங்கிட்டுக் கொண்டால் மத்திய அரசு பெறுகிற லாபத்தையும் தலைக்கு இவ்வளவு என்று பங்கிட்டுக் கொள்ள வேண்டாமா?

ஆண்டு தோறும் சிரமமும், செலவுமில்லாமல் மத்திய அரசு நோட்டடித்துக் குவிக்கிறது. 5ஆவது திட்டக் காலத்தில் சுமார்

---

1. "...defence expenditure per head multiplied by the population of Tamil Nadu."

ரூ.1,000 கோடிக்கு மேல் நோட்டடிக்கப் போகிறது. இந்தப் 'பலனை'யும் தலைக்கு இவ்வளவு என்று பங்கிட வேண்டாமா?

மத்திய அரசின் வரியில்லாத வருவாய் (Non - tax - Revenue) 1973–74ஆவது ஆண்டில் ரூ. 5,967.22 கோடியாக இருக்குமென்று மதிப்பிடப்பட்டிருக்கிறது.

– மத்திய அரசின் இந்த வருவாயையும் தலைக்கு இவ்வளவு என்று இந்திய மக்கள் அனைவரும் பங்கிட்டுக்கொள்ள வேண்டாமா?

அப்படிப் பார்த்தால் மத்திய அரசு நமக்குத் தரவேண்டியதுதான் அதிகமாயிருக்கும்!

எனவே, அந்த விபரங்கள் அனைத்தும் கிடைக்கும்வரை தற்காலிகமாக இந்தக் கணக்கையே வைத்துக் கொண்டால் அடுத்த பத்தாண்டுகளில் தமிழ்நாட்டுப் பணம் ரூ. 1,748.58 (அதாவது சுமார் ரூ.1,750 கோடி) மத்திய அரசிற்குச் செல்லப்போகிறது.

இப்படி நம் பணத்தையெல்லாம் மத்திய அரசு 'கொள்ளையடித்துச்' செல்கிறது. பிறகு அவர்களைப் பார்த்துத் 'திட்டத் தொகையை உயர்த்திக்கொடு; கடன் வசூலைத் தள்ளிப்போடு' – என்று நாம் கெஞ்சுகிறோம்!

– இது இப்போதைய அரசியல் சட்டம் உருவாக்கியிருக்கும் புதிய காலனி ஆதிக்கம் அல்லவா?

முன்பு பிரிட்டிஷ் ஆதிக்கம் விட்டுச் சென்ற காலணிக்குள் இப்போது அரசை ஆள்வோர் தங்கள் கால்களை விட்டுக்கொண்டு, ஒரு உள்நாட்டுக் காலனி ஆதிக்க முறையைத் தொடங்கி ஏகாதிபத்யம் நடத்துகிறார்கள்!

இதை நாம் இனியும் அனுமதிக்கலாமா?

மத்திய அரசு எடுத்துச்செல்லும் அந்த 1,750 கோடி ரூபாய் மட்டும் தமிழ்நாட்டின் வசமே இருந்தால்...

கொஞ்சம் கற்பனை செய்துபாருங்கள்!

எத்தனையெத்தனை தொழிற்சாலைகளைத் துவங்கமுடியும்? எப்படியெல்லாம் வேளாண்மையை முன்னேற்ற முடியும்? வேலையில்லாத் திண்டாட்டத்தைத் துரும்பாய் பறக்கடிக்க முடியுமே! ஏழைப் பாட்டாளிக்கு – நடுத்தர வர்க்கத்திற்கு– தாழ்த்தப்பட்ட, பிற்படுத்தப்பட்ட சமுதாயத்தினர்க்கு அவர்களைக் கைதூக்கிவிடும் வளர்ச்சிப் பணிகளையெல்லாம் மேற்கொண்டு, தமிழ்நாட்டைச் செல்வம் கொழிக்கும் பூமியாக்கிவிடலாமே!

– இப்படித்தான் எண்ணிப் பார்க்கவேண்டியிருக்கிறது!

தமிழ்நாட்டின் நிலைமை மட்டுமல்ல! இன்னும் பல மாநிலங்களின் நிலைமையும் இப்படித்தானிருக்கிறது!

தந்தை பெரியாரிடம் இந்தக் கணக்குக் கூறப்பட்டிருந்தால், "இது யார் அப்பன் வீட்டுப் பணம்? எங்கள் வீட்டுப் பணத்தை எடுத்துச் செல்ல நீ யார்? உன் சகவாசமே வேண்டாம்! **கொடு தனி நாடு!**" – என்று சிங்கம் போலக் கர்ஜனை செய்திருப்பார்.

நாம் அப்படிக் கேட்கவில்லை; 21 மாநிலங்களும், மற்ற யூனியன் பிரதேசங்களும் ஒன்றாகவே இருப்போம்; கூட்டுக் குடும்பத்தில் சகோதரர்களாகவே வாழ்க்கை நடத்துவோம்; நம்மில் யாராவது தன் சொந்தக்காலில் நிற்க முடியாதபடி பற்றாக்குறை மாநிலங்களாக இருந்தால் அதைச் சரி செய்ய நாம் அனைவரும் சேர்ந்து உதவுவோம்; ஆனால், இப்போதுள்ள 'எஜமான் – அடிமை முறை' வேண்டாம்; நீங்கள் ஸ்தாபித்திருக்கும் உள்நாட்டுக் காலனி முறை நாட்டில் பல 'பெரியார்'களைத்தான் தோற்றுவிக்கும்; பிரிட்டிஷ் ஏகாதிபத்தியச் சுரண்டல் இயந்திரத்தைச் சுக்குநூறாக உடைத்த மக்களுக்கு இப்போது மத்திய அரசும் ஒரு சுரண்டல் இயந்திரமாகத்தான் இயங்குகிறது என்பது பட்டவர்த்தனமானால் அது பெரும் ஆபத்தில் முடியும். எனவே, தட்டிக் கேட்போரைப் பிரிவினைவாதி என்று கூறிச் சிறையில் அடைத்துப் பயனில்லை; வாய்ப்பூட்டுப் போட்டும் பயனில்லை; பிரிவினை உணர்ச்சியே தோன்றாதவாறு செய்வோம்!" என்று நாம் கேட்கிறோம்.

இதற்கு நாம் கூறும் பரிகாரம்தான் மாநில சுயாட்சி!

●

8. தி.மு.கழகத்தின் கோரிக்கை! [1]

1. மத்திய அரசிடம் தேசப் பாதுகாப்பு, வெளிநாட்டு விவகாரம், மாநிலம் விட்டு மாநிலம் நடைபெறும் செய்தித் தொடர்புகள் (Inter - State Communications), கரன்சி – ஆகிய நான்கு அதிகாரங்கள் மட்டுமே போதுமானது. மற்ற அதிகாரங்களும், எஞ்சிய அதிகாரங்களும் மாநிலங்கள் வசம் ஒப்படைக்கப்படலாம்.

2. பொதுப்பட்டியல் மிக மிகக் குறைந்த – ஆனால் தவிர்க்கப்படவே முடியாத – அதிகாரங்கள் கொண்டதாக இருக்கவேண்டும்.

இது புதிய தத்துவமோ, திடுக்கிடும் கோரிக்கையோ அன்று.

1945ஆம் ஆண்டு இந்திய மக்கள் முன்னிலையில் வைத்த தேர்தல் அறிக்கையில் அகில இந்தியக் காங்கிரஸ் கட்சி கீழ்க் கண்டவாறு கூறியிருக்கிறது.

> *“இந்தியக் கூட்டாட்சி என்பது அதன் பல்வேறு பகுதிகளின் – விரும்பி இணையும் ஒன்றியமாக இருக்க வேண்டும். பகுதிகளுக்கு (அதாவது மாநிலங்களுக்கு) அதிகபட்ச சுதந்தரம் அளிப்பதற்காக எல்லோருக்கும் பொதுவான, முக்கிய அதிகாரங்கள் கொண்ட குறைந்தபட்ச அதிகாரத்தைக் கூட்டாட்சி (மத்திய) அரசிற்கும்; தேவைப்படும் பகுதிகள் (அதாவது மாநிலங்கள்) விரும்பினால், ஏற்கும் பொதுவான அதிகாரங்கள் கொண்ட (பொதுப்) பட்டியலும் இருக்கலாம்.”* [2]

---

1. இராஜமன்னார் குழு அறிக்கை மீது செழியன் – மாறன் குழுவினர் தந்த அறிக்கையை – 8–1–74 அன்று தி.மு.க.வின் செயற்குழு சில திருத்தங்களோடு ஏற்றுக்கொண்டது. இந்த அத்தியாயம் அவைகளை அடிப்படையாகக் கொண்டு வரையப்பட்டிருக்கிறது. இதில் முக்கியமான அம்சங்கள்தான் குறிக்கப்பட்டிருக்கின்றன. விபரங்களுக்குத் தி.மு.கழக வெளியீட்டைக் காண்க.

2. “The Federation of India must be a willing Union of its various parts. In order to give the maximum of freedom to the constituent units there may be a minimum list of common and essential federal subjects which will apply to all units, and a further optional list of common subjects which may be accepted by such units as desired to do so.”

- “ Handbook for Congressmen,” Central Parliamentary Board, Indian National Congress, New Delhi, p.98.

*1947*ஆம் ஆண்டு சனவரித் திங்கள் *22*ஆம் நாளன்று அ.நி. சபையில் வரலாற்றுப் புகழ்மிக்க நோக்கங்களைப் பற்றிய தீர்மானத்தை முன்மொழிந்தபோது, பண்டித நேரு "சுதந்தர இந்தியாவில் அமைந்திடும் மாநிலங்களும், பிற ஆட்சிப் பகுதிகளும், சுயாட்சி உரிமை பெற்று; மாநிலங்கட்கும் மத்திய அரசுக்கும் என குறிப்பிட்ட அதிகாரங்கள் நீங்கலான எஞ்சிய அதிகாரங்களுடன் அமைந்து செயல்படும்"[1] என்று கூறியிருக்கிறார்.

இதைத் தமிழக முதல்வர் கலைஞர் 1972–73 பட்ஜெட் உரையில் குறிப்பிட்டு, இந்தக் கருத்தினை உற்று நோக்கின் "மாநில சுயாட்சி என்பது நாட்டு ஒற்றுமைக்கு விரோதமான கோரிக்கையன்று என்பது தெளிவாகும்" – எனக் கூறியுள்ளார்.

'மந்திரி சபைத் தூதுக்குழுவினர்' தந்திருந்த திட்டப்படி மத்திய அரசிற்குத் தேசப் பாதுகாப்பு, வெளிநாட்டு விவகாரம், செய்தித் தொடர்புகள் – ஆகிய மூன்று அதிகாரங்களையும் அதற்குத் தேவையான நிதியை எழுப்பும் அதிகாரங்களையும்தான் கொடுத்திருந்தது – என்பது நினைவிருக்கலாம். அதை ஒரு காலக்கட்டத்தில் காந்தியாரும், காங்கிரஸ் கட்சியும், முஸ்லிம் லீகும் ஒப்புக் கொண்டதையும் முன்பே குறிப்பிட்டிருக்கிறோம்.

மந்திரி சபைத் தூதுக்குழுவினர் 'செய்தித் தொடர்புகள்' – என்று பொதுவாகக் குறிப்பிட்டிருக்க, நாம் மட்டும் ஏன் 'மாநிலம் விட்டு மாநிலம் நடைபெறும் செய்தித் தொடர்புகள்' (Inter - State Communications) என்று குறித்திருக்கிறோம் என்று கேட்கலாம்.

மத்திய அரசின் இந்த அதிகாரங்கள் பற்றி ஆராய்ந்து அறிக்கை தர, அ.நி.சபை பண்டித நேரு உள்ளிட்ட ஒரு குழுவினை அமைத்தது. (அதில் முஸ்லிம் லீக் உறுப்பினர்கள் கலந்து கொள்ளவில்லை.)

அந்தக் குழுவினர் தந்த அறிக்கையில்[2] 'செய்தித் தொடர்புகள்' என்பது – ஆகாய விமானத் தொடர்பு, நெடுஞ்சாலை, நீர் வழிப்பாதை, தபால் – தந்தி, வானொலி – தொலைபேசி – டெலிவிஷன் போன்ற தொடர்புகள், ரயில்வே, கப்பல் தொடர்பு, துறைமுகங்கள் – போன்ற 12 அதிகாரங்களைக் குறிப்பதாக அந்தத் தலைப்பை நீட்டியிருக்கின்றனர்.

---

1. "Where in the said territories (the States) shall possess and retain the status of autonomous units together with the residuary powers and exercise all powers and functions of Government and adminstration."

2. Report Of The Union Powers Committee, presented on 28th April, 1947.

அதுபோல 'கரன்சி' என்று மந்திரி சபைத் தூதுக்குழு குறிப்பிட்டுக் கூறாவிட்டாலும்; கரன்சி, ரிசர்வ் வங்கி, மத்திய நீதித்துறை (Union Judiciary) போன்ற 14 அதிகாரங்களையும், மேற்கொண்டு இன்சூரன்ஸ், வங்கிகள் போன்ற 8 அதிகாரங்களையும் மத்திய அரசிற்குத் தேவையான அதிகாரங்கள் ('Implied or inherent in or resultant from the express powers of the Union') - என்று நேரு குழுவினர் தங்கள் அறிக்கையில் சேர்த்திருக்கின்றனர்.

– இவைகளில் பல அதிகாரங்கள் மத்திய அரசிற்குத் தேவையில்லை – என்பது தி.மு.க.வின் கருத்து.

அதனால்தான் தி.மு.க. செயற்குழு ஒப்புக்கொண்ட செழியன் – மாறன் குழு அறிக்கையில் 'மாநிலம் விட்டு மாநிலம் நடைபெறும் செய்தித் தொடர்புகள்' என்று குறிப்பிட்டுக் கூறப்பட்டிருக்கிறது; 'கரன்சி' சேர்க்கப்பட்டிருக்கிறது.

மாநிலத்திற்குள்ளாக மாநில அரசு, ரயில்வேக்களையும் விமானப் போக்குவரத்தையும் நடத்தலாம். 1935ஆம் ஆண்டுச் சட்டத்தின் கீழ் பல மாநிலங்கள் சிறு ரயில்வேக்களை நடத்தின. அவ்வளவு ஏன்; அப்போதைய சென்னை மாகாணத்திலேயே ஜில்லா போர்டுகள் ரயில்வேக்களை நடத்தியிருக்கின்றன. இன்றும் பிர்லாவுக்குச் சொந்தமான 'சிறு ரயில் பாதைகள்' அவர்களது தொழிற்சாலை உபயோகத்திற்காக இருக்கின்றன. ஆஸ்திரேலியாவிலும், கனடாவிலும் மாகாணங்கள் தங்களது பொருளாதார வளர்ச்சியை முன்னிட்டு ரயில்வேக்களை நடத்துகின்றன.

அமெரிக்காவில் வானொலியையும், டெலிவிஷனையும் நடத்துவது முழுக்க முழுக்கத் தனியார்தான். அங்கே வானொலி அல்லது டெலிவிஷன் வாங்குவோர் அரசிற்கு லைசென்ஸ் கட்டணம்கூடத் தர வேண்டியதில்லை.

சோவியத் நாட்டில் ஒவ்வொரு சுயாட்சி பெற்ற குடியரசும் வானொலியை நிர்வகிக்கின்றது. அதை நிர்வகிப்பதற்குத் தனிக் குழுக்கள் அமைக்கப்பட்டிருக்கின்றன.

– இந்த விஷயத்தில் நாம் அமெரிக்காவைப் பின்பற்றாவிட்டாலும் சோவியத் நாட்டைப் பின்பற்றக் கூடாதா?

பொருளாதார வளர்ச்சிக்கு வங்கிகள் இன்றியமையாதவை; அதுபோலவே இன்சூரன்சும், 'யூனிட் டிரஸ்ட்'டும்! அவையும் மக்களுக்கு அண்மையில் உள்ள மாநிலங்களின் அதிகாரத்திற்கு வரவேண்டும்.

"டெபாசிட்டாகப் போடப்படும் பணத்தில் சுமார் பத்து சதவிகிதத்தைத்தான் வங்கிகள் கையில் வைத்திருக்க வேண்டியது அவசியம். மீதமுள்ள தொகையை முதலீடு செய்ய முடியும்; வங்கிகள் அப்படித்தான் செய்கின்றன. இது வங்கிகள் எப்படிப் பணியாற்றுகின்றன என்பதை அறிந்த அனைவருக்கும் தெரியும். சேமிப்பு, முதலீடு செய்யப்பட்டால் மூலதனமாகிறது... முதலீடு என்றால் வேலை வாய்ப்பு என்று அர்த்தம்"[1] – என்று வேலையில்லாத் திண்டாட்டத்தால் பெரிதும் பாதிக்கப்பட்டிருக்கும் சமுதாயத்திற்குப் புரிகிற மொழியில் ஷேக் முஜிபூர் ரகுமான் தமது 6 அம்சத் திட்டத்தில் இரத்தினச் சுருக்கமாகக் கூறியிருக்கிறார்.

முஜீப்பை அழைத்ததால் யாரும் கலவரமடையத் தேவையில்லை.

> "பொருளாதாரப் பிரச்சினைகளில் தங்களுக்கென சுதந்தரமாக இயங்கவும், முயற்சி மேற்கொள்ளவும் இடமில்லாத காரணத்தால் மாநில அரசுகள் ஏமாற்றத்தோடும் கையாலாகாத நிலையிலும் இருக்கின்றன. அதனால் பொருளாதாரப் பணிகளை மாநில அரசுகளும், மத்திய அரசும் சமமாகப் பிரித்துக் கொள்ள வேண்டும்."

– இது உள்ளூரில் இருக்கிற கே. சந்தானம் 1970 ஏப்ரல் திங்கள் டில்லியில் நடைபெற்ற மத்திய – மாநில உறவுகள் பற்றிய கருத்தரங்கில் தெரிவித்த கருத்தாகும்.

எத்தனையோ எதிர்ப்புக்கிடையே 14 வங்கிகள் தேசியமயமாக்கப்பட்டபோது தி.மு.க. அதை முழுமனதோடு ஆதரித்தது. ஆனால் இன்று நடப்பது என்ன? சில ஏகபோக முதலாளிகள் கையில் இருந்த வங்கி இன்று மத்திய அரசு என்கிற பெரிய முதலாளியிடம் மாறியிருக்கிறது.

இப்போதே கூட்டுறவு வங்கிகளை மாநிலங்கள்தான் நடத்துகின்றன. எனவே, மற்ற வங்கிகளையும் மாநிலங்களிடமே கொடுத்துவிட்டு அவற்றை நாடாளுமன்றம் சட்டத்தின் மூலம் ஒழுங்குபடுத்தும் அதிகாரத்தை மட்டும் வைத்துக் கொள்ளலாம் என்று முன்பே பல அறிஞர் கூறியிருக்கின்றனர்.[2]

---

1. " Any one conversant with banking operation knows well that only barely ten percent of the entire deposit need be kept ready for payment and the rest can be and generally is invested. Savings when invested become capital... investment means employment."

- **SHEIKH MUJIBUR RAHMAN,** "6- Point Formula - Our Right to Life," Bangla Desh Documents, p. 27.

2. இதே கருத்தை கே.சந்தானம் முன்பு குறிப்பிட்ட கருத்தரங்கில் தெரிவித்திருக்கிறார்.

நிதி வழங்கும் நிறுவனங்களின் தலைமை அலுவலகம் பெரும்பாலும் பம்பாயில்தான் இருக்கின்றன. ஒரு முறை (மராட்டியத்தைச் சேர்ந்த) நிதியமைச்சர் **சவாண்** மாநிலங்கள் அவையில் ஒரு கேள்விக்குப் பதில் கூறும்போது, "பம்பாய்தான் இந்த நாட்டின் முக்கிய வியாபார – பொருளாதாரத் தலைநகரம்" என்று குறிப்பிட்டார்.[1]

– இந்த அதிகாரத்தை யார் கொடுத்தது?

அரசியல் தலைநகரம் டில்லியாகவும், வியாபாரப் – பொருளாதாரத் தலைநகரம் பம்பாயாகவும் அதிகாரங்களைக் குவித்து வைத்திருப்பதால்தான் – நாட்டில் சீரான பொருளாதார வளர்ச்சி ஏற்பட முடியவில்லை.

அமெரிக்காவில் உள்ள மத்திய வங்கி (Federal Reserve System) போல இந்தியாவிலும் ரிசர்வ் வங்கியை ஒரு ஒற்றை அமைப்பாக வைத்திருக்காமல் பிராந்திய அளவில் பிரித்துப் பரவலாக்க வேண்டும் என்கிற கருத்தினைப் பல பொருளாதார வல்லுநர்கள் தெரிவித்திருக்கின்றனர்.

3. நிதி உறவுகள்

போதிய நிதி ஆதாரங்கள் இல்லாவிட்டால் மாநில சுயாட்சி மாயத் தோற்றமாகிவிடும்.

இப்போது மத்திய அரசு வைத்திருக்கிற நிதி அதிகாரங்கள் தேவையில்லை; அவற்றில் பலவற்றை மாநிலங்கள் வசம் மாற்றிவிட வேண்டும்.

மேலும், 1961ஆம் ஆண்டு டாக்டர் பி.சி.ராய் முதலமைச்சராக இருந்தபோது, நிதிக்குழுவிடம் அளித்திருந்த மனுவில் குறிப்பிட்டிருந்தது போல; மத்திய அரசு – அரசியல் அமைப்புச் சட்டப்படி தனக்கு அளிக்கப்பட்டிருக்கும் பணிகளைச் செவ்வனே செய்வதற்கு எவ்வளவு நிதி வேண்டுமோ அதை மட்டும் **நிதிக் குழு** மத்திய அரசிடம் கொடுத்துவிட வேண்டும்.

இதுவும் ஏதோ புதுமையான – திடுக்கிடத்தக்க யோசனையன்று. தி.மு.கழகத்தின் மாநில சுயாட்சிக் கோரிக்கையை ஒப்புக் கொள்ளாதவர்கள் கூட இப்போதுள்ள நிதி உறவில் மாற்றம் தேவை

---

1. "Bombay is the principal commercial and financial centre in the Country."

- **Y.B. CHAVAN,** in reply to Unstarred Question No. 121 on Nov. 16, 1971.

என்பதை ஒப்புக்கொண்டிருக்கிறார்கள். இப்போது எப்படிப்பட்ட மாற்றங்களை தேவை – என்பதுதான் விவாதமாக இருக்கிறது.

கே. சந்தானம் மேற்சொன்ன கருத்தரங்கில் கலந்துகொண்ட போது, மத்திய – மாநில நிதி உறவுகள் பற்றிய இன்றைய அரசியல் அமைப்புச் சட்டத்தின் 12-வது பகுதியையே திருப்பி வார்க்க வேண்டுமென்று பொதுப்படையாகக் கருத்துத் தெரிவித்திருக்கிறார்.[1]

இது குறித்துத் தீவிரமான கருத்து முஜிபூர் ரகுமானுடையது.

வரி விதிக்கும் அதிகாரமும், வருவாயை வசூல் செய்யும் அதிகாரமும் மாநிலத்தின் வசம்தான் இருக்க வேண்டும்; மத்திய அரசிடம் கூடாது என்பது அவர் வாதம்.

"வரியை வசூல் செய்கிற நடவடிக்கை இந்த உரிமைக்கும் அதிகாரத்திற்கும் முக்கியமல்ல; அப்படி வசூல் செய்யப்பட்ட பணத்தில்தான் முக்கியத்துவமே இருக்கிறது. ஒரு மத்திய அரசிற்குத் தேவையான பணம் கிடைப்பது பற்றி, அரசியல் சட்டத்திலேயே நிர்ணயித்து விட்டால் அதை மத்திய அரசு வசூலிப்பதைப் பற்றி ஏன் கவலைப்பட வேண்டும்?" என்று அவர் கேட்டிருக்கிறார்.[2]

பல நோக்கங்களுக்காக இப்போது வரி விதிக்கப்படுகிறது.

வருவாய் ஈட்டுவதுதான் வரி விதிப்பின் அடிப்படை என்றாலும் ஒரு தொழிலைப் பாதுகாப்பதற்கும், வளர்ப்பதற்கும் வரிச்சலுகை தருவதுண்டு; மதுபானங்கள் மீது அதிக வரி விதிப்பது தார்மீக நோக்கத்திற்காக; சோஷலிசத்தை அமுல்படுத்துவதற்காகத்தான் சொத்து வரி, மரண வரி போன்ற வரிகள் விதிக்கப்படுகின்றன.

"ஒரு கூட்டாட்சியில் மத்திய அரசு அக்கறை காட்டுவது வருவாய் ஈட்டுவதை மட்டும் நோக்கமாகக் கொண்டிருப்பதாகச் சொல்லப்படுகிற 'fiscal taxation' - னில்தான். இதர நோக்கங்கள் கொண்ட வரிகள் – எடுத்துக்காட்டாக, (தொழிலைப்) பாதுகாக்கும் நோக்குக் கொண்ட வரிகளும்,

---

1. "On merits, the entire Part XII deserves to be recast."

2. "A little reflection will show that the right and power concerned do not rest in the act ot tax collection but in the money so collected. If a Central Government is constitutionally assured of the required amount, why should it bother about the actual collection?"

- Ibid., p.28.

சமுதாய, வியாபார, தார்மீக நோக்குக் கொண்ட வரிகளும் – மாநிலங்களின் பொறுப்பாக இருக்கின்றன. அமெரிக்காவிலும், இன்னும் சில கூட்டாட்சிகளிலும் அப்படித்தான் செய்யப்படுகின்றன. சோவியத் நாட்டில் வருவாய் ஈட்டுவதை மட்டும் நோக்கமாகக் கொண்ட 'fiscal taxation' கூட மத்திய அரசிடம் இல்லை. சோவியத் நாட்டின் மத்திய அரசில் நிதி அமைச்சர் கிடையாது; நிதி அமைச்சரகமும் இல்லை. நிதி அமைச்சர்களும், நிதி அமைச்சரகங்களும் (மாநிலக்) குடியரசுகளில்தான் உண்டு. அவை மத்திய அரசின் தேவையைப் பூர்த்தி செய்கின்றன. இந்த ஏற்பாடு அமெரிக்காவிலும் சோவியத் நாட்டிலும் மத்திய அரசைப் பலவீனப்படுத்தி விட்டதா? கூட்டாட்சியை இயக்குவது பற்றிய இந்த ஞானத்தின் அடிப்படையிலும், அனுபவத்தின் அடிப்படையிலும்தான் மந்திரிசபைத் தூதுக்குழு வரி விதிக்கும் அதிகாரமில்லாத ஒரு மத்திய அரசைப் பரிந்துரை செய்தது; இதே காரணத்தால்தான் காங்கிரசும், முஸ்லிம் லீக்கும் அந்தத் திட்டத்தை ஏற்றன. (ஆனால் காங்கிரஸ் இதற்கு வேறு விளக்கம் கொடுத்து, மத்திய அரசிற்கு வரி விதிக்கும் அதிகாரங்களையும் சேர்த்திருந்தது. ஆனால், அ.நி. சபையின் அந்த நடவடிக்கைகளில் முஸ்லிம் லீக் கலந்து கொள்ளவில்லை என்பது தெரிந்ததே.) ஆகவே இதிலிருந்து வரி வசூல் செய்யும் சுமை இல்லாமல் ஒரு மத்திய அரசிற்குத் திடமான வருவாய் தேடிக் கொடுக்க முடியும் என்பது தெளிவாகிறது!"[1] – இது ரகுமானின் ஆறு அம்சத் திட்டத்தின் மூன்றாவது அம்சத்தைப் பற்றி அவரே தந்திருக்கும் விளக்கமாகும்.

அப்படியானால் மத்திய அரசிற்கு வருவாய் எப்படிக் கிடைக்கும்?

---

1. " In the case of a Federation it is only the fiscal taxation in which it is interested. The rest of the purposes of taxation, viz: protective, social, commercial and moral, are the responsibility of the federating units. This is what is done in U.S.A. and some other Federations. In the U.S.S.R. even the fiscal taxation is not done by the Union. There is no Finance Minister and Finance Ministry in the Union Government of the Soviet Union. The Finance Ministries and Minsters are all with the Federating Republics. They meet the requirements and serve the purposes of the Union Government. Have these arrangements weakened the Central authorities of U.S.A. and U.S.S.R.? It was with this knowledge and experience of the working of a Federation that Cabinet Mission offered an Indian Federation without the power of taxation and it was for the same reason that the Congress and the Muslim League accepted the offer. It will therefore, be seen that a Federation can be firmly provided with its fiscal finances without being burdened with the duty of tax collection."

- **SHEIKH MUJIBUR RAHMAN**, Ibid., p.28.

ஒவ்வொரு துறையிலும் இவ்வளவு சதவிகித வருவாய் மத்திய அரசிற்குச் சேரும் என்று அரசியல் சட்டத்தில் விதி செய்துவிட வேண்டும். அதில் கைவைப்பதற்கு மாநிலங்களுக்கு உரிமையில்லை. போர்க்காலத்திலும், நெருக்கடி நேரங்களிலும் பாதுகாப்புச் செலவைச் சரிக்கட்ட இந்தக் குறிப்பிட்ட சத விகிதத்தை உயர்த்திக் கொள்ளலாம்.

இதனால் விளையும் நன்மைகள் என்ன?

1. மத்திய அரசு - தேசப் பாதுகாப்பிற்கும், வெளிநாட்டுத் தொடர்புகளுக்கும் முன்பைவிட அதிக நேரத்தைச் செலவிட்டு, ஒரு 'ஒன்றுபடுத்தும் சக்தி'யாகத் திகழ முடியும்.

2. ஒரே வேலையை இரு தரப்பு அரசு ஊழியர்களும் செய்வது போன்ற பணிகளும், அதனால் ஏற்படும் செலவும் மீதமாகும். இப்படி மீதப்படுகிற பணத்தையும், அதிகாரிகளையும் வேறு பயனுள்ள புனிதமான பணிகளுக்குத் திருப்பலாம்.

3. வரி வருவாயை வசூலிப்பது முன்பைவிட மலிவாகவும், சுலபமாகவும் இருக்கும்.

4. வரிவசூலுக்கு ஒரே இடத்தில் அதிகாரம் இருப்பதால் சிக்கனத்தை எய்த முடியும்.

5. மிகவும் நவீனகால வரிமுறையான ஒருமுனை வரியை இதனால் எய்தலாம்.

- இவைதான் முஜிபூரின் மாற்றுத் திட்டம்.

இந்த விபரங்கள் அனைத்தும், முஜிபூரின் கோரிக்கையில் அடங்கியுள்ள நியாயத்தை நாட்டு மக்களும், உலகத்தாரும் உணரவேண்டுமென்பதற்காக மத்திய அரசு தொகுத்து வெளியிட்ட புத்தகத்தில் காணப்படுபவை. இந்த வெளியீடு சென்னையிலுள்ள அச்சகமொன்றில்தான் அச்சிடப்பட்டிருக்கிறது.

முஜிபூர் ரகுமானின் இந்தக் கருத்து அளவுக்கு மீறியதும், அநியாயமானதும் என்றால் இந்திய அரசே இதை வெளியிட்டு, அக்கொள்கையைப் பரப்பியிருக்காது.

தி.மு.கழகக் கருத்து முஜிபூர் ரகுமான் கருத்தைப் போலத் தீவிரமானதல்ல. கிழக்கு பாகிஸ்தானுக்கும், மேற்கு பாகிஸ்தானுக்கும் இடையே சுமார் இரண்டாயிரம் மைல்கள் அன்னியப் பகுதி குறுக்கிட்டதால் அவர் அந்த நிலையை எடுத்தார். இங்கு 21 - மாநிலங்களும் ஒன்றையொன்று தொட்டுக் கொண்டிருக்கிற பூகோள நிலை இருப்பதைக் கவனிக்க வேண்டும்.

எனவேதான் சில வரிகளை விதிக்கிற அதிகாரம் மத்திய அரசிடம் இருக்கட்டும்; அதை வசூலிக்கிற அதிகாரம் மாநிலங்களிடம் இருக்கட்டும் என்கிறோம் நாம். எடுத்துக்காட்டாக, இவ்வளவு வருமானத்திற்கு இவ்வளவு வருமானவரி என்று மத்திய அரசு வரி விதிப்பதோடு நிற்கட்டும்; மாநிலங்கள் அதை வசூலிக்கட்டும் என்பது நாம் கோரும் ஏற்பாடு. மாநிலங்களிடம் முன்பே வரிவசூலிப்பதற்கென்று நல்லதொரு அமைப்பு இருக்கிறது.

இதுவும் புரட்சிகரமான கோரிக்கையல்ல; இப்போது மாநிலம் விட்டு மாநிலம் விற்பனைக்குச் செல்லும் பண்டங்கள் மீதான விற்பனை வரியை (Inter - State Sales Tax) இவ்வளவு என்று மத்திய அரசு விதிக்கிறது; அதை வசூலிப்பது மாநில அரசுகள்தான்!

இதோ சுதந்தராக் கட்சியின் தலைவர்களில் ஒருவரான **ரஸ்தம் கூப்பர்** கூறுவதைக் கேளுங்கள்;

" 'நிதித்துறை சுயாட்சி' (fiscal autonomy) என்பது பல்வேறு வரி விதிப்புகளினால் கிடைக்கும் வருவாயை மாநிலங்களே வைத்துக்கொண்டு; மத்திய அரசிடம் தேசப் பாதுகாப்பு, தபால் – தந்தி, மற்றும் அதனிடம் ஒப்படைக்கப்பட்டிருக்கிற பணிகளைச் செய்வதற்கு வருவாயிலிருந்து ஒரு சதவிகிதத்தை மாநிலங்கள் கொடுப்பது – என்று அர்த்தம். ஊக்கப்படுத்தும் வரிவிதிப்பு மூலமாகவும், வரிச்சலுகை வழங்குவது மூலமாகவும் மாநிலங்களிடையே – குறிப்பாகப் பின்தங்கிய மாநிலங்களுக்காக – போட்டி இருக்கக் கூடிய நிலை இருப்பதற்கு வாய்ப்பு இருக்க வேண்டும்.[1]

"தான் ஈட்டிய வெளிநாட்டுச் செலவாணியைத் தானே வைத்துக்கொண்டு, தன் விருப்பப்படி பயன்படுத்தும் உரிமை ஒவ்வொரு மாநிலத்திற்கும் இருக்க வேண்டும்.

"மாநிலம் விட்டு மாநிலம் செல்கிற பண்டங்களுக்கு ஒவ்வொரு மாநிலமும் வரி விதிப்பதைத் தவிர்க்கக் கூடிய ஒரு 'கஸ்டம்ஸ் ஒருங்கிணைப்பிற்கு' (Customs Union) உட்பட்டு, ஒவ்வொரு மாநிலமும் இறக்குமதித் தீர்வையின் மூலம் கிடைக்கும் வருவாயைத் தானே வைத்துக் கொள்ளும் உரிமை வேண்டும்.

---

1. இப்போதும் புதிய தொழில்கள் துவங்குவதற்கு ஒவ்வொரு மாநிலமும் மின்சாரக் கட்டணச் சலுகை, இலவச நிலம் – ஆகியனவற்றைப் போட்டியிட்டுக் கொண்டு தருகின்றன.

"உலகத்தில் தான் விரும்பும் எந்த நாட்டோடும் – அது எந்த அரசியல் தத்துவத்தைக் கொண்டிருந்தாலும் சரி; கிழக்கு – மேற்கு அணிகளிலே இருந்தாலும் சரி – தொழில் நுணுக்கக் கூட்டுறவு கொள்வதற்கு (foreign collaboration) ஒவ்வொரு மாநிலத்திற்கும் உரிமை வேண்டும்."[1]

– இப்படியெல்லாம் செய்தால்தான் நாட்டில் வேகமான பொருளாதார வளர்ச்சி ஏற்படும் என்பது அவர் கருத்து.[2]

4. நிதிக் குழு

நிதிக்குழு நிரந்தர அமைப்பாக இருக்கும். அதன் உறுப்பினர்கள் பின்னால் கூறப்படுகிற மாநிலங்கள் உறவு மன்றத்தின் (Inter - State Council) யோசனையோடு நியமிக்கப்படுவார்கள்.

இப்போதுள்ளதைப் போல் அல்லாது, நிதிக்குழு மத்திய அரசின் நிதி ஆதாரங்களையும் தேவைகளையும் அவ்வப்போது ஆய்வு செய்யும்.

---

[1]. இதுவும் ஆபத்து நிரம்பிய யோசனை அல்ல. தமிழ்நாட்டிலுள்ள ஒரு நடிகர் தான் விரும்புகிறவாறு சோவியத் நாட்டோடு கூட்டுப் படம் பிடிக்க ஒப்பந்தம் செய்துகொள்கிறார். மாநிலங்கள் அவையில் ஒரு கேள்விக்குப் பதில் அளிக்கும்போது அமைச்சர் 'இதுபற்றி அரசுக்குத் தெரியாது' என்கிறார். அதாவது அந்த ஒப்பந்தம் அங்கீகரிக்கப்படுகிற கட்டத்தில்தான் மத்திய அரசிற்கே தெரியப்போகிறது. – இப்படி இப்போது ஒரு நடிகருக்குள்ள உரிமை, இன்னும் கொஞ்சம் அதிக அளவில் மாநில அரசுகளுக்கு இருக்கக் கூடாதா?

[2]. " Fiscal autonomy for the States would involve the right to retain the entire revenue from various types of taxation except conceding a small percentage to the Central Government for its expenditure on Defence, Posts & Telegraphs and other centralised services. There should be free scope for competition between the States through tax incentives and favourable rates of taxation, particularly for the backward States.

"Each State will have a right to retain, and use as it pleases, the entire Foreign Exchange earnings.

"Subject to a possible Customs Union for eliminating inter - State imposts, each State will have a right to retain its entire earnings from Import Duties.

" The States will have a right to enter into foreign collaboration of its own choice with any country of the world, wedded to any political system and belonging to either Eastern or Western bloc."

- **RUSTOM C. COOPER,** in the article "Prosperity Through Decentralisation", contributed to the State Autonomy Souvenir, Madras.

5. திட்டக் குழு

இது அரசியல் செல்வாக்குகளுக்கு அப்பாற்பட்ட சுதந்திர அமைப்பாக இருக்க வேண்டும்.

இதில் மத்திய அரசின் உறுப்பினர்கள் அங்கம் வகிக்கக் கூடாது. பொருளாதார, விஞ்ஞான, தொழில் நுணுக்க, வேளாண்மை நிபுணர்களும், வல்லுனர்களும் மட்டுமே இதில் உறுப்பினர்களாக இருப்பார்கள்.

மாநிலங்கள் அனுப்பி வைக்கிற திட்டங்கள்மீது யோசனை வழங்குவதுதான் திட்டக் குழுவின் பணி.

ஒவ்வொரு மாநிலத்திற்கும் எவ்வளவு வெளிநாட்டுச் செலாவணி என்று ஒதுக்கீடு செய்யப்பட்டுவிடும்.

திட்டக் குழுவின் பரிந்துரைகளை மனத்தில் கொண்டு அதை மாநிலங்களுக்குப் பிரித்துக் கொடுக்க வேண்டியது நிதிக் குழுவின் பணியாகும்.

இராணுவத்திற்கும் போர் நடத்திச் செல்வதற்கும் முக்கியமான தொழில்கள்தான் மத்திய அரசின் வசமிருக்கும். மற்ற தொழில் நடத்தும் உரிமைகள் அனைத்தும் மாநில அரசுகளுக்குத்தான்! தேச அளவில் எதற்கு முக்கியத்துவம் கொடுப்பது என்பது குறித்தும், பண்டங்களின் கிராக்கியைக் குறித்தும், மற்றும் தேவையான விபரங்களைத் தருவது குறித்தும் செய்யப்படும் கணிப்புக்கு உட்பட்டதாகத் தொழில் அபிவிருத்தி இருக்கும். (" subject to National plan priorities, National Demand Projections and Information Sharing System").

இதுவும் அதிர்ச்சியளிக்கக் கூடிய திட்டமல்ல. நாம் தேசப் பாதுகாப்பிற்குத் தேவையான தொழில்கள் தவிர, பிற தொழில்கள் அனைத்தும் மாநிலங்கள் வசம் தரப்பட வேண்டுமென்கிறோம்.

இராஜமன்னார் குழு ரூ.100 கோடி மூலதனத்திற்கு உட்பட்ட தொழில்கள் மாநிலங்களிடம் இருக்கட்டும் என்கிறது.

'அவ்வளவு தேவையில்லை; ரூ.10 கோடிக்கு உள்ளிட்ட தொழில்கள் அனைத்தும் மாநிலங்களிடம் இருந்தால் போதும்' என்கிறார் கே.சந்தானம்.

இந்தப் பிரச்சினை முன்பே விவாதத்திற்குரியதாக ஆகிவிட்டது – என்பதைக் காட்டவே இதைக் குறிப்பிடுகிறோம்!

6. மாநில அமைப்பு

மாநிலங்களில் கவர்னர் என்கிற பதவியே இருக்காது. முன்பே குறிப்பிட்டிருப்பது போல – மேற்கு ஜெர்மன் நாட்டில் உள்ளது போன்று மாநிலத்து முதலமைச்சர் கவர்னர் பதவிகளையும் சேர்த்துப் பார்க்கும் முதலமைச்சர் – தலைவராக (Minister - President) இருப்பார். (மற்ற விபரங்களுக்கு பகுதி 3; அத்தியாயம் 11 காண்க.)

7. பொது ஊழியம்

(1) மத்திய அரசின் பணிகளுக்கான ஊழியர்கள், (2) மாநில அரசின் பணிகளுக்கான ஊழியர்கள் என்ற இரண்டே வகை ஊழியர்கள்தான் இருக்க வேண்டும். முதலாவதை மத்திய அரசும், இரண்டாவதை மாநில அரசும் கவனித்துக் கொள்ளும்.

மத்திய ஊழியத்திற்கு ஆள் எடுக்கும்போது ஒவ்வொரு மாநிலத்திற்கும்; தாழ்த்தப்பட்டோர், பிற்பட்டோர், ஆதிவாசிகளுக்கும் அவர்களின் மக்கள் தொகைக்கேற்ற தனி ஒதுக்கீடு இருக்க வேண்டும்.

8. மொழி

இப்போதையை அரசியல் சட்டத்தில் 8ஆவது அட்டவணையில் குறிப்பிடப்பட்டிருக்கிற 15 மொழிகளும் இந்தியாவின் ஆட்சி மொழிகள் ஆகவேண்டும். அதுவரை ஆங்கிலம் மத்திய அரசிலும், மத்திய அரசின் அலுவலகத்திலும் ஆட்சி மொழியாக நீடிக்கும்.

மத்திய அரசின் அலுவலகங்கள் எந்தெந்த மாநிலத்தில் இருக்கின்றனவோ அந்தந்த மாநிலத்து ஆட்சிமொழிதான் அங்கங்கே வழங்கப்பட வேண்டும். மத்திய அரசு ஊழியர்கள் தாங்கள் பணியாற்றுகிற மாநிலத்து மொழியைத் தெரிந்து வைத்திருக்க வேண்டும்.

நாம் கேட்கிற மாநில சுயாட்சி கிடைத்தால் இப்போதிருக்கிற மொழிப் பிரச்சினையே எழாது.

மத்திய அரசு இப்போது எல்லா அதிகாரங்களையும் குவித்துக் கொண்டு, தனது சாம்ராஜ்யத்தை எங்கும் நீக்கமற நிறைத்து வைத்திருப்பதால்தான் மொழிப் பிரச்சினையே முக்கியத்துவம் பெற்றிருக்கிறது.

மத்திய அரசின் பணிகள் தேவையான அளவுக்கு மட்டுமே – என்று குறைந்து விடுகிறபோது இப்போதுள்ள மொழிப் பிரச்சினையின் பல அம்சங்கள் தானாகவே நீங்கிவிடும்.

மாநிலங்கள் உறவு மன்றம்

பிரதம அமைச்சர் தலைமையில், அனைத்து மாநில முதல்வர்களை அல்லது அவர்களால் நியமனம் செய்யப்படுகிறவர்களை உறுப்பினர்களாகக் கொண்டு இந்த மன்றம் (Inter - State Council) செயல்படும்.

தேசப் பாதுகாப்பு, வெளிநாட்டு உறவு, மாநிலம் விட்டு மாநிலம் நடைபெறுகிற செய்தித் தொடர்புகள், கரன்சி – ஆகிய மத்திய அரசிடம் தரப்பட்டிருக்கிற பொறுப்புகளில் மாநிலங்களைப் பாதிக்கும் விஷயங்கள் மட்டும் அந்த மன்றத்தில் ஆலோசனைக்கு எடுத்துக் கொள்ளப்படும். மற்றும் மத்திய அரசு மேற்கொள்ளும் நாட்டைப் பற்றிய பொருளாதார, நிதி நடவடிக்கைகளும் அங்கு விவாதிக்கப்படும். அந்த மன்றத்தின் முடிவுகள் சாதாரணமாக மத்திய அரசையும், மாநில அரசுகளையும் கட்டுப்படுத்தும். ஆனால், ஏதாவது ஒரு பரிந்துரை வழங்கப்பட்டு, மன்றத்தால் அது நிராகரிக்கப்பட்டால், அந்தப் பரிந்துரையும், அது நிராகரிக்கப்பட்டதற்கான காரணமும் நாடாளுமன்றத்திலும், மாநிலத்துச் சட்டமன்றங்களிலும் வைக்கப்படும். – இவைதான் தி.மு.க.வின் மாநில சுயாட்சி பற்றிய பொதுவானதும் முக்கியமானதுமான கோரிக்கைகள்.

தி.மு.க செயற்குழு அங்கீகரித்திருக்கிற 'செழியன் – மாறன் குழு'வினர் அறிக்கை இறுதியாகக் குறிப்பிடுவதாவது:

"இந்தப் பிரச்சினையில் நாங்கள் எவ்விதப் பிடிவாதப் போக்கையும் கொண்டிருக்கவில்லை. கூட்டாட்சி அரசு என்பது பொருளாதார – சமுதாய நிலைமைகளின் விளைவேயாகும். எனவே, இந்த விஷயத்தில் 'இதுதான் இறுதியானது' என்று யாரும் அறுதியிட்டுக் கூறமுடியாது. காலத்தின் மாற்றத்திற்கும், தேவைகளுக்குமேற்ப கூட்டாட்சி முறை என்பது வளர்ச்சியடைக்கூடிய தத்துவமாகும். இதில் அக்கறை கொண்ட அனைவரோடும், பிறரோடும் பயனுள்ள விவாதம் நடத்த நாங்கள் தயாராக இருக்கிறோம்."[1]

---

1. "We do not hold any dogmatic approach to this problem and as federal Government is the 'product of economic and social pressures', nothing can be said as the last word on this subject. Federalism is a growing concept capable of improvement according to change of times and needs and we are prepared for any fruitful dialogue with all interested parties and individuals."

- SEZHIYAN - MARAN PANEL'S REPORT

இணைப்பு - 1

1967-68, 1968-69, 1969-70ஆம் ஆண்டுகளில் மாநிலங்களின் சராசரி தனிநபர் வருவாய்ப் புள்ளிவிபரம்

(Comparable Estimates Of Average Per Capita State Domestic Product For The Years 1967-68, 1968-69 And 1969-70)

மாநிலங்கள்	மாநில விலைவாசிப் புள்ளியின் அடிப்படையில்! (ரூபாய்களில்) (At State Prices) (In Rs.)	அகில இந்திய விலைவாசி மதிப்பீட்டின் அடிப்படையில் (ரூபாய்களில்) (At all - India abstract Prices) (In Rs.)
ஆந்திரப் பிரதேசம்	537	528
அசாம் (மேகாலயா உள்ளிட்டு)	581	543
பீகார்	409	389
குஜராத்	667	671
அரியானா	810	836
இமாசலப் பிரதேசம்	585	572
ஜம்மு – காஷ்மீர்	426	453

மாநிலங்கள்	மாநில விலைவாசிப் புள்ளியின் அடிப்படையில் (ரூபாய்களில்) (At State Prices) (In Rs.)	அகில இந்திய விலைவாசி மதிப்பீட்டின் அடிப்படையில் (ரூபாய்களில்) (At all - India abstract Prices) (In Rs.)
கேரளா	555	583
மத்தியப் பிரதேசம்	458	457
மராட்டியம்	686	677
மணிப்பூர்	458	492
மைசூர்	552	541
நாகாலாந்து	420	371
ஒரிசா	488	550
பஞ்சாப்	940	953
இராஜஸ்தான்	455	472
தமிழ்நாடு	558	591
திரிபுரா	532	513
உத்தரப் பிரதேசம்	480	482
மேற்கு வங்கம்	667	630
அனைத்து மாநிலங்கள்	551	551

(Source: C.S.O. - State Planning Commission, Govt. of Tamil Nadu)

<u>**இணைப்பு - 2**</u>

மாநிலங்கள் இழந்த அதிகாரங்கள்!

மாநிலங்களுக்கு முன்பு *தரப்பட்டிருந்த அதிகாரங்கள் கூடப் பிறகு மத்திய அரசால் அபகரித்துக் கொள்ளப்பட்டிருக்கின்றன. அவற்றுள் முக்கியமானவை மட்டும் இங்கே தரப்பட்டிருக்கின்றன.*

<u>பொதுப் பட்டியல்</u>

1. 'அறங்களும் அறநிலையங்களும், அறக்கட்டளைகளும் மற்றும் சமயக் கட்டளைகளும், சமய நிலையங்களும்' (Charities and charitable institutions, charitable and religious endowments and religious institutions.)

– இது அறக்கட்டளைகளையும், சமயக் கட்டளைகளையும் ஒழுங்குபடுத்தும் அதிகாரமாகும். அரிஜனங்களின் கோவில் பிரவேசமும் இந்த அதிகாரத்திற்கு உட்பட்டதுதான்.

மாண்டேகு – செம்ஸ்ஃபோர்டு சீர்திருத்தங்களையொட்டி 1919இல் 'இரட்டை ஆட்சி' ஏற்பட்டதல்லவா? அப்போது இந்த அதிகாரம் தேர்ந்தெடுக்கப்பட்ட மாநில அமைச்சர்கள் வசம் ஒப்படைக்கப்பட்டு, முழுக்க முழுக்க மாநில அதிகாரமாக இருந்தது.

1935ஆம் ஆண்டுச் சட்டத்திலும் இந்த அதிகாரம் மாகாணப் பட்டியலில் இடம் பெற்றிருந்தது.

ஆனால் சுதந்தர இந்தியாவின் அரசியல் அமைப்புச் சட்டத்தில் முன்பு மாநிலங்கள் கையிலிருந்த இந்த அதிகாரத்தைப் பிடுங்கி, பொதுப் பட்டியலில் நுழைத்து விட்டார்கள்.

கே. சந்தானம் இந்த அதிகாரம் மாநிலங்களுக்கு மாற்றப்படுவது நல்லது என்கிற கருத்தினைத் தெரிவித்திருக்கிறார்.[1]

---

1. **K.SANTHANAM,** in his paper presented to the National Convention On Union - State Relations held in New Delhi in April, 1970.

"இயல்பாக, மாநிலங்களிடமே விட்டுவிடப்பட வேண்டிய ஒரு பொறுப்பினை மத்திய அரசு தன் தோளில் ஏற்றிக் கொள்ள முயல்கிறது என்பதற்கு இது ஒரு எடுத்துக்காட்டாகும்."

– என்று இராஜமன்னார் குழு அறிக்கை இதுபற்றிக் கூறுகிறது.[1]

2. வழக்கிற்குரிய தீங்குகள் (actionable wrongs)

சட்டப்படி மேற்கொண்ட ஒப்பந்தத்தை மீறுவது, அதனால் உண்டான நட்ட ஈடு – முதலியவை இதில் அடங்கும்.

1935ஆவது ஆண்டுச் சட்டத்தின்படி மாகாணப் பட்டியலில் கண்டுள்ள விஷயங்களுக்கு, மாகாண அரசுகள் சட்டம் இயற்றி; அந்தச் சட்டத்தின் மூலம் வழக்கிற்குரிய தீங்குகள் பிறந்தால் அவைபற்றி மத்திய அரசு சட்டம் இயற்ற முடியாது.

அதாவது, மத்திய அரசுப் பட்டியலிலும், பொதுப் பட்டியலிலும் வருகின்ற சட்டங்களில் அடங்கிய வழக்கிற்குரிய தீங்குகள் மட்டுமே நாடாளுமன்றத்தின் அதிகாரத்திற்குட்பட்டவையாக 1935ஆம் ஆண்டுச் சட்டத்தில் இருந்தன.

தற்போதைய அரசியல் அமைப்புச் சட்டம், மத்திய அரசும், நாடாளுமன்றமும் தொடமுடியாமல் மாநிலப் பட்டியலில் இருந்த அதிகாரத்தைப் பொதுப்பட்டியலுக்கு மாற்றிவிட்டது.

3. 'பிறப்பு இறப்புப் பதிவு உள்ளிட்ட முக்கிய புள்ளி விபரங்கள் (Vital Statistics including registration of births and deaths)

1919ஆம் ஆண்டுச் சட்டத்திலும் இந்த அதிகாரத்தின் முக்கிய பகுதிகள் மாகாணங்கள் கையில், அதிலும் குறிப்பாகத் தேர்ந்தெடுக்கப்பட்ட அமைச்சர்கள் கையில் இருந்தன.

1935ஆம் ஆண்டுச் சட்டத்தில் மாகாணங்களின் அதிகாரமாகப் பிறப்பு – இறப்புப் பதிவு மாகாணப் பட்டியலில் இடம் பெற்றிருந்தது.

மாகாணப் பட்டியலில் கண்டுள்ள விஷயங்களுக்காகப் புள்ளி விபரம் சேகரிப்பதும் அப்போது மாகாணப் பட்டியலில் இருந்தது.

– இந்த இரண்டு அதிகாரங்களையும் இப்போதைய அரசியல் அமைப்புச் சட்டத்தில் மாநிலங்கள் இழந்திருக்கின்றன.

---

1. Op. cit., p. 37.

"மாநிலத்திற்கு மட்டுமே உரியதான ஒரு பொருள் பொதுப் பட்டியலுக்குக் கொண்டு செல்லப்பட்டதற்கு இதுவும் மற்றுமொரு எடுத்துக்காட்டாகும்."[1]

– என்று இராஜமன்னார் குழுவினர் அறிக்கை கூறுகிறது.

4. சிறு துறைமுகங்கள்

1935ஆம் ஆண்டுச் சட்டத்தில் இவை மாநிலப் பட்டியலில் இருந்தன.

இப்போது 'பெரும் துறைமுகங்கள்' என்று நாடாளுமன்றத்தால் அறிவிக்கப்படும் எல்லாத் துறைமுகங்களும் மத்திய அரசின் கீழ் வந்துவிடும். சிறு துறைமுகங்கள் பொதுப் பட்டியலில் சேர்க்கப்பட்டிருக்கின்றன.

5. நீர்வழிகளில் கப்பல் – நாவாய் போக்குவரத்து

(Shipping and navigation on inland waterways as regards mechanically propelled vessels.)

இப்போது தேசிய நெடுஞ்சாலைபோல, தேசிய நீர் வழி என்று நாடாளுமன்றத்தால் பிரகடனப்படுத்தப்படும் நீர் வழிகள் மீதும், அதில் செலுத்தப்படும் கலன்கள்மீதும் மாநிலங்களுக்கு எந்தவித அதிகாரமும் கிடையாது.

1935ஆவது சட்டத்தில் மாநிலங்களுக்கு இந்தக் கட்டுப்பாடு கிடையாது.

6. கீழ்க்கண்டவற்றின் உற்பத்தி, வழங்கல், விநியோகம் (Production, Supply and Distribution)

22-2-1955 வரை நாடாளுமன்றம் நாட்டு நலன் கருதி, தேவை என்று சட்டத்தின் வாயிலாக அறிவிக்கும் தொழில்களின் உற்பத்திப் பண்டங்கள், அதில் நடத்தப்படும் வாணிபம், வழங்கல், விநியோகம் ஆகியவை என்று பொதுவாகப் பொதுப் பட்டியலில் குறிப்பிட்டிருந்தார்கள்.

22-2-1955 அன்று அரசியல் சட்டத்தில் செய்யப்பட்ட மூன்றாவது திருத்தம் காரணமாக இந்தப் பொதுப் பட்டியலில் 'அந்தப் பண்டங்களின் வகையைச் சேர்ந்த

---

1. Op. cit.,, p. 38

இறக்குமதிச் சரக்குகள்' என்பதையும் கீழ்க்கண்டவற்றின் உற்பத்தி, வழங்கல், விநியோகம் ஆகியவற்றையும் சேர்த்திருக்கிறார்கள்:

1. உணவுப் பொருள்கள் – சாப்பிடக்கூடிய எண்ணெய் வித்துக்களும், எண்ணெய்களும் சேர்த்து;

2. கால்நடைத் தீவனம் – பிண்ணாக்கும், ஏனைய கெட்டித் தீனிகள் (Concentrates) உட்பட;

3. கொட்டை நீக்கப்பட்டதும், கொட்டை நீக்கப்படாததுமான கச்சாப் பருத்தியும்; பருத்தி விதையும்;

4. கச்சாச் சணல்.

7. விவசாயம்

6இல் சொல்லப்பட்ட விஷயங்களைக் கூர்ந்து கவனித்தால் – அதில் உற்பத்தி என்கிற வார்த்தை சேர்க்கப்பட்டிருப்பதால் – விவசாயமும் இப்போது பொதுப் பட்டியலில் சேர்க்கப்பட்டு விட்டதாகத்தான் தெரிகிறது என்று செதல்வாட் குழுவினரின் அறிக்கை கூறுகிறது.[1]

8. கூட்டுறவு

6இல் சொல்லப்பட்ட திருத்தத்தை வைத்து இப்போது மத்திய அரசு தேசிய கூட்டுறவு வளர்ச்சிக் கழகத்தின் சார்பில் (National Co-operative Development Corporation) விவசாயத் துறையில் ஊடுருவல் செய்திருப்பதாக செதல்வாட் குழுவினர் கூறுகின்றனர்.[2]

9. விலைக் கட்டுப்பாடு (Price Control)

மேலே 6லும், 9லும் கூறப்பட்டிருக்கிற காரியங்கள் 1935ஆம் ஆண்டுச் சட்டத்தின் கீழ் மாகாணப் பட்டியலில் இடம் பெற்றிருந்தன[3] என்பது குறிப்பிடத்தக்கது. சிறப்பாக மாகாணத்திற்குள்ளே நடக்கும் வாணிபம் (Trade and commerce within the province) முழுக்க முழுக்க மாகாணப் பட்டியலில் இருந்தது.

– இப்போது இவை பொதுப்பட்டியலில் சேர்க்கப் பட்டிருக்கின்றன.

1. Op. cit., Vol I. p. 164.

2. Ibid.

3. Entries 27 & 29, Govt. of India Act, 1935.

10. இயந்திர விசையால் இழுக்கப்படும் வண்டிகள் மீது வரி விதிக்கப்படுவதற்குரிய கோட்பாடுகள்

(The principles on which taxes on such mechanically propelled vehicles are to be levied)

1935ஆம் ஆண்டுச் சட்டத்தில் 'இயந்திர விசையால் இழுக்கப்படும் வண்டிகள்' மட்டுமே பொதுப் பட்டியலில் இருந்தன. அவற்றின் மீது வரி விதிக்கப்படுவதற்குரிய கோட்பாடுகள் அப்போது மாகாண வரம்பின் கீழ் இருந்தன.[1] இப்போது இவையும் பொதுப் பட்டியலுக்கு மாற்றப்பட்டிருக்கின்றன.

11. சொத்தைக் கையகப்படுத்தலும் தேவைக்குக் கேட்டலும்

(Acquisition and requisitioning of property)

1935ஆம் ஆண்டுச் சட்டத்தின் கீழ் 'நிலத்தின் உரிமையைக் கட்டாயமாகக் கையகப்படுத்தும்' (Compulsory acquisition of land) அதிகாரம் மாகாணப் பட்டியலில் இடம் பெற்றிருந்தது.

சுதந்தர இந்தியாவின் அரசியல் சட்டத்தில் இந்த அதிகாரம் மூன்று பகுதிகளாகப் பிரிக்கப்பட்டு, மூன்று பட்டியலிலும் விநியோகிக்கப்பட்டிருந்தது. அதாவது மத்திய அரசின் காரியங்களுக்காகச் சொத்தின் உரிமை பெற வேண்டுமென்றால் அதை நாடாளுமன்றம்தான் செய்ய முடியும். அதுபோலவே மாநில அரசு தனக்காகச் சொத்தின் உரிமை பெற வேண்டுமானால் அதை மாநிலச் சட்டசபை செய்ய முடியும். எனவே, இந்த இரு அதிகாரங்களும் முறையே மத்திய அரசுப் பட்டியலிலும், மாநில அரசுப் பட்டியலிலும் இடம் பெற்றிருந்தன. அப்படி உரிமை பெற்ற சொத்துக்களுக்கு எவ்வளவு நட்ட ஈடு (Compensation) கொடுப்பது; எப்படிக் கொடுப்பது என்பன பற்றிய அதிகாரங்கள் பொதுப் பட்டியலில் இருந்தன.

1.11.1956இல் அரசியல் சட்டத்தை ஏழாவது முறையாகத் திருத்தி மாநிலப் பட்டியலிலும், மத்தியப் பட்டியலிலும் இருந்த சம்பந்தப்பட்ட அதிகாரங்களை நீக்கி, அவற்றைப் பொதுப் பட்டியலில் சேர்த்து விட்டார்கள்.

---

1. Rajamannar Committee Report, p. 39.

மத்திய அரசுப் பட்டியல்

12. அபினி, கஞ்சா மற்றும் போதைதரும் மருந்துகள், போதைப் பொருள்கள் ஏதேனும் அடங்கிய மருந்து வகைகள், வாசனைத் திரவியங்கள்

– இவைகளுக்கு மாநில அரசுகள் எக்சைஸ் டூட்டி விதிக்க முடியாது.

1919ஆம் ஆண்டுச் சட்டத்திலும், 1935ஆம் ஆண்டுச் சட்டத்திலும் இவை மாகாணங்கள் வசம் இருந்தன.

சுதந்தர இந்தியாவின் அரசியல் அமைப்புச் சட்டம் இயற்றப்பட்டபோது இவை ஏன் மத்திய அரசின் வசமாயின என்பது ஒரு சுவையான நிகழ்ச்சியாகும்.

அரசியல் நிர்ணய சபையில் இந்த விவாதம் நடைபெற்றுக் கொண்டிருக்கும்போது பூனாவைச் சேர்ந்த மகோரா கம்பெனி (The Magora Chemical Company Ltd.,) *சாராயம் கலந்திருக்கும் பண்டங்களுக்கு மாநிலங்கள் எக்சைஸ் வரி விதிப்பதால் 'டிஞ் சரை' மாநிலம் விட்டு மாநிலம் அனுப்புவதில் சிரமங்கள் இருப்பதாக அ.நி.சபை உறுப்பினர்கள் அனைவருக்கும் ஒரு சுற்றறிக்கை அனுப்பியதாம்! எனவே இந்த எக்சைஸ் வரி மாநிலப் பட்டியலில் விலக்கப்பட்டதற்கு இதுவும் ஒரு காரணம் என்கிறார் கிரான்வில் ஆஸ்டின்!*[1]

13. மாநில அரசுகளின் கணக்கைத் தணிக்கை செய்வது

1947, அக்டோபர் திங்கள் அரசியல் அமைப்புச் சட்ட ஆலோசகர் தயாரித்திருந்த அரசியல் சட்ட நகலில் (Draft) *இந்த அதிகாரம் மாநிலங்களுக்கே தரப்பட்டிருந்தது. ஆனால், அ. நி. சபை இதை ஏற்றுக்கொள்ளவில்லை.*

14. ஏற்றுமதி வரி (Export Duty)

நாடாளுமன்றம் அனுமதித்தால் இந்த வரியை மத்திய அரசு மாநிலங்களோடு வருமானவரி போலப் பகிர்ந்து கொள்ளலாம்– என்று 'நகல் வரைவுக் கமிட்டி' (Drafting Committee) *ஒரு சமயம் சிபாரிசு செய்தது.*

---

1. **GRANVILLE AUSTIN,** " The Indian Constitution: Cornerstone Of A Nation", p. 225.

1935ஆம் ஆண்டுச் சட்டத்திலும் இதுதான் நிலைமை!

ஆனால் நிதி அமைச்சரகம் இதற்கு ஒப்புக்கொள்ள மறுத்தது.

'நகல் வரைவுக் கமிட்டி' கூட்டிய முதல்வர்கள் மாநாட்டில் உ.பி.யின் முதல்வர், அப்போதைய சென்னை மாகாணத்தின் நிதி அமைச்சர் ஆகியோர் 1935ஆம் ஆண்டுச் சட்ட நிலைமை இதில் நீடிக்க வேண்டும் என்று வற்புறுத்தினார்கள்.

அசாம் முதல்வர் ஒரு படி அதிகமாகச் சென்று, நாடாளுமன்றம் விரும்பினால் என்று இருப்பதை மாற்றி, ஏற்றுமதித் தீர்வையைக் கட்டாயமாக மாநிலங்களுக்குப் பங்கிட்டுக் கொடுக்க வேண்டுமென்று வாதாடினார்.

– ஆனால் இவை எடுபடவில்லை. ஏற்றுமதித் தீர்வை என்கிற கரும்பு மத்திய அரசு யானையின் வாய்க்குள் போய்விட்டது!

மாநில அரசுப் பட்டியல்

15. போதை தரும் மருந்துகள் (Narcotic drugs)

இது 1935ஆம் ஆண்டுச் சட்டத்தில் மாகாணப் பட்டியலில் இருந்தது; இப்போது மாநிலப் பட்டியலிலிருந்து விலக்கப்பட்டு பொதுப் பட்டியலுக்கு மாற்றப்பட்டிருக்கிறது.

16. விவசாய நிலத்திற்கு உரியவர் இறந்தால் அந்தச் சொத்துக்குக் கொண்டாடப்படுகிற முறையுரிமை (Succession to agricultural land) வரி

1935ஆம் ஆண்டுச் சட்டத்தில் இது மாநிலப் பட்டியலில் இடம் பெற்றிருந்தது; இப்போது பொதுப் பட்டியலுக்கு மாற்றப்பட்டிருக்கிறது.[1]

17. எண்ணெய் வயல்களைக் கட்டுப்படுத்துவது (Regulation of oil fields)

(மத்திய அரசின் சில கட்டுப்பாடுகளுக்கு உட்பட்டு) எண்ணெய் வயல்களைக் கட்டுப்படுத்துவது 1935ஆம் ஆண்டுச் சட்டத்தின் கீழ் மாநிலப் பட்டியலில் இடம் பெற்றிருந்தது.

---

1. **RAJAMANNAR COMMITTEE REPORT**, pp. 33, 34, 35.

இப்போது அது நீக்கப்பட்டு, மத்திய அரசுப் பட்டியலில் சேர்க்கப்பட்டிருக்கிறது.

18. கல்வி

பெனாரஸ் இந்துப் பல்கலைக்கழகம், அலிகார் முஸ்லிம் பல்கலைக்கழகம் – தவிர்த்த கல்வி விஷயங்கள் முழுவதும் 1935ஆம் ஆண்டுச் சட்டத்தில் மாகாணப் பட்டியலில் இருந்தன.

ஆனால் –

இவை தவிர்த்து, தேச முக்கியத்துவம் வாய்ந்தவை என்று நாடாளுமன்றம் பிரகடனப்படுத்தும் கல்வி நிறுவனங்கள்;

மத்திய அரசிடமிருந்து முழுவதுமோ, ஒரு பகுதியோ நிதி உதவி பெற்று, தேச முக்கியத்துவம் வாய்ந்தவை என்று நாடாளுமன்றத்தாலும் பிரகடனப்படுத்தப்படும் விஞ்ஞான அல்லது தொழில் நுட்பக் கல்வி நிறுவனங்கள்;

காவல்துறை அலுவலர்களுக்குப் பயிற்சி அடங்கிய தொழில்நுட்பப் பயிற்சிக்கான (Professional, vocational, or technical training) மத்திய அரசின் நிறுவனங்கள்;

சிறப்புப் பாடம் அல்லது ஆராய்ச்சிக்கான மத்திய அரசின் நிறுவனங்கள்;

குற்றப் புலனாய்விற்கு விஞ்ஞான அல்லது தொழில் நுட்ப உதவி அளிக்கும் மத்திய அரசின் நிறுவனங்கள்;

உயர் கல்வி, ஆராய்ச்சி, விஞ்ஞான அல்லது தொழில் நுணுக்க நிறுவனங்களில் ஒத்திணைவு செய்தலும், தரத்தை நிர்ணயம் செய்தலும் (Co-ordination and determination of standard) – ஆகியவை கல்வித்துறையிலிருந்து பிய்த்தெடுக்கப்பட்டு மத்திய அரசுப் பட்டியலில் இணைக்கப்பட்டிருக்கின்றன.

தொழிலாளருக்கு வேலைமுறைப் பயிற்சி, தொழில் நுட்பப் பயிற்சி பொதுப் பட்டியலுக்குக் கொண்டு செல்லப்பட்டிருக்கிறது.

19. சிறு ரயில்வேக்கள் (Minor Railways)

மத்திய அரசின் சில கட்டுப்பாடுகளுக்கு உட்பட்டு 'Minor Railways' என்று சொல்லப்படக்கூடிய சிறு ரயில்வேக்கள் 1935ஆம் ஆண்டுச் சட்டப்படி மாகாணப் பட்டியலில் இடம் பெற்றிருந்தன.

20. விற்பனையாகும் பண்டங்கள் மீதும், விளம்பரங்கள் மீதும் வரி

– இப்படி வரம்புகள் எதுவுமில்லாத வரி, 1935ஆம் ஆண்டுச் சட்டத்தில் மாகாணப் பட்டியலில் இடம் பெற்றிருந்தது.

ஆனால் செய்தித்தாள் விற்பனை மீதான வரியும், செய்தித்தாளில் வெளியாகும் விளம்பரங்கள் மீதான வரியும் இப்போது மத்திய அரசுப் பட்டியலுக்கு மாற்றப்பட்டிருக்கின்றன.

21. அடுப்பு வரி, ஜன்னல் வரி (Taxes on hearths and windows)

வீடுகளிலே இருக்கும் ஜன்னலுக்கும், அடுப்புக்கும் வரிவிதிக்கும் அதிகாரம் 1935ஆம் ஆண்டுச் சட்டத்தில் மாகாணங்களுக்குக் கொடுக்கப்பட்டிருந்தது. என்ன காரணமோ அவற்றை இப்போது நீக்கிவிட்டார்கள்! நல்லவேளையாக இதை மத்திய அரசுப் பட்டியலுக்குக் கொண்டுபோகவில்லை!

இணைப்பு - 3

மத்திய அரசின் அனுமதி பெறவேண்டிய மாநில அரசுகளின் திட்டங்கள்

(இத்தகவல்கள் செதல்வாட் குழுவினரின் அறிக்கையிலிருந்து எடுக்கப்பட்டவை. அதற்குப் பிறகு செய்யப்பட்ட மாற்றங்கள் இதில் சேர்க்கப்படவில்லை.)

கீழ்க்கண்ட திட்டங்களுக்கு மாநில அரசுகள் மத்திய அரசிடம் அனுமதி பெறவேண்டும். அப்படிப் பெற்ற பிறகுதான் அந்தத் திட்டங்களை மாநில அரசுகள் தங்களது 'ஆண்டுத் திட்டத்தில்' (Annual plan) சேர்த்து, செயல்படுத்த முடியும்.

1. ரூ. 15 லட்சத்திற்கு மேற்பட்ட நீர்ப்பாசனத் திட்டங்கள் மத்திய நீர் மற்றும் மின்சக்திக் குழு (Central water and power commission), மத்திய அரசின் நீர்ப்பாசன – மின்துறை அமைச்சகம் திட்டக் குழு – ஆகியவற்றால் பரிசீலிக்கப்படுகின்றன. ரூ.15 லட்சத்திற்குக் குறைந்த நீர்ப்பாசனத் திட்டங்கள் எத்தனை இருக்க முடியும்? ஆக, இத்துறையில் அனைத்திற்கும் டில்லியின் அனுமதி பெற்றாக வேண்டும்!

திட்டத்தின் மதிப்பு ரூ.2 கோடிக்கு உட்பட்டதாக இருந்தால் இதற்காகவென்று இருக்கிற குறிப்பிட்ட 'பாரங்களில்' தரப்பட்டிருக்கும் தகவல்களின் அடிப்படையில் பரிசீலனை நடைபெறுகிறது.

ரூ.2 கோடிக்கு மேற்பட்டதாக இருந்தால் முழு விபரங்களும் ஆராயப்படுகின்றன. திட்டக்குழுவின் தொழில் நுணுக்க ஆலோசனைக் குழு (Technical Advisory Committee) வின் அனுமதியைப் பெற்று, இறுதியாகத் திட்டக்குழுவிடமிருந்து அனுமதிக் கடிதம் பெற்றபிறகுதான் இத்தகைய நீர்ப்பாசனத் திட்டங்களை மாநில அரசுகள் மேற்கொள்ள முடியும்.

2. வெள்ளத் தடுப்பு, வடிகால் அமைப்பு (drainage), நீர்த் தோய்வு நீக்கும் திட்டங்கள் (anti - waterlogging), கடலால் ஏற்படும் மண்ணரிப்புத் தடுப்பு (anti - sea erosion) போன்ற திட்டங்கள் ரூ. 25 லட்சத்திற்கோ

அதற்கு மேற்பட்டோ மதிப்புடையதாக இருந்தாலும், அதில் அண்டை மாநில அல்லது சர்வதேசச் சிக்கல் இருந்தாலும் அதற்கு மத்திய அரசின் முன் அனுமதி வேண்டும். ரூ. 1. கோடிக்கோ அல்லது அதற்குக் குறைவாகவோ இருந்தால் அத்திட்டங்களை அதற்காக உரிய 'பாரங்களில்' தரப்பட்டிருக்கும் விபரங்களின் அடிப்படையில் மத்திய நீர் மற்றும் – மின்சக்திக் குழு பரிசீலனை செய்கிறது.

விநியோகத் திட்டங்களும்; ஊரகப் பகுதிகளை மின்சாரமயமாக்கும் எல்லாப் பொதுத் திட்டங்களும் மேற்சொன்ன குழுவிற்கும், திட்டக் குழுவிற்கும் 'சமர்ப்பிக்க'ப்படவேண்டும். விபரங்கள் முழுவதையும் ஆராய்ந்து, மேற்சொன்ன குழுக்கள் முன் அனுமதி அளித்தபிறகுதான் மாநிலங்கள் அவற்றைச் செயல்படுத்த முடியும்.

4. ரூ. 5 லட்சத்திற்கு மேற்பட்ட கிராமப்புறங்களுக்கான குடி நீர் – கழிவுநீர்த் திட்டங்களும்; ரூ.10 லட்சத்திற்கு மேற்பட்ட நகர்ப்புறத்துக் குடிநீர் – கழிவு நீர் திட்டங்களும் 'மத்திய பொதுச் சுகாதாரப் பொறியியல் அமைப்பின்' (Central Public Health Engineering Organisation) முன் அனுமதியைப் பெறவேண்டும். ரூ. 1 கோடிக்கு மேற்பட்ட திட்டங்கள் மத்திய சுகாதார அமைச்சரவையின் முன் அனுமதியைப் பெறவேண்டும்.

5. தொழிற்பேட்டைகளை (Industial estate) அமைப்பதற்குச் 'சிறு தொழில்கள் வளர்ச்சி ஆணையரி'ன் (Development Commissioner, Small Scale Industries) சம்மதம் பெறவேண்டும்.

இதோடு கூட 1951ஆம் ஆண்டு தொழில்கள் (வளர்ச்சியும் கட்டுப்பாடும்) சட்டத்தின் (Industries (Development & Regulation) Act 1951) கீழ், தொழில்களின் வகைக்கு ஏற்றவாறு அனுமதி பெற வேண்டும்.

6. ரூ. 10 லட்சத்திற்கு அதிகமான நிலையான மூலதனமுடைய (fixed assets) அச்சட்டத்தின் அட்டவணையில் குறிப்பிட்டிருக்கக் கூடிய தொழில்களை மத்திய அரசில் பதிவு செய்ய வேண்டும். நிலக்கரி, துணி, ரோலர் மாவு ஆலை, எண்ணெய் விதைகளைப் பிழிதல், வனஸ்பதி, தீக்குச்சிகள் – சம்பந்தப்பட்ட தொழில்களுக்கும் அப்படிப் பதிவு செய்ய வேண்டும்.

7. ரூ. 25 லட்சத்திற்கும் அதிகமான நிலையான மூலதனமுடைய தொழில்கள் அனைத்துக்கும் மத்திய அரசில் பதிவு செய்து லைசென்ஸ் பெற வேண்டும்.

8. ரூ. 5 லட்சத்திற்கு மேற்பட்ட நிலையான மூலதனமுடைய நடுத்தரத் தொழில்களை மத்திய தொழில் நுணுக்க வளர்ச்சி இயக்குநர் அலுவலகத்தில் (Directorate General of Technical Development) பதிவு செய்துகொள்ள வேண்டும்.

மேற்சொன்னவாறு பதிவு செய்வதற்கோ, லைசென்ஸ் பெறுவதற்கோ விண்ணப்பங்கள் அனுப்பி வைக்கப்படுகிறபோது உற்பத்தித் திட்டங்கள், மூலப்பொருளின் தேவை, இயந்திர வசதி, மூலதன அளவு, எத்தனை 'ஷிப்டு'கள் வைக்கப்படுகின்றன என்பது, தேவையான வெளிநாட்டுச் செலாவணி, உற்பத்தியாகப் போகிற பண்டத்திற்கு இருக்கப் போகும் கிராக்கி – போன்றவை பரிசீலிக்கப்படுகின்றன.

9. தொழிற்கல்வியில் புதிய திட்டங்கள் புகுத்தப்பட்டால் அவை அகில இந்திய தொழிற்கல்வி கவுன்சிலின் (All India Council of Technical Education) பரிசீலனைக்கு அனுப்பிவைக்கப்பட்டு, அதன் முன் அனுமதியைப் பெறவேண்டும்.

10. மாநிலத்தின் ஆண்டுத் திட்டத்தில் ரூ. 5 கோடி அல்லது அதற்கு மேற்பட்ட மதிப்பீடுள்ள திட்டங்களைச் சேர்க்க வேண்டுமானால் மாநில அரசு மத்திய அரசு நிதி அமைச்சரகத்தின் முன் அனுமதியைப் பெற்றாக வேண்டும்.

இதன்படி பார்த்தால், கிராமப்புற – நகர்ப்புற மக்களின் நல்வாழ்விற்காகத் தீட்டப்படுகிற எல்லாத் திட்டங்களுக்கும் – நீர்ப்பாசனம், மின் உற்பத்தி, மின் விநியோகம், புதிதாகத் தொழில் நடத்துதல் துவங்கி, குடிநீர் கழிவுநீர் வரை மாநிலப் பட்டியலில் உள்ள அனைத்து அதிகாரங்களுக்கும் மாநில அரசுகள் மத்திய அரசிடம் அனுமதி பெறவேண்டியிருக்கிறது. திட்டங்களினால் இந்தியாவில் கூட்டாட்சி முறை ஒழிந்து, ஒற்றையாட்சி முறை ஏற்பட்டு விட்டது என்று கே.சந்தானம் கூறியிருப்பது எவ்வளவு உண்மை!

●

மேற்கோள் நூல்கள்
(BIBLIOGRAPHY)

AGARWAL, P.P.: **'The System of Grants -in -Aid in India"**, Asia Publishing House, 1959.

AIYAR, S.P.: **"Federalism and Social Change"**, Asia Publishing House, 1961.

AIYAR, S.P. & MEHTA, USHA, Ed.: **"Essays on Indian Fedralism"**, Allied Publishers, 1965.

ALEXANDROWICZ, C.H.: **"Constitutional Developments In India"**, Oxford University Press, 1957.

AMBEDKAR, B.R.: **"Pakistan or Partition of India"**, Thacker & Co., Bombay. 1945.

AUSTIN, GRANVILLE: **"The Indian Constitution: Cornerstone of a Nation"**, Oxford Clarendon Press, 1966.

AZAD, MAULANA ABUL KALAM: **"India wins Freedom"**, Bombay, 1960.

BOMBWALL, K.R.: **"The Foundations of Indian Federalism"**, Asia Publishing House, 1967.

BOMBWALL, K.R. & CHOUDHRY, L.P. Ed.: **"Aspects of Democratic Government And Politics In India"**, Atma Ram & Sons., Delhi, 1968.

BOMBWALL, RAMAN: **"Federal Financial Relations In India"**, Meenakshi Prakashan, Bombay.

CHANDA, ASOK: **"Federalism In India : A Study of Union -State Relations"**, London, George Allen & Unwin, 1965.

CHANDA, ASOK: **" Under The Indian Sky"**, Nachiketa Publications, Bombay, 1971.

CHATTERJI, AMIYA: **" The Central Financing Of State Plans In The Indian Federation"**, Mukhopadhyay, Calcutta, 1971.

CHINTAMANI, C.Y. & M.R. MASANI: **" India's Constitution At Work"**, Allied Publishers, 1940.

COONDOO, RANJITA: " The Division of Powers In The Indian Constitution", Bookland Ltd., Calcutta, 1964.

COSTA, BENEDICT: " India's Socialist Princes", Kalyani Publishers, Ludhiana, 1973.

DIVATIA, KUMUD: " The Nature of Inter - Relations Of Governments In India In The Twentieth Century", Popular Book Depot, Bombay. 1957.

FRIEDRICH, CARL J. " Trends Of Federalism In Theory And Practice" , Pall Mall Press, London, 1968.

FRIEDRICH, CARL J. & BOWIE R.R.: " Studies In Federalism", 1954.

HAQQI, S.A.H; Ed: "Union - State Relations In India", Meenakshi Prakashan, Meerut, 1967.

HARRISON, SELIG S.: "India, The Most Dangerous Decades", Oxford, 1961.

HAYES, CARLTON J.H.: " Nationalism: A Religion", Macmillan, New York, 1960.

HAYES, CARLTION J.H.: "Essays On Nationalism", Macmillan, New York, 1928.

INSTITUTE OF CONSTITUTIONAL AND PARLIAMENTARY STUDIES, "Indian Political Parties", Research, Delhi, 1971.

ISMAIL, M.M.: " The President and the Governors in the Indian Constitution", Orient Longman, 1972.

JAIN, S.N.; KASHYAP, SUBHASH, C; SRINIVASAN, N.: " The Union And The States", National, Delhi, 1972.

JENNINGS, IVOR: " Some Characteristics of The Indian Constitution", Oxford, 1953.

KOHN, HANS: "The Idea Of Nationalism", Macmillan. New york, 1946.

KRISHNASWAMI, A.: "The Indian Union And The States: A Study in Autonomy And Integration", Pergamon Press, London, 1964.

LAKDAWALLA, D.T.: "Union - State Financial Relations", Lalvani, 1967.

LAKDAWALLA, D.T. **"Mobilisation Of States' Resources"**, University Of Madras, 1972.

LELE, P.R.: **"The Federation of India"**, Second Edition, Popular Book Depot, Bombay,

LIVINGSTON, WILLIAM S.: **" Federalism And Constitutional Change"**.

LOK SABHA SECRETARIAT: **"Role And Position Of Governors"**, 1970.

LOK SABHA SECRETARIAT: **"Union - State Relations (A Study)"**, 1967.

MASALDAN, P.N.: **"Evolution Of Provincial Autonomy In India, 1958 to 1960 (with Special Reference to Uttar Pradesh)"**, Hind Kitabs, 1953.

MAY, R.J.: **"Federalism And Fiscal Adjustment"**, Oxford, 1969.

MORRIS - JONES, W.H.: **" The Government And Politics of India"**, London Hutchinson, 1964.

MUKHARJI, P.B.: **" Three Elemental problems of the Indian Constitution"**, (Bhulabhai Desai Memorial Lecture), National, Delhi, 1972.

NEHRU, JAWAHARLAL: **"The Discovery Of India"**, Signet Press, 1947.

PLISCHKE, ELMER: **"Contemporary Government of Germany"**, Houghton Miffin Co., Boston, 1962.

PRAKASA, SRI: **"State Governors In India"**, Meenakshi Prakashan, 1966.

PRAKASH, KARAT: **"Languages And Nationalities In India"**, Orient Longman, 1973.

PRASAD, BISHESHWAR: **" The Origins Of Provincial Autonomy"**, Allahabad, 1941.

PYLEE, M.V.: **" Constitutional History of India - 1600 - 1950"**, Asia, 1972.

RAO . K.V.: **" Parliamentary Democracy of India, (A Critical Commentary"**, World Press, Calcutta, 1961.

RAY, AMAL: **"Inter - Governmental Relations In India"**, Asia, 1966.

RAY, AMAL: **"Tension Aras In India's Federal System"**, The World Press, Calcutta, 1970.

ROY, NARESH CHANDRA : **"Federalism And Linguistic States"**, Calcutta, 1962.

ROY, RANAJIT: **" The Agony Of West Bengal"**, (Second Enlarged Edn.) New Age Publishers, 1972.

SANTHANAM, K.: **"Union - State Relations In India"**, Asia, 1963.

SANTHANAM, K.: **"Federal Financial Relations In India & Other Essays"**, Lalvani, 1967.

SARKAR, SUBRATA: **" The Centre And The States"**, Academic Publishers, Calcutta, 1972.

SAWER, G.F.: **"Modern Federalism"**, Watts & Co., London, 1969.

SHAH, K.T.: **"Provincial Autonomy"**, Bombay, 1937.

SHARMA, B.M. & CHOUDHRY L.P.: **"Federal Polity"**, Asia, 1967.

SINHA, SACHCHIDANAND: **" The Internal Colony - A Study in Regional Exploitation"**, Sindhu Publications, 1973.

SMILEY, DONALD V: **"The Canadian Political Nationality"**, Methuen, Toronto, 1967.

SUBBA RAO, K.: **"Conflicts In Indian Polity"**, Lajpat Rai Memorial Lectures, Chand & Co., 1970

SUBBA RAO.K.: **"The Indian Federal System"**, Institute For Techno - economic Studies, Madras, 1972.

"UNION - STATE RELATIONS IN INDIA", Special number of the journal of Parliamentary Studies, 1969.

VAKIL, C.N. & PATEL, M.H.: **"Finance Under Provincial Autonomy"**, Longmans Green, 1940.

VENKATARAMAN, K.: **"State's Finances In India"**, Allen & Unwin, London, 1968.

VEERARAGHAVACHAR, S.M.: **"Union - State Financial Relations In India"**, Sterling Publishers, 1969.

WATTS. R.L.: **"New Federations - Experiments in the Commonwealth"**.

WHEARE, K.C.: **"Federal Government"**, Oxford Paperbacks, Fourth Edition, 1963.

WHEARE, K.C.: **"Modern Constitutions"**, Oxford, 1956.

UNPUBLISHED

CONFERENCE PAPERS: First all India Conference of Fiscal Economics on Public Debt on 28th & 29th December, 1973, Madras.

KRISHNAMURTHY, B.V.: **"Centre - State Economic And Financial Relations"**.

PROCEEDINGS of the Indian Parliamentary Association Symposium on **'ROLE AND POSITION OF GOVERNORS',** held in the Central Hall, Parliament House, New Delhi on 2nd May, 1970: Lok Sabha Secretariat, New Delhi.

SEZHIYAN - MARAN PANEL STUDY on Rajamannar Committee Report.

STATE PLANNING COMMISSION, Govt. of Tamil Nadu: **"A Framework for The Perspective Plan of Tamil Nadu"**, (Technical Notes And Methodology.)

REPORTS

Bangla Desh Documents, Ministry Of External Affairs, Govt. of India.

Memoranda for the Finance Commissions, Govt. of Tamil Nadu.

Proceedings of the Constituent Assembly of India.

Report of the Royal Commission on Decentralization, 1909.

Report on Indian Constitutional Reforms (Montague - Chelmsford), 1918.

Report of the Reforms Enquiry (Muddiman) Committee, 1924.

Report of the Indian Statutory (Simon) Commission,

2 Volumes,1930.

Report of the Joint Committee on Indian Constitutional Reform,1934.

Reports of the Committees of the Constituent Assembly of India.

Reports of the Finance Commissions.

Report of the Study Team on Centre - State Relationships, Administrative Reforms Commission.

Report of the Administrative Reforms Commission on Centre - State Relationships.

Report of the Centre - State Relations Inquiry (Rajamannar) Committee, 1971.